त पो नि धी

प्रा. अ. का. प्रियोळकर पुरस्कारप्राप्त ज्येष्ठ संशोधक

त पो नि धी

प्रा. अ. का. प्रियोळकर पुरस्कारप्राप्त ज्येष्ठ संशोधक

संपादक

भारती निरगुडकर

मुंबई विद्यापीठ, मराठी विभाग पॉप्युलर प्रकाशन, मुंबई

तपोनिधी : प्रा. अ. का. प्रियोळकर
पुरस्कारप्राप्त ज्येष्ठ संशोधक
(म-१३१५)
पॉप्युलर प्रकाशन
ISBN 978-81-7991-970-5

TAPONIDHI : PRA. A. KA.
PRIYOLKAR PURASKARPRAPT
JYESHTHA SANSHODHAK
(Marathi : Autobiographical Essays)
Ed. : Bharati Nirgudkar

पहिली आवृत्ती : २०१९/१९४१

मुखपृष्ठ : सतीश भावसार

प्रकाशक
हर्ष भटकळ
पॉप्युलर प्रकाशन प्रा. लि.
३०१, महालक्ष्मी चेंबर्स
२२, भुलाभाई देसाई रोड
मुंबई ४०० ०२६
आणि
मराठी विभाग, मुंबई विद्यापीठ

अक्षरजुळणी : गुरुनाथ कलमकर

मुद्रक
रेप्रो बुक्स लि.
लोअर परेल, मुंबई ४०००१३

संशोधननिष्ठांच्या मांदियाळीस,
अत्यादरपूर्वक!

मनोगत

तपोनिधी : प्रा. अ. का. प्रियोळकर पुरस्कारप्राप्त ज्येष्ठ संशोधक हा ग्रंथ अभ्यासकांच्या हाती देताना मला अत्यंत आनंद होत आहे. ज्येष्ठ संशोधक प्रा. अ. का. प्रियोळकर यांच्या कुटुंबीयांनी मुंबई विद्यापीठाला जी देणगी दिलेली आहे, त्यातून प्रतिवर्षी मराठीतील हयात असलेल्या एका ज्येष्ठ संशोधकाला व पीएच. डी.च्या सर्वोत्कृष्ट प्रबंधाला पुरस्कार दिला जातो. गेली चोवीस वर्षे मराठी संशोधनक्षेत्रातील अतिशय जाणकार व नि:स्पृह व्यक्तींनी या पुरस्कार समितीचे सन्माननीय सदस्य या नात्याने काम पाहिले आहे. प्रा. वसंत दावतर, प्रा. सुभाष भेंडे, डॉ. चंद्रकांत बांदिवडेकर, डॉ. विजया राजाध्यक्ष, प्रा. दिगंबर पाध्ये, प्रा. वसंत आबाजी डहाके, डॉ. य. दि. फडके, प्रा. के. ज. पुरोहित, डॉ. भालचंद्र नेमाडे, डॉ. रेखा इनामदार-साने, डॉ. प्रदीप कर्णिक, डॉ. महेश केळुसकर, डॉ. सुधा जोशी, डॉ. चंद्रशेखर जहागिरदार, डॉ. अरुणा दुभाषी, प्रा. मीना गोखले, डॉ. प्रतिभा कणेकर, डॉ. प्रकाश परब या विचक्षण व्यक्तींनी बारकाईने काम केलेले आहे. त्यांनी अत्यंत परिश्रमपूर्वक संशोधकांच्या संशोधनक्षेत्राचा सर्वंकष धांडोळा घेऊन त्यातील योग्य व्यक्तींची निवड केलेली दिसते.

या पुरस्कारप्राप्त ज्येष्ठ संशोधकांच्या कार्याचा परिचय आजच्या पिढीला व्हावा आणि त्यांच्या संशोधनाचे मोल प्रकाशात यावे, या दृष्टीने त्यांच्यावर एक लेखमाला तयार व्हावी अशी शिफारसवजा सूचना मागील वर्षी पुरस्कार समितीने केली. विभागप्रमुख या नात्याने मी या समितीची एक सदस्य होते. ही सूचना निश्चित महत्त्वाची होती. या सूचनेने खरेतर एका प्रकल्पाचाच पाया घातला. विभागातील माझ्या सहकाऱ्यांच्या मदतीने या ज्येष्ठ संशोधकांच्या कार्याला उचित न्याय देऊ शकतील अशा लेखकांचा शोध सुरू झाला. आणि मग कोणत्याही मोठ्या प्रकल्पात येणाऱ्या अडीअडचणीही हळूहळू सुरू झाल्या. मात्र त्यावर मात करून आम्हाला विहीत कालावधीत हे लेख मिळतील असे चित्र स्पष्ट झाले. मग एखाद्या नियतकालिकासाठी लेखमाला तयार करण्यापेक्षा पुस्तक प्रकाशनासाठी विद्यापीठाने देऊ केलेले अर्थसाहाय्य वापरून विभागातर्फे हा ग्रंथच प्रकाशित करावा, जेणेकरून अ. का. प्रियोळकरांचे व मुंबई विद्यापीठाचे जे परस्पर स्नेहाचे नाते होते, त्यालाही ही कृतज्ञतेची पावती मिळेल असे वाटले. आणि या निश्चयाने आम्ही ग्रंथ तयार करण्याचा संकल्प केला. आज तो पूर्ण होत असल्याचे मनापासून समाधान वाटत आहे.

प्रा. अ. का. प्रियोळकरांचे व विद्यापीठाचे सौहार्दाचे नाते लक्षात घेऊन त्यांच्या कुटुंबीयांनी विद्यापीठाला देणगी दिली आहे. या देणगीमुळेच विद्यापीठाच्या मराठी विभागाला आपल्या भाषा व साहित्यक्षेत्रामध्ये संशोधन करणाऱ्या ज्येष्ठ संशोधकांना सन्मानित करण्याची व कृतज्ञता व्यक्त करण्याची संधी मिळत आली आहे. निवड समितीच्या सर्व सदस्यांनी कठोर परीक्षण करून ज्येष्ठ संशोधकांची निवड केली त्याबद्दल त्यांच्याविषयी मी कृतज्ञता व्यक्त करते. प्रा. अ. का. प्रियोळकर यांच्या कुटुंबीयांच्या वतीने श्री. हर्षद प्रियोळकर यांनी गेली चोवीस वर्षे सातत्याने आम्हाला अमूल्य सहकार्य केले. त्याबद्दल मी त्यांची अतिशय ऋणी आहे.

गेली चोवीस वर्षे गौरवण्यात आलेल्या संशोधकांनीच खरेतर या पुरस्काराचा सन्मान वाढवला आहे. त्यांच्या विद्वत्तेचे, परिश्रमशीलतेचे, व्यासंगाचे, अपार ग्रंथवेडाचे, आयुष्यभराच्या ध्यासाचे आपण काही देणे लागतो या भावनेनेच सर्व लेखकांनी अत्यंत आत्मीयतेने व कष्टपूर्वक आपले लेख तयार केले आहेत. सर्वच लेखकांचे त्या त्या ज्येष्ठ संशोधकाशी गुरूचे, मार्गदर्शकाचे, स्नेहाचे व आदराचे नाते आपल्या पूर्वअभ्यासातून जुळलेले होते. त्यामुळे मुळातच ज्यांच्याविषयी आदर होता त्या संशोधकांचे कार्य वाचकांसमोर आणण्याचे काम सर्वांनीच आनंदाने स्वीकारले. प्रत्येक निबंधलेखक आपापले व्यवसाय, किंवा पूर्वनियोजित कामे यांमध्ये व्यग्र होते. तरीही त्यांनी अमूल्य वेळ या प्रकल्पाला देऊ केला; त्या त्या विषयाला न्याय दिला आणि संशोधनातील योगदान नेमकेपणाने वाचकांसमोर आणले. त्यांनी केलेल्या सहकार्याबद्दल मी व्यक्तिश: व मराठी विभाग अत्यंत आभारी आहे.

ज्यांच्या नावे सदर पुरस्कार दिला जातो, त्या प्रा. अ. का. प्रियोळकरांचे संशोधनकार्य एकत्रितपणे वाचकांसमोर यावे असे आम्हाला वाटले. आमच्या विभागाचे ज्येष्ठ हितचिंतक डॉ. सु. म. तडकोडकर यांनी आपल्या पीएच. डी. प्रबंधातील प्रा. प्रियोळकरांच्या संशोधन कार्याविषयीचे प्रकरण आम्हाला तत्परतेने उपलब्ध करून दिले व ते संपादित करून या ग्रंथात समाविष्ट करण्याची अनुमती दिली.

डॉ. तारा भवाळकर व डॉ. रणधीर शिंदे यांनी अनुक्रमे डॉ. रा. चिं. ढेरे व डॉ. वि. भि. कोलते यांच्यावरील आपले पूर्वप्रसिद्ध लेख या ग्रंथामध्ये समाविष्ट करण्याची व त्यात आवश्यक ते बदल करण्याची किंवा भर घालण्याची परवानगी दिली त्यामुळे या तिघांच्याही प्रचंड संशोधन कार्याला न्याय देणे आम्हाला कमी वेळात शक्य झाले. या तीनही लेखकांचे सहकार्य मोलाचे व आभारापलीकडचे आहे.

सदर प्रकल्पाला तत्कालीन कुलगुरू डॉ. संजय देशमुख यांनी तत्काळ संमती दिली. तसेच तत्कालीन बी. सी. यू. डी. संचालक डॉ. अनिल पाटील यांनी प्रस्तावाला अनुकूलता दर्शवली. त्यामुळे आम्हाला ह्या ग्रंथाचे काम वेगाने सुरू करता आले. या दोघांचेही मी मनापासून आभार मानते. विद्यापीठाचे मुख्य लेखापाल अ. अ. फळणीकर यांनी आर्थिक तरतूद करून दिली व त्यामुळे प्रकल्प मार्गी लागला. त्यांचे आभार मानणे हे माझे कर्तव्य आहे.

विभागाने प्रकाशित केलेल्या कोणत्याही ग्रंथाचे काम हे सहकाऱ्यांच्या मदतीशिवाय पूर्ण होत नाही. माझे अध्यापक सहकारी व सध्याचे विभागप्रमुख डॉ. अनिल सपकाळ यांनी वेळोवेळी तांत्रिक बाबींकडे काळजीपूर्वक लक्ष दिले. माझे अन्य सहकारी डॉ. अलका मटकर, डॉ. वंदना महाजन व डॉ. विनोद कुमरे यांनी मोलाचे लेखन सहकार्य केले. डॉ. अलका मटकर यांनी माझ्याशी असलेल्या जुन्या मैत्रीच्या नात्याने पुस्तकाच्या प्रत्येक टप्प्यावर मला लागेल ती मदत आनंदाने केली. त्याबद्दल मी या सर्वांची विशेष आभारी आहे.

माझी ज्येष्ठ मैत्रीण प्रा. मीना गोखले यांनी या ग्रंथाच्या संपादनात विशेष रस घेऊन अनेक प्रकारे मला मदत केली. त्यांच्या डोळस मार्गदर्शनामुळे व सततच्या पाठिंब्यामुळे ही जबाबदारी पेलणे मला शक्य झाले. त्यांचे आभार न मानता त्यांच्या ऋणातच राहणे मला आवडेल.

या सर्व लेखांचे अक्षरजुळणीचे अत्यंत जिकिरीचे काम आमचे संशोधन साहाय्यक श्री. गुरुनाथ कलमकर यांनी ज्या अचूकपणे, आस्थेने व न कंटाळता केले त्याला तोड नाही. त्यांच्या तत्परतेने काम करण्याच्या वृत्तीमुळे माझे काम फार सोपे झाले. त्यांचे सहकार्य माझ्या कायम स्मरणात राहील. त्यांचे मनापासून आभार. विभागातील अन्य संशोधन साहाय्यक, लिपिक व श्री. रामचंद्र बांडागळे, श्री. कुशल अडबळ या कर्मचाऱ्यांनीही पुस्तकासंदर्भातील लहान-मोठी कामे आपलेपणाने वेळच्या वेळी केली. त्यांच्या सहकार्याशिवाय कार्यालयाशी संबंधित कामे करणे अवघड होते. त्यांना मनापासून धन्यवाद.

ग्रंथाचे मुखपृष्ठ सतीश भावसार यांनी अतिशय मेहनतीने सुंदर रीतीने बनवून दिले. त्याबद्दल त्यांना मन:पूर्वक धन्यवाद. पॉप्युलर प्रकाशनाच्या श्रीमती अस्मिता मोहिते यांनी पुस्तक प्रकाशनामध्ये आम्हाला सहकार्य करण्याचे मान्य केले आणि ते उत्कृष्टरीतीने निभावले. हा ग्रंथ नेटक्या रूपात वाचकांच्या हाती देता येतो आहे याचे संपूर्ण श्रेय त्यांना आहे. त्यांच्या स्नेहातच राहणे मला आवडेल.

१ नोव्हेंबर २०१८

– भारती निरगुडकर
प्राध्यापक
मराठी विभाग, मुंबई विद्यापीठ

प्रास्ताविक

मराठी साहित्य आणि संस्कृती विषयक संशोधन करणाऱ्या प्रा. अ. का. प्रियोळकर यांच्या स्मृतिप्रित्यर्थ त्यांच्या कुटुंबीयांनी मुंबई विद्यापीठाच्या मराठी विभागाकडे दिलेल्या निधीतून मराठीतील ज्येष्ठ संशोधकास प्रा. अ. का. प्रियोळकर स्मृतिपारितोषिक दिले जाते. तसेच मुंबई विद्यापीठातील मराठी विषयाच्या सर्वोत्कृष्ट पीएच. डी. प्रबंधाला या पुरस्काराने सन्मानित करण्यात येते. कृतज्ञता आणि प्रोत्साहन असा ज्ञानव्यवहारातील सर्जकतेचा गौरव या महत्त्वाच्या पारितोषिकात आहे. या उपक्रमातील ज्येष्ठ संशोधक पारितोषिक प्राप्त संशोधकाच्या संशोधन कर्तृत्त्वाचा परिचय करून देण्यासाठी 'तपोनिधी' या संपादित ग्रंथाचे मुंबई विद्यापीठाच्या मराठी विभाग आणि पॉप्युलर प्रकाशन, मुंबई यांच्या वतीने प्रकाशन होत आहे याचा मला आनंद होत आहे.

ज्ञानव्यवहारामध्ये भारतीय वादांची परंपरा ही विविध विचारधारांची आहे. खंडणमंडणाची आहे. चिकित्सेला अत्यंत महत्त्व आहे. चिकित्सेची परंपरा प्राचीन, मध्ययुगीनकाळात जशी दिसते, तशीच ती आधुनिक कालखंडातही आहे. प्रा. अ. का. प्रियोळकर स्मृतिपारितोषिक प्राप्त जेष्ठ संशोधकांचे बहुतांश संशोधन हे मध्ययुगीनकाळातील विविध अवकाशांना स्पर्श करणारे आहे. ते साहित्यव्यवहार, ज्ञानव्यवहाराच्या संकलन, संपादन, अर्थनिर्णयाचे आहे. ते आधुनिक काळातील संशोधकांनी केलेले आहे. हे संशोधन तटस्थ आहे, ते परंपरावादी वा नवतावादी भूमिका घेणारेही आहे. मध्ययुगात ज्ञानव्यवहारात वादाच्या जशा विविध परंपरा होत्या, पद्धतीशास्त्र होते, तसेच आधुनिक काळात ही असलेले पाहावयास मिळते. आधुनिक काळातील अभ्यासक भारतीय परंपरेला भिडताना व्यापक वैचारिक हस्तक्षेप करतात. ज्या संशोधकांवर हा संपादित ग्रंथ आहे त्यांच्या वैचारिक परंपरेचा काही संदर्भ संपादकीयात आलेला आहे. विष्णूबुवा ब्रह्मचारी, विष्णुशास्त्री चिपळूणकर यांच्या संशोधन परंपरेची विस्तृत मांडणी तिथे आलेली आहे. या परंपरेबरोबरच लोकहितवादी, रानडे, आगरकर ही चिकित्सेची परंपरा आधुनिक चर्चाविश्वात संस्कारित झालेली आहे. परंपरावादी, उदारमतवादी व्यक्तिस्वातंत्र्यवादी या विचारधारेबरोबरच जातवर्गस्त्रीदास्यांत मार्क्स, फुले, आंबेडकरवादी मांडणी झालेली आहे. मराठी साहित्य आणि भाषाभ्यासकांनी पौर्वात्य आणि पाश्चात्य ज्ञानव्यवहारातील आंतरसंबंध प्रस्थापित करत संशोधन मांडणी केलेली आहे. या पारितोषिक प्राप्त संशोधकांच्या संशोधनाचे वाचन केल्यास त्याचा प्रत्यय येतो.

संपादन ज्ञाननिर्मिती आणि ज्ञानसंकलन आणि व्यवस्था लावणे त्यात राजकारण असते. सत्तासंघर्ष असतो. काय घ्यायचे निवडायचे निश्चितीचे, अर्थनिर्णयाचे राजकारण असते. हे मान्यतेचे राजकारण असते. निर्माण झालेल्या ज्ञानाची कोण? काय? कधी? कुठे? का? कशी? चिकित्सा करतो यावर त्या ज्ञानव्यवहाराचे सांस्कृतिक राजकारण अवलंबूनअसते. डॉ. भारती निरगुडकर यांनी केलेले हे संपादन महत्त्वाचे आहे. यातून पुरस्कार प्राप्त तेवीस संशोधकांच्या कार्याचा परिचय होतो. माहिती मिळते. या संपादनातून या संशोधकांच्या संशोधनाचा धांडोळा घेतला आहे. तो अत्यंत महत्त्वाचा आहे.

मराठी विभागाच्या वतीने यापूर्वी साहित्य आणि भाषाविषयक अनेक महत्त्वाच्या ग्रंथांचे प्रकाशन झालेले आहे. या संपादनाने त्यात अधिक भर पडलेली आहे. प्रा. अ. का. प्रियोळकर स्मृतिपारितोषिक निवड समितीतील मान्यवर संशोधक सभासद आणि सर्व माजी विभागप्रमुख यांचे नियोजन, त्यांचा वैचारिक दृष्टिकोन अत्यंत उल्लेखनीय आहे. तसेच विद्यापीठ प्रशासनाचा मराठी विभागाच्या प्रती असलेला सहानुभाव नेहमीच सहकार्याचा राहिलेला आहे. २०१८-१९ हे मुंबई विद्यापीठ मराठी विभागाचे सुवर्ण महोत्सवी वर्ष आहे. यावर्षी या तेवीस संशोधकांच्या परिचयमालेचा संपादित संग्रह प्रकाशित होत आहे. प्रा. अ. का. प्रियोळकर स्मृतिपारितोषिकाचे पुढील वर्ष हे रौप्यमहोत्सवी वर्ष आहे. त्यावर्षी असेच उपक्रम राबवण्याचा विभागाचा मानस आहे. त्याचा प्रारंभ म्हणून हे संपादन महत्त्वाची पाऊलखुणा ठरेल.

– अनिल सपकाळ
प्राध्यापक व विभागप्रमुख
मराठी विभाग
मुंबई विद्यापीठ

अनुक्रम

संपादकीय

भारती निरगुडकर

मराठी भाषा आणि साहित्य याला जशी समृद्ध परंपरा आहे तशीच त्यातील आशयाचा, अर्थपूर्णतेचा आणि सौंदर्याचा शोध घेणाऱ्यांचीही मोठी परंपरा आहे. तेराव्या शतकात लिहिल्या गेलेल्या ज्ञानदेवीची प्रतिशुद्ध प्रत तयार करणाऱ्या सोळाव्या शतकातील एकनाथांपासून ही परंपरा सुरू होते. त्यांनी हे कार्य मुख्यत: आध्यात्मिक व भक्तीच्या प्रेरणेने केले असले तरी १९व्या शतकापासून सुरू झालेल्या व २०व्या शतकात विस्तारलेल्या संशोधनातील आधुनिक दृष्टीचा तो आरंभबिंदू होता असे म्हणावे लागेल.

१९व्या शतकातील संशोधन हे प्रामुख्याने इतिहाससंशोधन या स्वरूपाचे होते. शिलालेख, ताम्रपट, हस्तलिखिते इत्यादींचा मुळात शोध घेऊन नंतर त्याआधारे लिपी, भाषा या संदर्भातील प्राचीन रूपांचा, त्यांमधील दुव्यांचा शोध घेण्यात आलेला दिसतो. तसेच आपल्या पूर्वजांचा इतिहास जाणून घेण्यासाठी या साधनांचा वापर करण्यात आलेला दिसतो. रा. गो. भांडारकरांनी केलेले संशोधन हे अशा द्विविध प्रकारचे आहे.

स्वभाषा, स्वदेश व संस्कृती यांच्याविषयीचे प्रेम व जिज्ञासा नव्याने वृद्धिंगत होण्यात सुरुवात झाली तीही १९व्या शतकाच्या अखेरीस. 'निबंधमाला'कार विष्णुशास्त्री चिपळूणकर यांनी आपल्या लेखमालेतून हा वन्ही चेतवला आणि महाराष्ट्रातील अनेक विद्वान, प्रकांडपंडित, देशप्रेमी मंडळींचे लक्ष इतिहासातल्या अनेक अंगांकडे वेधले गेले. आपल्याला इतिहास, भाषा, साहित्य यांचा समृद्ध वारसा लाभलेला आहे. परंतु तो दुर्दैवाने विस्मृतीत गेलेला आहे. त्याचा नव्याने शोध घेऊन पुनर्स्थापना केली पाहिजे याची जाणीव या काळात वृद्धिंगत झाली. या जाणिवेतून व स्वदेश, स्वभाषा यांच्या अभिमानातून, स्वदेश, स्वभाषा यांची मुळे शोधण्याच्या प्रेरणेतून अनेकांनी संशोधन केलेले दिसते. म. मो. कुंटे, राजारामशास्त्री भागवत, वि. का. राजवाडे यांसारखे अनेक विद्वान संस्कृत भाषेचे जाणकार तर होतेच तसेच प्राचीन वस्तू (म. मो. कुंटे), लोकसाहित्य (राजारामशास्त्री भागवत), प्राचीन मराठी साहित्य (वि. का. राजवाडे) यांचे मर्मज्ञ होते. त्यांनी इतिहाससंशोधनाबरोबरच साहित्यसंशोधनाचा मार्गही निर्माण केला. अशा रीतीने इतिहाससंशोधनामध्ये मराठी भाषा व साहित्यसंशोधनाची मुळे दिसून येतात.

या प्रेरणांतून संशोधननिष्ठांची मांदियाळी मराठी संशोधनक्षेत्रात निर्माण झालेली दिसते. सर रा. गो. भांडारकर, राजारामशास्त्री भागवत, इतिहासाचार्य वि. का. राजवाडे यांच्याबरोबरच पिसुर्लेकर, म. म. दत्तो वामन पोतदार, पां. दा. गुणे, ज्ञानकोशकार केतकर, रावसाहेब मोरमकर, धर्मानंद कोसंबी, ल. रा. पांगारकर, पां. वा. काणे, न. र. फाटक, वि. ल. भावे, शं. गो. तुळपुळे, वि. बा. प्रभुदेसाई, य. खु. देशपांडे, सुरेश डोळके ही आणि अशी अनेक

नावे सांगता येतील. या संशोधकांनी आपली संपूर्ण हयात मराठी भाषा व साहित्य तसेच भाषेच्या साहित्याचा इतिहास यांच्या संशोधनात घालवलेली दिसते.

प्रा. अ. का. प्रियोळकर हे याच संशोधननिष्ठांच्या मांदियाळीतील लक्षणीय व्यक्तिमत्त्व होय. प्राचीन हस्तलिखितांचा शोध घेणे; त्यांतील असंख्य पाठभेद तपासून, मुळातील पाठाच्या जवळ जाणारा पाठ तयार करणे; संहिता निश्चिती करणे; त्यासाठी भाषेचा / अनेक भाषांचा अभ्यास करणे, दुर्मीळ लहानमोठ्या हस्तलिखितांची चिकित्सक संपादने प्रकाशित करणे हे काम त्यांनी व्रतस्थ वृत्तीने आयुष्यभर केले. मुंबई विद्यापीठाचे व प्रियोळकरांचे नाते जिव्हाळ्याचे होते. त्यांनी संपादित केलेल्या रावबहादूर दादोबा पांडुरंग (पूर्वार्ध) (आत्मचरित्र) व संशोधनाअंती पूर्ण केलेल्या चरित्राला (उत्तरार्ध) मुंबई विश्वविद्यालयाने दादोबा पांडुरंग तर्खडकर पारितोषिक देऊन गौरवले होते. मराठी संशोधन मंडळाच्या स्थापनेपासून ते त्यांच्या निवृत्तीपर्यंत जवळ जवळ १९ वर्षे ते या मंडळाशी एकरूप झाले होते.

संशोधनाच्या अनेक क्षेत्रांमध्ये पायाभूत कार्य करणाऱ्या या संशोधकांची परंपरा पुढे अनेक व्यासंगी व्यक्तींनी चालू ठेवलेली दिसते. त्यांपैकी गेली दोन तपे ज्यांच्या कार्याचा सन्मान प्रियोळकर पुरस्काराने करता आला त्यांच्या संशोधनावर नजर टाकली तर प्राचीन साहित्याचे व त्यातही संतसाहित्याचे संशोधन मोठ्या प्रमाणात झालेले दिसते. विशेषत: ज्ञानदेवी, नामदेवांची गाथा व तुकारामांची गाथा यांची शेकडो-हजारो हस्तलिखिते वारकरी संप्रदायांच्या अनुयायांकडे खाजगी संग्रहात होती. पोथी, वह्या, बाडे या स्वरूपातील हे लेखन मठ, मंदिरे अशा ठिकाणीही आपापल्या पंथ-संप्रदायापुरते मर्यादित, सुरक्षित ठेवलेले होते. मुद्रणकला परिचित होण्यापूर्वी जतन करून ठेवलेले हे लेखन अर्थातच खाजगी / संप्रदायाच्या वापरासाठी उपलब्ध पाठांवरून नकलून घेतले जात होते. ते नकलून घेताना अनेक कारणांनी पाठभेद निर्माण होत होते. या शेकडो हस्तलिखित प्रतींमध्ये एकेका शब्दाचेही असंख्य पाठभेद निर्माण होणे स्वाभाविक होते. एकेका ग्रंथाचीही शेकडो हस्तलिखिते मिळवून या पाठभेदांची नोंद घेणे; भाषा व व्याकरणदृष्ट्या चिकित्सा करून प्रमाणपाठ निश्चित करणे हे अतिमहत्त्वाचे आहे याची जाणीव महाराष्ट्रातील भाषा व वाङ्मयप्रेमी, विद्वान, चोखंदळ व्यक्तींना झाली. त्यांच्या सत्यान्वेषी व जितश्रम वृत्तीमुळेच आपल्याला ज्ञानदेवी, नामदेव, तुकाराम यांच्या गाथा यांच्या मूळ पाठापर्यंत जाणाऱ्या संहिता उपलब्ध होऊ शकल्या. या शोध घेण्याच्या पद्धतीतूनच पाठचिकित्सा व संहितानिश्चितीचे शास्त्र निर्माण झाले. प्रा. अ. का. प्रियोळकर हे पाठचिकित्साशास्त्राचा पाया घालणारे महत्त्वाचे संशोधक होत. या ग्रंथातील पहिल्या लेखामध्ये डॉ. तडकोडकर यांनी त्यांच्याविषयी लिहिले आहे, ''ह्या संपादनामुळे रघुनाथ पंडितविरचित 'दमयंती स्वयंवरा'ची पाठशुद्ध आवृत्ती सादर झालीच, तिच्यासोबत ज्ञातृनिष्ठ पद्धतीचा अवलंब करून मराठीतील आधुनिक पाठसंहिताचिकित्सा निर्धारणशास्त्राचा (restoration of text as conceived by the original author) पाया घातला गेला, असे आता सर्वसंमत मत आहे.''

ज्येष्ठ संशोधक वि. भि. कोलते, यू. म. पठाण, श्री. रं. कुलकर्णी, म. रा. जोशी, रा. शं. नगरकर यांनीदेखील प्राचीन मराठी साहित्याच्या संहिता मिळवण्यासाठी अपार कष्ट

घेतले आहेत. त्यांचे व्यक्तिगत हस्तलिखित संग्रहही एखाद्या संस्थेच्या संग्रहाइतकेच विशाल आहेत. प्राचीन ग्रंथांची हस्तलिखिते मिळवण्यासाठी या सर्वांनी महाराष्ट्रातील देवस्थाने, मठ, संस्था अनेक वेळा पालथ्या घातल्या आहेतच पण महाराष्ट्राबाहेरही अनेक वेळा भ्रमंती केली आहे. त्यांचे आपल्यावर फार मोठे ऋण आहे.

संतसाहित्याबरोबरच महानुभाव पंथीयांचे साहित्य मिळवणे व ते प्रकाशात आणणे ही मोलाची संशोधन कामगिरी आहे. महानुभाव साहित्य सांकेतिक लिप्यांमध्ये बद्ध असल्याने संप्रदायाबाहेरील कोणालाही ते वाचता येणे अशक्य होते. लिपीची पूर्ण उकल करणे हे काम अत्यंत जिकिरीचे, कष्टाचे होते. वि. का. राजवाडे यांनी महानुभाव पंथाचा एक ग्रंथ सतत तेरा दिवस अखंड प्रयत्न करून उलगडला आणि सांकेतिक लिप्या उलगडून महानुभाव वाङ्मयाचे अलौकिक दालन बाळबोध मराठी लिपीत उलगडण्याच्या ऐतिहासिक मोलाच्या कामगिरीचा प्रारंभ झाला. या प्रकारचे, संशोधनाच्या प्राथमिक साधनांची शुद्ध स्वरूपात उपलब्धता करून देण्याचे कार्य मोठ्या प्रमाणात पुढे वि. भि. कोलते यांनी केलेले आहे. महानुभावांच्या पोथ्या मिळवणे हे संप्रदायाबाहेरील लोकांसाठी कठीण काम होते. पण आपल्या नि:स्पृह संशोधन कार्यातून वि. भि. कोलते यांनी या मठवासीयांच्या मनात जो विश्वास निर्माण केला त्यामुळेच त्यांना त्या पोथ्या मिळू शकल्या. त्यांच्या कार्याचे मोल डॉ. रणधीर शिंदे / डॉ. विनोद कुमरे यांच्या लेखामध्ये व्यक्त करण्यात आले आहे. '१९४५ साली कोलते यांनी *महानुभाव तत्त्वज्ञान* हा विस्तृत ग्रंथ लिहिला. त्यासाठी अनेक मठांतील पोथ्या मिळविल्या. सांप्रदायिकांचा विश्वास संपादन करून हजारो पाने पालटून गुंतागुंतीच्या पोथ्यांतून महानुभाव पंथाच्या तत्त्वज्ञानाची रूपरेषा साधार मांडली. महानुभाव संप्रदाय साहित्याविषयी लोकांमध्ये मोठ्या प्रमाणात गैरसमज होते. ते निवळण्यास कोलते यांच्या लेखनाचे मोठे साहाय्य झाले.'

डॉ. यू. म. पठाण यांनी महानुभाव वाङ्मयातील महाभारत म्हणून ओळखले जाणारे 'शल्यपर्व' या ग्रंथाची पोथी प्रथम मिळवली आणि त्यातून पोथ्या गोळा करणे व संपादित करणे या त्यांच्या कामाला सुरुवात झाली. खेड्यापाड्यांतून पुन:पुन्हा हिंडून अनंत अडचणी सोसून त्यांनी असंख्य हस्तलिखितांची बाडे मिळवली व ती साक्षेपाने संपादित केली. "नागेश संप्रदाय हा पूर्ण अज्ञात संप्रदाय त्यांनीच महाराष्ट्राला परिचित करून दिला. मराठवाड्यातील लोककथा प्रकाशात आणल्या. डॉ. यू. म. पठाण हे चौफेर दृष्टी लाभलेले संशोधक आहेत. नियोजनपूर्वक काम करून ध्येयाप्रत जाण्याची त्यांची प्रवृत्ती असल्याने अनेक गोष्टी ते करू शकले." हे डॉ. सतीश बडवे यांनी त्यांच्या प्रचंड कार्याचे सांगितलेले रहस्य मननीय आहे.

महाराष्ट्राच्या व महाराष्ट्राला लागून असलेल्या कर्नाटक, आंध्रप्रदेश, गोवा इत्यादी ठिकाणी कानाकोपऱ्यांत दडून असलेले ताम्रपट, शिलालेख, मंदिरे, मूर्ती यांचा शोध घेणे व त्यांचे वाचन करणे हा मूलभूत संशोधनाचा महत्त्वाचा प्रांत आहे. राजवाड्यांपासून ते स्वत: अ. का. प्रियोळकर, वि. भि. कोलते, श्री. रं. कुलकर्णी, म. रा. जोशी, रा. चिं. ढेरे इत्यादी अनेक संशोधकांनी कोणत्याही शारीरिक, आर्थिक विवंचनांची तमा न बाळगता हे दस्तऐवज शोधले आहेत. त्यांनी ते जतन करून ठेवले आहेत; त्यांची नोंद करून ठेवली आहे.

ऐतिहासिक पुरावे शोधून काढणे; त्यांचा सांभाळ करणे व त्याच्या आधारे अर्थनिर्णयन करणे हे अत्यंत मौलिक व कष्टप्रद काम या संशोधकांनी प्रचंड चिकाटीने, सातत्याने केलेले दिसते. तसेच त्याच्या आधारे भाषा, इतिहास, संस्कृतीचा अभ्यासही केला असे दिसते.

ताम्रपटांपेक्षाही शिलालेखांचे पुरावे अधिक वस्तुनिष्ठ व ग्राह्य धरले गेले आहेत. ताम्रपट हे व्यक्तिगत गरजेतून लिहिले जातात; उलट शिलालेख हे मंदिरे, सार्वजनिक देवस्थाने इत्यादी ठिकाणी केलेल्या कामांसंदर्भात कोरले जातात. मंदिरांच्या उभारणीचा / जीर्णोद्धाराचा काळ जसा त्यावरून कळतो तसेच त्या भाषेचा काळ, तिच्यातील कालिक रूपे यांवरून भाषेचाही इतिहास उलगडता येतो. मराठी भाषेची उत्पत्ती शोधताना ही साधने अत्यंत उपयुक्त ठरलेली आहेत.

मूर्तींचा शोध व त्यांचा अभ्यास यांतून लोकसंस्कृती, उपासनापद्धती व त्यांतील आंतरसंबंध यांसंबंधी अज्ञात असलेली तथ्ये प्रकाशात आलेली आहेत. रा. चिं. ढेरे यांचे लज्जागौरीच्या मूर्ती संदर्भातील शोधकार्य या दृष्टीने खूप महत्त्वाचे आहे. या संदर्भात डॉ. तारा भवाळकरांनी आपल्या लेखात म्हटले आहे. ''*लज्जागौरी* हा त्यांचा ग्रंथ केवळ मराठीतच नव्हे तर एकूणच मानवी संस्कृतीतील श्रद्धाप्रवासाचा एक सुरम्य आलेख आहे. त्या ग्रंथाच्या तात्त्विक विचाराने आज पुरोगामी चळवळींना बळ मिळाले आहे.'' संशोधनाची ही सामाजिक, सांस्कृतिक फलश्रुतीच म्हटली पाहिजे!

हस्तलिखिते मिळण्याची शक्यता आहे हे लक्षात आल्यावर पायपीट करून, दूरवरचा प्रवास करून तेथे जाणे; झेरॉक्स, छायाचित्रणासारखी आधुनिक साधने हाताशी नसताना ती कागदपत्रे, बाडे जतन करणे हे मूलभूत काम केल्यावर त्याच्या आधारे अनेक प्राचीन व मध्ययुगीन काव्यांची संपादने या संशोधकांनी केलेली दिसतात. त्यांना चिकित्सक प्रस्तावना लिहून, पाठभेद नोंदवून, स्पष्टीकरणात्मक टिपा, परिशिष्टे, शक्य असेल तेथे छायाचित्रे देऊन मूळ ग्रंथ वाचकांना आकलनसुलभ करून दिलेले दिसतात. अनेक संशोधकांनी हे काम तळमळीने केलेले दिसते. अ. का. प्रियोळकर, वि. भि. कोलते, श्री. रं. कुलकर्णी, गं. ब. ग्रामोपाध्ये, यू. म. पठाण, म. रा. जोशी, मा. ना. आचार्य, रा. शं. नगरकर यांची नावे या संदर्भात प्रामुख्याने नोंदता येतील.

संतसाहित्य, महानुभावांचे ग्रंथ, मराठी महाभारत रचना, आख्यानकाव्ये आणि बखर वाङ्मय अशा प्राचीन, मध्ययुगीन व शिवकालीन-पेशवेकालीन रचनांची संपादने करून या संशोधकांनी अभ्यासकांना उपकृत करून ठेवले आहे. ज्ञानेश्वरविरचित *उत्तरगीता* (श्री. रं. कुलकर्णी), *श्री ज्ञानदेवांचा सार्थ चिकित्सक गाथा* आणि *श्री नामदेवांचा सार्थ चिकित्सक गाथा* हे दोन अभंगगाथे (रा. शं. नगरकर व मु. श्री. कानडे), *समग्र तुकाराम, समग्र रामदास* आणि *गुरुचरित्र* (म. रा. जोशी) ही संत साहित्याची संपादने लक्षणीय आहेत. तर *लीळाचरित्र, उद्धवगीता* आणि *वछाहरण* (वि. भि. कोलते), मुनिकेशिराज संकलित *दृष्टान्तपाठ, स्मृतिस्थळ, एकाक, ऋद्धिपुरमाहात्म्य* इत्यादी (यू. म. पठाण) या ग्रंथांनी महानुभाव साहित्याचे वैभव प्रत्ययाला आले आहे. मुक्तेश्वरकृत महाभारत *आदिपर्व,* रघुनाथ पंडित विरचित *दमयंती*

स्वयंवर (प्रियोळकर), मोरोपतकृत *श्लोककेकावली, सतीगीते* आणि *संशयरत्नावली* (मा. ना. आचार्य), ह्या पंडिती प्रवृत्तीच्या कवींच्या रचनांचे सौंदर्य आपल्याला परिचयाचे होऊ शकले. *मराठी बखर गद्य* (ग्रामोपाध्ये) आणि *बखर भाऊसाहेबांची* (यू. म. पठाण) इत्यादी संपादने पेशवेकालीन दफ्तरांच्या चिकित्सक धांडोळ्यातून सिद्ध झालेली आहेत.

या संशोधकांनी भगवद्‌गीता, ज्ञानदेवी, तुकारामांची कविता आणि एकूणच संतकाव्याचा अन्वयार्थ अनेक ज्ञानदृष्टींतून नवनव्या प्रकारे लावलेला दिसतो. ही एकीकडे या साहित्याची महानता आहे. तशीच संशोधकांच्या प्रतिभेची, मर्मग्राही वृत्तीची आणि शब्दसामर्थ्याची कमाल आहे! *गीतेतील पुरुषोत्तम व मानव्यदर्शन, वामनपंडिताची यथार्थदीपिका,* आणि *भगवद्‌गीतेचे तीन टीकाकार* हे वि. रा. करंदीकरांचे गीताटीकांचे विश्लेषण करणारे ग्रंथ त्यांच्या चिकित्सक वृत्तीची साक्ष देणारे आहेत. ज्ञानदेव आणि ज्ञानदेवीने तर जवळ जवळ सर्वांनाच आपल्याजवळ बांधून ठेवले आहे! त्यातूनच *नाथपंथी ज्ञानेश्वर आणि वारकरी ज्ञानदेव* (श्री. रं. कुलकर्णी), *ज्ञानदेव वाद आणि आकलन* व *श्री ज्ञानदेवी* (शब्द रूपबंध) (गंगाधर मोरजे), *ज्ञानदेवांचा गीतासंवाद* आणि *ज्ञानदेवांचा आत्मसंवाद* (वि. रा. करंदीकर), *ज्ञानेश्वरी : स्वरूप, तत्त्वज्ञान आणि काव्य* आणि *ज्ञानेश्वरीतील लौकिकसृष्टी* (म. वा. धोंड), *पञ्चपदवी ज्ञानदेवी* (मा. ना. आचार्य), *आठव ज्ञानदेवांचा ज्ञानदेवीचा* (यू. म. पठाण), *भागवतपुराण आणि ज्ञानेश्वरी* (रा. शं. नगरकर), *ज्ञानेश्वरीचा काव्यबंध* आणि *ज्ञानेश्वरीचा तृष्णाबंध* (म. सु. पाटील), *ज्ञानेश्वरी : एक शोध* (उषा मा. देशमुख) असे अनेक मौलिक ग्रंथ निर्माण झाले आहेत. *संत तुकारामांच्या गाथांचा अभ्यास* आणि *संत तुकारामांचा अभ्यास* (रा. शं. नगरकर) तसेच *तुकाराम अंतर्बाह्य संघर्षाची नमुनारूपे* (म. सु. पाटील) यांनी तुकारामांच्या कवितेवर वेगळा प्रकाश टाकला आहे. *संत साहित्यदर्शन* व *संतकाव्यसंचित* यां सारख्या लेखसंग्रहांद्वारे डॉ. उषा मा. देशमुख यांनी समग्र संतसाहित्याविषयीचे आपले चिंतन शब्दबद्ध केले आहे.

अशा प्रकारची कामे करण्यासाठी त्या वाङ्मयाची केवळ आवड असणे किंवा जिज्ञासा असणे पुरेसे नसते, तर संस्कृत भाषा व व्याकरणावर प्रभुत्व, संस्कृत महाकाव्ये, पुराणे, वेदादी शास्त्रीय ग्रंथ यांचे सखोल, मार्मिक ज्ञान असणे तितकेच आवश्यक असते. त्याचबरोबर मराठीचे प्रादेशिक व कालिक भेद, विशेषत: यादवकालीन मराठी यांचे यथार्थ ज्ञान, व्युत्पत्तीशास्त्र, भाषाशास्त्र यांची जाण उपयुक्त असते हे या संशोधकांनी संपादित केलेल्या ग्रंथांवरून सहज लक्षात येते.

ग्रंथ संपादण्यासाठी भाषिक अभ्यासात रस असणे ही एक आवश्यक बाब आहे, परंतु स्वतंत्रपणे भाषेचा अभ्यास करून नवीन तथ्ये मांडणारे निखळ भाषाविषयक संशोधनही या संशोधकांनी केलेले दिसते. प्रियोळकरांनी कोकणीला स्वतंत्र भाषा न मानता मराठीची बोलीच मानली पाहिजे याचा भाषांतर्गत पुराव्यांआधारे आग्रह धरला. तसेच विद्यमान ग्रांथिक मराठी भाषा, गोमंतकी ब्राह्मणी (गौड सारस्वत ब्राह्मण समाज) बोली आणि गोमंतकी कुणबी बोली यांच्यातील भेद व परस्परसंबंधही दाखविलेला आहे. इतकेच नव्हे तर यादवकालीन (*ज्ञानेश्वरी, लीळाचरित्र, दृष्टान्तपाठ* इत्यादी), बहामनीकालीन (*एकनाथी भागवत, मुक्तेश्वराचे सभापर्व*

इत्यादी) व शिवकालीन (*दासबोध*) या चारशे वर्षांच्या काळातील ग्रंथांच्या भाषेशी असणारे या बोलींचे जवळचे नाते प्रचंड अभ्यासपूर्वक उलगडून दाखविले आहे.

श्री. रं. कुलकर्णी यांनी तेलंगण विभागात स्थायिक झालेल्या मोजक्या मराठी कुटुंबांची अरे मराठी आणि कन्नड तेलगू भाषांच्या प्रांतातील दखनी या दोन बोलींचा अभ्यास भाषाविज्ञानाच्या केवळ रूढ वर्णनात्मक पद्धतीने न करता ऐतिहासिक व तुलनात्मक भाषावैज्ञानिक अभ्यासपद्धतींसह तीनही पद्धतीने समग्रपणे आग्रहपूर्वक केलेला आहे. दखनी भाषेचा उगम शोधताना ते मागे मागे जातात. बहामनीकालीन इतिहासाचा अभ्यास त्यांनी केला आहे व सिद्धांच्या काळापर्यंत व त्यांच्या संधा भाषेपर्यंत मागोवा घेत त्यांनी संधा भाषेत दखनी बोलीचे मूळ शोधले आहे.

गं. ब. ग्रामोपाध्ये यांनी एकूणच भाषाबदलाची दोन नवीन ठळक कारणे मराठी भाषेच्या इतिहासाच्या प्रदीर्घ व सखोल अभ्यासाच्या आधारे शोधली आहेत. दोन भिन्न वंश वा संस्कृती वा भाषा बोलणाऱ्या समाजाचे एकत्र राहणे किंवा शब्दोच्चारातील आळस, असमर्थता किंवा अज्ञान यांमुळे भाषा बदलते. ''ग्रामोपाध्ये यांचे हे योगदान भाषाविचारात महत्त्वाचे मानले गेले आणि ग्रामोपाध्यांच्या पुढील सर्व अभ्यासकांनी याच मताची री ओढली.'' असा मार्मिक अभिप्राय डॉ. जयश्री पाटणकरांनी दिला आहे.

संतसाहित्याविषयी सांप्रदायिक दृष्टीने आस्था असणे, आदर असणे वेगळे आणि चिकित्सक दृष्टी असणे वेगळे. संतसाहित्याचा अभ्यास करताना ग्रंथकारांच्या काळातील शब्दरूपे व त्या समाजसंस्कृतीतून आलेले शब्दार्थ यांचा शोध घेण्यासाठी संशोधनाची अखंड, अविरत कार्यरत असणारी वृत्ती असावी लागते. व्यासंग व कष्ट करण्याची तयारी, हाती घेतलेले काम पूर्ण करण्याची जिद्द हे परस्परपूरक गुण आवश्यक असतात. अशा व्यासंग व जिद्दीतूनच कोशनिर्मितीसारखी मोठी कार्ये घडत असतात. संतसाहित्यातील एकेका ग्रंथाची पाठचिकित्सक प्रत सिद्ध केल्यावर प्रत्येक महत्त्वाच्या शब्दाचा अचूक अर्थ व पदांचा ग्रंथातील ठावठिकाणा नोंदणे हे जिकिरीचे काम संशोधनाच्या एका वेगळ्या आयामाचा प्रत्यय देणारे आहे. रा. शं. नगरकर व मा. ना. आचार्य यांनी असे कोश सिद्ध केले आहेत. रा. शं. नगरकरांनी संतसाहित्याचे दुसरे मोठे अभ्यासक मु. श्री. कानडे यांच्या सहकार्याने नामदेव, तुकाराम, एकनाथ व रामदास (*दासबोध* वगळून) यांच्या साहित्याचे शब्दार्थसंदर्भकोश तयार केले आहेत. पण त्याचबरोबर नगरकरांनी सुमारे वीस वर्षे झटून एकट्याने संतपंचकाच्या साहित्यातील सुभाषितांचा कोश तयार केला आहे. या ग्रंथाच्या प्रस्तावनेविषयी डॉ. प्रदीप कर्णिक लिहितात, ''सुभाषित या विषयाची इतकी विस्तृत माहिती देणारी, संस्कृत सुभाषित संग्रहांचा इतिहास मांडणारी, सुभाषितांचे निकष मांडणारी, सुभाषित या विषयाचा सर्वांगसुंदर विचार करणारी प्रस्तावना मराठीत तरी प्रथमच लिहिली गेली असावी.'' मा. ना. आचार्य यांनी आयुष्यभर ज्या विचक्षण दृष्टीने वेदादि शास्त्रग्रंथांचा व रामायण महाभारतादी महाकाव्यांचा तसेच संतसाहित्याचा अभ्यास केला, त्यातून त्यांचा संतसाहित्य कथासंदर्भकोश तयार झाला आहे. संतसाहित्यातील कथांचे, कथांच्या उल्लेखांचे मूळ संदर्भ कोठे कोठे आहेत व ते कोणत्या

क्रमाने बदलत आले आहेत त्याचा संपूर्ण पट त्यामुळे वाचकांपुढे उलगडतो. या कोशामध्ये ''शेकडो कथांचे, मिथकांचे आणि आदिप्रतिमांचे संदर्भ वाचकाला वाचायला मिळतात. त्या आधारे संतसाहित्य समजून घेण्यासाठी मोलाची मदत मिळते.'' असे या कामाचे महत्त्व डॉ. अरुणा दुभाषी यांनी नोंदवले आहे.

एका व्यक्तीने आपल्या व्यासंगाच्या बळावर कोशाची निर्मिती करण्याची जी मोजकी उदाहरणे आहेत, त्यांत दु. का. संत यांनी तयार केलेला संशोधनाच्या संपूर्ण प्रक्रियेला कवेत घेणारा पाच खंडात्मक *शोधविज्ञान कोश* उल्लेखनीय ठरतो. त्यांचा या कष्टमय कामगिरीविषयी डॉ. अलका मटकर लिहितात, 'संशोधनाच्या क्षेत्रात मराठी साहित्यामध्ये इतक्या बारकाईने व खुलासेवार पद्धतीने मार्गदर्शन करणारा ग्रंथ मराठी साहित्य संशोधनामध्ये असाधारण महत्त्वाचा म्हणावा लागेल. ''यू. म. पठाण यांनी अभ्यासकांची गरज लक्षात घेऊन फार्सी-मराठी शब्दकोश तयार केला आहे. त्यांचे अभ्यासकांवर मोठे ऋण आहे.''

काही विषयांच्या कोशनिर्मितीचे प्रकल्प हे एक-दोन व्यक्तींचे काम नसते. ते शेकडो लोकांचे, पिढ्यान्‌पिढ्या चालणारे काम असते. त्यांचे संपादन करणे, त्यासाठी नोंदी लिहिणे हे कामही बुद्धी व वेळ यांची परीक्षा पाहणारे असते. त्या त्या विषयाचे सर्वांगीण अद्ययावत ज्ञान प्राप्त करून घेऊन नंतर ते नेमक्या शब्दांत उतरवण्याचे काम संशोधनाअंतीच प्रत्यक्षात येऊ शकते. तर्कतीर्थ लक्ष्मणशास्त्री जोशी यांच्या मार्गदर्शनाखाली सुरू झालेली विश्वकोशाची निर्मिती ही अशा एकत्रित, तज्ज्ञ व्यक्तींनी, एकमेकांच्या सहकार्याने केलेली कामगिरी आहे. याशिवाय महादेवशास्त्री जोशी संपादित *भारतीय संस्कृतिकोश*, साहित्य संस्कृती मंडळाने प्रकाशित केलेला *समीक्षा-संज्ञा कोश* अशा अनेक कोशांमध्ये नोंदी लिहिण्याचे मौलिक काम रा. शं. नगरकर, म. रा. जोशी, म. वा. धोंड, गंगाधर पाटील, म. सु. पाटील, मा. ना. आचार्य इत्यादी संशोधकांनी केलेले आहे. त्यांच्या या योगदानामुळे पुढील अभ्यासकांना त्या त्या विषयाचे मूलभूत, वस्तुनिष्ठ ज्ञान सहजप्राप्त झाले आहे.

एखाद्या लेखकाच्या साहित्याचा अभ्यास करताना किंवा व्यक्तीच्या कार्याचा अभ्यास करताना चरित्रात्मक तपशील जसेच्या तसे, एकास एक या स्वरूपात उपयोजता येत नाहीत. किंबहुना चरित्रातील घटितांमध्ये लेखकाने निर्माण केलेल्या साहित्याचे सौंदर्य वसत नसते ही साहित्याचा अभ्यास करण्याची एक (कलावादी) दृष्टी आहे. असे असले तरी एखाद्या लेखकाचा समग्र अभ्यास करताना त्याचे लौकिक चरित्र, त्यातील अज्ञात घटना, तपशील, त्याच्या आयुष्यातील त्याच्यावर प्रभाव टाकणारी माणसे, त्याचा जीवनानुभव या गोष्टींचा विचार महत्त्वाचा ठरतो. या प्रकारच्या शोधाचा प्रारंभ प्रियोळकरांनी केलेल्या चरित्रात्मक लेखनापासून झालेला दिसतो. लेखकाची समग्र माहिती देणे, त्यासाठी जन्माच्या दाखल्यापासून ते त्याच्या छायाचित्रांपर्यंत मिळालेली सर्व सामग्री ग्रंथाच्या परिशिष्टात देणे ही पद्धत त्यांनी सुरू केलेली दिसते. विजया राजाध्यक्षांनी घेतलेला मर्ढेकरांचा शोध व गो. मा. पवारांनी घेतलेला विठ्ठल रामजी शिंदे यांचा शोध हे चरित्रात्मक संशोधनही किती कसोशीने करता येते त्याचे उत्तम नमुने ठरतात. आपल्या प्रतिपाद्य विषयाच्या सर्वांगीण तपासणीसाठी त्या व्यक्तींनी ज्या ज्या

ठिकाणी वास्तव्य केले वा भेटी दिल्या, ज्या ठिकाणी त्यांच्या आयुष्यातील महत्त्वाच्या घटना घडल्या तेथे प्रत्यक्ष भेटी देऊन माहिती मिळवणे; नवीन संदर्भ मिळवणे व ते त्यांच्या कार्याशी जोडून घेणे; त्यांचे अनुबंध तपासणे यासाठी लागणारी त्या व्यक्तिजीवनाविषयीची आस या दोन्ही संशोधकांमध्ये पुरेपूर दिसते. मराठी समीक्षेत या प्रकारचे संशोधन विशेष उल्लेखनीय आहे. या संशोधनातून मर्ढेकरांच्या कवितेची समीक्षा व महर्षि विठ्ठल रामजी शिंदे यांचे चरित्र सिद्ध झाले आहे.

प्रत्यक्ष स्थलभेटी, देशविदेशांतील ग्रंथालयांतील शेकडो संदर्भ, वृत्तपत्रांतील वृत्तान्त इत्यादींच्या अभ्यासातून साकारलेले महर्षी विठ्ठल रामजी शिंदे यांचे चरित्र हे लौकिक साधनांतून निर्माण झालेले असले तरी ते लिहिणाऱ्याच्या प्रतिभेमुळे व शैलीमुळे ललित साहित्यकृती कसे होते याविषयी डॉ. सरोज पाटणकरांनी म्हटले आहे, ''महर्षींच्या जीवन व कार्यासंबंधीचा त्यांचा व्यासंग मोठा आहे. महर्षींचे समग्र वाङ्मय सर्वत्र पोहोचवण्यासाठी त्यांनी परिश्रमपूर्वक केलेली संपादने त्याची साक्ष देतील. महर्षींविषयी सातत्याने करीत असलेले लेखन हे पवार यांचे एक 'मिशन' आहे, हे म्हणणे सार्थ ठरेल.''

वि. रा. करंदीकर यांनी प्रचंड संशोधनातून एकूण चार व्यक्तींची विस्तृत चरित्रे सिद्ध केली आहेत. विवेकानंदांचे एकूण १२५० पृष्ठांचे त्रिखंडात्मक चरित्र हा मुळापर्यंत जाऊन तपशिलांचा शोध आणि वेध घेण्याच्या दीर्घोद्योगातून साकारलेला ग्रंथ आहे. तर ख्रिस्त, बुद्ध व श्रीकृष्ण यांच्या चरित्रांमध्ये त्यांच्या संदर्भात लिहिल्या गेलेल्या साहित्याच्या सांगोपांग अभ्यासातून साकारला गेलेला या थोर व्यक्तींचा ईश्वरत्वापर्यंतचा प्रवास आहे. प्रा. उज्ज्वला दीक्षितांनी करंदीकरांच्या चरित्रात्मक संशोधनाविषयी पुढील अभिप्राय मांडलेला दिसतो, ''तीन भिन्न धर्मांच्या प्रवर्तकांचे सम्यक्‌चित्र रेखाटताना, त्यांचे विचार व तत्त्वज्ञान मांडताना करंदीकर विलक्षण तटस्थतेने या तत्त्वचिंतकांकडे पाहतात. वाचकांचे मन तीनही विचारधारांना अनुकूल करीत हे लेखन वाचकमनापर्यंत पोहोचते. प्रस्तुत ग्रंथ करंदीकरांनी वयाच्या नव्वदाव्या वर्षी लिहिला म्हणजे आयुष्यभर संशोधनात्मक वैचारिक लेखनाची धुरा करंदीकरांनी समर्थपणे वाहिली, हे हा ग्रंथ दिग्दर्शित करतो.''

एखाद्या लेखकाचे समग्र लेखन अभ्यासकांसमोर आणण्यासाठी त्याच्या संग्रहित, असंग्रहित, प्रकाशित-अप्रकाशित अशा अनेक ठिकाणी विखुरलेल्या लेखनाची सूची करणे हे अत्यावश्यक पण वेळ मोडणारे काम असते. लेखकानेही आपल्या प्रकाशित-अप्रकाशित लेखनाची नोंद करून ठेवलेली असतेच असे नाही. काही लेखन तात्कालिक स्वरूपाचे, दैनिकांत / साप्ताहिकात प्रसिद्ध झालेले असते. किंवा एखादे नियतकालिकांत प्रसिद्ध झालेले असते आणि ते नियतकालिक कालांतराने बंद झालेले असते. कधी एकच लेख दोन भिन्न ठिकाणी वेगळ्या शीर्षकांतर्गत छापून आलेला असतो. अशा अनेक शक्यता असल्यामुळे लेखनसूची तयार करणे हे काम जिकिरीचे होऊन बसते. अर्थात त्यासाठीही संशोधकाची नजर व चिकाटी लागते. निर्देश सूची करण्यासाठी संपूर्ण ग्रंथ अत्यंत बारकाईने, कसोशीने वाचण्याची गरज असते. वर्णनात्मक सूची करण्यासाठी मूळ ग्रंथाचा विषय, आशय, मर्म समजून घेऊन ते साररूपाने सांगण्याचे

कौशल्य असावे लागते. वर्णनात्मक सूची हा सूचीचा नवा, महत्त्वाचा प्रकार हे दीर्घ संशोधनाचेच फलित होय. या संदर्भात डॉ. प्रदीप कर्णिक लिहितात, ''ज्या काळात केवळ लेखांची यादी, सूची देण्याची वा प्रकाशित करण्याची प्रथा होती, त्या काळात वर्णनात्मक सूची देण्याचा प्रघात सुरू करण्याचे श्रेय नक्कीच चुनेकरांना द्यावे लागेल.'' सूचिशास्त्राची प्रस्थापना करण्याचे श्रेयही सु. रा. चुनेकरांनाच द्यावे लागेल.

अनुपलब्ध ते उपलब्ध करून देणे हा संशोधनाचा मुख्य उद्देश असतो. परंतु उपलब्ध असलेल्या साहित्यातील मर्म उलगडणे, त्यातील सौंदर्य स्पष्ट करणे हाही संशोधनाचा तितकाच महत्त्वाचा भाग असतो. त्यामुळे साहित्यसमीक्षा आणि साहित्यसंशोधन यांमध्ये जवळचे नाते निर्माण होते. या ग्रंथात ज्यांच्या संशोधनकार्याचा गौरव करण्यात आला आहे त्या प्रत्येक संशोधकाने ग्रंथ / ग्रंथकार समीक्षा केलेली दिसते. चरित्रात्मक, कलावादी, प्रकारनिष्ठ, रस-अलंकारनिष्ठ, भाषाशास्त्रीय इत्यादी पारंपरिक पद्धतींनी ग्रंथटीका लिहिण्यात आल्या आहेत. परंतु एकोणिसाव्या-विसाव्या शतकात युरोपात उदयाला आलेला साहित्य व समीक्षाविचार आत्मसात करून, मराठी साहित्यातील लक्षणीय साहित्यकृतींची गुणवत्ता उलगडण्यासाठी साक्षेपाने वापरणे, मराठी वाचकांना नवीन दृष्टी देणे हे कामही काही संशोधकांनी निरंतर केलेले दिसते. उदाहरणार्थ, प्रा. गंगाधर पाटील यांनी आदिबंधात्मक समीक्षा, रूपवाद, संरचनावाद, चिन्हमीमांसा, संज्ञामीमांसा इत्यादी ज्ञानदृष्टींचा व समीक्षादृष्टींचा मार्मिक अवलंब करून मराठी साहित्यावर नवा प्रकाश टाकला आहे. समीक्षाप्रक्रियेचे सिद्धान्तन करणे हे देखील अनन्यसाधारण काम प्रा. गंगाधर पाटील यांनी लेखमालेद्वारे केले आहे. प्रा. गंगाधर पाटील यांनी भाषेच्या काव्यात्म कार्याच्या संदर्भात नवी निकष दिला आहे. त्यांच्या कार्याचे वेगळेपण अधोरेखित करताना भारती निरगुडकर लिहितात, ''प्रा. गंगाधर पाटील यांनी केलेल्या समग्र लेखनाचा पाया अनुभवार्थशास्त्र आहे. साहित्यकृतीचे अस्तित्व, आकलन आणि अर्थनिर्णयन यांवर त्यांचे एकत्रित लक्ष केंद्रित झालेले असते.'' डॉ. म. सु. पाटील यांनी सातत्याने लेखन करून आदिबंधात्मक समीक्षादृष्टीची अर्थपूर्णता सिद्ध केली आहे. तसेच तृष्णेचा आदिबंध हा नवा सिद्धान्त मांडला आहे. त्यांच्या कार्याविषयी प्रतिभा कणेकर म्हणतात, ''मानवी मनाचे प्रतिनिधित्व करणाऱ्या कविमनाच्या आधारे अनेकपदरी साहित्यकृती मानवी संस्कृतीच्या गाभ्यापर्यंत आस्वादकाला कशा नेत असतात याकडे म. सु. पाटील यांची समीक्षा व त्यांचा साहित्यविचार अभ्यासकाचे सतत लक्ष वेधत आहे.''

कॉ. शरद पाटील यांनी मार्क्स, फुले व आंबेडकर यांच्या तत्त्वज्ञानाचा समन्वय साधून त्यातून रूढ, पठडीबद्ध विचारपरंपरा दूर सारत आपला वेगळा अब्राह्मणी विचार मांडला. याआधारे त्यांनी भारतीय तत्त्वज्ञान, रामायण-महाभारतातील वर्णसंघर्ष इत्यादींवर नवा प्रकाश टाकला व या अनुषंगाने भारतीय इतिहासाचाच वेगळा विचार करण्यास अभ्यासकांना प्रवृत्त केले. दलित साहित्यासंदर्भात अब्राह्मणी सौंदर्यशास्त्र हा प्रस्थापित सौंदर्यशास्त्राला धक्का देणारा विचार ते मांडतात. त्यांच्या योगदानाविषयी डॉ. वंदना महाजनांचे निरीक्षण असे आहे, ''कॉ. शरद पाटील यांनी वर्ग, जात यांची एकत्रित मांडणी करून समग्र सामाजिक समतेचे

तत्त्वज्ञान मांडण्याचा प्रयत्न केला. कार्यकर्ता आणि विचारवंत या दोन्ही गोष्टींचा समन्वय साधून चळवळीला आवश्यक असणारे समतादर्शी तत्त्वज्ञान त्यांनी मांडले.''

आपल्या साहित्याचे वेगळे साहित्यशास्त्र मांडण्याचा प्रयत्न म्हणून डॉ. उषा देशमुख यांच्या 'मराठीचे साहित्यशास्त्र : रामदास ते रामजोशी' या प्रबंधात केलेल्या संशोधनाचा निर्देश करावा लागेल. या संदर्भात डॉ. अलका मटकर लिहितात, ''रामदासांनंतर वेगळ्या साहित्यविचारांचा शोध घेण्यासाठी मराठी काव्यात फारसा वाव नव्हता. तरीदेखील मा. गो. देशमुखांनी हाती घेतलेले कार्य पूर्णत्वास नेण्याच्या दिशेने उषाबाईंनी १८व्या शतकापर्यंतच्या मराठी काव्यातील वेगवेगळ्या प्रवाहांचा व प्रकारांचा शोध घेतला.''

प्राचीन व मध्ययुगीन साहित्याच्या संशोधनातून मराठी साहित्येतिहासाकडे पाहण्याची व्यापक दृष्टी तयार झालेली दिसते. त्याचे सैद्धान्तिक विवेचनही करण्यात आले आहे आणि प्रत्यक्ष साहित्येतिहासाच्या लेखनातही तिचा आश्रय घेतला गेला आहे. त्यामुळे मराठी साहित्याकडे पाहण्याची, भाषिक, प्रादेशिक वा सांप्रदायिक मर्यादा उल्लंघून ती संपूर्ण भारतीय पातळीवर गेली आहे. श्री. रं. कुळकर्णी आणि म. रा. जोशी यांचे या संदर्भातील योगदान मोलाचे आहे. मराठी संतसाहित्यावर अन्य भाषांतील कानडी, तामीळ, तेलगू इत्यादी रचना प्रकारांचा परिणाम आणि नामदेवांसारख्या मराठी संतांची हिंदी भाषेतील रचना व त्यांचा कबीराच्या रचनेवर झालेला परिणाम यांचा एकत्रित विचार होणे का व कसे आवश्यक आहे हे त्यांनी अभ्यासपूर्वक सिद्ध केले आहे. श्री. रं. कुलकर्णी यांच्या या कार्याविषयी डॉ. शीतल पावसकर-भोसले लिहितात, ''वाङ्मयेतिहासाशी निगडित भाषिक, प्रादेशिक विशिष्टतेच्या मर्यादा पार करीत वाङ्मयेतिहासकाराने भाषिक, प्रादेशिक पातळीवरील सांस्कृतिक क्रियाआंतरक्रियांचा परामर्श घेतला पाहिजे, याविषयी सातत्याने आग्रही भूमिका मांडत त्यांनी वाङ्मयेतिहासातील नवसिद्धान्तांची प्रतिष्ठापना केली. उपरोक्त विवेचनाच्या पार्श्वभूमीवर मराठीतील वाङ्मयेतिहास-लेखनाची पूर्वसिद्ध संदर्भचौकट अनेक दिशांनी उसवून ती विस्तारित करण्याचे ऐतिहासिक श्रेय श्री. रं. कुलकर्णींचे आहे, असे निश्चितपणे म्हणता येईल.''

म. रा. जोशी यांनी नामदेव ते एकनाथ यांच्या मधल्या काळातील वाङ्मयीन प्रश्नांना केंद्रस्थानी ठेवून या काळाचा सर्वांगीण वेध घेतलेला दिसतो. एकनाथादी संतांनी महाराष्ट्राबाहेरील ज्या मुस्लीम संतांची चरित्रे गायली त्यांचे साहित्य व कार्य म. रा. जोशी यांनी चर्चेत आणले आहे. त्याचबरोबर जैन, महानुभाव, नागेश संप्रदायी, वारकरी या सर्वांच्या रचना शोधून त्यांचे दुवे जोडून दाखवले आहेत. प्राचीन मराठी वाङ्मयाच्या परंपरेतील असंख्य दुवे म. रा. जोशी यांनी जोडून दाखवले आहेत. त्यांच्या वाङ्मयेतिहासाविषयीच्या भूमिकेबद्दल भारती निरगुडकर लिहितात, ''ज्ञानेश्वर व अमृतानुभवाच्या आधारे भारतीय वाङ्मयेतिहास, समीक्षा व संतपरंपरेची पाहणी व संशोधन करता येते हे त्यांचे मत त्यांच्या वाङ्मयेतिहासविषयक व्यापक भूमिकेचाच एक भाग आहे.''

साहित्याचा इतिहास लिहिताना काही वेगळे प्रश्न उपस्थित होतात. साहित्यकृती ही सतत वर्धिष्णू असलेली अंशत: वस्तू असते. तिचा निर्माता व त्या निर्मितीच्या वेळचे साहित्यबाह्य

सामाजिक, सांस्कृतिक वातावरण यांचेही परिणाम तिच्यावर होत असतात. एका विशिष्ट भाषिक प्रदेशात ती जन्माला येत असली तरी त्या भाषेचा व अन्य भाषांचा तसेच त्यातील साहित्याचा परिणाम तिच्यावर होत असतो. तिच्या निर्मितीच्या काळातील अभिरुचीचा व काळाच्या ओघात बदलत जाणाऱ्या अपेक्षांच्या क्षितिजांचा तिच्या आकलन-मूल्यमापनावर परिणाम होत असतो. या व अशा अनेक कारणांनी साहित्येतिहासलेखन हे फार अवघड व कधीही पूर्णत्वाचे समाधान देऊ न शकणारे आव्हान ठरते. त्यातच साहित्याच्या इतिहासलेखनाचे तात्त्विक प्रश्न मांडणे व हाताळणे ही अवघड गोष्ट आहे. डॉ. द. दि. पुंडे यांचे या संदर्भातील काम म्हणूनच लक्षणीय ठरते. त्यांच्या कामाविषयी डॉ. अनंत देशमुखांचे विधान मार्मिक आहे, ''मराठी वाङ्मयाच्या इतिहासासंबंधी अलीकडच्या काळात तरी पुंडे यांच्याइतका सूक्ष्म आणि चिकित्सक अभ्यास कोणी केला आहे असे दिसत नाही.''

लोकसाहित्याचे व लोकसंस्कृतीचे संशोधन या विषयाकडे अभ्यासाच्या गंभीर दृष्टीतून पाहिले पाहिजे ही जाणीव दुर्गा भागवत, प्रभाकर मांडे, रा. चिं. ढेरे, गंगाधर मोरजे, सरोजिनी बाबर, तारा भवाळकर, यू. म. पठाण इत्यादी व्यासंगी संशोधकांनी रुजवली आहे. या प्रत्येकाचे लोकसाहित्य व संस्कृतीच्या अभ्यासक्षेत्रात मोठे व स्वतंत्र स्थान आहे. लोकसाहित्याच्या संकलनाबरोबरच लोकसंस्कृतीशी असलेले त्याचे अनुबंध व आंतरसंबंध किती विविध पद्धतीने शोधता येतात याचे मार्ग या संशोधकांच्या लेखनातून पुढच्या अभ्यासकांना गवसतात. रा. चिं. ढेरे यांनी एकेका दैवताविषयीच्या अधिकाधिक लोककथा, मिथा मिळवून त्यातून निष्पन्न होणाऱ्या लोकपरंपरा, श्रद्धा व उपासनापद्धती यांचे आंतरसंबंध विलक्षण तटस्थपणे परंतु चिकित्सकपणे शोधले आहेत. त्यातून महाराष्ट्रातील व महाराष्ट्राबाहेरील अनेक उपास्य दैवतांचे त्यांच्या उपासनेचे, संप्रदायांचे मूळ व त्याच्या परंपरांवर अनेक विद्याशाखांच्या मर्मदृष्टीतून नवा प्रकाश टाकला आहे. डॉ. तारा भवाळकर यांच्या मते रा. चिं. ढेरे यांचे हे संशोधन म्हणजे ''मानवी संस्कृतीतील श्रद्धाप्रवाहांचा सुरम्य आलेख आहे.'' डॉ. गंगाधर मोरजे यांनी क्षेत्रीय संशोधनाची मुहूर्तमेढ रोवली. आज या क्षेत्रीय संशोधनाला या प्रकारच्या अभ्यासात अनन्यसाधारण महत्त्व आले आहे. ''मोरजे यांनी लोकसाहित्याच्या अभ्यासाच्या वर्तमानकालीन प्रस्तुततेला महत्त्व दिले आहे.'' या शब्दात डॉ. प्रकाश खांडगे यांनी त्यांच्या कामाचे महत्त्व वर्णन केले आहे.

डॉ. तारा भवाळकर यांच्या वेगळेपणाविषयी वर्षा गजेंद्रगडकर लिहितात, ''त्यांनी भारतीय स्त्रीजीवन, प्रथा-परंपरा, कला-साहित्य यांचा लोकसांस्कृतिक पार्श्वभूमीवर व लोकसंस्कृतीतल्याच घटकांच्या आधारे शोध घेण्याचा प्रयत्न केला आणि लोकसाहित्याची स्त्रीवादी चिकित्सा करणाऱ्या लेखनाद्वारे मराठीतल्या स्त्रीवादी लेखनाला व स्त्रियांच्या चळवळीलाही नवा आयाम दिला.'' ताराबाईंच्या या संशोधनातून भारतीय स्त्रीवादाची वेगळी मांडणी करता येण्यास साहाय्य झाले हे लक्षात येते.

इतिहास संशोधन म्हणजे केवळ ऐतिहासिक घटितांचा शोध घेणे, जंत्री तयार करणे नसते. तर भूतकाळातील घटितांचा एकमेकांशी व वर्तमानाशी अन्वय लावणे महत्त्वाचे

असते. त्यासाठी वर्तमानकाळावर व त्यामागे कारणरूप होऊन दडलेल्या भूतकाळावर नितांत प्रेम असणे ही मूलभूत गरज असते. या दोन्ही काळांचा आत्मा जाणून घेण्याची व तो लेखनात उतरवण्याची क्षमता संशोधकाकडे असणे हे लेखनगुणवत्तेसाठी उपकारक असते. १९वे शतक हा नजीकचाच भूतकाळ होय. हे शतक महाराष्ट्राच्या व देशाच्याही राजकीय इतिहासात प्रचंड उलथापालथ घडवणारे होते. पेशवाईचा अंत आणि ब्रिटिशांच्या अंमलात सुरुवात, ब्रिटिशांनी आपली सत्ता मजबूत करीत असताना भौतिक सुधारणा करण्यास केलेला प्रारंभ, शिक्षण व आरोग्य क्षेत्रांत ख्रिस्ती मिशनऱ्यांनी दिलेले योगदान, सुधारणावादी लोकांना सनातन्यांनी केलेला विरोध ही व अशी अनेक सामाजिक-सांस्कृतिक उलथापालथ घडणारी घटिते या शतकात घडली. त्या घटितांचा अन्वयार्थ लावत समाजाचे, संस्थांचे व व्यक्तींचे नवदर्शन दोन ज्येष्ठ संशोधकांनी घडवले आहे. डॉ. अरुण टिकेकर यांनी लिहिलेले *समाज-स्पंदने* मधील लेख, *मुंबई विद्यापीठाचा इतिहास* किंवा *शहर पुणे* हा वेगळ्या प्रकारचा स्थानीय इतिहास आहे. मराठीतील इतिहास संशोधनाला व लेखनाला टिकेकरांनी दिलेले लक्षणीय योगदान आहे. या संदर्भात मीना वैशंपायन यांचा ''इतिहास हा आपणा सर्वांशी, आपल्या आयुष्यांशी निगडित असतो आणि तो सर्वांचा असतो. याची मराठी मनाला जाणीव करून देण्याचे काम त्यांनी केले.'' हा अभिप्राय अर्थपूर्ण आहे.

डॉ. अरुणा ढेरे यांनी *विस्मृतिचित्रे* या आरंभीच्या लेखसंग्रहात १९व्या शतकातील विस्मृतीत गेलेल्या स्त्रियांच्या कार्यकर्तृत्वाचा कसोशीने शोध घेतलेला आहे आणि या शतकातील सुधारणापर्वाच्या पार्श्वभूमीवर या स्त्रियांचे जगणे, सोसणे, लढणे उजळून टाकलेले आहे. तर *प्रेमातून प्रेमाकडे* या लेखसंग्रहात १९व्या शतकातील थोर पुरुषांच्या भावविश्वातील नाजूक नात्यांचा अत्यंत काळजीपूर्वक हळुवारपणे शोध घेतला आहे. अरुणा ढेरे यांचे या स्वरूपाचे लेखन हे १९व्या शतकाचे प्राणतत्त्व आत्मसात करून केलेले आहे. याबद्दल ''लेखिकेने केवळ राजकीय, केवळ सामाजिक अशा स्थूल घडामोडींना विसंबून न राहता मानवी घटकांचा अन्वयार्थ शोधण्याचा प्रयत्न केला आहे.'' हे डॉ. वंदना बोकील-कुलकर्णी यांचे निरीक्षण मार्मिक आहे.

गेल्या सुमारे शंभर वर्षांत मराठी संशोधन क्षेत्रात झालेले हे कार्य बहुआयामी आहे. त्याने संशोधनाच्या रूढ संकल्पनांचे उल्लंघन केले आहे आणि संशोधनाचा पैस व्यापक केला आहे. २१व्या शतकात संशोधनाची नवी क्षेत्रे धुंडाळण्याची प्रेरणा देणारी ज्ञानदृष्टी या संशोधनातून निश्चितच प्राप्त होऊ शकेल.

ऋषितुल्य संशोधक, संपादक
प्रा. अनंत काकबा प्रियोळकर

(१८९५-१९७३)

सु. म. तडकोडकर

प्रा. अनंत काकबा प्रियोळकर हे विद्वानांच्या मांदियाळीतील एक ऋषितुल्य संशोधक-संपादक होत. त्यांच्या जन्म ५ सप्टेंबर, १८९५ ह्या दिनी गोव्यातील प्रियोळ ग्रामी झाला तर १३ एप्रिल १९७३ या दिवशी ते मुंबईत कालवश झाले.

गोमंतकस्थित मंगेशी देवस्थानाच्या परिसरातील कोनें-प्रियोळ भागात जन्मलेल्या प्रा. प्रियोळकरांवर विद्यार्थिदशेतच गाढा व्यासंग करण्याचे, चिकित्सक वृत्ती बाळगण्याचे आणि हाती घेतलेल्या कार्याचा सतत ध्यास घेण्याचे संस्कार झाले.

त्यांच्या वाङ्मयीन जडणघडणीस कौटुंबिक व शालेय जीवनात झालेले संस्कार, सर भांडारकर, डॉ. पांडुरंग दामोदर गुणे, डॉ. श्रीधर व्यंकटेश केतकर, रावसाहेब मोरमकर, धर्मानंद कोसंबी यांच्याशी झालेला परिचय व गोव्यातील तत्कालीन शिक्षणपद्धतीनुसार पोर्तुगीज भाषेतून करावे लागलेले अध्ययन लाभप्रद ठरले. त्यांच्या पुढील जीवनात त्यांनी जी संशोधनाची क्षेत्रे निवडली, त्यांचा संबंध त्यांच्या पूर्वायुष्यातील संस्कारांशी निगडित असल्याचे पुरावे त्यांच्या अपूर्ण 'आत्मचरित्रा'त उपलब्ध होतात, म्हणून ते एक महत्त्वाचा दस्तऐवज ठरते.

तदुपरांत त्या संस्कारांनीच त्यांची स्वभाववैशिष्ट्यांची जडणघडण केली. विद्यार्थिदशेत असताना त्यांनी जेव्हा आपला पहिलावहिला मराठीतील लेख तत्कालीन सुविख्यात असलेल्या 'विविधज्ञानविस्तार' या नियतकालिकास पाठविला तेव्हा संपादक रा. भि. गुंजीकर यांनी त्यांना असे लेखन पाठविण्यास प्रोत्साहनच दिले. त्या काळात ह्या नियतकालिकात एखादा लेख प्रसिद्ध झाला की त्यास एखाद्या विद्यापीठाची जणू काही पदवीच मिळाली असे मानले जात असे. त्या नियतकालिकात प्रा. प्रियोळकर यांनी तहहयात सतत लेखन केले. यांच्या सान्निध्यात काळ व्यतीत झाला. त्यामुळे त्यांच्या व्यक्तिमत्त्वावर भाषिक संशोधनाविषयीचा सखोल व व्यापक स्वरूपाचा प्रभाव न पडता, तरच नवल होते. त्यामुळेच असावे बहुधा, प्रा. प्रियोळकरांनी नवीन शुद्धलेखन नियमांचा स्वीकारच केला नाही. ते जुन्या शुद्धलेखनपद्धतीनुसार लेखन करीत आणि जे नियतकालिक त्यांना अभिप्रेत असलेल्या शुद्धलेखनपद्धतीनुसार त्यांचे लेखन मुद्रित-प्रसिद्ध करण्यास अनमनत, त्यांना ते पुनश्च लेखन पाठवीत नसत.

पुढील काळात प्रा. प्रियोळकरांनी 'नामूलं लिख्यते किञ्चित्' ह्या विद्वन्मान्य तत्त्वज्ञ मल्लिनाथाच्या नावावर सांगितल्या जाणाऱ्या उक्तीनुसार लेखन केले. जसे हे मल्लिनाथी सूत्र आजन्म पाळले, तसेच

संशोधनकार्य करीत असताना त्यांनी स्वत:कडून निश्चित धोरण आणि नेमका दृष्टिकोन पाळला गेला पाहिजे असे बंधनही घालून घेतले होते. त्यामुळेच प्रा. प्रियोळकरांनी समकालीन विद्वानांसमोर तसेच पुढील पिढ्यांसाठी मूलगामी संशोधनाचे साक्षेपी संपादन करण्याचा आदर्श वस्तुपाठ ठेवण्याचे कार्य केले. प्राचीन मराठी काव्याचे गाढे अभ्यासक म्हणून ते जसे परिचित झाले, तसेच आधुनिक पाठचिकित्साशास्त्राचे प्रवर्तक म्हणूनही सन्मानित झाले. त्यांनी रघुनाथपंडितविरचित 'दमयंती-स्वयंवर' ह्या काव्याचे संपादन-प्रकाशन करून संबंधित कवीविषयीच्या साधार चरित्रलेखनाचा व काव्याच्या पाठनिश्चितीचा आदर्शच निर्माण केला. तसेच ह्या संशोधनाच्या निमित्ताने पाठचिकित्साशास्त्राची मूलतत्त्वेही अधोरेखित केली. पारंपरिक पाठचिकित्सात्मक पद्धतीत 'खऱ्या' पाठापेक्षा 'बऱ्या' पाठाचा स्वीकार केला जात असे. प्रा. प्रियोळकरांनी 'बऱ्या' पाठापेक्षा 'खऱ्या' पाठाचा स्वीकार केला.

इंग्रजीतील त्यांच्या लेखनामुळे तर त्यांची कीर्ती भारताच्या चतु:सीमा ओलांडून विदेशातदेखील पोहचली. त्यामुळेच त्यांच्या नाममुद्रेचा इतिहासाचार्य राजवाडे, डॉ. पिसुर्लेंकर व म. म. पोतदार यांच्या मांदियाळीत समावेश केला जातो.

मराठी-कोंकणी ह्या भाषांच्या वादात प्रा. प्रियोळकरांनी तन्मयतेने सहभाग घेतला. त्यास डॉ. गुण्यांचा सहवासही कारणीभूत होता. प्रा. प्रियोळकरांची 'मराठी'ची व्याप्ती केवळ भाषाशास्त्रीय वा भाषावैज्ञानिक व्याख्या निश्चित करण्यापुरती नव्हती. तिला भौगोलिक परिमाणही लाभले होते. मराठी भाषेत लेखन करणारी प्रत्येक व्यक्ती ही कोणत्याही धर्म-प्रदेशाशी संबंधित असली तरी ती मराठीच आहे, असे ते म्हणत. 'संतवाङ्मयाचा अभ्यासक रेव्हरण्ड ऍबट् हा अमेरिकन लेखकही मी मराठीच मानतो,' असे ते म्हणत असल्याची नोंद सुरेंद्र गावस्कर यांनी केली आहे. प्रा. प्रियोळकरांनी समकालीन विद्वानांसमोर तसेच पुढील पिढ्यासाठी मूलगामी संशोधनाचे साक्षेपी संपादन करण्याचा आदर्श वस्तुपाठ ठेवण्याचे कार्य केले. त्यांनी *संत तुकारामाचे अभंग*, मुत्तेश्वरविरचित *महाभारत* (आदिपर्व), मोरोपंतांचे काव्यलेखन असे प्राचीन मराठी वाङ्मयाचे संशोधन-संपादन व प्रकाशन केले. संत ज्ञानेश्वरांच्या तसेच संत नामदेवांच्या नावावर काही काव्ये दाखविली जात आहेत, ही बाब ध्यानात आल्यावर त्यांनी त्याविषयीचा आक्षेप घेऊन हे वाङ्मय केवळ 'शंकास्पद वाङ्मय' होय अशी नोंद करण्यास संबंधितांना भाग पाडले. मुसलमानांची जुनी मराठी कविता हा त्यांच्या आवडीचा प्रांत होता. त्यांनी त्यातील दहा मुसलमान कवींचा शोध घेऊन त्यांच्या कवितांचे संपादन-प्रकाशन केले.

प्रा. प्रियोळकरांनी प्राचीन काव्याच्या अभ्यासासोबत भारतात मुद्रणविद्या आणणाऱ्या सोळाव्या शतकातील क्रिस्ती मराठी वाङ्मयाचे संशोधन, संपादन व प्रकाशन केले. राजारामशास्त्री भागवत यांनी ह्या वाङ्मयाविषयीचे सूतोवाच केले होते तर इतिहासाचार्यांनी ह्या वाङ्मयाला एक भ्रष्ट वाङ्मय असे संबोधले होते. मुंबई महानगरपालिकेत सेवाचाकरी करीत असताना प्रा. प्रियोळकरांनी ह्या वाङ्मयाचा सखोलपणे व व्यापकपणे शोध घेतला व *गोमंतकाची सरस्वती* (१९३५) ह्या ग्रंथाद्वारे त्याच्याशी संबंधित असलेल्या अज्ञात ग्रंथांचा व ग्रंथकारांचा अभ्यासकांना परिचय करून दिला. हे सर्वच वाङ्मय मूलत: रोमन लिपीत ग्रथित होते. त्यातील काहींचे त्यांनी देवनागरीत लिप्यंतर केले तर काहींचे जशाचे तसे रोमन लिपीतच

संपादन-प्रकाशन केले. परिणामी मराठी वाङ्मयाच्या भवनात अशा वाङ्मयाचे एक स्वतंत्र दालन उघडले गेले. त्यांना पाद्री तोमास इश्तेव्हंविरचित *ख्रिस्तपुराणा*चेही संपादन करायचे होते.

महाराष्ट्रातील भाषिक व वाङ्मयीन विकासाचा शोध घेत असताना प्रा. प्रियोळकरांना सामाजिक अभिसरणाचे जे स्वरूप जाणवले ते त्यांनी शब्दबद्ध केले. प्रा. प्रियोळकरांनी 'शंकास्पद वाङ्मय' संज्ञेसोबतच 'हस्तलिखितांची बृहन्नामावली' व 'दोलामुद्रिते' ह्या संज्ञा घडविल्या आहेत. त्यांनी रघुनाथपंडितांचे व मुक्तेश्वरांचे चरित्र लिहिले होतेच. त्या वेळी स्थल व काल, वाङ्मय व लोकश्रद्धा यांचा त्यांना संदर्भ घेता आला होता. आता एकोणिसाव्या शतकात वृत्तपत्रे, दैनंदिनी, पत्रलेखन, ग्रंथांतर्गत संदर्भादींच्या आधारे प्रा. प्रियोळकरांनी रावबहादूर दादोबा पांडुरंग तर्खडकर यांचे आत्मचरित्र संपादित करून त्यांचे चरित्रदेखील लिहिले. तसेच त्यांनी डॉ. भाऊ दाजी लाड-पार्सेकर यांचेही आदर्श स्वरूपाचे चरित्र लिहिले. ज्याला ज्याचे चरित्र लिहायचे आहे, त्याला त्यात चरित्रनायकाला समकालीन असलेल्या जीवनाचादेखील दर्पण दाखवता आला पाहिजे, असा त्यांचा आग्रह असे.

प्रा. प्रियोळकरांनी 'मराठी ही भाषा असून कोंकणी त्या भाषेची बोली आहे' असाच आजन्म आग्रह धरला. त्यासाठी त्यांनी युक्तिवाद केला तो अभ्यसनीय आहे. त्यांचे शिष्य डॉ. प्रभुदेसाई यांनी लिहिलेल्या ग्रंथात कोंकणीला 'गोमंतकी बोली' असे संबोधले आहे. पुढील काळात डॉ. प्रभुदेसाईंही आपल्या गुरूंचा आग्रह मोठ्या जोमाने मांडत राहिले. दोघांनीही सतराव्या शतकातील कित्येक ख्रिस्त्यांनी लिहिलेल्या व गोव्यात, मुंबईत, पोर्तुगालात व अन्य स्थळी असलेल्या त्या मराठीतील व कोंकणीतील ग्रंथांचा शोध लावला व त्यातील काहींचे देवनागरीत लिप्यंतरदेखील केले.

मूळ गोमंतकीय अभ्यासक, प्रतिभावंत नवनवीन संज्ञा निर्माण करण्यात रस घेतात. त्यास त्यांच्या 'नव्य' शोधण्यातील कृतीत सकारात्मक शोधकबुद्धी कारणीभूत आहे. ग्रंथांबद्दलच्या ओढीने प्रा. प्रियोळकरांनी जसा दुर्मीळ ग्रंथांचा शोध घेतला त्याच आत्मीयतेने मराठी पारिभाषिक संज्ञाही निर्माण केल्या. अवक्षेप (omission), ग्रंथप्रेमी (bibliophile), ग्रंथवेडे (bibliomanias), दोलामुद्रिते (incunabulae), दृढ आणि अदृढ हस्तलिखिते (strong and weak manuscripts), तत्रैव (ibid, ibidum), तुळा (confer compare; cf.), दर्शिका (index), नामावली (bibliography), पाठ (text), पाठचिकित्सा (textual Criticism), पाठनिश्चिती (restoration of texts), पाठभेदांची नोंद (collations), पाठसंग्राहक (collators), प्रक्षेप (interpolation), वैश्विक (a university), वृद्धी (addendum), शुद्धी (et corrigendum), शंकास्पद वाङ्मय (apocryphal literature), हस्तलिखितांची बृहन्नामावली (catalogs catalogurum) ही काही असाधारण महत्त्व वाटावे अशा काही संज्ञांची नोंद होय. त्यांतील कैक संज्ञा मराठीच्या लेखनात अशा मिसळून गेल्या आहेत की त्यांची निर्मिती प्रा. प्रियोळकरांनी केली होती, असे विशेषत्वाने सांगावे लागते.

प्रा. प्रियोळकरांचे लेखन अव्याहतपणे चालूच होते. ५ सप्टेंबर १८९५ या दिवशी जन्मलेल्या

ह्या ऋषितुल्य संशोधकाचे १३ एप्रिल १९७३ या दिवशी निधन झाले; तथापि त्यांच्या मृत्यूनंतरही त्यांच्या लेखनाचे संपादन, प्रकाशन चालूच राहिले. अशा रीतीने संबंधित संपादकांनी एक प्रकारे प्रा. प्रियोळकरांना वाहिलेली श्रद्धांजलीच होय, असे खचितच म्हणता येते.

ह्या प्रास्ताविकपर अवलोकनानंतर प्रा. प्रियोळकरांच्या काही महत्त्वाच्या ग्रंथांचा कालानुक्रमे परिचय करून घेणे अभ्यासकांना उपयुक्त वाटू शकेल.

'गोमंतकाची सरस्वती' (The Literary Language of Goa) ह्या संशोधनपर निबंधात कोंकणी व मराठी भाषांच्या संदर्भात भाषाशास्त्र व इतिहास यांवर आधारलेले मतप्रकटन करण्यात आले आहे. (हे मत प्रा. प्रियोळकरांनी आजन्म उराशी बाळगून सर्व लेखन केले.) पाद्री टॉमास इश्तेव्हंने कोंकणी भाषेचे व्याकरण हे मुळात त्याने लिहिलेले नसून पाद्री दियोगु रिबैरुने लिहिलेले असावे, असे त्यापैकी एक मत होय. या संदर्भात ते म्हणतात, ''फादर स्टिफन्सने कोंकणी व्याकरण लिहिल्याचे प्रसिद्ध आहे. माझी समजूत अशी आहे कीं, कुञ्ञ रिव्हार यानें उत्तरेकडील कोंकणी भाषेचें व्याकरण (Arte Canarina de Lingua de Norte) म्हणून १८५८ सालीं पुस्तक प्रसिद्ध केले आहे, तेच मूळ स्टिफन्सचे मराठी व्याकरण असावे. पुढे पाद्री दियोगु रिबैरु यानें कोंकणी बोलीला अनुसरून याच व्याकरणाला नवे वळण दिले व म्हणून १६३९ सालीं प्रसिद्ध झालेलें हे सुधारून वाढविलेले कोंकणी व्याकरण मुळांत स्टिफन्सने लिहिलेले नसावें. हेंही व्याकरण कुञ्ञ रिव्हार याने आपल्या कोंकणी भाषेवरील निबंधाबरोबर १८५७ सालीं प्रसिद्ध केलेलें आहे.'' (पृष्ठांक तेवीस)

प्रा. प्रियोळकरांच्या ह्या पुस्तिकेत खाण्डोळे (भाणस्तारी-माशेलग्रामाच्या निकट) वाणी व सोनार समाजांतील तंट्यात जो समेट झाला त्याचा उल्लेख शके १२२१च्या ताम्रपटावर आढळतो, अशी नोंद आहे. फोंडाग्रामातील आत्माराम शेट वेरेंकर यांच्या घरी तो ताम्रपट असून ज्ञानेश्वरीचे लेखन पूर्ण झाल्यानंतर नऊ-दहा वर्षांत कोरला गेलेला हा ताम्रपट पोर्तुगीज गोमंतकातील जुन्यात जुना होय, अशी त्यांनी नोंद केली आहे.

प्रा. प्रियोळकरांच्या संशोधनाचे वैशिष्ट्यच असे की ते गृहीतकाचा आमूल अभ्यास करतात, विश्लेषण करून झाल्यानंतर त्या गृहीतकाचे संश्लेषण करतात. बांदिवडे हे गोव्यातील आणखी एक ग्राम होय. त्यासही वेरें-ताम्रपटाप्रमाणे एका शिलालेखामुळे महत्त्व प्राप्त झाले आहे. श्रीनागेश मंदिरासमोर एक शिलालेख असून तो विजयनगरचा सम्राट वीर प्रताप देवराया (प्रथम) याने कोरलेला असून त्यावर मराठीत पौष बहुल ३०, शालिवाहन शके १३३५ (२४ डिसेंबर, १४१३) साली श्री नागेश मंदिराचा जीर्णोद्धार केल्याचा उल्लेख आहे. अभ्यासकाला या शिलालेखाचा संबंध पुढील माहितीशी जुळवून घेता येतो : 'वेदखाण्डिकेचें कुळागर', 'नागझरी मळॉ', 'भातशेती', आणि 'रुवो कुळागर' इतका परिसर श्रीयुत मयीन शेणवी वागळे नामक विजयनगर साम्राज्याचा अधिकाऱ्याच्या देवदेवतांच्या नावे दान करण्यात आला आहे. त्या काळात नञ्ञन गोसावी हे गोव्याचे राज्यपाल होते. त्या संदर्भात प्रा. प्रियोळकरांचे निरीक्षण नोंदविणे अत्यंत महत्त्वाचे ठरते. ते म्हणतात : ''बांदिवडें या गावीं श्रीनागेश या नांवाच्या देवाचें स्थान सध्यां आहे, त्या ठिकाणीं असलेला शके १३३५ मधील शिलालेख

पाहिल्यास 'नागेश' ऐवजी 'नागनाथ' असा देवाचा नामनिर्देश सांपडतो. प्रियोळ येथें सध्यां असलेला सुप्रसिद्ध श्रीमंगेश हा देव पूर्वी सासष्टींतील कुशस्थळी किंवा कुठ्ठाळ या गांवीं होता. सोळाव्या शतकांत पोर्तुगीजांच्या बाटाबाटीच्या वेळी तो या नव्या ठिकाणी आणून स्थापन करण्यात आला. त्या काळीं हा देव 'मङ्गनाथ' किंवा 'मञ्जनाथ' या नांवानें प्रसिद्ध होता, असे गोवा सरकारच्या दप्तरावरून दिसतें.'' ('प्रस्तावना', *शिवदर्पण,* अ. का. प्रियोळकर (संपादन), बॉम्बे बुक डेपो, मुंबई, १९६८, पृ. १५)

ह्या उल्लेखावरून प्रा. प्रियोळकरांचे लेखन कसे नामूलं लिख्यते किंचित् ह्या सूत्राशी बांधील होते, हे स्पष्ट होते.

रघुनाथपण्डित-विरचित दमयन्ती स्वयंवर (संपादित), प्रा. प्रियोळकर आंत्रज्वर-विषमज्वराने (टॉयफाइडने) रुग्णाइत होते. त्या वेळी त्यांनी निवडक ग्रंथांच्या, काव्यांच्या सोबतीने *दमयंती स्वयंवर* हे आख्यानकाव्य वाचले. त्यानंतर त्यांनी 'नलोपाख्यानकर्ता रघुनाथपण्डित चन्दावरकर, शिवाजीचा प्रधान' हा चिकित्सात्मक निबंध माधवराव आळतेकर, अ. बा. गजेंद्रगडकर उपस्थित असताना वाङ्मयसेवा मंडळाच्या एका बैठकीत वाचला. इतकेच नव्हे तर विद्वन्मान्य 'विविधज्ञानविस्तार' नियतकालिकाच्या मार्च-एप्रिल-मे अंकात प्रसिद्धही झाला. १५ एप्रिल १९७३ ह्या दिवशी प्रसिद्ध झालेल्या 'गोमंतक'मध्ये 'नलोपाख्यानकर्ता रघुनाथपण्डित चंदावरकर, शिवाजीचा प्रधान (निबंध) १९३१, पृष्ठे २–२२, मूल्य ०-८-० आणे' अशी नोंद आढळते. रघुनाथपंडितांच्या चरित्रपरेतविषयीची चर्चा द. सी. पंगू, श्री. ना. बनहट्टी, रघुनाथ वामन वर्दे वालावलीकार उपाख्य 'शणैगोंयबाब', य. ग. फफे, स. ल. कात्रे, ज. र. आजगांवकर व अन्य विद्वानांनी केली. त्यानंतर त्यांनी बारा मुद्रिते, पाच हस्तलिखिते व इतर अभ्याससाधने मिळवून आधुनिक पाठचिकित्साशास्त्राच्या आधारे *दमयंती-स्वयंवरा* ची पाठशुद्ध ग्रंथाची आवृत्ती संपादली व प्रकाशित केली. या ग्रंथास मुंबई विद्यापीठाचे दादोबा पांडुरंग तर्खडकर पारितोषिक लाभले.

ह्या संपादनामुळे *दमयंती-स्वयंवरा* ची पाठशुद्ध आवृत्ती सादर झालीच, तिच्यासोबत ज्ञातृनिष्ठ पद्धतीचा अवलंब करून मराठीतील आधुनिक पाठसंहिताचिकित्सा-निर्धारणशास्त्राचा (restoration of text as conceived by the original author) पाया घातला गेला, असे आता सर्वसंमत मत आहे. ह्या ग्रंथाचे आणखी एक वैशिष्ट्य म्हणजे प्रा. प्रियोळकरांकरवी अज्ञात चरित्रपरतेचा संशोधनपर शोध घेऊन चरित्रलेखन करण्याचा एक नवीन अभ्यासमार्ग निर्माण केला गेला. प्रा. प्रियोळकरांनी रघुनाथपंडित या शिवाजीकालीन कवीच्या परिचयाच्या संदर्भात प्रथमत: शंभरएक ग्रंथांचा आधार घेऊन संशोधन केले. त्यावर आधारलेले त्यांनी रघुनाथपंडितांच्या चरित्राचे लेखन केले. त्यानंतरच मराठीत या कवीविषयक चरित्रपर चर्चेला आरंभ झाला. त्यानंतर ''श्रीमंत रघुनाथराव पेशवे ऊर्फ राघोबादादा हे व रघुनाथ कवी एकच असल्यास पेशवाई अखेरचा काल रघुनाथपंडितांचा ठरतो,'' असे मानणारे आणखी एक मत निर्माण झाले. (ना. ग. जोशी, *प्राचीन गीत भाण्डार,* मौज प्रकाशन, मुंबई, १९५९, पृ. २४५).

मराठी व्याकरणाची कुळकथा, मुंबई, १९३६. ('लोकशिक्षण', जुलै-ऑगस्ट १९३६) 'लोकशिक्षण' (जानेवारी १९२८ ते जून १९४१) हे अर्थशास्त्र, इतिहास, शिक्षण, ललितसाहित्यनिर्मिती व पाश्चात्त्य वैज्ञानिक अशा सर्वसंग्राहकविषयांवरील लेख प्रसिद्ध करीत असे. त्या नियतकालिकाचे संपादक गणेश गंगाधर जांभेकर होते. हा शोधनिबंध व्याकरणविषयाचा व त्याच्या ऐतिहासिक परामर्षात्मक स्वरूपाचा आहे. मराठी व्याकरणाचा इतिहास, सोळाव्या व सतराव्या शतकांतील गोव्यातील भाषेची (ज्यास प्रा. प्रियोळकर मराठीची गोमंतकी बोली असे संबोधत असत,) व्याकरणे, मराठीची अलीकडील व्याकरणे, पोर्तुगीजकालातील वसईकडील व्याकरणे, मराठीचे इंग्रजी व्याकरण, अस्सल स्वकीय व्याकरणांचा उद्‌गम ह्या संदर्भात शोध घेतला आहे. प्रस्तुत शोधनिबंधाच्या शेवटी पाद्री तॉमास इश्तेव्हंवर आधारलेला 'मराठी बोलीचे व्याकरण' हा लेखही समाविष्ट केला आहे. एकोणिसाव्या शतकातील गंगाधरशास्त्री फडके व दादोबा पांडुरंग (तर्खडकर) यांच्या अत्यंत जुन्या व्याकरणांच्या प्रस्तावना अंतर्भूत केल्या आहेत. त्या निमित्ताने पाद्री तॉमास इश्तेव्हं व दादोबा यांच्या पहिल्या व्याकरणाच्या पुस्तकांची छायाचित्रेही समाविष्ट केली आहेत.

शिखांच्या आदिग्रंथातील नामदेव, *गुरुग्रंथसाहिब* मधील नामदेवांची हिंदी रचना अभ्यासण्यासाठी प्रा. प्रियोळकर गुरुमुखी भाषा शिकले. (त्यांनी गुजराती भाषेतही लेखन केले. त्या संदर्भात ते म्हणतात, ''गुजराती भाषा व अर्वाचीन इतिहास यांच्या संशोधनाकडेही माझे लक्ष एकेकाळी बरेच वेधले होते. दादोबा पांडुरंग यांच्या आत्मचरित्राचे संपादन व त्यांच्या उत्तरचरित्राचे लेखन करताना गुजराती वाङ्मयाचे पुष्कळसे वाचन मला करावे लागले.'' 'भारतातील दोन महात्मे चक्रधर व गांधी' हा पहिलाच लेख 'गुजराती' नियतकालिकाच्या दिवाळी अंकात (१९४६) प्रसिद्ध झाला. त्यांच्या अनेक निबंधांची भाषांतरे त्या नियतकालिकात प्रसिद्ध झाली.

रावबहादूर दादोबा पांडुरंग : आत्मचरित्र (संपादन) व चरित्र, (रावबहादूर दादोबा पांडुरंग पूर्वार्ध : आत्मचरित्र, उत्तरार्ध : चरित्र) केशव भिकाजी ढवळे (प्रकाशनसंस्था), मुंबई, १९४७. ह्या पुस्तकात प्रो. रा. कृ. लागू यांनी लिहिलेला आत्मचरित्रविषयक निबंध समाविष्ट केला आहे. दादोबा पांडुरंग तर्खडकर (मे ९, १८१४, ऑक्टोबर १७, १८८२)) यांचे निधन झाल्यानंतर संतसाहित्याचे अभ्यासक लक्ष्मण रामचंद्र पांगारकर यांनी १९१५ साली 'मुंबई महाराष्ट्र साहित्य संमेलना'च्या वेळी लिहिलेल्या लेखात दादोबांचे आत्मचरित्र उपलब्ध असल्याची माहिती दिली होती. तदनंतर ते आत्मचरित्र 'विविधज्ञानविस्तारा'च्या जुलै १९२७ ते जुलै १९२८मधील अंकांत प्रसिद्धही झाले. १९३७पासून भास्करराव सदानंद तर्खडकर यांनी प्रा. प्रियोळकरांना त्या आत्मचरित्राचे संपादन करावे अशी पुन: पुन: गळ घातली. सरतेशेवटी त्यांनी १९४४त ते दायित्व स्वीकारले. असे असले तरी मूळ हस्तलिखित गहाळ झाले होते. ते प्रा. प्रियोळकरांनी शोधून काढले. ते वसईच्या तरखड ग्रामी जन्मलेल्या दादोबांचेच असल्याची निश्चिती करून घेतली. दादोबांच्या आत्मचरित्राच्या लेखनाचा काळ कोणता, म्हणजे ते त्यांनी केव्हा लिहायला घेतले आणि ते केव्हा थांबले या संदर्भात त्यांनी मार्गदर्शनही केले

आहे. प्रा. प्रियोळकरांनी दादोबांची 'लेखनपद्धती' विस्तारभयामुळे पुस्तकात समाविष्ट केली नव्हती; तथापि मराठी शैलीविज्ञानविषयक अभ्यासाला अद्यापि आरंभही झाला नव्हता, अशा काळात दादोबांच्या लेखनशैलीच्या लकबींचा परिचय करून दिला आहे. 'दादोबांच्या पूर्वीची आत्मचरित्रे' हे परामर्शात्मक विवेचन उपयुक्तच आहे. तसेच त्यांची ग्रांथिक परिभाषा व संक्षेप यासंबंधीची जाणीव त्यांच्या संशोधन पद्धतीचा परिचय करून देते.

त्यांनी संपूर्ण एकोणिसाव्या शतकातील प्राथमिक व दुय्यम संशोधनपर अभ्याससाधनांचा परिश्रमपूर्वक शोध घेऊन त्या आत्मचरित्रातील लेखनात असलेली सत्यासत्यता तपासून घेतली. त्यासाठी इम्पिरीयल लायब्ररी (कलकत्ता), (माउण्टस्टुअर्ट) एल्फिन्स्टन् महाविद्यालय, गुजराती फॉर्बस् सभा, ठाणे मराठी ग्रंथसंग्रहालय, पारशी पंचायत, पीपल्स फ्री लायब्ररी, प्रार्थनासमाज, फर्गसन् महाविद्यालय (पुणे) भास्करराव व मुंबई प्रशासन यांची कार्यालये, रॉयल एशियाटिक सोसायटी, विल्सन महाविद्यालय, या व अशा अनेक स्थळी जाऊन संदर्भसाहित्य संकलित केले. त्या ऐवजावर आधारलेले दादोबांचे चरित्रही लिहून काढले व त्या आत्मचरित्राच्या पुस्तकात समाविष्ट केले. ही संग्रहालयांची जंत्री देण्याचे कारण केवळ प्रा. प्रियोळकरांच्या परिश्रमाविषयीचे दिग्दर्शन करणे असे नसून महाविद्यालयांजवळ अशी सुसज्ज ग्रंथालये असतील तर संशोधकांच्या कार्याचा मार्ग कसा सुकर होतो, ही वस्तुस्थिती दाखविण्याचे आहे. केवळ पाठ्यपुस्तके व संबंधित संदर्भ-साहित्य जर महाविद्यालयांतील फडताळांत असेल तर संशोधकांजवळ असलेला संशोधन करण्याचा उत्साहही मावळतो, एवढेच निदर्शनाला आणायचे होते. हे चरित्र म्हणजे सटीप आणि साधार चरित्रलेखनाचा एक लक्षणीय नमुना होय, असे म. ना. अदवंत यांनी मराठी विश्वकोशाच्या दहाव्या खंडात म्हटले आहे. या ग्रंथास मुंबई प्रांताचे मुख्यमंत्री बाळासाहेब गंगाधर खेर यांचा प्रस्तावनापर पुरस्कार तसेच नामवंतांचे (इंग्रजीत एम. आर. जयकरांचे तर मराठीत पां. वा. काणे यांचे) आशीर्वाद लाभले, त्याच्या सोबत मुंबई विश्वविद्यालयाचे 'दादोबा पांडुरंग तर्खडकर पारितोषिक'ही लाभले. त्यास पुणे येथे १९४७त पार पडलेल्या गोव्यातील 'गोमंतक मराठी साहित्य संमेलना'चे सीताबाई कुंडईकर सुवर्णपदकही लाभले.

पिताजी तोमस स्टीफन्सकृत *ख्रिस्तपुराण,* रेव्हरण्ड फादर जे. एस्. मिराण्डा (१९१८-१९६७) ह्या मंगळुरातील क्रिस्ती धर्मगुरूने १९४९ 'शान्तिदूत'नामक मराठी पाक्षिक प्रसिद्ध करण्यास आरंभ केला. (त्याच नावाने २०११ पासून इंग्रजीत एक मासिक प्रसिद्ध केले जाते.) त्या पाक्षिकात *ख्रिस्तपुराणा*च्या रोमन लिपीतील प्रस्तावनेचे देवनागरी लिप्यंतर करण्याचे कार्य हाती घेतले होते. या देवनागरी लिप्यंतरास प्रा. प्रियोळकरीं 'आरंभी थोडेसे' (तीस पृष्ठे) ह्या शीर्षकाची प्रस्तावना लिहिली होती. ती नंतर 'क्रिस्ती पुराणाचे अन्तरंग'मध्येही अंतर्भूत करण्यात आली होती.

मराठी दोलामुद्रिते, (ग्रंथनामावली), प्रथमावृत्ती १९४९, प्रा. प्रियोळकर जुन्या दुर्मीळ, अप्राप्य वाटणाऱ्या ग्रंथांचा शोध घेत असत. त्या वेळी 'मराठी दोलामुद्रिते' संकलित व संपादित करण्याची कल्पना त्यांच्या मस्तिष्कात रुजू लागली. त्यांच्या मार्गदर्शनाखाली ही

ग्रंथनामावली तयार करण्याचे काम मुंबई मराठी ग्रंथसंग्रहालयाचे तत्कालीन ग्रंथपाल श्री. सहस्रबुद्धे यांनी केले. पुढे मराठी संशोधन मंडळ, मुंबई यांनी त्याच्या पुढील आवृत्त्या संपादित केल्या. 'दोलमुद्रिते' ही प्रा. प्रियोळकरांनी घडविलेली मराठी संज्ञा होय. मुद्रणकलेच्या प्रारंभकाळापासून १८६७पर्यंतची (देशी मुद्रित प्रकाशनांच्या नोंदणीचे विधी-नियम अस्तित्वात येईपर्यंत) सर्व पुस्तकांची नोंद अशा प्रकारच्या सूचित केली जाऊ लागली. इंग्रजीत Incunabula अशी एक संज्ञा आहे. Cunae म्हणजे (पक्ष्यांचे) पाळणे (दोला) होय. मुद्रणकलेच्या बाल्यावस्थेतील प्रकाशने असा 'दोलामुद्रिते' ह्या संज्ञेशी निगडित असलेला अर्थ होय. या संदर्भात १८६७पूर्वीची सर्व पुस्तके महत्त्वाची ठरतात ह्या मुद्द्यावर प्रा. प्रियोळकरांचे विवेचन आधारलेले आहे. त्या निमित्ताने प्रा. प्रियोळकरांनी काही संज्ञांची निर्मिती केली आहे, ती अत्यंत उपयुक्त आहे, उदाहरणार्थ, catalog क्रमपत्र, collectors संग्राहक, draft edition कच्चा खर्डा, Index दर्शिका, out of print मुद्रणातीत, rare दुर्मीळ, seldom found क्वचित, विरळ आढळणारा, term शब्दसंकेत, unique अनन्य, Union catalog संयुक्त क्रमपुस्तक. प्रा. प्रियोळकरांच्या ह्या विषयाशी असलेल्या निदिध्यासाच्या संदर्भात डॉ. मोरजे म्हणतात,

'मराठी दोलामुद्रिते' या विषयाच्या मूळ कल्पनेपासून ते 'दोलामुद्रिते' या संज्ञेपर्यंत मराठी भाषेतील संशोधन क्षेत्राला प्रा. प्रियोळकराचे देणे आहे. यापूर्वी त्यांच्यासारखा विचार या क्षेत्रात कुणालाही सुचलेला नव्हता. महाराष्ट्रात मुद्रणकला आली, लहान-मोठी पुस्तके-पुस्तिका मुद्रित होऊन प्रकाशित व्हायला लागल्या, पण एकूण मराठी भाषिक व्यवहाराच्या स्थितिगतीचा विचार करण्यासाठी अशा ग्रंथांचा संग्रह व त्यांची वर्णनात्मक यादी आवश्यक होती. प्रा. प्रियोळकरांच्यापूर्वी विशिष्ट संशोधकीय दृष्टिकोनातून अशी यादी झाली नव्हती. या दोलामुद्रितांच्या अभ्यासामुळे प्रारंभीच्या काळातील भाषांतरित वाङ्मय, परदेशी लेखकांची वाङ्मयनिर्मिती, तत्कालीन लेखकांनी हाताळलेले वेगवेगळे विषय, राजकीय व सामाजिक वातावरण यांच्यावर प्रकाश पडेल आणि मुख्यत:, महाराष्ट्राची नव्याने होऊ घातलेली जडणघडण ध्यानात यायला मदत होईल.

हा दोलामुद्रितांचा संग्रह व समग्र ग्रंथालय चळवळीत दोलामुद्रितांना लाभलेली मान्यता या मागे प्रा. प्रियोळकरांची प्रेरणा आहे. प्रा. प्रियोळकरांनी मराठी दोलामुद्रितांप्रमाणेच भारतीय दोलामुद्रितांची संयुक्त सूची/ग्रंथनामावली सिद्ध व्हावी यासाठी योग्य ती पार्श्वभूमी मांडून ठेवली आहे, असे म्हणता येते.

मुक्तेश्वरकृत *महाभारत* (आदिपर्व), मराठी संशोधन मंडळ, मुंबई (संपादन) कलाकवी मुक्तेश्वरांच्या नावावरील *महाभारता* च्या संदर्भात प्रा. प्रियोळकर लिहितात, ''मुक्तेश्वरी महाभारताची आदि, सभा, वन, विराट व सौप्तिक अशी पांचच पर्वे आज उपलब्ध आहेत... यामुळे लोकांचा असा ग्रह झाला आहे कीं, मुक्तेश्वरानें महाभारताची अठराही पर्वे लिहिली असावी... परंतु ती व्यासापेक्षाही सरस ठरल्यामुळे मूळ भारताला मागें टाकतील म्हणून एकनाथाने ती गंगेस अर्पण करावयास लाविली. पुढे मुक्तेश्वराला वाईट वाटून एकनाथाच्या

सांगण्यावरून त्यानें तीं गंगेजवळ परत मागितली व गंगेने चारच पर्वे त्याला परत दिली, अशी आख्यायिका आहे.'' (प्राक्कथन, पृष्ठे ६ व ९).

प्रा. प्रियोळकरांनी पाठचिकित्साशास्त्राच्या आधारे एकोणतीस जुन्या मुद्रित व हस्तलिखित प्रतींचा चिकित्सात्मक अभ्यास केला व पाठनिर्धारण करून त्या पाठाचे संपादन-प्रकाशन केले. त्यांनी 'प्राक्कथन'मध्ये त्याविषयीची सविस्तर नोंद केली आहे. त्यांनी 'दमयन्ती-स्वयंवरा'चा कर्ता रघुनाथपंडिताचा शोध जसा घेतला होता, तसा मुक्तेश्वराचाही शोध घेऊन हा कवी एकनाथांच्या सुपुत्रीचा चिरंजीव होता असे सिद्ध केले. त्याच्या नावावर मद्रास उज्जयिनी, नाशिक व अन्य स्थानी आढळणाऱ्या प्रार्थनामंदिरांची छायाचित्रांसह माहिती दिली आहे.

ह्या काव्याच्या प्रथम खंडासाठी लिहिलेल्या 'पुरस्कारा'च्या निमित्ताने मुंबई प्रांताचे मुख्यमंत्री खेर यांनी प्रा. प्रियोळकरांचा उल्लेख 'संशोधनपटू' असा केला आहे. ह्या चार-खण्डांत्मक काव्यग्रंथातील प्रथम खंडाच्या प्रकाशनासाठी तत्कालीन मुंबई विद्यापीठाने साडेसातशे रुपयांची देणगी देऊन औदार्य दाखविले, त्याविषयीची नोंदही ह्या प्राक्कथनमध्ये आढळते. तसेच त्याच्या निमित्ताने असेच आर्थिक अनुदान अन्य व्यक्ती-संस्थांकडून लाभल्यास आपण मुक्तेश्वराची पाचही पर्वे प्रकाशित करू अशी ग्वाहीही दिली आहे.

महाराष्ट्रीय व्यक्तीने मराठी लोकांकरिता लिहिलेले मराठीतील प्रथम व्याकरण लेखन पुणे येथील जगन्नाथशास्त्री फडके यांनी इसवी सन १८३६त लिहिले असे मानले जात असे; परंतु प्रा. प्रियोळकरांनी तसे म्हणणे योग्य नसल्याचे साधार सिद्ध केले. जगन्नाथशास्त्री क्रमवन्त, गंगाधरशास्त्री फडके, बाळशास्त्री घगवे यांनी संयुक्तपणे मराठीतील पहिले व्याकरण इसवी सन १८२५ मध्ये लिहिले होते, असे त्या पंडितत्रयींचे हस्तलिखित शोधून व त्याचे संपादन करून 'इंग्रजी व्याकरणाचा ज्याच्यावर परिणाम झालेला नाही, असे हे मराठी भाषेचे व्याकरण आहे,' असे प्रा. प्रियोळकरांनी सिद्ध केले. (*महाराष्ट्र भाषेचे व्याकरण,* जगन्नाथशास्त्री क्रमवन्त, गंगाधर शास्त्री फडके, बाळशास्त्री घगवे, मराठी संशोधन मंडळ, मुंबई (संपादन) १९५४)

पाद्री आन्तोनियु साल्दाञ्ह्य्-विरचित *सांतु आंतोनीची जीवित्वकथा* (संपादन), साधना प्रिंटिंग प्रेस, मुंबई १९६४ (प्रथमावृत्ती रोमन लिपीत : १६५५, द्वितीयावृत्ती देवनागरी लिपीत : १९५५, तृतीयावृत्ती देवनागरी लिपीत : १९६४). पुरस्कार-लेखन : पुण्याचे बिशप ॲण्ड्र्यू द सौझ. हे लेखन तत्पूर्वी मराठी संशोधनपत्रिकेच्या १:१, २, ३, ४, व २:१ ह्या अंकांत प्रसिद्ध झाले आहे. प्रा. प्रियोळकरांनी ह्या ग्रंथास क्रिस्ती भक्तविजय असे संबोधले आहे. या संदर्भात Sãncto Antonichi Acharyã (सांतु आन्तोनिची अचर्या) या १९६३त प्रकाशित झालेल्या Introduction मध्ये पुढील माहिती आढळते, त्याकडे लक्ष देणे आवश्यक वाटावे. In 1956, we brought out a new edition of Life of Saint Anthony of Pâduâ (Sâncto Ântonichy giuitua-cathâ) a book written in Marathi verse in the seventeenth century by a Jesuit Missionary – Fr. Antonio De Saldhana (१५९८-अमसी १५, १६६३)... I have already referred to Fr. Saldhana's work on the Life of Saint Anthony in Marathi Ovi verse... I am sure the striking similarity between the nature of miracles described in the present work and those ascribed to various Hindu saints by the contemporary Marathi poet Mahipati (1637-1712) in his Bhakti-vijaya and other works will not escape the notice of the reader." pp. – ix, xv and xvi. त्यातील '१९५६' हा कालोल्लेख '१९५५'च्या ऐवजी अनवधानाने झाला असावा.

मुद्रित तुकाराम वाङ्मय, मराठी संशोधन मंडळ, मुंबई (संपादन), १९५६, ही संत तुकारामांनी लिहिलेल्या व त्यांच्यासंबंधी अन्य अभ्यासकांनी लिहिलेल्या मुद्रित वाङ्मयाची वर्णनात्मक सूची आहे. यातील बहुतेक प्रत्येक ग्रंथ किंवा लेख यांची नोंद प्रत्यक्ष पाहूनच केली आहे. तरी पण जे ग्रंथ पाहावयास मिळाले नाहीत, त्यांचा उल्लेख संक्षेपाक्षरांनी केला आहे. ही सूची तुकाराममहाराजांच्या निर्याणाच्या त्रिशतकसांवत्सरिकोत्सव प्रसंगी प्रसिद्ध होणाऱ्या महाराष्ट्र शासकीय गाथेकरिता सिद्ध केली होती. त्यामुळे १ मार्च १९५० पर्यंतचेच तुकारामवाङ्मय समाविष्ट करण्यात आले आहे, अशी नोंद करण्यात आली आहे. ह्या सूचीत गाथा, त्यांची फुटकळ भाषांतरे, स्फुट अभंग, वेचे वगैरे (गौळणी, नाट, पाखंड-खंडन, सिद्धान्तज्ञान, मानसपूजा) चरित्रात्मक, चर्चात्मक आणि अभ्यासात्मक अशा विविधांगांचा समावेश करण्यात आला आहे. प्रा. प्रियोळकरांनी तेवढ्यासाठी ब्रिटिश म्यूझियमचा १८९२ पर्यंतचा मराठी व गुजराती पुस्तकांचा पुस्तकक्रम, इंडिया ऑफिसच्या ग्रंथालयातील खंड दोन, भाग पाचमधील १९०८ पर्यंतचा मराठी व गुजराती पुस्तकांचा पुस्तकक्रम, बॉम्बे प्रेसिडेन्सीच्या नेटिव्ह पब्लिकेशन्सच्या १८६७ पर्यंतचा व तिच्या १८६९पर्यंतच्या पुरवणीतील पुस्तकक्रम आणि शंकर गणेश दाते यांची १९४३तील मराठी ग्रंथ सूची अभ्यासून मुद्रित तुकाराम वाङ्मयाच्या सूचीची मांडणी केली आहे.

नवनीत, (आद्य संपादक परशुरामपंततात्या बल्लाळ गोडबोले), मुंबई राज्य शिक्षण खाते, मुंबई, शतसांवत्सरिक आवृत्ती १९५७. ह्या काव्यसंग्रहात 'नवनीत अथवा महाराष्ट्र भाषेतील कवितांचे वेंचे' हे पुस्तक पुणे पाठशाळेकडील छापखान्यात इसवी सन १८५४साली शिळा छापावर मुद्रित झाले. काही जुने उतारे पुनश्च घेणे; नवीन कवींचे उतारे घेणे; अधिकृत आवृत्ती व हस्तलिखिते ताडून आवश्यक तेथे सुधारणा करणे; काही पद्ये गाळून टाकणे; चिंतामणी नामक कवीच्या नावावर असलेले काव्य संशोधनाअंती उद्धवचिद्घनांचे आहे हे निश्चित झाल्यानंतर तशी नोंद करणे; निवडक संदर्भ देणे; परशुरामपंततात्यांवर बेतलेला चरित्रात्मक निबंध, त्यांची हस्ताक्षरे, छायाचित्रे समाविष्ट करणे; त्यांच्या ग्रंथांची सूची, आद्य नवनीताचे मुखपृष्ठ देणे असे हे सर्व सोपस्कार प्रा. प्रियोळकरांतील संशोधक/संपादकाचे गुण सुस्पष्ट करतात.

इसवी सन १८५४त प्रथम प्रकाशन झालेल्या या जुन्या मराठी काव्यसंग्रहाची शंभर वर्षांनंतर अठरावी आवृत्ती प्रा. प्रियोळकरांनी संपादित केली. त्या निमित्ताने अस्सल प्रशासकीय कागदपत्रांच्या आधारे इंग्रजी प्रशासनाचा शिक्षणाच्या संदर्भात असलेला दृष्टिकोन स्पष्ट केला.

नवनीत, (आद्य संपादक परशुरामपंततात्या बल्लाळ गोडबोले), व्हीनस प्रकाशन, पुणे, १९६४ (शतसांवत्सरिक द्वितीय आवृत्ती); परशुरामपंततात्या बल्लाळ गोडबोले यांनी, मूळ 'नवनीता'ची चौथी आवृत्ती प्रकाशित झाल्यानंतर इसवी सन १८६३ मध्ये नवनीत भाग दुसरा, 'कवितासारसंग्रह' नामक 'नवनीता'च्याच आकारातील एक काव्यसंग्रह स्वत:च प्रकाशित केला होता. त्याची ही १९६४तील द्वितीयावृत्ती होय. सर्वसामान्य वाचकांतील ह्या आवृत्तीविषयीचे असलेले अज्ञान अधोरेखित करण्यासाठी प्रा. प्रियोळकर म्हणतात, ''नवनीत हा ग्रंथ सर्वांना माहीत आहे; परंतु तो प्रथमभागात्मक आहे आणि त्याचा दुसरा भाग निघाला होता हे ज्यांना ठाऊक आहे, किंवा हा दुसरा भाग प्रत्यक्ष ज्यांनी पाहिला असेल, अशा फारच थोड्या व्यक्ती असतील.''

The Printing Press in India (Its beginning and early developments), Marathi samshodhan mandal, Bombay, 1958m pp. xviii+364 (including fifty pages of art plates), bound in full cloth, Price Twenty Rupees. प्रा. प्रियोळकरांनी हा अत्यंत अभ्यासपूर्ण इंग्रजी ग्रंथ लिहून एक प्रकारे जागतिक इतिहासाच्या ग्रंथात भारतातील मुद्रणकलेच्या संदर्भात आवश्यक असलेली काही पृष्ठे समाविष्ट करण्यास अवकाश प्राप्त करून दिला. ह्या ग्रंथाचे आगळेपण अधोरेखित करीत असताना 'डिस्कव्हरी ऑव्ह इंडिया'चे लेखक (व स्वतंत्र भारताचे पहिले पंतप्रधान) जवाहरलाल मोतीलाल नेहरू म्हणतात, 'This book deals with a subject of great interest, and I am sure that it will prove to help to many people who wish to study not only the development of the printing press but the growth of some of our languages.' भाषाविद व साहित्य अकादेमी ह्या भारतातील अग्रगण्य साहित्यसंस्थेचे अध्यक्ष डॉ. सुनितीकुमार चटर्जींनी तर ह्या ग्रंथातील संशोधनपर बैठकीसाठी प्रा. प्रियोळकरांचे अभिनंदन करण्यासाठी लिहिले, 'Your present book on the printing press in India is the first detaied survey of the subject, which has ever appeared in India, and I congratulate you on your producing a very fine piece of research work, which cannot but have a perennial interest for all scholars in modern India.'

प्रा. प्रियोळकरांनी ह्या ग्रंथात जर्सन दा कुन्हा रिव्हार यांच्या कोंकणी भाषेवरील पोर्तुगीज भाषेतील निबंधाचे इंग्रजी भाषांतरही समाविष्ट केले असल्याने तत्कालीन साहित्यनिर्मितीवरही प्रकाशझोत पडू शकला आहे.

क्रिस्ताचे यातनागीत (Paix@o de Christo), मूळ कवी पाद्री मान्वेल ज्यांकिश द नोरोञ्ह्य, मराठी संशोधन मंडळ, मुंबई (संपादन), १९५९, क्रिस्ती मराठी वाङ्मयात विलापिका लेखनाला विशेष स्थान आहे. पाद्री गाश्पार-द-सा-मिगेल नावावर एक प्रदीर्घ स्वरूपाची मराठी विलापिका जरी नमूद असली तरी ती उपलब्ध नसल्याचेही प्रा. प्रियोळकरांनी स्पष्ट केले आहे. पाद्री मिगेलने अनुमाने तीन सहस्त्र कडव्यांची मराठी विलापिका लिहिली असल्याची

नोंद दियोगु माचादोने 'बिब्लियोतेंक लुसिताना' (१७४१) मध्ये केली होती. याच मालिकेतील पाद्री मान्वेल ज्यांकिश द नोरोञ्य्-च्या नावावर असलेली विलापिका गोव्यातील राजधानी पणजी येथे स्थित गोवा शासनाच्या सेण्ट्रल लायब्ररीत (आताच्या कृष्णदास शामा ग्रंथालया) उपलब्ध झाली. पाद्री नोरोञ्यच्या जीवनाविषयीची कोणतीही विशेष माहिती उपलब्ध नसल्याचे सांगताना प्रा. प्रियोळकर म्हणतात, ''गोवा हस्तलिखिताच्या आरंभी पुढील आशयाचा पोर्तुगीज भाषेत शेरा आहे, हे यातनागीत पाद्री मान्वेल ज्यांकिश द नोरोञ्य, जन्मस्थान सांखव्हाळ व राहणार आरोसी (गोवा बेटातील सां माथायश नामक ग्राम) याने १७६८ या वर्षी लिहिले.''

ह्या काव्यातील काही भाग कसरीमुळे दुर्बोध झाला होता. त्याची नक्कल घेऊन व पोर्तुगालची राजधानी लिस्बन येथील विद्यापीठाचे सेवानिवृत्त प्राध्यापक डॉ. मारियानु-द-सालदाञ्ञ यांच्याकरवी प्राप्त झालेल्या मायक्रोफिल्मच्या आधारे मिळालेल्या त्याच काव्याच्या प्रतीशी तुलना करून 'क्रिस्ताचे यातनागीत' हे काव्य संकलित-संपादित व प्रकाशित केले. ह्या संशोधनामुळे प्रा. प्रियोळकरांचा साक्षेप दिसून येतो.

श्रीज्ञानेश्वरी, प्रथमावृत्तीचे संपादक ; विश्वनाथ काशीनाथ राजवाडे, १९०९, द्वितीयावृत्तीचे संपादक मंडळ ; शं. वा. दांडेकर, बाळाचार्य मा. खुपेरकर, न. र. फाटक, अ. का. प्रियोळकर, रा. ना. वेलिंगकर, शासकीय मुद्रणालय, मुंबई, १९६०, १९५६त ज्ञानेश्वरीच्या नव्या आवृत्तीसाठीची मांडणी करीत असताना प्रा. प्रियोळकरांच्या हाती ज्ञानेश्वरांचे मानले न जाणारे पण त्यांच्या नावावर उपलब्ध होणारे काही ग्रंथ आले होते. त्यावरून त्यांनी 'ज्ञानेश्वरांचे शंकास्पद वाङ्मय' (apocryphal literature) ही मराठी संज्ञा निर्माण केली. त्यांनी मराठी संशोधन मंडळात १७ फेब्रुवारी १९५८ या दिवशी 'ज्ञानदेवविरचित द्रोणपर्व' (मराठी संशोधन पत्रिका, ऑक्टोबर १९५८, ६:१, पृष्ठे ८९-१०६) हा निबंध वाचला. त्यानंतर त्यांनी ज्ञानेश्वरांच्या नावावरील 'पञ्चक्रम', 'मुद्राक्रम', 'तत्त्वमसि' (मराठी संशोधन पत्रिका, १९५९, ६:३, पृष्ठे १-१२) ह्या ग्रंथांची संगती लावण्यासाठी प्रयत्न आरंभले. तत्पूर्वी 'श्रीज्ञानेश्वरांचा एक प्रगूढ ग्रंथ : *योगवासिष्ठ* ' (महाराष्ट्र साहित्य पत्रिका, जानेवारी, १९४३) हा निबंध त्याच प्रयत्नातून सिद्ध झाला होता.

The Goa Inquisition : THE TERRIBLE TRIBUNAL FOR THE EAST (A quartercentenary commemoration study of the Inquisition in India);

इसवी सन १५६०तील पोर्तुगीजांच्या अधिसत्तेखालील गोमंतकीय प्रदेशात क्रिस्ती धर्मसमीक्षणसभेचे (क्रिस्ती धर्मन्यायसभेचे) निर्णय लागू करण्यात आले. हे नियम ज्या ज्या स्थळी आशिया खंडात पोर्तुगीज महासत्ता होती त्या त्या प्रदेशांतही अत्यंत कठोरपणे आचरले जाते असत. या निर्णयास चार शतके पूर्ण होत असल्याची संधी हेरून प्रा. प्रियोळकरांनी ह्या ग्रंथाद्वारे तत्कालीन क्रिस्ती धर्मसमीक्षणसभेच्या स्वरूपाचा आणि परिणामांचा साधार, साद्यंत आणि प्रामुख्याने अत्यंत तटस्थपणे इतिहासच मांडून दाखविला. त्यासाठी डॉ. चार्लस् डेल्लॉन (a.k.a. Gabriel Dellon) (१६५० १६०९?) आणि डॉ. क्लॉडियस बुखानन (१७६६-१८१५) यांच्या दैनंदिनीच्या स्वरूपातील इतिवृत्तांचा संदर्भ घेतला होता.

प्रा. प्रियोळकरांनी या विषयावरील भारतातील पहिलावहिला इंग्रजीत ग्रंथ लिहून 'नामूलं लिख्यते किञ्चित्' ह्या सूत्राच्या आधारे केलेल्या लेखननीतीचा परमोत्कर्षच साधला, असे म्हणता येते. त्यांनी गोव्याचे क्रिस्तीकरण करण्यासाठी आरंभीच्या जेजुइत मिशनऱ्यांनी राज्यकर्त्यांच्या साह्याने चालविलेल्या धर्मच्छळाचे आणि 'इङ्क्विझिशन'द्वारा केलेल्या क्रौर्याचे वर्णन १९४३त केले होते. इंग्रजीतून ग्रंथलेखन करण्याचा हा यशस्वी प्रयत्न वयाची साठी ओलांडल्यानंतर केला असल्याचे दिसते, असे जरी असले तरी हे पुस्तक १९३२त लिहून सिद्ध केले होते, असे श्रीमती प्रियोळकर म्हणत असत.

सान्तु आन्तोनिची अचर्या : SÂncto Ântonichi Acharyã, (The Miracles of Saint Anthony in the Goan Dialect first published in 1655 at Goa by Father Antonio de Saldanha)(Reprinted from the First Edition (Goa 1655) मराठी संशोधन मंडळ, मुंबई (संपादन), १९६३. ह्या शीर्षकातील 'अचर्यां' ह्या शब्दात असलेल्या 'र्यां' ह्या अक्षरावर अनुस्वार येतो. अचर्यां म्हणजे चमत्कार. प्रा. प्रियोळकरांनी प्रथमच रोमन लिपीतील मूळ पुस्तकाची प्रत जशीच्या तशी रोमन लिपीतच मुद्रित करून संपादित व प्रकाशित केली. त्यांना पाद्री तॉमास इश्तेव्हंच्या क्रिस्तपुराणाचेही रोमन लिपीतच संपादन करण्याचा मानस होता. ह्या पुस्तकाच्या प्रकाशनासाठी पाद्री आन्तोनियू द सालदाञ्ञ यांना संबंधितांकरवी अनुमती घ्यावी लागली त्याविषयाशी संबंधित असलेला ८ ऑगस्ट १६५० पासून १८ डिसेंबर १६५४ पर्यंतचा पत्रव्यवहारही ह्या संपादनाच्या निमित्ताने प्रा. प्रियोळकरांनी समाविष्ट केला आहे.

मूलत: प्रा. प्रियोळकर हे भाषाविश्लेषक होते. यद्यपि त्यांनी क्रिस्ती वाङ्मयाचे संकलन, संपादन, मुद्रण आणि संपादन केलेले असले तरी त्यातील भाषावैभव त्यांना अभ्यासार्थ आहे असे सतत वाटत असे. येथेही त्यांच्या ह्या मतप्रतिपादनार्थ दृष्टिकोनाचा प्रत्यय येतो. ते म्हणतात, ''ज्ञानेश्वरीची वाग्गंगा लेखकाच्या काळीं जशी 'भलतेणे एथ न्हावें' अशी, म्हणजे कोणालाही कळण्यासारखी अगदीं सुलभ होती, त्याप्रमाणें सालदाञ्ञची गोमंतकी 'चालू भाषा' सतराव्या शतकांत सर्वांना सहज समजत असावी. ज्ञानेश्वरकालीन ग्रांथिक भाषा म्हणजे संस्कृत व चालू भाषा म्हणजे मऱ्हाटी यांच्यामध्ये जितका फरक होता, तितका गोमंतकांत त्या काळीं ग्रांथिक भाषा (मराठी) व चालू भाषा (गोमंतकी) यांच्यामध्ये तो नव्हता.''

केवळ कोंकणीतच आढळू शकणाऱ्या शब्दांविषयी ते म्हणतात, '''प्रांरभी', 'अन्ती' अशासारखे क्रियाविशेषणात्मक शब्द सोडले तर आजच्या गोमंतकींत सप्तमी विभक्तीचा 'इं' हा प्रत्यय उपयोगात असलेला दिसत नाही; परंतु प्रस्तुत ग्रंथांत 'दिवसीं' (३-३२३), 'हातीं' (४-१८), 'मनीं' (४-२७), 'नगरीं' (५-३३) मानसी (६-२२), 'तिरीं' (१५-१०) अशा असंख्य शब्दांत 'इं' हा प्रत्यय योजलेला दिसतो. स्वत: स्टीफन्सही तो आपल्या 'दौत्रिनीं'त ठिकठिकाणी वापरतो. यावरून 'इं' हा प्रत्यय जुन्या काळी गोमंतकींत रूढ होता, असे दिसते... कांही फारसी-अरब उगमाचेही शब्द आहेत : उदाहरणार्थ बगर (बगैर) (१९-३), विलाथ (विलायत) (१३-१६), गुन्यांव (गुन्हा) (८-१८) भगसणे (क्षमा करणे) (४-

२८), जाप (जबाब) (१७-२४), खिसो (किटाळ, आळ) (३४-३३). पोर्तुगीज शब्दांचें प्रमाण या ग्रंथात अल्प आहे. उदाहरणार्थ फे विश्वास (१५-१०), फ्रादि जोगी (७-१३), फ्रैर जोगीण (५६-२२), लिव्रु ग्रंथ, जनेल खिडकी (गवाक्ष, बाळणी), मुस्तैरु मठ (७-१४), प्रेगासांव प्रवचन (६-२), रेपिका वाजणे (९८-१३), कोंफेसार कबुली देणे (१४-७).''

प्रा. प्रियोळकरांनी ह्या ग्रंथातील भाषेचा विश्लेषणात्मक विचार मांडत असताना विद्यमान ग्रांथिक मराठी भाषा, गोमंतकी ब्राह्मणी (गौड सारस्वत ब्राह्मण समाज) बोली आणि गोमंतकी कुणबी बोली अशी कोटी दाखवून त्यांच्या परस्परांशी असलेला अनुबंधही दाखविला आहे. तसेच *उद्धवगीता* (भास्कर), *उषाहरण* (चोंभा), *एकांक* (म्हाइंभट), *दमयन्ती-स्वयंवर* (रघुनाथपंडित), *दासबोध* (रामदास), *दृष्टान्तपाठ* (केशिराजबास - केशवराज सूरी), *भागवत* (एकनाथ), *भाषाप्रकाश, लीळाचरित्र* (म्हाइंभट), *वृद्धाचार, सभापर्व* (मुक्तेश्वर), *शिशुपाळवध* (भास्कर), *स्मृतिस्थळ, योगवासिष्ठ* (ज्ञानेश्वर), *रुक्मिणीस्वयंवर* (एकनाथ), *ज्ञानेश्वरी* (ज्ञानेश्वर) या प्राचीन मराठीतील ग्रंथांच्या भाषेशी निकटत्व दाखविल्याने त्यांच्या प्रज्ञेने केलेला सार्थ अभ्यास दिसून येतो.

कविवर्य मोरोपंतांचे समग्र ग्रंथ, रा. द. पराडकर प्रतीची नवी आवृत्ती. असे जरी असले तरी मोरोपंतांच्या स्वहस्तलिखित पोथ्यांच्या आधारे या ग्रंथाचे संपादन करण्यात आले आहे. ह्या ग्रंथांतील प्रथमपासूनच्या सहा भागांवर ग्रंथनाम-पृष्ठांवर समितीची नावे नसली तरी या सर्व भागांच्या संपादन-प्रकाशनार्थ प्रा. प्रियोळकर, मो. दि. पराडकर, दा. वि. जोशी यांची एक समिती (मुंबई विद्यापीठ) मुंबई होती.

पाद्री तोमस स्टीफन्सकृत *दौत्रीन क्रिस्ता* (म्हणजेच क्रिस्ती धर्मतत्त्व) (संपादन), पुणे विद्यापीठ, पुणे १९६५. या ग्रंथाच्या मूळ शीर्षकात पुढीलप्रमाणे माहिती पुरविलेली आहे : Doutrina Christã em lingua Bramana-Canarim, Ordenada a maniera de dialogo para ensinar os meninos, pelo Padre Thomas Estevão da Companhia de IESUS. natural de Lodres. Empressa no Collegio de Rachol da Companhia de IESUS. Anno 1622. या ग्रंथाची एक प्रत व्हॅटिकन सिटीच्या ग्रंथालयात पुढील नोंदीनुसार आढळू शकते. 8 Vo. 4 unnumbered leaves. 64 leaves of text numbered on recto only. Biblioteca Nacional, Lisboa. Vatican Library, Rome. [C.R. Boxer 1956 9-10] पाद्री तॉमास इश्तेव्हंने (१५४९-१६१९) लिहिलेल्या व १६२२मध्ये प्रथम रोमन लिपीत प्रकाशित झालेल्या (प्रा. प्रियोळकरांना अभिप्रेत असलेल्या गोमंतकी बोलीतील) या कोंकणी ग्रंथाचे प्रा. प्रियोळकरांनी देवनागरीत लिप्यन्तर केले. त्यांनी त्यास अभ्यासपूर्ण प्रस्तावनाही लिहिली आहे.

ह्या संपादनाविषयीचा अभिप्राय पाठविण्यासाठी विद्वन्मान्य ज्येष्ठ भाषाविद डॉ. सुनीतिकुमार चॅटर्जी म्हणतात, "I am very happy with the generally excellent quality of this edition quite in keeping with Professor Priyolkar's reputation. This book will be of very great val}, not only in the study of Marathi and

Konkani, but also in the comparative studt of New Indo-Aryan speeches."

फ्रेञ्च कवीने लिहिलेले मराठी पुराण, मराठी संशोधन मंडळ, मुंबई (संपादन), १९६५, फ्रान्सहून आलेला ख्रिस्ती संप्रदायातील जेजुइत पंथीय कवी एतियेन-द-ला क्रुवाचा (१५७९-१६४३) शोध प्रा. प्रियोळकरांनी घेतला व संबंधित अभ्यासकांना अज्ञात असलेल्या क्रुवानेच *पीटरपुराण* हे पाद्री इश्तेव्हंच्या ओवी काव्यशैलीत *क्रिस्तपुराणा*पेक्षा प्रदीर्घ मराठी पुराणाची व येशूच्या निधनावर बेतलेल्या एका विलापिकेची रचना केली होती, हे सिद्ध केले. त्याने पंचवीसहून अधिक मराठीतील हिंदूंच्या धर्मग्रंथांचे परिशीलन केले होते व त्यांचा वादविवादात्मक उपयोग हिंदूंच्या विरोधासाठी केला होता, असे प्रा. प्रियोळकरांनी साधार दाखवून दिले. त्यासाठी त्यांनी त्याच्या *पीटरपुराणा* च्या प्रतींचा शोध घेतला व त्यांतील एका प्रतीची सूक्ष्मचित्रपट्टिकाही पोर्तुगालहून मागविली. ती आजही मुंबईतील मराठी संशोधन मंडळात सुरक्षित आहे.

ग्रांथिक मराठी भाषा आणि कोंकणी बोली, पुणे विद्यापीठ, पुणे, १९६६, प्रा. प्रियोळकरांनी १९६४त पुणे विद्यापीठातील नरसिंह चिंतामण केळकर स्मारक-व्याख्यानमालेत भाषाशास्त्रीय दृष्टिकोनातून ग्रांथिक मराठी भाषा व कोंकणी बोली ह्या विषयावर विवेचनात्मक सहा व्याख्याने दिली होती. त्या सर्वांचे संकलन करून हे ग्रंथवजा पुस्तक पुणे विद्यापीठाने प्रकाशित केले आहे. ह्या पुस्तकात सहा व्याख्यानांची शीर्षके पुढीलप्रमाणे होत : 'मराठी बोली', 'ग्रांथिक भाषा व बोली', 'मराठी बोलींचे यथोच्चारलेखन', 'कोकणी बोलींची नामांतरे', 'यादवकालीन मराठी व कोकणी', 'कोकणी-मराठी भेदवादाचा उद्‌भव व फैलाव'. ह्या व्याख्यानांत जागतिक पातळीवरील भाषाविकासाचाही परामर्श घेतला गेला आहे. पुणे विद्यापीठाचे विद्धन्मान्य विचारवंत न. वि. गाडगीळ यांनी लिहिलेल्या पुरस्कारात मराठीतील अनुस्वाराच्या अस्तित्वाविषयाशी संबंधित असलेल्या अत्यंत महत्त्वाच्या विचारबिंदूकडे सर्वांचे लक्ष वेधले आहे. ते म्हणतात, "आजही इंग्लिश व फ्रेञ्च भाषांत लिपिशुद्धतेचे ध्वन्यनुसार प्रयत्न यशस्वी झालेले नाहींत आणि आमच्याकडे मात्र गेल्या पन्नास वर्षांत चार वेळा शुद्धलेखन बदलण्याचे प्रयत्न झाले आहेत. असे जर दर पंधरा-वीस वर्षांनीं होऊं लागले तर कोठलाही मराठी ग्रंथ शंभर वर्षांनंतरच्या पिढीला वाचणें आणि समजणें कठीण होईल. केवळ मुद्रणसुलभतेसाठी हें करणें याचा अर्थ भाषा ही मुद्रणासाठीं आहे असा होईल. काटकसर म्हणून अनुस्वार गाळणें म्हणजे प्रा. प्रियोळकरांनी म्हटल्याप्रमाणें (पृ. ४९) नथीचा खर्च वाचविण्यासाठीं नाक कापण्यासारखें आहे!"

'मातृभाषा' ही संज्ञा तंतोतंतपणे स्वीकारायची नसते, हे सूत्र स्पष्ट करण्यासाठी प्रा. प्रियोळकर म्हणतात, "मदर टङ्ग म्हणजे लहानपणांत आई तिच्या बालकाशी जी भाषा बोलते ती भाषा. आई मुकी असली तर? अशा स्थितींत आई लहानपणींच वारल्यास घरांत त्याच्या घरची इतर माणसें बोलत ती भाषा धरावयाची, तशी मुक्या आईच्या मुलाचीही धरावयाची, हें उघड दिसून येईल. आणि आई बोबडी असली तर? बोबडी म्हणून नोंदवावी? भलतेच वाद निर्माण होऊं नयेत किंवा ते टाळावे म्हणून mother tongueची ही लवचीक

व्याख्या दिलेली दिसते; परन्तु ती घोटाळा निर्माण करणारी आहे. वास्तविक माणसाच्या 'प्रमाण' किंवा ग्रंथभाषेची नोंद होणे रास्त आहे.'' (पृष्ठांक २).

विद्यमान मराठी भाषा ही केवळ ब्राह्मणांची गृहीत धरणे कसे प्रामादिक होय, हे सूत्र स्पष्ट करण्यासाठी प्रा. प्रियोळकर म्हणतात, ''मराठी भाषेचे पाणिनी म्हणून ज्यांना म्हणतात ते दादोबा पांडुरंग वैश्य होते. मराठी भाषेला ज्यांनीं एकसूत्रीपणा आणला ते मेजर कॅण्डी हे तर क्रिस्ती व युरोपियन होते. तात्पर्य, आजची मराठी ही अवएव नव्हे, हस्ति होये.'' (पृ. ४१).

भारतीय संस्कृतीच्या संदर्भात कित्येकांना न्यूनगंड झालेला असतो, अशा विचारवंतांचा भ्रमनिरास करण्यासाठी प्रा. प्रियोळकर कॉन्द-दे-फिकाल्यूसारख्या विद्वानांची साक्ष काढताना म्हणतात, ''आफोंस आल्बुकेर्कपुढें वसाहत करण्याचा प्रश्न साधासुधा नव्हता. नापीक जमिनी आणि न तोडलेली जंगलें अशा प्रकारचे प्रदेश त्याच्यापुढें नव्हते. आतांपर्यंत जगाच्या इतर भागांतील मुलखांत ज्याप्रमाणे अनेक वेळां पुष्कळ रानटी जमातींवर कमजास्त दांडगाई, अमानुषपणा आणि अन्याय करून युरोपियनांनी ते प्रदेश जिंकले, त्यापेक्षां निराळा प्रकार हिन्दुस्थानांत होता. युरोपियनांना आणि प्रथम पोर्तुगीजांना एका पूर्णावस्थेला पोंचलेल्या संस्कृतीला (uma civilizaecao completa) तोंड द्यावें लागलें. 'ही संस्कृति त्यांच्या संस्कृतीपेक्षा निराळी, पुष्कळ बाबतींत कमी प्रतीची पण काहीं बाबतींत त्यांच्यापेक्षाही श्रेष्ठ दर्जाची अशी होती,' असे उद्गार कॉन्द-दे-फिकाल्यूसारखे विद्वान भारतीय संस्कृतीसंबंधीं काढतात; परंतु त्या काळच्या पोर्तुगीजांना दुसऱ्यांच्या संस्कृतींची माहिती करून घेण्याची संवयच नव्हती.'' (पृ. ८१). प्रा. प्रियोळकरांनी कॉन्द-दे-फिकाल्यूचे अधोरेखित केलेले हे मत अनेकांनी व्यक्त केले आहे. गार्सिया-द-ऑर्ता यांनी त्यांच्या Coloquios dos Simples e drogas he Cousas Medicinais da India ह्या इसवी सन १५६३त प्रकाशित झालेल्या पुस्तकात म्हटले आहे, 'The Portuguese who sail through many parts of the world, wherever they go do not look for knowledge but only how to dispose their merchandise… They are not curious to know about things that exist in these countries.' हे पुस्तक नंतर कॉन्द-दे-फिकाल्यूंनी संपादित केले आहे. {Ines G. Zupanov, "The Wheel of Torments" Mobility and Redemption in Portug}se Colonial India, (Sixteenth Century), Cultural Mobility : A Manifesto, ed., Stephen Greenbelt, Cambridge University Press, New York, 2010, p. 24; [Garcia da Orta, Coloquios dos Simples e drogas he Cousas Medicinais da India, a facsimile of the 1891 edition, Lisbon : Imprensa Nacional Casa de Moeda, 1987, Vol I, p. 151, Ed., Conde de Ficalho]}

हे सर्व संदर्भ वाचले की प्रा. प्रियोळकरांच्या व्यासंगाच्या स्वरूपाची कल्पना येऊ लागते.

श्रीमंगेशकविकृत *शिवदर्पण*, अर्थात् पद्मपुराणांतील श्रीशिवगीतेची मूळ संस्कृतासह मराठी

समश्लोकी, संपादित, बॉम्बे बुक डेपो, मुंबई, १९६८, या पुस्तकाच्या 'प्रस्तावने'त प्रा. प्रियोळकर लिहितात, ''श्रीमद्भगवद्गीता हा महाभारतांतील भीष्मपर्वाचा एक भाग आहे.'' त्यानंतर त्यांनी विविध 'गीतां'चा शोध घेऊन त्यांच्याविषयीची संक्षिप्त माहिती मांडली आहे. त्यांनी मराठीतही असे गीतावाङ्मय पुष्कळ आहे असे सांगून त्या ग्रंथांची प्रदीर्घ नामावलीही दिली आहे. प्रा. प्रियोळकरांनी त्या संदर्भात *गीतारहस्य*कार बाळ गंगाधर टिळकांच्या मतासही अधोरेखित केले आहे. ते पुढे म्हणतात, ''श्रीमद्भगवद्गीतेच्या खालोखाल शिवगीतेची लोकप्रियता आणि महत्त्व आहे असें दिसतें... श्रीमद्भगवद्गीता ही जशी महाभारतान्तर्गत आहे, त्याप्रमाणें 'शिवगीता' ही पद्मपुराणांतील आहे; (परन्तु) पुण्याच्या आनन्दाश्रमाने जी पद्मपुराणाची प्रत चार खण्डांत छापलेली आहे (१८९३-९४), तिच्यामध्ये ही गीता आढळत नाही. तर हस्तलिखित प्रतींत असेल; कारण ती पद्मपुराणान्तर्गत असल्याचे ठिकठिकाणी उल्लेख सांपडतात.''

प्रा. प्रियोळकरांनी या शिवगीतेच्या प्रती शोधण्याचे कार्य केलेच, त्याच्याव्यतिरिक्त प्रत्येक प्रतीचे वैशिष्ट्यही नोंदवून ठेवले. त्याचा लाभ अन्य अभ्यासकांनाही होऊ शकतो. या संदर्भात ते म्हणतात, ''या पद्मपुराणातील 'शिवगीते'चे सोळा अध्याय आहेत. पण या शिवगीतेहून वेगळी अशी 'कूर्मपुराणोक्त' अकरा अध्यायांची हस्तलिखित 'शिवगीता' पुणें येथील भाण्डारकर प्राच्य संशोधनमंदिरमध्यें मला पाहावयास मिळाली.''

त्यांनी 'शिवगीते'च्या निमित्ताने त्यावरील टीकात्मक लेखनाचाही शोध घेतला. त्यांना ज्या प्रती मिळाल्या त्यांची त्यांनी नोंद तर केलीच, त्याच्याशिवाय भट्टोजि दीक्षित यांनी लिहिलेली टीका मिळू शकली नाही, अशीही पूरक माहिती त्यांनी दिली. त्यानंतर त्यांनी श्रीमंगेश कवीच्या कुळ-गोत्र-पंथाचाही शोध घेतला. त्यांना या कवीच्या काव्याविष्कारामुळे निर्माण झालेल्या शिवदर्पण, अर्थात् पद्मपुराणांतील 'श्रीशिवगीते'चे मूळ रचनेचे (क्रमांक १२६२) १५१ पृष्ठांचे एक (८.२५ बाय ४) आकारातील हस्तलिखित मुंबई विद्यापीठाच्या हस्तलिखित संग्रहात मिळाले, तर त्यांना बापू हरशेट देवळेकर यांच्या मुंबईतील मुद्रणालयात शके १७७८ (इसवी सन १८२५) मुद्रित झालेली या काव्याची एक प्रत उपलब्ध झाली. या दोहोंचो उपयोग या ग्रंथाच्या संहितेकरिता केला आहे, असे त्यांनी नोंदवून ठेवले आहे. (पृ. १६).

डॉक्टर भाऊ दाजी : व्यक्ती, काल व कर्तृत्व (आगामी शतसांवत्सरिक पुण्यतिथी स्मारक चरित्र ग्रंथ), मुंबई मराठी साहित्य संघ, मुंबई, १९७१, प्रा. प्रियोळकरांनी डॉ. भाऊ दाजी लाड-पार्सेकर यांचे अधिकृत चरित्र नसल्याचा खेद प्रकट करून मराठी संशोधन मंडळाच्या संचालक पदावरून मुक्त झाल्यानंतर ह्या स्वतंत्र चरित्रग्रंथाचे लेखन केले. ह्या चरित्रग्रंथातील प्रत्येक विचारसूत्र साधार मांडत असताना संबंधित व्यक्ती काळ यथामूल उभा करण्याचा सार्थ प्रयत्न झालेला दिसतो. तरीही प्रा. प्रियोळकर समाधानी झाले असल्याचे जाणवत नाही. त्यांच्या म्हणण्यानुसार, ''इतिहास व चरित्र संशोधनाच्या काटेकोर प्रमाण पद्धतीस अनुसरून हा चरित्रग्रंथ लिहिला आहे. महाराष्ट्राच्या आधुनिक संस्कृतीचे बीजारोपण करणाऱ्या एका प्रज्ञावंताचा हा संशोधनपूर्ण व विस्तृत (स्वरूपाचा) चरित्रग्रंथ लिहून प्रा. प्रियोळकर यांनी

महाराष्ट्राच्या व भारताच्या आधुनिक इतिहासात महत्त्वाच्या प्रकरणाची भर घातली आहे,'' हे तर्कतीर्थ लक्ष्मणशास्त्री जोशी यांचे मत खचितच पटते.

हिन्दुस्थानचे दोन दरवाजे, (संपादित लेखसंग्रह), धि गोवा हिन्दू असोसिएशन, मुंबई, १९७४, 'शंभर-पाऊणशे वर्षांमागील मुंबईतील स्त्री-शिक्षणविषयी विचार', 'मुंबईतील पाश्चात्य वैद्यविद्येची शंभरी', 'एकोणिसाव्या शतकातील मदिरा माहात्म्य' ह्या व अन्य लेखांत प्रा. प्रियोळकरांनी भारतातील पोर्तुगीजांचे व इंग्रजांचे आगमन या विषयाला प्राधान्य देताना नंतरच्या काळात जी काही उलथापालथ, उन्नती व विकास होऊ शकला त्याविषयीचे साधार आकलन मांडले आहे.

याशिवाय 'गोष्टीशतक' (१९५३), 'अमृतानंद विरचित योगराजटिळक' (१९५६), 'प्रो. केरूनाना छत्रे यांची टिपणवही' (१९५८), 'मराठी संशोधनपत्रिकेची बारा वर्षे' (१९६५), 'महानुभाव इतिहास प्रकर्ण' (१९६५), 'यदुमणिकृत गणेशपुराण' (१९५८), 'श्रीगंगामाहात्म्य' (१९६४), 'मुसलमानांची जुनी मराठी कविता' (१९६५), 'ताडपत्रावरील मराठी ग्रंथ' (१९६६), 'देवनागरीची ध्वनिलिपी' (१९६६), 'परमहंससभा व तिचे अध्यक्ष' रामचंद्र बाळकृष्ण जयकर (१९६६), 'भारतीय ग्रंथसंरक्षण कायद्याची शताब्दी' (१९६६), 'मराठी संशोधन खंड १ व २' (१९६६), 'म्हैसूरचा तिसरा कृष्णराज व त्याचा मराठी ग्रंथ संख्यारत्नकोश' (१९६६), 'केशवसुतांची कविता' (१९६७), 'लोकहितवादीकृत निबंधसंग्रह' (१९६७), 'गोवा रिडिस्कव्हर्ड' (१९६७), 'माडगावकरांचे संकलित वाङ्मय' खंड १ (१९६८), 'मराठी ग्रंथांचे आदर्श संग्रहालय, मुंबई मराठी साहित्य संघ' (१९६९), तसेच ग्रंथालय चळवळ व ग्रंथालयशास्त्रावर दिलेली तीन मूळ व्याख्याने असे अन्य असंख्य मौलिक ग्रंथ प्रियोळकरांनी संपादित केले आहेत. लोकहितवादीकृत निबंध, गोवा रिडिस्कव्हर्ड व मराठी ग्रंथांचे आदर्श संग्रहालय हे तीन ग्रंथ वगळता इतर सर्व ग्रंथ मराठी संशोधन मंडळाने प्रकाशित केले आहेत. त्यांनी संशोधन संपादन केलेल्या ग्रंथांची, लेखसंग्रहांची संख्या एकोणसाठ आहे.

प्रा. अ. का. प्रियोळकर स्मृतिग्रंथ, संपादित, सुभाष भेण्डे, प्रा. अ. का. प्रियोळकर स्मृतिग्रंथ समिती, प्रा. प्रियोळकरांच्या निधनानंतर संपादन समितीने कैक विद्वानांकरवी प्रा. प्रियोळकरांच्या सहवासाविषयीचे, वा त्यांच्या संशोधन-संकलन-संपादन विषयक कार्याच्या स्वरूपाविषयीचे आलोडन करणारे लेख लिहवून घेतले होते. ते ह्या संकलन-संपादनात समाविष्ट केले आहेत. तसेच ह्या संकलन-संपादनात प्रा. प्रियोळकरांच्या (अपूर्ण) आत्मचरित्राचा व त्यांची पत्नी अनसूया प्रियोळकर यांनी नोंदविलेल्या काही आठवणींचा समावेश करण्यात आला आहे. दिवंगत प्रा. प्रियोळकरांना श्रद्धांजली अर्पण करीत असताना 'मराठी संशोधन पत्रिके'चे संपादक म्हणतात, ''मराठी संशोधन मंडळाच्या संस्थापकांपैकी प्रमुख स्थापनेपासून निवृत्त होईपर्यन्त सतत एकोणीस वर्षे, 'मंडळा'शी संपूर्णपणे एकरूप झालेले प्रा. अ. का. प्रियोळकर हे १३ एप्रिल १९७३ रोजी निधन पावले. मंडळाच्या रौप्यमहोत्सवा-निमित्त आम्ही १ फेब्रुवारी १९७३ रोजी त्यांचा सत्कार आयोजिला होता. परंतु निमंत्रणपत्रिका टपालात टाकणार एवढ्यात, हा सत्कार ज्यांच्या हस्ते होणार होता, त्यांचा आपण त्या दिवशी येऊ

शकणार नाही असा निरोप आला. त्यानंतर प्रा. प्रियोळकर यांची प्रकृती झपाट्याने ढासळत गेली आणि सत्काराऐवजी शोकसभाच भरविण्याची आम्हांवर पाळी आली.''

फादर सिमांव गॉमिश-कृत *सर्वेश्वराचा ज्ञानोपदेश,* (संपादन), अ. का. प्रियोळकर व वि. बा. प्रभुदेसाई या पुस्तकाद्वारे प्रा. प्रियोळकराकरवी क्रिस्ती मराठी साहित्याच्या संदर्भातील उपलब्ध हस्तलिखिताचे शेवटचे संकलन-संपादनकार्य पूर्ण झाले. तथापि त्याचे प्रकाशन होण्यापूर्वीच त्यांचे दु:खद निधन झाल्याने त्यांचे सुकीर्त सच्छिष्य, मूळचे गोमंतकीय व नागपूर विद्यापीठाच्या भाषा विभागाचे अधिष्ठाता व मराठी विभागाचे प्रमुख प्रोफेसर (डॉ.) वि. बा. प्रभुदेसाई यांनी संपादनार्थ सहभाग उचलला. त्यांनी स्पष्टीकरणात्मक टिपा, निवडक शब्दसूची यांचाही समावेश केला. हे संपादन मध्ययुगीन गोमंतकीय मराठी वाङ्मयाच्या इतिहासाचे आकलन करून घेण्यास उपयुक्त वाटावे इतके उपयुक्त आहे. सिमांव गॉमिश (१६७४-१७२२) या व्हेर्मेल्य (पोर्तुगाल) येथे जन्मलेल्या व रायतूर (गोवा) येथे कालवश झालेल्या या क्रिस्ती पादऱ्याने यद्यपि आपल्या ह्या पुस्तकात हिंदू देवदेवतांची निंदानालस्ती केलेली असली तरी, त्याने लिहिलेल्या भाषेचा व तत्कालीन समाजाचा तर्कशुद्ध अभ्यास करण्यास वाव आहे, हे विचारसूत्रच प्रा. प्रियोळकरांनी अधोरेखित केले.

प्रा. प्रियोळकरांचे ग्रंथवेड

प्रा. अ. का. प्रियोळकर हे ग्रंथवेडे होते. ते ग्रंथांचे केवळ वाचक आणि अभ्यासक-संशोधक-संपादक नव्हते, तर ग्रंथांवर भक्ती करणारे होते; पण त्यांचा तो भक्तिभाव ग्रंथाविषयीच्या चिंतनशीलतेशी संलग्न होता. त्यामुळेच त्यांचा या क्षेत्रात फार मोठा अधिकार होता, ही जाणीव सर्वच गणमान्य विद्वानांना होती. ते ग्रंथांचा व ग्रंथकारांचा शोध घेण्याचे वेड आयुष्यभर जोपासत, कुरवाळत राहिले. त्यांनी ग्रंथांचा शोध घेण्याच्या मिषाने संबंधित ग्रंथांच्या अगणित प्रती संकलित केल्या आणि त्यांच्याविषयीचे संज्ञान देणारी विस्तृत माहिती संकलित, संपादित व प्रकाशित केली. त्यांनी ग्रंथाविषयीच्या चिंतनशीलतेमुळेच ग्रंथांचा तौलनिक अभ्यास केला. त्यांनी ग्रंथकारांचा शोध घेत असताना संबंधित ग्रंथकारांच्या लेखनशैलीचा, तत्कालीन लोकमानसाशी संबंधित असलेल्या भाषिक स्वरूपाचा शोध घेतला. त्यांनी त्या ग्रंथांचे स्वरूप व ग्रंथकारांचे नाव लोकमानसात रुतून राहिले पाहिजे; ग्रंथांचा प्रसार होण्यासाठी त्यांचे वितरण योजनाबद्ध स्वरूपाचे व्हावे यासाठीचे ग्रंथाविषयीचे बिंदूवार चिंतनशील मार्गदर्शन केले. ग्रंथातील प्रत्येक पाठ बरा असतो म्हणून स्वीकारायचा नसतो, तर तो खरा असणे आवश्यक असते हे विचारसूत्र संबंधित अभ्यासकांवर बिंबवले. त्यांनी, भूतकाळात जे लेखन व मुद्रणप्रमाद केले गेले, ते भविष्यकाळात टाळले पाहिजेत, अव्हेरले पाहिजेत असा आग्रहच धरला.

त्यांनी ग्रंथाचा अभ्यास त्याच्या लेखनाविष्कारापासून होतो; इतकेच नव्हे तर तो त्याच्या मुद्रणाविष्कारानंतरही केला जाऊ शकतो, या वस्तुस्थितीकडे सर्वांचे लक्ष वेधले. प्रा. प्रियोळकरांनी मुद्रणकलेचा शोध, मुद्रणकलेच्या प्रसाराचा शोध, मुद्रणकलेचा भारतातील

पदक्षेप अशा विषयांवर लक्ष केंद्रित केले, त्यांच्यावर संशोधन केले व त्या संशोधनसामग्रीचे चिकित्सात्मक विश्लेषण व संश्लेषण करून संपादन-प्रकाशनही केले.

महाराष्ट्रातील मुद्रणतज्ज्ञ बापूराव नाईक हे प्रा. प्रियोळकरांच्या ह्या ग्रंथवेडाशी विशेषत्वाने परिचित होते. त्यांनी प्रा. प्रियोळकरांच्या द्वितीय पुण्यतिथीच्या (१३ एप्रिल १९७५) निमित्ताने त्यांच्या मुद्रणविषयाशी संबंधित असलेल्या चिंतनशीलतेवर एक प्रदीर्घ लेख लिहिला होता. त्यांनी तो मुंबई मराठी ग्रंथसंग्रहालयाच्या भवनात असलेल्या 'मराठी संशोधन मंडळा'त वाचला. तो लेख नंतर 'राठी संशोधन पत्रिके'तही प्रसिद्ध झाला. त्या लेखाच्या आधारे बापूराव नाईक यांनी एक पुस्तक लिहिले. (*प्रा. अ. का. प्रियोळकर आणि मुद्रणसंशोधन*, अक्षर प्रतिरूप प्रायव्हेट लिमिटेड, मुंबई, १९७६)

प्रा. प्रियोळकरांच्या कार्याचे मोल

बापूरावांनी आपल्या उपरोल्लेखित पुस्तकात प्रा. प्रियोळकरांविषयीची मते व्यक्त करताना म्हटले आहे, ''प्रा. प्रियोळकर दिनांक १३ एप्रिल १९७३ रोजी परलोकवासी झाले. मुंबईत वांद्र्याला 'साहित्य सहवास' या वसाहतीत राहायला आल्यानंतर त्यांची आणि माझी प्रतिदिनी भेट होत असे. मराठी संशोधन मंडळातून तत्पूर्वी पाच वर्षे ते निवृत्त झाले होते. तेव्हा 'डॉ. भाऊ दाजींचे चरित्र' लिहिण्याचा मी त्यांना आग्रह केला. याचे कारण असे की, तेव्हा प्रा. प्रियोळकर फार निराश झाले होते. आपल्या व्यासंगाचे चीज होत नाही, अशी खंत त्यांना पडली होती. तत्पूर्वी मुंबई विश्वविद्यालयात मराठीसाठी प्राध्यापकाची जागा झाली होती, आणि त्यासाठी त्यांना बोलवण्यात येईल अशी शक्यता होती; परंतु त्यासही त्यांनी नकार दिला.'' (पृ. २२)

प्रा. गोवर्धन पारीख यांनी *प्रा. अ. का. प्रियोळकर आणि मुद्रणसंशोधन* ह्या बापूराव नाईक यांच्या पुस्तकास लिहिलेल्या प्रस्तावनेत प्रियोळकरांच्या मानसिकतेची इयत्ता अधोरेखित करताना पुढीलप्रमाणे म्हटले आहे, ''काळजी घेतली तरी आपले लेखन, आपण केलेली पुराव्याची छाननी व त्यावरून काढलेले निष्कर्ष, हे निर्दोष आहेत की नाहीत हे स्पष्ट होण्यासाठी आपले म्हणणे त्या विषयातील अधिकारी व्यक्तींच्या समोर जितके अधिक प्रमाणात जाईल तितके उत्तम, (कारण) संशोधनाची ही एक मूलभूत गरज आहे, याचीही जाणीव प्रियोळकरांना होती. कोणी टीका केल्यास, 'तुम्हाला त्यात काय समजते?' असे म्हणणारी संशोधनदृष्टी त्यांची नव्हती. जाणकार समीक्षक त्यांना हवे होते... माझ्या अनुभवात आलेले प्रियोळकरांचे दुसरे महत्त्वाचे स्वभाववैशिष्ट्य म्हणजे त्यांची उदारता... अमुक एक विषय मलाच माहीत आहे, मीच त्यांतील तज्ज्ञ, मजजवळ जी दुर्मीळ माहिती आहे ती कोणाकडेही नाही, ही भावना त्यांच्या ठिकाणी मला तरी कधीच दिसली नाही. उलट जुनी, दुर्मीळ माहिती मिळवावी, ग्रंथ, हस्तलिखिते, चित्रे गोळा करावीत, जे त्यांचा उपयोग करू इच्छित असतील तर त्यांना ती उपलब्ध करून द्यावीत, किंवा कोठे मिळू शकतील, त्याविषयीची नेमकी माहिती द्यावी, या साऱ्या गोष्टी ते अत्यंत मोकळेपणाने व उत्साहाने करीत... कविवर्य मोरोपन्त यांची संपूर्ण

हस्तलिखिते त्यांच्या वंशजांकडून मिळवून दिली. त्यात पंतांची लेखणी, दौत इत्यादी वस्तूही होत्या... न्यायमूर्ती माधव गोविन्द रानडे आणि नामदार गोपाळ कृष्ण गोखले यांची तैलचित्रेही मिळवून दिली.''

प्रा. प्रियोळकरांच्या लेखनातील सर्व संदर्भ संकलित करून अर्थध्वनी शोधण्याचा प्रयत्न केल्यास ज्या दोन बाबी स्पष्ट होतात, त्या पुढीलप्रमाणे मांडता येतील : प्रथम बाब म्हणजे प्रा. प्रियोळकरांच्या मते चिकित्सात्मक, शास्त्रीय प्रकारच्या लेखन करणाऱ्यांच्या सोबत रामदास, तुकाराम, मुक्तेश्वर त्यांच्या अशा लेखनातील गुणांमुळे समर्थ वाङ्मयाच्या कोटीत समाविष्ट होतात. देश व समाज यांच्याबद्दलचे अनुकूल मत निर्माण करू शकण्यास हे वाङ्मय उपयुक्त असते. द्वितीय बाब म्हणजे देश आणि समाज आणि नवे कवी यांचा अवमान करू शकणारे, खपेल तसे लिहावे असा हेतू बाळगल्यामुळे (फाल्गूनकवीकरवी?) लेखनकामाठीतून निर्माण झालेले वा विकृत प्रकृतीचे लेखन हे अनर्थ वाङ्मय असून त्याचा निषेध होणे आवश्यक होय.

प्रा. प्रियोळकरांना चित्रकार व्हायचे होते; तथापि ह्या कालावधीत त्यांची प्रतिभा व प्रज्ञा संशोधन क्षेत्रात विशेष तेजाने तळपत राहिली. ते एक कवी, कथाकार, कादंबरीकार, प्रहसनकार, ललित गद्यलेखक म्हणूनही जाणकारांच्या लक्षात राहिले. (या पैलूंचा परामर्श हा स्वतंत्र लेखाचा विषय आहे.) त्यांनी संशोधक-चरित्रकार, मुरब्बी संपादक, अपार व्यासंग असलेले भाषाभ्यासक व इतिहासाभ्यासक म्हणून लब्धप्रतिष्ठित तज्ज्ञांकडून गौरव प्राप्त केला. पुणे विद्यापीठाचे कुलगुरू महामहोपाध्याय दत्तो वामन पोतदार यांनी प्रा. प्रियोळकरांची व्याख्याने आयोजित केली व त्या व्याख्यानांचा समावेश केलेला ग्रंथही पुणे विद्यापीठाच्या वतीने प्रकाशित केला. मुंबई प्रांताचे पहिले मुख्यमंत्री बाळासाहेब गंगाधर खेर (२४ ऑगस्ट १८८८ - ८ मार्च १९५७) हे तर प्रा. प्रियोळकर यांच्या विद्वत्तेमुळे इतके प्रभावित झाले होते की त्यांनी त्यांची मराठी संशोधन मंडळाचे डायरेक्टर म्हणून नियुक्ती केली. श्रीयुत प्रियोळकर हे केवळ बी. ए.चे पदवीधर होते आणि सेवानिवृत्त होईपर्यंत मुंबई महानगरपालिकेत सेवाचाकरी करीत होते; परंतु त्यांच्या सखोल व व्यापक स्वरूपाच्या संशोधनकार्यातील प्रगल्भतेमुळे ते मुंबई विद्यापीठातील पीएच. डी. पदवीसाठीचे संशोधन करणाऱ्या विद्यार्थ्यांचे मार्गदर्शक व परीक्षक म्हणून ख्यातकीर्त झाले व त्यांच्या नाममुद्रेस 'प्राध्यापक' ह्या पदाचा लाभ झाला. तेव्हापासून ते 'प्रा. अ. का. प्रियोळकर' म्हणूनच विद्वन्मान्य झाले. कारवार येथील ४ मे १९५१ या दिवशी झालेल्या महाराष्ट्र साहित्य संमेलनाच्या अध्यक्षपदी विराजमान तसेच भारताचे पंतप्रधान पंडित जवाहरलाल नेहरू आणि नवी दिल्ली येथील साहित्य अकादेमीचे अध्यक्ष व संस्कृतविद डॉ. सुनितीकुमार चट्टोपाध्याय यांच्यासारख्यांकडून गौरवांकित होण्यापर्यंत ते प्रगती करू शकले. इतकेच नव्हे तर मराठीच्या संशोधनविषयक क्षेत्रात 'प्रियोळकर युग' निर्माण करू शकले.

संशोधकांचा मार्गदर्शक
डॉ. दु. का. संत

(१९१४-२००५)

अलका मटकर

मराठीतील ज्येष्ठ वाङ्मयविश्लेषक, समीक्षक म्हणून डॉ. दुर्गादास काशीनाथ संत सर्वपरिचित आहेत. अहमदनगर जिल्ह्यातील राजूर या गावी दिनांक ९ मे १९१४ रोजी त्यांचा जन्म झाला. १९३९ साली परशुराम महाविद्यालयातून त्यांनी बी. ए. ही पदवी घेतली. १९४१ साली मुंबई विद्यापीठातून एम. ए. पदवी मिळविली. १९५३ साली डॉ. संत यांनी पीएच. डी. पदवी मिळविली. १९४३ साली गिरगावातील राममोहन विद्यालयामध्ये ते शिक्षक म्हणून रुजू झाले. १९४५-६४ या काळात सावंतवाडी, पुणे, मुंबई व सोलापूर इत्यादी ठिकाणी त्यांनी अध्यापनाचे कार्य केले. १९६४ ते ७६ या काळात कोल्हापूर येथील गोपाळ कृष्ण गोखले या महाविद्यालयात प्राध्यापकपदावरील कार्यभार यशस्वीरीत्या सांभाळला.

आरंभी 'यशवंत', 'सह्याद्री', 'जोत्स्ना', 'मनोहर' इत्यादी नियतकालिकांतून त्यांनी किरकोळ स्वरूपाचे कथा व लघुनिबंधलेखनाचे प्रयोग केले. हे लेखन पाहिल्यावर डॉ. दु. का. संत यांची प्रकृती ही मुळात ललितलेखकाची नसून वाङ्मयविश्लेषकाची आहे, हे प्राधान्याने लक्षात येते.

डॉ. दु. का. संत यांची ग्रंथसंपदा पाहता आजवर त्यांनी *साहित्य आणि संस्कृती* (१९५०), *मराठी स्त्री* (१९५७), *साहित्य संमेलने आणि साहित्यिक प्रश्न* (१९६०), *संशोधन : पद्धती, प्रक्रिया व अंतरंग* (१९६८), *वाङ्मयीन विद्वत्ता* (१९७६), *ललितकला आणि ललितवाङ्मय* (१९८२), *शोधविज्ञानकोश* (१९८४), *गीतेतील पुरुषोत्तम व मानव्यदर्शन* (१९८४), *मनुष्याची ज्ञानसाधना* (१९८५) यांसारखे संशोधन क्षेत्रात आपला मूलगामी ठसा उमटविणारे अतिशय महत्त्वाचे संशोधनपर ग्रंथ लिहिलेले आहेत.

सदर ग्रंथांमधून व्यक्त होणारे डॉ. दु. का. संत यांचे मूलभूत स्वरूपाचे चिंतन संशोधकाला नवी दृष्टी देणारे, त्यांच्या विचारांना नेमक्या दिशेने चालना देणारे आहे. सदर लेखाद्वारे मी त्यांच्या एकेका ग्रंथाचा विचार निर्मितिकालानुसार करून संशोधन क्षेत्रातील त्यांच्या भरीव योगदानाचा परामर्श घेण्याचा प्रयत्न करीत आहे.

डॉ. दु. का. संत यांच्या संशोधक, चिकित्सक तसेच चिंतनशील प्रकृतीमुळे त्यांच्या लेखनाचा कल हा स्फुटलेखनापेक्षा ग्रंथात्मक लेखनाकडे अधिक होता. या दृष्टीने त्यांचा पहिलावहिला *साहित्य आणि संस्कृती* हा छोटेखानी ग्रंथही उल्लेखनीय म्हणावा लागेल.

साहित्य हा मानवी मन-बुद्धीचा व पर्यायाने संस्कृतीचा अविभाज्य घटक आहे. मानवी संस्कृतीसोबत साहित्याचे अंतर्बाह्य स्वरूप व कार्य कसे बदलत आले याचा आढावा लेखकाने या ठिकाणी घेतलेला आहे. यासाठी कृषिसंस्कृती, उद्योग संस्कृती तसेच संयोजन संस्कृतीचा तुलनात्मक विचार करून त्यांचे स्वरूप तपासून पाहिले आहे. कृषिसंस्कृतीने धर्मप्रणीत मूल्यांची जोपासना केली व परमेश्वराला प्रमाण मानले. उद्योग संस्कृतीने समता स्वातंत्र्यादी मूल्यांची जोपासना केली व व्यक्तित्वाला, व्यक्तिस्वातंत्र्याला जपले. संयोजनावर आधारलेल्या नव्या संस्कृतीने शांतता, समृद्धी नांदावी हा नियोजनपूर्वक, डोळस विचार केला होता. त्यामुळे डॉ. संत यांच्या मते या तीनही संस्कृतींचा अंतिम हेतू मानवी जीविताचे श्रेय व साफल्य हाच राहणार आहे. या दृष्टीने त्यांना जाणवणारे साहित्य व संस्कृती यांचे घनिष्ठ नाते किंवा त्यांना अपरिहार्यपणे जोडून ठेवणारा दुवा म्हणजे विशिष्ट जीवनमूल्ये, ती साहित्यातून मुखरित, विकसित व्हायला हवीत ही लेखकाची भूमिका आजच्या सामाजिक, साहित्यिक व सांस्कृतिक जागृतीच्या काळातही समजून घेण्यासारखी आहे.

स्त्रीजीवनविषयक विचारसंकल्पनांची पाहणी करणारा डॉ. संत यांचा *मराठी स्त्री* हा ग्रंथ (१९५७) साली प्रकाशित झाला. स्त्रीजीवनाच्या वैचारिक व मूल्यात्मक उत्क्रांतीचा अगदी आरंभापासून आढावा घेऊन लेखकाने त्यामध्ये ब्रिटिश राजवटीच्या कालखंडाचाही यथायोग्यपणे अंतर्भाव केला आहे. डॉ. संत यांनी *साहित्य आणि संस्कृती* या ग्रंथातील दृष्टिकोनच येथे स्त्रीजीवनाला लावून दाखविलेला आहे. त्यामुळे कृषिसंस्कृतीच्या काळापासून चालत आलेला स्त्री व पुरुष जीवनमूल्यांतील फरक ते दाखवितात. या प्रसंगी अनेक मतमतांतरे, नीती-अनीती, धर्म-अधर्म, रूढी, प्रस्थापित हितसंबंध या संदर्भात लेखक आपली भूमिका व भावना, विचार फार संयमाने, व्यासंगाने तसे गाढ सहानुभूतीने मांडताना दिसतात.

महाराष्ट्रातील थोर समाजसुधारक, विचारवंतांनी स्त्रीजीवनविषयक सुधारणांसाठी फार मोठ्या प्रमाणात जागृतीचे कार्य केले, त्या सुधारक विचारवंतांपैकी लोकहितवादींसह गो. ग. आगरकर, न्या. रानडे, लोकमान्य टिळक, विष्णुशास्त्री चिपळूणकर, भारताचार्य चिं. वि. वैद्य, महात्मा गांधी यांच्या स्त्रीजीवनविषयक सर्वक्षेत्रीय कामगिरीचा चिकित्सक परामर्श डॉ. संत यांनी या ग्रंथातील पूर्वार्धामध्ये घेतलेला आहे. याशिवाय या काळातील 'करमणूक', 'मनोरंजन', 'निबंधचंद्रिका' इत्यादी नियतकालिकांनी केलेल्या स्त्रीजीवनविषयक जागृतीच्या प्रयत्नांचा तसेच पंडिता रमाबाई रानडे यांच्या शारदासदन व त्या अनुषंगाने झालेल्या स्त्रीविषयक चळवळींचा विचार डॉ. संत यांनी स्पष्टपणे मांडलेला आहे. याचबरोबर पहिल्या व दुसऱ्या महायुद्धानंतर झालेले वैचारिक आंदोलन, त्या विचारसंक्रमणाचा स्त्रीजीवनाशी असलेला निकटवर्ती संबंधही लेखक उलगडून दाखवतो. यात बालविवाह, स्त्रीशिक्षण, पुनर्विवाह, विधवाविवाह, स्त्रियांचे कायदेशीर हक्क, स्त्रिया व नीतिमत्ता आदी प्रश्न तसेच या प्रश्नांची चिकित्सा करणारे स्त्रीजीवनविषयक ग्रंथ, वृत्तपत्रे याचे स्वरूप लेखक सूक्ष्मपणे विशद करताना दिसतो.

सदर ग्रंथाच्या उत्तरार्धामध्ये सामाजिक जीवनात अशी घडामोड होत असताना ललित वाङ्मयात विशेषत: मराठी कादंबरीच्या क्षेत्रात स्त्रीजीवनाचे, स्त्रीजीवनविषयक प्रश्नांचे प्रतिबिंब कसे पडलेले आहे, हे पाहण्यासाठी डॉ. संत यांनी हरिभाऊ आपटे, वामनराव जोशी, डॉ. श्री. व्यं. केतकर, प्रा. ना. सी. फडके, वि. स. खांडेकर, ग. त्र्यं. माडखोलकर, भा. वि. वरेरकर व काही स्त्री कादंबरीकारांच्या कादंबऱ्यांचा चिकित्सक परामर्श घेऊन त्या त्या कादंबरीतून स्त्रीजीवनविषयक प्रश्नांचे आविष्करण करणाऱ्या लेखकाच्या भूमिकेचा, जीवनदृष्टीचा परामर्श घेतलेला आहे. मराठी कादंबरीतून प्रगटणारा स्त्रीजीवनचित्रणातील सामाजिक आशय समजून घेण्याच्या दृष्टीने सदर ग्रंथातील विवेचन अतिशय महत्त्वाचे आहे असे म्हणावे लागेल.

मे १९६० मध्ये प्रकाशित झालेल्या *साहित्य संमेलने आणि साहित्यिक प्रश्न* या ग्रंथामध्ये डॉ. संत यांनी मागील एकेचाळीस वर्षांतील साहित्य संमेलनातील अध्यक्षीय भाषणांचा विचार केलेला आहे. १९७८ रोजी पुणे येथे झालेल्या न्या. महादेव गोविंद रानडे यांच्या भाषणापासून ते १९६० साली ठाणे येथे झालेल्या रा. श्री. जोगांच्या अध्यक्षीय भाषणांचा समावेश या ग्रंथामध्ये झालेला आहे.

मराठी साहित्य संमेलनांचे व्यासपीठ हे महाराष्ट्रीय जनतेच्या सांस्कृतिक आकांक्षा व्यक्त करणारे व्यासपीठ मानले जाते, त्या दृष्टीने महाराष्ट्र राज्यनिर्मितीनंतर महाराष्ट्रभर भरणाऱ्या या संमेलनांचे महत्त्व अनन्यसाधारण मानले जाते. प्रस्तुत ग्रंथामध्ये लेखकाने आरंभी पहिल्या पंचवीस वर्षांतील पहिली पंचवीस अध्यक्षीय भाषणे (इ. स. १८७८ ते इ. स. १९४१) आणि तत्कालीन साहित्य, त्याच्याशी निगडित प्रश्नांचे सूक्ष्म अवलोकन केले आहे. भाषाशुद्धी, लिपीशुद्धी, शुद्धलेखनवाद या वादांपलीकडे खऱ्या अर्थाने झाकोळून गेलेले साहित्यिक, त्या वेळचे निकोप वैचारिक वातावरण या भाषणांमधून आढळत नसल्याची खंत लेखक व्यक्त करताना दिसतो. संक्रमणकाळातील अध्यक्षीय भाषणांतून (१९४२-४९) विद्यापीठे व त्यांतील माध्यमांचा प्रश्न, महाराष्ट्राच्या एकीकरणाचा प्रश्न चिकित्सकरीतीने हाताळून (१९५० ते १९६०) या स्वातंत्र्यकाळातील अध्यक्षीय भाषणांचा, त्यातील साहित्यविषयक विचारांचा व प्रश्नांचा मागोवा घेतलेला आहे. यामध्ये संयुक्त महाराष्ट्राचा प्रश्न, भगिनी भाषांविषयीची सहानुभूती, मराठीचे हिंदी-इंग्रजीचे संबंध स्वत्व कायम राखून कसे असावेत? या प्रश्नांचा ऊहापोह करतात. शेवटी साहित्य संमेलनांचा लोकजीवनाशी संबंध असायला हवा; प्रत्यक्ष साहित्य व साहित्यिक प्रश्न यासंबंधी थेट, मोकळेपणाने चर्चा व्हायला पाहिजेत, अशी अपेक्षा व्यक्त करून साहित्य संमेलने म्हणजे सरकारी कृपेची याचना करणाऱ्या साहित्यिकांची संघटना असे तिचे स्वरूप राहू नये अशी स्पष्ट भूमिका मांडून याविषयीची तीव्र नाराजी व्यक्त करून थांबतात. साहित्यिक व साहित्य संमेलनांविषयीचे डॉ. संत यांनी व्यक्त केलेले चिंतन आजही विचारार्ह, उद्‌बोधन करणारे आहे. सदर ग्रंथाच्या शेवटी साहित्य संमेलनाच्या अध्यक्षांची काळास्थळानुसार यादी, त्यांच्या भाषणात चर्चिले गेलेले साहित्यिक प्रश्न यांची सूची दिलेली आहे.

आजवर साहित्य संमेलनांचा योग्य परामर्श कोणीही घेतलेला नाही. त्या दृष्टीने ५७ वर्षांपूर्वी डॉ. संत यांनी या दिशेने टाकलेली पावले साक्षेपी अभ्यासक म्हणून आपल्या नक्कीच लक्षात राहण्यासारखी आहेत.

१९६६ साली प्रकाशित झालेल्या *संशोधन : पद्धती, प्रक्रिया, अंतरंग* या ग्रंथामध्ये उच्च वा विद्यापीठीय शिक्षणाचे स्वरूप प्रामुख्याने संशोधनप्रधान असावे ही भूमिका डॉ. दु. का. संत यांनी अत्यंत अभ्यासपूर्णरीतीने मांडलेली आहे. सदर ग्रंथाची विभागणी करताना ऐतिहासिक पार्श्वभूमी, वैज्ञानिक व सामाजिक शास्त्रांच्या क्षेत्रातील संशोधन, साहित्यक्षेत्रीय संशोधन : व्याप्ती व मर्यादा, संशोधनप्रक्रिया, शोधप्रक्रियेचे अंतरंग, विद्यापीठीय संशोधन : विविध स्तर व वैशिष्ट्ये अशा महत्त्वपूर्ण प्रकरणांतून केलेली आहे.

महाराष्ट्रातील संशोधनाच्या परंपरेचा शोध घेताना डॉ. संत यांनी आरंभकाळात बखरीपर्यंतचे संशोधन हे केवळ राष्ट्रीय अभिमानाच्या तीव्र जाणिवेतून कसे निर्माण झाले ते साधार विशद केले आहे. मालाकार चिपळूणकरांच्या लिखाणातून मिळालेली स्फूर्तीही या संशोधनामागे कशी होती, हे सांगून १९१५-२०च्या सुमारास भांडारकर प्राच्य-विद्या संशोधन संस्था, पुणे, प्राज्ञ पाठशाळा, वाई यांसारख्या महत्त्वाच्या संस्थांच्या कार्याचा गौरव त्यांनी केलेला आहे. सर्व समाजाच्या सर्व क्षेत्रांची गती अविरत राहण्याचे मुख्य साधन म्हणजे संशोधन असून ही संशोधनाची मानसिकता (रिसर्च माइंडनेस) सर्वांजवळ असावयास हवी, ही अपेक्षा लेखक व्यक्त करतो.

आपल्याकडे संशोधन म्हणजे ऐतिहासिक वा पुराणवस्तू संशोधन असा संकेत रूढ झाला होता. पण पाश्चात्त्य जगतामध्ये संशोधन म्हणजे औद्योगिक वा यांत्रिक संशोधन असा संकेत प्रामुख्याने रूढ झालेला आहे. अर्थात वैज्ञानिक व प्रायोगिक संशोधनाची पार्श्वभूमी त्यामागे आहे.

ज्ञानाच्या शाखेतील बदलाबरोबर संशोधनाचे स्वरूपही बदलत असल्याने डॉ. संत यांनी आजच्या ज्ञानशाखांचे वर्गीकरण सामान्यत: पुढीलप्रमाणे केलेले आहे : पहिली विज्ञान ज्ञानशास्त्रे, ज्यामध्ये पदार्थविज्ञान, रसायन यांसारखी शुद्ध (प्युअर) शास्त्रे येतात; त्याचप्रमाणे वनस्पतीशास्त्र व प्राणीशास्त्र, वैद्यक यांसारखी जीवशास्त्रेही त्यामध्ये येतात. दुसरी संशोधनाची ज्ञानशाखा, सामाजिक शास्त्रे. यामध्ये इतिहास, अर्थशास्त्र, तत्त्वज्ञान, समाजशास्त्र इत्यादींसारखी सामाजिक शास्त्रे यांचा अंतर्भाव केलेला आहे. तिसरी संशोधनाची शाखा. यामध्ये साहित्य, कला, तत्त्वज्ञान, मानसशास्त्र इत्यादींसारख्या सामाजिक शास्त्रांचा अंतर्भाव होतो. वरील सर्व संशोधनशाखांचा सविस्तर परिचय लेखकाने सदर ग्रंथामध्ये करून दिलेला आहे.

संशोधनाच्या स्वरूपाविषयीची तात्त्विक चिकित्सा करून संशोधन व अन्य ज्ञानशाखा यांचे परस्पर नाते डॉ. संत यांनी सप्रमाण उलगडून दाखविलेले आहे. प्रत्यक्ष संशोधन करीत असताना संशोधनप्रक्रियेच्या कार्यवाहीचे विवेचन प्रमुख तीन टप्प्यांमधून त्यांनी केलेले आहे.

पहिला टप्पा : प्रबंध लेखनाची पूर्वतयारी करण्याच्या दृष्टीने करावयाची विविध कामे. ज्यामध्ये निवड विषयाचा सखोल परिचय करून देणे हे पूर्वतयारीचे प्रारंभिक बौद्धिक अंग

म्हणून सांगतात. विषयाचे नावीन्य हे जेवढे महत्त्वाचे तेवढेच या शोधनिबंधपद्धतीचे महत्त्व असते; ज्यातून पुढे संशोधकाचा व्यासंग व तज्ज्ञतेचे निकष ठरतात; दुसऱ्या टप्प्यामध्ये प्रकल्प सिद्धीस नेण्याच्या अनुषंगाने करावयाच्या बौद्धिक व संबंधित गोष्टींवर लेखकाने सूक्ष्म प्रकाश टाकलेला आहे तर तिसऱ्या टप्प्यामध्ये स्वाभाविकपणे प्रकल्पसिद्धीच्या अंगाने करावयाच्या विविध गोष्टींवर लेखकाने प्रकाशझोत टाकलेला आहे. या तांत्रिक अंगांचे अवलंबन कितीही काटेकोर केले तरी संशोधनाचे मूलभूत वैशिष्ट्य म्हणजे तिचे अंतरंग समजून घेणे, तितकेच आवश्यक असल्याचे ते सांगतात.

प्रस्तुत ग्रंथाच्या पुढील प्रकरणामध्ये संशोधकाने आपल्या संशोधनामध्ये मौलिकता कशी आणावी यासाठी विस्ताराने ऊहापोह केलेला आहे. संशोधकाच्या अंगी पुढील चार गुणांची नितांत गरज असल्याचे डॉ. संत सांगतात. पहिली म्हणजे अपार कष्ट करण्याची प्रवृत्ती; यासाठी इतिहासाचार्य वि. का. राजवाडे यांनी महानुभावांची गुप्त लिपी शोधण्यासाठी स्वत:ला चौदा दिवस कोंडून घेतल्याचा दाखला लेखकाने त्या ठिकाणी दिलेला आहे.

दुसरा गुण म्हणजे विशेष प्रकारची चिकित्सकता व पृथक्करणक्षमता, अवलोकनातील बारकावा. याशिवाय संशोधकापाशी तत्त्वशोधकता महत्त्वाची असल्याचे प्रतिपादन ते करतात. ग्रंथालय हेच संशोधकाचे अभ्यासक्षेत्र. त्यामुळे ग्रंथालयाचा उपयोग सूक्ष्मपणे करायला हवा हे सांगून ग्रंथ, ग्रंथकार, प्रकाशक, आवृत्ती वर्ष, त्या दिशेने प्रश्नांचे स्वरूप नेमके हेरून गृहीतकृत्य शोधून काढणे हा शास्त्रीय पद्धतीचा अपरिहार्य भाग असल्याचे डॉ. संत तपशिलाने सांगतात. विविध संशोधनपद्धतींचा संशोधन विषयानुसार वापर करणे उदाहरणार्थ, ऐतिहासिक पद्धत, पृथक्करणात्मक, संश्लेषणात्मक पद्धतीने वर्ण्य विषयांचे शब्दांकन करून अंतिम खर्ड्याची तयारी सर्व प्रकरणांसह करणे. उदाहरणार्थ, तळटिपा, उपसंहार, संदर्भ ग्रंथ, परिशिष्टे, तक्ते, नकाशे इत्यादींची मांडणी करण्यावर लेखकाने विशेष भर दिलेला आहे.

शेवटी कोणत्याही गोष्टींचा नुसता संग्रह वा संकलन म्हणजे संशोधन नव्हे; संकलन व संशोधन यांतील फरक सांगताना डॉ. संत गुदामातील माल व दुकानातील माल यांचे उदाहरण देऊन हा फरक स्पष्ट करतात. गुदामातील मालामध्ये कोणत्याही प्रकारची शिस्त वा व्यवस्था नसते, तर दुकानातील मालाच्या मांडणीत एक प्रकारची शिस्त, वर्गीकरणतत्त्व यांनुसार केलेली व्यवस्था दिसते. सदर ग्रंथाच्या परिशिष्टामध्ये लेखकाने संशोधकाला त्याच्या शोधव्यवहारासाठी संशोधनाच्या आरंभापासून ते अंतिम टप्प्यापर्यंत केलेल्या सर्व महत्त्वाच्या सूचना सारांशवजा दिलेल्या आहेत. या दृष्टीने डॉ. संत यांचा प्रस्तुत ग्रंथ प्रत्येक संशोधकाला योग्य दिशेने मार्गदर्शन करणारा मौलिक स्वरूपाचा ग्रंथ ठरतो.

साहित्यसम्राट नरसिंह चिंतामण ऊर्फ तात्यासाहेब केळकर यांच्या स्मृतिप्रीत्यर्थ डॉ. दु. का. संत यांनी ‘वाङ्मयीन विद्वत्ता’ या विषयावर पुणे विद्यापीठाच्या कै. न. चिं. केळकर स्मारक व्याख्यानमालेत एकूण सहा व्याख्याने दिली, त्यावर आधारित *वाङ्मयीन विद्वत्ता* हा त्यांचा महत्त्वपूर्ण ग्रंथ १९७६ साली प्रकाशित झाला.

'वाङ्मयीन विद्वत्ता' हा शब्दप्रयोग डॉ. संत यांनी १९७३ साली वापरला. हा शब्दप्रयोग त्यांनी अमेरिकाप्रणीत इंग्रजी वाङ्मयसमीक्षेतील 'लिटररी स्कॉलरशिप' या संज्ञेला अनुसरून केला. केवळ समीक्षाशास्त्रावरील किंवा समीक्षाशास्त्रातील काही समस्यांची पाहणी करणारा सदर ग्रंथ नसून वाङ्मयशास्त्रातील काही महत्त्वाच्या शैक्षणिक प्रश्नांची चर्चा करणारा हा ग्रंथ आहे. विद्वत्तेची किंवा त्या प्रकारच्या प्रावीण्याची कोणती प्रतिमा अभ्यासकाच्या दृष्टीपुढे असते, या दृष्टीने डॉ. संत यांनी सदर व्याख्यानातून 'वाङ्मयीन विद्वत्ता' ही संकल्पना विशद केली आहे. त्यासाठी वाङ्मयेतिहास, वाङ्मयसमीक्षा, भाषा व भाषाभ्यास आणि ललित वाङ्मयलेखन अशी वाङ्मयीन विद्वत्तेची चार परिक्षेत्रे मानून त्यातील काही महत्त्वाच्या प्रश्नांचा ऊहापोह करून व्याख्यानाच्या, ग्रंथाच्या अखेरीस मराठीतील वाङ्मयीन विद्वत्तेचा विकासक्रम दाखविण्याचा प्रयत्न केलेला आहे.

पहिल्या व्याख्यानात 'वाङ्मयीन विद्वत्ता' म्हणजे काय; ती इतर क्षेत्रीय विद्वत्तेपासून कशी भिन्न आहे; तिची परंपरा व उद्दिष्ट्ये यांचे विवेचन डॉ. संत यांनी या ग्रंथामध्ये सविस्तर रीतीने केलेले आहे. त्याचप्रमाणे वाङ्मयीन विद्वत्तेच्या अभिवृद्धीसाठी, तिच्या पद्धतशीर विकसनासाठी नेमके काय केले पाहिजे याची पद्धतशीर मांडणीही त्यांनी केलेली आहे. अशा रीतीने या विषयाची तात्त्विक मांडणी करून पुढील प्रकरणांतून विद्वत्तेच्या प्रमुख क्षेत्रांची म्हणजेच वाङ्मयेतिहास, वाङ्मयसमीक्षा, भाषा आणि भाषाभ्यास, ललित वाङ्मयलेखन या क्षेत्रांची पाहणी सप्रमाण केलेली आहे. वाङ्मयेतिहास या पहिल्या परिक्षेत्रामध्ये या क्षेत्राशी संबंधित प्रश्नांची, विविध विषयांची तसेच अपेक्षित संशोधनपद्धतीची (मेथडॉलॉजी) चर्चा करून अन्य विषयांच्या इतिहासापेक्षा वाङ्मयेतिहास हा प्रकृतीने भिन्न कसा आहे हे सप्रमाण दाखविलेले आहे. त्याचप्रमाणे वाङ्मयकृतींना व वाङ्मयलेखकाच्या कार्याला प्रथम समकालीन, नंतर ऐतिहासिक व त्यानंतर सार्वकालीन महत्त्व कसे लाभले व त्यामुळेच वाङ्मयेतिहासाचे स्वतंत्र व्यासंग क्षेत्र ते स्पष्ट करतात.

वाङ्मयीन व्यासंगाचा अर्थातच विद्वत्तेचा गाभा असणारे वाङ्मयसमीक्षा हे क्षेत्र डॉ. संत यांनी विचारात घेतलेले आहे. त्यात समाविष्ट होणारे निरनिराळे महत्त्वाचे विषय, त्यांच्या निरनिराळ्या भूमिका, त्यातून निर्माण होणाऱ्या शोधपद्धती यांचे विवेचन केलेले आहे. भाषा आणि भाषाभ्यास या परिक्षेत्राचा विचार करताना सर विल्यम जोन्सपासून फर्दिनांद द सोस्यूरपर्यंतच्या भाषावैज्ञानिकांच्या कार्याचा उल्लेख करून शब्दार्थशास्त्र, व्युत्पत्तीशास्त्र, कोशसिद्धी, विविध बोलींचा आधुनिक भाषाविज्ञानाच्या अंगाने अभ्यास इत्यादी विषय वाङ्मयीन विद्वत्तेच्या कक्षेत समाविष्ट होणारे आहेत, हे निरीक्षण नोंदविलेले आहे. पाचव्या प्रकरणामध्ये 'ललित वाङ्मयलेखन' हे वाङ्मयीन विद्वत्तेचे परिक्षेत्र गृहीत धरून त्यांची बारकाईने पाहणी केली आहे. ललित वाङ्मयाला विद्वत्ताक्षेत्रात समाविष्ट करण्याची कारणे लेखकाने विस्ताराने स्पष्ट केलेली आहेत. ललितलेखन हा निर्मितिशील किंवा सर्जनशील लेखनाचा उपक्रम असतो. असे सर्जनशील लेखन हे कठोर नियंत्रणपूर्वक चिंतनाचे फल असते, हे सांगताना लेखक आपल्या कलाकृतीची उभारणी करताना घटना, प्रसंग, व्यक्ती यांची बुद्धिगम्य

निवड करतो. ललित लेखननिर्मिती म्हणजे लेखकाने विशिष्ट संदर्भात स्वत:च्या मनाला लावलेल्या विशिष्ट शिस्तीची फलश्रुती आहे; लेखकाच्या निर्मितीमागील ही मानसिक प्रक्रिया त्याच्या चिंतनप्रधान प्रक्रियेशी मिळतीजुळती असल्याने तिचे नाते 'वाङ्मयीन विद्वत्तेशी' कसे जुळले हा महत्त्वाचा, सर्वंकष विचार 'ललित वाङ्मयलेखन' या सदरात डॉ. संत मांडतात.

सदर ग्रंथाच्या अखेरच्या प्रकरणामध्ये लेखकाने मराठीतील वाङ्मयीन विद्वत्तेचा विकास दाखविलेला आहे. महाराष्ट्रातील वाङ्मयीन विद्वत्तेची विविध क्षेत्रांतील जडणघडण कशी होत होती, त्या दृष्टीने विविध व्यक्ती, संस्था यांच्या कार्याचे समालोचनात्मक विवेचन डॉ. संत यांनी केलेले आहे. अशा प्रकारे साहित्यसम्राट, ज्येष्ठ विचारवंत, लेखक, संशोधक न. चिं. केळकर यांच्या स्मृतिप्रीत्यर्थ झालेल्या व्याख्यानमालेच्या निमित्ताने डॉ. संत यांनी 'वाङ्मयीन विद्वत्ता' या विषयावर जे पायाभूत चिंतन केले ते ग्रंथरूपाने सर्व अभ्यासकांना मार्गदर्शन करणारे ठरेल.

प्रस्तुत *ललित कला आणि ललित वाङ्मय* या ग्रंथामध्ये विविध ललित कला आणि साहित्य यांच्या तुलनात्मक व परस्पर अनुबंधात्मक अंगांची पाहणी करण्याचा डॉ. दु. का. संत यांचा उपक्रम अत्यंत महत्त्वाचा व स्तुत्य आहे. सदर ग्रंथ कलास्वरूपशास्त्रात मोडणारा आहे, ज्यावर अद्याप फारसे लेखन झालेले नाही. कलांच्या तुलनात्मक अभ्यासाचा मराठीतील हा पहिलाच उपक्रम आहे. ललित कलांचे क्षेत्र, त्यांची उत्क्रांती, तिचे स्वरूप, निर्मिती, आस्वाद, परस्परसंबंध इत्यादी बाबतच्या मूलभूत संकल्पना स्पष्ट झालेल्या असणे गरजेचे असल्याचे लेखकाला वाटते, व त्या दिशेने केलेला हा महत्त्वाचा प्रयत्न आहे.

सदर ग्रंथामागील लेखकाची भूमिका काहीशी वेगळी आहे. ही केवळ ॲकडेमिक स्वरूपाची चर्चा नाही. वाङ्मयकलांच्या अभ्यासकांमध्ये नुसत्या विद्वतप्रचुर चर्चेपेक्षा प्रत्यक्ष निर्मितिप्रक्रियेत रस घेणारा एक वर्ग असतो. अशांकरिता तसेच अशांच्या दृष्टीतून कलांचे 'आतून बाहेर' (फ्रॉम विदिन) दर्शन घडविण्याचा हा उपक्रम आहे. त्यामुळे वाङ्मयकलांविषयी औत्सुक्य असणाऱ्या अभ्यासकाच्या मूलभूत संकल्पना अधिक सुस्पष्ट करणारे हे विवेचन आहे.

विविध कलांच्या शास्त्राचे ज्ञानक्षेत्रातील आगमन, त्यांचे स्थान व उत्क्रमण तसेच त्यांचे परस्परसंबंध, कलांचे रूपात्मक, आशयात्मक व निर्मितिस्वरूपात्मक अंतरंग तसेच या सर्वांच्या अनुषंगाने कलांचा आस्वाद, आकलन व मूल्यमापन यांविषयीच्या उत्पन्न झालेल्या तसेच विकसित झालेल्या संकल्पना इत्यादी कलांच्या शास्त्रांसंबंधीच्या मूलभूत आणि महत्त्वाच्या विषयांचे विवेचन या ठिकाणी आलेले आहे. सदर ग्रंथाची मांडणी लेखकाने साधारणपणे पुढील चार प्रकरणांतून केलेली आहे.

पहिल्या प्रकरणात 'ललित कला : संकल्पनेची उत्क्रांती' ललित कला फाईन आर्टस् ही संकल्पना आधुनिक काळात कसकशी विकसित होत गेली, नव्या व जुन्या कलांशी झालेला तिचा संघर्ष, आदानप्रदान यांचा ऊहापोह करून तात्त्विक दृष्टीने या कलांचा आधुनिक

काळातील पृथक्करणाचा किंवा वर्गीकरणाचा मुद्दा डॉ. संत यांनी या ठिकाणी विचारात घेतला आहे. १८व्या शतकातील फ्रेंच विश्वकोशामध्ये ललित कलांना 'अनुकृती' म्हणून सुंदर निसर्गाची जोड दिलेली आहे. त्या दृष्टीने या कला 'इमिटेशन ऑफ ब्यूटिफूल नेचर' ठरल्या आहेत. याच वेळी जर्मन विश्वकोशामध्ये ललित कलांच्या नोंदी रंग (कलर), स्वरूप (बॉडी), ध्वनी (टोन) व शब्द (वर्ड्स्) हे प्रवर्ग मानून त्यात केलेल्या आहेत. लेसिंगने दृश्य व श्राव्य असे त्यांचे वर्गीकरण केल्याचा उल्लेखही डॉ. संत यांनी केलेला आहे. हर्डरने चित्रकलेला नयनप्रधान कला (आर्ट ऑफ द आय), श्रुतिकला (आर्ट ऑफ द इयर) तर शिल्पकलेला स्पर्श कला (आर्ट ऑफ टच्) ठरविले. काव्याची गणना त्याने आत्म्याची साक्षात कला (इमिजिएट ऑर्ट ऑफ सोल) अशी केली. तर संगीताला (आर्ट ऑफ एनर्जी) ठरविले. कांटने संपर्कसाधनाची तीन अंगे म्हणून शब्द (वर्ड), अभिनय (नेचर) व ध्वनी (टोन) ही प्रमाण मानून त्यांचे वर्गीकरण पुढीलप्रमाणे केल्याचे लेखकाने अभ्यासपूर्ण पद्धतीने मांडलेले आहे.

१. भाषणप्रधान कला (आर्टस् ऑफ स्पीच) व वक्तृत्व (पोएट्री व ऱ्हेटॉरिक).

२. आकृतिप्रधान कला (आर्टस् ऑफ शेपिंग) यांत वास्तुकला, शिल्पकला व चित्रकला यांचा समावेश केला आहे.

३. सौंदर्यास्वादक संवेद्यकाला (ब्यूटिफूल सेन्सरी पॅटर्न) यामध्ये संगीत व रंगाकृती (म्युझिक व कलर डिझाइन) यांचा समावेश केला आहे.

कलांचे वर्गीकरण करण्याचे विविध प्रयत्न पाहिले की लक्षात येते की कलांचे काटेकोर वर्गीकरण करणे अशक्य आहे. कलांची जी काही वैशिष्ट्ये आहेत, त्यात ऐंद्रिय आस्वादाला अत्यंत महत्त्वाचे स्थान आहे. या दृष्टीने दोन महत्त्वाची इंद्रिये – दृष्टी व श्रुती – यांवर लेखक भर देतो. दृष्टिनिष्ठ कलांमध्ये वास्तुशिल्प, मूर्तिशिल्प, चित्रकला यांचा समावेश होतो. दृश्य असल्यामुळे सगळी कलाकृती एकदम दृष्टीत भरते व बघताक्षणी आपली आस्वादक्रिया कार्यशील होते.

ललित कलांचा दुसरा वर्ग म्हणजे श्राव्य कलांचा होय. यालाच आर्ट ऑफ द एअर असेही म्हणतात. विशुद्ध श्राव्य कला म्हणजे संगीत होय. हे संगीत दोन प्रकारचे. पहिला प्रकार म्हणजे गायकाच्या कंठातून सुरांच्या स्वरूपात निघालेले संगीत. दुसरा प्रकार म्हणजे विविध प्रकारची वाद्ये. उदाहरणार्थ, सतार, व्हायोलिन, वीणा, दिलरुबा इत्यादींसारखी तंतुवाद्ये; बासरी, सनईसारखी सुषिर वाद्ये; टोले देऊन वाजवण्यासारखी घनवाद्ये; ढोल, नगारा, मृदंग इत्यादींसारखी चर्मवाद्ये या सर्वांचा विभागशः वा एकत्र वापर होऊन संगीतनिर्मिती होते. नृत्य, नाट्य या कलांतही श्राव्य भाग बराच असतो. तो महत्त्वाचा असतो, पण त्यांना दृश्यरूपही असते तेही तितकेच महत्त्वाचे असते. त्यामुळे ती संमिश्र कला मानली जाते. आधुनिक कलाविचारात ही इंद्रियग्राह्यता महत्त्वाची मानून या दृश्य व श्राव्य विभाजनात साहित्य कोठे बसते याचे डॉ. संत यांनी चिकित्सापूर्वक विवेचन केले आहे.

वाङ्मयाचे माध्यम साधन शब्द आहे. हा शब्द प्राय: श्राव्य आहे आणि श्राव्य कलांप्रमाणे वाङ्मय हे काळानुरूप उलगडत जाते. त्यामुळे आदि, मध्य, शेवट या कालसापेक्ष संकल्पना साहित्याला लावता येतात. शब्द हा श्राव्य आहे तसा तो दृश्यही आहे. तो छापलेल्या, लिहिलेल्या स्वरूपात दृष्टिगम्य होतो. साहित्याचे एकूणच स्वरूप इतर सर्व कलांपासून भिन्न व अत्यंत गुंतागुंतीचे झाले आहे. त्याच्या जीवनभाषात्मक अंगांचा सांगोपांग विचार दु. का. संत करतात. शब्द हा प्रकृतीने सामाजिक स्वरूपाचा म्हणूनच संपर्कसाधन (कम्युनिकेटिव्ह) आहे; म्हणजेच शब्द काहीतरी ज्ञानदृष्टी कळवितो. तो बहुविध दृष्टींनी आकलननिष्ठ आहे; म्हणून तो समजण्यासाठी केवळ स्पष्टीकरणाची नव्हे तर समीक्षेची आवश्यकता असल्याचे प्रतिपादन करून डॉ. संत वाङ्मयाच्या आकलन-आस्वादातील जीवनभाष्याचे स्वरूप नेमकेपणाने स्पष्ट करतात. साहित्य हे मानवी चिंतनाचे अपत्य असल्याचे महत्त्वाचे प्रतिपादन डॉ. संत करतात. वाङ्मयीन कलाकाराच्या कलात्मक जडणघडणीत त्याच्या जीवनविषयक तत्त्वज्ञानाला किंवा चिंतनाला जेवढे अनन्य स्थान आहे, तेवढे इतर कलांच्या बाबतीत नाही. साध्या चार ओळींच्या एखाद्या सुभाषितवजा कवितेत विचार करायला लावणारे सखोल जीवनभाष्य असल्याचे डॉ. संत सांगतात. रूपसौष्ठव हे कलेचे महत्त्वाचे अंग असते, त्याचप्रमाणे चिंतनप्रवण करण्याचे सामर्थ्य हेही महत्त्वाचे असल्याचे ते वाचकाच्या निदर्शनाला आणून देतात. कलेच्या आवाहनाची ही दोन टोके एकाच नाण्याच्या दोन बाजूंप्रमाणे असतात. त्यामुळेच कला द्विध्रुवात्मक होते. यांसारखे महत्त्वाचे प्रतिपादन डॉ. संत करतात.

अशा प्रकारे ललित कला ही संकल्पना आधुनिक काळात कशी निर्माण झाली, त्यादृष्टीने कलाकलांचे परस्परावलंबन व परस्पर अनुबंध याचा साक्षेपी शोध डॉ. संत यांनी या ग्रंथामध्ये घेतलेला आहे. त्याचप्रमाणे रूपसौष्ठव व जीवनचिंतन हे कलेच्या प्रकृतिधर्माचे अविभाज्य असणारे दोन ध्रुव असल्याने पृथ्वीप्रमाणेच कलाविश्वही द्विध्रुवात्मक असल्याचे लेखकाचे प्रतिपादन आहे. कलेच्या आस्वाद व आकलनात हे द्विध्रुवात्मक भान अभ्यासकाने राखले पाहिजे, असे संत यांचे म्हणणे आहे. मराठी समीक्षाविचारात या प्रकारचे संशोधन यापूर्वी झालेले नाही. या दृष्टीने या ग्रंथाचे अनन्यसाधारण महत्त्व आहे.

सदर ग्रंथाला तीन वैशिष्ट्यपूर्ण परिशिष्टे जोडलेली आहेत. ग्रीकांच्या नऊ म्युझेस, भारतीयांच्या चौसष्ट कला, त्या कलांकडे पाहण्याची प्राचीन व मध्ययुगीन दृष्टी डॉ. संत स्पष्ट करतात. तिसऱ्या परिशिष्टामध्ये प्रत्येक ज्ञानक्षेत्र–नृत्य, संगीत, चित्र, शिल्प, साहित्य व त्यांचे अभ्यासविषय यांच्या पारिभाषिक संज्ञांची सूची दिलेली आहे. डॉ. दु. का. संत यांचा हा ग्रंथ म्हणजे ललित कलांच्या तुलनात्मक पाहणीचा हा स्वयंपूर्ण, अतिशय महत्त्वाचा असा वैशिष्ट्यपूर्ण प्रयत्न असून कलास्वरूप शास्त्राचे प्रवेशद्वार ठरणारा आहे, असे म्हटल्यास अतिशयोक्ती होणार नाही.

संशोधन : पद्धती, प्रक्रिया, अंतरंग या ग्रंथासारखाच डॉ. दु. का. संत यांचा *शोधविज्ञानकोश* हा ग्रंथही त्यांच्या शोधकवृत्तीतून निर्माण झालेला आहे. महाराष्ट्रात आतापर्यंतचे अनेक कोश-प्रकल्प हे सामुदायिकपणे अनेकांच्या सहकार्याने सिद्ध झालेले आहेत. हा संपूर्ण कोश

डॉ. संत यांनी एकट्याने तयार केलेला आहे. केवळ वाङ्मयाचाच विद्यार्थी नव्हे तर वाणिज्य, विज्ञान इत्यादी शाखांमधील विद्यार्थ्यांनाही तो दिशादर्शक ठरणारा आहे. डॉ. संत यांनी संशोधन क्षेत्रात नवखा असलेला विद्यार्थी समोर ठेवून प्रस्तुत कोशाची त्याला उपयुक्त होईल या दृष्टीने एकूण पाच खंडांमध्ये (प्रकरणे) रचना केलेली आहे.

स्वाभाविकच प्रथम खंडामध्ये शोधक्रियेला आवश्यक अशी मानसशास्त्रीय, तात्त्विक, ऐतिहासिक अशी पार्श्वभूमी विशद केलेली आहे. शोधदृष्टीने संशोधन कसे करावे यापासून चिंतन, त्याचे प्रकार, विशेष बुद्धिप्रामाण्य, अनुभव यांचे शोधप्रक्रियेतील स्थान, प्राचीन व आधुनिक ज्ञान, त्याचे विशेष, याशिवाय विविध शोधपद्धती–लेखनपाठपद्धत, विगमनात्मक पद्धत, सामाजिक वैज्ञानिक पद्धत, तिचे विविध ज्ञानक्षेत्रांत अवलंबन, निरनिराळी शास्त्रे – सामाजिक, वैज्ञानिक, भौतिकशास्त्र, मानव्यशास्त्रे (ह्युमॅनिटिज) – यांचे परस्पर आदानप्रदान इत्यादी विषय या पहिल्या खंडात आलेले आहेत. त्यावरून संशोधनाच्या स्वरूपाविषयी सर्वव्यापक पण सुस्पष्ट अशी एक संकल्पना संशोधकाच्या मनात साकार होते.

प्रस्तुत ग्रंथाच्या दुसऱ्या खंडामध्ये संशोधकाने शोधनिबंधाची, विषयाची निवड कशी करावी; त्यासाठीचे पूर्ववाचन कसे करावे; संशोधन करताना वाचनाचे स्वरूप कसे वेगळे असते; ग्रंथालयाचा वापर, ग्रंथालयातील व्यवस्थापनपद्धतीविषयीची माहिती इत्यादी प्राथमिक गोष्टींपासून विषय-प्रतिपादनाच्या विविधपद्धती, त्यांचे विशेष, विविध प्रकारची आधार-साधने, संदर्भ, दस्तऐवजी साहित्य, त्याचे स्वरूप इत्यादी विषयांवरील भाष्य आलेले आहे. थोडक्यात सांगायचे तर, शोधविषय निवडण्यापासून ते प्रबंध, अहवाल इत्यादींची अंतिम प्रत तयार करण्यापर्यंतच्या सर्व संशोधनपर कामांची नोंद येथे करण्यात आलेली आहे. संशोधकाला वारंवार उपयोगी पडेल अशी ही साधनसामग्री डॉ. संत यांनी दिलेली आहे.

आधुनिक संशोधन हे संशोधकाच्या स्वतंत्र प्रकृतीचे एक प्रभावी, विकसित रूप असते असे म्हटल्यास अतिशयोक्ती होणार नाही. विविध शोध-आयुधे उदाहरणार्थ, सर्वेक्षण (पाहणी), प्रश्नमालिका, मुलाखत, व्यष्टीअभ्यास (केस स्टडी) याशिवाय, संगणकाची रचना, सायबर नेट यांसारख्या आधुनिक शास्त्रांमागील संकल्पना, हेतुशोधक संशोधन इत्यादी विषयांचा समावेश लेखकाने तिसऱ्या खंडात केला आहे.

*शोधविज्ञानकोशा*चा चौथा खंड हा शोध-अहवाल, प्रबंध इत्यादी लेखनकामासाठी वाहिलेला आहे. यामध्ये आधार, टिपा, त्यांचे प्रकार, तळटिपा, प्रबंधाची विविध प्रकरणे, त्यांचे परस्परसंबंध, प्रकरणांची आखणी, अनुक्रमणिका, सारांश इत्यादी बाबतीतील संकेतही नोंदीच्या रूपाने प्रस्तुत खंडात स्पष्ट दिलेले आहेत. याशिवाय मौखिक परीक्षेची तयारी कशी करावी; प्रबंधाचे टंकलेखन होत असता मुद्रणप्रत तयार करताना कोणकोणती व्यवधाने ठेवावी; कोणता मजकूर कमी करावा; कुठे भर घालावी याचे मार्गदर्शन या खंडात लेखकाने केले आहे. संशोधनाच्या क्षेत्रात मराठी साहित्यामध्ये इतक्या बारकाईने व खुलासेवार पद्धतीने मार्गदर्शन करणारा हा ग्रंथ मराठी साहित्यसंशोधनामध्ये असाधारण महत्त्वाचा म्हणावा लागेल.

संशोधन करताना संशोधकाला प्रत्येक गोष्ट कटाक्षाने, काळजीपूर्वक करावी लागते, हे लक्षात घेऊन डॉ. संत यांनी लेखनदृष्ट्या महत्त्वाचे मार्गदर्शन करणाऱ्या अनेक नोंदी कोशाच्या पाचव्या खंडामध्ये दिलेल्या आहेत. उदाहरणार्थ, शुद्धलेखनाचे नियम, संकेत, जोडाक्षरे, इंग्रजीतील कॅपिटल, तसेच इटॅलिक अक्षरे लिहिण्याचे संकेत येथपासून प्रबंधग्रंथाला वापरण्यात येणारा कागद, त्याचा आकार, मजकुराचे-आकड्यांचे लेखन येथपासून ते लेखक-हक्क, संपादन-कार्य येथपर्यंतच्या संशोधनविषयाशी संबंधित सर्व बारीकसारीक गोष्टी या पाचव्या खंडामध्ये दिलेल्या आहेत. अशा रीतीने प्रस्तुत कोशाचे लेखन डॉ. संत यांनी अतिशय बारकाईने, काळजीपूर्वक केलेले आहे.

याशिवाय सदर ग्रंथाला वैशिष्ट्यपूर्ण अशी एकूण सहा परिशिष्टे जोडलेली आहेत. ज्यामध्ये पारिभाषिक शब्दसूची, देवनागरी-इंग्रजी लिपींचे संकेत, मोडी लिपी, मोडी लिपीचा नमुना, तिचे बालबोध लिप्यंतर, मराठी शुद्धलेखनातील प्रमुख बदलांची कल्पना यावी म्हणून एकच उतारा तीन शुद्धलेखनांच्या नियमांचे अवलंबन करून तीनदा देण्यात आला आहे. (शुद्धलेखनाच्या तीन प्रातिनिधिक अवस्था दर्शविणारा) संशोधनपर लेखन-वाचनात उपयुक्त असे सर्वमान्य लेखन-संक्षेप, मुद्रितशोधन चिन्हे व त्यांचा प्रत्यक्ष वापर अशा अतिशय महत्त्वाच्या परिशिष्टांचा समावेश करण्यात आलेला आहे. यावरून डॉ. दु. का. संत यांनी प्रस्तुत कोश विविध दृष्टींनी परिपूर्ण होण्यासाठी किती कष्ट घेतले असतील, याची कल्पना येते.

गीतेतील पुरुषोत्तम व मानव्यदर्शन (१९८४) हा ग्रंथ म्हणजे सांप्रदायिक दृष्टिकोनापेक्षा वेगळ्या दृष्टीने कसे पाहावे हा सांगणारा अभिनव ग्रंथ आहे. ज्ञान, कर्म व भक्ती यांचे विस्तृत विवेचन सदर ग्रंथाच्या आरंभी करून लेखकाने 'पुरुषोत्तम' या संकल्पनेचे प्रतीकात्मकतेने दर्शन घडविले आहे. गीतेकडे पाहण्याची जनमानसातील दृष्टी, तिचा शोध लेखक आदिबंधात्मक कल्पनेच्या साहाय्याने घेतो. केवळ गीतेकडेच नव्हे तर एकूण प्राचीन ज्ञानपरंपरेकडे पाहण्याची आगळीवेगळी दृष्टी या ग्रंथातून प्रकट होताना दिसते.

मानवी संस्कृतीचा आलेख सादर करणाऱ्या डॉ. दु. का. संत यांच्या *मनुष्याची ज्ञानसाधना* (१९८४) या ग्रंथामध्ये मानवी संस्कृती व इतिहास यांचे संशोधन तर आहेच, त्याचबरोबर संस्कृतीच्या वेगवेगळ्या उद्रेकांचे जे टप्पे मानवी इतिहासात दिसतात, त्यासंबंधी लेखकाने केलेले मौलिक स्वरूपाचे मानववंशशास्त्रीय चिंतनही आहे. सदर ग्रंथाचा विषय आहे 'ज्ञानसाधना'. डॉ. संत यांच्या मते ज्ञान म्हणजे जाणणे, जन्मास आलेली प्रत्येक व्यक्ती तिच्या सभोताल असलेल्या जगास जाणून घेण्याचा प्रयत्न करीत असते. जन्माला आलेला प्रत्येक माणूस हा जगाचाच एक भाग, अंश असतो, पण जन्मास आलेला माणूस आपणास जगापासून वेगळे करतो. पण ज्ञानाच्या रूपाने जग व माणूस यांच्यात ही नाळ परत जोडण्याचा प्रयत्न होत असतो. ज्ञानमीमांसेत आपण ज्ञानाबरोबरच ज्ञान व ज्ञेय यांचा विचार करतो व यांच्या संबंधातून जे आकलन होते त्याला 'ज्ञान' म्हणतो. हे ज्ञान मानवाला नाक, कान, जिव्हा, त्वचा, डोळे, स्नायूंचा दाब यामुळे तर होतेच शिवाय त्यासोबत जिवंत प्राणिमात्राजवळ

'मन' नावाचे इंद्रिय कल्पावे लागते. अगदी सुरुवातीस माणसाचे इतर प्राण्यांशी वेगळेपण दाखवताना माणसाला हसता येते, ही महत्त्वाची गोष्ट डॉ. संत सांगतात.

डॉ. संत यांनी मनुष्याच्या ज्ञानसाधनेचा विचार कालानुक्रमे पुढीलप्रमाणे केलेला आहे :

१) कृषिपूर्व काळातील ज्ञानसाधना म्हणजे व्यापक ज्ञानसाधनेची पूर्वतयारी.

२) कृषिप्रधान अवस्थेतील ज्ञानसाधना म्हणजे ज्या काळात ह्या ज्ञानसाधना विकसित झाल्या तो काळ.

३) कृषीतर म्हणजे आधुनिक काळातील ज्ञानसाधना.

अशा प्रकारे मनुष्याच्या ज्ञानसाधनेचे टप्पे डॉ. संत यांनी फारच सुसंगत पद्धतीने सांगितलेले आहेत. ज्ञानसाधनेची उगमावस्था ते सांगतात, कृषिपूर्व काळातील ही अवस्था, त्यातून कृषिकाळाकडे माणसाची वाटचाल कशी झाली, कोणता अनुभव त्याने गाठीशी बांधला याचे विवरण बारकाईने लेखक करतो. आधुनिक काळात विशिष्ट प्रकृतिवैशिष्ट्ये असणारे ज्ञानक्षेत्र कसे उत्क्रांत झाले याचे सलग चित्र ते उभे करतात. थोडक्यात मनुष्याच्या ज्ञानसाधनेची आगळीवेगळी पाहणी करण्याचा, तिच्या विकासाचा एक आलेख काढण्याचा प्रयत्न या ग्रंथात दिसतो. त्यामुळे ज्ञान हे केवळ व्यक्तिसाफल्य मिळवून देणारे, त्याचे जीवन कृतार्थ करणारे राहिलेले नसून सामाजिक, सांस्कृतिक असे अनेक पैलू त्यामध्ये समाविष्ट झालेले आहेत. संस्कृतीच्या विकसनाबरोबर माणसाचा मेंदू कसकसा कार्यदक्ष होत गेला हे स्पष्ट करताना डॉ. संत यांनी फ्रॉईडप्रणीत मानवी मनाची द्विस्तरीय संकल्पना आधाराला घेतली आहे. ज्ञानग्रहणशक्ती ही मनाच्या म्हणजेच मानवी मेंदूच्या अनेक शक्तींपैकी एक आहे. त्या मानवी मनाचे भरण-पोषण तसेच त्याची जडणघडण कशी होत गेली हे फ्रॉईड, ॲडलर, युंग या मानसतज्ज्ञांच्या विचारांनी डॉ. संत यांनी समजावून दिले आहे.

कॉम्प्टपासून ते मार्क्स वेबरबरोबर त्याच्या काळातील मानववंशशास्त्रज्ञ व समाजशास्त्रज्ञ यांच्या अभ्यासाचा मागोवा या ठिकाणी घेण्यात आलेला आहे. मनुष्याला ज्ञानप्राप्ती कशी होते याची उत्तरे शोधण्याचा डॉ. संत यांचा प्रयत्न मूलगामी स्वरूपाचा म्हणावा लागेल.

निष्कर्ष

साहित्य हा एक मानवी मन-बुद्धीचा व पर्यायाने संस्कृतीचा अविभाज्य भाग असल्याने तिचा अंतिम हेतू मानवी जीवनाचे श्रेय व साफल्य हेच राहणार आहे. हा महत्त्वाचा सिद्धान्त डॉ. संत *साहित्य व संस्कृती* या त्यांच्या पहिल्यावहिल्या ग्रंथातून मांडताना दिसतात.

डॉ. संत यांचा त्यापुढील *स्त्रीजीवन* हा ग्रंथ म्हणजे स्त्रीजीवनविषयक एक विचारकोश झाला असून मराठीतील वैचारिक वाङ्मयात या लेखनाने महत्त्वपूर्ण भर घातलेली आहे. *साहित्य संमेलने व साहित्यिक प्रश्न* या ग्रंथातून राजकीय आकांक्षेपासून दूर असलेले साहित्यिक व साहित्य संमेलने निर्माण झाली तरच यापुढे खऱ्या अर्थाने साहित्याची, वाचक अभिरुचीची अभिवृद्धी होईल असे स्पष्ट मत ते नोंदवितात.

वाङ्मयीन विद्वत्ता, ललित कला व ललित वाङ्मय, गीतेतील पुरुषोत्तम आणि मानव्यदर्शन हे डॉ. संत यांचे तीन ग्रंथ म्हणजे संशोधनाच्या काही प्रमुख वर्गाचे वस्तुपाठच म्हणता येतील. आज विद्येच्या तसेच वाङ्मयाच्या क्षेत्रात जो नवा वर्ग येऊ घातलेला आहे, त्या अभ्यासकांच्या वर्गापुढे विशिष्ट क्षेत्रातील विद्वत्तेचे क्षेत्र अधिक सुस्पष्टपणे उभे करण्याच्या दृष्टीने डॉ. संत यांच्या 'वाङ्मयीन विद्वत्ता' या ग्रंथाचे लेखन झालेले आहे. *ललित कला आणि ललित वाङ्मय* हा ग्रंथ म्हणजे विविध ललित कला आणि साहित्य यांच्या तुलनात्मक व परस्पर अनुबंधात्मक अंगांची पाहणी करणारा अत्यंत स्तुत्य व वैशिष्ट्यपूर्ण असा उपक्रम आहे. तर गीतेकडे पारंपरिक, सांप्रदायिक दृष्टिकोनापेक्षा वेगळ्या आदिबंधात्मक अंगाने पाहणे कसे शक्य आहे, त्याचे दर्शन डॉ. संत यांच्या *गीतेतील पुरुषोत्तम व मानव्यदर्शन* या ग्रंथांतून घडते. *संशोधन : पद्धती, प्रक्रिया, अंतरंग* तसाच *शोधविज्ञानकोश* हे संशोधनास वाहिलेले दोन ग्रंथ डॉ. संत यांच्या साक्षेपी संशोधकाची साक्ष देतात. सदर ग्रंथ केवळ वाङ्मयकला शाखेतील नव्हे तर अन्य शाखांतील शोध विद्यार्थ्यांना अखंड मार्गदर्शन करणारे, बौद्धिक शिस्त देण्याचे कार्य करते.

ज्ञानसाधनेचा आगळावेगळा आविष्कार म्हणजे डॉ. संत यांचा *मनुष्याची ज्ञानसाधना* हा ग्रंथ होय. अगदी प्रारंभीच्या म्हणजेच मनुष्यत्व प्राप्त झालेल्या अवस्थेपासून ते अलीकडच्या अवस्थेपर्यंतची मनुष्याची ज्ञानक्षेत्रातील वाटचाल लेखकाने ध्यानात घेतलेली आहे. त्यातून पुढे डॉ. संत ज्ञानक्षेत्राच्या समानतेचा जो विचार आवर्जून मांडतात तो मूलगामी म्हणावा लागेल.

अशा प्रकारे डॉ. दु. का. संत यांच्या सर्वच संशोधनपर लेखनामधून एका व्यापक परिप्रेक्ष्यात तसेच विशाल पटावर त्यांचे चिंतन सुरू होताना दिसते. साहित्य, समाज व संशोधन या प्रमुख अभ्यास क्षेत्रांना स्पर्श करताना आस्वादनापेक्षाही पृथक्करण, विश्लेषण, व्यवस्थापन व नवशोधन यावर ते अधिक भर देतात. त्यांच्या *साहित्य व संस्कृती* सारख्या आरंभीच्या छोटेखानी ग्रंथापासून त्यांच्या विचारांची ही आधुनिकतेकडे असलेली आग्रहपूर्वक झेप वाचकाला स्तिमित करते. सर्व ग्रंथांतून प्रकटणारी डॉ. संतांची भाषाही त्यांच्या चिंतनातून नवी परिभाषा घेऊन येते. त्यांच्या नवविचारांशी जुळणाऱ्या या संकल्पना, संज्ञा, शब्दसंहिता वाचकाला थोड्याफार अपरिचित वाटल्या तरी त्या प्रत्येक शब्दांमागे लेखकाचे स्वतंत्र चिंतन उभे आहे, असे जागोजाग जाणवते. नवनव्या संकल्पनांची रुजवात ते मराठीत प्रथमच करताना दिसतात.

अशा प्रकारे एक व्यासंगी संशोधक, साहित्यमीमांसक म्हणून डॉ. दु. का. संत यांचे साहित्य-संशोधन क्षेत्रातील कार्य अनन्यसाधारण स्वरूपाचे तसेच मराठीतील वैचारिक साहित्यामध्ये मोलाची भर घालणारे आहे, यात शंका नाही.

नवी मर्मदृष्टी देणारा संशोधक
डॉ. वि. भि. कोलते
(१९०८-१९९८)

रणधीर शिंदे / विनोद कुमरे

१

डॉ. विष्णू भिकाजी कोलते हे नाव मराठी साहित्य क्षेत्रात महानुभाव वाङ्मयाचे संशोधक आणि संपादक म्हणून ज्ञात आहे. महानुभाव साहित्यकारांनी १३व्या शतकात सांकेतिक लिपीत बद्ध करून ठेवलेले गद्य आणि पद्य लेखन डॉ. कोलते यांनी सर्वसामान्य वाचक व अभ्यासकांसाठी मराठीत संपादित केले हे त्यांचे कार्य प्राचीन मराठी वाङ्मयाच्या अभ्यासाच्या दृष्टीने महत्त्वाचे व उल्लेखनीय आहे.

डॉ. कोलते हे संशोधक म्हणून महाराष्ट्राला परिचित आहेतच पण त्याचबरोबर त्यांनी सर्जनीशील लेखनही केलेले आहे. त्यांच्या कवितांचा *लव्हाळी* हा पहिला कवितासंग्रह १९३३ साली प्रकाशित झाला. त्यात १९२३ ते ३३ या काळातल्या स्फूट कवितांचा समावेश आहे. १९३८ साली त्यांनी *सोडचिठ्ठी* हे नाटक लिहिले. १९६५ साली त्यांचा *साहित्यसंचार* हा समीक्षा लेखसंग्रह प्रसिद्ध झाला.

विष्णु भिकाजी कोलते यांचा जन्म १९०८ साली नाखले नावाच्या गावी झाला. त्यांचे शालेय शिक्षण मलकापूर येथे तर महाविद्यालयीन शिक्षण खामगांव व नागपूर येथे झाले. त्यांनी १९३० साली एम. ए. पदव्युत्तर अभ्यासक्रम पूर्ण केल्यानंतर १९३१ ते १९४४ या काळात अमरावतीच्या विदर्भ महाविद्यालयात तर १९४४ ते १९६४ नागपूरच्या मॉरिस कॉलेज येथे अध्यापनाचे काम केले, १९६६ ते १९७२ या काळात कोलते सर नागपूर विद्यापीठाचे कुलगुरू होते. डॉ. कोलते यांनी विदर्भ साहित्यसंघाचे अध्यक्ष म्हणून तसेच महाराष्ट्र भाषा सभेचे अध्यक्ष म्हणूनही काम केले आहे.

ग्रंथसंपदा व लेखन

महानुभाव वाङ्मयातील *उद्धवगीता अथवा एकादशस्कंध* (१९३५), *स्थानपोथी* (१९३७), *गोविंदप्रभु चरित्र* (१९४४), *वछाहरण* (१९६५), *आचारबंद* (राऊळ प्रकाशन, औरंगाबाद, १९८२), *लक्षणबंद* (१९८५), *नरविलापस्तोत्र* (१९८७), *विचारबंद* (१९८९) अशा अनेक प्राचीन संहितांचे संपादन त्यांनी केले. अर्थनिर्णायक टिपा, पाठचिकित्सा, तळटिपा, शब्दकोश

यांची जोड दिल्याने ही संपादने शास्त्रशुद्ध संहिताशोधनाचा वस्तुपाठच मानली जातात. संस्कृत भाषेचे उत्तम ज्ञान, पौराणिक साहित्याचा अभ्यास, भाषाशास्त्राची जाण, तत्त्वज्ञानाचा पाया आणि बहुपदरी सामाजिक संघर्षाचे सूक्ष्म आकलन ही त्यांच्या संशोधनाला दर्जा प्राप्त करून देणारी वैशिष्ट्ये आहेत.

भास्कर भट्ट बोरीकर (१९२४), *श्री चक्रधर चरित्र* (१९५२), *वछाहरण* (अरुण, मलकापूर १९५३), *स्नेहबंध* (शलाका प्रकाशन, १९९४), *मराठी अस्मितेचा शोध* (श्रीविद्या प्रकाशन, १९९२), *प्राचीन मराठी साहित्य संशोधन* (ठोकळ प्रकाशन, १९६८), *दामोदर पंडित विरचित वस्त्रहरण* (१९५३), *स्थान पोथी* (अरुण प्रकाशन, १९५०), *रुक्मिणी स्वयंवर* (अरुण प्रकाशन १९४९), *शिशुपाल वध* (अरुण प्रकाशन, १९२६), *इये मराठीचिये नगरी* (ना. शि. भावे, १९९६), नरेंद्र विरचित *रुक्मिणी स्वयंवर* (अरुण प्रकाशन, मलकापूर, १९९६), *श्री. गोविंदप्रभू मार्ग चरित्र* (१९४४), *गिरिपर्णा* (१९८९), *पंचोपाख्यान* (महाराष्ट्र राज्य साहित्यसंस्कृती मंडळ, १९७९), *श्री. गोविंदप्रभु चरित्र* (अरुण प्रकाशन, १९७१), *महानुभावांचा आचारधर्म* (१९४८), *महानुभाव तत्त्वज्ञान* (१९५६), *चक्रधर आणि ज्ञानदेव* (मुंबई मराठी ग्रंथ संग्रहालय, १९५०), *प्राचीन मराठी साहित्य संशोधन* (श्रीलेखन वाचन भांडार, पुणे,१९६८), *भास्कर भट्ट बोरीकर* (विदर्भ प्रकाशन, अमरावती), *मराठी संतांचे सामाजिक कार्य* (कोलते दत्तात्रय काशीनाथ), गिरीपर्णा (चेतना प्रकाशन, अंमळनेर), *महाराष्ट्रातील काही ताम्रपट व शिलालेख* (महाराष्ट्र राज्य साहित्य आणि संस्कृती मंडळ, मुंबई), *प्राचीन साहित्याच्या अंतरंगात* (स्नेहवर्धन पब्लिशिंग हाऊस, पुणे), *प्रेरणास्रोत* (चेतश्री प्रकाशन, अंमळनेर), *अजुनि चालतोचि वाट* (नागपूर विद्यापीठ प्रकाशन, नागपूर), *भास्कर भट्ट बोरीकर* (चरित्र, काव्य, विवेचन), (प. वि. जोशी अमरावती, १९३५), *संपादन–लीळाचरित्र* (महाराष्ट्र राज्य साहित्य आणि संस्कृती, पुणे, १९७९), श्री. चक्रधर दर्शन (१९८२), *सह्यांद्री वर्णन* (गोळ व. ह. पुणे, १९६४),

विदर्भाची वाङ्मयीन वाटचाल आणि वऱ्हाडी भाषेचे वैभव व व्याकरण यावरही डॉ. वि. भि. कोलते यांचे लेखन आहे. सत्यन्वेषी दृष्टी, सर्वसंचारी बुद्धी, चिकित्सक आणि विश्लेषक वृत्ती आणि अपार श्रम हे त्यांच्या लेखनाचे विशेष होत. मराठी भाषा हा त्यांच्या प्रगाढ जिव्हाळ्याचा विषय होता. मराठीला प्रतिष्ठा प्राप्त व्हावी; विद्यापीठ पातळीवरचे अध्यापन मराठीतून व्हावे; राज्याचा कारभार मराठीतून चालावा यासाठी ते आग्रह धरत. (महाराष्ट्र टाइम्स).

महाराष्ट्र विद्यापीठ ग्रंथनिर्मिती मंडळ ची स्थापना त्यांनी शासनाकरवी करुन घेतली, महाराष्ट्र सरकारच्या भाषा सल्लागार मंडळाचे ते दीर्घकाळ सदस्य होते. या संदर्भातील त्यांच्या लेखांचे संकलन *इये मराठीच्या नगरी* या ग्रंथात आहे. *अजूनी चालतोची वाट* (१९९४) हे त्यांचे आत्मचरित्र प्रसिद्ध आहे. (महाराष्ट्र टाइम्स)

२

मराठी भाषा, साहित्य आणि संस्कृती क्षेत्रांतील वि. भि. कोलते यांची कामगिरी महत्त्वाची आहे. महानुभाव साहित्य अभ्यासविद्येला प्रतिष्ठा प्राप्त करून देण्यात त्यांचा असामान्य वाटा आहे. कोरीव लेख, संशोधन, पाठचिकित्सा, प्राचीन साहित्य संशोधन, स्वतंत्र साहित्यनिर्मिती व समीक्षा या अंगाने त्यांचे लेखन घडले. कोलते यांच्या जन्मशताब्दीला नुकतेच वर्ष होऊन गेले. कोलते यांच्या कामाची अफाट व्याप्ती लक्षात घेता केवळ अंशरूपाने त्यांच्या लेखन व जीवनकार्याकडे लक्ष वेधले आहे. अशा प्रकारची कामे करणाऱ्या व्यक्ती समाजजीवनात दुर्लभच होत. त्यांचा *लव्हाळी* (१९६३) हा कवितासंग्रह आणि *सोडचिठ्ठी* हे नाटक प्रसिद्ध आहे. तर *अजुनि चालतोचि वाट* (१९९४) या त्यांच्या आत्मचरित्राला असाधारण असे महत्त्व आहे. जवळपास ७०० पृष्ठसंख्येच्या या आत्मचरित्रात त्यांचा जीवनप्रवास कथन केला आहे. वसाहतकाळाच्या उत्तरार्धापासून विसाव्या शतकाअखेरपर्यंतच्या महाराष्ट्राच्या सामाजिक, शैक्षणिक व वाङ्मयीन वाटचालीचे चित्र या आत्मचरित्रात आहे. कोलते यांच्या या आत्मचरित्राचा सर्वात महत्त्वाचा विशेष म्हणजे त्यांची तीव्र स्वरूपाची स्मरणबुद्धी. या स्मरणबुद्धीचे आत्मचरित्रात पानोपानी प्रत्यंतर येते. स्मरणबांधणीचा एवढा पट मराठी आत्मचरित्रात क्वचितच पाहायला मिळतो. काळाचा, समाजाचा आणि कोलते यांचा संवेदनस्वभाव फार बारकाव्याने इथे साकारला आहे. जसा वृत्तान्त घडला तसा कथन करण्याची कोलते यांची शैली अभिनव अशी आहे.

कोलते यांच्या बालपणापासून ते नागपूर विद्यापीठाचे कुलगुरू ते निवृत्तीपर्यंतच्या कार्यकाळाचे चित्र या आत्मचरित्रात आहे. ग्रामीण भागातील नाटकमंडळीचे विस्तृत चित्रण आहे. वयाच्या बाराव्या-तेराव्या वर्षी त्यांनी मुंबईत 'संगीत स्वयंवर'चा प्रयोग पाहिला. त्या प्रयोगात बालगंधर्वांना पाहिल्याची अपूर्वाईची नोंद आहे. नागपूरच्या मॉरिस कॉलेजातील चित्रण आहे. वा. वि. मिराशी, भवानी शंकर पंडित, शं. दा. पेंडसे यांची सहवासचित्रे आहेत. भवानी शंकर पंडितांचा 'अभिन्नहृदयमित्र' असा उल्लेख केला आहे. या काळातील रोमहर्षक अशा राष्ट्रीय चळवळीचे चित्र आहे. सावरकर व्यक्तिमत्त्वाने प्रभावित झाल्याचे चित्र आहे. अंगठी मोडून शिक्षकांनी कोलते यांचा परीक्षा फॉर्म भरल्याची कृतज्ञतापूर्वक नोंद आहे. भारतीय समाजाच्या ज्ञातिग्रस्त व अस्मिता हितसंबंधाचे चित्रही या आत्मचरित्रात आहे. तसेच त्या काळातील शिक्षण व्यवस्थेवरही झोत आहे. शासकीय महाविद्यालय व विद्यापीठातील राजकारणाचे चित्र आहे. समाजदर्शनाच्या लपलेल्या गोष्टीही उघड केल्या आहेत. पंजाबराव देशमुख यांच्याविषयी त्यांचे फार कृतज्ञतादृष्टीचे चित्र आहे. तसेच कोलते यांच्या बहुजन दृष्टिकोनाचाही त्यावर प्रभाव आहे. महात्मा फुले, शाहूमहाराज, पंढरीनाथ पाटील, कर्मवीर भाऊराव पाटील, महर्षी विठ्ठल रामजी शिंदे यांच्या विचारदृष्टीने कोलते प्रभावित झाले होते. मॉरिस महाविद्यालयातील अध्ययन काळ, विचारवंत लेखकांची भाषणे व वाङ्मयीन जडणघडणीचे चित्रही आहे.

कोलते यांना एम. ए.ला सुवर्णपदक मिळाले. प्राध्यापक निवडीत झालेले राजकारण आणि पंजाबराव देशमुख यांच्या दूरदृष्टीमुळे कोलते 'किंग एडवर्ड कॉलेज' (सध्याचे शासकीय कॉलेज, अमरावती) येथे मराठीचे प्राध्यापक म्हणून रुजू झाले. प्राध्यापक म्हणून कोलते यांनी वैशिष्ट्यपूर्ण अध्यापन संशोधनाने वेगळी ओळख निर्माण केली. अमरावती, नागपूर महाविद्यालयांत प्राध्यापक व प्राचार्य म्हणून अनेक कल्पक उपक्रम राबविले. कोलते यांच्या महानुभावीय संशोधनकार्याचेही चित्र आहे. १९४४ साली *लीळाचरित्रा*तील झाडीमंडळाचा शोध तसेच महानुभावीय स्थाने, चक्रधराचा वध हा निबंध, महानुभावीय संतांचे अवैदिकत्व, लोकधर्मीत्व कोलते यांनी मांडले आहे. त्यांच्या या अमूल्य कार्याचे कथन त्यांच्या या आत्मचरित्रात आहे. कोलते अनेक महानुभाव मठांत गेले. महंतांना भेटले, पोथ्या, हस्तलिखिते मिळविली. पाठचिकित्सेचा आदर्श नमुना प्रस्थापित केला. सांकेतिक लिपींचे लिप्यंतर केले. या काळाचे वर्णन त्यांनी पुढीलप्रमाणे केले आहे : 'माझे घर तर काही वर्षे महानुभाव-मठ बनला होता.' या महानुभाव अभ्यासाची 'धून' त्यांना संपन्न करीत आल्याचा अनुभव त्यांनी कथन केला. आत्मचरित्रात कोलते यांच्या दुसऱ्या लग्नाची हकिकत आहे. त्या काळातील मानसिक निराशेचे चित्र आहे. (कोलते यांच्या दुसऱ्या विवाहाबद्दल प्रबोधनकार ठाकरे यांनी फार टीका केली होती. त्यांनी 'प्रो. कोलते यांचा स्वैर विवाह' नावाचा लेख लिहिला. हा लेख कोल्हापूरच्या 'सत्यवादी' नियतकालिकाने १९३६ साली पुनर्प्रकाशित केला. हा विवाह त्या काळाच्या पुढारपण करणाऱ्या लोकांना फारसा आवडलेला नव्हता. मात्र कोलते यांनी त्याबद्दल व पहिल्या पत्नीबद्दलही लिहिले आहे.) या आत्मचरित्रात संस्थात्मक पातळीवरील व्यवहाराचेही चित्रण आहे. विद्यापीठ, विश्वकोश मंडळ, संस्कृती मंडळ, भाषासमिती, साहित्य अकादेमी या संस्थांत त्यांनी काम केले. याबरोबरच कोलते यांना *लीळाचरित्रा*च्या संपादनासाठी सांप्रदायिक मंडळीकडून त्रास झाला त्याचीही नोंद या आत्मचरित्रात आहे. त्यामुळे कोलते यांचे आत्मचरित्र हे मराठीतील एक संपन्न, समृद्ध जीवनानुभवाचा ठेवा असणारे आत्मचरित्र आहे.

महानुभाव साहित्य, तत्त्वज्ञान, तसेच चक्रधरस्वामी, गोविंदप्रभू व भास्कर भट्ट बोरीकर या विषयांवर त्यांनी स्वतंत्र ग्रंथ लिहिले. १९४५ साली कोलते यांनी *महानुभाव तत्त्वज्ञान* हा विस्तृत ग्रंथ लिहिला. त्यासाठी अनेक मठांतील पोथ्या मिळविल्या. सांप्रदायिकांचा विश्वास संपादन करून हजारो पाने पालटून गुंतागुंतीच्या पोथ्यांतून साधार महानुभाव पंथाच्या तत्त्वज्ञानाची रूपरेषा मांडली. महानुभाव संप्रदाय साहित्याविषयी लोकांमध्ये मोठ्या प्रमाणात गैरसमज होते. ते निवळण्यास कोलते यांच्या लेखनाचे मोठे साहाय्य झाले. महानुभावीय जीव, देवतास्वरूप, परमेश्वर, प्रपंचस्वरूप या अनादिनित्य चार पदार्थांच्या अव्यक्त स्वरूपांचे विवेचन आहे. क्रियापाक, ज्ञानमार्ग आणि भक्तिमार्गाचे स्वरूप विशद करत तत्त्वज्ञानस्वरूप मांडले आहे. अनेक महानुभाव पोथ्यांतील संदर्भ देत एक सुसंगत असा तत्त्वज्ञानपट रचला आहे. तळटिपांत हा सारा अवाढव्य पसारा पानोपानी विखुरला आहे. तसेच *महानुभावांचा आचारधर्म* या विषयावरही त्यांनी एक ग्रंथ लिहिला. तसेच चक्रधरांच्या जीवनकार्याचा त्यांनी साक्षेपी असा

वेध घेतला. परंपरेची चाकोरी सोडून केलेल्या लिखाणाला प्रस्थापित माध्यमे फारसे महत्त्व देत नाहीत. त्यामुळेच की काय कोलते यांचे बरेचसे महानुभावीय ग्रंथ त्यांनी स्वत:च छापले आहेत. अरुण प्रकाशन, मलकापूर यांच्या वतीने त्यांचे बरेचसे ग्रंथ प्रसिद्ध झाले आहेत.

कोलते यांनी महानुभाव साहित्यातील अत्यंत दुर्मीळ पोथ्या, हस्तलिखिते मिळवून साक्षेपी अशी संपादने केली. यामध्ये *उद्धवगीता, रुक्मिणी स्वयंवर, स्थानपोथी, लीळाचरित्र, शिशुपालवध, श्रीगोविंदप्रभूचरित्र* आणि *वछाहरण* या ग्रंथांचा समावेश आहे. ही हस्तलिखिते त्यांनी महाराष्ट्र व महाराष्ट्रालगतच्या प्रदेशातील कानाकोपऱ्यांतून मिळविली. कामावरची अढळ निष्ठा, संशोधनाबद्दलची खोलवरची आंतरिक इच्छा, वस्तुनिष्ठ दृष्टी, विचार-विश्वाबद्दलचा आस्थाभाव यांमुळे कोलते यांना अनेक पोथ्या मिळाल्या.

महानुभावीय वाङ्मयाकडे त्यांचे लक्ष आरंभ अध्यापन काळाच्या १९३०-३१च्या दरम्यान वळले. कोलते यांच्या संपादनदृष्टीची विशिष्ट शिस्त होती. एकाच विषयावरील अनेक पोथ्या मिळवून त्याचा बारकाईने सूक्ष्म स्तरावर अभ्यास करून सर्वात आधी पाठनिश्चिती केली. पोथींचे प्राथमिक वर्णन करून आधीच्या अभ्यासकांची मते नोंदवून वस्तुनिष्ठ पुराव्याआधारे विशिष्ट निर्णयनाकडे ते येतात. ही निश्चिती करत असताना तुलनात्मक दृष्टीचा आधार ते घेत. संहितेतील बाबींचा ऊहापोह करून त्यानंतर त्या त्या संहितेची वैशिष्ट्ये साधार स्पष्ट करतात. शब्दार्थ व अर्थनिर्णायक टिपा विस्तृतपणे दिल्या आहेत. एका अर्थाने कोलते यांची ही संपादने संहितालक्ष्यी पाठचिकित्सा अभ्यासाचा उत्तम असा नमुना आहेत. चर्चात्मक विश्लेषणाला त्यामध्ये स्थान आहे. शब्दोत्पत्ती, स्थळनोंदी, व्यक्तिनोंदी, व्याकरणिक रूपे यांचे इतके अवाढव्य तपशील पाहिल्यानंतर त्यांच्या अखंड साधनेचा व व्यासंगाचा खोलवरचा प्रत्यय येतो. १९७८ साली त्यांनी प्राचीन महानुभावीय 'पंचोपाख्यान' नावाचा ग्रंथ संपादित केला. 'पंचतंत्र'च्या पार्श्वभूमीवर या गद्यलोककथांचे वैशिष्ट्यपूर्ण संपादन केले.

कोलते यांनी १९७८ साली *लीळाचरित्रा*ची संपादित आवृत्ती प्रसिद्ध केली. *लीळाचरित्रा* चे बहुपेडीत्व सांगून, संपादनदृष्टीमागील भूमिका सांगून या ग्रंथाचा परिचय करून दिला आहे. *लीळाचरित्रा* चा इतिहास, लेखनकाळ, पिढीपाठाचा नमुना, अनेक प्रती, लीळांचे संकलन व्यवस्थापन, पुनर्लेखन सांगून म्हाइंभट्टाचे चरित्र प्रास्ताविकात दिले आहे. चक्रधराचा भ्रमणकाळ सांगत असताना एका अर्थाने चक्रधरकालीन महाराष्ट्र भूगोलच त्यांनी सांगितला आहे. पुढे संहितेत प्रत्येक लीळेची स्पष्टीकरणात्मक टीप दिली आहे. व्यक्तीसूची, स्थानसूची, सूत्रसूची व महानुभावीय शब्दकोशासाठी जवळपास दीडशे पृष्ठांचा मजकूर आहे. हे सर्व सांगत असताना कोलते अंतरंगाने चक्रधरमय झाल्याचा प्रत्यय येतो. मराठीतील सर्वांगसुंदर आद्य गद्य चरित्र ग्रंथाची ऐतिहासिक थोरवी सांगण्याचे काम कोलते यांनी केले आहे. अशा प्रकारे ९३६ पृष्ठाचा सज्जड ग्रंथ एकहाती संपादन करणे ही दुर्मीळ बाब आहे.

महानुभाव साहित्यात येणाऱ्या काही स्थळांची व शब्दरूपांची चिकित्साही त्यांनी केली आहे. *महानुभाव संशोधन–खंड २* या ग्रंथात ती समाविष्ट आहे. या ग्रंथात महानुभाव साहित्य व व्यक्तींविषयीचेही काही लेख आहेत. 'चक्रधरांचा निर्याणकाल', 'चक्रधरांचे आचार्य

कोण' अशा विषयांवर लेख आहेत. पूर्वसुरींनी मांडलेल्या शब्दार्थांच्या मतभेदावरून मूळ अर्थस्वरूपाचा उलगडा केला आहे. प्रतिक्रियात्मक स्वरूपातून ते निर्माण झालेले आहे. 'वोहणी' (वहिनी), 'कळावी बीरवणी' (कांकण फिरवणे), 'सैलि वीसली' (औषधी वनस्पती), 'सुकीचा ओघमानु' (बायकोचा भाऊ), 'अवगळा' (नदीकाठची खोल कपार) व 'घागर बांधणे' (घुंगराची माळ–शिवी स्वरूपात) या शब्दांच्या अर्थाचा लावलेला तलाश वैशिष्ट्यपूर्ण आहे. कोलते यांच्या या शब्दार्थशोधामागे एक भाषिक कुतूहलही वसलेले होते. प्राच्यविद्या, संहिताशोध, समाजव्यवहारातील स्थान, कोश व्याकरणिक रूपे, तौलनिक दिशा यांच्या पडताळणीतून नेमका अर्थ ते मांडतात.

कोलते यांची संतसाहित्य व आधुनिक साहित्याची समीक्षा नवी मर्मदृष्टी देणारी आहे. १९५१ साली त्यांनी वाराणशी येथे मराठी संतांच्या सामाजिक दृष्टीबद्दल पाच व्याख्याने दिली. १९५४ साली ती हिंदीतून प्रसिद्ध झाली. या ग्रंथास हजारीप्रसाद द्विवेदी यांची प्रस्तावना आहे. या ग्रंथामुळे हेमाद्रीकडे बघण्याची दृष्टी बदलली, असे द्विवेदींनी म्हटले आहे. *मराठी संतांचे सामाजिक कार्य* या नावाने हा ग्रंथ मराठीत प्रसिद्ध आहे. 'मराठीच्या एका पुत्राची राष्ट्रभाषेला एक लहानशी भेट' या कृतज्ञतेने कोलते यांनी ही भाषणे दिली. महात्मा चक्रधर, संत ज्ञानेश्वर, नामदेव, एकनाथ, तुकाराम व रामदासांवरील ही व्याख्याने आहेत. त्या काळात बहुतांशपणे प्राचीन वाङ्मयाकडे धर्म व भक्ती या जाणिवांच्या दृष्टीने पाहिले जात होते. कोलते यांनी मात्र धर्म हा लोकजीवनाचा अभिन्न भाग मानून संतकवितेचे पुनर्वाचन केले. संतांच्या जीवनकार्याचे ऐतिहासिक मूल्यमापन त्यामध्ये आहे. मराठी समाजव्यवस्था, प्रभुत्व, वर्गसंबंध आणि संतपरंपरा यासंबंधीचा नवा विचार मांडला. वैदिक-अवैदिक, ब्राह्मणी-अब्राह्मणी विचारांतील सुप्त संघर्षातील विचार या विवेचनात केंद्रस्थानी आहे. संतांच्या विवेचनातील परंपरानिष्ठता, वर्णाभिमान, ब्राह्मणी परिप्रेक्ष्य यासंबंधीची स्पष्ट आणि परखड भूमिका आहे. हिंदू धर्मांतर्गत सामाजिक जीवनातील संघर्षभूमी हा या कालपटाचा दर्शनफलक आहे. त्या आधारे त्यांनी संतवाङ्मयाचा परामर्श घेतला. श्रीचक्रधर हे महाराष्ट्राचे आद्य संत असून मराठी संस्कृती व साहित्याला विशिष्टत्व देण्यात त्यांचा मोठा हातभार आहे. जीवाचे हृदयपरिवर्तन आणि बहुजनांचे धार्मिक नेते असा ते चक्रधरांचा उल्लेख करतात. वारकरी पंथाच्या प्रवर्तकत्वाचा मान ते नामदेवांना देतात. पुरोहितांची मध्यस्थी नाहीशी करण्यासाठी संतांनी वारकरी संप्रदाय निर्माण केला असे त्यांना वाटते. कोलते यांच्या या दृष्टीवर ब्राह्मणेतर दृष्टीचा मोठा प्रभाव आहे. ''केवळ जातिवर्चस्वाचे हे उदाहरण अठराव्या शतकाच्या अंतिम काळाची विशेषत: होती, या रानडे प्रणीत विचारपरंपरेचा धागा कोलते यांच्या विचारांना आहे. कोलते यांनी जो विचार मांडला त्या वाटेवरून मराठी संतकवितेचे वाचन या दृष्टीने अजूनही फारसे झालेले नाही.'' वि. भि. कोलते यांनी १९४९ साली 'महात्मा रावण' असा एक वेगळा लेख लिहिला. पुढे तो पुस्तिकारूपाने प्रसिद्ध झाला. राम-सीता-रावण या पुराणकथेचा अर्थ आर्य-अनार्य संघर्षभूमीत शोधला आहे. वाल्मीकीच्या रामायणावर संशय व्यक्त करून राज्यकर्तव्य आणि राज्यावरील आक्रमण प्रतिक्रियेतून रावण सीताहरणाकडे वळल्याचे सुचविले

आहे. वाल्मीकीने जाणीवपूर्वक हा भाग टाळून रामाची 'कीर्तिवान प्रतिमा' रेखाटली आहे. वस्तुत: रावण हा स्त्रीवर्गाचा संरक्षक आणि आदर्श होता, अशी मांडणी कोलते यांनी केली आहे.

महात्मा रावण हे डॉ. वि. भि. कोलते यांचे प्रसिद्ध लेखन संशोधन क्षेत्राला व नव विचाराला चालना देणारेच आहे. या लेखनामुळे डॉ. कोलते यांनी मानवी जीवनाचा अज्ञात असलेला सांस्कृतिक इतिहास पुढे आणला आहे. 'रावण' हा गोंड आदिवासींच्या अनेक सम्राट राजांपैकी एक असून गोंडांच्या मडावी गोत्राचा तो पूर्वज आहे. मेघनाथ व रावण यांची पूजा करण्याची परंपरा अजूनही गोंड आदिवासीत टिकून आहे.

मानवी सत्तेच्या सांस्कृतिक राजकारणात या राजाचे विकृतीकरण केले गेले का? असा प्रश्न डॉ. कोलते यांचे अभ्यासपूर्ण लेखन वाचले की मनात उपस्थित होतो. या लेखनाच्या सुरुवातीलाच डॉ. कोलते एका अनामिक कवीचा संस्कृत श्लोक देतात,

''लंकापते: संकुचितं यशो यत् / यत्कीर्तिपात्रं रघुराजपुत्र: । / सर्वे तदेवादिकवे: प्रभावात् / न निन्दनीया: कवय: क्षितीद्रे: ।।'' याचा भावार्थ असा की, आज लंकापती रावणाचे यश जे इतके कमी झालेले आहे आणि रामचंद्र जो इतका कीर्तिशिखरावर चढला आहे, त्याला कारण केवळ आदिकवी वाल्मीकीचे सामर्थ्य होय. म्हणून राजे लोकांनी कवीची निंदा करू नये. ते मनात आणतील तर एखाद्या थोर पुरुषाची कीर्ती धुळीला मिळवतील आणि एखाद्या सामान्य माणसालाही कीर्तिशिखरावर चढवतील एवढी शक्ती त्यांच्या लेखनात असते. कवीचे सामर्थ्य वर्णन करताना या सुभाषितकाराने राम-रावणाची उदाहरणे अशा रीतीने का बरे दिली असावी? मला मोठा प्रश्न पडला. त्याला असे तर सुचवायचे नाही ना, की खरे पाहिले तर रावणच रामापेक्षा अधिक श्रेष्ठ होता? पण रामभक्त वाल्मीकीने आपल्या उपास्य दैवताला जगद्वंद्य करून सोडण्यासाठी त्याचे चित्र सुंदर स्वरूपात आपल्यासमोर ठेवले आणि अतिशय ठसठशीत दिसावे म्हणून रावणाची बाजू कलंकित स्वरूपात मांडली? डॉ. कोलते यांनी रामायणातील राम-रावण युद्धाविषयीचे तर्क वाचकांसमोर मांडले, अनेक प्रश्नही उपस्थित केले. यामुळे भारतीय सांस्कृतिक इतिहासाच्या अभ्यासाला चालना नक्कीच मिळाली आहे. डॉ. कोलते यांचे हे लेखन २००० साली सुगावा प्रकाशनाने प्रकाशित केले, त्यापूर्वी 'महाराष्ट्र' (नागपूर), दिवाळी अंक १९४९ आणि 'लोकायत' दिवाळी अंक १९७८ संपादक : वामन निंबाळकर, या दोन दिवाळी अंकांच्या सौजन्याची नोंद लेखनाच्या शेवटी केलेली आहे. १९७८ ते २००० असा या लेखनाचा प्रवास आहे.

आज गोंडासह अनेक आदिवासी एकत्र येऊन रावण दहनावर बंदी आणावी यासाठी आग्रह धरत आहेत. आज महाराष्ट्रात मुंबईपासून ते गडचिरोलीपर्यंत विजयादशमीच्या दिवशी आपल्या सम्राट राजाला वंदन करण्यासाठी रॅलीसह वेगवेगळ्या कार्यक्रमांचे आयोजन करीत आहे. डॉ. कोलते यांच्या या अभ्यासपूर्ण लेखनाची ही फलश्रुती आहे का? असा प्रश्न एक अभ्यासक म्हणून समोर उभा राहतो.

डॉ. कोलते यांच्यासारख्या अभ्यासकाच्या निकोप दृष्टिकोनाचा हा विजय मानला पाहिजे.

जीवनवादी विचार आणि वाङ्मयीन कलात्मकतेचा समन्वय असणारी समीक्षा कोलते यांनी लिहिली. ही समीक्षा *साहित्यसंचार* या संग्रहात समाविष्ट आहे. १९३० ते ३७ या काळात ते लेख लिहिले आहेत. काव्य, कथात्मसाहित्य व नाट्य या प्रकारांवरील त्यांची समीक्षा आहे. लेख, वा परीक्षणे असे त्याचे स्वरूप आहे. विसाव्या शतकाच्या आरंभकाळातील मराठी साहित्य व मराठी समाजाच्या वाङ्मयाभिरुचीच्या दृष्टीने या संग्रहातील लेखन महत्त्वाचे आहे. साहित्यकृतींचे सूक्ष्म वाचन, तुलनात्मक दृष्टीची मार्मिकता आणि साहित्य आस्वादाची सौंदर्यरूपे असे त्याचे स्वरूप आहे. त्यांच्या या लेखनात आत्मपरता आहे. वा. म. जोशी यांच्या *रागिणी* कादंबरीत निसर्गवर्णनाच्या दृष्टीने कसा कालविपर्यय झाला आहे हे ते सांगतात. ह. ना. आपटे यांचे ऐतिहासिक कादंबरीतील वेगळेपण तुलनात्मक संहिताधारे सांगितले आहे. १९५४ साली दिल्ली येथील मराठी साहित्य संमेलनात त्यांनी वाचलेला अर्वाचीन कवितेवरील लेखही तितकाच महत्त्वाचा आहे. कोलते यांच्या साहित्यदृष्टीमागे सामाजिकतेचे खोलवरचे भान आहे. या लेखात रविकिरण मंडळाच्या नंतरच्या कवितेबद्दल एक निरीक्षण त्यांनी असे मांडले आहे की, ''तांब्यांच्यापासून घेतलेले प्रणयाचे सूर कंटाळा येईपर्यंत हे कवी पुन:पुन्हा आळवीत राहिले, त्यात ते इतके बुडून गेले की 'स्व'काळातील परिस्थितीचे त्यांना फारसे भान राहिलेले दिसत नाही.'' तसेच नाटक आणि मराठी अभिरुचिनिर्मितीबद्दल सांगताना त्यांनी म्हटले आहे की, ''मराठी नाटकातील मध्यमवर्गीय चित्रणाऐवजी साधारण जनतेच्या दैनंदिन जीवनातील प्रसंग चित्रण करणारी नाटके यावीत.'' व्यंकटेश वकील यांच्या नाटकावरील परीक्षणातही त्यांनी म्हटले आहे की, ''श्रीमंत मध्यमवर्गीयांच्या घरातील व शहरांतील कोंदटलेल्या वातावरणातून तिला सर्वसाधारण जनतेमध्ये मोकळ्या मैदानात आणून तेथील जीवनातील प्राणवायू लाभून नाटकाची अंगकांती रसरसून येईल.'' *शारदा* नाटकावरचा एक उल्लेखनीय लेख या संग्रहात आहे. तिसऱ्या-चौथ्या इयत्तेत असताना त्यांनी भान हरपून, मंत्रमुग्ध होऊन नाटक भारावलेल्या, व्याकूळ अंत:करणाने पाहिल्याचे नोंदविले आहे. ''*शारदा* हे नाटक नव्या मराठी नाटकाची गंगोत्री आहे असे सांगून या नाटकाचे यशरहस्य त्याच्या कलात्मकतेत आहे,'' असे नोंदविले आहे. गंमत म्हणजे या नाटकाची जाहिरातवजा आमंत्रणपत्रिकाही त्यांनी या लेखात दिली आहे. ती अशी :

'आमच्या येथे श्री हेरंबकृपेकरून आमची कन्या चि. सौभाग्यकांक्षिणी शारदा हिचा विवाह व्हावयाचा आहे. शरीरसंबंध मंडलेश्वर करांचे साणत्व बंधू श्रीमंत जयधुंडीराज यांच्याशी निश्चित केला आहे. तरी आपण सहकुटुंब सहपरिवार येऊन वधू-वरांना आशीर्वाद द्यावा. आपल्या येण्याने आम्हाला विशेष आनंद होईल. स्थळ : श्री. रामचंद्र थिएटर. वेळ रात्रौ ६ ।। वा. येताना वधूवरांसाठी ४ आण्यापासून तो पाच रुपयांपर्यंत आपापल्या इच्छेप्रमाणे आणि ऐपतीप्रमाणे ओवाळणी आणण्यास विसरू नये; ही नम्र विनंती. त्या वाचून लग्नमंडपात प्रवेश मिळणार नाही. आपला : कांचनभट, गंगापूर.'

तत्कालीन नाट्यव्यवहारावरही त्यामधून प्रकाश पडतो, अशी वाङ्मयीन समाजशास्त्राची रंजक माहिती या लेखनात आहे.

मराठी भाषा हा कोलते यांचा अत्यंत जिव्हाळ्याचा विषय होता. मराठीचे संरक्षण, संवर्धन आणि संगोपन व्हावे म्हणून कोलते यांनी जाणीवपूर्वक व्यक्तिगत तसेच प्रशासक म्हणून धोरणात्मक स्वरूपाचे प्रयत्न केले. चक्रधरप्रणीत 'महाराष्ट्री असावे' या ब्रीदाचा त्यांच्यावर प्रभाव होता. त्याप्रमाणे कुलगुरू म्हणून त्यांनी मराठी भाषाविकासासाठी प्रयत्न केले. विद्यापीठाच्या अधिसूचना व पत्रव्यवहार केला. शासकीय व्यवहारातल्या इंग्रजी संज्ञांना मराठी पारिभाषिक शब्द घडवले. १९६८चा नागपूर विद्यापीठाचा दीक्षान्त समारंभ हा संपूर्णपणे मराठीत घेतला. *मराठीच्या अस्मितेचा शोध* या ग्रंथात त्यांचे मराठी भाषाविषयक लेख समाविष्ट आहेत. मराठीच्या भाषासमृद्धी प्राचीनत्वाबरोबरच आधुनिक काळातील तिचा प्रवास यासंबंधीचे चिंतन आहे. कोलते यांच्या मराठी भाषाविषयक चिंतनात तळमळ आणि भाषा संवर्धनाची भक्कम बाजू आहे. राष्ट्रभाषेच्या आक्रमणाची सततची निरीक्षणे त्यांच्या लेखनात आहेत. तसेच मराठी भाषा सल्लागार मंडळात असताना त्यांनी केलेले कार्य महत्त्वाचे आहे. मराठी भाषेचे वळण अधिक सुबोध व्हावे या दृष्टीने त्यांनी जाणीवपूर्वक प्रयत्न केले. मराठीतील अनुनासिक उच्चार घालवून टाकण्यात त्यांनी महत्त्वाची भूमिका बजावली. कोलते यांनी १९५१ साली 'अनुच्चारित अनुस्वरांना अर्धचंद्र' या विषयावर एका वर्षात चार लेख लिहिलेले आहेत. त्यांनी काही इंग्रजीतही लेख लिहिले. ताम्रपटाचे वाचन आणि शिलालेखाचेही वाचन केले. 'हेमाद्रीचा हृदयद्रावक खून' या विषयावर लेख लिहिले. 'प्राचीन केळझर' नावाच्या लेखात स्थलशोधाचा उत्तम नमुना पाहायला मिळतो. मूर्तिवाचनातून ते स्थान व कालनिश्चिती व संस्कृतिशोधाकडे जातात. कोलते यांचा अभ्यास केवळ वाङ्मयीन स्वरूपाचा नाही; त्याला धर्मेतिहास, समाजेतिहास, मूर्तिशास्त्र व संस्कृतिइतिहासाची जोड आहे.

कोलते यांनी व्रतस्थपणे केलेल्या संशोधनासंदर्भात त्यांना त्रासही सहन करावा लागला. एका प्रक्षिप्त लीळेच्या समावेशामुळे सांप्रदायिक मंडळींनी न्यायालयात धाव घेतली. या सांस्कृतिक, धार्मिक राजकारणाला राज्यसंस्थाही शरण गेली आणि आयुष्यभर ज्या माणसाने निरलसपणे महानुभावीय संशोधनाचे काम केले, त्या कोलते यांच्या *लीळाचरित्रा*वर बंदी आणली गेली. याचा त्यांना फार मनस्ताप सहन करावा लागला. १९९० नंतरच्या दरम्यान सुरेश डोळके यांच्या महानुभाव साहित्यावरील ग्रंथप्रकाशनात कोलते यांनी जे भाषण केले त्यात त्यांनी चक्रधरांचा वध झाला असे साधार विधान केले होते. त्याचा वृत्तान्त १३-०८-१९९०च्या 'तरुण भारत'मध्ये छापून आला. त्यातून या वादाला सुरुवात झाली. त्यांच्यावर खटले दाखल केले. निषेध सभा झाल्या. भारतीय श्रद्धाविश्वाला बळी पडलेले समाजमन आणि छुपे व्यक्तिगत स्वार्थाचे दर्शन त्या घटनेत पाहायला मिळते. चक्रधरांच्या अवयवच्छेदाची लीळा सांप्रदायिकांना मान्य नव्हती. त्याबद्दल श्रीक्षेत्र जाळीचे येथे निषेधाची धर्मसभा घेतली गेली. श्रद्धावान भाविक दैवतपुरुषांना शेंदूर फासतात आणि त्यात काही विद्वानांची साथ लाभते. या घटनेसंबंधी मनोरंजक वृत्तान्त *विचारमंथन* संपा. धनंजय वर्मा (१९९१) यांच्या

पुस्तिकेत पाहायला मिळतो. तसेच यामागे लीळाचरित्रनिर्मिती व कोलते यांच्या मान्यतेचा छुपा आकसही होता.

एकंदरीत, कोलते यांच्या कार्याला व संशोधनाला मराठी समाज व संस्कृतिइतिहासात महत्त्वाचे स्थान आहे. एकतर अखंड आणि निरंतर स्वरूपाच्या ज्ञानलालसेचे रूप त्यांच्या कार्यात होते. छाती दडपून जावा असा त्यांच्या कामाचा पसारा आहे. मराठीचे प्राध्यापक व कुलगुरू म्हणून भाषा संस्कृती आणि प्रशासक म्हणून वेगळा असा ठसा उमटविला. ज्ञानपरंपरेत अलीकडे बोकाळत असलेल्या आधारहीन अस्मितावादी उथळ लेखनाच्या पार्श्वभूमीवर कोलते यांनी आपल्या व्यासंगी, शास्त्रीय दृष्टिकोनातून निश्चित विचारांचे सुस्पष्ट अशा दिशांचे अधोरेखन केले. प्राचीन साहित्य संशोधनाला नवी दिशा दिली. मराठीतील आद्य धर्मसुधारणावादी चळवळ, त्या पंथाचे कार्यस्वरूप, वाङ्मयनिश्चिती, तत्त्वज्ञान वाटचाल व वैशिष्ट्यपूर्णता याचा सर्वांगीण वेध घेतला. त्यात मराठी समाज-संस्कृतीचे भानही अनुस्यूत आहे. महानुभावीय साहित्य संशोधनाला नवे परिमाण दिले. कोलते यांनी केलेल्या संकलन-संपादनामुळे या महानुभाव संशोधनाच्या दिशा बदलल्या. या संशोधनास खास असा विचारदृष्टीचा संदर्भ दिला. आर्य-अनार्य अभिजन विचारसंघर्षाची नवी भूमी प्राप्त करून दिली. त्यामुळे मराठी समाज-संस्कृतीला कोलते यांचे योगदान हा या समाजविचारविश्वाचा महत्तम ठेवा आहे. कोलते यांनी पाठचिकित्सा, संपादन, साहित्यसमीक्षा, संशोधन आणि भाषा अशा अनेकविध स्तरांवरून मराठीमध्ये मौलिक स्वरूपाची भर घातली आहे. आंतरविद्याशाखीय अभ्यासाची जोड, भूमिसातत्याचे आणि ज्ञानविचारातील अढळ निष्ठेचे उदाहरण कोलते यांच्या जीवनवृत्तान्तात आढळते. कोलते यांच्या कामाचा अफाट विस्तार पाहिल्यानंतर आजही त्यांनी ज्या तऱ्हेच्या ज्ञानशाखांचा सुसंगत पट उलगडविला तसा संस्कृतिभ्यासाला पोषक ठरेल अशी अभ्यासभूमी अजूनही खूप नांगरल्यावीण आहे.

डॉ. वि. भि. कोलते एकदा दिग्रसजवळील दुर्गम भागातील नदीकिनारी एका मठात विद्वान महानुभाव महंत श्री. भालापेकरांना भेटायला गेले. भालापेकरांना कोलते भेटायला आल्याचा अतीव आनंद झाला. कोलते यांना मिठी मारून ते म्हणाले, ''भाऊसाहेब, किती सुंदर पुस्तके लिहिलीत आपण. आम्हा महानुभावांवर आपले फार उपकार आहेत. आपले महानुभाव तत्त्वज्ञान तर मी नित्यनेमाने वाचतो. झोपतानाही माझ्या उशाजवळ ठेवतो. एवढे ते मला प्रिय आहे.'' या उद्गारातील कोलते यांच्या विचारकार्याचे स्मरण नव्या पिढीने कृतज्ञतापूर्वक करायला हवे.

क्रांतदर्शी संशोधक

डॉ. श्री. रं. कुलकर्णी

(१९१६-२००१)

शीतल पावसकर-भोसले

श्री. रं. कुलकर्णी यांच्या संशोधनकार्याची संदर्भचौकट ही प्रामुख्याने वाङ्मयेतिहास या साहित्याभ्यास शाखेशी संबंधित असून ती प्राचीन व मध्ययुगीन साहित्यव्यवहाराचे परिशीलन करणारी आहे. या कालखंडातील अनेक महत्त्वाच्या परंतु दुर्लक्षित विषयांचे सूक्ष्म अवलोकन करून त्यांनी मराठीतील वाङ्मयेतिहासलेखनाला बहुआयामी, बहुकेंद्री संदर्भ प्राप्त करून दिले आहेत. श्री. रं. कुलकर्णी यांच्या प्रकाशित ग्रंथांची यादी पुढीलप्रमाणे सांगता येईल :

नाथांचा भागवतधर्म (१९५८), *प्राचीन मराठी गद्य : प्रेरणा आणि परंपरा* (१९७०), *तेलंगणातील अरे मराठा समाज, भाषा आणि संस्कृती* (१९८७), *प्राचीन मराठी हस्तलिखिते : संशोधन आणि संपादन* (१९९२), *मध्ययुगीन मराठी साहित्य : एक पुनर्विचार (१९९५), नाथपंथी ज्ञानेश्वर आणि वारकरी ज्ञानदेव* (१९९६), *साहित्यसेतू (मराठी संतांच्या हिंदी काव्याची मीमांसा)* (१९९८), *दखनी भाषा : मऱ्हाटी संस्कृतीचा एक आविष्कार* (१९९८) आदी ग्रंथ प्राचीन/मध्ययुगीन काळातील साहित्यनिर्मिती आणि वाङ्मयीन/ वाङ्मयेतर पर्यावरण यांच्यातील अन्योन्यसंबंधाचा परामर्श घेणारे आहेत. याच काळातील काही महत्त्वाच्या हस्तलिखितांचे संशोधन, संपादन करून संहिता सिद्ध करण्याचे अनेक प्रयत्न श्री. रं. कुलकर्णींनी केले आहेत. त्यांच्या या अभ्यासपूर्ण संशोधनातून विठ्ठल गलंडविरचित *रसकौमुदी* (१९५७) ज्ञानेश्वरविरचित *उत्तरगीता* (१९५७), महानुभावकृत गोपाळदास *चंद्रावळी आख्यान* (१९६०), निरंजनमाधवविरचित गद्य ग्रंथ *अद्वैतामृत टीका* (१९६८), *कपिलगीतोक्त पंचमुद्रा* (१९६८) हा ज्ञानेश्वरांच्या योगसाधनपर प्रकरण ग्रंथ, दामोदरपंडितविरचित *संगीतदर्पण* आणि त्यावरील प्राचीन मराठी गद्यटीका (१९८५), *शिवकालीन राजनीती आणि रणनीती (आज्ञापत्राच्या संहितेसह)* (१९९४) आदी ग्रंथ सिद्ध झाले आहेत. याव्यतिरिक्त उस्मानिया विद्यापीठातील *मराठी हस्तलिखित ग्रंथांची वर्णनात्मक सूची* (१९७९) तयार करून संदर्भसाधनांच्या संकलनाचे कामही त्यांनी पार पाडले आहे. *मुकद्दमा शेर ओ शायरी* (१९७१) या अल्ताफ हुसेन हाली यांच्या ग्रंथाचा तसेच *रे. एद्विन यांच्या when the world was young या* ग्रंथाचा *उमलते विश्व* हा मराठी अनुवाद यशस्वीरीत्या पूर्ण केला आहे. *नेमिनाथ भवांतर* (१९६९) या जैन संप्रदायविषयक कथांचे संकलनही त्यांनी केले आहे. याव्यतिरिक्त *रक्ताभिषेक (१९५७)* नाटक, *नवरात्र संपले* (१९७२) हे आत्मकथन, *मुलुखावेगळी माणसं* नावाचा व्यक्तिरेखासंग्रह आदी ललित साहित्यपर ग्रंथांचे लेखन त्यांनी केले आहे.

श्री. रं. कुलकर्णी यांचे संशोधक म्हणून मराठी साहित्यसमीक्षा, संशोधन व्यवहारातील योगदान अधोरेखित करणे हा या लेखाचा प्रमुख उद्देश आहे. वर नमूद केल्याप्रमाणे कुलकर्णी यांचे संशोधनकार्य मुख्यत: वाङ्मयेतिहास या अभ्यासशाखेशी संबंधित आहे. स्वाभाविकच, या अभ्यासशाखेचे मराठी साहित्य संशोधन व्यवहारातील ऐतिहासिक आणि समकालीन चर्चाविश्व समजून घेणे आवश्यक आहे.

वास्तविक पाहता, मराठी भाषेत साहित्यनिर्मितीस प्रारंभ होऊन आठ-नऊ शतकांचा कालावधी उलटला असला तरी, या साहित्यव्यवहाराकडे इतिहासदृष्टीने पाहणारी यंत्रणा प्राचीन वा मध्ययुगीन काळात अस्तित्वात नव्हती. साधारणपणे एकोणिसाव्या शतकाच्या अखेरच्या कालखंडात महाराष्ट्रीय विद्येमध्ये इतिहासविषयक व इतिहास-लेखनविषयक भान स्पष्ट होत गेलेले दिसते. रेव्हरंड स्टीव्हन्सन, जनार्दन रामचंद्रजी, वि. ना. पा. नावाचे गृहस्थ, लिओनार्ड जोन सेज्विक, परशुरामतात्या गोडबोले इत्यादी अभ्यासकांनी प्राचीन मराठी साहित्याचे ऐतिहासिक विवेचन करणारे स्फुट आणि त्रोटक स्वरूपाचे लेखन केले आहे. मात्र ज्याला इतिहासलेखन म्हणता येईल अशा प्रकारच्या लेखनाचा प्रारंभ १८९८मध्ये झालेला दिसतो. वि. ल. भावे, म. गो. रानडे, ल. रा. पांगारकर आणि ग. ज. आगाशे या अभ्यासकांनी या एकाच वर्षात 'counter rhetoric'[१] केलेले साहित्येतिहासलेखन, मोती बुलासालिखित साहित्येतिहास (१८९८), बाळकृष्ण अनंत भिडे (१९३३), वि. सी. सरवटे (१९३५-३७), चिं. वि. जोशी, वि. पां. नेने माने पाटील (१९३५) यांचे वर्णनात्मक स्वरूपाचे आणि विद्यापीठीय अभ्यासक्रमास पूरक संदर्भसामग्री पुरविणारे साहित्येतिहास, प्रदक्षिणा खंड १ (१९४१) व खंड २ (१९९१), ह. श्री. शेणोलीकर (१९५६), द. के. केळकर (१९६३), अ. ना. देशपांडे (१९६६), प्र. न. जोशी (१९७९), ल. रा. नसिराबादकर (१९७२) आणि श्री. म. पिंगे (१९७५) आदी प्रभृतींनी केलेले वाङ्मयेतिहासलेखन आणि महाराष्ट्र साहित्य परिषदेच्या सुनियोजित दीर्घकालीन प्रकल्पातून व सामूहिक बौद्धिक प्रयत्नातून सिद्ध झालेले वाङ्मयेतिहासाचे खंड (१९७३ ते २०११ या दीर्घ काळात हे खंड प्रकाशित झाले आहेत.) हे मराठीतील वाङ्मयेतिहासलेखनाचे कालक्रमिक परिप्रेक्ष आहे.

साहित्येतिहासाचे प्रत्यक्ष स्वरूपातील लेखन आणि साहित्येतिहासाचा सैद्धान्तिक पातळीवरील विचार या दोन भिन्न बाबी आहेत. प्रत्यक्ष साहित्येतिहासलेखनास सुरुवात करण्यापूर्वी तो लिहिण्याच्या संभाव्य पद्धती, साहित्याच्या इतिहासलेखनाचे असू शकणारे विविध प्रस्थानबिंदू आदी घटकांविषयी गंभीर चर्चा होणे आवश्यक असते. मात्र मराठी साहित्यसमीक्षाव्यवहारात ही जाणीव निर्माण होण्यासाठी साधारणपणे १९४७-४८ हे साल उजाडावे लागले, ही वस्तुस्थिती आहे. त्यामुळे मराठी साहित्यसमीक्षाव्यवहारातील वाङ्मयेतिहासलेखनविषयक सैद्धान्तिक चर्चाविश्व हे साधारणपणे सत्तरेक वर्षांपूर्वी सुरू झाले, असे म्हणता येईल. म.सा.प.च्या खंडांच्या लेखनाच्या निमित्ताने घडलेल्या औपचारिक-अनौपचारिक चर्चा, श्री. म. माटे यांचा एकादश खंडाचा प्रस्ताव, या प्रस्तावासंदर्भात दि. के. बेडेकर यांनी उपस्थित केलेले मूलभूत पातळीवरील तात्त्विक प्रश्न, दि. के. बेडेकरांनी सुचविलेले वाङ्मयेतिहासाचे सप्तखंडात्मक

प्रारूप, 'वाङ्मयेतिहासलेखन' या संकल्पनेच्या स्पष्टतेसाठी महाराष्ट्र साहित्य परिषदेने ऐंशीच्या दशकात आयोजित केलेली चर्चासत्रे (६ ते ७ नोव्हेंबर १९८१, १ ते ३ मे १९८२), मराठवाडा साहित्य परिषदेने आयोजित केलेले अगदी अलीकडचे चर्चासत्र (२२ फेब्रुवारी २०१५), या चर्चासत्रांतील निबंधांवर आलेले *वाङ्मयेतिहासाची संकल्पना* (१९८६) हे पुस्तक, *वाङ्मयेतिहास : सद्यस्थिती आणि अपेक्षा* (१९९५) हे पुस्तक, महाराष्ट्रातील विविध अभ्यासकांनी 'वाङ्मयेतिहासलेखन' या संकल्पनेच्या संदर्भात वेळोवेळी लिहिलेले अभ्यासपूर्ण लेख आणि *प्रतिष्ठानचा* समीक्षाविशेषांक (मे-जून २०१५), आदी अनेक प्रयत्न हे वाङ्मयेतिहासलेखनाची सैद्धान्तिक संदर्भचौकट उभी करण्याच्या प्रेरणेतून साकार झाले आहेत.

मराठीतील वाङ्मयेतिहासविषयक अकादमिक चर्चाविश्वाच्या या ऐतिहासिक परिप्रेक्षातील श्री. रं. कुलकर्णी हे एक अत्यंत महत्त्वाचे नाव आहे. डॉ. अ. ना. देशपांडेलिखित *प्राचीन वाङ्मयाच्या इतिहासा* चे खंड आणि वाङ्मयेतिहासलेखनाच्या संदर्भातील बृहद्प्रकल्पाचा भाग असलेले 'महाराष्ट्र साहित्य परिषदे'चे खंड प्रकाशित होण्याआधीच श्री. रं. कुलकर्णी यांचा *प्राचीन मराठी गद्य : प्रेरणा आणि परंपरा* (१९७०) हा ग्रंथ प्रकाशित झाला आहे. 'वाङ्मयेतिहास' या संकल्पनेकडे स्वतंत्र मर्मदृष्टीतून पाहणारा ग्रंथ या दृष्टीने या ग्रंथाचे आणि ग्रंथलेखक श्री. रं. कुलकर्णी यांचे कालिक संदर्भातील अग्रेसरत्व विशेष उल्लेखनीय आहे. त्यांचे संशोधनकार्य साहित्येतिहासाच्या प्रत्यक्ष लेखनप्रक्रियेला सैद्धान्तिक व्यूहचौकटीचे अधिष्ठान प्राप्त करून देणारे आहे. स्वाभाविकच, वाङ्मयेतिहासलेखन या अभ्यासविषयाच्या सैद्धान्तिक आणि उपयोजित या दोन्ही स्तरांवरील श्री. रं. कुलकर्णी यांचे योगदान मौलिक स्वरूपाचे आहे, असे म्हणता येईल.

२

एका लेखकाने लिहिलेला साहित्येतिहास, सामूहिकपणे लिहिलेला साहित्येतिहास, कालखंडाधिष्ठित साहित्येतिहास, साहित्यप्रकाराधिष्ठित साहित्येतिहास, साहित्यकृतीची संरचना केंद्रस्थानी असणारा साहित्येतिहास, भौगोलिक परिसराधिष्ठित साहित्येतिहास, साहित्य-प्रवाहाधिष्ठित साहित्येतिहास, साहित्यप्रवृत्तीधिष्ठित साहित्येतिहास, विचारप्रणालीधिष्ठित साहित्येतिहास अशा विविध पद्धतींनी मराठीतील प्रचलित वाङ्मयेतिहासाचे लेखन झाले आहे. हे सर्वच लेखन 'कथनात्म साहित्येतिहासा'च्या [२] संकल्पनेशी नाते सांगणारे आहे. या साहित्येतिहासातून मांडल्या गेलेल्या 'कथ्या'चा आधार घेतला तर, क्रेनप्रणीत *कलालक्षी प्रारूपाचा आधार घेत* लिहिलेले वाङ्मयेतिहास, साहित्यनिर्मितीमागील सामाजिक, सांस्कृतिक, राजकीय परिस्थितीचा 'पार्श्वभूमी' म्हणून विचार करीत लिहिले गेलेले वाङ्मयेतिहास आणि अलीकडच्या काळात विशेष चर्चेत असलेले वाङ्मयेतिहासाचे *संदर्भवादी प्रारूप* अशा स्वरूपाचे आहेत. विशुद्ध वाङ्मयीन प्रेरणेतून वाङ्मयेतिहास लिहिणे आणि सांस्कृतिक इतिहासाचा एक अपरिहार्य घटक म्हणून वाङ्मयेतिहास लिहिणे, या तात्त्विक भूमिका उपरोक्त वर्गीकरणाच्या मूळाशी कार्यरत आहेत.

श्री. रं. कुलकर्णींच्या संशोधनपर लेखनात वाङ्मयेतिहासलेखनाच्या संदर्भवादी प्रारूपाशी निगडित वैचारिक भूमिका गाभाभूत असलेली दिसते. असे असले तरी, साहित्येतिहासात साहित्याच्या 'साहित्यपणा'चाही मूलभूत अभ्यास झाला पाहिजे, हे कलालक्षी दृष्टिकोनातील सूत्र त्यांनी तारतम्याने गृहीत धरले आहे.

श्री. रं. कुलकर्णी यांचा आधुनिक देशी भाषांतील वाङ्मयाच्या इतिहासाचा गाढा अभ्यास आहे. या अभ्यासातून सिद्ध झालेली निरीक्षणे त्यांच्या संशोधनपर लेखनातून अधोरेखित होतात.

आधुनिक देशी भाषांतील वाङ्मयेतिहास ब्रिटिश अमदानीचा प्रारंभ या देशात झाल्यानंतर लिहिण्यात आले. आणि ते प्रामुख्याने इंग्रजी वाङ्मयेतिहासाचा आदर्श समोर ठेवून लिहिण्यात आले आहेत.

प्राचीन मराठी वाङ्मयाच्या इतिहासात संकलित दृष्टिकोनातून अभ्यास न करण्याची वृत्ती अधिक प्रमाणात आहे. गद्य आणि पद्य, महानुभाव आणि वारकरी, संत आणि पंत, शाहीर आणि बखरकार अशा प्रकारचे वर्गीकरण करून त्या त्या गटातील साहित्याचा आढावा घेत लेखन झालेले दिसते. अशा प्रकारच्या लेखनातून एखाद्या काळातील समग्र साहित्य कोणत्या प्रकारचे होते, याचे फारसे आकलन होत नाही.

विसाव्या शतकाच्या मध्यापर्यंत लिहिण्यात आलेले आधुनिक देशी भाषांतील वाङ्मयाचे इतिहास वाङ्मयनिर्मितीच्या केवळ कालक्रमानुसार दिलेल्या नोंदींवर आधारलेले आहेत. सांस्कृतिक जीवन आणि त्याचे साहित्यावरील परिणाम इत्यादींचा फारसा विचार या इतिहासात झालेला नाही.

आधुनिक देशी भाषांतील वाङ्मयेतिहासकारांनी सिद्धसाहित्याचा आढावा घेतला असता तर वाङ्मयाच्या इतिहासाला वेगळे वळण लागले असते. सिद्ध साहित्याचा शुद्ध साहित्यात अंतर्भाव होत नाही, असे गृहीतक बाळगून अभ्यास केल्यामुळे अभ्यासकांनी या साहित्याची दखल केवळ भाषांच्या पूर्वपीठिकेपुरतीच घेतलेली आहे. अशा दृष्टिकोनामुळे वाङ्मयेतिहासाला संस्कृतिनिरपेक्ष रूप प्राप्त झाले आणि वाङ्मयेतिहासात केवळ ललित साहित्याची नोंद घेण्यात येऊ लागली, असे परखड निरीक्षण कुलकर्णींनी नोंदविले आहे.

संतसाहित्याचा विचार 'साहित्य' म्हणून करण्यापेक्षा आध्यात्मिक दृष्टिकोनातून मोठ्या प्रमाणात केला गेला आहे. पंडिती आणि शाहिरी काव्याचा विचार आध्यात्मिक व वाङ्मयीन घटकांची सरमिसळ करीत झाला आहे. याचा अर्थ, प्राचीन व मध्ययुगीन वाङ्मयाचे इतिहासलेखन आध्यात्मिक, सांप्रदायिक, मोक्षमार्गी धर्मनिष्ठ दृष्टीला प्राधान्य देत करण्यात आले आहे.

मार्क्सवादी दृष्टिकोनातून संतसाहित्याचा अन्वयार्थ लावण्याचे काही प्रयत्न (बा. रं. सुंठणकर *महाराष्ट्रीय संतमंडळाचे ऐतिहासिक कार्य* (१९४८), गं. बा. सरदार *संतसाहित्याची सामाजिक फलश्रुती* (१९५०) यांचे प्रयत्न अभिप्रेत असावेत.) मराठी साहित्येतिहासलेखनात झाले आहेत. या प्रकारच्या अभ्यासातून प्राचीन व मध्ययुगीन साहित्याचे पुनर्मूल्यन झालेले नाही, असे त्यांचे मत आहे.

साहित्याच्या संदर्भातील राजकीय व सामाजिक परिस्थिती नोंदविण्याची प्रथा प्रचलित आहे. परंतु या परिस्थितीचा साहित्यावर पडलेला प्रभाव आणि साहित्याने कालपरिस्थितीस लावलेले वळण या मुद्द्यांची फारशी चर्चा वाङ्मयेतिहासात झालेली नाही.

मध्ययुगीन साहित्याचा विचार केवळ वाङ्मयीन दृष्टीतून झाला पाहिजे, अशी भूमिका अनेक अभ्यासकांनी मांडली आहे.

उपरोक्त निरीक्षणांमध्ये कुलकर्णी यांनी प्रचलित वाङ्मयेतिहासलेखनात 'काय केले आहे' आणि 'काय केले नाही' याची सविस्तर नोंद केली आहे. वाङ्मयेतिहासलेखनासंदर्भातील श्री. रं. कुलकर्णींची भूमिका या नोंदींमधून स्पष्टपणे पुढे येते.

साहित्य आणि समाज यांच्यातील अनेककेंद्री संबंधांचा शोध घेत वाङ्मयेतिहासाची रचना करणे, ही श्री. रं. कुलकर्णींनी स्वीकारलेली अभ्यासदिशा आहे. आणि त्यांची ही भूमिका संदर्भवादी प्रारूपाशी नाते जोडणारी आहे. त्यांच्या मते साहित्य आणि संस्कृती यांच्या सीमारेषा परस्परांत एवढ्या मिसळलेल्या असतात की, सांस्कृतिक घडामोडींचा मागोवा घेतल्यावाचून वाङ्मयेतिहासाला पूर्णता येऊ शकत नाही. तसेच वाङ्मयीन प्रवृत्ती ध्यानात घेतल्याशिवाय सांस्कृतिक जीवनाचेही दर्शन घडू शकत नाही. याचे कारण असे की, समकालीन राजकीय, सामाजिक परिस्थिती आणि सांस्कृतिक परंपरा यांचे संस्कार कोणत्याही कालखंडावर होत असतात. काही वेळा कालप्रवाह साहित्याला वळण देत असतो तर काही वेळा साहित्यामुळे कालप्रवाहाची दिशा बदलत असते. केवळ कालक्रमानुसार घटना देण्याचे ठरविले तर साहित्य आणि परिस्थिती यांचे संबंध लक्षात येत नाहीत. त्यामुळे पारंपरिक पद्धतीचे राजकीय, सांस्कृतिक इतिहास आणि प्रचलित वाङ्मयेतिहास ठरावीक चाकोरीतून वाटचाल करत राहतात. परस्परावलंबी असलेल्या या दोन्ही अंगांचा समतोल वाङ्मयेतिहासात साधलेला नसेल तर वाङ्मयेतिहासातील अनेक प्रश्न अनुत्तरित राहतात आणि सांस्कृतिक क्षेत्रातील कित्येक घडामोडी अर्थशून्य ठरतात, अशी त्यांची स्पष्ट भूमिका आहे. प्रस्थापित वाङ्मयाच्या इतिहासात समकालीन राजकीय आणि सामाजिक परिस्थिती या विषयाचे अस्तर साहित्याला जोडण्याची प्रथा रूढ आहे. या प्रथेला कुलकर्णींनी पुढीलप्रमाणे चिकित्साविषय केले आहे.

"साहित्यातील घडामोडींचा आढावा घेताना कित्येक समालोचकांनी तत्कालीन परिस्थितीचा पट मांडला आहे, नाही असे नाही. परंतु, या परिस्थितीचा तत्कालीन साहित्याशी, विशेषत: साहित्यातील अंत:प्रवाहाशी असलेला अनुबंध विशद करण्याचे प्रयत्न मात्र झाले नाहीत. त्यामुळे एखाद्या 'राजकीय' कादंबरीत अधूनमधून राजकारणविषयक बातम्या याव्यात तसा तत्कालीन परिस्थितीचा संदर्भ अशा लेखनातून येत असतो."[३]

महाराष्ट्र साहित्य परिषदपुरस्कृत वाङ्मयेतिहासाच्या बृहत प्रकल्पातही उपरोक्त प्रवृत्ती मुखरित होते, ही खंत त्यांनी स्वानुभवाचा आधार देत व्यक्त केली आहे. महाराष्ट्र साहित्य परिषदेने प्रकाशित केलेल्या मराठी वाङ्मयाच्या इतिहासाच्या दुसऱ्या खंडासाठी श्री. रं. कुलकर्णींना राजकीय व सांस्कृतिक पार्श्वभूमीवर निबंध लिहिण्याचा प्रस्ताव आला. या प्रस्तावात संबंधित कालावधीतील साहित्यावर इतर लेखक लिहिणार असल्याने, आपले

लेखन केवळ राजकीय आणि सांस्कृतिक घडामोडींपुरते मर्यादित असावे, अशी अपेक्षा संपादकांनी व्यक्त केली होती. त्यामुळे या निबंधात आपण परिस्थितीचा साहित्याशी असलेला अनुबंध दिग्दर्शित केलेला नाही, अशी माहिती ते देतात. या खंडात साहित्याचा विचार करणाऱ्या अभ्यासक/ संशोधकांनी समकालीन सामाजिक पर्यावरणाचा विचार केलेला नाही. याचा अर्थ, या प्रकल्पात समकालीन पार्श्वभूमी आणि प्रत्यक्ष साहित्य यांच्यातील अनेकस्तरीय नात्याचा विचार करण्याचा अवकाशच संबंधित अभ्यासक/ संशोधकांना उपलब्ध असलेला दिसत नाही. साहित्य आणि समाज यांच्या संबंधाविषयीची अभ्यासकांनी गृहीत धरलेली/ गृहीत धरणे अपरिहार्य केलेली ही भूमिका सुलभीकरणात्मक स्वरूपाची आहे, अशी नोंद कुलकर्णींनी केली आहे. तसेच या भूमिकेतील संभाव्य धोक्यांविषयीची आपली भूमिका त्यांनी १९७० साली अगदी स्पष्टपणे मांडलेली आहे. वाङ्मयेतिहासलेखकांनी घेतलेल्या या सुलभीकरणात्मक भूमिकेच्या वाङ्मयेतिहासलेखनावरील दूरगामी परिणामांची नोंद डॉ. हरिश्चंद्र थोरात यांनी केली आहे. त्यांच्या मते, ''संदर्भ आणि साहित्य यांच्यातील संबंधाविषयी त्याने काहीएक सैद्धान्तिक भूमिका घेणे गरजेचे असते. अशी भूमिका घेतली नाही तर संदर्भ आणि साहित्य या दोहोंतील नाते स्पष्ट करता येत नाही आणि या दोन्ही गोष्टी वेगवेगळ्या राहतात, संदर्भ अर्थशून्य ठरतो आणि केवळ पार्श्वभूमीला राहतो. मराठी साहित्येतिहासाच्या संदर्भात ही पार्श्वभूमीची संकल्पना किती भीतिदायक ठरली आहे याची अनेक उदाहरणे यामुळेच आपल्याला पाहायला मिळतात.''[४]

श्री. रं. कुलकर्णी साहित्य, समाज आणि संस्कृती यांच्या परस्परसंबंधांविषयी १९७०च्या सुमारास जो मुद्दा आग्रहाने मांडत होते तो मुद्दा डॉ. हरिश्चंद्र थोरात यांना २०१५ साली पुन्हा मांडावा लागणे, ही बाब मराठी साहित्यसंशोधनव्यवहारातील स्थितिशील मानसिकतेकडे गंभीर निर्देश करणारी आहे.

महाराष्ट्राच्या मध्ययुगीन इतिहासाचा अभ्यास करताना राजकीय क्षेत्रातील स्थित्यंतरे आणि साहित्यनिर्मितीच्या क्षेत्रात घडून येणारी परिवर्तने एकाच काळात घडून आल्याचे कुलकर्णींच्या निदर्शनास आले. असे होणे हा केवळ योगायोग मानायचा की, कालपरिस्थिती आणि साहित्य यांच्या परस्परसंबंधाचा तो परिपाक आहे असे समजायचे, हा प्रश्न वाङ्मयाचा अभ्यासक म्हणून आपल्यासमोर आहे, असे स्पष्ट मत ते नोंदवितात. 'असे का घडले' या संकल्पनेस मराठी वाङ्मयाच्या इतिहासात अद्याप स्थान मिळालेले नाही अशी खंत ते व्यक्त करतात. असे घडल्यामुळे कालप्रवाहात साहित्याला नवी वळणे का लागली? काही वाङ्मयप्रकार विशिष्ट काळातच उदयाला का आले? या प्रश्नांची चर्चा वाङ्मयेतिहासात सहसा आढळत नाही, या वस्तुस्थितीची नोंद करतात. साहित्याचा कालपरिस्थितीशी संबंध असतो का, साहित्याला लागणारी निरनिराळी वळणे समकालीन राजकीय जीवनाशी संबंधित असतात का, अशा अनेक प्रश्नांची उत्तरे सध्या प्रचलित असलेल्या वाङ्मयेतिहासविषयक ग्रंथांत सापडत नाहीत, असे परखड प्रतिपादन ते करतात. प्रचलित वाङ्मयेतिहासातील या प्रवृत्तीबद्दल तीव्र असमाधान व्यक्त करताना, 'असे का घडले' किंवा 'घडत असावे' याचा विवेकाने

शोध घेण्याचा त्यांनी प्रयत्न केला आहे. त्यांच्या मते 'असे का घडले' या प्रश्नाचे उत्तर केवळ वाङ्मयेतिहासाच्या आधारे देता येणे शक्य नाही. वाङ्मयीन प्रवाह, वाङ्मयाचे उदयास्त, कालप्रवाहात साहित्याने घेतलेली विविध वळणे, याच्या आधारे शोध घेत असता केवळ वाङ्मयीन परंपरा अपुरी ठरते, हे त्यांनी स्पष्टपणे निदर्शनास आणून दिले आहे. साहित्यातील आशय आणि अभिव्यक्ती यांचा सामाजिक, राजकीय, सांस्कृतिक जीवनाशी कोणत्या ना कोणत्या प्रकारे संबंध असतो. त्यामुळे कोणत्याही काळातील साहित्य आणि त्यातील प्रवाह नीट समजून घ्यायचे असतील तर समकालीन राजकीय, सामाजिक आणि सांस्कृतिक परंपरा यांचे संदर्भ लक्षात घेणे अपरिहार्य असते, हे गृहीतक श्री. रं. कुलकर्णींच्या वाङ्मयेतिहासलेखनविषयक संकल्पनेशी घट्टपणे जोडलेले दिसते.

श्री. रं. कुलकर्णींनी *प्राचीन मराठी गद्य : प्रेरणा आणि परंपरा* या पुस्तकातील मराठी गद्यलेखनामागील सामाजिक, सांस्कृतिक, राजकीय आणि वाङ्मयीन प्रेरणांसंबंधीची चर्चा या दृष्टीने विचारात घेता येईल. प्रस्तुत ग्रंथात कुलकर्णी प्राचीन मराठी गद्यामागील पंडिती, धर्मप्रसार आणि धर्मरक्षण आदी त्रिविध प्रेरणांचा तत्कालीन सामाजिक, राजकीय पार्श्वभूमीच्या संदर्भात सविस्तर धांडोळा घेतला आहे. *ज्योतिषरत्नमालेवरील* टीकाग्रंथी नंतर दीर्घकाळपर्यंत साहित्यनिर्मिती न होण्यामागील संभाव्य कारणे, वारकरी संप्रदायातील पद्यप्रधानता आणि महानुभाव पंथातील पद्यग्रंथांप्रमाणे गद्यग्रंथांची निर्मिती, महानुभाव संप्रदायाबाहेर अल्प प्रमाणात निर्माण झालेल्या गद्यसाहित्याचा परिचय (उदाहरणार्थ, विठ्ठल गलंडची ग्रंथसंपदा आणि त्याच्या लेखनाचे ऐतिहासिक स्थान), जैन आणि ख्रिस्ती धर्मातील गद्य साहित्य, दामोदर पंडितांच्या *संगीतदर्पण* या ग्रंथावरील मराठी टीकेच्या ऐतिहासिक महत्त्वाची तपशीलवार नोंद, बखर साहित्य, आज्ञापत्र, इतिहाससंशोधकांनी ऐतिहासिक कागदाबरोबर ऐतिहासिक व्यक्तींची व त्यांच्या संपर्कात आलेल्या इतरांची संकलित केलेली पत्रे इत्यादी घटकविषयांचा सांगोपांग परामर्श घेतला आहे.

श्री. रं. कुलकर्णी यांनी दामोदर पंडितकृत *संगीतदर्पणावरील* मराठी टीकेच्या संदर्भात उपस्थित केलेले प्रश्न त्यांच्या वाङ्मयेतिहासाकडे संदर्भवादी परिदृष्टीतून पाहण्याच्या वृत्तीचे सूचन करतात. *संगीतदर्पण* हा ग्रंथ दरबारी परंपरेतील असून तेराव्या शतकानंतर महाराष्ट्रात संगीतकलेला राजाश्रय लाभलेला नाही, ही वस्तुस्थिती आहे. अशा परिस्थितीत सतराव्या-अठराव्या शतकात ही टीका रचण्याचे कारण कोणते असावे, असा प्रश्न त्यांनी उपस्थित केला आणि तत्कालीन सामाजिक, सांस्कृतिक परिस्थितीच्या अवलोकनातून काही अधोरेखित होते का ते शोधण्याचा प्रयत्न केला. हा शोध घेताना मोक्षप्राप्तीसाठी संगीतोपासना करणारे साधू-संत आणि लोकरंजनासाठी या कलेची आराधना करणारे कलोपासक यांच्या सीमेवरील हरदासाची कीर्तनसंस्था या काळात भरभराटीला आली होती, ही बाब त्यांच्या निदर्शनास आली. या कीर्तनसंस्थेची स्वत:ची अशी जी संगीतपरंपरा होती, त्या परंपरेची निकड भागविण्याच्या निमित्ताने *संगीतदर्पणावरील* मराठी टीका याच कालखंडात निर्माण झाली असावी, असे अनुमान कुलकर्णींनी काढले आहे.

कुलकर्णींच्या मते महाराष्ट्रात झालेला भागवत धर्माचा आविष्कार इतर भाषकांच्या तुलनेने वैशिष्ट्यपूर्ण होता, ही बाब अभ्यासकांनी मान्य केली आहे. मात्र या वैशिष्ट्यांच्या उगमाची आणि स्वरूपाची शास्त्रीय कारणमीमांसा वाङ्मयेतिहासकारांनी केली नाही. भारतीय इतिहास आणि संस्कृती यांच्या विकासक्रमातील वैदिक संस्कृतीचे ऋण लक्षात न घेता मराठी संतवाङ्मयाचे होणारे समालोचन आणि भागवत धर्माच्या उगमाच्या दृष्टीने गीता व भागवत या दोनच ग्रंथांवर केंद्रित झालेली दृष्टी ही दोन महत्त्वाची कारणे या प्रकारच्या अभ्यासाच्या मुळाशी आहेत, याची सविस्तर नोंद कुलकर्णींनी केली आहे. महाराष्ट्राच्या आणि एकनाथांच्या भागवतदर्शनासाठी ही दृष्टी अपर्याप्त ठरणारी आहे, असा धोकाही त्यांनी सूचित केला आहे. त्यांच्या मते, ज्ञानदेवांनी भागवत धर्माचा पाया घातला आणि त्यानंतर अत्यंत कठीण सामाजिक, राजकीय परिस्थितीत संत एकनाथांनी त्याला भरभक्कम आधार दिला. भागवत धर्माच्या अविकृत परंपरेचे दर्शन एकनाथांच्या लेखनात घडते. नाथांचा काळ हा महाराष्ट्राच्या इतिहासातील आणीबाणीचा काळ होता. अशा अत्यंत निराशेच्या राजकीय व सामाजिक परिस्थितीवर भागवत धर्मच मात करू शकेल या विश्वासातूनच नाथप्रणीत भागवत धर्मात मूळ भागवत धर्माची प्रेरणा अविकृत स्वरूपात जोपासली गेली. त्यामुळे नाथोक्त भागवत धर्माचे यथोचित मूल्यमापन करण्यासाठी भागवत धर्माचा उद्गम, प्रेरणा आणि एकनाथांच्या काळापर्यंत झालेला त्याचा विकास आदी संदर्भांचा सविस्तर अभ्यास करण्याची गरज कुलकर्णींनी अधोरेखित केली आहे. एकनाथांनी पुरस्कार केलेल्या भागवत धर्माचे स्वरूप नि:संदिग्ध रूपात उलगडून पाहण्यासाठी या धर्माची काळाच्या आडव्या अक्षावरील परंपरा आणि विकास विस्ताराने विचारात घेणे गरजेचे आहे, ही यामागील कुलकर्णींची अभ्यासदृष्टी आहे. सामाजिक, सांस्कृतिक, राजकीय अंत:प्रवाह आणि साहित्य यांच्या परस्परांशी असलेल्या संबंधाचा मागोवा घेण्याचा अग्रक्रमाने आग्रह ही अभ्यासदृष्टी करते. आणि म्हणूनच ती संदर्भवादी वाङ्मयेतिहासाच्या प्रारूपाशी नाते जोडणारी आहे.

साहित्य आणि समाज यांच्यातील परस्परसंबंधांचा अग्रक्रमाने विचार करणे गरजेचे आहे, हे गृहीतक स्वीकारत श्री. रं. कुलकर्णींनी संशोधन केले आहे, ही बाब उपरोक्त विवेचनावरून स्पष्टपणे पुढे येते. मात्र हे गृहीतक स्वीकारताना साहित्याच्या मूल्यमापनाच्या दृष्टीने अशा प्रकारचा शोध घेणे आवश्यक आहे का, या विवाद्य मुद्द्यालाही ते स्पर्श करतात, हे विशेष उल्लेखनीय आहे. साहित्य आणि समाज यांच्यातील व्यामिश्र नातेसंबंधाचा शोध घेताना साहित्यनिर्मितीमागील समाजशास्त्र आणि साहित्याची कलात्मकता या दोन संदर्भांच्या स्वायत्त असण्या-नसण्याविषयीच्या व्यामिश्रतेचे भान कुलकर्णींकडे आहे, हे आवर्जून नोंदविले पाहिजे.

३

सुजित मुकर्जी[१] यांनी भारतीय वाङ्मयेतिहासलेखनाच्या स्वरूपाविषयी चिकित्सक भाष्य करताना 'भाषिक विशिष्टतेचा आग्रह आणि वाङ्मयेतिहासलेखन' या कळीच्या मुद्द्याकडे निर्देश केला आहे. त्यांच्या मते आपल्या विशिष्ट प्रादेशिक भाषेतील साहित्याचा अस्सलपणा

सिद्ध करण्याच्या चिंतेतून त्या त्या भाषेच्या इतिहासकाराची प्रवृत्ती, शेजारच्या भाषा व त्यामधील साहित्य यांपासून मिळालेल्या प्रेरणांकडे दुर्लक्ष करण्याकडे असते व अशा अभ्यासात स्वभाषेच्या स्वायत्ततेवरच अधिक भर दिलेला असतो. वाङ्मयेतिहासकारांच्या या अस्मितावादी भाषिक धोरणामुळे त्यांनी केलेले संशोधन एकांगी होत जाते. प्रदेश, भाषा यांची विशिष्टता व वाङ्मयेतिहासलेखन या मुद्द्यांची चर्चा करताना त्या विशिष्ट भौगोलिक प्रदेशापलीकडे जाऊन साहित्याला व्यापक पातळीवरून समजून घेणे आवश्यक असते. असे झाले नाही तर मात्र अनेक बाबी संदिग्ध राहण्याचा धोका निर्माण होतो. श्री. रं. कुलकर्णी यांनी वाङ्मयेतिहासलेखनातील या महत्त्वपूर्ण प्रश्नाकडे निर्देश करीत पुढील मुद्द्यांची सविस्तर चर्चा केली आहे.

साधारणपणे तेराव्या शतकापासून ते एकोणिसाव्या शतकाच्या मध्यापर्यंत अनेक मराठी संतांनी हिंदी भाषेतून काव्यरचना केली आहे. याचा अर्थ, हिंदी भाषक प्रदेशात साहित्यनिर्मिती होण्यापूर्वीच मराठी संतांनी हिंदी भाषेतून साहित्य निर्माण केले, हे वास्तव आहे. या संदर्भातील दुसरा महत्त्वाचा मुद्दा असा की, महाराष्ट्रातील संतसाहित्याचा अपवाद करता, अन्य आधुनिक देशी भाषांतील संतवाङ्मयामध्ये मातृभाषेखेरीज अन्य भाषांतून काव्यरचना केल्याचे आढळत नाही. भारताच्या सांस्कृतिक आणि धार्मिक इतिहासाच्या दृष्टीने ही बाब महत्त्वपूर्ण आहे. असे असले तरी वाङ्मयेतिहासात या विशेषाची फारशी चिकित्सा झाली नाही, अशी खंत श्री. रं. कुलकर्णींनी साधार व्यक्त केली आहे.

हिंदी भाषेतून काव्यरचना करणे हे वारकरी संप्रदायाच्या परंपरेचे एक महत्त्वाचे अंग आहे. असे असताना मराठी संतांनी काव्यरचना करण्यासाठी हिंदी भाषेचे माध्यम का आणि कोणत्या परिस्थितीत स्वीकारले, या प्रश्नाचा फारसा विचार झालेला दिसत नाही. हा आक्षेप नोंदविताना या दिशेने अभ्यास होण्याची सामाजिक गरज कुलकर्णींनी आग्रहाने अधोरेखित केली आहे.

वास्तविकपणे भारतीय परिप्रेक्षात मराठी संतांचे हिंदीसदृश भाषेतील साहित्य समजून घेणे अपरिहार्य आहे. किंबहुना असे झाले तरच तमिळ आणि तेलगू भाषांतील निरूपण वाङ्मय आणि मराठीतील कीर्तनोपयोगी आख्यान, दाक्षिणात्य संगीत पद्धतीतील हरिकथा आणि हरिदासी कीर्तन, सिद्धांपासून ते संत कबीरापर्यंत असलेले सांस्कृतिक व साहित्यिक सातत्य आणि विचारप्रणालींचा झालेला विकास यांची योग्य रीतीने संगती लावता येणे शक्य आहे, असे स्पष्ट प्रतिपादन ते करतात. अन्य भाषांतील साहित्याचा मराठी साहित्यावरील व मराठी साहित्याचा अन्य भाषांतील साहित्य आणि प्रादेशिक परंपरा यांच्यावरील प्रभाव, यांचा आंतरक्रियाप्रतिक्रियात्मक स्वरूपाचा अभ्यास होण्याची गरज ते अधोरेखित करतात. आणि त्या दिशेने वाङ्मयेतिहासाचे लेखनही करताना दिसतात. *साहित्यसेतू* या ग्रंथाच्या निमित्ताने त्यांनी केलेले लेखन भिन्न प्रदेश, भाषा, परंपरा यांच्यातील सांस्कृतिक सेतुबंधाच्या विश्लेषणाशी संबंधित आहे. श्री. रं. कुलकर्णी यांच्या या संदर्भवादी अभ्यासदृष्टीमुळे महाराष्ट्राबाहेरच्या भौगोलिक अवकाशातील सांस्कृतिक देवाणघेवाणीचे अनेक संदर्भ

वाङ्मयेतिहासलेखनात चर्चेच्या केंद्रस्थानी आले आहेत. परिणामी, भारतीय सामाजिक, सांस्कृतिक परिप्रेक्षात मराठी संतसाहित्याचे योगदान समजून घेण्यासाठीचा ग्रांथिक आधार अभ्यासकांना उपलब्ध करून देण्याचे श्रेय श्री. रं. कुलकर्णींचे आहे, असे म्हणता येईल.

महाराष्ट्रातील भागवत धर्माचे अथवा वारकरी संप्रदायाचे प्रवर्तन ज्ञानेश्वरांनी केले हे वास्तव आहे. असे असताना महाराष्ट्रातील संतसाहित्याची चिकित्सा करणाऱ्या अभ्यासकांनी ज्ञानेश्वरपूर्व काळातील परिस्थिती आणि परंपरा फारशा विचारात घेतलेल्या नाहीत. तसेच ज्ञानेश्वरांच्या साहित्यात आणि तत्त्वज्ञानात पूर्वपरंपरेचे काही विशेष उतरले आहेत का, याकडे संशोधकांनी फारसे लक्ष पुरविलेले नाही, असा आक्षेप कुलकर्णींनी घेतला आहे.

भिन्न भाषा, संस्कृती आणि साहित्य यांच्यातील देवाणघेवाणीच्या प्रक्रियांचा शोध साहित्याच्या मूल्यमापनास आणि साहित्यांतर्गत प्रवाह समजून घेण्यास उपयुक्त ठरतो. मात्र हा शोध साहित्याचा केवळ तुलनात्मक अभ्यास करून लागत नाही. उलटपक्षी, संबंधित समाजातील निरनिराळे पंथ आणि संप्रदाय यांचे मूळ शोधताना सांस्कृतिक देवाणघेवाणीची प्रक्रिया अधिक स्पष्ट होत जाते, अशी भूमिका श्री. रं. कुलकर्णींनी *मध्ययुगीन मराठी साहित्य : एक पुनर्विचार* या पुस्तकाच्या निमित्ताने प्रतिपादिली आहे. या पुस्तकातील पहिला खंड याच विषयाशी संबंधित असून दुसऱ्या खंडाच्या प्रारंभी मध्ययुगीन साहित्याच्या अनुसंधानाने महाराष्ट्रातील सांस्कृतिक परंपरेचे निरूपण केले आहे. प्राचीन आणि मध्ययुगीन संतांनी उपयोजिलेल्या लोकपीठ, व्यासपीठ आणि रंगपीठ या प्रसारमाध्यमांचा आणि त्यांच्याशी संबंधित असलेल्या साहित्यप्रकारांचा सविस्तर धांडोळाही त्यांनी घेतला आहे. समग्र भारतातील राजकीय परिस्थिती, सांस्कृतिक परंपरा आणि साहित्य यांच्या संदर्भात मध्ययुगीन मराठी साहित्याचा पुनर्विचार होणे गरजेचे आहे, हे गृहीतक या अभ्यासाच्या मुळाशी आहे.

संत ज्ञानेश्वर नाथ संप्रदायाचे अनुयायी होते, हे सर्वश्रुत आहे. त्यामुळे मराठी वाङ्मयेतिहासकारांनी नाथ संप्रदायाची गोरखनाथापासूनची परंपरा लक्षात घेतली आहे. वास्तविक पाहता नाथ संप्रदाय आकस्मिकपणे उदयास आलेला नाही याची जाणीव ठेवणे आवश्यक होते. तसेच या संप्रदायाचे साहित्य आणि तत्त्वज्ञान यांना कालपरिस्थितीचे आणि सांस्कृतिक जीवनाचे संदर्भ आहेत, ही बाब लक्षात घेऊन नाथ संप्रदायाच्या तत्त्वज्ञानाचा आणि आचारधर्माचा अन्वयार्थ लावणे गरजेचे होते. किंबहुना अशा प्रकारे अन्वयार्थ लावण्यात आला तरच ज्ञानेश्वरांचे तत्त्वज्ञान, साहित्य आणि त्यांनी प्रवर्तित केलेला भागवतधर्म यांत आढळून येणाऱ्या विशेषांचा समाधानकारक उलगडा होण्याची शक्यता आहे. वारकरी संप्रदायाच्या संतांनी हिंदीसदृश भाषेतून काव्यरचना का केली या प्रश्नाचे उत्तरही या पूर्वपरंपरेच्या सूक्ष्म अवलोकनातून सापडते.

वाङ्मयेतिहासलेखनाच्या संदर्भातील श्रेयस बाबींचा संदर्भ देत असताना उपरोक्त काही मूल्यविधानांपर्यंतचा साधार प्रवास कुलकर्णींनी आपल्या वाङ्मयेतिहासलेखनातून केला आहे.

श्री. रं. कुलकर्णी यांचा अन्य भाषांतील वाङ्मयाच्या इतिहासाचा गाढा अभ्यास आहे. त्यामुळे त्या वाङ्मयेतिहासातील सामर्थ्य आणि मर्यादा यांची सविस्तर नोंद त्यांनी आपल्या

लेखनात केली आहे. मराठी साहित्येतिहासाप्रमाणे हिंदी साहित्येतिहासातदेखील मराठी संतकवींच्या हिंदी काव्याची फारशी दखल घेण्यात आलेली नाही, हे वास्तव त्यांनी स्पष्टपणे नोंदविले आहे. खरे पाहता हिंदी साहित्याचा उद्‌भव महाराष्ट्रात झाला असून संत नामदेव हे हिंदी भक्तिसाहित्याचे आद्य कवी आहेत, हे अनेक विद्वानांनी मान्य केले आहे. डॉ. भगीरथ मिश्र यांनी उत्तर भारतात संतमताचे प्रवर्तन करण्याचे श्रेय नामदेवांना दिले आहे. संत कबीराच्याच नव्हे तर उत्तर भारतातील समग्र संतमतावर नामदेवसाहित्याचा प्रभाव पडलेला आहे, असेही मत अनेक अभ्यासकांनी मांडले आहे. असे असताना उत्तर भारतातील संतमत आणि संतसाहित्य याचे प्रवर्तन संत कबीरांनी केले, असे हिंदी वाङ्‌मयेतिहासात नमूद केले आहे, असे परखड निरीक्षण कुलकर्णींनी नोंदविले आहे. हिंदी वाङ्‌मयेतिहासकारांच्या या भूमिकेमागील भाषिक अस्मितावादी सांस्कृतिक राजकारण कुलकर्णींनी उघड केले आहे. तसेच कबीराला प्रवर्तक ठरविताना हिंदी वाङ्‌मयेतिहासकारांनी मांडलेले विविध युक्तिवादही त्यांनी साधार खोडून काढले आहेत. *साहित्यसेतू* या ग्रंथाच्या पहिल्या भागात कुलकर्णींनी संत नामदेवांच्या निमित्ताने सिद्धपरंपरा आणि सिद्धांची विचारसरणी यांचे व महाराष्ट्रातील वारकरी संप्रदायाचे असलेले नाते साधार विशद केले आहे. तसेच राहुल सांकृत्यायन यांच्या सिद्ध संप्रदायाच्या अभ्यासाचे परिशीलन करीत सिद्धांचा वारसा उत्तर भारतात महाराष्ट्रातून संक्रात झाला, या मुद्द्याचा त्यांनी सविस्तर परामर्श घेतला आहे.

संत नामदेवांच्या हिंदीसदृश काव्याची भाषा आणि साहित्यातील विचारसरणी यांचे कबीराची भाषा आणि तत्त्वप्रणालीशी असलेले विलक्षण साम्य कुलकर्णींनी सप्रमाण नमूद केले आहे. तसेच संत नामदेवांचा काळ कबीरांच्या पूर्वीचा असल्याने कबीरानेच नामदेवांचे अनुसरण केले, असे मूल्यविधान त्यांनी केले आहे. याचा अर्थ, सिद्धांचा वारसा कबीराकडे संक्रमित करणारा दुवा म्हणून संत नामदेवांकडे कुलकर्णींनी निर्देश केला आहे. अशा रीतीने कालप्रवाह आणि वैचारिक परंपरा यांच्यावर सेतू उभारण्याचे कार्य महाराष्ट्राने केले असून मराठी संतांच्या हिंदी काव्याचे राष्ट्रीय स्तरावरील महत्त्व श्री. रं. कुलकर्णींनी तपशीलवारपणे अधोरेखित केले आहे. या पार्श्वभूमीवर कबीर आणि गुरुनानक यांनी संत नामदेवांचा केलेला गौरव अर्थपूर्ण ठरतो.

मराठी संतांच्या हिंदी काव्यरचनेच्या निर्मितीमागील सामाजिक, सांस्कृतिक कारणे कोणती असावीत, हा अत्यंत महत्त्वाचा पण दुर्लक्षित मुद्दा आहे. भारताच्या सांस्कृतिक जीवनाशी या मुद्द्याचा जिव्हाळ्याचा संबंध आहे. मात्र याची जाणीव समकालीन हिंदी आणि मराठी वाङ्‌मयेतिहासकारांना किती प्रमाणात आहे, असा प्रश्न कुलकर्णींनी उपस्थित केला आहे. वाङ्‌मयेतिहासाची रचना, पुनर्रचना करताना महत्त्वपूर्ण ठरणारा हा दुर्लक्षित सांस्कृतिक मुद्दा कुलकर्णींनी अग्रक्रमावर आणत कृतिशील पातळीवर त्याचा वेध घेण्याचा प्रयत्न केला आहे.

नामदेवपूर्व आणि नामदेवोत्तर पाच शतके अशा सुमारे हजार वर्षांच्या कालावधीतील साहित्य आणि समाजजीवन यांचा मागोवा घेणे, महाराष्ट्रप्रमाणेच गुजरात, राजस्थान, पंजाब, उत्तर

प्रदेश या भागांतून प्रवास करीत संस्कृत, प्राकृत अपभ्रंश, मराठी, हिंदी या व अन्य भाषांतील साहित्याची दखल घेणे, आदी संदर्भ या दृष्टीने विचारात घेता येतील. सिद्धपरंपरेशी नामदेवांचे असलेले नाते आणि महाराष्ट्रात हिंदी साहित्याचा प्रारंभ तसेच मराठी संतांनी हिंदी भाषेतून केलेली काव्यरचना यांच्यातील परस्परसंबंधाचा साधार उलगडा कुलकर्णींनी केला आहे. महाराष्ट्रात नाथसंप्रदायाचे संगोपन होण्याशी संबंधित सांस्कृतिक कारणे, नामदेवसमकालीन वारकरी संतांची हिंदीसदृश भाषेतील रचना पुढील पिढ्यांना उपलब्ध होऊ न शकण्याची कारणे, नामदेवांची काव्यरचना उपलब्ध असण्यामागील सांस्कृतिक कारणे, सगुणभक्ती आणि निर्गुणोपासना यांच्या निमित्ताने निर्माण झालेला 'मराठी नामदेव व हिंदी नामदेव' हा वाद, असे वाङ्मयेतिहासातील अनेक कळीचे मुद्दे कुलकर्णींनी या निमित्ताने चर्चेला घेतले आहेत.

गुजरात, राजस्थान, पंजाब, उत्तर भारतातील मध्ययुगीन संतकवी आणि तेथील सामाजिक पर्यावरण यांविषयीचे सूक्ष्म भान कुलकर्णींकडे आहे. *साहित्यसेतू* या ग्रंथात त्यांनी प्रस्थापित परंपरेतील तत्त्वज्ञान, संप्रदाय यांच्याशी नरसी मेहता, मीराबाई आदी कवींचा विशद केलेला संबंध याचे परिणत रूप आहे. सोळाव्या शतकानंतर महाराष्ट्रात निर्माण झालेल्या हिंदी साहित्याचा ऋणानुबंध समकालीन उत्तरभारतीय कृष्णभक्तीपर काव्यापेक्षा कबीरादिकांच्या साहित्याशी अधिक जवळचा आहे, असे निरीक्षण त्यांनी मांडले आहे. तसेच असे होण्यामागील विविध सामाजिक, सांस्कृतिक कारणांचा अभ्यासपूर्ण वेधही त्यांनी घेतला आहे. महाराष्ट्र आणि उत्तर भारतात सांस्कृतिक देवाणघेवाण होत असली तरीही त्यांची तात्त्विक बैठक भिन्न असणे, परिणामी महाराष्ट्रातील संतांच्या हिंदी काव्याचा समकालीन हिंदी भक्तीपर साहित्यावर फारसा प्रभाव न पडणे, आदी महत्त्वपूर्ण सांस्कृतिक निरीक्षणे कुलकर्णींनी नोंदविली आहेत. निर्गुण भक्तीपर संतकवी कबीर व गुरुनानक आणि सगुण भक्तीपर संत नरसी मेहता व मीराबाई यांच्या साहित्याशी महाराष्ट्रातील हिंदी साहित्याचे साधर्म्य आढळते तसे उत्तरकालीन कृष्णभक्तीपर हिंदी काव्याशी ते दिसून येत नाही, याचीही सविस्तर नोंद केली आहे.

मराठी संतांच्या भिन्न भाषिक, भिन्न सांस्कृतिक आणि भिन्न प्रादेशिक स्तरावरील सांस्कृतिक सेतुबंधाला उठाव देणारे संशोधक श्री. रं. कुलकर्णी यांचे ऐतिहासिक संशोधनकार्य उपरोक्त विवेचनावरून स्पष्टपणे अधोरेखित होते. त्यांच्या या कार्यासंबंधी ज्येष्ठ समीक्षक प्रा. सरोजिनी वैद्य यांनी केलेले मूल्यात्मक विधान उद्धृत करणे प्रस्तुत ठरेल.

The author Dr. S. R. Kulkarni, has not merely considered the Hindi compositions of Marathi saints, but he has also critically studied the cultural literary history of India, in general and the states to the north of Maharashtra in particular in order to prove the remarkable role of the Marathi saints in building bridges – Setu – on the cultural-literary history of Medieval India.'[६]

४

सांस्कृतिक आणि सामाजिक जीवनाचा शोध घेण्यासाठी साहित्याचे परिशीलन करणे, हा साहित्याभ्यासाच्या अनेक दृष्टिकोनांपैकी एक दृष्टिकोन आहे. संबंधित साहित्य कालिकदृष्ट्या प्राचीन किंवा मध्ययुगीन असेल तर त्या साहित्याची संहिता संशोधनप्रक्रियेत आधारभूत मानली जाते. स्वाभाविकच, हस्तलिखिताच्या रूपात उपलब्ध असलेल्या अनेक संहितांचे संशोधन करीत आधारभूत संहिता चिकित्सापूर्वक सिद्ध करणे, ही या प्रक्रियेतील महत्त्वाची बाब आहे. त्यामुळे 'संहिता संपादन' हा वाङ्मयेतिहासातील एक महत्त्वाचा विषय ठरला आहे. इंग्रजी भाषेत या विषयावर अनेक ग्रंथ उपलब्ध असून या ग्रंथांतून केलेली तात्त्विक चर्चा मूलगामी स्वरूपाची आहे. मात्र या तत्त्वांना भारतीय साहित्य आणि समाजजीवन यांच्या संदर्भचौकटीत कार्यान्वित कसे करायचे, हा या संदर्भातील महत्त्वाचा प्रश्न आहे. अ. का. प्रियोळकर, श्री. ना. बनहट्टी, कृ. पा. कुळकर्णी, वि. भि. कोलते, द. सी. पंगू, शं. गो. तुळपुळे, ह. ना. नेने , वा. ना. देशपांडे, म. वा. धोंड इत्यादी अभ्यासक/संशोधकांनी मराठी भाषेतील हस्तलिखितांच्या अभ्यासाचे शास्त्र विकसित केले आहे. या संशोधकांनी केलेली संपादने व त्यासाठी लिहिलेल्या प्रस्तावना यांतून हस्तलिखितांच्या संपादनपद्धतीविषयीची माहिती त्रोटक स्वरूपात उपलब्ध आहे. असे काही तुरळक प्रयत्न सोडले तर या विषयाचा साक्षेपाने विचार करणारा ग्रंथ मराठीत उपलब्ध नव्हता. या पार्श्वभूमीवर श्री. रं. कुलकर्णी यांच्या *प्राचीन मराठी हस्तलिखिते : संशोधन आणि संपादन* या पुस्तकात संहितासिद्धीच्या प्रक्रियेतील पाठनोंदणी, पाठचिकित्सा आणि पाठनिर्णय या अंगभूत प्रक्रियांचे केलेले तात्त्विक विवेचन विशेष उल्लेखनीय ठरावे.

प्राचीन मराठी साहित्याचे संशोधन करताना कोरीव लेख, ऐतिहासिक कागदपत्रे, प्राचीन पद्य वाङ्मय, गद्यग्रंथ आणि बखरी या सामग्रीचा आधार घेतला जातो. असे करताना कोणती दक्षता घेणे आवश्यक आहे तसेच प्राचीन साहित्याच्या संशोधनाचा मूलाधार असलेले संहिता संपादन कोणत्या तत्त्वास अनुसरून आणि कोणत्या पद्धतीने केले पाहिजे याची चर्चा या अभ्यासात केली आहे. प्रतलेखक एखाद्या ग्रंथाची नक्कल का करतो; त्याच्या लेखनामागील प्रेरणा कोणत्या असतात, याचाही परामर्श हस्तलिखितांच्या समाप्तीलेखाद्वारे घेण्यात आला आहे. संहितासिद्धीची प्रक्रिया उलगडून दाखविताना या प्रक्रियेतील पाठनिर्णय अर्थात संहितेत येणाऱ्या योग्य पाठांचा निर्णय कसा करायचा याविषयीची मार्गदर्शक सूत्रे नमूद केली आहेत. संपादनपद्धतीचे सविस्तर विवरण करण्यात आले असून गेल्या शतकात प्राचीन साहित्याचे झालेले संपादन आणि त्यासाठी योजण्यात आलेली संपादनपद्धती यांचा धावता आढावा घेण्यात आला आहे. स्वाभाविकच, या ग्रंथाच्या निमित्ताने संपादनप्रक्रियेच्या उपयोजित अंगाचे ऐतिहासिक परिप्रेक्ष अभ्यासकांना खुले झाले आहे, असे म्हणता येईल.

संहिता संपादनाच्या प्रक्रियेत ग्रंथाला जोडल्या जाणाऱ्या प्रदीर्घ प्रस्तावना आणि टिपा यांचे संदर्भमूल्य श्री. रं. कुलकर्णींनी सविस्तर अधोरेखित केले आहे. लेखनाच्या पहिल्या पायरीवर

त्यांनी प्राचीन/मध्ययुगीन काळातील हस्तलिखितांचा अभ्यास करताना समोर उभ्या राहणाऱ्या आव्हानांचा परामर्श घेतला आहे. उदाहरणार्थ, कालिकदृष्ट्या काही शतकापूर्वीच्या हस्तलिखितांतून प्रतिबिंबित होणारे सामाजिक, सांस्कृतिक संदर्भ नंतरच्या काळातील अभ्यासकांना समजून घेणे अवघड जाते. संहितासिद्धीच्या प्रक्रियेत पुस्तकाला जोडलेल्या प्रस्तावना आणि टिपा या पातळीवर संशोधकाला मार्गदर्शक सूत्राप्रमाणे उपयुक्त ठरतात, अशी स्पष्ट भूमिका कुलकर्णींनी घेतली आहे. दुसऱ्या टप्प्यावर कुलकर्णींनी प्रस्तावनेतील कथ्याच्या संदर्भबहुलतेचा आणि व्यापक दृष्टिकोनाचा पैलू सूचित केला आहे. ग्रंथकाराची ग्रंथनिर्मितीमागील प्रेरणा, संहितेचा अभ्यास कोणत्या दृष्टिकोनातून व्हावा याविषयीची चौकट, संहितेत आढळून येणाऱ्या विशेषांचे कालपरिस्थितीशी असलेले संबंध, साहित्याचा घाट, वाङ्मयाच्या विशिष्ट क्षेत्रातील संपादित ग्रंथाची कामगिरी आणि या ग्रंथाने समाजजीवनावर केलेले संस्कार/परिणाम इत्यादी विषयांचा प्रस्तावनेत समावेश असावा, अशी अपेक्षा कुलकर्णींनी व्यक्त केली आहे. प्राचीन ग्रंथाचे संशोधन/ संपादन करताना संपादकाने संहितेतील दुर्बोध स्थळांवर दिलेल्या टिपा समकालीन वातावरण आणि सांस्कृतिक पार्श्वभूमी यांची संदर्भचौकट अभ्यासकांसमोर उभी करतात. संपादित ग्रंथाला जोडलेल्या प्रस्तावना आणि टिपा यामुळे कालिकदृष्ट्या आधीच्या टप्प्यावर असलेला ग्रंथ वर्तमानकालीन अभ्यासकांच्या आकलनाच्या कक्षेत येण्याची शक्यता निर्माण होते. आणि असे होणे हे संपादनप्रक्रियेचे फलित ठरते.

प्राचीन हस्तलिखितांच्या संपादनपद्धतीविषयक सिद्धान्तनाने मराठी वाङ्मयेतिहासविषयक संकल्पनात्मक चर्चाविश्वात मूलभूत भर घातली आहे. या सिद्धान्तनाच्या बरोबरीने आयुर्वेदशास्त्रावरील पहिला मराठी ग्रंथ व एकनाथपूर्वकालीन भाषेच्या दृष्टीने अपवादात्मक रूपात उपलब्ध असणारा विठ्ठल गलंडविरचित *रसकौमुदी* (१९५७) ज्ञानेश्वरविरचित *उत्तरगीता* (१९५७), महानुभावकृत गोपाळदास *चंद्रावळी आख्यान* (१९६०), निरंजनमाधवविरचित गद्य ग्रंथ *अद्वैतामृत टीका* (१९६८), *कपिलगीतोक्त पंचमुद्रा* (१९६८) हा ज्ञानेश्वरांच्या योगसाधनपर प्रकरण ग्रंथ, भारतीय संगीताचे तेराव्या शतकातील संहितीकरण असलेल्या *संगीतरत्नाकर*च्या परंपरेशी नाते सांगणारी आणि मराठी भाषेतील संगीतशास्त्रावरील ग्रंथाचे अस्तित्व सुचविणारी दामोदरपंडितकृत *संगीतदर्पण* आणि त्यावरील प्राचीन मराठी गद्यटीका (१९८५), *शिवकालीन राजनीती आणि रणनीती (आज्ञापत्राच्या संहितेसह)* (१९९४), रामचंद्रपंत अमात्यकृत *आज्ञापत्र*, नामदेव गाथा या काही महत्त्वाच्या हस्तलिखितांच्या प्रत्यक्ष संशोधन-संपादनाचे कामही केले आहे.

सदर संहितांचे संपादन करताना श्री. रं. कुलकर्णी यांनी संपादकाच्या भूमिकेतून घेतलेले निर्णय सविस्तरपणे नोंदविले आहेत. निवडक उदाहरणांच्या आधारे हे निर्णय आणि त्यामागील त्यांची संपादकीय दृष्टी समजून घेण्याचा प्रयत्न करू.

अ) दामोदरपंडितकृत मूळ संस्कृत ग्रंथ आणि त्यावरील प्राचीन मराठी गद्यटीका *संगीतदर्पण* या संहितेचे संपादन करताना घेतलेले संपादकीय निर्णय :

संस्कृत भाषेतील संहिता संपादित करणे हे उद्दिष्ट नसल्यामुळे *संगीतदर्पणच्या* निरनिराळ्या संपादित व हस्तलिखित प्रतीतील पाठभेद अथवा प्रक्षेप यांची नोंद *संगीतदर्पणच्या* संपादनात करण्यात आलेली नाही.

मराठी टीकेची एकच प्रत असल्याकारणाने पाठभेद नोंदविण्याचा प्रश्नच नाही. मूळ संस्कृतच्या पार्श्वभूमीवर आढळून आलेल्या विसंगतीची नोंद संबंधित ठिकाणी केली आहे.

हस्तदोष वगळून मूळ प्रतीतील मराठी लेखन जसेच्या तसे कायम ठेवले आहे.

शुद्धलेखनाच्या जुन्या नियमाप्रमाणे आवश्यक असलेले अनुस्वार ज्या ज्या स्थळी आढळले आहेत त्या त्या स्थळी देण्यात आले आहेत.

प्राचीन मराठी हस्तलिखिते शब्द न तोडता व विरामचिन्हांचा उपयोग न करता लिहिलेली आढळतात. संपादनासाठी घेतलेल्या हस्तलिखितात हा प्रकार आढळतो. अन्य संपादकांनी विरामचिन्हांविषयीचा बाळगलेला विवेक लक्षात घेऊन कुलकर्णींनी संपादित केलेल्या *सुगमबोध* आणि निरंजनमाधवांची *अद्वैतामृत* गद्यटीका यांच्या हस्तलिखितात विरामचिन्हांसाठी चरणरेषांचा वापर करण्यात आला आहे.

रामचंद्रपंत अमात्यकृत *आज्ञापत्राचे* संपादन करताना कुलकर्णींनी केलेले संपादकीय संस्कार थोडक्यात पुढीलप्रमाणे :

मूळ पोथी मोडी लिपीत असून तिचे नागरी लिप्यंतर करण्यात आले आहे. मोडी लिपीमध्ये आधुनिक पद्धतीप्रमाणे विरामचिन्हे नसतात, परिच्छेदही नसतात. या लेखनात ऱ्हस्व-दीर्घ बाबतीत नियमितता नसते. अनुस्वारही शुद्धलेखनाच्या जुन्या नियमाप्रमाणे असतातच असे नाही. लेखन प्रामुख्याने उच्चारानुसारी असते. अशा अनेक बाबी लक्षात घेऊन पुढील संपादकीय संस्कार करण्यात आले आहेत :

१. आवश्यक त्या स्थळी विरामचिन्हे दिली आहेत. २. विवेचनास अनुसरून परिच्छेद पाडले आहेत. ३. शब्द तोडण्यात आले आहेत. ४. लेखन शुद्धलेखनाच्या जुन्या नियमांप्रमाणे केले आहे. ५. संयुक्त स्वरांचे लेखन मुळात अर्ध स्वरात बहुतेक ठिकाणी झाले आहे. ते उच्चारविशेष लक्षात यावेत म्हणून कायम ठेवले आहेत. ६. प्रचलित *आज्ञापत्रा*त असलेली प्रकरणव्यवस्था त्या त्या स्थळी तळटिपांमधून नोंदविली आहे. ७. मूळ मोडी पोथीवरून नागरी लेखन पडताळून पाहता यावे या हेतूने पोथीतील पृष्ठांक त्या त्या स्थळी तळटिपांमधून दिले आहेत. ८. प्रकरणास असलेली शीर्षके आणि उपशीर्षके मूळ संहितेत नाहीत. विषय समजून घेण्यास उपयुक्त ठरावीत, या हेतूने संपादकाने दिली आहेत.

प्राचीन आणि मध्ययुगीन काळातील ज्ञान व कलाक्षेत्रातील दुर्मीळ आणि महत्त्वाच्या संहितांचे सप्रमाण संपादन करून वाचक/अभ्यासकांस या संहिता उपलब्ध करून देण्याचे ऐतिहासिक श्रेय श्री. रं. कुलकर्णींचे आहे. तसेच संपादनप्रक्रियेत 'संपादक' म्हणून त्यांनी घेतलेल्या भूमिका, त्या भूमिकांची त्यांनी केलेली वस्तुनिष्ठ नोंद, संहितासंपादनात आलेल्या अडचणी, त्यांनी काढलेले मार्ग याचे दस्तऐवजीकरण करणाऱ्या प्रस्तावनांना संदर्भसाधनांचे महत्त्व आहे. स्वाभाविकच संहितासिद्धी / संहितासंपादनाचे तात्त्विक चर्चाविश्व आणि उपयोजित

कार्यक्षेत्र या दोन्ही स्तरांवर श्री. रं. कुलकर्णींच्या संशोधनकार्याने मार्गदर्शक संदर्भचौकट उभी केली आहे, असे म्हणता येईल.

५

साहित्यसमीक्षा, साहित्येतिहास या अभ्यासक्षेत्रात विचारात घेतले जाणारे साहित्य हे प्रामुख्याने साहित्यनिर्मितीच्या भौगोलिक केंद्रातील तथाकथित मुख्य प्रवाहाशी प्रामुख्याने संबंधित असते. या तथाकथित मुख्य प्रवाहापलीकडे असलेला भाषिक, भौगोलिक, जातीय, वर्गीय समाजघटक इतिहासलेखन, साहित्य, समीक्षा आणि साहित्येतिहासलेखनप्रक्रियेत केंद्रस्थानी यावा, ही जाणीव सबाल्टर्न दृष्टिकोनामुळे अकादमिक क्षेत्रात मूळ धरू लागलेली दिसते. *मराठी वाङ्मयाचा इतिहास* (म.सा.पत्रिका, जुलै-सप्टेंबर, १९५४) या लेखात डॉ. मा. गो. देशमुखांनी साहित्येतिहास आणि भूप्रदेश यासंबंधी मांडलेला मुद्दा याच सबाल्टर्न जाणिवेशी नाते सांगणारा आहे, असे म्हणता येईल.

भाषावार प्रांतरचनेमुळे महाराष्ट्र आणि मराठी भाषा असे समीकरण दृढ झाले आहे. मात्र प्राचीन/ मध्ययुगीन काळापासून परप्रांतात अनेक ठिकाणी मराठी वाङ्मयनिर्मिती होत होती, आजही होत आहे. महाराष्ट्र संस्कृतीच्या या महाराष्ट्राबाहेरील छोट्या छोट्या बेटांकडून मराठी वाङ्मयपरंपरा, मराठी परंपरा टिकवून ठेवण्याचे, पोसण्याचे सांस्कृतिक कार्य घडत असते. याचा अर्थ, वाङ्मयेतिहासात इतिहासाबरोबरच भूगोलाचेही अनन्यसाधारण महत्त्व आहे. परिणामी, भाषाभूगोलाच्या अंगाने वाङ्मयेतिहासाचे संशोधन करणे गरजेचे आहे. ज्येष्ठ अभ्यासक रा. चिं. ढेरे, श्री. रं. कुलकर्णी यांनी या अभ्यासदिशेने वाङ्मयेतिहासातील संशोधन केले आहे, ही बाब विशेष नोंद घेण्याजोगी आहे.

भिन्न प्रदेशांतील स्थलांतरित मराठी भाषकांचे सामाजिक जीवन आणि त्यांच्या बोलीचे स्वरूप, या आतापर्यंत दुर्लक्षित अभ्यासविषयाला कुलकर्णींनी संशोधनाच्या केंद्रस्थानी आणले आहे. मध्यप्रदेश, आंध्रप्रदेश, कर्नाटक या भौगोलिक प्रदेशातील मराठी भाषिकांच्या सामाजिक, सांस्कृतिक परिस्थितीत तसेच मराठी बोलीतही भिन्नता आहे. यापैकी अनेकांचे महाराष्ट्राशी असलेले संबंधही तुटलेले आहेत. असे असले तरी, या समाजाने आपल्या परीने मराठी भाषा आणि परंपरा जपून ठेवल्या आहेत. परप्रांतांतील या मराठी भाषिकांच्या भाषिक व सांस्कृतिक विशेषांचा अभ्यास करणे आव्हानात्मक असले तरी गरजेचे आहे. अशा प्रकारच्या अध्ययनाअभावी महाराष्ट्राचा सांस्कृतिक इतिहास आणि मराठी भाषेचा विकास यांचा अभ्यास अपूर्ण राहील, असे स्पष्ट प्रतिपादन कुलकर्णींनी केले आहे.

ब्रिटिश शासनाच्या काळात Linguistic Survey of India यासारख्या प्रकल्पांनी भारताच्या विविध प्रांतांतील भाषांच्या सर्वेक्षणाचे काम केले आहे. महाराष्ट्राचा सांस्कृतिक इतिहास पूर्ण करण्यासाठी अशा स्वरूपाचे अनेक प्रकल्प हाती घेणे गरजेचे आहे, अशी आग्रही भूमिका कुलकर्णींनी घेतली आहे. आणि त्या दिशेने काही महत्त्वाचे प्रकल्पही हाती घेतले आहेत. उस्मानिया विद्यापीठाने तेलंगण विभागातील 'अरे मराठा समाजाची मराठी

बोली आणि त्यांचे सांस्कृतिक जीवन' या विषयाचे संशोधन करण्याच्या प्रकल्पाला मंजुरी दिली. क्षेत्रीय सर्वेक्षण हा या प्रकल्पाचा गाभाभूत भाग होता. काकतीय विद्यापीठात तेलगू भाषेचे प्रोफेसर असलेले डॉ. जगन्नाथम पेरवार, प्रा. सांबशिवराव भोसले आणि कुलकर्णी यांचे या संदर्भातील मूळ साधनांचा संग्रह करण्याचे काम साधारणपणे पाच वर्षे सुरू होते. बहुसंख्य तेलगू भाषक प्रदेशात एखाद्या बेटासारखी तुरळक वाढलेली ही मराठी भाषक कुटुंबे शोधून काढणे हे मोठे आव्हान होते. करीमनगर आणि वरंगल या दोन जिल्ह्यांची निवड करीत संशोधनविषयासाठी आवश्यक असलेली भाषिक सामग्री संकलित केली, अशी नोंद कुलकर्णींनी केली आहे.

या संदर्भातील कुलकर्णी यांचा दुसरा प्रकल्प महाराष्ट्राच्या परिसरात आणि लगतच्या तेलगू आणि कन्नड भाषांच्या प्रांतात प्रचलित असणाऱ्या दखनी या अल्पसंख्याकांच्या बोलीशी संबंधित आहे. कन्नड आणि तेलगू या भाषांच्या प्रांतात नांदत असूनही ही बोली मराठी वळणाची आहे. परभाषेच्या क्षेत्रातील बोलीवर मराठी भाषेचे संस्कार दिसून आल्यामुळे या बोलीचे संशोधन होणे गरजेचे आहे, ही बाब दखनी भाषेचे ज्येष्ठ अभ्यासक डॉ. मोहिउद्दीन कादरी जोर यांना तीव्रपणे जाणवली. त्यांनी दखनी भाषेच्या अभ्यासाची प्रेरणा कुलकर्णींना दिली. दखनी भाषेच्या सर्वांगीण अभ्यासास फारसी भाषेचे ज्ञान असणे गरजेचे असल्यामुळे कुलकर्णींनी डॉ. गुलाम उमरखान यांची मदत घेतली. साधारणपणे चार दशके इतका दीर्घ काळ दखनी भाषेच्या अभ्यासाचे काम सुरू होते, अशी नोंद कुलकर्णींनी केली आहे. उपरोक्त विवेचनावरून श्री. रं. कुलकर्णींच्या संशोधकार्यात क्षेत्रीय सर्वेक्षणाचा सिंहाचा वाटा आहे, हे स्पष्ट होते.

महाराष्ट्राची संस्कृती, भाषा व साहित्य यांच्याविषयीचे संशोधन महाराष्ट्राच्या चतु:सीमा आणि मराठी संस्कृती, मराठी भाषा आणि मराठी साहित्य यांच्याच अवकाशात प्रामुख्याने घडते. त्यामुळे मराठी संस्कृती आणि मराठी भाषा यांच्या माध्यमातून राष्ट्रीय पातळीवर काही महत्त्वाचे काम घडले आहे किंवा कसे, याबद्दल अभ्यासक आणि समाज यांच्यात अनभिज्ञता असते. वास्तविक पाहता देशाच्या सांस्कृतिक इतिहासात या कार्याची नोंद असली तरी, हा इतिहास डोळसपणे पाहण्याचे व तो कथन करण्याचे फारसे प्रयत्न झालेले नाहीत. दखनी भाषा आणि साहित्य या विषयाची गणना अशा अनेक दुर्लक्षित विषयांत करता येईल अशी परखड नोंद कुलकर्णींनी केली आहे. सामान्यत: प्रथम बोली आणि नंतर साहित्याची भाषा असा कोणत्याही भाषेचा विकास घडत असतो. दखनी भाषेत समृद्ध अशा साहित्याची निर्मिती होत असूनही आज ही भाषा केवळ बोलीच्या रूपात अस्तित्वात आहे. शिष्ट समाजाची बोली या नात्याने तिला आज मान्यता नसून एका मर्यादित क्षेत्रातील मागासलेल्या समाजाची बोली म्हणून ती वावरत आहे. गुजरातपासून कन्याकुमारीपर्यंत आणि बंगलोरपासून मछलीपट्टणम बंदराच्या टापूत वास्तव्य करणाऱ्या मुसलमान मागासवर्गीयांची बोली या नात्याने दखनी आज आपले अस्तित्व टिकवून आहे. मात्र आपल्या बोलीत एके काळी श्रेष्ठ साहित्य अस्तित्वात होते, याची जाणीवही या समाजास नाही, ही बाब कुलकर्णींनी स्पष्टपणे नमूद

केली आहे. सुमारे साठ वर्षांपूर्वी मौलाना अब्दुल हक यांच्या प्रयत्नाने प्रथम हे साहित्य प्रकाशात आले तेव्हा अनेक समीक्षकांना आश्चर्याचा धक्का बसला होता. दखनी भाषेतील लेखक/कवी धर्माने मुसलमान असूनही साहित्यातील वातावरण भारताच्या सांस्कृतिक परंपरेशी एकात्म असलेले तसेच भाषा उर्दू भाषेपेक्षा निराळी आणि प्रामुख्याने मराठी वळणाची आहे. या भाषेच्या संदर्भात झालेल्या अभ्यासासंबंधीची काही निरीक्षणे कुलकर्णी यांनी मांडली आहेत. ही निरीक्षणे नोंदवत असताना कुलकर्णींचे योगदानही विचारात घेणे अपरिहार्य आहे.

दखनी भाषा आणि या भाषेतील साहित्य यांचा महाराष्ट्राच्या सांस्कृतिक जीवनाशी निकटचा संबंध असूनही श्री. देवीसिंग चौहान यांचा अपवाद करता मराठी संशोधकांनीही या विशेषाकडे फारसे लक्ष दिले नाही.

दखनी भाषेच्या स्वरूपाची मीमांसा न करता संशोधकांनी केवळ तिच्या वर्णनावरच अधिक भर दिला आहे.

दखनी भाषेच्या उत्पत्तीचा शोध लावण्याचे प्रयत्न योग्य दिशेने न झाल्यामुळे या भाषेच्या कित्येक विशेषांचा समाधानकारक उलगडा अद्याप होऊ शकलेला नाही.

उर्दू आणि हिंदी या दोन्ही भाषांच्या पंडितांनी आणि संशोधकांनी दखनी भाषेची दखल घेतलेली असली तरी ती चुकीच्या गृहीतकांवर आधारित आहे. त्यामुळे कित्येक प्रश्न अनुत्तरित राहिले आहेत. मुख्य म्हणजे दखनीच्या मराठी वळणाचा त्यांनी विचारच केलेला नाही. या संशोधकांच्या वृत्तीत सत्यशोधनापेक्षा भाषिक अभिनिवेश मोठ्या प्रमाणावर आढळून येतो. भाषिक पातळीवरील अस्मितावादी दृष्टीमुळे उर्दू भाषेचे पंडित या भाषेला प्राचीन उर्दू मानतात, तर हिंदी भाषेच्या पंडितांच्या दृष्टीने ती हिंदी भाषेचा दाक्षिणात्य भेद ठरते. संशोधन क्षेत्रातील हे भाषिक अस्मितावादी राजकारण उजेडात आणण्याचे काम कुलकर्णींनी केले आहे.

कुलकर्णींच्या मते हिंदी आणि उर्दू भाषांतील अभ्यासात निखळ सत्य आढळत नाही. या दोन्ही भाषांच्या परंपरांच्या बाहेरच दखनी भाषेचे मूळ शोधावे लागते, असे स्पष्ट प्रतिपादन त्यांनी केले आहे. दखनी भाषेचे मराठी भाषेशी असलेले नाते कोणत्या प्रकारचे आहे याचा शोध घेण्यापूर्वी हिंदी व उर्दू या भाषांशी दखनीचा संबंध कसा पोहचत नाही, हे स्पष्ट करणे गरजचे आहे, असे प्रतिपादन त्यांनी केले आहे. फारसी लिपीतील दखनी साहित्याच्या भाषेच्या उत्पत्तीची चर्चा करताना प्राचीन उर्दू आणि दखनी हिंदी या टप्प्यावर संशोधन थांबलेले आहे. हे मुक्काम अर्ध्या वाटेवरचे असून याच्या पलीकडे जाऊन दखनी भाषेच्या उद्‌गम विकासाचा शोध घेता आला पाहिजे, अशी भूमिका कुलकर्णींनी आग्रहाने नोंदविली आहे.

'वाङ्मयेतिहासलेखन' या संकल्पनेकडे नव्या परिप्रेक्षातून पाहण्याची क्रांतदर्शी दृष्टी असलेला आणि प्राचीन तसेच मध्ययुगीन साहित्याचा गाढा अभ्यास असलेला संशोधक, अशी श्री. रं. कुलकर्णी यांची मराठी साहित्यसंशोधन क्षेत्रात ओळख आहे. संदर्भवादी नमुनारूपाचा आग्रह धरणाऱ्या श्री. रं.चा जगभरातील भाषाविज्ञानप्रणीत दृष्टिकोनाचाही गाढा अभ्यास आहे, ही विशेष महत्त्वाची बाब आहे. वाङ्मयेतिहास आणि भाषाविज्ञान यांच्या समन्वयातून

वाङ्मयेतिहासविषयक संशोधन घडले पाहिजे, अशी त्यांची भूमिका आहे. या भूमिकेतूनच मध्ययुगीन मराठी साहित्याचा आणि मराठीशी विविध प्रकाराने संबंध सूचित करणाऱ्या भाषांचा/बोलींचा भाषाशास्त्रीय दृष्टिकोनातून अभ्यास होणे गरजेचे आहे, याचा आग्रह त्यांनी धरला आहे.

कुलकर्णींच्या या आग्रही भूमिकेतूनच 'अरे मराठी' तसेच 'दखनी' बोलीच्या अभ्यासाचे महत्त्व आणि दिशा अधोरेखित झालेली दिसते. बोली ही समाजाच्या विशिष्ट वर्गाची व विशिष्ट क्षेत्राची मातृभाषा असली तरी भाषाव्यवहाराच्या दृष्टीने बोलीला असलेले महत्त्व लक्षात घेऊन बोलीच्या अभ्यासाची निकड त्यांनी स्पष्टपणे अधोरेखित केली. बोली भाषेचे उपयोजित संदर्भक्षेत्र कुटुंब या छोट्या परिमाणापुरते उरल्यामुळे या बोलीचे अभ्यास आता झाले नाहीत तर काही वर्षांत अभ्यासासाठी तरी बोलीचे अस्तित्व उरेल का, याविषयीची शंका कुलकर्णींनी व्यक्त केली आहे.

साहित्य संस्कृती मंडळ प्रकाशित मराठी बोलीच्या आठ खंडांत समाविष्ट झालेले मराठी बोलीचे अभ्यास वर्णनात्मक स्वरूपाचे आहेत. केवळ वर्णनात्मक पद्धतीने सादर केलेले अभ्यास त्या त्या बोलींचे वर्तमानकालीन स्वरूपविशेष स्पष्ट करतात. मात्र या विशेषांस आधारभूत असलेल्या ऐतिहासिक व सांस्कृतिक प्रेरणांचा उलगडा केवळ वर्णनात्मक पद्धतीने करता येत नाही, याचे भान कुलकर्णींना आहे. बोली भाषांच्या अभ्यासातील ही उणीव ऐतिहासिक आणि तुलनात्मक भाषाविज्ञानप्रणालीची जोड देत भरून काढणे शक्य आहे, अशी आग्रही भूमिका त्यांनी घेतली आहे. अरे मराठी आणि दखनी या दोन बोलींचा भाषावैज्ञानिक परिदृष्टीतून विचार करताना त्यांनी वर्णनात्मक, ऐतिहासिक आणि समाज-भाषाविज्ञान अशा तिन्ही भाषाभ्यासपद्धतीतील मार्गदर्शक सूत्रांचा आधार घेतला आहे.

उदाहरणार्थ, वर्णनात्मक भाषाविज्ञानाच्या परिदृष्टीचा अवलंब करीत अभ्यास करताना आधुनिक आर्यभारतीय कुळातील भाषा म्हणून दखनी भाषेची ध्वनिव्यवस्था आणि वर्णमाला यांचा सविस्तर विचार केला आहे. तसेच या भाषेची व्याकरणव्यवस्था आणि प्रयोगव्यवस्था यांविषयीही तपशीलवार विवेचन केले असून वाक्प्रचार आणि म्हणीची नोंद केली आहे. तसेच या भाषेचा प्रातिनिधिक स्वरूपाचा शब्दकोशही दिला आहे.

बोली, साहित्याची भाषा आणि पुन्हा बोली असे दखनी भाषेतील चढउतार त्यामागील सांस्कृतिक कारणांसह समजून घेण्यासाठी ऐतिहासिक आणि समाजभाषाविज्ञानातील अभ्यासदृष्टीचा अवलंब कुलकर्णींनी केला आहे. या मार्गदर्शक सूत्रांच्या आधारे अठराव्या शतकाच्या प्रारंभी गोवळकोंड्याची कुतुबशाही आणि विजापूरची आदिलशाही ही दोन्ही घराणी बुडाल्यामुळे दखनी भाषेचा राजाश्रय तुटला आणि त्यामुळेच साहित्याला अवकळा येऊन दखनी भाषा केवळ बोलीरूपात शिल्लक राहिली, या ऐतिहासिक सत्यापर्यंत कुलकर्णी येऊन पोहचले आहेत. दुसरे असे की, दखनी हे भाषानाम साहित्यांतर्गत नसून दक्षिण भारताच्या राजघराण्यातल्या एका दीर्घकालीन अंत:प्रवाहाशी संलग्न आहे, हे तपासून पाहताना त्यांनी बहामनीकालीन इतिहासाचा सविस्तर मागोवा घेतला आहे. वैचारिक सातत्य आणि भाषा

परंपरा या दोन्ही अंगांनी शोध घ्यावयाचा असल्याने दखनी भाषेच्या उगमाचा माग काढत काढत कुलकर्णी सिद्धांच्या काळापर्यंत मागे गेले आहेत. एवढ्या दूरवरचा सांस्कृतिक प्रवास करणे अपरिहार्य आहे, अशी त्यांची भूमिका आहे. दखनी भाषेचा उगम संधा भाषेत आहे याविषयीचे साधार विवेचन करीत संधा भाषेची परिणती दखनीत कशी झाली याचाही त्यांनी सविस्तर मागोवा घेतला आहे. *दखनी भाषा : मराठी संस्कृतीचा एक आविष्कार* या ग्रंथाच्या अखेरीस जोडलेले परिशिष्ट क्र. ९ या दृष्टीने विचारात घेता येईल.

६

लेखककेंद्री प्रारूप हे मराठी वाङ्मयेतिहासातील लोकप्रिय प्रारूप आहे. लेखकाला केंद्रस्थानी ठेवून प्रामुख्याने त्याच्या वाङ्मयीन योगदानाचा विचार करणे, हे सूत्र या नमुनारूपात कृतिशील असते. 'लेखक, काळ आणि कर्तृत्व' या शीर्षकांतर्गत लिहिली गेलेली पुस्तके आणि विद्यापीठीय पातळीवर 'विद्यावाचस्पती' पदवीकरिता सादर केलेले प्रबंध, ही या संदर्भातील ठळक उदाहरणे होत. कुलकर्णींनी त्यांच्या पीएच. डी. पदवीकरिता निवडलेला *नाथांचा भागवत धर्म* हा विषय तसेच *नाथपंथी ज्ञानेश्वर आणि वारकरी नामदेव* या पुस्तकाच्या निमित्ताने चर्चेला घेतलेला विषय हे वरकरणी प्रस्थापित परंपरेतील रूढ लेखककेंद्री प्रारूपाशी नाते सांगणारे असावेत, असा समज होण्याची शक्यता आहे. मात्र या दोन्ही अभ्यासविषयांची कुलकर्णींनी गृहीत धरलेली व्याप्ती लेखककेंद्री प्रारूपाच्या संकेतव्यूहांना ओलांडणारी आहे. याचे कारण असे की, निर्मितिप्रक्रिया आणि लेखक या घटकांना महत्त्व देणे, लेखकाकडे एक असाधारण व्यक्ती म्हणून पाहणे या लेखककेंद्री प्रारूपाच्या संकेतव्यूहांचे अनुसरण कुलकर्णी यांनी उपरोक्त अभ्यासात केले आहे.

एकनाथांचा भागवत धर्म हे विषयसूत्र असलेल्या अभ्यासात कुलकर्णींनी एकनाथांच्या आशय आणि आविष्कारविषयक काव्यदृष्टीचे सविस्तर विवेचन केले आहे. मात्र एकनाथांच्या केवळ वाङ्मयीन योगदानापुरता हा अभ्यास मर्यादित नाही. एकनाथप्रणीत भागवतधर्म हा अधिक व्याप्तीचा विषय घेऊन त्यांनी ग्रंथाच्या प्रथम खंडात भागवत धर्म म्हणजे काय, भागवत धर्माचा उद्‌गम कुठे झाला, तो शोधण्याची साधने कोणती, भागवत धर्माची प्रेरणा कोणती, या मुद्द्यांची सविस्तर चर्चा केली आहे. सदर ग्रंथाच्या द्वितीय खंडात भागवत धर्माचा विकास हे सूत्र केंद्रस्थानी ठेवून, महाभारतकालीन धर्माचे द्विविध स्वरूप, गीतेचे महत्त्व, धर्माचा व्यापक अर्थ, नारायणीय धर्म, भागवत पुराणोक्त धर्म, भागवत धर्माचे मध्ययुगीन स्वरूप आदी विषयांचा साधार वेध घेतला आहे. या ग्रंथाचा तिसरा खंड श्रीएकनाथप्रणीत भागवतधर्म हा विषय मांडणारा असून भागवत धर्माने महाराष्ट्रात केलेली क्रांती येथे सविस्तरपणे विचारात घेतली आहे. सदर खंडात ज्ञानेश्वरांनी भागवत धर्माचा पाया रचण्याचे केलेले ऐतिहासिक कार्य विचारात घेतले असून नामदेवांचे कार्यही विस्तारित रूपात अधोरेखित केले आहे.

मराठी वाङ्मयेतिहासविषयक लेखनात ज्ञानेश्वर या संतकवीच्या तत्त्वज्ञानावर व काव्यावर मोठ्या प्रमाणात अभ्यास होऊन ग्रंथनिर्मिती झाली आहे. मात्र या अभ्यासात ज्ञानेश्वरांचे सांस्कृतिक आणि वाङ्मयीन पातळीवरील कार्य नोंदविताना नाथसंप्रदायाची परंपरा आणि तत्त्वज्ञान विचारात न घेता विवेचन केले आहे, असा आक्षेप कुलकर्णींनी घेतला आहे.

लेखकाच्या वाङ्मयीन कार्याचे संदर्भनिरपेक्ष विवेचन कसे गेले जाऊ शकते, असा प्रश्न उपस्थित करून कुलकर्णींनी प्रस्थापित अभ्यासातील ही परंपरा बदलणे गरजेचे आहे, असे स्पष्ट प्रतिपादन केले आहे. काळाच्या आणि संदर्भाच्या मोठ्या पटावर ज्ञानेश्वरांचे श्रेय तपासून पाहताना ज्ञानेश्वरांच्या कर्तृत्वाचे विविध आयाम त्यांनी उलगडून दाखविले आहेत. उदाहरणार्थ, भारतातील साहित्यशास्त्रीय परंपरा, शांकर वेदांतांचे मोठेपण तसेच अद्वैत सिद्धान्ताचे तत्त्वज्ञानातील स्वरूप आणि महत्त्व सर्वमान्य असले तरी शांकर आणि वेदांत परंपरेमध्ये साहित्यशास्त्र निर्माण झालेले नाही, ही वस्तुस्थिती आहे. या पार्श्वभूमीवर शैववाद्यांची साहित्यशास्त्रीय परंपरा सूक्ष्मपणे अभ्यासून ज्ञानेश्वरांनी मराठीचे साहित्यशास्त्र रुजविले, या ऐतिहासिकदृष्ट्या महत्त्वपूर्ण घटनेकडे कुलकर्णींनी निर्देश केला आहे. वारकरी, ज्ञानेश्वर साहित्यातील राम, नामदेवांच्या हिंदी कवनातील राम, उत्तर भारतातील वारकरी परंपरा, ज्ञानेश्वरी आणि नाथपंथ आदी प्रकरणे या दृष्टीने विचारत घेण्याजोगी आहेत.

ज्ञानेश्वरांच्या साहित्यातील रामाची कल्पना उपनिषदाच्या काळाइतकी पुरातन आहे. मात्र नाथ संप्रदायाने आणि ज्ञानेश्वरांनी त्याला नवे रूप दिल्यामुळे हिंदी साहित्यातील निर्गुण रामभक्ती संप्रदायास मिळालेली प्रेरणा कुलकर्णींच्या अभ्यासातून पुढे आली. तसेच संत नामदेवांच्या कवनांनी हिंदी साहित्यातील निर्गुण राम भक्तीपरंपरेची पायाभरणी केली असली तरी, ज्ञानेश्वरांनी प्रतिपादिलेले तत्त्वज्ञान हे निर्गुण रामभक्ती धारेचे मूळ अधिष्ठान आहे हेही अधोरेखित झाले. याआधी झालेल्या अभ्यासात ज्ञानेश्वरांच्या साहित्याचा आणि कार्याचा विचार महाराष्ट्र आणि मराठी भाषा यांच्याच संदर्भात झालेला असल्याने या महत्त्वाच्या मुद्द्याला फारसा उठाव मिळालेला नव्हता. कुलकर्णींनी नाथ संप्रदाय आणि उत्तर भारतातील भक्ती संप्रदाय यांचे संदर्भ समोर ठेवून ज्ञानेश्वरांचा अभ्यास केल्यामुळे हा दुर्लक्षित पैलू पुढे येऊ शकला. आणि ज्ञानेश्वर केवळ वाङ्मयीन दृष्टीनेच नाहीत तर सांस्कृतिक दृष्टीनेही समन्वयवादी आहेत, हे भान मराठी साहित्याच्या अकादमिक वर्तुळात निर्माण झाले. त्यांच्या *नाथपंथी ज्ञानेश्वर आणि वारकरी ज्ञानदेव* या ग्रंथामुळे ज्ञानेश्वरांचे सांस्कृतिक चळवळीतील अग्रेसरत्व, कर्तृत्व हे फक्त मराठीपुरते किंवा महाराष्ट्रापुरते मर्यादित नसून ते भारतीय संदर्भचौकटीतही उठून दिसणारे आहे, हे स्पष्टपणे पुढे आले.

एकनाथ आणि ज्ञानेश्वर या मध्ययुगातील वाङ्मयीन आणि सांस्कृतिक पातळीवर महत्त्वपूर्ण कार्य करणाऱ्या लेखकांना समोर ठेवून कुलकर्णींनी उपरोक्त अभ्यास केला आहे. मात्र हा अभ्यास केवळ त्या लेखकाचे कर्तृत्व सांगण्यापुरता मर्यादित राहिलेला नाही, हे वरील विवेचनावरून स्पष्ट होते. समकालीन सामाजिक, राजकीय, सांस्कृतिक, वाङ्मयीन परिस्थिती आणि लेखक यांच्यातील अनेकस्तरीय नातेसंबंधांचा वेध घेत घेत काळाचा आणि समाजाचा

दीर्घ पट समजून घेणे समाज आणि लेखक यांच्यात परस्परांच्या बाजूने असणाऱ्या आंतरक्रिया-प्रतिक्रिया साधार स्पष्ट करणे आणि भारतीय सांस्कृतिक परिप्रेक्षात संबंधित लेखकाची स्थाननिश्चिती करणे या दिशेने हा अभ्यास विस्तारित होत गेला आहे. अभ्यासाची ही दिशा वाङ्मयेतिहासातील संदर्भवादी प्रारूपाशी नाते प्रस्थापित करणारी आहे, हे तर स्पष्टच आहे.

७

उपरोक्त सर्व छेदकांमधील विवेचनावरून श्री. रं. कुलकर्णींचा अभ्यासविषय, अभ्यास करण्याच्या उद्दिष्टांमधील वैविध्य आणि वाङ्मयेतिहासकार म्हणून त्यांनी जाणीवपूर्वक स्वीकारलेली भूमिका इत्यादी संदर्भ अधोरेखित झाले आहेत. त्यांच्या या संशोधनपर कार्याकडे पॅनोरॅमिक दृष्टिकोनातून पाहिले तर त्यांच्यातील संशोधकाचे अधिकचे काही पैलू स्पष्टपणे पुढे येतात.

मराठीतील वाङ्मयेतिहासलेखनविषयक प्रकल्प काही वेळा एकहाती लिहून पूर्ण केले गेले आहेत (उदाहरणार्थ, ल. रा. नसिराबादकर, अ. ना. देशपांडे, प्र. न. जोशी आदी.) तर काही वेळा ते सामूहिक प्रयत्नातून सिद्ध झाले आहेत. (महाराष्ट्र साहित्य परिषदेचे वाङ्मयेतिहासाचे खंड, प्रदक्षिणा खंड इत्यादी.) कुलकर्णी यांनी प्रामुख्याने (अपवाद वगळता) पहिल्या मार्गाचा अवलंब केलेला दिसतो. मात्र काही वेळा श्री. रं. कुलकर्णी सामूहिक रीतीने लिहिल्या गेलेल्या वाङ्मयेतिहासलेखनप्रकल्पात सहभागी झाले आहेत. उदाहरणार्थ, मराठी साहित्य परिषदेच्या दुसऱ्या खंडातील श्री. रं. कुलकर्णींचे लेखन. तर काही वेळा त्यांनी घेतलेल्या प्रकल्पविषयात अन्य अभ्यासकांना सहभागी करून घेतले आहे. उदाहरणार्थ, अरे मराठी आणि दखनी या दोन बोली भाषांचा अभ्यास करताना त्यांनी क्षेत्रीय सर्वेक्षणपद्धतीचा आधार घेतला असून या सर्वेक्षणात त्या त्या भाषिक क्षेत्रातील अभ्यासक/संशोधकांना प्रत्यक्ष सहभागी करून घेतले आहे. अरे मराठी बोलीचा अभ्यास करताना त्या बोलीच्या निजभाषकांच्या मुलाखती घेऊन त्यांना या भाषिक अभ्यासात समाविष्ट करून घेतले आहे. दखनी भाषेचा अभ्यास ते चाळीस वर्षे करीत होते किंवा अरे मराठी बोलीच्या केवळ क्षेत्रीय सर्वेक्षणाचे काम तब्बल पाच वर्षे सुरू होते, हे संदर्भ येथे नोंदविणे प्रस्तुत ठरावे.

श्री. रं. कुलकर्णींचा आधुनिक देशी भाषांतील प्रस्थापित आणि समकालीन वाङ्मयेतिहासाचा गाढा अभ्यास असल्यामुळे त्या अभ्यासाच्या सामर्थ्य/मर्यादांची सविस्तर नोंद त्यांनी आपल्या संशोधनपरलेखनात केली आहे. तसेच या अभ्यासात दुर्लक्षित/अस्पर्शित राहिलेले साहित्यविश्वातील संदर्भ चिकित्सेच्या केंद्रस्थानी आणले आहेत. परिणामी, अन्य संशोधकांनी शोधलेल्या माहितीच्या आधारे वाङ्मयीन संदर्भांची कालिक पातळीवरील जुळणी करीत वाङ्मयेतिहास रचणे, या दिशेने कुलकर्णींनी लेखन केलेले नाही. उपलब्ध माहितीचे संकलन करण्यापेक्षा प्रत्यक्ष संशोधनप्रक्रियेत सहभागी होऊन समग्र वाङ्मयीन आणि सांस्कृतिक वास्तवाचा शोध घेणे आणि व्यापक अवकाशातील अभ्यासविषयाचे श्रेयापश्रेय मांडणे, हे त्यांच्या अभ्यासाचे केंद्रवर्ती सूत्र आहे, असे म्हणता येईल.

वाङ्मयेतिहास ही साहित्यसमीक्षा आणि संशोधनव्यवहारातील एक महत्त्वपूर्ण अभ्यासशाखा आहे. साहित्याचा काल आणि साहित्यातील प्रवृत्ती यांच्या अनुषंगाने प्रकाशात आलेल्या साहित्याचे वर्गीकरण आणि समालोचन अभ्यासक करीत असतात. असे समालोचन केवळ एकदा करून चालत नाही. याचे कारण काळाच्या वेगवेगळ्या टप्प्यांवर झालेल्या संशोधनामुळे अगोदरचे निष्कर्ष परिणामित होत असतात. त्यामुळे बदलत्या संदर्भानुसार आणि गरजेनुसार वाङ्मयेतिहासाची पुनर्रचना करणे निकोप साहित्यव्यवहारासाठी अपरिहार्य असते, अशी स्पष्ट भूमिका कुलकर्णींनी नोंदविली आहे. संशोधकाच्या हाती ज्या क्रमाने साधने लागतात त्या क्रमाने संशोधन प्रकाशात येत असल्यामुळे साहित्याचे संशोधन साहित्यनिर्मितीच्या कालक्रमानुसार कधीही होत नसते, असे त्यांचे प्रतिपादन आहे.

संदर्भबहुलता हा श्री. रं. कुलकर्णींच्या संशोधनपर लेखनाचा अतिशय महत्त्वाचा विशेष आहे. आधुनिक देशी भाषांतील वाङ्मयाच्या इतिहासाचा आणि सामाजिक शास्त्राचा त्यांचा सूक्ष्म अभ्यास असल्यामुळे तुलनात्मक विश्लेषणाचे संदर्भ त्यांच्या लेखनात जागोजागी विखुरले आहेत. आचार्य रामचंद्र शुक्ला, डॉ. भगीरथ मिश्र, राहुल सांकृत्यायन, वा. गो. परांजपे, पंडित हरप्रसाद बलीकांता काकती, कालीप्रसाद जयस्वाल, सुनीतीकुमार चतर्जी, डॉ. शहिदुल्ला हजारीप्रसाद द्विवेदी, डॉ. शिवलाल जसेलपुरा कलव्हर्ट आदी अभ्यासकांच्या अन्य भाषांतील साहित्याच्या परिशीलनाचे संदर्भ कुलकर्णींच्या लेखनात वैपुल्याने आले आहेत.

कुलकर्णींच्या संशोधनपर लेखनात विशिष्ट घटकविषयाच्या संदर्भात आवश्यक तिथे अन्य संशोधकांची मते नोंदविली जातात. त्यांच्या संशोधनाचे रास्त श्रेय त्यांना स्पष्टपणे दिले जाते. मात्र संशोधकाच्या ज्या मताविषयी कुलकर्णींची प्रतिक्रिया प्रतिकूल आहे, त्या मताचे स्पष्टपणे खंडन करीत आपले मत साधार मांडण्याची शैली त्यांनी अनुसरलेली दिसते. संबंधित विषयाच्या संदर्भात उपस्थित झालेले अनुकूल-प्रतिकूल मुद्दे, त्यांच्यातील वैचारिक संघर्ष आदींचा सविस्तर आढावा घेण्यात आला आहे. उदाहरणार्थ, *ज्योतिषरत्नमालेच्या* टीकेचा कर्ता श्रीपतीभट्ट आहे अशी भूमिका इतिहासाचार्य राजवाडे यांनी मांडली आहे तर डॉ. वि. भि. कोलते यांनी त्याच्या विरोधात मत मांडले आहे. या दोन्ही वैचारिक पक्षांचा सूक्ष्म अभ्यास करून कुलकर्णी यांनी या संदर्भातील आपली भूमिका सप्रमाण आणि साधार स्पष्ट केली आहे. (*प्राचीन मराठी गद्य : प्रेरणा आणि परंपरा* , पृष्ठे १८-१९)

कुलकर्णींच्या या प्रकारच्या संदर्भसापेक्ष अभ्यासदृष्टीमुळे संबंधित विषयाच्या अनुषंगाने घडलेल्या चर्चेचे ऐतिहासिक परिप्रेक्ष अभ्यासकासमोर उभे राहण्यास मदत होते. संदर्भांसह केलेली ही चर्चा त्या अभ्यासविषयाकडे पाहण्याची एक बहुआयामी दृष्टी घडविण्यास पूरक भूमी तयार करते, असे निश्चितपणे म्हणता येईल.

टिपा आणि संदर्भ हा कोणत्याही संशोधनपर ग्रंथाचा असलेला विशेष श्री. कुलकर्णींच्या सर्व लेखनात आढळतो. संशोधनपर लेखनातून व्यक्त झालेले निष्कर्ष आणि मते संबंधित लेखकाची असली तरी त्याला अन्य ग्रंथांतील विवेचनाचे अधिष्ठान असते. हे अधिष्ठान सूचित करण्यासाठी टिपा आणि संदर्भ देणे गरजेचे असते, ही भूमिका कुलकर्णींनी आपल्या

सर्व ग्रंथांतून स्वीकारलेली दिसते. ग्रंथाच्या शेवटी जोडलेली परिशिष्टे या दृष्टीने विचारात घेण्याजोगी आहेत. या संदर्भातील काही निवडक उदाहरणे पुढीलप्रमाणे :

रसकौमुदीचे संपादन करताना आधाराला घेतलेले संस्कृत हस्तलिखित, मराठी ग्रंथ व हस्तलिखित, हिंदी आणि इंग्रजी ग्रंथ यांची यादी दिली आहे. औषधीकरणाच्या प्रक्रियेतील काही यंत्रांची थोडक्यात माहिती पहिल्या परिशिष्टात दिली आहे तर दुसरे परिशिष्ट विठ्ठलाच्या घराण्याविषयी माहिती देणारे आहे.

साहित्यसेतू या ग्रंथाच्या दुसऱ्या विभागात सुमारे एक हजार वर्षांच्या कालावधीतील प्रमुख सिद्ध आणि संत यांची निवडक कवने दिली आहेत. दुसऱ्या विभागातील या संहितेच्या जोडणीमुळे प्रथम विभागातील विवेचनास बळकटी येते.

सुमारे एक हजार वर्षांच्या कालावधीत होऊन गेलेल्या सिद्धांच्या प्रातिनिधिक साहित्याचा तसेच संत कबीर, गुरुनानक आणि संत दादू दयाल यांच्या कवनांचा संग्रह *साहित्यसेतू* मधील एका विभागात देण्यात आला आहे.

महाराष्ट्रातील संतांनी आपल्या साहित्यातून केलेल्या सांस्कृतिक एकात्मतेचे पडसाद समकालीन मुसलमान कवी साधू यांच्या साहित्यात उमटले आहेत. *साहित्यसेतू* तील एका प्रकरणात एकनाथोत्तरकालीन इब्राहीम आदिलशहा आणि समर्थोत्तर कालीन सुफी संत शाह तुराब यांच्या साहित्यातील काही उद्धरणे देण्यात आली आहेत.

तेलंगणातील अरे मराठा समाज, भाषा आणि संस्कृती या ग्रंथाला जोडलेल्या परिशिष्ट २ मधील मुलाखतीतून वसाहत आणि कुलपरंपरा, वतन, वतनदार आणि गावगाडा, शेती आणि शेतकरी, ग्रामीण नेतृत्व, सुशिक्षित समाज, स्त्रियांच्या मुलाखती, या समाजात अजूनही जागृत असणारा मराठी बाणा या विषयांची सविस्तर माहिती देण्यात आली आहे.

तेलंगणातील अरे मराठा समाज, भाषा आणि संस्कृती या ग्रंथातील परिशिष्ट ४ मध्ये परप्रांतात असूनही या समाजात नाटकाचे वेड कसे कायम राहिले याची माहिती देण्यात आली आहे. सुरभी नाटकमंडळीच्या संदर्भात आलेले तपशील आणि या परिशिष्टाच्या उत्तरार्धात स्थानिक कवींची काही नाट्यगीते समाविष्ट केली आहेत. अरे मराठा जमातीच्या सामाजिक जीवनाशी संबंधित असलेली पूरक माहिती या परिशिष्टातून नोंदविली गेली आहे.

शब्दसंग्रह, लोकगीते, लोककथा, क्षेत्राबाहेरील बोली ही अरे मराठा बोलीच्या अभ्यासाची अन्य मूळ साधने ग्रंथाच्या तृतीय खंडात समाविष्ट करण्यात आली आहेत. इत्यादी इत्यादी.

श्री. रं. कुलकर्णींनी आपल्या संशोधनपर ग्रंथांना जोडलेली बहुकेंद्री परिशिष्टे आणि सविस्तर टिपा गतकाळाला आकलनाच्या कक्षेत आणतात तसेच भविष्यकाळात करता येऊ शकणाऱ्या नव्या अभ्यासविषयांकडे स्पष्ट निर्देश करतात.

श्री. रं. कुलकर्णींनी केलेले संशोधनात्मक लेखन नवनवीन प्रमेये मांडणारे आणि साहित्याचा सांस्कृतिक अनुबंध गृहीत धरून केलेले लेखन आहे. वाङ्मयेतिहासात साहित्याच्या बरोबरीने संबंधित समाजाचा वाङ्मयीन, राजकीय, सांस्कृतिक इतिहास आणि भूगोल आदी संदर्भ महत्त्वाचे असतात याविषयीचा कृतिशील आग्रह त्यांनी धरला. स्वाभाविकच, मध्ययुगीन

महाराष्ट्रातील राजकीय, सामाजिक, सांस्कृतिक स्थित्यंतरे आणि साहित्यनिर्मितीच्या संदर्भातील परिवर्तने यांचा परस्परसंबंध तपासणे व त्यांच्यातील आंतरक्रिया तपासून नवसिद्धान्तांची प्रस्थापना करीत वाङ्मयेतिहासाची पुनर्रचना करणे ही श्री. रं. कुलकर्णी यांची अभ्यासदिशा राहिली. या अभ्यासदृष्टीचा संदर्भवादी साहित्येतिहासलेखनचौकटीशी निकटचा संबंध असल्यामुळे श्री. रं. कुलकर्णींचे लेखन संदर्भवादी प्रारूपाच्या संकेतांचे कळत-नकळतपणे अनुसरण करणारे ठरले आहे. वाङ्मयेतिहासाशी निगडित भाषिक, प्रादेशिक विशिष्टतेच्या मर्यादा पार करीत वाङ्मयेतिहासकाराने भाषिक, प्रादेशिक पातळीवरील सांस्कृतिक क्रियाआंतरक्रियांचा परामर्श घेतला पाहिजे, याविषयी सातत्याने आग्रही भूमिका मांडत त्यांनी वाङ्मयेतिहासातील नवसिद्धान्तांची प्रतिष्ठापना केली. उपरोक्त विवेचनाच्या पार्श्वभूमीवर मराठीतील वाङ्मयेतिहासलेखनाची पूर्वसिद्ध संदर्भचौकट अनेक दिशांनी उसवून ती विस्तारित करण्याचे ऐतिहासिक श्रेय श्री. रं. कुलकर्णींचे आहे, असे निश्चितपणे म्हणता येईल.

संदर्भ

१. सीताराम रायकर, 'वाङ्मयेतिहासलेखनातील काही प्रश्न', समाविष्ट, *वाङ्मयेतिहासाची संकल्पना,* दत्तात्रय पुंडे (संपा.), प्रतिमा प्रकाशन, पुणे, दु.आ., १९९४, पृ. ५८.

२. हरिश्चंद्र थोरात, 'साहित्येतिहासाची विविध प्रारूपे', समाविष्ट, *प्रतिष्ठान,* संपा. श्रीधर नांदेडकर, मे-जून २०१५, पृ. ३.

३. श्री. रं. कुलकर्णी, *प्राचीन मराठी गद्य : प्रेरणा आणि परंपरा,* मेहता पब्लिशिंग हाऊस, पुणे, दु. आ., १९९१, पृष्ठे ६-७.

४. हरिश्चंद्र थोरात, 'साहित्येतिहासाची विविध प्रारूपे', समाविष्ट, *प्रतिष्ठान,* संपा. श्रीधर नांदेडकर, मे-जून २०१५, पृ. ५.

५. सुजित मुकर्जी, (अनु. स. गं. मालशे), 'भारतीय वाङ्मयेतिहासलेखनाची पाच आधारतत्त्वे', समाविष्ट, *वाङ्मयेतिहासाची संकल्पना,* (संपा.) दत्तात्रय पुंडे, प्रतिमा प्रकाशन, पुणे, दु. आ., १९९४, पृ. ८९.

६. सरोजिनी वैद्य, *साहित्यसेतू,* समाविष्ट प्रस्तावना, श्री. रं. कुलकर्णी, राज्य मराठी विकास संस्था, मुंबई, प्र. आ. १९९८, पृ. ९.

लोकसंस्कृतीच्या शोधयात्रेतील एकांडा शिलेदार

डॉ. रा. चिं. ढेरे

(१९३०-२०१६)

तारा भवाळकर

दिनांक १ जुलै २०१६! अगदी सक्काळीच फोन वाजला. प्रचंड हुंदकेच प्रथम, त्यातच एक वाक्य, ''मावशी, अण्णा गेले...''

खरंतर गेली दोन-अडीच वर्षे अंथरुणाला खिळलेल्या, ८५ वर्षे पूर्ण केलेल्या एका जर्जर देहाचे जाणे अनपेक्षित म्हणता येणार नाही. पण आत्मीयांचे केव्हाही जाणे खूप मोठी पोकळी निर्माण करते. स्व-जनांच्या जीवनात करतेच. पण ज्ञानक्षेत्रात रत असलेल्या व्यक्तीचे जाणे सांस्कृतिक, ज्ञाननिष्ठ जीवनात खूप मोठी पोकळी निर्माण करते. डॉ. ढेरे यांच्या जाण्याने ही पोकळी निर्माण झाली आहे.

अखेरच्या दिवसापर्यंत ती. अण्णांचा मेंदू तल्लख होता. २१ जुलै २०१६च्या ८६व्या वाढदिवशी प्रकाशित होणाऱ्या श्रीनृसिंहावरील पुस्तकाची प्रुफे तपासणाऱ्यांना आदल्या रात्रीपर्यंत ऱ्हस्व-दीर्घादि सूचना देणाऱ्या या ज्ञानतपस्व्याकडे पाहून महाविद्वान पाणिनीच्या कथेचे स्मरण होते. समोरून अंगावर झेप घेण्यासाठी हुंगत येणाऱ्या वाघाला पाहून व्याघ्र शब्दाची व्युत्पत्ती पाणिनी शिष्यांना सांगत असता वाघ होऊन आलेला काळ त्यांना घेऊन गेला अशी दंतकथा या वेळी आठवली.

डॉ. ढेरे यांच्या ८६व्या वाढदिवसानिमित्त त्यांचा नृसिंहावरील ग्रंथ कन्नड कादंबरीकार श्री. भैरप्पा यांच्या हस्ते २६ जुलै रोजी प्रकाशित होणार होता व त्याच वेळी अण्णांच्या अपूर्व ग्रंथसंग्रहाचा भावी संशोधकांना उपयोग व्हावा म्हणून, 'डॉ. रा. चिं. ढेरे संस्कृतिसंशोधन केंद्र' या न्यासाचे उद्घाटन करायचा संकल्प होता. तत्पूर्वीच १ जुलैला अण्णा गेले. पुढे ऑगस्टमध्ये या संस्कृतिसंशोधन केंद्राची औपचारिक घोषणा झाली. काळ पुढे सरकतच राहतो.

डॉ. रा. चिं. ढेरे हे संतसाहित्य, लोकसंस्कृती या क्षेत्रांतील संशोधक म्हणून महाराष्ट्राला सुपरिचित होते. आपल्या समाजात 'संतसाहित्य' आणि 'संस्कृती' हे दोन परवलीचे शब्द एखाद्याला लोकप्रिय होण्यासाठी पुरेसे आहेत. संत वाङ्मयावर काही जुजबी लेखन करून आणि काही व्याख्याने-प्रवचने देऊन उदंड लोकप्रियता संपादणाऱ्यांचीही कमतरता नाही. डॉ. ढेरे मात्र या सर्व सांप्रदायिकांपासून शेकडो योजने दूर होते.

पुणे जिल्ह्यातील मावळातल्या निगडे नावाच्या एका खेड्यात आर्थिकदृष्ट्या अत्यंत सामान्य अशा घरात २१ जुलै १९३० रोजी त्यांचा जन्म झाला. वयाची पाच वर्षे उलटतात न उलटतात तोच पितृछत्र हरपले आणि पित्यापाठोपाठ तेराव्या दिवशीच प्रायोपवेशन करून मातेनेही या जगाचा निरोप घेतला. मामा आणि आजी (आईची आई) याखेरीज जवळचे नातेवाईक नाहीत. एक पाठची बहीण. आजीच्या मायेच्या छायेत ही भावंडे वाढू लागली. थोरले मामा या मुलाच्या सातव्या वर्षी आणि धाकटे मामा – जे शरीराने आधीच दुबळे होते – अकराव्या वर्षी निवर्तले. अपत्यवियोगाच्या एकामागोमाग एक झालेल्या आघातांमुळे १९५३ मध्ये आजीही या मुलांना अक्षरश: पोरके करून गेली. एका दूरच्या आजोबांकडे पुण्याला ही मुले १९४४ मध्ये आली आणि लौकिकार्थाने त्यांच्या शिक्षणाला सुरुवात झाली. म्युनिसिपल शाळेत शिक्षण घेत असताना तेव्हाच्या व्ह. फा. परीक्षेत सर्वप्रथम येण्याचा पराक्रम अशाही प्रतिकूल परिस्थितीत गाजवला. परंतु सलग शिक्षण होण्याचा योग नव्हता. पूना इंग्लिश स्कूल, सरस्वती मंदिर नाइट स्कूल येथे शिक्षण घेत असतानाच १९५० साली *सरदार वल्लभभाई* हे पहिले छोटे पुस्तक प्रकाशित झाले. आयुष्यातली पुढची वाटही खडतरच. पुण्याला निरनिराळ्या छापखान्यांतून मुद्रितशोधक म्हणून काम. नाइट हायस्कूलमध्ये ग्रंथपाल म्हणून काम. हे करीत असतानाही वाङ्मयप्रेमी तरुणांच्या 'सविता मंडळा'त उत्साहाने सहभाग. एकीकडे ग्रंथपालन पदविका परीक्षेतही सर्वप्रथम. हे सगळे चालूच होते. ग्रंथांच्या सहवासात राहता येते हाच आनंद! आजोळच्या घरात जुन्या पोथ्यांचा संग्रह, त्यांच्या वाचनाचे संस्कार मनात घर करून होतेच. अशाही परिस्थितीत अखंड ग्रंथसहवास, वाचन, मनन, लेखन यात रंगून जाण्याचे वेड तरुण वयातच झपाटून राहिले होते.

१९५२-५३ साली वयाच्या २२-२३व्या वर्षीच *दत्त संप्रदायाचा इतिहास* झपाटल्या अवस्थेत अल्पावधीत लिहून हातावेगळा केला. त्या हस्तलिखिताला भोरच्या राजांचे 'शंकराजी नारायण पारितोषिक' मिळाले. १९५९ साली दत्त आणि नाथ संप्रदायावरील संशोधनाला राज्य पुरस्कार प्राप्त झाला आणि याच वेळी आयुष्यातील एक महत्त्वाचा निर्णय घेतला. 'ग्रंथोपजीवी' होण्याचा! सर्वार्थाने ग्रंथोपजीवी! ग्रंथांचे वाचन, ग्रंथांवर मनन-चिंतन त्यासाठी अपार ग्रंथसंग्रह, ग्रंथनिर्मिती, ग्रंथनिर्मितीही केवळ संशोधनपरच! त्यासाठी अपार कष्ट, प्रतिकूल परिस्थितीत अखंड भ्रमंती. इतिहासाचार्य राजवाड्यांनंतर इतक्या निष्ठेने संशोधनाला अक्षरश: वाहून घेणारे व्यक्तिमत्त्व महाराष्ट्राला क्वचितच लाभले असेल. महाराष्ट्रात राजवाडे, डॉ. केतकर यांनी प्रथम केलेली लोकसंस्कृतीच्या शोधयात्रेची परंपरा चालविणारा विसाव्या शतकाच्या उत्तरार्धातला हा एकांडा शिलेदार अखेरपर्यंत त्याच निष्ठेने आपले व्रत जतन करीत होता. डॉ. ढेरे यांनी आपल्या संशोधन व्रताला हिणकसपणा येईल, अशी तडजोड जीवनात कधीच केली नाही. याचे परिणाम ते जन्मभर स्वीकारीत आले. केवळ ते स्वत:च नव्हे, तर त्यांचे सर्व कुटुंबीयच आपल्या घरातील या 'अग्निहोत्रा'त आपल्या वैयक्तिक स्वार्थाच्या समिधा अर्पण करीत आले आहेत.

राहण्यासाठी एखादी दोन-चार खणांची जागा. त्यात निम्म्यापेक्षा अधिक जागा पायापासून डोक्यापर्यंत विविध विषयांवरील पुस्तके, मासिके, कात्रणे, टिपणे यांनी व्यापलेली. पुस्तके सुरक्षित कशी राहतील, याची चिंता सगळ्या घराला सदैव ग्रासून राहिलेली. घरात गोदरेजचे कपाट हवे ते दागिने-कपडे ठेवण्यासाठी नाही (कारण दागिने आणि इतके मूल्यवान कपडेच नाहीत.) तर दुर्मीळ ग्रंथ आणि पोथ्या सुरक्षित जतन करून ठेवण्यासाठी. एकेकाळची ढेरे यांच्या घराची अशी ओळख होती. डॉ. ढेरे यांचे ग्रंथवेड हा एक 'अनुभव' आहे. हवा असलेला ग्रंथ कितीही महाग असो, तो मिळविल्याखेरीज त्यांना चैन पडत नाही. इंग्रजी, मराठी, हिंदी अशा सर्व भाषांतील हजारो मूल्यवान आणि दुर्मीळ ग्रंथ त्यांच्या संग्रहात आहेत. पानशेतच्या पुरात अनेक दुर्मीळ ग्रंथ (सुमारे ५०००) अनेक टिपणे, हस्तलिखिते वाहून गेली तरी नव्या उमेदीने ग्रंथसंग्रह आणि शोधयात्रा चालूच होत्या. केवळ स्वत:साठीच नव्हे तर कोणाही व्यक्तीला एखादा संदर्भ, टिपण, ग्रंथ हवा आहे असे त्यांना कळले तर तेच हरप्रयत्नाने ती शोधसामग्री उपलब्ध करून देत असत. वाचन अफाट आणि चौफेर. एखादे टिपण, लेख, ग्रंथ पाहण्यात आला आणि त्यात स्वयंप्रज्ञ संशोधनाची थोडी जरी चाहूल लागली तरी ते त्या लेखकाशी पत्रसंवाद साधतील. त्याला अधिक लिहिण्यासाठी प्रोत्साहित करतील. एरव्ही प्रसिद्धीपासून, गर्दीपासून, उपचारापासून कटाक्षाने दूर राहणारे डॉ. ढेरे अशा वेळी मात्र उत्साहाने पुढे येत. बेळगावचे श्री. कृ. बा. मराठे यांचे *मराठी रंगभूमीचा पूर्वरंग* हे पुस्तक डॉ. ढेरे यांच्या विस्तृत विवेचक प्रस्तावनेसह प्रसिद्ध झाले ते नवीन संशोधन 'प्रकाशा'त आणण्याच्या प्रवृत्तीतूनच!

डॉ. ढेरे यांची आजवर लहान-मोठी सुमारे शताधिक पुस्तके प्रकाशित झाली आहेत. *खंडोबा, नामयाची जनी, मराठी लोकसंस्कृतीचे उपासक, मुसलमान मराठी संतकवी, लोकसंस्कृतीची क्षितिजे* या काही निवडक पुस्तकांतूनही त्यांच्या संशोधनाचे वेगळेपण प्रत्ययाला येते. *लज्जागौरी* (१९७८) ही तर त्यांची एक सर्वश्रेष्ठ संशोधन-कलाकृती आहे. मातृदेवतेची उपासना ही एकूणच मानवी समाजातील अतिप्राचीन परंपरा आहे. या परंपरेचा शोध समाजमानसशास्त्रीय आणि संस्कृतीतील धर्मशास्त्रीय बैठकीवरून घेण्याचा हा अ-पूर्व प्रयत्न आहे. *संतसाहित्य आणि लोकसाहित्य : एक अनुबंध* (१९७८) हाही डॉ. ढेरे यांच्या संशोधनातील 'स्व-तंत्र' दृष्टिकोनाची साक्ष पटविणारा ग्रंथ आहे. 'चक्रपाणि' (१९७७) हा त्यांचा पीएच. डी.चा प्रबंध आहे. बी. ए. नंतर एम. ए. न होताही त्यांना पीएच. डी. पदवी मिळाली. *महाराष्ट्राचा देव्हारा* (१९७८) हा संतांच्या दृष्टिकोनातून महाराष्ट्रातील दैवतमंडलाचा पूर्ण शोध घेणारा ग्रंथ आहे. हे सर्वच ग्रंथ त्यांच्या प्रातिभ संशोधनाची साक्ष आहे. *लज्जागौरी, चक्रपाणि, महाराष्ट्राचा देव्हारा, संतसाहित्य आणि लोकसाहित्य : काही अनुबंध* या चार ग्रंथांबद्दल १९८० साली पुणे विद्यापीठाने संशोधन क्षेत्रातील सर्वोच्च डी. लिट्. ही पदवी त्यांना दिली.

या ग्रंथसंभाराखेरीज अनेक शोधग्रंथांना त्यांनी चिकित्सक प्रस्तावना लिहिल्या आहेत. शेकड्याच्या संख्येत मोजता येतील, अशी शोध-टिपणे व शोध-लेख आहेत. आपल्या

लेखनाच्या मस्तीत झपाटलेपणाने जगत आलेला हा संशोधक, हळवा कवी होता. प्राथमिक उमेदीच्या काळात त्यांनी काव्यलेखन केले आहेच. 'अभिशाप' ही संगीतिका मुंबई आकाशवाणीवर मंगेश पाडगांवकर यांनी सादर केली होती. पुणे आकाशवाणीवरही 'महाकवी बिल्हण', 'कांचनमृग', 'यक्ष-प्रिया' या त्यांच्या संगीतिका सादर झाल्या आहेत.

संशोधनाच्या गहनगूढ गुहेत शिरताना या कवितासुंदरीची साथ त्यांना सोडावी लागली तरी तिने मात्र त्यांची पाठ सोडली नाही. याची साक्ष म्हणजे त्यांच्या शोधलेखनाची अत्यंत मर्मस्पर्शी शैली. संशोधनपर लेखन म्हटले की ते रुक्षच असायचे, हा समज डॉ. ढेरे यांचे लेखन वाचताना मिथ्या असल्याचे जाणवते. कारण संशोधन काय किंवा कविता काय; हा अखेर (आणि प्रथमही) माणसाच्या 'असते'पणाच्या 'माणूस'पणाचा शोध असतो. व्यक्तीचे 'असते'पण त्याच्या कवितेतून व्यक्त होते. समूहाचे 'असते'पण त्याच्या संस्कृतीतून व्यक्त होते. दोन्हींच्या मुळाशी असते माणसाचे मन, एके ठिकाणी व्यक्तीचे मन, दुसऱ्या ठिकाणी समूहाचे मन आणि या मनाचा शोध हा एक मोठा भुलभुलैया असतो. त्यात 'प्रेमा'त पडलेला हरवूनही जातो आणि आपले व्यावहारिक-पृष्ठस्तरीय लाभ-नफ्याच्या हिशोबाचे भान हरपूनही बसतो. हे हरवण्या-हरपण्याचे भाग्य त्यांनाच लाभते ज्यांच्याजवळ तीव्र, तरल संवेदना असते. एकपरीने ते दैवी देणे असते. ते लाभलेल्या व्यक्ती विरळ. डॉ. ढेरे हे त्या 'भाग्यवंतां'पैकी एक. परंतु डॉ. ढेरे यांच्या आणखी एका वैशिष्ट्याचा आवर्जून उल्लेख करायला हवा, तो म्हणजे संशोधनातील त्यांची सहृदय अलिप्तता. शोधसामग्री, पुरावे याविषयी अत्यंत शिस्तबद्ध करडेपणाही त्यांच्याजवळ आहे. संतसाहित्य आणि लोकसंस्कृतीबाबतचा एक 'गहिवर संप्रदाय' चटकन लोकप्रिय होतो. या गहिवर संप्रदायापासून ते पूर्णपणे अलिप्त होते. संशोधकाचा कठोर चिकित्सकपणा पुराव्यांबाबत आणि मांडणीतील सहृदय कविवृत्ती यांचा सुरेख तोल त्यांच्या लेखनात सहजपणे जमून जातो.

आज जगाच्या पाठीवर सर्व प्रगत देशांत मानव्य अध्ययन शाखेत लोकतत्त्वीय (folk lore) अभ्यासक्षेत्राकडे अभ्यासकांचे विशेषत्वाने लक्ष जात आहे. मानवी जीवनात आज जाणवणाऱ्या अनेक समस्यांची मुळे त्यांच्या 'भूत'काळात आहेत. 'लोकसंस्कृती', 'लोकश्रद्धा', 'लोककला' यांच्या माध्यमांतून लोकमानसाचा शोध हा खऱ्या अर्थाने 'माणसा'चा शोध होईल. या आधुनिक अध्ययनाच्या विचारातून लोकसाहित्याच्या अभ्यासाला नवी भरीव दिशा मिळत आहे. महाराष्ट्रात राजवाडे, केतकर, ना. गो. चापेकर यांनी एकोणिसाव्या शतकात हे प्रयत्न केले आहेत. श्रीमती दुर्गा भागवत यांनी समाज-मानसशास्त्रीय भूमिकेवरून या अभ्यासात लक्षणीय भर घातली. डॉ. इरावती कर्वे यांनीही त्या दृष्टीने शोधकार्य केले. या सर्वांचे भान ठेवून या नवीन अभ्यासाला जुन्या साधनांच्या आधारे डोळस दिशा देणारा संशोधक म्हणजे डॉ. ढेरे!

महाराष्ट्रात 'लोकसाहित्य संशोधन मंडळा'ची स्थापना करण्यात श्रीमती दुर्गा भागवत, प्रा. नरहर कुरुंदकर आणि डॉ. ढेरे यांचा पुढाकार १९७७ साली होता. पुण्याला या मंडळाची औपचारिक मुहूर्तमेढ रोवली. या क्षेत्रात काम करणारी मंडळी देशभर विखुरली

आहेत. त्यांना एकत्र आणून या कामाला एक भरीवपण यावे, संशोधनाच्या वाटा प्रशस्त व्हाव्यात, याची अखंड चिंता डॉ. ढेरे यांना लागली होती.

जन्मभर प्रकृतीने जणू त्यांच्याशी वैर पुकारले होते. अवघी पन्नाशी उलटतानाच शरीराने असहकार पुकारला. शिवाय नित्य आर्थिक चिंता आणि नैमित्तिक घरादारांतले (आणि दाराबाहेरचेही) अडथळे आहेतच. अशात प्रपंचातील मुलाबाळांच्या चिंतेपेक्षाही जन्मभरचे ज्ञानसाधनेचे आणि संशोधनाचे व्रत 'सुफळ संपूर्ण' कसे होईल, या चिंतेनेच हा आधुनिक महर्षी तळमळत राहिला होता.

सर्व प्रकारच्या प्रतिकूलतेतही हेवा वाटावा असा ठेवा डॉ. ढेरे यांना लाभला! अखंड २८ वर्षे या 'झपाटलेल्या झाडा'ला सांभाळणाऱ्या त्यांच्या सौभाग्यवती इंदूताई आणि जन्मापासून वयाने मोठ्या भावाची 'आई' होऊन त्यांच्या शरीर-मनाला सांभाळणारी धाकटी बहीण प्रतिमाताई ऊर्फ माई. प्रत्येक प्रकाशातील पुरुषाच्या कर्तृत्वामागे एका स्त्रीचा त्याग असतो, असे म्हणतात. डॉ. ढेरे यांना सुदैवाने या दोन स्त्रियांचा आधार होता. अरुणासारखी प्रज्ञावती, प्रतिभावती कन्या आहे. त्यांच्या त्यागाच्या अपूर्व अनुभवातच कदाचित त्यांना 'लज्जागौरी'तील महामना जगन्मातेचा साक्षात्कार झाला असेल आणि त्यांच्यातील जन्मजात संशोधकाला प्रेरणा मिळाली असेल असे सतत वाटत राहते.

डॉ. ढेरे सहसा गर्दीच्या सभासंमेलनात दिसले नाहीत. फड गाजवणे वगैरेंचा तर त्यांना मनापासून तिटकारा. त्यांच्या परिवारातल्या तरुण मंडळींनाही ते या मोहापासून सतत परावृत्त करण्याचा प्रयत्न करत राहिले. झटपट विद्वत्ता आणि प्रसिद्धीच्या या युगात केवळ ज्ञानासाठी ज्ञानोपासनेचा ध्यास घेतलेला डॉ. ढेरे यांच्यासारखा संशोधक-अभ्यासक व्यवहारशून्य ठरतो. पण संशोधनाच्या वेडाने झपाटलेल्या डॉ. ढेरेंना याची मुळीच खंत नव्हती.

डॉ. ढेरे यांच्या लेखन-संशोधनाचा प्रवास हा मोठा वेधक विषय आहे. 'प्रवास' दोन्ही अर्थांनी! अक्षरश: हजारो मैलांचा प्रवास डॉ. ढेरे यांनी केवळ संशोधनासाठी केला आहे आणि तोही प्रतिकूल शारीरिक-आर्थिक परिस्थितीत! रेल्वे, एस. टी. फार काय बैलगाडी, मित्रांची स्कूटर, सायकल आणि अनेकदा पायी. 'ब्राह्मणु हिंडता बरा!' असे समर्थ म्हणाले होते. पण सांस्कृतिक संशोधन करणारा संशोधकही हिंडता बरा हे डॉ. ढेरे यांनी ओळखले आणि आचरणात आणले. या बाबतीत आणि एकूणच प्राचीन साहित्य संस्कृतीच्या संशोधनाच्या बाबतीत कै. विश्वनाथ काशीनाथ राजवाडे हे डॉ. ढेरे यांचा आदर्श होते.

डॉ. ढेरे यांचे वाचन आणि त्यांचा अभ्याससाधनांचा संग्रह हे विलक्षण आश्चर्य होते. निश्चित आर्थिक उत्पन्नाचे कोणतेही साधन नसताना, प्रपंच मागे असताना, संशोधनासारख्या लेखनातून अत्यंत तुटपुंजी अर्थप्राप्ती होत असताना इतक्या प्रचंड प्रमाणात आणि विविधांगी ग्रंथ आणि अन्य साहित्याचा संग्रह करणे ही कल्पनासुद्धा आज अशक्य वाटावी. पण डॉ. ढेरे यांच्या घरात ही वस्तुस्थिती आजही आहे.

आताशी त्यांच्या पुस्तकांना, पोथ्यांना, हजारो जीर्ण कागदपत्रांना थोडीशी हालचाल करण्याइतपत जागा मिळाली होती. इतके दिवस त्यांच्या शनिवार पेठेतल्या राहत्या घरात

तर अक्षरश: छतापर्यंत सर्व भिंती, कपाटे, फळ्या, पलंगाखालची जागा इंच अन् इंच पुस्तके आणि पोथ्यांनी व्यापली होती. नारायण पेठेतली त्यांची खोली म्हणजे एक ग्रंथगुहाच होती.

त्यांच्या ग्रंथसंग्रहात इतक्या चित्रविचित्र साधनांचा भरणा आहे की, त्या त्या क्षेत्रात तज्ज्ञ समजल्या जाणाऱ्यांकडेही तेवढा नसावा. प्राचीन संतसाहित्य आणि महानुभाव साहित्याविषयी बोलायलाच नको. पण चित्र, शिल्प, नाट्य या विषयांवरच्या प्राचीन दुर्मीळ ग्रंथांपासून ते अद्ययावत मराठी-इंग्रजी ग्रंथ-टिपणांचे अनेक संदर्भ त्यांच्याजवळ आहेत. दुर्मीळ फडातल्या लावण्या-गीते जशी आहेत तसे सत्यशोधकी आणि आंबेडकरी जलसेही आहेत आणि आश्चर्य म्हणजे दिल्लीच्या नॅशनल स्कूल ऑफ ड्रामाने प्रसिद्ध केलेल्या साहित्याबरोबरच बंगालमधील क्रांतिकारी थिएटरचे बादल सरकार आणि उत्पल दत्त यांचेही साहित्य आहे. इंग्रजी ग्रंथांत ब्रेख्तही आहे आणि मॅलिनोवस्कीही आहे आणि दुसरीकडे कथ्थक आणि भरतनाट्यम्‌ची परंपरा सांगणारी दुर्मीळ हिंदी-संस्कृत पुस्तकेही आहेत. सांस्कृतिक संशोधनाची सैद्धान्तिक बैठक देणारे तर अनेक पाश्चामात्य लेखकांचे अद्ययावत ग्रंथ त्यांच्या संग्रहात सतत भर घालीत असतात. त्यात फ्रेझर, एलियाद, कॅसिरेर या सुप्रसिद्ध मंडळींबरोबर, नवनवीन अभ्यासकांचेही ग्रंथ असतात आणि म्हणूनच सतत आपल्या ध्यासात गुंतलेल्या व झपाटलेल्या या संशोधकाच्या भेटीला भारतीय संस्कृतीचा अभ्यास करण्यासाठी येणारी डॉ. गुंथर सोंथायमर किंवा ॲन फेल्डहाऊससारखी पाश्चिमात्य विद्वान मंडळीही आवर्जून त्यांचे घर शोधीत यायची!

डॉ. ढेरे हे तसे फार संकोची आणि भिडस्त गृहस्थ होते. जोपर्यंत त्यांच्या जिवापाड जपलेल्या मूल्यांना धक्का लागत नाही तोपर्यंत ढेरे लोकांचे सगळे प्रेम, कधी उपद्व्याप, कधी जाणीवपूर्वक केलेला खोडसाळपणाही सहन करीत; खरेतर कोणाच्या कसल्याही हितसंबंधांच्या स्पर्धेत नसलेला हा माणूस अजातशत्रू असायला हवा. पण विशिष्ट वर्गाच्या किंवा गटांचा अनुनय करीत व्यावहारिक लाभ पदरात पाडून घेणाऱ्या संशोधकांच्या पठडीतले डॉ. ढेरे नव्हते. केवळ तंत्रात बांधलेली संशोधनपद्धती ही त्यांना अमान्य होती, संस्कृती ज्या मानवसमूहाची घडलेली आहे त्या मानवांच्या श्रद्धा, त्यांचे साहित्य, त्यांच्या चालीरीती, रूढी बाजूला ठेवून केवळ लिखित शब्दसाहित्य हे संस्कृतीच्या अभ्यासाला पुरेसे नसते. साहित्याचा अभ्यासही समाजशास्त्र, मानववंशशास्त्र, समाजमानसशास्त्र अशा अनेक शास्त्रांच्या अभ्यासातून परिपुष्ट होत असतो.

आज जी संस्कृतीतली 'कोडी' वाटतात, ती सोडवण्यासाठी अनेक 'बाजूच्या' साधनांचा साक्षेपी आणि सम्यक आधार घेतल्याखेरीज अन्य मार्ग फार वरवरचे ठरतात. म्हणूनच डॉ. ढेरे यांच्या मते एखाद्या दैवताचा अभ्यास करताना त्या दैवताच्या उपासनापद्धती आणि उपासकांच्या श्रद्धा-भावना यांचा विचार प्रधान ठरतो. कारण कोणत्याही दैवताची संस्कृती विकासातील वाटचाल ही त्या दैवताच्या उपासकांच्या बदलत्या श्रद्धेय मनाची वाटचाल असते. देव बदलत नसतो, बदलते ती मानवी मनाची देवविषयक धारणा! खरेतर हा मानववंशशास्त्राचाच विषय! या दृष्टीने डॉ. ढेरे यांनी 'महाराष्ट्राचा देव्हारा' अक्षरश: अंतर्बाह्य

उजळला आहे, खंडोबा आणि विठोबा यांचे स्वरूप उलगडले आहे. पंढरीच्या विठ्ठलात भक्तांच्या अनेक शतकांच्या अनेक विचारशाखांचा महासमन्वय डॉ. ढेऱ्यांनी इतक्या साक्षेपाने सिद्ध केला आहे की मन आश्चर्याने थक्क होते.

लज्जागौरी हा डॉ. ढेरे यांचा ग्रंथ केवळ मराठीतच नव्हे तर एकूणच मानवी संस्कृतीतील श्रद्धा-प्रवासाचा एक सुरम्य आलेख आहे. त्या ग्रंथाच्या तात्त्विक विचाराने आज पुरोगामी चळवळींना बळ मिळाले आहे. या ग्रंथाची हिंदी आणि इंग्रजी भाषांतरेही प्रसिद्ध झाली आहेत.

डॉ. ढेरे यांच्या सांस्कृतिक संशोधनाने प्रस्थापितांना वारंवार अस्वस्थ केले आहे आणि त्यांनी डॉ. ढेरे यांना उपद्रव देण्याचेही अनेक प्रयोग केले आहेत. अशा वेळी हा साधासा, संकोची, भिडस्त, दरिद्री, एकांडा संशोधक किती सामर्थ्याचा आहे याचा कस लागत असे. आपल्या मूल्यांशी कसलीही तडजोड न करता फटिंगपणाने अशा प्रसंगांना डॉ. ढेरे सामोरे जाताना ज्यांनी अनुभवले आहे त्यांना तुकोबाच्या कुळीतल्या फटिंगपणाचा हा वारसदार असल्याची साक्ष पटत असे. स्वत:ला सतत दुरुस्त करण्याच्या भूमिकेत ठेवणे ही प्रामाणिक संशोधनाची, पायाभूत अट त्यांना मान्य आहे, पण प्रामाणिक ज्ञानप्रेरणांच्या मुळांवरच जर कोणी आघात करू लागले तर डॉ. ढेरे आपल्या सर्व आंतरिक शक्तीनिशी उभे राहत. संशोधनाचे हे व्रत त्यांनी अविरतपणे प्राणपणाने जतन केले होते.

आपले संशोधन व्रत एकांडेपणाने करीत असताना कोणत्याही संस्थेची औपचारिक बांधिलकी स्वीकारलेली नसताना, समाजाच्या सर्व स्तरांतील नवनवीन परिवर्तनवादी आणि जिज्ञासू तरुण संशोधकांचा एक परिवार त्यांच्याभोवती आपोआप निर्माण झाला होता. त्यांच्या लेखनातून प्रत्यक्षाप्रत्यक्ष प्रेरणा घेणारेही अनेकजण होते व आहेत.

श्री. वा. ल. मंजूळ यांनी त्यांची मुलाखत घेताना त्यांना प्रश्न विचारला होता की, ''पात्रता असूनही कोणत्याही संस्थेला आपण चिकटून का राहिला नाहीत?'' यावर डॉ. ढेरे यांनी दिलेले उत्तर त्यांच्या स्वच्छ पारदर्शक ज्ञाननिष्ठेवर प्रकाश टाकणारे आहे. ते म्हणतात, ''औपचारिक, शैक्षणिक पात्रता लाभल्यावरही मी कुठं नोकरी स्वीकारण्याचा विचार केला नाही अथवा संस्थांच्या द्वारा चालणाऱ्या कामात सहभागी झालो नाही, याचं कारण आपलं काम आपल्याला पूर्ण स्वातंत्र्यानं, पूर्ण धुंदीनं करता यावं. नोकरीच्या अथवा संस्थांच्या कामात सहभागी होण्यात काही गैर आहे असं नाही. तिथं राहूनही चांगली कामं उभी करणारे आणि संस्थांची प्रतिष्ठा वाढविणारे ज्ञानवंत मला माहीत आहेत. परंतु अनेकदा व्यवस्थापनाच्या नियमांचा, तथाकथित शिस्तीचा, उपचारांचा जाच इतका वाढतो की, त्या जाचात ज्ञानोपासनेच्या ऊर्मीची गळचेपी होते. विद्येची केंद्रं ही विद्याबुद्धीची प्रेरणा खच्ची करून तांत्रिक औपचारिक बाबींच्या पूर्तीतच समाधान मानणाऱ्या क्षुद्रतेच्या अधीन होतात. हे मी केवळ माझ्याच संदर्भात अहंकारानं सांगतो आहे असं समजू नका. मराठीचा आणि महाराष्ट्राचा अभिमान बाळगणारा एक नम्र विद्याप्रेमी म्हणून मी हे आपल्या ज्ञानकेंद्राच्या एकूण पर्यावरणाविषयी तळमळीने बोलतो आहे. ज्ञानप्रेरणेचाच गळा घोटला जात असेल तर संस्थांची बाह्य समृद्धी ही मूर्तिहीन मंदिरांसारखीच वांझ ठरते.''

डॉ. ढेरे यांच्या या उत्तराने महाराष्ट्रातल्या ज्ञानक्षेत्राच्या वर्तमान उणिवांवर नेमके बोट ठेवले आहे. नवे अभ्यासक याची जाणीव ठेवून काम करतील तर ती डॉ. ढेरे यांना खरी आदरांजली असेल.

डॉ. ढेरे यांचे अनेक आधिव्याधीने बालपणापासून ग्रासलेले शरीर अकाली थकत गेले. याशिवाय दारिद्र्याचा वसा जाणीवपूर्वक स्वीकारलेला! मनस्वीपणा हा व्यवहारी जगात ठरणारा दुर्गुण त्यांच्याजवळ जन्मजातच होता आणि तरीही ज्या समाजावरच्या तुडुंब आस्थेतून त्यांचे डोंगराएवढे संशोधन उभे राहिले आहे, त्या समाजाच्या उदंड प्रेमाचे ते 'धनी' आहेत. अनेक पारितोषिकांचे ते मानकरी आहेत.

डॉ. ढेरे यांचे सगळे संशोधन हा सर्वार्थाने अगदी शारीरिक, मानसिक, आर्थिक असा एकखांबी तंबू होता. पण त्यांचे नुसते प्रकाशित काम पाहिले तरी एखाद्या संशोधन-संस्थेलाही ते क्वचितच साधले असते असे वाटते. डॉ. ढेरे ही एक व्यक्ती हीच मुळी एक संशोधन-संस्था होती.

शरीर थकले! आर्थिकदृष्ट्याही हात चालत नसला तरी त्यांच्या मना-मेंदूने अनेक नवनवीन विषयांचा ताबा घेतलेला असे. नवे असंख्य संकल्प त्यांना सतत साद घालीत असत. त्यांच्या मनात असलेली अनेक शोधशिल्पे अविलंब अक्षरबद्ध व्हावीत, याची त्यांच्या चाहत्यांना आणि आक्षेपकांनाही उत्कंठा होती. त्यातील काही पूर्ण झाली. यात शंका नाही.

यासाठी खरेतर सर्वार्थाने डॉ. खरे यांच्यासारख्या महान व्रतस्थ संशोधकाला स्वास्थ्य मिळवून देणे ही सुसंस्कृत समाजाची आणि कल्याणकारी राज्यकर्त्यांची जबाबदारी आहे. ती त्यांनी घेतल्याखेरीज पिढ्यान्‌पिढ्यांना मार्गदर्शन करणारी शोधशिल्पे त्यांनी आपल्याला द्यावीत हे म्हणणे म्हणजे कृतघ्नपणा ठरेल, असे म्हणावेसे वाटते.

आयुष्याच्या उत्तरायणात डॉ. ढेरे हे लौकिक प्रपंचातही समृद्ध होते. त्यांच्यावर अपार लोभ करणारी कुटुंबातली माणसे आणि त्यांच्या वाङ्मयावर आणि परिवारावर प्रेम करणारा असंख्य सुहृदांचा मेळावा या व्यापाने डॉ. ढेरे वेढलेले असत आणि तरीही त्यांच्यातल्या अजून अतृप्त असलेल्या एका प्रतिभावंत संशोधकाच्या मनाचा एक कोपरा सदैव अस्वस्थ होता.

आधीच नाजूक प्रकृती असलेल्या देहाच्या शक्ती उणावत असल्या तरी ऐतिहासिक कागदपत्रे, बखरींचे, पत्रांचे, फर्मानांचे, दानपत्रांचे अनेक आधार आणि जोडीला लोकसांस्कृतिक अध्ययनदृष्टी यांच्या संगमातून अत्यंत दीर्घकाळाच्या परिश्रमानंतर डॉ. ढेरे यांनी खऱ्या अर्थाने देशी संशोधन पद्धतीचा एक वस्तुपाठ सिद्ध केला आहे.

इतिहास म्हणजे केवळ सनावळ्या आणि युद्ध-तहांच्या जंत्र्या नसून त्याचबरोबरच्या सामान्य माणसांनी त्या काळात दिलेला मानसिक साद-प्रतिसादही असतो. त्यातून एका समाजाच्या स्थूल सूक्ष्म जीवनशैलीचा चेतनपटही उलगडतो. यामुळेच आता पूर्वग्रहविरहित जिज्ञासेने या ग्रंथाचे वाचन-चर्चा होणे आवश्यक आहे.

डॉ. ढेरे यांचे वेगळेपण, संशोधन दृष्टीचे मूलभूत 'पायाळू देखणेपण' सांगण्याचा प्रयत्न यापूर्वी स्फुट स्वरूपात झाला आहे. 'महाराष्ट्राची सत्यधारा'मध्ये 'डॉ. रा. चिं. ढेरे : वाङ्मयदर्शन' या लेखात डॉ. र. बा. मंचरकर यांनी डॉ. ढेरे यांच्या स्थूल चरित्रपटाच्या पार्श्वभूमीवर त्यांच्या वयाच्या पन्नाशीपर्यंतच्या वाङ्मयनिर्मितीचा आणि पर्यायाने संशोधनकार्याचा चिकित्सक आढावा घेतला आहे, तो जाणकारांना परिचित आहे.

चक्रपाणि या डॉ. ढेरे यांच्या अपूर्व ग्रंथाला लिहिलेल्या प्रा. नरहर कुरुंदकरांच्या प्रदीर्घ आणि विवेचक प्रस्तावनेने तर फार स्पष्टपणे डॉ. ढेरे यांचे वेगळेपण सांगितले आहे. डॉ. गो. म. कुलकर्णी यांनी 'समाज प्रबोधन पत्रिका' मार्च-एप्रिल १९८९च्या अंकात *संतसाहित्य आणि लोकसाहित्य : काही अनुबंध* या डॉ. ढेरे यांच्या पुस्तकपरीक्षणाच्या निमित्ताने डॉ. ढेरे यांच्या संतसाहित्य विश्लेषणाची विवेचक समीक्षा केली आहे.

याखेरीज त्यांच्या विविध पुस्तकांच्या परीक्षणांच्या निमित्ताने, वाढदिवसांच्या निमित्ताने (विशेषत: षष्ट्यब्दिपूर्तीच्या) विविध गौरव, पारितोषिक प्राप्तीच्या निमित्ताने महाराष्ट्रातील काही अभ्यासकांनी केलेल्या स्फुट लेखनांतूनही डॉ. ढेरे यांच्या संशोधन दृष्टीचे वेगळेपण सांगण्याचा प्रयत्न केला आहे.

शिवाय गेल्या पंधरा वर्षांच्या अवधीत डॉ. ढेरे यांच्या काही प्रदीर्घ मुलाखतीही घेतल्या गेल्या आहेत. त्यातून त्यांच्यावरच्या काही आक्षेपांविषयीची त्यांची भूमिका स्पष्ट झाली आहे. त्यांच्या स्वत:च्या दृष्टीने त्यांच्या कामाचे वेगळेपण कशात आहे, हेही त्यांनी सांगितले आहे.

जानेवारी १९९६ मध्ये त्यांचे पुनर्रचित तीन लेखसंग्रह प्रकाशित झाले आहेत. *लोकदैवतांचे विश्व, भारतीय रंगभूमीच्या शोधात* आणि *लोकसंस्कृतीचे उपासक* या त्या तीन पुस्तकांच्या प्रस्तावनांमधून ढेरे यांनी स्वत:ची जी शोधदृष्टी स्पष्ट केली आहे, ती अत्यंत महत्त्वाची आहे.

या सर्व लेखनातून संतसाहित्यच नव्हे तर संतसाहित्यासह अगदी आधुनिक साहित्य, लोकनाट्यांसह आधुनिक नाटक, एकूणच धर्म, दैवते, या सर्वांविषयीची 'ढेरे दृष्टी' स्पष्ट झाली आहे. डॉ. ढेरे यांच्या शोधकार्याविषयी झालेले असे लेखनही संग्रहित व्हायला हवे, असे वाटते.

डॉ. ढेरे हे रूढार्थाने मराठी वाङ्मयशाखेचे पदवीधर असले तरी ते रूढ विद्यापीठीय पठडीतून वाङ्मयाभ्यास करणारे अभ्यासक नाहीत. त्यांनी विद्यापीठाच्या परीक्षा देऊन पदव्या संपादन केल्या असल्या तरी कोणत्याही महाविद्यालयात वा विद्यापीठात विद्यापीठीय अध्यापकांची व्याख्याने ऐकून अभ्यास केलेला नाही आणि नंतरही कोठे अध्यापनाचे काम केलेले नाही. हे सर्व करणारे कमी दर्जाचे आहेत किंवा असतात असे नव्हे. पण त्या चाकोरीमध्ये एक पठडीबद्धता येण्याची शक्यता असते. त्यापासून डॉ. ढेरे दूर राहिले. सर्व अध्ययन आणि नंतरचे संशोधनकार्य त्यांनी अक्षरश: एकलव्य वृत्तीने आत्मबळावर केले आहे. त्या त्या क्षेत्राच्या संशोधनात पूर्वसूरींनी केलेल्या कामाचे त्यांना प्रत्यक्षाप्रत्यक्ष मार्गदर्शन जरूर झाले. त्यांचे ऋण ही डॉ. ढेरे मोकळेपणाने मान्य करतात. परंतु कोणत्या साधनसामग्रीचा

कसा उपयोग करून घ्यायचा हे मात्र त्यांचे त्यांनीच अभ्यासाने, अनुभवाने निश्चित केले आहे.

'साध्याही विषयात आशय कधी मोठा किती आढळे ।' असे कविकुलगुरू केशवसुतांनी कवीच्या प्रतिभेसंबंधात म्हटले आहे. डॉ. ढेरे यांच्या साधनसामग्री शोधण्याबाबतच्या दृष्टीबद्दलही असेच म्हणावे लागेल. कधी एखादे ग्रामनाम त्यांना प्रेरणा देते तर कधी एखादे मूर्तिशिल्प त्यांना भूतकाळाची वेगळी कहाणी सांगते. कधी एखादा उपासनीविधी अनेक कोड्यांचा उलगडा करतो तर कधी एखादे स्थानमाहात्म्य संस्कृतीचा पैस व्यापून कसे राहते याचा प्रत्यय घडवते. अर्थात यासाठी डॉ. ढेरे यांना उपजत प्रतिभेची, प्रज्ञेची देणगी जशी मिळाली आहे, तसेच त्यांचे अव्यभिचारी ज्ञाननिष्ठेचे तपही त्यांच्या पाठीशी मेरूसारखे उभे आहे.

अत्यंत सुप्रतिष्ठित अशी संख्यात्मक व गुणात्मकदृष्ट्या संपन्न ग्रंथसंपदा निर्माण केल्यानंतर डॉ. ढेरे यांच्या संशोधन क्षेत्राला एकच एक विषयसूचक विशेषण अपुरे पडते आहे, असे वाटते. डॉ. ढेरे यांच्याच शब्दांत त्यांच्या संशोधनाची उद्दिष्टे, व्याप्ती आणि स्वरूप सांगितले तर ते अधिक योग्य होईल. *भारतीय रंगभूमीच्या शोधात* या आपल्या ग्रंथाच्या 'निवेदनात' ते आपली भूमिका स्पष्ट करतात.

''महाराष्ट्राचा सामाजिक-सांस्कृतिक इतिहास भारतीय संदर्भात – विशेषत: दक्षिण भारतीय संदर्भात – अभ्यासण्याचे व्रत मी वयाच्या विशीतच स्वीकारले आहे आणि गेली जवळ जवळ चार तपे तनमनधन वेचून या विषयाचा शोध घेत राहिलो आहे. माझ्या अभ्यासाची साधने मुख्यत: लिखित वा मौखिक वाङ्मय परंपरेतील असली तरी मी पुरातत्त्वीय संशोधनातून उपलब्ध झालेल्या वस्तूवास्तूंची, आज उभ्या असलेल्या मठ-मंदिराच्या स्थापत्याची, त्यातील देवतांच्या विग्रहांची, त्यांच्या उपासकांच्या श्रद्धा-समजुतींची उपेक्षा केली नाही. माझ्या अभ्यासकक्षेत वावरताना मी क्षणश:, कणश: संदर्भ शोधीत राहिलो आणि ज्या ज्या क्षणी आपल्या सांस्कृतिक परंपरेचे निसटलेले दुवे सापडल्याचा आनंदमय अनुभव आला, त्या त्या क्षणी त्या अनुभवाला उत्कटतेने अक्षररूप देत राहिलो...

''शोधविषय लहान असो वा मोठा असो, त्याला भिडताना संपूर्ण सामाजिक-सांस्कृतिक पर्यावरणाचा व्यापक संदर्भ क्षणभरही दृष्टिआड होता कामा नये, याची दक्षता मी सदैव घेत आलो आहे. कारण माणूस हा विषय जेवढा गुंतागुंतीचा आहे, तेवढीच माणसाविषयीची शास्त्रेही परस्परांना व्यापणारी, परस्परांशी अटळ संदर्भ राखणारी आहेत. म्हणूनच या अभ्यासक्षेत्रात आंतरज्ञानशाखीय दृष्टी जागी ठेवूनच संचार करायला हवा. मी माझ्या परीने हे भान निरंतर राखले आहे.''

डॉ. ढेरे यांच्या निवेदनातील पारदर्शीपणाचा प्रत्यय त्यांचे साहित्य वाचताना पदोपदी येतो.

डॉ. ढेरे यांच्या आंतरज्ञानशाखीय शोधदृष्टीचा अटळ परिणाम म्हणून त्यांचे सर्वच संशोधन नेहमी अनेक विषयांत सामावून जाईल असे बहुआयामी होत राहिले आहे. लोकसंस्कृतीचा अनेकांगांनी वेध घेत असताना समाजाच्या स्थितिगतीचाच तो एकपरीने शोध होत असतो.

समाजातील चालीरीती, रूढी, श्रद्धा-विश्वास, देवतोपासना, उत्पादनसाधने (व्यवसाय) या सर्वांच्या समन्वित धांडोळ्यातून ढेरे यांचा शोधविषय वाट काढीत असतो. त्यामुळे समाजाच्या सांस्कृतिक इतिहासाची कितीतरी अज्ञात, अर्धज्ञात रहस्ये उकलतात आणि वाचक त्या संपन्न अनुभवाने थक्क होतो, श्रीमंतही होतो.

ढेरे यांची सांस्कृतिक इतिहासाची कालमर्यादा रूढार्थाने स्वातंत्र्यपूर्व काळपर्यंतचीच आहे. विशेषत: प्राचीन, मध्ययुगीन समाज हे त्यांचे लक्ष्य आहे. पण त्यांच्या लेखनातून हाती आलेली तथ्ये वर्तमानाची अनेक अर्थवलये उलगडत जातात. कारण कोणताही वर्तमान सुटा नसतो. तो 'भूता'च्या उतरंडीवर उभा असतो. 'भूता'शी असलेले त्याचे संदर्भ तुटल्या-सुटल्यासारखे वाटले तरी ते तसे नसतात, याचे भान ढेरे यांच्या डोळस वाचकालाही येत राहते. कारण लेखकाला त्याचे भान आधी असते.

अभिजनांची – नागर संस्कृतीची मुळे अत्यंत प्रबळपणे लोकसंस्कृतीत रुजलेली आहेत. विशेषत: भारतात! डॉ. ढेरे प्रामुख्याने महाराष्ट्राच्या सांस्कृतिकतेचा शोध घेत असले तरी मराठी संस्कृती व्यापक भारतीय संस्कृतीचा अविभाज्य भाग आहे, हे त्यांच्या लेखनातून कधीच खंडित होत नाही. असे असले तरी मराठी प्रदेशाचा सांस्कृतिकदृष्ट्या दृढ अनुबंध दक्षिण संस्कृतीशी आहे, याचे भान डॉ. ढेरे यांच्याइतके जाणीवपूर्वक आणि सर्वांगांनी अद्याप बाळगले गेलेले दिसत नाही.

या पार्श्वभूमीवर लोकसंस्कृती आणि अभिजन संस्कृती यांचा डॉ. ढेरे यांना अभिप्रेत असलेला अनुबंध पुन्हा त्यांच्याच शब्दात पाहणे योग्य होईल.

'लोकनागर रंगभूमी'चे (हा शब्दही डॉ. ढेरे यांचाच सार्थ आविष्कार) विश्लेषण करीत असताना ते म्हणतात, ''तशी तर 'लोकनागर' प्रक्रिया ही आपल्या परंपरेत संस्कृतीच्या सर्व अंगांना व्यापणारी आहे. रंगभूमीसकट संस्कृतीची समग्रता कवेत घेणारी आहे. या प्रक्रियेलाच श्री. एम. एन. श्रीनिवासांनी संस्कृतीकरण ही संज्ञा रूढ केलेली आहे. लोकांत जे जे आत्यंतिक लोकप्रियता पावलेले आहे, त्याचे सर्व सामर्थ्य सामावून घेण्यासाठी नागरपरंपरा त्याचे नागरीकरण करीत राहिलेली आहे. 'संस्कृत' परंपरा सर्व लोकप्रिय 'प्राकृता'चे संस्कृतीकरण करीत राहिली आहे...'' मग कलांच्या क्षेत्रात ती एखादी वाद्य, संगीत, नृत्य, नाट्य परंपरा असो की एखादी हस्तकला वा वास्तुशिल्प कला असो. किंवा दैवत व श्रद्धा यांच्या क्षेत्रातील एखादे लोकप्रिय श्रद्धेय दैवत वा त्याचा उपासनाविधी असो. लोकप्रिय आणि श्रद्धेय बाबींचे नागरीकरण वा संस्कृतीकरण करून स्वीकार करीत राहण्याची आणि नागरीकृत जीवनाविष्कारात भर घालीत राहण्याची प्रक्रिया हेच संस्कृतीचे अखंड सूत्र आहे.

या प्रक्रियेत 'प्राकृत' बाबींमधील अनघडपणाला सुघड वळण दिले जाते. काही बाबी वगळल्या जातात तर काहींना 'शोभन रूप' (हाही डॉ. ढेरे यांचाच शब्द) दिले जाते. माणसाच्या जातीच्या अगदी आदिम कालापासून हे अखंड चालत आले आहे. त्यामुळे माणसाच्या, समाजाच्या अगदी अत्याधुनिक जीवनातही नकळत त्याच्या कृती-विकृतींचे, अनुभवांचे, श्रद्धेचे, आचार-उपासनेचे आदिम काळापासूनचे अवशेष 'जिवंत' राहिलेले

असतात. हे 'जिवंतपणा'चे पूर्वसंचिताचे सूत्र समाजाच्या भूत-वर्तमानाला व्यापून राहिलेले असते आणि भविष्याकडेही संकेत करीत असते. कारण या सर्वांच्या मुळाशी असलेले मानवी मन हे एक अजब गहनगूढ प्रकरण आहे. परिवर्तित अवस्थेतील त्या क्षेत्रातले रूप कधी कधी इतके बदलते की त्याच्या मूळ रूपाशी असलेल्या अनुबंधाचा मागमूसही सकृद्दर्शनी दिसत नाही. मात्र डॉ. ढेरे यांच्या जातकुळीच्या अभ्यासकाला त्याचा सुगावा लागतो आणि गुंतलेल्या दोऱ्याचा उलगडा करणाऱ्याच्या कुशलतेने ते या 'संस्कृती'करणाच्या प्रक्रियेचा उलगडा करीत भूत-वर्तमानाच्या टोकांची जुळणी वाचकासमोर ठेवतात. त्या वेळेस जीवनातील या गुंतागुंतीच्या प्रक्रियेचे स्वरूप समजते.

कधी कधी 'भूता'चे अर्धविस्मृत धागे वर्तमान रूपात शिल्लक असतात तर कधी 'प्राकृता'शी असलेला साक्षात संबंध जाणवेल इतका उघड असलेला दिसतो. भारतीय जीवनपरंपरेत प्रत्येक क्षेत्रात या तीनही अवस्थांचे अनेक पुरावे अखंड विद्यमान असतात या तथ्याकडे डॉ. ढेरे यांचे लेखन वाचकाचे अवधान अखंड खेचीत असते. त्यामुळे हा भूतकाळातील पण आज अर्थशून्य असलेल्या संदर्भांचे उत्खनन करण्याचा केवळ उद्योग नसतो.

या प्रकारची प्रक्रिया विशद करताना लोकदैवतांच्या अनुषंगाने डॉ. ढेरे म्हणतात,

''मी जेव्हा एखाद्या दैवताचा शोध घेऊ लागतो, त्याच्याविषयीच्या श्रद्धाविश्वाच्या गाभ्यात उतरून त्या विषयाचा प्रांत माझ्या शोधदृष्टीच्या कक्षेत आणू पाहतो, तेव्हा ते दैवत ज्याच्या श्रद्धेचा विषय असते, त्या समाजाच्या स्थितिगतीचाही बोध मला घडत राहतो. त्या दैवताच्या उपासनाक्षेत्रातील विधि-विधानांचा, त्या विधि-विधानांतून उदय पावलेल्या नृत्य-नाट्यादी कलांचा संभारही त्या शोधातून दृष्टीपुढे येतो. विशेषत: लोकदैवतांचे मूळ स्वरूप आणि त्याचे कालक्रमात घडलेले किंवा हेतुत: घडवलेले उन्नयन यांचे स्वरूप पारखताना अभिजनांच्या संस्कृतीला बहुजनांनी केलेले योगदान किती महत्त्वाचे आहे, हे स्पष्ट होते. अभिजनांच्या संस्कृतीचे भरण-पोषण ज्या बहुजनांच्या संस्कृतीने केले आहे, त्या बहुजनांचे शोषणही उन्नयनप्रक्रियेत कसे घडते, तेही दिसून येते.''

अत्यंत सौम्य पण टोकदारपणे आपला अभिप्राय व्यक्त करणारी डॉ. ढेरे यांची ही शब्दकळा जाणत्यांना परिचित आहे आणि ती त्यांच्या सर्वच लेखनाचे वैशिष्ट्य आहे.

डॉ. ढेरे यांचे प्रतिपादन अनेक प्रकारच्या व अनेक पुराव्यांच्या उतरंडीवर उभे असते. तरीही संशोधन क्षेत्रातला हा अखेरचा शब्द नाही याचे अनाग्रही सार्थ भानही त्यांना असते. उचित पुराव्यांनी त्यांचे प्रतिपादन बाधित झाले तर ते ज्ञानक्षेत्रातल्या निरामय वर्धिष्णुपणाचे लक्षण म्हणून ते त्याचे स्वागत करतात. कधी त्यांनाच नवीन पुरावे मिळाले आणि आपले पूर्वप्रतिपादन अयोग्य वाटले तर त्याची मनमोकळेपणाने कबुली देऊन ते दुरुस्त करतात. पण यांपैकी काहीही न होता कधी कधी प्रस्थापित हितसंबंधीयांच्या हितसंबंधांना जेव्हा धक्का पोहचण्यासारखी परिस्थिती निर्माण होते, बहुजनांचे शोषण करणाऱ्या 'अभिजनां'ची वृत्ती जेव्हा त्यांच्या संशोधनातून प्रखरपणे उघड होते, तेव्हा त्यांच्यावर आक्षेप-आरोपांचा शिवराळपणे भडीमार होण्यापर्यंत अभिजनांची मजल जाते. विशेषत: त्यांच्या दैवतविषयक

संशोधिक ग्रंथांच्या प्रकाशनानंतर वारंवार त्याचा अनुभव आला आहे. *चक्रपाणि* आणि *श्री विठ्ठल : एक महासमन्वय* तसेच अलीकडच्या *शिखर शिंगणापूरचा शंभु महादेव* या ग्रंथांच्या प्रकाशनानंतरची वादळे बहुचर्चित आहेत. परंतु आपल्या विधायक कृतिशीलतेचा काल आणि शक्ती अशा प्रकारच्या आक्षेपकांच्या आक्षेपांना उत्तरे देण्यात ते खर्च करीत नाहीत. कारण तसे करणे हे एकापरीने आक्षेपकांच्या हिताचे असते. त्यापेक्षा पुढच्या विधायक कामाची उभारणी ज्ञानक्षेत्राच्या दृष्टीने अधिक हिताची ठरते. अर्थात अशा वादळांचा आणि वावटळींचा त्रास त्यांना होतो. परंतु एखाद्या भागवत संताच्या सोशीकपणाने तो सोसून त्यातून ते तावूनसुलाखून बाहेर पडतात. कारण अशा प्रकारची उपद्रवी प्रवृत्ती हाही संस्कृति-प्रक्रियेतला एक अटळ भाग असतो, याचे त्यांना भान होते. बहुजनांच्या हिताचे भान असणारे संत त्यांना जवळचे वाटतात. कारण बहुजनांच्या 'प्राकृत' शैलीचे 'संस्कृतीकरण' करताना त्यांचे शोषण करणारे अभिजन आणि त्या अनघड 'प्राकृतांचे उन्नयन करताना त्या समाजाचेही उन्नयन करणारे संतजन' यातील भेद त्यांना माहीत आहे. इतकेच नव्हे तर 'श्रीविठ्ठला'च्या निमित्ताने तो भेद त्यांनी अत्यंत विदग्धपणे उलगडून दाखवला आहे.

मात्र वरकरणी सौम्य वाटणाऱ्या डॉ. ढेरे यांचे प्रतिपादन अशा अभिजन हितसंबंधींना कधी कधी 'उत्पातक्षम' वाटते हे प्रा. नरहर कुरुंदकर यांचे म्हणणे पुराव्याने सिद्ध करणारे प्रसंग मधून मधून येतच असतात.

लोकसंस्कृतीविषयीचे इतके सखोल आणि विस्तृत भान मराठीत तर अपूर्व आहेच, पण भारतीय संस्कृतीच्या अभ्यासकांमध्येही ते विरलत्वानेच आढळते. याचीही मीमांसा डॉ. ढेरे यांनी सहज जाता जाता केली आहे.

समाज, संस्कृती, इतिहास या क्षेत्रांत संशोधन करणाऱ्या संशोधकांची आजवरची भूमिका काही अपवाद वगळता ही प्रामुख्याने वैदिक आणि अभिजन परंपरेतच सर्व बाबींचे उगमस्थान शोधण्याची आहे. त्यामुळे अनेकदा ओढूनताणून प्रमेये मांडली जातात. वस्तुत: वैदिक व अभिजन परंपरा या लोकपरंपरेत मुळे रोवून उभ्या आहेत याचे भान अभ्यासकांना जवळ जवळ नाही.

संस्कृत नाटकातील 'विदूषक' या पात्राचा उगम शोधताना या सीमित दृष्टीमुळेच डॉ. गो. के. भट यांच्यासारख्या संशोधकाची कशी अवस्था झाली आहे, ते डॉ. ढेरे जेव्हा 'विदूषका'चा शोध घेतात, तेव्हा स्पष्ट होते. दक्षिणेकडील संपन्न लोकनाट्यप्रकारांचा विचारसुद्धा अशा पठडीतल्या विद्वानांच्या मनात येत नाही. मग वेदातील एखाद्या ऋचेत विदूषकाची मुळे शोधण्याचा (व्यर्थ) खटाटोप कसा होतो, तेही कळते.

''लोकपरंपरेतील धर्म-धारणांचा शोध जसा उच्च समजल्या जाणाऱ्या दैवतांचा मागोवा घेण्यासाठी उपकारक ठरतो, तसाच त्यांच्या कलांचा वेध अभिजनांच्या कलापरंपरांचे उगम शोधण्यास उपकारक ठरणारा आहे. लोकपरंपरा आणि अभिजनांची विदग्ध परंपरा यांची निरंतर देवाणघेवाण चालू आहे.''

हो लोकसांस्कृतिक समन्वित अभ्यासदृष्टी ''धर्म-कलादि संस्कृतीच्या अंगांचे समाजशास्त्र मांडायला सहज समर्थ बनते. धर्म आणि कला ही समाजजीवनाच्या युगायुगातील स्थिति-गतीची प्रतीकभांडारे आहेत. त्यांचे समाजशास्त्रीय दृष्टीतून घडणारे आकलन हे एक प्रकारे समाजजीवनाचे नि समाजमानसाचेच विश्लेषण प्रत्ययकारी आकलन ठरते.

''भारतीय सामाजिक-सांस्कृतिक संदर्भात आणखी एक विशेष असा आहे की, इथे लोकपरंपरेतून उदय पावणारी आणि क्रमाने उत्क्रांत होत जाऊन परिपूर्ण विदग्ध रूप पावणारी प्रत्येक बाब आपल्या मूळ प्रकृतीच्या अनेक खुणा विकसित रूपातही राखते आणि त्याच वेळी स्वतंत्रपणे त्या बाबीचे मूळही टिकून राहते.''

जी गोष्ट कलांच्या क्षेत्रात घडते, तीच दैवतविषयक क्षेत्रातही घडते. कारण कलांच्या शोधातून जसे समाजमनाचे, समाजाच्या स्थितिगतीचे, वृत्तिप्रवृत्तीचे दर्शन घडते, तसाच दैवतविषयक संशोधनातूनही समाजमनाचा प्रवास उकलत जातो. कारण ''दैवतविषयक शोध हा कोणत्याही देवाचा शोध नसतो, तर दैवतविषयक मानवी धारणांचा शोध असतो,'' हे डॉ. ढेरे वारंवार सांगत, स्पष्ट करीत आले आहेत.

डॉ. ढेरे हे वस्तुत: सश्रद्ध होते. मात्र त्यांची श्रद्धा 'बाबा वाक्यम् प्रमाणम् ।' या जातीची नाही. संशोधनाच्या आणि ज्ञानाच्या क्षेत्रात त्यांची सत्यज्ञाननिष्ठा श्रद्धेवर मात करते. डॉ. ढेरे यांनी हेही स्पष्टपणे सांगितले आहे.

''माझी दृष्टी सत्यान्वेषणाची आहे. प्रमाणांतून प्रतीत होणारे सत्य हे माझे संस्कारांच्या, श्रद्धांच्या विरुद्ध असले, तरी मी त्याचे सानंद स्वागत केले आहे.'' आणि याचे प्रत्यंतर त्यांच्या गणेशविषयक दोन लेखांतून येते. याचे कारण असे की विशिष्ट देवतेविषयीच्या उपासकांच्या धारणांमध्ये समाजाच्या वृत्ती-प्रवृत्तीचे प्रतिबिंब प्रबळपणे पडलेले दिसते. श्री गणेश आज 'विघ्नहर्ता' असला तरी तो आद्य अवस्थेत 'विघ्नकर्ता' आहे. या तथ्याचे अनेक पुराव्यांच्या आधारे पुष्टीकरण करताना त्यांची श्रद्धा अडसर बनत नाही.

सर्व प्रकारच्या प्रतिकूलतेवर मात करीत डॉ. ढेरे अखेरपर्यंत ज्ञानरत राहिले. अगदी वयाच्या ऐंशीनंतरही त्यांची महत्त्वाची पुस्तके प्रकाशित झाली आहेत. *शिखर शिंगणापूरचा शंभूमहादेव* (२००१), *श्रीतुळजाभवानी* (२००७), *करवीर निवासिनी* (२००९), *श्रीवेंकटेश्वर आणि कालहस्तीश्वर* (२०११) हे बृहद्ग्रंथ ते आपल्या वाढदिवशी प्रकाशित होतील, अशा रीतीने चिकाटीने, पूर्ण शक्तीनिशी लिहीत राहिले. अखेरच्या दोन अडीच वर्षांत शरीर विकलांग झाले तरी *श्रीनृसिंहोपासना : उदय आणि विकास* हा ग्रंथ पूर्ण करण्यासाठी आटापिटा करीत राहिले होते.

डॉ. ढेरे यांना साहित्य अकादेमी, साहित्य संस्कृती मंडळ, महाराष्ट्र फाउंडेशन, पुण्यभूषण आणि अन्य लहान मोठे अर्धशतकाच्या घरात जातील इतक्या पुरस्कारांनी सन्मानित केले आहे. खरेतर त्यांना 'ज्ञानपीठ' मिळायला हवे होते.

मात्र ''पुरस्कार हा आपल्या कामाचा परिणाम असावा, हेतू नव्हे,'' ही त्यांची वृत्ती होती; ती अखेरपर्यंत ते जतन करीत आले.

डॉ. ढेरे यांच्या अत्यंत महत्त्वाच्या अशा दोन-तीन मुलाखती घेण्याची संधी मला मिळाली. या लहानशा लेखात त्यांच्या समग्र कार्याचा पैस मांडायला अवकाश नाही. पण एक संशोधक आणि व्यक्ती म्हणूनही डॉ. ढेरे यांचे आकलन व्हावे, म्हणून त्यांच्याच शब्दातली अवतरणे देत आहे.

''देवाचा शोध ही एक अंतर्यात्रा आहे आणि देवविषयक मानवी धारणांचा शोध ही एक बहिर्यात्रा आहे. माझ्या अंतर्निहित श्रद्धाभावामुळे माझं संशोधन अवघडलं आहे, असं मला वाटत नाही.'' त्यांच्या त्याच विधानाचं अधिक स्पष्टीकरण करणारं एक अवतरण अखेरीस देत आहे. *लज्जागौरी*चा पुढील टप्पा म्हणून त्यांनी *आनंदनायकी* ग्रंथ लिहिला आहे. त्यात स्त्री देवतात अंतर्निहित स्त्रीच्या स्थितिगतीसंबंधी 'सीते'च्या निमित्ताने केलेले विधान खूप क्रांतिकारी आहे. आजच्या संदर्भात तर विशेषच! डॉ. ढेरे यांच्या अभ्यासपूत संशोधनाची उत्पातक्षमता दाखवणारेही आहे. ''सीता म्हणजे आपण आदर्श भारतीयत्वाची प्रतिमा मानतो... रामाने रावणाचा वध केला तो स्वत:चं पौरुष सिद्ध करण्यासाठी, सीतेसाठी नव्हे, असं तो स्वत:च सांगतो. सीता भूमीत नाहीशी झाली नसती, तर समाजाने तिला सती-सावित्री म्हणून स्वीकारलं नसतं, हे दाहक सत्य आहे. *आनंदनायकी* मध्ये ही सीता मी मांडली आहे. म्हणून सीतेच्या वेदनेचा संदर्भ घेऊनच बोलायचं झालं तर केवळ रावण संपून सीता सुखी होणार नाही. तर सीतात्यागाचा निर्णय घेणारा रामही पराभूत व्हायला हवा आणि सीतेसाठी कळवळणाऱ्या, सीतात्यागाची अन् शेवटी सीतेच्या हौतात्म्याची शिक्षा सोसताना कोसळणाऱ्या रामाचा विजय झाला पाहिजे. हा 'सीतामय राम' पुन्हा जागवता आला तरच 'भारतीय सीतां'ची वेदना संपेल.''

''मी आखलेल्या आणि अंशत: लिहिलेल्या अनेक प्रकल्पांचा मला दु:खाने निरोप घ्यावा लागणार आहे,'' असे उद्‌गार एलियाद यांच्या निमित्ताने या मुलाखतीच्या शेवटी त्यांनी काढले होते. आज त्याचा दु:खद प्रत्यय येतो आहे. अशा ज्ञानतपस्वी ऋषीला विनम्र आदरांजली.

लोकसाहित्याचे साक्षेपी संशोधक
डॉ. गंगाधर मोरजे
(१९३०-२००५)

प्रकाश खांडगे

ख्रिस्ती-मराठी साहित्य, लोकसाहित्य, संतसाहित्य अशा साहित्याच्या विविध शाखांमध्ये चौफेर संचार करीत या अभ्यास क्षेत्रातील विविध अंगाना सैद्धान्तिक बैठक प्राप्त करून देण्याऱ्या आणि ही अभ्यास क्षेत्रे अधिकाधिक शास्त्रपूत करणाऱ्या मान्यवर संशोधकांमध्ये डॉ. गंगाधर मोरजे यांचा उल्लेख अग्रक्रमाने करावा लागेल. लोकसाहित्य संशोधन मंडळ औरंगाबाद या डॉ. प्रभाकर मांडे यांच्या नेतृत्वाखालील संस्थेतर्फे अहमदनगर येथे लोकसाहित्य परिषदेचे आयोजन डॉ. गंगाधर मोरजे यांनी यशस्वीरीत्या केले होते तेव्हापासून म्हणजे साधारणत: ऐंशीच्या दशकापासून डॉ. गंगाधर मोरजे यांच्या व्यक्तिमत्त्वाचा आणि साहित्य क्षेत्रातील त्यांच्या कर्तृत्वाचा परिचय करून घेता आला. डॉ. दुर्गा भागवत, डॉ. रा. चिं. ढेरे, डॉ. प्रभाकर मांडे, डॉ. मधुकर वाकोडे, डॉ. तारा भवाळकर, डॉ. अनिल सहस्रबुद्धे आणि इतर अनेक संशोधक, अभ्यासकांनी उभ्या केलेल्या लोकसाहित्यविषयक चळवळीत प्रत्यक्ष कार्य करणाचा योग आला. या क्षेत्रातील तरुण अभ्यासकांचे मार्गदर्शक आणि प्रेरणास्थान म्हणून डॉ. गंगाधर मोरजे यांनी सातत्याने आपली भूमिका बजावली. मुळात डॉ. गंगाधर मोरजे यांचे संशोधन केवळ लोकसाहित्यापुरते मर्यादित नव्हते त्यांनी ख्रिस्ती-मराठी वाङ्मयाला नवा आयाम दिला.

डॉ. गंगाधर मोरजे यांच्या कार्याचा गौरव करताना *ज्ञानवेध* या डॉ. मोरजे यांच्यावरील गौरव ग्रंथाला शुभेच्छा देताना वि. वा. शिरवाडकर म्हणतात, ‘‘डॉ. गंगाधर मोरजे हे महाराष्ट्रातील एक ख्यातनाम संशोधक, संपादक, समीक्षक आणि ध्येयनिष्ठ शिक्षक आहेत. त्यांनी केलेल्या संशोधनामागे अपार परिश्रम आणि साधना आहे. अशा प्रकारचे कार्य कीर्तीची, यशाची वा प्रोत्साहनाची अपेक्षा न ठेवता अनासक्त वृत्तीने करावे लागते. परंतु अशा साधनेनेच कोणत्याही समाजाच्या साहित्याचा इतिहास निश्चित आणि सुसंगत होत जातो. त्यातील विकासाच्या प्रेरणा स्पष्ट होत जातात. हे फार महत्त्वाचे कार्य डॉ. मोरजे यांनी निरपेक्ष वृत्तीने केले आहे.’’[१]

याच गौरव ग्रंथांत डॉ. स. गं. मालशे यांचा डॉ. मोरजे यांचे कौतुक करणारा शुभेच्छा संदेश आहे. ते म्हणतात, ‘‘लावणी हे मराठी भाषेचं लावण्य. तिच्याबद्दल त्यांचा गाढा व्यासंग होता. त्याच दिशेने त्यांनी लोकगीतांचे नि लोककथांचे संशोधन केले आहे. त्यांचा व्यासंग आणि विद्वत्ता, त्यांचं संशोधन आणि संकलन हे उच्चकोटीतील आहे.’’[२]

डॉ. मोरजे सरांच्या ख्रिस्ती-मराठी वाङ्मयाच्या संशोधनकार्याबद्दल गौरव करताना प्रा. मे. पुं. रेगे यांनी नमूद केले आहे की, ''बहुधार्मिक भारतीय समाज एकत्र नांदायचा तर त्याच्या धार्मिक घटकांमध्ये सतत संवाद चालू राहिला पाहिजे. महाराष्ट्रीय हिंदू समाज आणि महाराष्ट्रीय ख्रिस्ती समाज यांच्यामध्ये असा संवाद आज आढळून येत नाही. एकोणिसाव्या शतकात तो काही प्रमाणात तरी होता. अर्थात अनेकदा ह्या संवादाला 'जल्प-वितण्डा'यांचे, भांडणाचे रूप यायचे ही गोष्टही खरी आहे. हिंदू-ख्रिश्चनांमध्ये हा धार्मिक संवाद फिरून सुरू करण्याची गरज आहे. ह्यासाठी एकोणिसाव्या शतकातील संवादाचा धागा आपण हाती घेतला पाहिजे. हे करण्यासाठी आवश्यक असलेले एक महत्त्वाचे साधन मोरजे ह्यांनी आपल्याला उपलब्ध करून दिले आहे, ही त्यांची संस्मरणीय कामगिरी आहे.''[३]

डॉ. गंगाधर मोरजे यांची लोकसाहित्याच्या अभ्यासाविषयी विशिष्ट भूमिका होती. केवळ ग्रंथगत अभ्यासाने लोकसाहित्याच्या संशोधनाला परिपूर्णता येणार नाही; त्यासाठी क्षेत्रीय संशोधनावर विशेष भर दिला पाहिजे. केवळ पूर्व परंपरांचा अभ्यास करून भागणार नाही तर या परंपरांनी कालानुरूप कशी कूस बदलली. या परंपरांच्या परिवर्तनामागच्या समकालीन प्रेरणा कोणत्या आहेत? परंपरेने चालत आलेले मौखिक आविष्कार, त्यांच्या मौखिक संहिता यांचे प्रयोगरूप कसे असते? मौखिक संहिता, प्रयोग संहिता कशी होते? या संहितांमधील परिवर्तन शोधताना त्यामागील समकालीन प्रेरणांचा शोध कसा घ्यावा? या संदर्भात डॉ. गंगाधर मोरजे सतत चिंतन करीत असत आणि आपल्या सहकारी अभ्यासकांना, विद्यार्थ्यांना या दिशेने अभ्यास करण्यासाठी उद्युक्त करीत असत.

मध्ययुगीन मराठी आणि संत वाङ्मयविषयक मौलिक लेखन डॉ. गंगाधर मोरजे यांनी केलेले आहे. *तोचि साधु ओळखावा* (इग्ने इास लायोला चरित्र), *अक्षरवेध* हा संतकाव्याचा नव्याने अन्वयार्थ लावणारा ग्रंथ, *प्रभुदर्शन* या मूळ लॅटिन ग्रंथाचे *Vision of God* चे इंग्रजीवरून मराठीत केलेले भाषांतर, *ज्ञानदेव वाद आणि आकलन, श्री ज्ञानदेवी* (शब्दरूपबंध) *ज्ञानोबा-तुकाराम* अशा त्यांच्या निवडक ग्रंथांचा उल्लेख करता येईल.

ख्रिस्ती-मराठी वाङ्मयाच्या क्षेत्रात डॉ. गंगाधर मोरजे यांनी भरीव कार्य केलेले आहे. *ख्रिस्ती-मराठी वाङ्मय, महाराष्ट्रातील सांस्कृतिक परिवर्तन आणि ख्रिस्तीधर्मीय, ज्ञानोदय लेखन सारसूची प्रकल्प, गोमंतकातील ख्रिस्ती-मराठीवाङ्मय-शोध-बोध* या ग्रंथांचा आवर्जून उल्लेख करावा लागेल. गोवा-कोकणशी प्रत्यक्ष नाळ जुळलेल्या डॉ. गंगाधर मोरजे यांनी अहमदनगर हे पश्चिम महाराष्ट्रातील शहर आपले अभ्यासकेंद्र म्हणून निवडले. त्यांच्या ख्रिस्ती-मराठी वाङ्मयाच्या अभ्यासात गोवा, कोकणातील संदर्भ ते प्रत्यक्ष व्याख्यानात देत असत. मराठी संतांची परंपरा आणि ख्रिस्ती संतस्वरूप मान्यवरांची परंपरा यांच्यातील समान दुवे सातत्याने शोधण्याचा प्रयत्न डॉ. मोरजे आपल्या लेखनातून करीत असत.

लोकसाहित्य क्षेत्रातील त्यांचे योगदान मोलाचे आहे. मराठी लावणी वाङ्मय या प्रबंधविषयाच्या निमित्ताने डॉ. गंगाधर मोरजे लोकसाहित्याच्या अभ्यासाकडे वळले. १९७०पासून त्यांनी लोकसाहित्याचा धांडोळा घेण्यास सुरुवात केली. लोकसाहित्य हे लोकसंस्कृतीचे अविभाज्य

अंग असते आणि लोकसंस्कृतीचा अभ्यास केवळ 'भाष्यकाराते वाट पुसतु' या पद्धतीने होत नाही तर त्यासाठी ग्रंथगत संशोधनपद्धतीसोबतच प्रामुख्याने क्षेत्रीय संशोधनपद्धती अवलंबावी लागेल ही त्यांची प्रथमपासूनच धारणा होती.लोकसाहित्याचा अभ्यास केवळ भाषिक पातळीपर्यंत मर्यादित राहता कामा नये अशी त्यांची भूमिका होती.

लोकसाहित्यांचा अभ्यास तौलनिक अभ्यासविषय आहे. लोकसाहित्य ही साऱ्या मानवजातीची मालमत्ता आहे. लोकसाहित्य अभ्यासात माणसातील स्थिर स्वभाववैशिष्ट्ये कोणती आणि बदलती रूपे कोणती ती समजून घेता येतात. एकाच संस्कृती परंपरेत वावरून लोकसाहित्यातील कायमस्वरूपी काय आणि बदलते काय ते समजत नाही. त्यासाठी एका लोकसंस्कृती परंपरेने दुसऱ्या लोकसंस्कृती परंपरेला जाणीवपूर्वक सामोरे जाणे आवश्यक ठरते. दुसरी संस्कृती समजून घेतल्यामुळे माणसाच्या मूलभूत स्वभावाची ओझरती ओळख होते. व्यक्तिगत जीवन, चालचालणुकीला वळण लागण्यास मदत होते; सांस्कृतिक परंपरांना बळकटी येते. लोकसाहित्याचा तौलनिक अभ्यास म्हणजे मानवी स्वभावाच्या तत्त्वज्ञानाचा अभ्यास होय. ही भूमिका डॉ. गंगाधर मोरजे यांनी ग्रंथात मांडली आहे.

लोकसाहित्याचा अभ्यास करताना त्यातील प्रयोगात्मकता दुर्लक्षून चालणार नाही याचे भान सातत्याने डॉ. मोरजे यांना होते. लोकसाहित्यात वाङ्मयकलेचा अंतर्भाव आहे. लोकसाहित्य वाङ्मय आणि साहित्यांग व प्रयोगांग यांच्या सुमेळातून अभिव्यक्त होते. अशी त्यांची धारणा होती.

मराठी लावणी वाङ्मय हा लोकसाहित्यविषयक लेखन असलेला डॉ. मोरजे यांचा पहिला ग्रंथ होय. हा ग्रंथ त्यांच्या पीएच. डी. प्रबंधाची पुनर्मांडणी आहे. संतसाहित्याच्या प्रेरणेतून लोकसाहित्याच्या छत्राखाली लावणी वाङ्मयाची निर्मिती झाली. संतांच्या गौळणी-विराण्यांचे संस्कार तंतांच्या म्हणजेच शाहिरांच्या शाहिरी वाङ्मयावर होते. संतांची अंत:पेरणा अध्यात्मपर होती तर तंत म्हणजे शाहिरांच्या लावणी वाङ्मयामागे श्रमपरिहाराची प्रेरणा होती हे *मराठी लावणी वाङ्मय* ग्रंथात डॉ. मोरजे यांनी स्पष्ट केले आहे. लावणीरचना लौकिक गीत स्वरूपाची असून अभिजात साहित्य व लोकसाहित्य यांना जोडणारा दुवा आहे. असे स्पष्ट करीत डॉ. मोरजे यांनी लावणी किंवा पोवाडा या कला सादरीकरणातून अधिक प्रभावीपणे आढळतात ही बाब अधोरेखित केली आहे. 'रामजोशीकृत लावण्या' हा ग्रंथदेखील डॉ. वि. म. कुळकर्णी आणि डॉ. गंगाधर मोरजे यांनी संपादित केला आहे. रामजोशांच्या लावण्यांवर एकनाथी भागवताचे संस्कार होते हे स्पष्ट करताना डॉ. मोरजे यांनी म्हटले आहे, ''रामजोशांनी लिहिलेली कविता मोठी मधुर, अर्थसंपन्न व प्रास-अनुप्रासांची पैंजणे घालून ठुमकणारी अशी आहे. शृंगारपर, उपदेशपर व देव-दैवताविषयक अशा अनेक प्रकारच्या लावण्या या कविरायांनी लिहिल्या. त्यांचा कल्पनाविलास व शब्दाची जडणघडण सर्वच कवनांतून दृष्टीस पडते.

भागवताच्या दशमस्कंधात कृष्ण व गोपी यांच्या लीलांची वर्णने आहेत, तोच विषय रामजोशांच्या अनेक लावण्यांतून आलेला आढळतो. गोपींचा अनुराग, कृष्णाने केलेल्या

खोड्या, गोपींची गाऱ्हाणी व त्यांचे श्रीकृष्णावरील अकृत्रिम प्रेम रामजोशींनी परोपरीने रंगविले आहे.

श्रीरंग, गोपिकोत्संग, धरुनि करि रंग हरी हा बाई।
कुजात मातलां वसंत सांगु मी काई।।

अशा शब्दांत गोपींचे मनोगत सांगावयास कवी सुरुवात करतात व रसाची लयलूट करतात.'[४]

लावणीचे नाते हे मुळात लोकगीताशी आहे. लावणी ही गेय कविता आहे. ती बहुजन समाजातील कवींनी केलेली सताल म्हणता येणारी रचना आहे असे डॉ. मोरजे यांनी प्रस्तावनेत स्पष्ट केले आहे. रामजोशी हे पंडिती कवी आणि शाहीर यांना जोडणारा दुवा असल्याचे डॉ. मोरजे यांनी अधोरेखित केले आहे.

लोकसाहित्य : एक स्वतंत्र अभ्यासक्षेत्र या गंथात डॉ. मोरजे यांनी आपली लोकसाहित्य-विषयक भूमिका मांडली आहे. लोकसाहित्याचा अभ्यास आंतरक्षेत्रीय ज्ञानाच्या बैठकीवर झालेला आहे. मौखिक-लिखित-मौखिक अशा प्रक्रियेचा परामर्श या ग्रंथात डॉ. मोरजे यांनी घेतला आहे. लोकसाहित्य ही प्रयोगसिद्ध वाङ्मयकला आहे, असे स्पष्ट करीत प्रत्यक्ष प्रयोगातील संहिता, सूर, नाट्य, अभिनय, परिसर, श्रोत्यांची भूमिका यांवर त्यांनी या ग्रंथात भाष्य केले आहे.

लोकसाहित्य – आकलन आणि आस्वाद या ग्रंथात डॉ. गंगाधर मोरजे यांनी लोकसाहित्याच्या अंतर्गत येणाऱ्या संहितेच्या स्वरूपावर प्रकाश टाकला आहे व लोकसाहित्याची व्याप्ती आणि स्वरूपावर चर्चा केली आहे. मौखिक, लिखित आणि मुद्रित या तीन अवस्थांमध्ये लोकसाहित्य आविष्कृत होते. लोकसाहित्य हे नित्यनूतन आणि परिवर्तनशील असते. जीवनसंदर्भ आणि परिसरसंदर्भ बदलते ठेवण्याचे सामर्थ्य लोकसाहित्यात असते. लोकसाहित्य पूर्वपरंपरागत आलेले ज्ञान संचित असते आणि नित्यवर्तमानही असते ही भूमिका डॉ. गंगाधर मोरजे यांनी या ग्रंथात वारंवार विशद केली आहे. महाराष्ट्रातील वारकरी, नाथ, दत्त, समर्थ संप्रदायांच्या विकासाची उदाहरणे देत वारकरी संप्रदायातील कीर्तन परंपरा आणि लोकसाहित्याचा अनोन्यसंबंध त्यांनी जोडला आहे. वारकरी कीर्तन परंपरा म्हणजे संतसाहित्य आणि लोकसाहित्य यांचा सुंदर समन्वय असल्याचा मथितार्थ त्यांच्या विवेचनातून काढण्यात आला आहे. डॉ. गंगाधर मोरजे यांनी संतसाहित्य आणि लोकसाहित्य यांचे अनुबंध जोडले आहेत. या संदर्भात 'भारुडा'सारख्या परंपरेचा वेध घेताना डॉ. रा. चिं. ढेरे यांनी संतांची भारुडे हे पारमार्थीकृत लोकसाहित्य आहे,' असे म्हटले आहे. डॉ. गंगाधर मोरजे यांनी लोकसाहित्याचा विचार मांडताना लोकसाहित्याच्या समकालीनत्वाला विशेष प्राधान्य दिल्याचे जाणवते. तंत्रयुगातही लोकसाहित्य टिकून आहे. तंत्रयुगापासून आदिम संस्कृतीपर्यंत लोकसाहित्याचा मागोवा घेता येतो असे डॉ. मोरजे यांनी *लोकसाहित्य-आकलन आणि आस्वाद* मध्ये स्पष्ट केले आहे. लोककला या आत्मसुखाय निर्माण होतात आणि या कलांच्या आस्वादाचा प्रत्यय प्रत्यक्ष प्रयोग सादरीकरणातून येतो असे डॉ. मोरजे यांनी अधोरेखित केले आहे.

सावित्रीबाई फुले पुणे विद्यापीठाच्या न. चिं. केळकर व्याख्यानमालेतील तीन व्याख्यानांचे

संकलन असणारे *लोकसाहित्य कलाविचार* हे पुस्तक लोककला कशी असावी आणि तिचा आस्वाद कसा घ्यावा याचे सविस्तर विवेचन करणारे आहे. लोककला म्हणजे संस्कार-मनाचा आविष्कार हे स्पष्ट करताना डॉ. मोरजे यांनी अक्षर संहिता आणि प्रयोग संहिता या संकल्पनांची सूत्रे मांडली आहेत. १९८५ साली अहमदनगर येथे लोकसाहित्य परिषदेचे आयोजन डॉ. मोरजे यांच्या नेतृत्वाखाली झाले होते. त्यात पारंपरिक लावणी, पोवाडा, गोंधळ, जागरण आदी लोककलांचे सादरीकरण झाले होते. लोककलांच्या अक्षर संहितेचा आपण विचार करतो पण प्रयोग संहिता दुर्लक्षित ठेवतो. जेव्हा प्रयोग संहितेचा व प्रत्यक्ष प्रयोगांचा विचार होईल तेव्हाच लोकसाहित्याचे अविभाज्य अंग असलेल्या लोककलांचा साकल्याने अभ्यास होईल असे प्रतिपादन त्या परिषदेत डॉ. मोरजे यांनी केले होते.

लोकसाहित्य : बदलते संदर्भ बदलती रूपे च्या ग्रंथात डॉ. मोरजे यांनी लोककलांचे संहितारूप आणि प्रयोग, लोककलेतील अंत:सूत्र, राष्ट्रीय एकात्मता, लोकसाहित्य आणि भक्ती, लोकविज्ञान, लोकश्रद्धा आदी विषयांचा ऊहापोह केला आहे. परंपरा आणि समकालीन नूतनत्व अशा हिंदोळ्यावर सातत्याने डॉ. मोरजे यांची प्रतिभा झेपावताना दिसते. परंपरेची घट्ट वीण पकडून ठेवतानाच वर्तमानातल्या त्या परंपरांच्या परिवर्तनाचा सातत्यपूर्ण घेतलेला वेध हे डॉ. मोरजे यांच्या संशोधनाचे आणि त्यातून आलेल्या लेखनाचे वैशिष्ट्य म्हणावे लागेल. ग्रंथातील अनेक प्रकरणांमधून त्यांच्या संकल्पना विखुरल्यासारख्या वाटतात पण त्यांच्या दृष्टीतून या संकल्पनांमागे अंत:सूत्र असते आणि या सर्वच संकल्पनांचे ते एकसमयावच्छेदेकरून विचार मांडतात. याच ग्रंथात लोकसमूहाचा परिसर, काल, परंपरासापेक्ष जीवनशैली कशी घडते यासंबंधित विचार मांडताना डॉ. मोरजे म्हणतात, “वास्तव जीवन जगताना होणाऱ्या व्यक्तींच्या वा लोकसमूहाच्या हालचाली या व्यक्तीचा वा समूहाचा जीवन जगण्याचा व्यवसाय, परिसर त्याची आनुवंशिकता, सांस्कृतिक परंपरा, त्याचा काल आदी घटकांनी ठरतात. त्या जीवन सुसह्य व सुकर होण्यासाठी असतात. उदाहरणार्थ, जात्यावर दळण दळीत असताना म्हटली जाणारी ओवी. जात्यावर दळणारी व्यक्ती, जात्याच्या पेडाचा व्यास, दळल्या जाणाऱ्या धान्याचा प्रकार, काढावयाच्या पिठाची प्रत, दळताना जात्याच्या पेडाला दिली जाणारी गती, त्यानुसार हातातील खुंटा स्थिरावण्याची वेळ, या बाबी जात्यावरील ओवीची लय, लांबी निश्चित करतात. ओवीत येणारे शब्द प्रमुख नसतात. दळतानाची लय, व त्या वेळचा ताल स्मरणबद्ध करण्यासाठी खरेतर ते शब्द असतात. श्रमपरिहारार्थ दळण सुलभ होण्यासाठी ती ओवी असते. बऱ्याचशा श्रमगीतांचा हेतू श्रमपरिहारार्थ असतो. तेव्हा प्रत्यक्ष जीवनसंदर्भात जगतानाची साधने लोकसाहित्याची साधने ठरतात. पण नेहमी ती लोककला-स्वरूप असतीलच असे नाही. लोककला सादरीकरणाचा हेतू वेगळा असतो. लोककला सादर केली जाते तेव्हा लोकजीवनातील जीवनसंदर्भाधिष्ठित साधनसामग्रीवर आधारित विशिष्ट संदर्भात त्या जीवनाची केलेली ती नक्कल असते; ते अनुकरण (imitation), सोंग असते; ती बतावणी असते. त्यांतून सादर करणाऱ्यांना आपले व प्रेक्षकांचे मनोरंजन अभिप्रेत असते. Performing Arts चे वैशिष्ट्ये सांगताना लोककलांचा अभ्यासक Susan-

M-Wadley लिहितो, "Illocutionary force or performative force (is) the ability 'not to report facts, but to influence people'." प्रेक्षकांना प्रभावित करणे, हे लोककलेचे एक अंग असते. हे सर्व विस्ताराने सांगण्याचे कारण आजकाल लोकसाहित्याचा अभ्यास करण्याकडे निरनिराळ्या अभ्यासक्षेत्रांतील अभ्यासकांचा कल होत आहे. या अभ्यासक्षेत्रांत क्षेत्रीय अभ्यासाला खूप महत्त्व आहे, हेही खरे. पण दोहोंतील म्हणजे लोकसाहित्य, लोककला यांच्यातील अभिप्रेत हेतू लक्षात न घेता साधनसामग्री गोळा करणे, निरीक्षण करणे अडचणीचे ठरणार आहे. उदाहरणार्थ, प्रत्यक्षात दळताना म्हटली जाणारी ओवी, शेतात काम करताना म्हटली जाणारी भलरी गाणी आणि विशिष्ट प्रसंगी सादर केली जाणारी ओवी, रंगमंचावर सादर केली जाणारी भलरी गाणी ही एकाच स्वरूपाची, लोकसाहित्य - अभ्यासाची साधने नव्हेत.

लोककला हे लोकसाहित्याचे एक अंग आहे. लोककलेचे संदर्भ, आशय आणि तिची संगीतादी अंगे वास्तव जीवनसंदर्भात आपले मूळ रोवून असली तरी लोककलेत ती निराळ्या रूपांत व्यक्त होतात. सादरीकरणाचा हेतू हाती घेतलेले काम सुसह्य, सुकर करण्याचा नसतो, तर प्रेक्षकांना आनंदित आणि प्रभावित करण्याचा असतो. हे अधिक स्पष्ट करावयाचे झाले, तर असे म्हणता येईल : ''नवरात्रात तुळजापूरला देवीसमोर घातला जाणारा गोंधळ एक धार्मिक विधी असतो. त्या विधीचा हेतू देवीला आवाहन करून तिला प्रसन्न करावे व भक्तांचे जीवन सुखमय आणि समृद्ध होण्यासाठी देवीची कृपा प्राप्त करून घ्यावी, हा असतो. पण विशिष्ट स्थळात वा समारंभात, तसाच मांड मांडून तशाच कपड्यानिशी घातलेला गोंधळ विधी नसतो. तो सादर केलेला खेळ असतो. ते विधिनाट्य असते. प्रेक्षकांना आपल्या खेळाने आनंदित आणि प्रभावित करण्याचा हेतू असतो. क्षेत्रीय अभ्यासामुळे दळण दळताना घेतलेल्या ओवीसंबंधीच्या नोंदी ओवी सादरीकरण, कार्यक्रम आस्वादण्यासाठी उपयागी पडतील, हे खरे. तरीही प्रत्यक्ष दळताना गायली जाणारी ओवी आणि सादरीकरणाच्या वेळी गायली जाणारी ओवी या दोहोंची प्रयोजने भिन्न असतात, याची नोंद घेणे, लोककलेचा अभ्यास करण्याच्या दृष्टीने महत्त्वाचे ठरावे.''[५]

लोकसाहित्यविषयक त्यांचे सर्व ग्रंथ म्हणजे त्यांच्या संकल्पनांची वीणकारी आहे. ते लोकसाहित्याच्या उदात्तीकरणात अथवा गतसुखात अधिक काळ न रमता त्या साहित्याचा वर्तमानाशी नातेसंबंध जोडतात. *लोकसाहित्य : बदलते संदर्भ बदलती रूपे* या ग्रंथात ते म्हणतात, ''बदलत्या जीवनसंदर्भानुसार जीवन बदलते आणि जीवन बदलले म्हणजे त्या जीवनाचे विविध आविष्कार आपापली रूपे बदलतात. स्थलकालसापेक्ष असे बदलते संदर्भ आणि बदलती रूपे एका विशिष्ट परंपरा सूत्रात ओवलेली असतात.''

लोकसाहित्याचा अभ्यास आजतागायत केवळ मौखिक आणि लिखित साहित्यापुरताच मर्यादित राहिलेला आहे. त्या अभ्यासाच्या कक्षा रुंदावल्या तरच आपण या अभ्यासक्षेत्राला न्याय देऊ शकतो. वेगवेगळ्या परंपरांचा आंतरसंबंध, या परंपरांचे कृतिरूप या कृतिरूपाच्या पूर्वीच्या प्रेरणा आणि त्यांचे सद्य:कालीन स्वरूप याचा वेध सातत्याने डॉ. मोरजे आपल्या

लेखनातून घेताना दिसतात. *लोकसाहित्य : बदलती रूपे बदलते संदर्भ* या ग्रंथात लोकसमूहाची लौकिकवादी भक्तिकल्पना, समाजजीवनातील परंपरा आणि संकेत, अंधश्रद्धानिर्मितिमागील स्थल-काळसापेक्ष पार्श्वभूमी आदी विषयांना डॉ. मोरजे स्पर्श करतात. श्रद्धा आणि अंधश्रद्धा यांच्यातील सीमारेषा खरोखरच अस्पष्ट असतात. त्या स्थल, काल, व्यक्तीसापेक्ष असतात, ही भूमिका लोकसाहित्याच्या अभ्यासकांनी नेहमीच मांडलेली आहे. 'अंधश्रद्धा' या संकल्पनेला काही संशोधकांनी आक्षेपदेखील घेतलेला आहे. डॉ. मोरजे यांनी आपल्या ग्रंथात 'लोकजीवन आणि कावळा' या आदिबंधाचा वेध घेतला आहे.

लोकसाहित्य हा प्रामुख्याने क्षेत्रीय अभ्यासाचा विषय असल्याची पक्की खात्री डॉ. गंगाधर मोरजे यांनी करून घेतलेली आहे. *लोकसाहित्याचा क्षेत्रीय अभ्यास* या ग्रंथात त्यांनी क्षेत्रीय अभ्यासाचे महत्त्व अधोरेखित करताना विशिष्ट प्रदेश, या प्रदेशातील भाषा, बोली, चालीरीती, रूढी, परंपरा, लोककला, या लोककलांची संहिता आणि या संहितांची अर्थनिश्चिती या संदर्भात विस्तृत विवेचन केलेले आहे. लोकसाहित्याच्या अभ्यासाची साधने व स्वरूप, समस्या विधान आणि त्याचे विश्लेषण, प्रकल्पांचे कालिक नियोजन, क्षेत्रीय अभ्यासाची पूर्वतयारी, सलगी करणे आणि ती निभावणे, निरीक्षणांद्वारा साधनसंग्रह, मुलाखती संग्रह अशा विविध मुद्द्यांवर चिंतन केले आहे. अमेरिकन लेखक Kenneta Goldstein यांच्या *A Guide for Field Workers in Folk-lore* या ग्रंथाचा उपयोग आपण केल्याचे डॉ. मोरजे यांनी सविनय स्पष्ट केले आहे. प्राचार्य डॉ. पंडितराव शा. पवार यांनी डॉ. गंगाधर मोरजे यांच्या लोकसाहित्यातील योगदानावर लेखन केले आहे त्यातून डॉ. मोरजे यांची लोकसाहित्यविषयक भूमिका स्पष्ट होण्यास मदत होते. महाराष्ट्रातील लोकसाहित्य अभ्यासकांच्या मंडळीकरणाची प्रक्रिया १९७५ पासून औरंगाबादेतून सुरू झाली. डॉ. दुर्गा भागवत आणि डॉ. रा. चिं. ढेरे यांच्या प्रेरणेतून डॉ. प्रभाकर मांडे यांच्या नेतृत्वाखाली लोकसाहित्य संशोधन मंडळ उदयाला आले. पहिल्या दोन लोकसाहित्य परिषदा औरंगाबाद येथे आयोजित झाल्या. या लोकसाहित्यविषयक चळवळीत डॉ. गंगाधर मोरजे यांचाही मोठा वाटा होता किंबहुना नगर, पुणे, कोकण, गोवा परिसरातील लोकसाहित्याच्या अभ्यासकांचे डॉ. मोरजे हे मार्गदर्शक होते.

लोकरहाटीच्या वाटे हा डॉ. मोरजे यांचा ग्रंथ म्हणजे काही पुस्तकांमधून त्यांनी लिहिलेल्या प्रस्तावनांचा संग्रह आहे. मराठी लोककलांतून मराठी लोकरंगभूमी, कोकणची रंगभूमी आणि मराठी रंगभूमी, लोककला संदर्भ संहिता, *लोकमहाभारत* अर्थात *जांभूळ आख्यान, सांगीवाचे लिखित, मी तो हमाल, लोककला : समर्थ संज्ञापन साधन, शाहिरी वाङ्मय : एक इतिहास साधन* अशा विविध पुस्तकांसाठी डॉ. मोरजे यांनी प्रस्तावना लिहिल्या आहेत तसेच चर्चासत्रात शोधनिबंध सादर केले आहेत त्या संदर्भात हा ग्रंथ आहे. प्रयोगात्म लोककला हा डॉ. मोरजे यांच्या आवडीचा विषय. नाटककार सुरेश चिखले यांनी परभणीचे गोंधळमहर्षी राजाभाऊ कदम यांनी अनेकवार सादर केलेल्या *द्रौपदी गर्वहरण* अर्थात जांभूळ आख्यानावर *लोकमहाभारत* अर्थात *जांभूळ आख्यान* हे नाटक लिहिले. या नाटकाला अभ्यासपूर्ण प्रस्तावना देताना डॉ. मोरजे यांनी पारंपरिक लोककला आणि या लोककलांचे रंगभूमीवरील उपयोजन या संदर्भात मौलिक चिंतन केले आहे.

मराठी रंगभूमीच्या विकासात पारंपरिक लोककलांचे योगदान मोठे आहे. या लोककला त्या मातीतल्या बोलींमधून व्यक्त होतात. त्या परंपरेसोबत नवतेचाही स्वीकार करतात हे सूत्र सातत्याने डॉ. मोरजे त्यांच्या अनेक ग्रंथांतून मांडत आले आहेत.

पारंपरिक मुद्रित संहिता आणि सांगीवाची संहिता यात फरक असतो. सांगीवामध्ये वाचिक अभिनय आणि एकूणच त्या विशिष्ट व्यक्तीची आविष्काराची पद्धती यांचा विचार करावा लागतो. सांगीवाचा आविष्कार लयबद्ध असतो. त्याचा ताल आणि तोल वेगळा असतो. निवेदनाचे स्वरूप स्थल-कालानुरूप बदलते हे *मी तो हमाल* आणि *भारवाही* या आत्मकथनासाठी दिलेल्या प्रस्तावनेतून डॉ. मोरजे यांनी स्पष्ट केले आहे.

शाही वरदी परशराम या ग्रंथात शाहीर परशरामाच्या नाममुद्रा असलेल्या रचनांचा समावेश आहे. परशरामाच्या शृंगारिक लावण्या आणि पोवाडे हे सूत्र 'शाहीर रामजोशीकृत लावण्या'मधूनही डॉ. मोरजे यांनी कायम ठेवले आहे. लावण्या केवळ शृंगारिक नसतात तर त्या अभंग, गौळणीसारख्या भक्तीपर असतात; पोवाड्यांसारख्या वीररसपूर्ण असतात; जानपद गीतांसारख्या वात्सल्यरसपूर्ण असतात. लावण्यांची जातकुळी संत आणि पंतांऐवजी लोकगीतांच्या परंपरेत शोधावी असे डॉ. मोरजे यांनी लावणीविषयक त्यांच्या लेखनातून अनेकवार सिद्ध केले आहे.

लोकवाङ्मयशास्त्र (आस्वाद आणि समीक्षा) या अलीकडच्या म्हणजे २००३च्या ग्रंथात लोकवाङ्मयाच्या मौखिक-लिखित-मौखिक परंपरेवर भाष्य करताना डॉ. मोरजे म्हणतात, ''लोकवाङ्मयाचे मौखिकातून लिखितात रूपांतर केले. ज्या लोकसमूहात ते लोकवाङ्मय अस्तित्वात असल्याचे आढळते, त्या लोकसमूहाच्या प्रकटीकरणाचे एक साधन असते. पण ती मौखिक संहिता त्या बोली भाषेत 'अक्षर संहिता' केली वा त्या बोली भाषेने स्वीकारलेल्या 'ग्रांथिक भाषेत' रूपांतरित करून जतन केली तर, दुसऱ्या लोकसमूहाला वाचनप्रक्रियेने आस्वाद्य होते. त्या लिखित संहितेमुळे त्या रचनाप्रकारचा आशय, मनोरंजकता, नीतितत्त्वे आदींचा आस्वाद लिखित संहितेमुळे होतो. पण मौखिक शब्दसंहिता संदर्भासह सादर होताना जे चैतन्य, जिवंतपणा त्या रचनाप्रकाराला लाभतो तो लिखित अक्षर संहितेत नसतो. तशातही त्या बोली भाषेच्या 'ग्रंथिक भाषेत' तो रूपांतरित झाल्यामुळे सांस्कृतिक परंपरा सारखी असल्यामुळे काही प्रमाणात स्मरणाने जाणता येतो. पण अन्य आंतरराष्ट्रीय भाषेत त्या रचनाप्रकाराचे रूपांतर अक्षर संहितेत होते. तेव्हा लोकवाङ्मयातील रचनाप्रकाराचा आस्वाद वाचक म्हणून घेतला जातो. सादरीकरणातील पाहाणाराला, ऐकणाराला जी मजा मिळते, तशी वाचनात नसते. त्यात वाचनप्रक्रियेचा आस्वाद श्रेष्ठ प्रतीचा आणि सादरीकरणातील आस्वाद कमी प्रतीचा असा भाव नसतो.''[६]

डॉ. गंगाधर मोरजे यांनी लोकसाहित्यविषयक विपुल लेखन केले असून ते तरुण अभ्यासकांना मार्गदर्शकही ठरले आहे. संतसाहित्य, पंतांचे विदग्ध वाङ्मय, तंत म्हणजे शाहिरांच्या रचना आणि शाहिरांच्या रचनांवरील प्रभाव याचे चिंतन डॉ. मोरजे यांनी आपल्या विविध ग्रंथांमधून केले आहे.

डॉ. गंगाधर मोरजे यांच्या लोकसाहित्यविषयक योगदानाचा आढावा 'मराठी संशोधन पत्रिके'त एप्रिल-मे-जून २०१७च्या अंकात घेताना प्राचार्य डॉ. पंडितराव शा. पवार यांनी नमूद केलेले निरीक्षण असे, डॉ. मोरजे यांनी आपल्या लोकसाहित्यविषयक सैद्धान्तिक लेखनास सादरीकरणाची जोड दिली. त्यासाठी त्यांनी लोकसाहित्यविषयक परिषदांत आपली भूमिका हिरिरीने मांडली. त्यामुळे त्यांच्या विवेचनास तात्त्विक बैठक प्राप्त होण्यास मदत झाली. मात्र त्यांच्या विविध ग्रंथांतील विवेचनात पुनरावृत्तीही झालेली दिसते. प्रत्येक ग्रंथाचा विषय वेगळा असल्याने पार्श्वभूमी म्हणून त्यांची भूमिका पुन:पुन्हा आलेली असून स्पष्टीकरणासाठी काही संहिता व उदाहरणे यांची द्विरुक्ती झालेली दिसते. पण लोकसाहित्य हे परंपरानुसार परिवर्तनशील असल्याने हा त्यांचा दोष म्हणता येणार नाही. कारण त्यांच्या मूळच्या लोकसाहित्यविषयक भूमिकेवर ते शेवटपर्यंत ठाम होते. त्यामुळे त्यांच्या ग्रंथांना संदर्भमूल्य प्राप्त झाले आहे.''[७]

डॉ. गंगाधर मोरजे यांच्या लोकसाहित्यविषयक ग्रंथांचे मूल्यमापन करताना आपणास त्यांचे काही सिद्धान्त अधोरेखित करणे आवश्यक आहे. लोकसाहित्य ही एक अव्याहत चालणारी प्रक्रिया असून लोकसाहित्याच्या परंपरेसोबतच त्याचे नित्यवर्तमान ही सतत क्रियाशील असते. हे क्रियाशील नित्यवर्तमान विविध प्रयोगात्म कलांमधून व्यक्त होते. प्रयोगात्म कलांचा अभ्यास करताना केवळ मौखिक संहिता अथवा लिखित संहिता यांच्यासोबत स्वतंत्र अशा प्रयोग संहितेचा विचार करावा लागतो. ही प्रयोग संहिता स्थलकालसापेक्ष असते. ती नित्यवर्तमानातली असते. लोककलांचे आविष्कार सतत बदलत राहतात कारण या आविष्कारांवर समकालीन संस्कार होतात. लोककला या ललित कलांचे गर्भालय आहे. गोंधळ, जागरण, पोवाडा, लावणी आदी लोककलांप्रकारांमधून नाटकाची बीजे दिसतात असे डॉ. मोरजे यांना सातत्याने वाटत राहिले आहे. मध्ययुगीन साहित्य संशोधन आणि लोकसाहित्य संशोधन या दोन्हीही पातळ्यांवर डॉ. गंगाधर मोरजे यांचे कार्य मोलाचे आहे. ते अभ्यासकांना दीपस्तंभासारखे आहे.

संदर्भ

१. *ज्ञानवेध,* मोरया प्रकाशन, डोंबिवली, पृ. ९.
२. तत्रैव, पृ. १६.
३. तत्रैव, पृ. १४,
४. *रामजोशीकृत लावण्या,* (संपा.) डॉ. वि. म. कुलकर्णी, डॉ. गंगाधर मोरजे, पद्मगंधा प्रकाशन, पुणे.
५. *लोकसाहित्य : बदलते संदर्भ, बदलती रूपे,* डॉ. गंगाधर मोरजे, पद्मगंधा प्रकाशन, पुणे, पृष्ठे २५-२६.
६. *लोकवाङ्मयशास्त्र,* डॉ. गंगाधर मोरजे, पद्मगंधा प्रकाशन, पुणे, पृ. २५.
७. 'मराठी संशोधन पत्रिका', एप्रिल-मे-जून २०१७, पृ. ८९.

समन्वयशील संशोधक
डॉ. वि. रा. करंदीकर
(१९१९-२०१३)

उज्ज्वला दीक्षित

अ. का. प्रियोळकर या संशोधनविद्येच्या भीष्माचार्यांच्या नावाने पुरस्कृत लेखक डॉ. वि. रा. करंदीकर (जन्म २७ ऑगस्ट १९१९ – मृत्यू १५ एप्रिल २०१३) हे मराठी विषयाचे ख्यातनाम प्राध्यापक होते. डेक्कन एज्युकेशन सोसायटीचे विलिंग्डन महाविद्यालय, सांगली आणि फर्गसन महाविद्यालय, पुणे येथे त्यांनी मराठी विषयाचे अध्यापन केले. संतसाहित्य आणि रामकृष्ण-विवेकानंदांचे ते विशेष अभ्यासक होते. त्यांच्या नावावर स्वतंत्र ग्रंथ एकवीस, सहलेखकांसमवेत तीन आणि संपादित ग्रंथ एक असे एकूण पंचवीस ग्रंथ जमा आहेत. याखेरीज अनेक नियतकालिकांमध्ये त्यांनी लेख लिहिलेले आहेत आणि पंचवीस पुस्तकांना त्यांनी प्रस्तावना लिहिल्या आहेत. विश्वकोश, वाङ्मयकोश, तत्त्वज्ञानकोश आणि 'इंडियन मास्टरपीसेस' यांमधील ज्ञानदेव आणि तुकाराम या विषयांवर इंग्रजीतून लेख असे करंदीकरांचे एकूण लेखन आहे. त्यांच्या चार ग्रंथांची इंग्रजीमध्ये, एका ग्रंथाचे हिंदीमध्ये आणि एका ग्रंथाचे कानडीमध्ये भाषांतर झालेले आहे.

करंदीकरांनी अनेक महत्त्वाच्या संस्थांमध्ये पदे भूषविली आहेत. 'मराठी साहित्य परिषदे'चे ते कार्याध्यक्ष होते. साहित्य संस्कृती मंडळाच्या शब्दकोश प्रकल्पाचे प्रमुख संपादक या नात्याने त्यांनी काम केले. तसेच दैनिक 'तरुण भारत'च्या विश्वस्त मंडळाचे दहा वर्षे अध्यक्ष होते. पुणे विद्यापीठाच्या ज्ञानदेव अध्यासनाचे आद्य प्राध्यापक या पदावरही करंदीकरांची निवड झाली होती.

प्रतिकूल परिस्थितीच्या रेट्यात आणि दारिद्र्याच्या चटक्यात विलक्षण प्रभावकारी जीवन घडविता येते याचे प्रत्यंतर करंदीकरांच्या जीवनाच्या अवलोकनातून येते.

राष्ट्रप्रेम आणि मूल्यनिष्ठा जपत करंदीकरांनी तारुण्याच्या उंबरठ्यावर असतानाच प्रतिविवेकानंद बनण्याची तसेच धर्म, तत्त्वज्ञान व समाजव्यवस्थेचा अभ्यास करण्याची प्रतिज्ञा घेतली. (*आत्मचरित्र*, पृ. ५७) वयाच्या सोळाव्या वर्षापासून ते मृत्यूपर्यंत त्यांनी आपल्या वचनांचा मथितार्थ सांभाळला.

'अभ्यास' ही करंदीकरांची जीवनवृत्ती होती. त्यांच्या वाचनाला चिंतनाची बैठक होती. त्यामुळे तत्त्वज्ञानाच्या, समीक्षेच्या आणि चरित्रग्रंथांच्या क्षेत्रात संशोधनात्मक दृष्टीने त्यांनी जे लेखन केले त्याचा परिचय उद्‌बोधक ठरावा.

डॉ. वि. रा. करंदीकर यांच्या संशोधनाचा मागोवा घेत असताना ढोबळमानाने त्यांच्या संशोधनात्मक लेखनाचे तीन विभाग करता येतील.

१) भगवद्‌गीतेवरील टीकाग्रंथ
  - १-अ) वामनपंडितांची यथार्थदीपिका
  - १-ब) भगवद्‌गीतेचे तीन टीकाकार
  - १-क) ज्ञानेश्वरी दर्शन
    - ज्ञानदेवांचा गीतासंवाद
    - ज्ञानदेवांचा आत्मसंवाद

२) समीक्षाग्रंथ
  - २-अ) ग्रंथवेध
  - २-ब) ग्रंथशोध

३) चरित्रग्रंथ
  - ३-अ) विश्वमानव स्वामी विवेकानंद
  - ३-ब) ख्रिस्त, बुद्ध आणि श्रीकृष्ण

१-अ) वामनपंडितांची *यथार्थदीपिका*

ज्ञानेश्वरांच्या ज्ञानेश्वरीचा रचनाकाल १२९० आहे. त्यानंतर चारशे वर्षांनी म्हणजे १७००च्या आसपास वामनपंडितांनी *यथार्थदीपिका* हा ग्रंथ लिहिला. पूर्वीच्या उपलब्ध टीका वामनांना मान्य नव्हत्या, 'थोरांची वाणी' असली तरी 'मज नावडे' अशी त्यांची तक्रार होती. (*यथार्थदीपिका*, १.११६) म्हणून परमत खंडन आणि स्वमत मंडनात्मक अशी टीका वामनपंडितांनी लिहिल्याचे करंदीकर नमूद करतात.

भगवद्‌गीतेवरील वामनपंडितांच्या या महत्त्वाच्या टीकाग्रंथाकडे मराठीत फारच थोड्या लोकांचे लक्ष गेले होते. श्री. ना. बनहट्टी, शं. गो. तुळपुळे, दा. के. ओक यांनी त्यांच्या ग्रंथात वामनपंडितांच्या *यथार्थदीपिके*चा थोडक्यात आणि मर्यादित मुद्द्यांपुरता परामर्श घेतला होता. पूर्वाभ्यासाची संपूर्ण छाननी करून वामनपंडितांचा *यथार्थदीपिका* हा समग्र ग्रंथ करंदीकरांनी परिशीलनात्मक अभ्यासासाठी घेतला. (उपोद्घात–तीन, वामनपंडिताची *यथार्थदीपिका*, पृष्ठे २ ते १३) भगवद्‌गीता हा वैदिक धर्माचे तत्त्वज्ञान समजून घेण्यासाठी एक पायाभूत ग्रंथ आहे.

*यथार्थदीपिके*मध्ये कर्म, योग, भक्ती आणि ज्ञान यांवरील वामनांच्या विवेचनाचे परीक्षण करंदीकरांनी अतिशय सूक्ष्मतेने केले आहे. गीतेतील तत्त्वज्ञानाची तर्कशुद्ध मांडणी वामनपंडितांनी कशी केली आहे; त्यामध्ये वामनांचे मत किंवा कल कोणत्या विचारांकडे आहे; काही ठिकाणी आग्रही प्रतिपादन एकांगी कसे होत आहे किंवा त्यांचे प्रतिपक्षावरील खंडन आक्रमक कसे आहे हे करंदीकर सोदाहरण दर्शवितात. वामनांनी केलेल्या ज्ञानेश्वरांवरील टीकेसंबंधी नि:संदिग्धपणे मत प्रतिपादन करतात. वामनांच्या मर्यादा दर्शविताना अतिशय

संतुलित पद्धतीने मतप्रदर्शन करतात आणि कर्म, योग, भक्ती आणि ज्ञान यांच्याबाबत वामनांच्या मतांची शंकराचार्यादी अनेक टीकाकारांशी तुलना करून वाचकांना एक व्यापक टीकात्मकपट उपलब्ध करून देतात. त्या त्या टीकाकाराच्या मतानुसार त्याने केलेल्या विवरणात कशी विसंगती आढळून येते याचीच फक्त करंदीकर तटस्थतेने नोंद घेतात. टीकाग्रंथांचे लेखक असलेले वामनपंडित यांच्याविषयी अतिशय आदराची तरीही नि:पक्षपाती भूमिका घेऊन वामनपंडितांच्या *यथार्थदीपिके*तील सुसंगतीची दखल घेत विसंगतीची स्थळेही दर्शवितात. ग्रंथाची बलस्थाने आणि मर्यादांवर चिकित्सक दृष्टिक्षेप टाकतात. पण मर्यादांबाबत ग्रंथकाराला धारेवर न धरता त्या मर्यादा कालसापेक्ष दृष्टीने क्षम्य मानतात.

प्रस्तुत ग्रंथामध्ये करंदीकरांनी वामनपंडितांच्या स्वतंत्र प्रज्ञेचा ठसा स्पष्ट केला आहे, जो वामनपंडितांच्या 'अन्वयज्ञान', 'व्यतिरेकज्ञान' या वैशिष्ट्यांमधून स्पष्ट केला आहे तसेच हठयोग आणि पातंजलीयोग यांतील सूक्ष्म फरक वामन गीताश्लोकाच्या आधारे स्पष्ट करतात याकडे करंदीकर वाचकांचे लक्ष वेधतात.

वामनांच्या 'कर्म'विषयक विचारांचे करंदीकरांनी केलेले परीक्षण

'ज्ञानाच्या प्राप्तीसाठी चित्तशुद्ध व्हावे याकरिता आवश्यक म्हणून कर्माचा उपदेश गीतेमध्ये आला आहे असा वामनांचा अभिप्राय आहे.' (*वामनपंडितांची यथार्थदीपिका*, पृ. १७) 'कर्मफलाचे ज्ञान' या मताचा त्यांनी निषेध केला आहे. म्हणून कर्माचे स्थान फक्त चित्तशुद्धीकरिता इतकेच वामन मानतात.

भगवद्गीता ३.३ या श्लोकामध्ये भगवंतांनी कर्मयोग हा एक जीवनमार्ग म्हणून उपदेशिलेला आहे याकडे करंदीकर लक्ष वेधतात. आणि ५.११ आणि १८.५ या दोन गीता श्लोकांचा आधार देतात. त्यांच्या मते, ''चित्तशुद्धीपुरताच कर्माचा अवलंब करावा हा गीतेचा अभिप्राय असता, तर हे उल्लेख याहून अधिक आढळले असते. याउलट चित्तशुद्धीचा उल्लेख नसलेली पण कर्म करण्याचा निश्चित उपदेश असलेली अशी स्थळे गीतेत अनेक आहेत. गीतेतील २.३८, २.४७, ३.७, ३.८, ३.९, ३.२५, ४.१५, ८.७, १६.२४, १८.४७ ही सर्व उदाहरणे कर्मपर असल्याचे आढळून येते.'' (*वामनपंडितांची यथार्थदीपिका*, पृ. १९)

कर्म ईश्वरार्पण करणे हाच अर्थ सर्वत्र योग्य होय असा वामनांचा निर्णय आहे. या निर्णयाचे वैयर्थ्य करंदीकरांनी टिळक, दासगुप्ता, एजर्टन यांच्या तर्कशुद्ध मांडणीचे उदाहरण देऊन सिद्ध केले आहे. ती वाचकांना सर्वथा स्वीकारणीय वाटते. टीकेमधील 'यज्ञ' या शब्दाचा अर्थ 'विष्णू' असा वामन देतात. इतर देवता वामनांना मान्य नसल्याने विष्णूखेरीज इतर कोणा देवतेस कर्म अर्पण केले तर ते बंधक होते असा वामनांचा पुढचा सिद्धान्त आहे. ही वामनांची 'एकांतिकता' आहे असे स्पष्ट मत करंदीकर नोंदवितात. (*वामनपंडितांची यथार्थदीपिका*, पृ. ३७) इतर टीकाकार विष्णू शब्दाचा 'व्यापकार्थी परमेश्वर' असा अर्थ घेतात. टिळक आणि ज्ञानेश्वर 'यज्ञ' या शब्दाचा अर्थ 'स्वधर्म' असा घेतात. (भा.दी. ३.८१ आणि *गीतारहस्य*, पृष्ठे ६४७-४८) 'यज्ञो वै विष्णु: ।' (तैतरीयसंहिता, १.७.४)

असा जो आधार वामनांनी दिला आहे, यावर 'गीतेमध्ये एखाद्या शब्दाचा अर्थ काय होतो हे गीतेबाहेरील आधारान्वये शोधणे बरोबर नाही. ते मुख्य प्रमाण नाही' असा विचार स्पष्टपणे करंदीकर नोंदवितात आणि 'यज्ञ' शब्दाचा 'विष्णू' हा अर्थ अमान्य करतात.

वामनांनी ३.८ या गीताश्लोकातील 'अकर्म' या शब्दाचा अर्थ 'नित्यकर्म न करणे' असा घेतला आहे. करंदीकरांनी हा अर्थ अमान्य केला आहे व 'व्यवहाराच्या कसोटीस हा अर्थ उतरत नाही' असे स्पष्ट केले आहे. (*वामनपंडितांची यथार्थदीपिका*, पृ. ७८)

ज्ञान, कर्म, योग, भक्ती या विचारांखेरीज वामनांनी उलगडलेले अध्यात्मशास्त्र ब्रह्म, माया, प्रकृती, क्षेत्र-क्षेत्रज्ञ, साक्षी आणि निराकार परब्रह्म, सगुणब्रह्म, क्षर-अक्षर आणि उत्तमपुरुष, प्रतिबिंबरूप चिदंश याविषयीच्या विवरणातून व्यक्त होते.

ग्रंथाच्या उपसंहारात वामनांची ग्रंथ लिहिण्यामागील भूमिका, ग्रंथरचनेची पद्धती, प्रत्येक पदाच्या अर्थाकडे लक्ष पुरविण्याची त्यांची दक्षता करंदीकर नेमकेपणाने विशद करतात. उदाहरणार्थ, 'योग' शब्द गीतेत शंभराहून अधिक स्थळी आलेला आहे. गीता श्लोक ४.१ ते ४.३चा अपवाद सोडल्यास प्रत्येक स्थळीच्या 'योग' शब्दाचे वामनांनी अर्थविवरण केले आहे. ''असा प्रयत्न इतक्या पूर्णत्वाने दुसऱ्या कोणत्याही टीकाकाराने केलेला नाही.'' (*वामनपंडिताची यथार्थदीपिका*, पृ. ५६१) हा करंदीकरांनी टिपलेला *यथार्थदीपिके*चा विशेष त्यांच्या सूक्ष्म अवलोकनाची साक्ष देणारा आहे. वामनपंडितांची सूक्ष्म परिशीलनाची भूमिका करंदीकरांनीही स्वीकारलेली दिसून येते. वामनपंडितांचे स्वतंत्र सिद्धान्त, त्यांची स्वयंप्रज्ञा स्पष्ट करून वामनपंडितांची टीका हे केवळ अनुकरण नाही, हे करंदीकर शंकर, रामानुज, वल्लभ किंवा ज्ञानेश्वर यांच्याशी तुलना करून सिद्ध करतात. तसेच वामनांवर असलेला पुराणांचा प्रभाव ते निर्देशित करतात.

गीतेतील सर्व विचारांची संगती लावण्याचे अशक्यप्राय कार्य वामनांनी यशस्वीरीत्या पूर्ण केले आहे, असा करंदीकरांचा *यथार्थदीपिके*वरील प्रशस्तिपर अभिप्राय आहे.

वामनपंडितांची यथार्थदीपिका या करंदीकरांच्या अभ्यासामुळे एक दुर्लक्षित भगवद्गीताटीका ग्रंथ वाचकांच्या लक्ष्यपरिघात आला आहे. मूळ वेदान्तविचार उपनिषदे आणि ब्रह्मसूत्र यांमधून भगवद्गीतेत आलेला असल्यामुळे प्रसंगी उपनिषदांचे दाखले देत करंदीकर विचारांचे परिशीलन करतात. ज्ञानदेवांविषयीच्या वामनपंडितांच्या अनुदार धोरणाबाबत करंदीकरांच्या निषेधाची धार चरचरीत असली तरी वामनांच्या सैद्धान्तिक मांडणीच्या शैलीचा करंदीकर गौरव करतात. त्यांच्या पदशः विवरण करण्याच्या सामर्थ्याचा करंदीकर वारंवार उच्चार करतात.

वामनपंडितांच्या *यथार्थदीपिके*चे करंदीकरांनी केलेले विश्लेषण, परिशीलन हे वामनपंडितांचा तत्त्वविचार समजून घेण्यासाठी अत्यंत उपयुक्त आहे, असे प्रतीत होते.

१-ब) भगवद्गीतेचे तीन टीकाकार

भगवद्गीतेचे तीन टीकाकार हा ग्रंथ करंदीकरांच्या व्याख्यानांचे ग्रंथरूप आहे. हा ग्रंथ केसरी प्रकाशनाने १ ऑगस्ट १९७४ रोजी प्रसिद्ध केला. भगवद्गीतेवर अनेक विद्वान पंडितांनी आणि आचार्यांनी भाष्ये लिहिलेली आहेत. प्रस्तुत ग्रंथात ज्ञानेश्वर, वामनपंडित

आणि लोकमान्य टिळक यांची गीताभाष्ये एकमेकांच्या प्रकाशात पाहणे हे करंदीकरांच्या परामर्शाचे स्वरूप आहे.

गीतेच्या लोकप्रियतेबरोबरच या तीन टीकाकारांची महत्ता, त्यांची वाङ्मयीन वैशिष्ट्ये ग्रंथारंभीच दिलेली आहेत. ज्ञानदेवांबद्दल लिहिताना करंदीकर म्हणतात, ''मानवी पातळीवरील मर्यादांचा किंवा मालिन्याचा जणू त्यांना स्पर्शच झाला नाही.'' ''न प्रभातरलज्योतिरुदेति वसुधातलात् ।'' या कालिदासाच्या उक्तीची ज्ञानेश्वरांकडे पाहिल्यावर करंदीकरांना आठवण होते. (*भगवद्गीतेचे तीन टीकाकार*, पृ. १६) वामनपंडितांच्या चरित्राची माहिती देत असताना दा. के. ओक, रा. म. आठवले, वि. अ. कानोले यांच्या संशोधनाचा संदर्भ करंदीकर देतात. ज्ञानेश्वर, वामनपंडित आणि टिळक यांच्या ग्रंथलेखनामागील प्रेरणांचा व भूमिकांचा आढावा घेतात. ब्रह्मविद्या मराठीत खुली करावी, त्यांना समजेल व रुचेल अशी सांगावी हा ज्ञानदेवांचा हेतू होता. टिळकांना आणि वामनांना पूर्वीच्या टीका मान्य नव्हत्या.

''गीतेची ज्ञानपर, संन्यासपर, किंवा भक्तिपर अशी भाष्ये टिळकांना समाधान देऊ शकत नव्हती आणि कर्मयोग हे गीतेचे रहस्य सुव्यवस्थितपणे लोकांच्या समोर ठेवले पाहिजे असे त्यांना वाटले म्हणून ते गीतारहस्य लिहिण्यास प्रवृत्त झाले. साहजिकच आपला सिद्धान्त कसा बरोबर व इतरांचे सिद्धान्त अपुरे कसे, हे खुलासेवार सांगणे हे टिळकांनाही प्राप्त झाले.'' (*भगवद्गीता*, पृ. २६) गीता हे पूर्ण जीवनाचेच शास्त्र आहे. त्यामध्ये 'जगातील व्यवहारा'चा व 'ऐहिक कर्तव्यां'चाही विचार आहे. या संदर्भात करंदीकर नीतिशास्त्र, धर्मशास्त्र आणि अध्यात्मशास्त्र यांच्या अन्योन्यसंबंधाचाही विचार करतात, हे महत्त्वाचे आहे. वामनांचा विचार परिच्छेद १ अ मध्ये आपण पाहिला.

प्रस्तुत ग्रंथातील तीन टीकाकारांच्या विचारांचा तौलनिक परामर्श घेताना गीतेतील प्रमुख विषयाकडे पाहण्याचा तीनही टीकाकारांचा दृष्टिकोन काय आहे; त्या विषयांची मांडणी त्यांनी कशी केली आहे; कर्म, ज्ञान, भक्ती, योग, अध्यात्मविचार यांबाबत त्यांचे विचार त्यांनी कसे मांडले आहेत याचा करंदीकरांनी शोध घेतला आहे. तसेच त्यांच्या विचारातून उभे राहणारे तत्त्वज्ञान किंवा विचारप्रणाली कोणत्या स्वरूपाची आहे या सूत्रान्वये हे तुलनात्मक अन्वेषण अग्रेसर होते.

करंदीकरांनी मांडलेला तीन टीकाकारांचा 'कर्म'विषयक विचार

तीनही टीकाकारांच्या कर्मविषयक विचारांबाबत करंदीकरांचा अभिप्राय खालीलप्रमाणे –

'यज्ञ' म्हणजे 'स्वधर्माचरण' हा ज्ञानेश्वरांचा कर्माच्या दृष्टीने महत्त्वाचा अर्थ आहे. स्वधर्म म्हणजे वर्णाश्रमधर्म असा अर्थ ते घेतात आणि निष्काम कर्माचरणामुळे चित्तशुद्धी होते व ज्ञानाचा अधिकार प्राप्त होतो. करंदीकर म्हणतात, ''ज्ञानेश्वर सहसा तौलनिक विचार मांडत नाहीत पण अठराव्या अध्यायाच्या अखेरच्या भागात पराभक्तीचे वर्णन येते तेथे अद्वैताच्या अवस्थेस पोहोचल्यावर कर्म उरत नाही पण भक्ती असते.'' (*भगवद्गीता*, पृ. ५५)

ज्ञानोत्तर कर्मत्याग हा वामनपंडितांचा सिद्धान्त आहे आणि त्यांनी ''ठसठशीतपणे पूर्वपक्ष-उत्तरपक्ष करून या विचाराचे खंडन-मंडन केलेले आहे.'' (*भगवद्गीता,* ५७) ज्ञानोत्तर अवस्थेत अर्जुनाने युद्धकर्म का केले या प्रश्नाचे उत्तर ज्ञानदेव देत नाहीत पण वामन 'अर्जुनाचे प्रारब्ध होते म्हणून' असे उत्तर देतात. वामनांच्या मते कर्म हे फक्त अज्ञानी पुरुषासाठी, चित्तशुद्धीकरिता गीतेत उपदेशिलेले आहे.

ज्ञानोत्तर कर्मसंन्यास हा सिद्धान्त टिळकांना मान्य नाही.

टिळकांच्या कर्मपर निष्कर्षास करंदीकरांचे प्रश्नांकन

टिळकांनी उपक्रम, उपसंहार, अभ्यास, अपूर्वता, फलम्, अर्थवाद, तात्पर्य निर्णय या मीमांसकांनी सांगितलेल्या सातही निकषांप्रमाणे गीता ही कर्मपरच आहे असे टिळकांनी सिद्ध केले आहे. उपसंहार आणि शेवट ग्रंथकर्त्या व्यासांची किंवा श्रीकृष्णाची एक भूमिका होती असे जरी मान्य केले तरी ''गीता ग्रंथाची रचना करण्याचा मूळ हेतू काय हा खरा प्रश्न आहे.'' (*भगवद्गीता,* पृ. ७५) गीता हा ऐहिकातील प्रश्न सोडविण्यास मार्गदर्शन करण्यासाठी लिहिला गेलेला ग्रंथ नाही. तो मानवांना श्रेयसाचा मार्ग दाखविण्यासाठीच निश्चितपणे लिहिला गेलेला आहे. मग परमार्थ सिद्धीसाठी कर्म अपरिहार्य कसे हे टिळकांनी सांगणे क्रमप्राप्त होते. मोक्षप्राप्तीसाठी गीताउपदेश आहे असे म्हटले की ज्ञान आणि भक्ती प्रमुख ठरून कर्म दुय्यम ठरते, असा प्रश्न करंदीकरांच्या चिंतनातून प्रकटला आहे. (*भगवद्गीता,* पृष्ठे ७४-७५).

जग हे मिथ्या आहे हा विचार ज्ञानेश्वर, वामन व टिळक यांना जर मान्य आहे तर ज्यांना ''मोक्षरूपी शाश्वत निधान गवसले त्यांनी या क्षणिक संसाराची वार्ता कशासाठी पुसावी'' (*भगवद्गीता,* पृ. ७७) असा प्रश्न ते विचारतात. टिळकांच्या विचारात ''तर्कदृष्ट्या सुसंगत असा संबंध दृग्गोचर होत नाही. मोक्षप्राप्तीसाठी कर्म आवश्यक नसताना ते का करावे? या प्रश्नाचे उत्तर टिळकांनी सांगावयास हवे होते असे मत करंदीकर नोंदवितात.'' (*भगवद्गीता,* पृ. ८०) कर्ममार्ग हा सांख्यमार्गाहून विशेष आहे असे टिळकांचे मत आहे पण त्यासाठी टिळकांनी तात्त्विक उपपत्ती दिलेली नाही. (*भगवद्गीता,* पृष्ठे ६७-८०) या मुद्द्यासाठी टिळकांनी घेतलेले स्वत: भगवंताचे उदाहरण स्वीकारार्ह वाटत नाही. (*भगवद्गीता,* ३.२२) कारण ''नित्यशुद्ध नित्यमुक्त ईश्वराचे उदाहरण मायाबद्ध अशा आम्ही जीवांना काय उपयोगाचे, असा प्रश्न यावर सुचण्यासारखा आहे.'' (*भगवद्गीता,* पृ. ८०) असे करंदीकर म्हणतात.

करंदीकरांच्या टिळकांच्या कर्म या विषयावरील चर्चेचा निष्कर्ष असा आहे की, ''कर्मसिद्धान्त व त्याला जवळ जवळ विरोधी असलेली अशी आत्मस्वातंत्र्याची कल्पना या दोन्हींचा एकमेकांना पडणारा पेच टिळक समाधानकारकपणे सोडवू शकले आहेत, असे म्हणवत नाही. (*भगवद्गीता,* पृ. ८८)

कर्म-अकर्म याबाबत चर्चा करीत असता टिळकांनी (*गीतारहस्य,* पृष्ठे २६०-६१) अडचणीच्या प्रसंगी कोणत्या निकषावर निर्णय घ्यायचा याचे उत्तर दिलेले आहे की, ''ज्याने त्याने चातुर्वण्यानुसार प्राप्त होणारे आपले कर्म निष्कर्म बुद्धीने करावे यावर करंदीकरांनी

'अहिंसा-आत्मसंरक्षण', 'सत्य-सर्वभूतहित', 'देहसंरक्षण आणि यश' या टिळकांनी स्वत:च उल्लेखलेल्या परस्परविरुद्ध धर्मांचा विरोध आल्यास टिळकांची कसोटी पुरी पडत नाही'' (*गीतारहस्य*, पृष्ठे ४५-४६) असे मत करंदीकरांनी 'कर्मसिद्धान्त आणि आत्मस्वातंत्र्य' या मुद्द्याअंतर्गत 'कर्मविषयक कसोटी' या शीर्षकाखाली चर्चिले आहे. (*भगवदगीता टीका*, पृष्ठे ८५-९०)

याच पद्धतीने तीनही टीकाकारांची ज्ञान, भक्ती, योग आणि अध्यात्म या विषयांची मांडणी करंदीकर उकलून दाखवितात. साम्य-भेद दर्शवितात; संदिग्धतेबाबत प्रश्न विचारतात. परिणामी तीनही टीकांचा आणि मूळ भगवद्गीतेचा शोधकतेने करंदीकरांनी वेध घेतल्याचे जाणवते.

१-क) करंदीकरांनी केलेले ज्ञानेश्वरांविषयी चिंतन

करंदीकरांनी केलेले ज्ञानेश्वरांच्या विचारांचे चिंतन आपण त्यांच्या १) *ज्ञानेश्वरीदर्शन*, २) *ज्ञानदेवांचा गीतासंवाद* आणि ३) *ज्ञानदेवांचा आत्मसंवाद* या ग्रंथांच्या आधारे आपण विचारार्थ घेत आहोत. यांपैकी *ज्ञानेश्वरीदर्शन* आणि *ज्ञानदेवांचा गीतासंवाद* हे दोन ग्रंथ भगवद्गीतेची टीका *भावार्थदीपिका* या ग्रंथास अनुलक्षून आहेत व *ज्ञानदेवांचा आत्मसंवाद* हा विशेषत: *अनुभवामृत* या ज्ञानदेवांच्या अद्वैत अनुभवाचे दर्शन वाचकांना घडविण्यासाठी लिहिलेला ग्रंथ आहे.

करंदीकरांनी असंख्य पैलूंनी ज्ञानदेवांच्या या गीताभाष्याचा विचार केला आहे हे ग्रंथामधून आपल्याला जाणवते. त्यामध्ये गीतेचा अन्वयार्थ अथवा ज्ञानदेवांचे तत्त्वज्ञान, ज्ञानदेवांच्या दृष्टान्तांचे सौंदर्य, ज्ञानदेवांची समाजास शिकवणूक, ज्ञानदेवांची गुरुभक्ती, ज्ञानदेवांचे समाजप्रेम, ज्ञानेश्वरीतील रसाविष्कार, ज्ञानेश्वरीची भाषाशैली, ज्ञानदेवांची संवादप्रियता, ज्ञानदेवांची मनोभूमिका, ज्ञानेश्वरीत उमटलेले ज्ञानदेवांचे व्यक्तिचित्र, ज्ञानेश्वरीतील अन्य व्यक्तिचित्रे, ज्ञानेश्वरांचे वारकरी संप्रदायातील महत्त्व, ज्ञानेश्वरांचे समाजातील स्थान, कृष्णार्जुन नात्याचे दर्शन, ज्ञानदेवांचे मराठी भाषेवरील प्रेम, ज्ञानदेवांचे गंभीर विषय रमणीय करून सांगण्याचे कौशल्य अशा अनेक पैलूंचा करंदीकरांनी सूक्ष्म दृष्टीने विचार केला आहे आणि प्रसंगोप्रसंगी अत्यंत संवेदनशील पद्धतीने तो मांडला आहे.

या सर्व पैलूंपैकी ज्ञानेश्वरांचे समाजप्रेम आणि ज्ञानेश्वरांचे स्वभावचित्र यांचा उपरिनिर्दिष्ट ग्रंथान्वये आपण विचार करणार आहोत.

ज्ञानदेवांचे समाजप्रेम

ज्ञानेश्वरी ही भगवद्गीतेची टीका आहे आणि गीतेमध्येसुद्धा सामान्य जनजीवनाचा विचार ज्ञानी पुरुषांनी केला पाहिजे हा विचार अनुस्यूत आहे. (गीता, ३.२०, ३.२६) पण गीतेखेरीजही ज्ञानदेवांच्या दृष्टिकोनांत समाजाविषयीची व्यापक करुणा जाणवते. या विचाराचा करंदीकरांनी साद्यंत विचार केलेला आहे. ज्ञानदेवांचे स्वत:चे जीवन संपूर्णपणे आध्यात्मिक पातळीवर होते, पण त्याच वेळी ऐहिकात वावरत असताना ते तितकेच समाजसन्मुख होते. लोकांच्या

कल्याणाची चिंता वाहणारे होते. त्यांची चिंतनाची प्रवृत्ती जितकी उत्कट होती तितकेच तात्कालिकाचे भानही तीव्र होते व त्यामागे त्यांची एक तात्त्विक भूमिका होती.

ज्ञानेश्वरीदर्शन या ग्रंथात करंदीकरांनी हाच विचार स्पष्ट करताना म्हटले आहे, ''ज्ञानदेव नित्य लोकसन्मुख राहिले. संस्कृतचा गंध नसलेल्या समाजापर्यंत ब्रह्मविद्या पोचावी यासाठी त्यांनी ज्ञानेश्वरी लिहिली आणि अद्वैत अनुभवाच्या अनुसंधानाचे स्वयंसिद्ध अधिकारी असून सर्वसामान्य वारकऱ्यांसाठी साधे भावपूर्ण अभंग लिहिले. यामागे त्यांच्या मनातील सामाजिक कर्तव्याविषयीची जाणीव होती असा तर्क त्यांच्या येथील स्वधर्मविषयक विचारावरून करता येतो.'' (गीता श्लोक, २.४७, ३.२२, ३.२६ वरील ज्ञानदेवांचे विवरण, पृ. ११२) लेखक न. र. फाटक, व. दि. कुलकर्णी यांनीही हाच विचार त्यांच्या ग्रंथात मांडला आहे. *ज्ञानदेवांचा गीतासंवाद* या ग्रंथामधील पृ. १०५ वर तसेच *ज्ञानेश्वरीदर्शन* मधील पृष्ठे ११६ ते १२४ मध्ये ज्ञानदेवांच्या समाजविषयक विचारांच्या प्रगल्भतेचे अप्रतिम प्रकटीकरण करंदीकरांनी केलेले आहे आणि अर्जुनास 'तू क्षत्रिय आहेस, युद्धकर्तव्य कर' असे (गीतेने व) ज्ञानदेवांनी म्हटले म्हणून (गीता व) ज्ञानदेव जातिभेदाधिष्ठित होतात असा विचार मांडणे हे एकांगी व कालमर्यादेचे भान नसल्याचे लक्षण होईल. तसेच त्या काळातील विचारांना आजची परिभाषा योजणे हे ऐतिहासिक भूमिकेला अनुलक्षून होणार नाही. म्हणून विचारांचे मर्म लक्षात घेण्यास करंदीकर स्पष्टपणे सांगतात. (*ज्ञानेश्वरीदर्शन*, पृ. ११८) ज्ञानदेवांनी कालमर्यादा उल्लंघून जाणारा 'यज्ञ' या शब्दाचा व्यापक असा 'स्वधर्म' हा जो अर्थ दिला आहे त्यातूनच ज्ञानदेवांचे क्रांतदर्शित्व व्यक्त होते. (*ज्ञानेश्वरीदर्शन*, पृष्ठे ११६-२४)

करंदीकरांच्या ज्ञानेश्वरांविषयीच्या लेखनाचा आणखी एक महत्त्वाचा पैलू म्हणजे त्यांनी उलगडलेले ज्ञानदेवांचे स्वभावचित्र हा आहे.

करंदीकरांनी रेखाटलेले ज्ञानदेव निवृत्तिनाथांपासून भिन्न स्वभावाचे, अलौकिक निरीक्षणशक्ती असलेले, संयम, वैराग्य, अध्ययनशीलता, आध्यात्मिक धारणा असलेले, वृत्तीने अंतर्मुख असूनही मनाने मोकळे, खेळकरवृत्तीचे आणि इतर माणसांशी संबंध ठेवण्याच्या बाबतीत अधिक मनमोकळे व स्वागतशील राहिलेले असावेत. या गुणांना त्यांच्या ठायी असलेल्या जन्मसिद्ध रसिकतेची जोड आपोआप मिळाली असावी आणि ती त्यांच्या सहज प्रसन्न वृत्तीला पोषक ठरली असावी. ज्ञानदेवांच्या वृत्तीत कटुता आढळून येत नाही.

ज्ञानदेवांच्या प्रतिभेला वटवृक्षाची उपमा करंदीकरांनी दिलेली आहे.

ज्ञानदेवांच्या वृत्तीचा विशेष सांगताना निवृत्तिनाथांविषयी असलेला नितांत आदरभाव हे त्यांच्या विनयभावनेचे जणू संरक्षक कवच आहे. ते कवच धारण करूनच ते सर्वत्र वावरत असल्यामुळे असीम आत्मप्रत्यय आणि संपूर्ण विनयभाव हा दोहोंचा दुर्मीळ म्हणावा असा समन्वय ते साधू शकतात, असे करंदीकर म्हणतात. (*ज्ञानदेवांचा आत्मसंवाद*, पृ. १०१-२०२)

प्रस्तुत स्वभावचित्रातून ज्ञानदेवांचे जणू ऐहिकातील खरेखुरे व्यक्तिमत्त्व वाचकांना दृग्गोचर होते. ज्ञानदेवांच्या हृदयात असलेले प्रेम त्यांच्या रचनेत ओतप्रोत असल्याने ज्ञानेश्वरीचा

प्रभाव आजवर चढत्या श्रेणीत राहिला आहे आणि म्हणूनच माउली हे अभिधान ज्ञानदेवांना दिले गेले आहे, असा विचार करंदीकर मांडतात. (*ज्ञानदेवांचा गीतासंवाद*, पृ. २१)

ज्ञानदेवांची वृत्ती अनाग्रही आहे. कोणत्याही विचाराचे खंडन-मंडण करणे; आपल्या संपादणीतील आंतरिक संगती स्पष्ट करणे हा ज्ञानदेवांचा स्वभाव नाही. (*ज्ञानदेवांचा गीतासंवाद*, पृ. ३९) ''ज्ञानेश्वरांच्या साऱ्या उद्‌गारांना सखोल आध्यात्मिक अनुभवाचा पाया लाभलेला आहे. गीतेतील कोणताही श्लोक त्यांच्यासमोर आला की, त्यातील अनुभवाच्या एखाद्या छटेला जाग येते आणि मग संवेदनक्षम अशा मनाची जी उत्स्फूर्त प्रतिक्रिया उमटते, तीमधून त्यांची ज्ञानेश्वरी अवतीर्ण होते.'' (*ज्ञानदेवांचा गीतासंवाद*, पृष्ठे ४०-४१) अशा प्रकारे ज्ञानदेव अध्यात्माच्या क्षेत्रातील सौंदर्याविष्कार करतात. तर्ककठोर भाष्यकाराची भूमिका ते घेत नाहीत आणि म्हणूनच करंदीकरांच्या मते अधिकारी आणि अनधिकारी दोघांना ज्ञानेश्वरीबद्दल आपलेपणा वाटतो.

कोमल वाणी, विनम्र भाव, रसगर्भरचना, संवादित्व, श्रोते, गुरू यांच्यासमोर बालकभाव तरीही आत्मप्रत्ययपूर्ण वचने अशा असंख्य पैलूंमधून करंदीकर ज्ञानदेवांचे व्यक्तिमत्त्व रेखाटतात.

प्रस्तुत चिंतनावर करंदीकरांच्या मनोविश्लेषणाची मोहर असल्याचे जाणवते. ज्ञानेश्वरांच्या व्यक्तिमत्त्वाचे निरतिशय गांभीर्य, रसिकता, तरलता, सूक्ष्मता अशा अनेक पैलूंबाबत ज्ञानदेवांच्या अनेक टीकाकारांमध्ये एकमत आढळून येते पण काही मुद्द्यांबाबत अभ्यासातून प्रकटलेले त्यांचे विशिष्ट दृष्टिकोन नोंदवितात.

एक : करंदीकरांना ज्ञानेश्वरांचे 'साहित्यशास्त्रविषयक सिद्धान्त सांगणारे साहित्यिक' हे रूप मान्य नाही. म्हणून करंदीकर म्हणतात, ''विवेचनाच्या भरात ही सूत्रे ज्ञानदेवांची नव्हेत, हे अवधानही काही वेळा सुटते. हे सारे काही क्षम्य आहे आणि ज्ञानेश्वरीच्या आकलनात भर घालणारेही आहे... पण (ज्ञानदेवांना) साहित्यशास्त्राची (आनंदवर्धन किंवा विश्वनाथाप्रमाणे) काही प्रणाली सांगायची होती असे ज्ञानदेवांनी आपल्या ग्रंथात म्हटलेले नाही. तेव्हा साहित्यशास्त्रीय संदर्भ गोळा करून, जमेल तसे वर्गीकरण करून ज्ञानदेवांचे साहित्यशास्त्र सिद्ध करण्याचा प्रयत्न केला जातो.'' हा प्रयत्न मूळ ज्ञानेश्वरीशी सुसंगत नाही हे मत निःसंदिग्ध रूपात करंदीकर व्यक्त करतात. (*ज्ञानदेवांचा गीतासंवाद*, पृ. १६)

दोन : ज्ञानदेव संतकवी म्हणून ओळखले जातात पण प्राधान्याने ते संत का कवी असा प्रश्न विचारून करंदीकर म्हणतात, ''केवळ वाङ्‌मयीन सौंदर्याची दखल घेणारे समीक्षक त्यांच्या कवित्वावर भर देतात.'' हा निर्णय करंदीकरांना मान्य नाही. करंदीकरांनी ज्ञानदेव प्रामुख्याने संत होते हा विचार स्पष्टपणे अधोरेखित केला आहे. ''ते संत होते, साक्षात्कारी पुरुष होते, आध्यात्मिक होते, भक्त होते, अनुभवाने संपन्न होते... ते ज्ञानी होते, योगी होते, आणि त्याच्याही अतीत पोचलेले होते. चित्शक्तीशी मनाने सततचे अनुसंधान राखून त्याच्या प्रकाशात आपले सारे व्यवहार ज्ञानदेव करीत होते. अनासक्त वृत्तीने ते लोककल्याणार्थ कर्म करीत होते हे सारे जाणून घेणे म्हणजे ज्ञानदेव समजून घेणे. संतत्व बाजूला ठेवले तर ज्ञानदेव हाती लागणार नाहीत. पण कवित्व वजा केले तरी कितीतरी अंगांनी ते शिल्लक

राहतील,'' असे सांगून करंदीकर म्हणतात की ज्ञानदेवांचे संतत्व हे अग्रक्रमाने येते. (*ज्ञानदेवांचा आत्मसंवाद*, पृ. २१)

तीन : तुकाराममहाराज ज्या अभंगवाणीत अग्रेसर ठरले त्या वाङ्मयप्रकाराचा आरंभही ज्ञानेश्वरांपासूनच झालेला आहे. अभंग मौखिक परंपरेतून आलेले असल्यामुळे करंदीकरांच्या मते मूळ शब्दरूपास बऱ्याच ठिकाणी पुष्कळसा धक्का बसलेला आहे. त्यामुळे मूळ ज्ञानदेव समजून घेण्यास अभंगांचा खूप कमी उपयोग होतो. (*ज्ञानदेवांचा आत्मसंवाद*, पृ. २३)

चार : ''विरक्ती आणि रसिकता ही परस्परांच्या विरोधी आहेत असे नाही. उलट वैराग्याच्या पावन स्पर्शाने ज्यांचे मन वासनांच्या पाशातून वा मोहातून पूर्णपणे बाहेर पडले तेच सौंदर्याचा विशुद्ध आस्वाद घेऊ शकतात. लौकिकातील, कलाक्षेत्रातील, अनुभवही असा आहे की, जेथे वासनेचे पाऊल पडते तेथून रसिकता काढता पाय घेते. स्वार्थवृत्तीचा लोप, वासनातीततेचा स्पर्श आणि केवळ निर्मळ, निरपेक्ष आनंद ही सौंदर्याच्या नितळ आस्वादाची गमके आहेत. अध्यात्माची आणि सौंदर्याची भेट होते ती येथे.'' (*ज्ञानदेवांचा आत्मसंवाद*, पृ. २३८)

अशी ज्ञानदेवांच्या आध्यात्मिकतेची आणि रसिकतेची मीमांसा करंदीकर करतात. त्यांच्या विरक्त आणि रसिकवृत्तीचे तात्त्विक विश्लेषण करतात. ज्ञानदेवांच्या या अलौकिक अनुभव-सामर्थ्याचे विवेकानंदांशी असलेल्या साधर्म्याचेही दर्शन वाचकांना घडवितात. (*ज्ञानदेव : विवेकानंद*, वि. रा. करंदीकर) या सूक्ष्मतरल निवेदनामुळे दोन्ही व्यक्तिमत्त्वांतील विरक्तीच्या आणि रसिकतेच्या सामर्थ्याबाबत वाचकांचे आकलन प्रगल्भ होण्यास मदत होते.

समीक्षा ग्रंथांतील करंदीकरांचे चिंतन

ग्रंथवेध मधील परीक्षणे करंदीकरांचा भगवद्गीता, ज्ञानेश्वर, समर्थ रामदास, एकनाथ, महानुभाव पंथ, टिळक, आगरकर, सावरकर तसेच संतांचा भागवत धर्म अशा अनेक विषयांचा, ज्याला महाराष्ट्राची विचारसंस्कृती म्हणता येईल अशा सर्व पैलूंचा, करंदीकरांनी केलेला अभ्यास, त्यावरील त्यांचे चिंतन प्रकट करतात. विरोधी मतांबाबत स्वागतशील दृष्टिकोन ठेवण्यास जी सहिष्णुवृत्ती लागते आणि समीक्षकास जी तर्कनिष्ठता आवश्यक असते तिचे करंदीकरांच्या लेखनातून प्रकटीकरण होते.

२ अ) ग्रंथवेध

करंदीकरांनी केलेले प्र. ल. गावडे यांच्या 'सावरकरांचे व्यक्तिमत्त्व : वाङ्मयातील शोध' या ग्रंथाचे परीक्षण हे एकाच वेळी ग्रंथाचा एकजिनसीपणे घेतलेला शोध आणि सावरकरांच्या व्यक्तिमत्त्वाचे संशोधन आहे असे जाणवते. ''सावरकरांनी कंठरवाने प्रतिपादिलेल्या कितीएक गोष्टी पुढे भविष्यवाणीसारख्या खऱ्या ठरल्या, पण त्याचे श्रेय त्यांना कोणी दिले नाही.'' याचा गावडे यांनी केलेला उल्लेख हा लेखकाच्या अंत:करणातील सल या रूपात करंदीकरांनी लक्षात घेतला आहे. (*स्वातंत्र्यवीर सावरकरांचे व्यक्तिमत्त्व : वाङ्मयातील शोध*, पृष्ठे ५९०-९१) सावरकरांच्या व्यक्तिमत्त्वाचा शोध आणखी गहिरा

होण्यासाठी सावरकरांच्या जीवनचरित्राचे लेखकाने साहाय्य घेणे क्रमप्राप्त होते असा विचार करंदीकरांनी मांडलेला आहे.

गावडे यांच्या 'सरस शैली', 'रेखीव निवेदन' आणि 'विवेचनातील सुबोधपणा' यापलीकडील प्रबंधाच्या अंतरंगात शिरून करंदीकर अलिप्तपणे पण रसिकतेने त्याच वेळी नम्रतेने प्रबंधातील गुणांचा आणि नजर चुकवून शिरलेल्या दोषांचा हलकेच निर्देश करतात.

डॉ. वा. दा. गाडगीळ लिखित *विचारजागृती* या ग्रंथाचे परीक्षण करताना परमत सहिष्णुतेने करंदीकर गाडगीळांच्या निखळ बुद्धिवादाचे व स्वतंत्र विचारांचे कौतुक करतात. सर्वमान्य विचारांना गाडगीळ बेधडक खोटे ठरवितात, हेही करंदीकर सौम्यतेने सांगतात. शंकराचार्यांच्या तत्त्वज्ञानास 'विचित्र तत्त्वज्ञान' म्हणतात. तेव्हा त्यास करंदीकर 'एकांगी विचार' असे संबोधतात व 'बुद्धिवाद मर्यादेबाहेर ताणला आहे' असे म्हणतात. शंकराचार्य, ज्ञानेश्वर, टिळक यांच्यावरील गाडगीळांच्या टीकेतील त्रुटी स्पष्ट दर्शवून नंतर 'गाडगीळांना त्यांच्याबद्दल आदर आहे' असे करंदीकर आवर्जून सांगतात. (*ग्रंथवेध,* पृ. ४१) भगवद्गीता आणि ज्ञानेश्वरीच्या वाचनापेक्षा आपण या ग्रंथांना दुरून नमस्कार करावा असे मत गाडगीळ व्यक्त करतात. तेव्हा 'इतक्या सहजासहजी बाजूला ठेवण्यासारखे हे ग्रंथ नाहीत' असे करंदीकर सांगतात. (पृ. ४४) गाडगीळांना समाजाच्या ऐहिक उत्कर्षाची तळमळ आहे हे आपण ध्यानात घ्यावे अशी लेखकाबाबत सहिष्णूवृत्ती करंदीकर दर्शवितात.

पण 'निष्काम कर्म', 'ब्रह्मसत्यं जगन् मिथ्या', 'तत्त्वमसि', 'वैराग्य', 'नेतिनेति', 'स्थितप्रज्ञ' या तत्त्वज्ञानातील संकल्पना आणि संज्ञांचे गाडगीळांनी घेतलेले अर्थ चुकीचे असतात तेव्हा (उदाहरणार्थ, स्थितप्रज्ञ म्हणजे हतप्रज्ञ) 'आशय समजून न घेता' केलेली टीका (*ग्रंथवेध,* पृ. ४३) असे करंदीकर म्हणतात. ज्ञानेश्वरांच्या योगशक्ती वर्णनाला गाडगीळ 'गप्पा' म्हणतात. ज्ञानदेवांच्या वडिलांना 'विठ्ठलपंत कमी बुद्धीचे होते' असे म्हणतात. तेव्हा करंदीकर म्हणतात, 'तसा निष्कर्ष काढण्यापूर्वी कितीतरी भक्कम पुरावा पाहिजेत' (*ग्रंथवेध,* पृ. ४६) या प्रकारे परिपूर्ण संशोधकाची विचारसरणी आणि तटस्थता करंदीकरांमध्ये बाणलेली दिसून येते.

ज्ञानेश्वर चरित्र आणि वाङ्मय, भगवद्गीता, लोकमान्य टिळकांचे विचार हे करंदीकरांचे जिव्हाळ्याचे अभ्यासविषय होते. तरीही गाडगीळांच्या आक्रमक व अभिनिवेशी बुद्धिनिष्ठ विज्ञानवादाला करंदीकर संतुलित, वस्तुनिष्ठ अलिप्ततेने हाताळतात. लेखकाच्या हेतूबद्दल कोठेही नकारात्मक विचार आपल्या समीक्षेत करंदीकर येऊ देत नाहीत. विज्ञान आणि अध्यात्म या दोहोंपैकी कशाचाच एकांगी आग्रह न धरता त्या दोघांतील हितकारक असेल तेवढेच आपण पत्करावयास हवे. (*ग्रंथवेध,* पृ. ४५) असा विचार करंदीकर मांडतात. म्हणून समन्वयशीलता हे करंदीकरांच्या लेखणीचे वैशिष्ट्य या ग्रंथसमीक्षेमधून दृग्गोचर होते.

रा. चिं. ढेरे यांच्या *चक्रपाणी* ग्रंथाच्या परीक्षणातून वाचकांना ग्रंथाच्या अंतरंगाची ओळख तर होतेच तसेच ढेरे यांच्या 'प्रज्ञाचक्षूत्वातून' उमटलेली 'अनुमानशक्तीची झेप', प्रगाढ अभ्यासामुळे दृग्गोचर झालेले 'प्रतिभाशक्तीचे देणे' (*ग्रंथवेध,* पृ. ५४) वाचकवर्गासाठी

करंदीकर खुले करतात. काही ठिकाणी मात्र ते म्हणतात, 'वर्णनामध्ये अतिरंजितता डोकावते' (ग्रंथवेध, पृ. ६०) ''विसोबांची जी काही रचना आजवर ज्ञात होती ती त्यांना विशेषत्व देण्यास कारण होण्यासारखी नाही'' (*ग्रंथवेध,* पृ. ६०) ''विसोबांच्या नावाचा जयजयकार आजवर घुमत राहिला आहे.'' (*चक्रपाणी,* विश्वकर्मा साहित्यालय, पुणे, १९७७, पृ. ७९) ''या वाक्याचा काय अर्थ करावयाचा?'' (*ग्रंथवेध,* पृ. ६१) असे अनेक प्रश्न करंदीकरांनी उपस्थित केले आहेत. या समालोचनामध्ये करंदीकरांची मुळापर्यंत जाऊन सर्व समजून घेण्याची, पुराव्याखेरीज यथार्थता मान्य न करण्याची अस्सल संशोधकाची भूमिका जाणवते.

ग्रंथवेध मधील शं. दा. पेंडसे यांच्या 'भागवतोत्तम संत एकनाथ' या ग्रंथ परीक्षणामध्ये करंदीकरांमधील संशोधक प्रकर्षाने जाणवतो. त्यामुळे ''वाङ्मयीन टीका हा एक कधी न संपणारा शोधच ठरतो.'' (*साहित्य आणि समीक्षा,* पृ. ११९) या वा. ल. कुलकर्णी यांच्या या संदर्भातील मताचे प्रत्यंतर येते. 'कायेन वाचा...' या एकनाथांच्या प्रसिद्ध श्लोकाबाबत करंदीकर म्हणतात, ''या श्लोकाचा मुख्य आशय भक्तिपर आहे, कर्मपर नाही व एकनाथांच्या टीकेचा रोखही प्राधान्याने अद्वैत व भक्ती यांवर आहे. पेंडसे मात्र ही टीका 'एकनाथांचे कर्मयोगविषयक धोरण दाखविणारी' आहे असे म्हणतात.'' (*भागवतोत्तम संत एकनाथ,* नागपूर प्रकाशन, नागपूर, पृ. १०८) पेंडसे यांनी 'स्वये तरुनि जन उद्धरिला' या एकनाथांच्या उद्‌गारात सूचित होणारा 'लोकसंग्रह' हा ऐहिक क्षेत्रातील आहे असे म्हटले आहे. त्यांचा मुद्दा निराधार ठरवीत करंदीकर हा लोकसंग्रह पारमार्थिक क्षेत्रातील आहे हे त्याच ओवीतील 'शुकवामदेव' यांच्या नाथांनी केलेल्या उल्लेखान्वये सिद्ध करतात.

श्रीकृष्णाने उद्धवास बदरिकाश्रमास जाण्यास सांगितले याचे एक कारण 'लोकसंग्रह' आहे असे एकनाथ म्हणतात. यावरून पेंडसे म्हणतात, ''तेव्हा एकनाथांचे हे विवेचन निष्काम कर्मयोगाचे आहे आणि भागवताच्या भक्तिपर शिकवणुकीतील गीतेतील कर्मपर शिकवणुकीच्या वळणावर नेण्याचा हा नाथांचा स्वतंत्र प्रयत्न आहे.'' (*भागवोत्तम संत एकनाथ,* पृ. १४७) पण हा विचार कसा निराधार आहे. हे सप्रमाण सिद्ध करताना करंदीकर एकनाथांचेच वचन देतात.

अभेद भक्ति वैराग्य ज्ञान । स्वये आचरोनि आपण ।
शेखी लावावे इतर जन । लोकसंग्रह या नांव ।।

या विवेचनांती करंदीकर म्हणतात, ''पारमार्थिक पातळीवरील विचार व ऐहिक दृष्टिकोन यांची गल्लत केल्याने हा सारा परस्परविरोध उत्पन्न होतो.'' (*ग्रंथवेध,* पृ. १५१)

ग्रंथवेध मधील न. र. फाटक लिखित *रामदास वाङ्मय आणि कार्य* या ग्रंथाच्या समीक्षेमध्ये मुद्दे सप्रमाण सिद्ध करणे व प्रमाणविरहित वा प्रमाणाविरोधी मुद्द्यांचे खंडन करणे, या पद्धतीने करंदीकरांनी समर्थ विचारांचे, समर्थ शब्दांचे आणि समर्थांच्या कार्यहेतूचे नि:संदिग्ध, सप्रमाण मंडन केले आहे.

समर्थ रामदास हा महाराष्ट्राच्या इतिहासातील एक महत्त्वाचा कालखंड होता म्हणून केवळ वाङ्मयीन टीका न करता करंदीकर सत्यान्वेषकाची भूमिका प्रस्तुत समीक्षेमध्ये

खणखणीतपणे बजावतात आणि फाटकांच्या विचारांचे अपयश हे त्यांच्या अभिनिवेशामुळे, भाषेतील बोचरेपणामुळे व अनुदार भूमिकेमुळे आले आहे अशी कारणमीमांसाही करतात. फाटक यांच्या ज. स. करंदीकर, देव, राजवाडे, पांगारकर यांच्या लेखनाबाबतच्या शेरेबाजीबद्दल करंदीकर तीव्र नापसंती व्यक्त करतात. (*ग्रंथवेध,* पृ. १८१) संशोधकाने भाषासंयम आणि विनम्र भाव धारण केला पाहिजे. या तत्त्वाचे पालन करणाऱ्या करंदीकरांचे लेखन वाचकास विचार करण्यास अनुकूल भूमिकेप्रत नेते असे जाणवते.

२ ब) ग्रंथशोध

ग्रंथवेध मधील प्रत्येक लेख वाचकांना विचारसन्मुख नेतो तसाच *ग्रंथशोध* हा करंदीकरांचा दुसरा समीक्षाग्रंथ आहे. *ग्रंथशोध* मधील लेखांमध्ये देखील करंदीकरांमधील अभ्यासू संशोधक व समतोल चिंतकाचे दर्शन तर होतेच पण संबंधित लेखकाने त्यांच्या संबंधित ग्रंथात घेतलेल्या भूमिकांचे तटस्थ निवेदक म्हणूनही ते वाचकांसमोर येतात. लेखकांच्या जीवनचरित्रातील प्रेरणा आणि लेखकांच्या मनोविश्लेषणासह त्यांच्या भूमिकांचा शोध घेताना दिसतात. उदाहरणार्थ, वामन मल्हारांनी लिहिलेल्या *ए जिस्ट ऑफ गीतारहस्य* या ग्रंथातील विचारांमागे असलेल्या वामन मल्हारांचे जीवन व स्वभाव यांवर करंदीकरांनी प्रकाश टाकला आहे. देशसेवेचे स्फुल्लिंग टिळकांप्रमाणे वामन मल्हार यांच्यातही होते. पण त्यांचे ''तेज टिळकांप्रमाणे धगधगीत नव्हते, तर सौम्य शीतल होते'' (*ग्रंथशोध,* पृ. ७९) 'विश्ववृत्त' नावाच्या नियतकालिकातील एका लेखात आक्षेपार्ह मजकूर लिहिला गेला होता. त्या पत्राचे साहाय्यक संपादक म्हणून वामन मल्हारांवर तिसरे आरोपी म्हणून इंग्रज सरकारने खटला भरला. लेख ज्यांनी लिहिला त्या पं. सातवळेकरांना सरकारी रोषास बळी पडावे लागू नये म्हणून वामन मल्हारांनी ''सातवळेकरांच्या लेखात काही बदल करून मी तो छापला'' (ग्रंथशोध, पृ. ८०) असा जबाब दिला आणि तीन वर्षांच्या सश्रम कारावासाची शिक्षा शांतपणे स्वीकारली. हे सत्य करंदीकरांच्या निवेदनामुळे अनेकांना कळते. वामन मल्हार आणि टिळक यांच्यातील मतभेदाची नोंद करून करंदीकर दोघांच्या विचारपद्धतीतील फरकावर केवळ तटस्थ भूमिकेतून प्रकाश टाकतात. त्यामुळे वामन मल्हारांच्या गीतारहस्य टीकेला अर्थपूर्णता लाभते.

अशाच प्रकारे विनय हर्डीकर लिखित *जनांचा प्रवाहो चालला* आणि डॉ. दत्तप्रसाद दाभोळकर लिखित *माते नर्मदे* या दोन्ही ग्रंथांच्या परीक्षणात करंदीकर हे केवळ कोरडे विचारमंथन नसल्याचे सांगून लेखकांची त्या त्या विषयाशी असलेली बांधिलकी त्यांचे सोसणे आणि त्यांची निर्भयता स्वत:च्या चिंतनासह मांडतात तेव्हा ते पुस्तक परीक्षणही एक तत्त्वशोध होऊन जाते. असाच एक शोध मर्ढेकरांच्या सौंदर्य आणि साहित्य या ग्रंथपरीक्षणात जाणवतो. स्वत:ची फक्त 'सामान्य रसिक' अशी ओळख देऊन मर्ढेकरांच्या सौंदर्यशास्त्राला ते काही प्रश्न विचारतात. उदाहरणार्थ, संगीत ऐकताना होणारी भावजागृती किंवा विशिष्ट भाववृत्तीचा अनुभव म्हणजे श्रुती संवेदना नाहीत. मग संगीत ही केवळ संवेदनांच्या लयबद्ध

रचनेवर अधिष्ठित पण अर्थनिरपेक्ष कला आहे असे तर म्हणता येणार नाही. मग 'मर्ढेकरांना अभिप्रेत सौंदर्याचा नितळपणा तितका नितळ राहत नाही' (*ग्रंथशोध,* पृ. १२५) (याचा मेळ कसा बसणार असा करंदीकरांचा प्रश्न आहे.)

वास्तूकलेचे उदाहरण घेऊन करंदीकर परत हाच प्रश्न मांडतात. ताजमहाल, दिलवाडा जैनमंदिर, गोलघुमट, कैलासलेणे, रोममधील कैथेड्रील यांचे सारे सौंदर्य फक्त त्यांच्या लयबद्ध रेषांमध्ये किंवा फक्त दृश्यसंवेदनात आहे असे मानता येईल का? बुद्धाची ध्यानमग्न मूर्ती किंवा रामकृष्णांची भाववस्थेतील मूर्ती यांचा मनावर होणारा परिणाम केवळ दृश्य संवेदनांपुरता मर्यादित राहतो असे म्हणवत नाही. (*ग्रंथशोध,* पृ. १२६) असे करंदीकर म्हणतात. यापुढे जाऊन ते विचारतात, ''केवळ लयबद्ध संवेदनांचा अनुभव आणि त्या संवेदनांतून प्रतीत होणाऱ्या लयबद्ध अर्थाचा अनुभव या दोहोंमधील दुसरा अनुभव अधिक वरचा दर्जाचा का मानावयाचा नाही?''

मर्ढेकर केवळ विशुद्ध संवेदनांच्या संवाद-विरोधावर आधारलेला अनुभव सौंदर्याचा आहे असे मानतात पण करंदीकर म्हणतात, ''संवेदनांच्या अर्थपूर्णतेवर आधारलेला अनुभव हा देखील सौंदर्यानुभवाचा दुसरा प्रकार मानण्यास हरकत असू नये.'' या न्यायाने करंदीकरांना साहित्य ही कला अधिक परिणामकारक वाटते. (*ग्रंथशोध,* पृ. १२८) हे सारे प्रश्न, उपप्रश्न करंदीकरांनी अतिशय सूक्ष्म तरलतेने आणि मर्ढेकरांबद्दल विस्मययुक्त आदराने व्यक्त केलेले आहेत. (*ग्रंथशोध,* पृ. १३५)

करंदीकरांच्या समीक्षेकडे समग्रतेने पाहताना प्रामुख्याने जाणवतो तो त्यांचा प्रांजळ नम्रभाव. त्यांची समीक्षणे कधी ग्रंथाचा वेध घेत घेत ग्रंथकाराच्या सामर्थ्याचे, तात्त्विक किंवा वैचारिक अंगाने दर्शन घडवितात तर कधी चरित्रातील असामान्यत्वाकडे वाचकांचे लक्ष वेधतात. मर्यादा दर्शविताना त्यांची कारणमीमांसा मांडतात. तार्किकता, ग्रंथांतर्गत सुसंगती, ऐतिहासिक सत्यता याच्या निष्ठेच्या पायावर करंदीकरांची समीक्षा उभी आहे असे जाणवते.

डॉ. वि. रा. करंदीकर यांचे चरित्रचिंतन

३ अ) स्वामी विवेकानंद

करंदीकरांनी कुमारवयापासून विवेकानंदांच्या विचारांचा ध्यास घेतला होता. त्या विचारांच्या चिंतनातून करंदीकरांचे सहा ग्रंथ आकारास आले. त्या लेखनातील प्रमुख भाग म्हणजे विश्वमानव स्वामी विवेकानंद हे त्यांचे त्रिखंडात्मक (२००१-२००२) चरित्र (पृष्ठसंख्या १२५०) होय. एकूण जवळ जवळ साडेतीन हजार पृष्ठांपर्यंत करंदीकरांनी विवेकानंदांवर विचार ग्रथित केलेले आहेत. करंदीकरांनी विवेकानंदांच्या जीवनाचा रामकृष्णांच्या अनुरोधाने, गुरुबंधूंच्या अनुषंगाने, रामकृष्ण मिशनच्या कार्याच्या संदर्भात असा वेगवेगळ्या पैलूंनी वेगवेगळ्या ग्रंथातही परिपूर्ण जीवनविचार केला आहे. विश्वमानव स्वामी विवेकानंद हे बृहतचरित्र इतिहासाचे अन्वेषण आणि मांडणीतील सौंदर्याने नटलेले दिसते. विवेकानंदांच्या जीवनातील घटनांचा स्थलकाल, क्रम, स्वरूप वास्तवाच्या आधारांवर तपासून ग्रथित केले आहे. सत्येंद्रनाथ

मुजुमदार यांनी लिहिलेले, रामकृष्ण मठाने अधिकृत म्हणून मान्यता दिलेले चरित्र, मेरी ल्युई बर्क यांनी लिहिलेले स्वामी विवेकानंद *इन द वेस्ट–न्यू डिस्कवरीज्* हे सहा खंडात्मक चरित्र, डॉ. शैलेंद्रनाथ धर यांचे विवेकानंद चरित्र, फ्रेंच विचारवंत रोमांरोला यांनी लिहिलेली विवेकानंद आणि श्रीरामकृष्ण यांची चरित्रे, स्वामी विरजानंदांनी इतर पौर्वात्य आणि पाश्चात्त्य शिष्यांसह लिहिलेले चरित्र, विवेकानंदांचे धाकटे बंधू डॉ. भूपेंद्रनाथ दत्त यांनी आपल्या साम्यवादी दृष्टिकोनातून लिहिलेले पॅट्रियॉट-प्रोफेट 'द्रष्टा देशभक्त' अशा रूपात उभे केलेले चरित्र या सर्व सामग्रीच्या परिशीलनातून केलेल्या अभ्यासावर करंदीकरांचे प्रस्तुत चरित्र उभे आहे.

इतर ग्रंथांपेक्षाही स्वामी विवेकानंदांची व्याख्याने, पत्रे, करंदीकरांच्या विवेकानंदांच्या चरित्रलेखनात फार मोलाची ठरली हे वास्तव करंदीकर व्यक्त करतात. ''त्यांच्या जीवनातील एखादा छोटा प्रसंग, पत्रातील एखादे वाक्य, संभाषणातील एखादा उद्गार किंवा व्याख्यानात मांडलेला एखादा विचार समोर येताच जणू सारा अंधकार नाहीसा होऊन चोहोकडे प्रकाशच प्रकाश पसरला आहे आणि आपले जीवन सार्थकी लागल्याचा मार्ग खुला झाला आहे असा येणारा अनुभव रोमहर्षक होता.'' ('प्रस्तावना', *विश्वमानव स्वामी विवेकानंद*, पृ. १६) असा लेखनकालातील अनुभव करंदीकर व्यक्त करतात.

चरित्रकार द. न. गोखले म्हणतात तशी 'खोल, सूक्ष्म नि जटिल सत्य पाहणारी मनोवैज्ञानिक कल्पकता' (*चरित्रचिंतन*, द. न. गोखले, पृ. १९) करंदीकरांच्या जवळ होती म्हणून करंदीकरांनी चित्रित केलेले विवेकानंद वास्तवाच्या पायावर उभे असले तरी ते चरित्र कोठेही निरस होत नाही. ''नेपोलियनच्या अनेक लढ्यांचे वर्णन करताना नरेंद्र रंगून जात असे आणि त्याची वर्णनशैली एवढी परिणामकारक होती की त्याचे बोलणे ऐकताना जणू तोच नेपोलियनच्या जागी उभा आहे आणि आपल्या हाताखालच्या सेनापतींना हुकूम देत आहे असे ऐकणाऱ्यांना वाटे.'' (*विश्वमानव स्वामी विवेकानंद*, खंड ९, पृ. ५८)

जीवनक्रम आणि व्यक्तिमत्त्व यांच्या विकासाचा मागोवा घेत करंदीकर विवेकानंदांच्या जीवनातील चढ-उतार, संघर्ष, ताणतणाव अतिशय सहृदयतेने व्यक्त करतात. चरित्रात विवेकानंदांच्या व्यक्तिमत्त्वापासून वाचक क्षणभरही विचलित होत नाहीत. विवेकानंदांचे चरित्र म्हणजे विवेकानंदांविषयीच्या माहितीचे भांडार न ठरता ते एक सचेतन, सामर्थ्यपूर्ण, असंख्य पैलूंनी युक्त असे विकसनशील व्यक्तिमत्त्वाचे आरेखन ठरते. विवेकानंदांचे सर्वधर्मपरिषदेतील अपेक्षेने आणि भीतीने धडधडणारे हृदय, सर्वधर्मपरिषदेतील गौरव-कौतुकानंतर निवासस्थानी परतल्यावर, समृद्ध अमेरिकेचे दर्शन घेऊन आल्यावर भारतातील दारिद्र्याची आठवण येऊन मृदुमुलायम पलंगावर तळमळत असलेले आणि उठून जमिनीवर निद्रिस्त होण्याचा प्रयत्न करत असलेले विवेकानंद आपल्याला करंदीकरांच्या शैलीतून दृग्गोचर होतात. विचार आणि भावना या दोन्ही अंगांनी परिपूर्ण असे विवेकानंद संघर्षातून पोळून गेलेले असताना स्वकीयांनी बदनामी करण्याचा प्रयत्न केल्यानंतर कलकत्यात आपल्या आईस काय दु:ख होईल अशी काळजी करणारे विवेकानंद, तसेच प्रेमळ विवेकानंद

(मिसेस लायन यांची नात बाहेरून घरी परत येताच विवेकानंदांच्या मांडीवर बसत असे.) अशी असंख्य क्षणचित्रे वाचकांच्या मनात घर करतात. विवेकानंदांच्या ग्रीनएकर, थाऊजण्ड आयलण्ड पार्क इत्यादी ठिकाणच्या व्याख्यानांचा जिवंत आलेख, त्यांनी स्थापन केलेली वेदांत सेंटर्स आणि भारतात गुरुबंधूंना सेवेकडे वळविण्याचे त्यांचे महत्कार्य त्यानंतर रामकृष्ण मिशन आणि रामकृष्ण संघाची स्थापना या सर्व कार्यरूप घटनांपेक्षा स्वकीयांनी केलेल्या निंदानालस्तीच्या अग्निपर्वातून जाणारे विवेकानंद, मि. स्टर्डी यांनी विवेकानंदांवर गैरविश्वास दाखविल्यावर जबर मानसिक धक्का बसलेले विवेकानंद, भगिनी निवेदिता व मिसेस बुल यांच्याजवळ अपार यातना व्यक्त करणारे विवेकानंद, कार्याच्या धावपळीत दमून जाणारे विवेकानंद आणि ''अखेर त्या दक्षिणेश्वराच्या वटवृक्षाखाली बसून आश्चर्यमुग्ध असा रामकृष्णांची वाणी ऐकत असलेला एक बालक विवेकानंद'' (*स्वामी विवेकानंद जीवनदर्शन*, पृ. १३९) वाचकांच्या मनात कोरले जातात. या सर्व विवेचनास सत्याचा आधार आणि करंदीकरांच्या विवेकानंद विचारांच्या चिंतनाचा पाया आहे म्हणून कॅलिडोस्कोपप्रमाणे विविधरंगी अनुभवांनी आणि विवेकानंदांच्या तत्त्वचर्चांनी परिप्लुत असलेले हे बृहतचरित्र करंदीकरांच्या चरित्रशोधनाचे एक संस्मरणीय फलित ठरते.

३ ब) ख्रिस्त, बुद्ध आणि श्रीकृष्ण

ख्रिस्त, बुद्ध आणि श्रीकृष्ण हे मानवतेच्या इतिहासातील तीन महान आदर्श होते. त्यांच्या जीवनचरित्रावर लेखन करीत असताना साधार माहिती मिळविणे हे खूप मोठे आव्हान होते. प्रस्तुत ग्रंथात चमत्कारांना वाव न देण्याचे करंदीकरांचे धोरण होते. ते म्हणतात, ''सारे विवेचन वास्तवाशी नाते ठेवून करण्याचा प्रयत्न केला आहे. या विभूती दैवी किंवा ईश्वरी असल्या तरी त्यांचा तो (ईश्वरत्वापर्यंतचा) प्रवास अनेक अडचणींना सामोरे जात झाला आहे, अशी लेखकाची भूमिका आहे.'' (*ख्रिस्त, बुद्ध आणि श्रीकृष्ण*, प्रस्तावना, पृ. ७) कोणतेही विधान निराधार नसावे याची लेखकाने दक्षता घेतली आहे. क्वचित कोठे तर्क वा अनुमान यांचा आश्रय घेतला आहे. (*ख्रिस्त, बुद्ध आणि श्रीकृष्ण*, प्रस्तावना, पृ. ५-९)

ख्रिस्ताच्या ऐतिहासिक चरित्रांच्या संशोधनाचा आढावा घेताना त्यामध्ये सॅम्युअल रायमारस, डेव्हिड फ्रेडरिक स्ट्रॉस यांनी लिहिलेली ख्रिस्त चरित्रे करंदीकरांनी प्रमाण मानली. मार्क, ल्यूक आणि मॅथ्यू यांच्या गॉस्पेलसमधील इतिहासाच्या कसोट्यांवरून हाताला लागणाऱ्या कथांमधून ख्रिस्ताची धार्मिक शिकवणूक समजून घेता येते हा स्ट्रॉसचा दृष्टिकोन करंदीकरांनी ग्राह्य मानलेला दिसून येतो. या चिकित्सेमुळे स्ट्रॉस आणि ख्रिस्ताला मानव म्हणणारा रेनेन तसेच अल्बर्ट श्वाईटझर यांची ख्रिस्त चरित्रेही करंदीकरांनी विशेष शोधकतेने पाहिलेली आहेत. *दि जीझस सेमिनार* याद्वारे ख्रिस्ताचे ऐतिहासिक चरित्र संशोधनाचा जो पद्धतशीर प्रयत्न झाला त्यामध्ये सत्तर-पंचाहत्तर संशोधकांनी एकत्र येऊन ख्रिस्तविषयक कथांमधील कोणत्या सत्यकथा आणि कोणत्या दंतकथा याचा निर्णय केला त्यावर आधारित अैलन पौवेलचे पुस्तक १९९८ साली प्रसिद्ध झाले. (*ख्रिस्त, बुद्ध आणि श्रीकृष्ण*, पृष्ठे १२-१६) या सर्व संशोधनावर करंदीकर त्यांच्या ख्रिस्त चरित्राची उभारणी करतात.

काही त्रुटी, प्रश्न आणि तथ्ये

मोझेसला मिळालेल्या दहा आदेशांमध्ये करंदीकरांना 'सुस्पष्ट आंतरविरोध दिसतो'. निराकार असलेला योहोवा आज्ञा कसा देतो? हा करंदीकरांचा प्रश्न आहे किंवा निवाड्याच्या दिवशी तो कोणत्या रूपात उपस्थित असणार याचेही उत्तर मिळत नाही, अशी करंदीकर नोंद करतात. (पृ. २१)

ख्रिस्ताच्या उपदेशाचे मर्म त्याच्या निकटवर्ती शिष्यांनाही कळले नाही असे आढळून येते असे मत करंदीकर नोंदवितात. (*ख्रिस्त, बुद्ध आणि श्रीकृष्ण,* पृ. ८८)

ख्रिस्ताच्या शिकवणुकीत तत्त्वज्ञानाला फारसा अवसर नाही. (*ख्रिस्त, बुद्ध आणि श्रीकृष्ण,* पृ. ८७) तत्त्वज्ञान पातळीवरून विचार केला तर हे सार फार प्राथमिक स्वरूपाचे आहे आणि बुद्धीचा निकष लावला तरी हे टिकू शकणार नाही. (*ख्रिस्त, बुद्ध आणि श्रीकृष्ण,* पृ. ९६) असे करंदीकर स्पष्ट करतात.

ख्रिस्ताच्या वयाच्या तेराव्या (१३ ते ३०) वर्षी तो भारतात आला आणि क्रुसावरून उतरवला गेल्यावरही तो पुन्हा भारतात आला असा फेबर-कैसर यांच्या पुस्तकात निर्देश आहे व स्वामी अभेदानंद (स्वामी विवेकानंदांचे गुरुबंधू) यांनी हिमस (तिबेटमधील) येथील मठात मिळालेल्या जिझसच्या ग्रंथाचे भाषांतर करून वरील मतास पुष्टी दिली आहे आणि हाच उल्लेख लोकमान्य टिळकांनी *गीतारहस्य* या ग्रंथात केलेला आहे. (पृ. ५८३) हे सर्व सविस्तर मांडूनही करंदीकरांना वैदिक धर्मविचारात आणि ख्रिस्तविचारात ''फार मोठे व न तुटणारे अंतर'' जाणवते. तत्त्वविचाराप्रमाणे मानवाचे मूलभूत पाप व त्यासाठी ख्रिस्ताने केलेले बलिदान आणि वैदिक तत्त्वज्ञानानुसार मानवाचे मूलत: ईश्वरस्वरूप असणे, या तत्त्वज्ञानातील अंतराचा विचार करून करंदीकर ख्रिस्त भारतात राहिला होता ही कल्पना मान्य करीत नाहीत. (पृ. ५१)

इतिहासाच्या निकषावर चरित्रातील घटना आणि मानव्याच्या निकषावर व्यक्तिमत्त्व विकास अशा पायावर करंदीकरांनी जीझस ख्राईस्टचे चरित्र विविध परिमाणे वापरून सिद्ध केल्याचे जाणवते.

बुद्धचरित्र

बुद्धजन्माच्या संदर्भातील अनेक दंतकथा टाळून करंदीकर तिबेटमधील *विनय* ग्रंथाचा दाखला ग्राह्य मानतात. (*ख्रिस्त, बुद्ध आणि श्रीकृष्ण,* पृ. १६१)

ललितविस्तार या ग्रंथामध्ये असलेले सिद्धार्थ हे नाव इतिहासात स्वीकारले गेलेले दिसते. आधुनिक संशोधक डॉ. धर्मानंद कोसंबी, डॉ. आ. ह. साळुंखे यांनी सिद्धार्थाच्या गृहत्यागासाठी दिलेले कारण करंदीकरांना सयुक्तिक वाटते.

शाक्य आणि कोलिय अशी गणराज्ये निकट होती. त्यांच्यामध्ये नदीच्या पाण्यावरून नेहमी वाद होत आणि युद्धे होत असत. या सर्वांचा सिद्धार्थला उबग आला असावा. क्षुल्लक कारणावरून माणसे एकमेकांच्या जिवावर उठतात ही गोष्ट सिद्धार्थला भयावह वाटली व

त्याकारणाने माणसांच्या जीवनात दु:ख निर्माण होते असे त्याच्या गृहत्यागाचे कारण करंदीकर मान्य करतात व सिद्धार्थने हा निर्णय आई, वडील, पत्नी यांना पूर्वकल्पना देऊन घेतला होता असा विचार करंदीकरांना सयुक्तिक वाटतो. (*ख्रिस्त, बुद्ध आणि श्रीकृष्ण,* पृ. १७०)

बुद्धाची तपश्चर्या, चिंतन आणि ज्ञानप्राप्ती याबद्दल करंदीकर निवेदन करतात व बुद्धाच्या तत्त्वविचाराची व तत्त्वमांडणीच्या शैलीची सविस्तर चर्चा करतात. वैदिक तत्त्वज्ञानातील ज्या गोष्टी बुद्धाने स्वीकारल्या त्यांची ते नोंद करतात. (उदाहरणार्थ, *वैदिक तत्त्वज्ञानातील पुनर्जन्म व कर्मसिद्धान्त,* पृ. १८६) बुद्धाचे वैशिष्ट्य म्हणजे त्याला लाभलेली, स्फुरलेली लोकशिक्षणाची ऊर्मी. संवादमय भाषेतून बुद्धाचा लोकसंपर्क, लोकअनुग्रह आणि लोकशिक्षण करंदीकर प्रस्तुत ग्रंथात स्वभावविश्लेषणासह प्रकट करतात.

बुद्धाची चार आर्यसत्ये, दु:ख दूर करण्याचे अष्टविध मार्ग त्याचा आग्रही अनात्मवाद ही मांडणी बुद्धचरित्रात येते.

श्रीकृष्ण

श्रीकृष्णाचे चरित्र भागवत आणि महाभारत या दोहोंमधून उलगडते पण करंदीकर म्हणतात, ''भागवताची रचना अगदी अलीकडच्या काळातील म्हणजे नवव्या दहाव्या शतकातील आहे. महाभारतात श्रीकृष्णाच्या चरित्रातील महत्त्वाच्या घटनांचा उल्लेख येतो. महाभारत हेदेखील एक महाकाव्य, तेव्हा त्यातही काव्यात्मक वर्णनशैलीचा आश्रय केलेला आहे. पण तरीदेखील त्यामागे लपलेले वास्तव हेरणे शक्य होते.'' (*ख्रिस्त, बुद्ध आणि श्रीकृष्ण,* पृ. ३२८)

श्रीकृष्णाच्या बाललीला, मथुरेत आगमन, कंस-जरासंधाशी युद्ध, कालयवनाचा अंत, रुक्मिणी-द्रौपदी स्वयंवर, नरकासुर वध, श्रीकृष्ण-पांडव भेट, द्यूत आणि शिष्टाई, शिशुपालवध, पांडव वनवासात रणांगणावरील भगवद्‌गीता, एक ईश्वरी अवतार म्हणून श्रीकृष्ण अशा अंगांनी करंदीकरांनी श्रीकृष्ण चरित्राचा संपूर्ण पट वाचकांसमोर ठेवला आहे. त्यातील प्रमुख विस्ताराचा भाग अर्थातच भगवद्‌गीतेतील श्रीकृष्णाचे तत्त्वज्ञान हा आहे.

कर्मयोग, बुद्धियोग, ज्ञान, अज्ञानी भक्त, ज्ञानी भक्त, ब्रह्मनिर्वाण, ब्रह्मकर्मसमाधी, पुरुष आणि प्रकृती, योगाचे अनेक अर्थ, दु:खसंयोगवियोगरूप ज्ञानाची संकल्पना आदी विचार करंदीकरांनी नि:संदिग्धतेने स्पष्ट केले आहेत.

आजच्या जीवनाला गीता कशी मार्गदर्शक आहे आणि गीतातील तात्त्विक विचारास सामाजिक परिमाण कसे लाभले आहे, हे चिंतन करंदीकर या चरित्राच्या अंतिम चरणात व्यक्त करतात. स्वामी विवेकानंदांचे वचन उद्धृत करून करंदीकर त्यांच्या मनातील सामाजिक विषमतेबाबत असलेली खंत व्यक्त करतात, ''हिंदू धर्माइतके उदात्त तत्त्वज्ञान जगात कोठे आढळत नाही, आणि आपल्याच समाजातील एका भागाची दारुण उपेक्षा करणारा हिंदू समाजासारखा दुसरा समाज जगात आढळणार नाही.'' (*ख्रिस्त, बुद्ध आणि श्रीकृष्ण,* पृ. ४३८)

श्रीकृष्ण चरित्रात घटनांसोबत युद्धनिपुण, वाक्पटू, चतुर, मुत्सद्दी, राजकारणी, प्रसंगोचित निर्णयक्षमता असणारा, न्यायाची प्रखर जाणीव असणारा असा मानवी श्रीकृष्ण वाचकास दृग्गोचर होतो त्याचबरोबर गीतेचा प्रवक्ता, तत्त्वज्ञानाचा उद्‌गाता श्रीकृष्णही प्रकट होतो.

ऐतिहासिक काळातील ही तीनही चरित्रे उभी करत असताना त्या काळातील राज्यरचना, सांस्कृतिक व राजकीय अवस्था, रूढी-परंपरा, लोकपरिस्थितीची पार्श्वभूमी करंदीकर उभी करतात.

तीन भिन्न धर्मांच्या प्रवर्तकांचे सम्यक चित्र रेखाटताना, त्यांचे विचार व तत्त्वज्ञान मांडतांना करंदीकर विलक्षण तटस्थतेने या तत्त्वचिंतकांकडे पाहतात याचा वाचकांना प्रत्यय येतो. वाचकांचे मन तीनही विचारधारांना अनुकूल करत हे लेखन वाचकमनांपर्यंत पोहचते. त्यांच्या संशोधक दृष्टीमुळे करंदीकर वाचकांना समृद्ध करतात. कोणताही पूर्वग्रह किंवा अढी वाचकांच्या मनात उद्‌भवत नाही हा करंदीकरांच्या लेखनामागील तटस्थतेचा परिणाम वाटतो.

प्रस्तुत चरित्र ग्रंथातील मानव्याच्या आविष्कारामुळे ग्रंथास चैतन्यशीलतेचे परिणाम प्राप्त होते.

प्रस्तुत ग्रंथ करंदीकरांनी वयाच्या नवदाव्या वर्षी लिहिला म्हणजे आयुष्यभर संशोधनात्म वैचारिक लेखनाची धुरा करंदीकरांनी समर्थपणे वाहिली हे हा ग्रंथ दिग्दर्शित करतो. याखेरीज करंदीकरांनी रामकृष्ण संघाच्या शतकभराच्या वाटचालीचाही संशोधनात्मक इतिहास लिहिला आहे. (*रामकृष्ण संघ : एक शतकाची वाटचाल*) तसेच राष्ट्रीय स्वयंसेवक संघाच्या इतिहासाचा धांडोळा घेत प्रथम तीन सरसंघचालकांच्या चरित्राचा वेधही करंदीकरांनी घेतला आहे. (तीन सरसंघचालक)

समारोप

वैदिक तत्त्वज्ञान त्यातही उपनिषदे आणि भगवद्‌गीता यांचा पाया घेऊन करंदीकर ज्ञानेश्वर, वामनपंडित, लोकमान्य टिळक यांच्या अभ्यासातून अभिव्यक्त झाले. विवेकानंदांच्या चरित्र ग्रंथामधून प्रकट झाले. शंकर, मध्व, रामानुज, वल्लभ, केशवकश्मिरी आदी आचार्यांच्या गीताटीका त्यांनी अभ्यासल्या आणि त्यामुळे त्यांच्या विचाराला तौलनिक अन्वेषणाचा विस्तारित परीघ मिळाला. तर्कनिष्ठ विचारपद्धती, तुलनात्मक विवेचनशैली, चपखल आणि लक्ष्यवेधी शब्दसामग्री यांमधून त्यांचे विचार प्रकट होत गेले. विषयाचा ध्यास घेणे हा त्यांचा स्वभाव होता. सूक्ष्म दृष्टी, सतर्कता, तटस्थता आणि कार्यशिस्त हे संशोधकाला आवश्यक असलेले गुण त्यांच्या व्यक्तिमत्त्वाचे अभिन्न घटक होते. अभिनिवेश आणि पूर्वग्रहशून्यता तसेच परमत सहिष्णुता आणि सहृदयतेसह नम्रता हे गुण करंदीकरांना संशोधन क्षेत्रातील एक महत्त्वाचा मानकरी ठरवितात.

भाषा आणि वाङ्मयाच्या ऐतिहासिकतेचा शोध

डॉ. गंगाधर बळवंत ग्रामोपाध्ये

(१९७९-२००२)

जयश्री पाटणकर

गंगाधर बळवंत ग्रामोपाध्ये (११ डिसेंबर १९७९ ते १८ ऑक्टोबर २००२) यांची नोंद एक संशोधक, समीक्षक, प्राचीन वाङ्मयाचे अभ्यासक, भाषेचे विचिकित्सक व कवी म्हणून मराठी वाङ्मयेतिहासाला जरूर करावी लागेल. एक प्राध्यापक वक्ता असेलच असे नाही, एक वक्ता लेखक असेलच असे नाही, एक लेखक समीक्षक-संशोधक असेलच असे नाही; पण ग्रामोपाध्ये यांच्या बाबतीत हे सारे खरे आहे, कसे ते आपण पाहू.

संशोधनाचे क्षेत्र व संशोध्य-सार

पेशवे दप्तरातील मराठी भाषेचे स्वरूप (१९४१) या त्यांच्या प्रबंध-पुस्तकाने भाषा व व्याकरणाचे संशोधक म्हणून त्यांचे नाव कोरले गेले. पण त्यांची संशोधन-समीक्षा पीएच. डी. पुरतीच सीमित राहिली नाही. १९३९ ते १९८६ या कालखंडात त्यांनी लेखन केले. त्यांच्या लेखनाचा परीघ पुढीलप्रमाणे सांगता येईल.

अ) काव्य व काव्याची विचिकित्सा

आ) भाषेची चिकित्सा व व्याकरण

इ) वाङ्मयविचार

ई) प्राचीन व मध्ययुगीन मराठी वाङ्मय

ग्रामोपाध्ये यांनी काव्याचे रसग्राहक म्हणून लेखनाला प्रारंभ केला; पण कवी ('निळावंती'चे कवी) म्हणून त्यांचे नाव कोणी घेत नाही. त्यांची विशेष नोंद होते ती मराठीचे कालिक व्याकरण लिहिणारे भाषाभ्यासक, वाङ्मयविमर्शक व प्राचीन वाङ्मयाचे अभ्यासक म्हणून. या सर्व लेखनाची पुढे तपशीलवार तपासणी करूया.

अ) काव्य व काव्याची विचिकित्सा

निळावंती (काव्यसंग्रह), *मराठी आख्यानक कविता* (स्वतंत्र व संपादित दोन्ही), प्रस्तावना (आर्द्रा–द. दि. भावे यांच्या काव्याला लिहिलेली) व काही काव्यावरील परीक्षणे, टीकालेख यांच्या आधारे त्यांच्या काव्यचिकित्सेचा परामर्श घेऊया.

निळावंती[१] (१९५४) हा त्यांचा २४ कवितांचा काव्यसंग्रह. हे काव्य वाचल्यावर मात्र गंगाधरपंत एक चांगले कवी होते असे मात्र म्हणता येत नाही. अंतरीचे प्रेम, शाश्वत मूल्ये,

आत्मीयता, आध्यात्मिकता इत्यादी मूल्यांविषयी त्यांना आस्था आहे, पण कवीला उत्कटतेने जे जाणवावे लागते, काटे बोचावे लागतात, तसे येथे घडल्याचे जाणवत नाही. निळ्या रंगाचे त्यांना आकर्षण आहे. पण हा निळा रंग ते आकाश, पंख, भिंत, पट, वादळ, माया, डोळे इत्यादींना लावतात. तेथे तो समर्पक वाटत नाही. यमक-अनुप्रासांचे त्यांना आकर्षण आहे. पण त्यांचा वापर येथे ओढूनताणून झाल्याचा दिसतो. 'लोहयुगाचे-लोहवर्तन'[२], 'सहज उगवीत-उगीच सहज', 'जाई उसवीत-जाई उस्कटीत'[३], 'रम्य रंगावली-रम्य चित्रावली', 'रंगली संध्या रंगावलीत'[४] इत्यादी शब्दातील अक्षरे वाजवीपेक्षा जास्त अंतर राखून लिहिणे, ('चां द णी चां द णी ... ठि प क्या म धू न'[५]), 'फाटके अंबर'[६], 'उंची सिगारेट'[७], 'आकाशपक्षी'[८] अशी नवकाव्याचे अनुकरण दर्शविणारी प्रतीके, मुक्तछंदात्मक काव्यलेखन असे साधारण या काव्याचे स्वरूप आहे. यामुळेच मराठी कवितेत 'निळावंती'चा काही ठसा उमटला नाही.

संतकाव्यसमालोचन : भाग-१ (१९३९) या ग्रंथात ज्ञानेश्वर प्रभावळीतील आठ संतांची अल्पचरित्रे सांगितली आहेत. संतांच्या नावे सांगितले जाणारे चमत्कार व लोकश्रद्धा यामागील विज्ञान-वास्तव उलगडून दाखविले आहे. एक प्रकारे ती संतकाव्याची/भावकाव्याची रसग्रहणेच आहेत. चमत्कारामागील, रूपकांमागील वैज्ञानिक दृष्टी त्यांनी विशद केली. उदाहरणार्थ, 'गोरा कुंभार'वरील लेखात चिखल तुडवीत असताना स्वत:चेच मूल तुडवले गेले तेव्हा रागावलेल्या पत्नीने वंश बुडू नये म्हणून धाकट्या बहिणीचे गोरोबांशी लग्न लावून दिले. रामीने (दुसरी पत्नी) युक्ती योजून रात्री दोन्हींच्या छातीवर गोरोबांचे हात ठेविले. जागे झाल्यावर गोरोबांना स्वत:चीच लाज वाटली. त्यांनी विठोबाची आण मोडणाऱ्या दोन्ही हातांना छाटून टाकले. पण पांडुरंगाचे भजन मात्र थांबले नाही. गोरोबांचे हात तोडणे म्हणजे विटाळलेले हात विठ्ठलाच्या भजनाला वर्ज्य करणे. त्यांना आपला संपूर्ण देह विठ्ठलाच्या कारणी लावता न येण्याचे दु:ख होते. नामदेवांच्या कीर्तनात जेव्हा टाळीचा गजर होऊ लागला तेव्हा साऱ्या संतांनी टाळ्या वाजविल्या. पण गोरोबांच्या डोळ्यांतून फक्त अश्रुधाराच येऊ लागल्या. हे पाहून नामदेवांनी त्यांना 'हात वर' करण्याची आज्ञा केली. गोरोबांनीही या प्रसंगाचे वर्णन 'गोरा थोट वरती करी । हस्त फुटले वरचे वरी' असे केले. ग्रामोपाध्ये यांचे हे विवेचन त्यांचा 'वेगळेपणा' दाखविते.

असे हे आठ लेख निव्वळ चरित्रे किंवा इतिहास नाही, तर ती काव्यविषयक विचिकित्सा आहे. उदाहरणार्थ, जनाबाईंचे चोरीचा आळ आल्यावरचे 'अभंगा'तील ताडन पहा.[१०] 'अरे विठ्या अरे विठ्या, मूळ मायेच्या कारट्या । तुझी रांड रंडकी झाली । जन्मसावित्री चुडा ल्याली । तुझे गेले मढे । तुला पाहुनि काळ रडे । उभी राहुनि अंगणी । शिव्या देती दासी जनी' या अभंगाबद्दल ग्रामोपाध्ये म्हणतात, 'तुझे मढे गेले' असे म्हणत अंगणात उभी राहून जनी शिव्या देऊ लागली. म्हणजे तिचा पांडुरंग कृष्णावतारात, गोकुळात शिव्या देणाऱ्या गोपींसमोर जसा हसत हसत उभा राही, तसाच येथे हसत सुटला असला पाहिजे. जनाईचा देवाला 'विठ्ठल' याच नावाने संबोधण्याचा हट्ट नव्हता. तुकारामांप्रमाणे ती त्याला कोणत्याही नावाने बाही.[११]

असे हे टीकालेख चरित्रात्मक समीक्षापद्धतीने विवेचिलेले दिसतात. प्रथम काही चरित्रविषयक अल्पमाहिती, तत्कालीन स्थिती, संतांची आध्यात्मिक साधना व त्याचे त्यांना मिळालेले फळ (विशेषत: अद्वैत दृष्टी) या पद्धतीने विवेचन होते. यात पाश्चात्त्यांच्या (वर्ड्स्वर्थ–'They flash upon the inwardeye which is the bliss of solitude.' (पृ. २२०), 'Man is the product of his circumstances.' (पृ. २२१), वासुदेव पटवर्धन, 'In the field of lyric.' (पृ. २१५) समीक्षादृष्टीचाही समवाय केला आहे. मात्र त्या त्या पाठांची शुद्धता फारच मर्यादित साधनांच्या साहाय्याने तपासली आहे. निवडलेले अभंग मात्र रसग्राही पद्धतीने विवेचिले आहेत. 'समीक्षण'सारख्या नवव्या लेखात ज्यात 'उपसंहार' मांडला आहे, तो असमाधानकारक उमटला आहे. यात मागील अभ्यासाचा सारांश, अभ्यासाची नवी वा पुढील दिशा योग्य प्रकारे प्रगट करता आलेली दिसत नाही. मात्र यातील काही विधाने स्वतंत्रपणे विचार करण्याच्या योग्यतेची आहेत. उदाहरणार्थ, 'धर्मांतराकडे झुकू लागलेल्या समाजाला ज्ञानदेवांनी बालबोध मराठीत ग्रंथ लिहून परत फिरविले.'[१२] 'नामदेवाला ज्ञानदेवांनी वारकरी पंथांचा नेता केले कारण नवीन धार्मिक पुनर्घटनेत ब्राह्मणच जर पुढे झाले असते तर कदाचित इतरेजन पुन्हा बिचकले असते.' (पृ. २०८); 'लोकानुरंजन करणे हा संतकवींच्या कवितेचा कधीच हेतू नव्हता.', 'संतांच्या आत्मनिवेदनपर काव्याने श्रेष्ठ दर्जाचे भावकाव्य मराठीत पहिल्यांदाच उतरले' (पृ. २१४), 'संतांचे काव्य वाचताना त्यांच्या संतपणाला दूर सारून त्यातील काव्यरस चाखला म्हणजे झाले.' (पृ. २१६). यावरून असे म्हणता येईल की, ग्रामोपाध्यांनी संतकवितेकडे आधुनिक काव्यदृष्टीने पाहायला शिकविले.

मराठी आख्यान-कविता : एक अभ्यास[१३] या पुस्तकात एखाद्या साहित्यप्रकाराचा अभ्यास कसा करावा याचा वस्तुपाठ मिळतो. प्रथम व्याख्या, स्वरूप, आकृतिबंध, त्याचा इतिहास, त्याने घेतलेली वळणे (उगम, स्थिती, गती, लय), कवींचे त्या त्या काव्यप्रकारातील योगदान सांगितले आहे. आध्यात्मिकता व कथात्मकता या दोन निकषांत बसणाऱ्याच निवडक कलाकृतींचा आढावा येथे घेतला आहे. म्हणूनच हा एका वाङ्मयप्रकाराचा इतिहास नाही तर गाळीव इतिहास आहे. या आढाव्यात ग्रामोपाध्ये यांची कलावादी दृष्टीच समोर येते. उदाहरणार्थ, 'समीक्षकाजवळ एकाच वेळी इतिहासाचा व वर्तमानाचा शोधबोध घेण्याची दृष्टी हवी.', 'वाचकवर्गानुसार (प्राकृत जन / आर्त / मुमुक्षु / विदग्ध जन (नागरक) काव्याचे स्वरूप बदलते', 'एकनाथांच्या आख्यान कवितेत आध्यात्मिकतेमुळे रसवत्ता गोठून गेली आहे', 'मोरोपंतात जसे ठळक दोष नाहीत तसे फार वरच्या दर्जाचे काव्यगुणही नाहीत', 'किर्लोस्करांच्या *सौभद्रा*त मूळ सुभद्राहरण कथेला जे अर्वाचीन कौटुंबिक जिव्हाळ्याचे रूप आले, त्याचे मूळ निरंजनमाधवांच्या *सुभद्राचंपू*त आहे.'

तेव्हा विस्मृतीत गेलेल्या एका काव्यप्रकाराचे आधुनिक दृष्टीने रसग्रहण करून तो समकालीन वाचकांना उपलब्ध करून दिला. इतकेच नव्हे तर व. दि. कुलकर्णी, शंकर वैद्य यांच्या साहाय्याने निवडक १५ कवींच्या १५ आख्यानकविता संपादित केल्या.[१४] (१९७९) विद्यार्थीवर्गात या काव्यप्रकाराविषयी गोडी निर्माण केली.

याशिवाय 'वाङ्मयीन मूल्ये आणि जीवनमूल्ये', 'वाङ्मयविचार' यात जुन्या-नव्या कवींवर, त्यांच्या कवितेवर लेख, परीक्षणे आहेत. एकूणच कविता म्हणजे 'भावकविता' हेच कवितेचे खरे रूप होय, असे त्यांना वाटे.

आ) भाषेची चिकित्सा व व्याकरण

पेशवे दप्तरातील मराठी भाषेचे स्वरूप (१९४१), *भाषाविचार व मराठी भाषा* (१९६४) या पुस्तकांच्या आधारे त्यांच्या भाषाभ्यासाचे स्वरूप पाहू.

ध्वनी किंवा वर्ण, शब्द, विकारदर्शक प्रत्यय व वाक्य मिळून भाषा बनते. याचा अर्थ केवळ साध्या व विपक्षितार्थरहित अशा नादलहरींपासून संपूर्ण व अर्थपूर्ण अशा वाक्यरचनेपर्यंत चढत जाणाऱ्या आकृतिबंधाच्या श्रेणी व या साऱ्यांची मिळून तयार झालेली एकजीव (organic) संघटना म्हणजे भाषा.[१५] ग्रामोपाध्ये यांचे हे विधान आधुनिक वर्णनात्मक भाषाविज्ञानातील परिभाषेसारखेच आहे. दुसऱ्या बाजूला भाषेचे बाह्य रूप व आशय यांतील परस्परसंबंधांचा विचार भर्तृहरीच्या स्फोटतत्त्वाशी कसा आहे, हे ते दाखवतात. ते म्हणतात, ''स्फोटवाद्यांनी या प्रकारे वाणीची बारीक तपासणी करून तिच्या बाह्य, स्थूल व इंद्रियगोचर स्वरूपापासून ते सूक्ष्मातिसूक्ष्म अशा बिंदुरूपापर्यंत ज्या निरनिराळ्या पातळ्या सांगितल्या आहेत, त्यातील प्रत्येक पातळी इतर पातळ्यांशी जशी एकजीवपणे संबद्ध आहे, तशी ती विशिष्ट स्वरूपाच्या आकृतिबंधांनी युक्त अशीही आहे.''[१६] यातून भाषेचा वर्णनात्मक अभ्यास करणाऱ्या भाषावैज्ञानिक दृष्टीची गं. बं.ना जाणीव आहे, असे दिसते. तसेच आवश्यक तेथे पौर्वात्य व पाश्चात्त्य मतांचा एकत्रित विचार करायलाही हरकत नाही, असा त्यांचा खुला दृष्टिकोन आहे.

गं. बं.च्या इतिहासप्रेमामुळे भाषेचा, मराठी भाषेचा इतिहास जाणून घेण्याचा त्यांनी प्रयत्न केला. हे तपासताना भाषेत झालेली स्थित्यंतरे / अवस्थांतरे (दोनदा) त्यांनी होर्न्ले, स्टेन कौर्नो, ग्रियर्सन, सु. कु. चतर्जी, वा. वि. मिराशी, चि. वि. वैद्य, वि. का. राजवाडे, ह. श्री. सांकलिया, धर्मानंद कोसंबी, रा. गो. भांडारकर, व्ही. रंगाचार्य, रामप्रसाद चंदा यांच्या मतांच्या आधारे सांगितली. भारतात आर्य आले ते टोळ्याटोळ्यांनी. ते इराणमार्गे आले व येथील स्थानिक आर्येतरांशी त्यांचा संघर्ष झाला. यामुळे आर्येतर पूर्व व दक्षिणेकडे पसरले व आर्यांनी गंगा-यमुनेच्या दुआबात वस्ती केली. अशा या संघर्ष व समन्वयातून प्राकृत व प्राकृतातून अपभ्रंश भाषा (मागधी, शौरसेनी, महाराष्ट्री प्राकृत) जन्मल्या. हा स्थूलपणे मान्य झालेला विचारच गं. बं.नी अनेक मतांचा आदर करून निगमनात्मक पद्धतीने मांडला. हे पहिले स्थित्यंतर होते. (इ. स. पूर्व १५००च्या सुमारास). दुसरे, आर्यपूर्व महाराष्ट्रात प्रथम निग्रिटो व नंतर आस्ट्रिक व द्रविड आले. हे सर्व द्रविड वंशियात भाषिक व सांस्कृतिकदृष्ट्या मिसळून गेले. रट्टांच्या आगमनानंतर पुन्हा एकदा प्रभावी संस्कृतीच्या व राजकीय वर्चस्वाच्या लाटेखाली ते दबले व रट्टांच्या आर्यसंस्कृतीमुळे त्यांच्या आर्यीकरणास प्रारंभ झाला. (पहिले स्थित्यंतर भारताच्या उत्तर व मध्यभागातील होते व दुसरे त्या वेळच्या महाराष्ट्रात (अश्मक, अपरांतक व विदर्भ, कुंतल या घटक राज्यांतील) घडून आलेले होते.) पहिल्या स्थित्यंतरातून

प्राकृत भाषा जन्माला आल्या व दुसऱ्या स्थित्यंतरातून प्राकृतातून महाराष्ट्री अपभ्रंश इत्यादी (शौरसेनी अपभ्रंश, मागधी अपभ्रंश इत्यादी) भाषा जन्माला आल्या. ही स्थित्यंतरे जशी राजकीय कारणांनी घडली. तशी ती अशोकाच्या बौद्ध धर्माच्या व पाली भाषेच्या वापरामुळे सांस्कृतिक कारणांनीही झाली.

या अभ्यासातून ग्रामोपाध्ये यांनी भाषाबदलाविषयी जे दोन नियम सांगितले ते महत्त्वाचे ठरतात. १) दोन भिन्न मानववंशाच्या, भिन्न संस्कृतीच्या आणि भिन्न भाषा बोलणाऱ्या समाजाचे जेव्हा संमिश्रीकरण होते तेव्हा भाषा बदलते. (उदाहरणार्थ, संस्कृत – प्राकृत – अपभ्रंश – महाराष्ट्री – महाराष्ट्री अपभ्रंश – मराठी).[१७] २) भाषा नव्याने बोलणाऱ्यांचा शब्दोच्चार करतानाचा आळस, विशिष्ट उच्चार करण्याची शारीरिक ठेवण, ठेवणीतील असमर्थता, तसेच मूळ शब्द किंवा धातू यांना लागणाऱ्या प्रत्ययासंबंधीचे अज्ञान.[१८] ग्रामोपाध्ये यांचे हे योगदान भाषाविचारात महत्त्वाचे मानले गेले. ग्रामोपाध्यांपुढील सर्व अभ्यासकांनी र. रा. गोसावी, सु. का. वैद्य, मु. श्री. कानडे, मिलिंद मालशे, प्र. न. जोशी यांनी याच मताची री ओढली.

दुसरे असे की, होर्न्ले यांचा आंर्तबर्हिवर्तुळ सिद्धान्त त्यांना फारसा पटलेला नव्हता. पण त्यांनी तसा स्पष्ट विरोध केला नाही. थोडेफार मतभेद सु. कु. चतर्जीप्रमाणे नोंदवले. पण यासंबंधी त्यांनी जर अधिक पुरावे मिळवले असते तर एक पाश्चात्त्यांशी प्रतिवाद करणारा एक खंबीर मराठी अभ्यासक भाषाभ्यासेतिहासाला लाभला असता. असो.

मराठी ही संस्कृत, प्राकृत, अपभ्रंशापेक्षा वेगळी भाषा आहे, कशी ते त्यांनी 'मराठी भाषेचे विशेष'[१९] सांगून नमूद केले. १) अपभ्रंशातील प्रत्ययांना काटछाट देऊन ती सोपी करणे. २) संस्कृताबरहुकूम मराठी तत्सम शब्दांचा उच्चार करणे व संस्कृत वळणाची नवी रूपे बनविणे. ३) प्राकृतात लोपलेले ऋ, ॠ, ऌ, ऐ, औ व विसर्ग पुन्हा (मराठीत) वापरात आणणे. ४) श, ष, स या तिहींचा स्वतंत्र उच्चार करणे. ५) षष्ठीसाठी 'च' हा विशेषणात्मक नवा प्रत्यय आणणे व स्य चा स हा चतुर्थीसाठी स्वीकारणे. ६) प्रत्ययांचे कार्य शब्दयोगी अव्ययांनी करणे. ७) विभक्तीप्रत्यय व शब्दयोगी लागण्यापूर्वी प्रतिपादिकांचे सामान्यरूप होणे व प्रतिपादिकाच्या लिंगानुसार व अन्त्यानुसार बदलणे. ८) नामविभक्तींची रूपसंपत्ती प्रत्ययी व सामासिक अशा दोन्ही प्रकारे वाढवणे. ९) रीतिभूतकाळाची नवी वाक्यरचना करणे. १०) क्रियापदिक वाक्यरचनेऐवजी कर्त्याच्या लिंगभेदाप्रमाणे क्रियापदही बदलणे अशा नामिक वाक्यरचना प्रचारात आणणे. ११) संस्कृतप्रमाणेच प्रत्यय न घेता अन्य भाषांतूनही नवे प्रत्यय घेऊन नवीन पद्धतीने भाषेची प्रत्ययी संघटना करणे. १२) वर्तमान, भूत व संकेतार्थ यांची रूपे कृदन्ताच्या साहाय्याने नवीन बनविणे.

अशा प्रकारे मराठीचे वेगळेपण या व्याकरणविशेषांनी नमूद करण्याची महत्त्वाची कामगिरी ग्रामोपाध्यांनी केली आहे.

ग्रामोपाध्ये यांनी काही समकालीन भाषिक प्रश्नांकडेही लक्ष वेधले. उदाहरणार्थ, १) उच्चार आणि लेखन. एक गतिरूप तर दुसरे स्थितिरूप. यांतील अंतर मिटविणे तसे

कठीणच. पण लेखन कशासाठी करावयाचे हे समजून घेतले की हा प्रश्न काहीसा सुटेल. ते म्हणतात, ‘‘लेखन हे समकालीनांसाठी नसते, तर तदनंतरच्या काळातील लोकांसाठी असते. तसेच जे लिहावयाचे ते अनेक लोकांना कळावे व अधिक काळ टिकावे हा जसा त्यामागे एक हेतू असतो, तसेच त्यातून काही तात्त्विक गोष्टी स्पष्ट करता याव्यात. शास्त्रीय विचार मांडता यावेत, तर्कशुद्ध नि काटेकोर विवेचन करता यावे इत्यादी अनेक हेतू असतात. दोहोंचे हे भिन्न हेतूच त्यांच्या वेगळेपणाला व बोल भाषेपेक्षा लेखन भाषेला शिष्टमान्यता देण्याचे कारण असते.’’ ‘‘अशुद्ध (हाही एक प्रश्नच) म्हणजे अजून शिष्टमान्य न झालेले म्हणजे केवळ बोलीतच वापरले जाणारे व म्हणून ग्रंथगत न झालेले, व्याकरणमान्यता न मिळालेले रूप होय.’’[२०]

या छोट्या-मोठ्या भाषालेखांबरोबर ‘पेशवेकालीन भाषेचा विचार’ त्यांनी केला व एका कालाचे व्याकरण मांडले. यासाठी पेशवे दप्तरातील दहा हजार पत्रांचा अभ्यास केला. व्याकरण म्हणजे वर्णप्रक्रिया, प्रत्ययप्रक्रिया या मताबरोबर त्यांनी पाश्चात्त्यांप्रमाणे ‘वाक्यविचार’ही केला. तसेच भाषेतील कालिक, सामाजिक (जात, लिंगविषयक) भेद सांगून भाषेचा सामाजिक अंगाने अभ्यास करण्याची दिशा दाखवून दिली.[२१] ग्रामोपाध्ये यांचा विशेष असा की, त्यांनी (भाग-३ मध्ये) वाक्यपृथक्करण, वाक्याचे प्रकार यांचा पाश्चात्त्य पद्धतीप्रमाणे विचार केला. यामुळे व्याकरण अधिक स्पष्ट तर झालेच पण पेशवेकालीन मराठी भाषेचा बाजही समजला. येथे त्यांची दृष्टी भाषावैज्ञानिकाची दिसते. तसेच भाषेच्या व्याकरणाचा विचार करताना बोलींची व्याकरणेही झाली पाहिजेत. (येथे वऱ्हाडी, कोकणी, नागपुरी इत्यादींची उदाहरणे दिली आहेत.) तसेच ‘स्त्रियांची भाषा’ वेगळी असते म्हणून त्याचाही अभ्यास झाला पाहिजे, ही भूमिका मांडली.

यावरून ग्रामोपाध्ये यांची भाषाचिकित्सा परंपरा व नवतेचा मेळ घालणारी होती. भाषेचे व्याकरण सिद्ध करण्याइतकी खोलीही त्यांच्या विचाराला होती व त्याचबरोबर भाषेकडे पाहण्याची सामाजिक दृष्टीही.

इ) वाङ्मयविचार

वाङ्मयीनमूल्ये आणि जीवनमूल्ये (१९५०) व *वाङ्मयविचार* (१९६८) या दोन पुस्तकांतून ग्रामोपाध्ये यांची कलादृष्टी व समीक्षापद्धती दिसून येते. हे दोन लेखसंग्रह काव्य, कथा, प्राचीन गद्य-पद्य, नव्य-काव्य, पौराणिक नाटक, महाकाव्य, विनोदी वाङ्मय, परीक्षणविचार, तौलनिक अभ्यास, वाङ्मयेतिहास लेखन इत्यादी विषयांना वाहिलेले आहेत. यात गं. बां.नी आठ-नऊ वाङ्मयप्रकारांची लक्षणे सांगून ‘तात्त्विक समीक्षा’ केली. तसेच काही वाङ्मयीन प्रश्न मांडले व उत्तरे दिली. उदाहरणार्थ, १) आज महाकाव्ये का निर्माण होत नाहीत? ते म्हणतात, ‘‘कवींजवळ महान, व्यापक व वस्तुनिष्ठ दृष्टीचा अभाव आहे.’’ २) कथा-कादंबरीत लेखकाच्या ‘मी’ला कितपत स्थान असावे? ते म्हणतात, ‘‘साहित्याच्या लेखनात जर ‘मी’ला (व्यक्तित्वाला) प्राधान्य मिळाले तर त्याच्या लेखनात वैगुण्य येईल.

उलट 'आऽऽ दॅट इज मी' असे वाचकांना प्रतीत झाले तर कलाकृतीला सर्वस्पर्शित्व प्राप्त होईल.'' ३) साहित्य चांगले आणि श्रेष्ठ कसे ठरवावे? ते म्हणतात, ''श्रेष्ठत्वाचे निकष चांगलेपणापेक्षा वेगळे व वरचढ असतात.'' ४) साहित्याचा तौलनिक अभ्यास का व कसा करावा? ''साहित्याचा अभ्यास तौलनिक केल्यास तो व्यापक व वस्तुनिष्ठ होतो, कडवेपणा कमी होतो. तसेच तो केवळ वाङ्मयीन दृष्टिकोनातून केला जावा. तो 'खानेसुमारी' किंवा 'उगमशोध' या स्वरूपाचा असू नये.''[२२] ५) कलेचे मूल्यमापन कसे करावे? गं. बां.ना सामाजिक मूल्यांचा, परिस्थितीचा प्रभाव मान्य आहे पण कलेचे मूल्यमापन जीवनाच्या शाश्वत मूल्यांनीच करावे.

याशिवाय त्यांनी जी विधाने केली आहेत, त्यावरूनही त्यांची वाङ्मयाकडे पाहण्याची कलावादी व उदार दृष्टी दिसून येते. उदाहरणार्थ, १) मराठी कथेचा उगम चक्रधरांच्या 'लीला'त दिसतो. २) चंपूकाव्य या प्रकारातील अग्रणी नाव म्हणजे निरंजन माधव. ३) आधुनिक मराठीतील प्रयोगशील कवी म्हणजे केशवसुत. ४) साहित्याचा अभ्यास एकभाषिक असू नये. ५) वाङ्मयात विनोद असायला हरकत नाही पण त्याला 'दर्जा' मात्र पाहिजे. ६) नवकाव्य हे काव्यापेक्षा गुणात्मक व जात्यात्मकदृष्ट्या वेगळे आहे. म्हणजे ते 'नव्य-काव्य' आहे. ७) आज निपजणारे साहित्य सहृदय वाचकांची भूक भागवू शकत नाही. म्हणून लेखकांनी वाचकांच्या अभिरुचीचे उन्नयन केले पाहिजे. ८) भावकविता भावगीताकडे झुकली आणि प्रचार, प्रयोजन, माध्यमांचे आक्रमण यामुळे वाढली. ९) लोकप्रिय आणि कलात्मक यांची नेहमी सांगड असतेच असे नाही. १०) *विद्याहरणा*तील शुक्राचार्य हा फसलेला नायक आहे.

अशा प्रकारे ग्रामोपाध्ये यांची कलावादी, तात्त्विक, उपयोजित (*विद्याहरणा*तील शुक्राचार्य यात) खंडन-मंडनात्मक व भारतीय व पाश्चात्त्य समीक्षादृष्टीचा एकत्रित विचार करणारी, काळाबरोबर चालणारी समीक्षा दिसून येते.

ई) प्राचीन व मध्ययुगीन मराठी वाङ्मय

मराठी बखर गद्य (संपा. १९५२), *मराठी बखर वाङ्मयाचा पुनर्विचार* (१९७०), *आख्यान-कविता* (आरंभ ते १८१८) संपादन १९७३, *मराठी आख्यानक कविता – एक अभ्यास* (१९७०) व वाङ्मयविचारातील काही लेख पाहता ग्रामोपाध्ये यांना प्राचीन व मध्ययुगीन वाङ्मयाविषयी प्रेम होते. हे प्रेम डोळस होते.

मराठी बखर व *मराठी आख्यानक कविता* या तेरा ते अठराव्या शतकातील गद्य-पद्याच्या संपादनावरून व त्यावर केलेल्या भाष्यावरून त्यांनी प्राचीन काळातील वाङ्मयाकडेही कलावादी दृष्टीनेच पाहिले. त्यात निवडलेले लेखक व उतारे पाहता याची खात्री पटते. (पृ. १२ वर आख्यान कवितेवर विस्ताराने भाष्य केले आहे ते पहावे.)

मराठी बखरींचे १९ उतारे या संग्रहात संपादित केले आहेत. यात निव्वळ बखरींबरोबर भाषिक गद्याचे नमुनेही पाहावयास मिळावेत म्हणून शिलालिखित बखर, नानांचे आत्मचरित्र,

आज्ञापत्र, राजनीति यातीलही उतारेही घेतले आहेत. हे संपादित करताना लेखकांचे बखरकारांचे घटना-प्रसंगातील वर्णनसामर्थ्य, स्वभावरेखाटन, समकालीन परिस्थितीचे दर्शन, बखरकारांचा हेतू, वाचकांवर होणारा परिणाम यांचा विचार केलेला दिसतो. (१९५२ पासून ते बखरींकडे एक वाङ्मयप्रकार म्हणूनच पाहत असल्याचे दिसते. पुढे १९८६ मध्ये पुनर्विचार करताना ते इतिहासाच्या साधनापेक्षा एक वाङ्मयप्रकार म्हणूनच पाहिलेले आहे. हीच भूमिका त्यांनी बखर व आख्यान-कवितेचे संपादन करताना बाळगलेली आहे. तसेच मराठीच्या विद्यार्थ्यांना प्राचीन वाङ्मयाचा परिचय करून देण्याची भूमिका असल्याने प्रस्तावना, संदर्भ, टिपा यांची जोड दिली आहे. 'बखर : एक नवचिंतन', 'बखर' नावाच्या निमित्ताने, 'बखर वाङ्मयाचा पुनर्विचार' या लेखांतून त्यांचा संशोधन ध्यास दिसून येतो. उत्पत्ती, नामकरण, मतमतांतरे, वर्गीकरण व घटकश: विस्तार या पद्धतीने हा विषय त्यांनी निर्विवादपणे मांडला आहे.

संशोधनाची दिशा व पद्धती

गं. बं.नी आपल्या समीक्षालेखनाचा प्रारंभ संतकाव्यावरील आस्वादक टीकेने केला. (१९३९). १९४१त पीएच. डी. पदवीसाठीचे संशोधन 'मराठी भाषेचे कालिक व्याकरण' लिहून केले. हा प्रकल्प अतिशय मोठा असून भाषेविषयीची आस्था, समज, चिकित्सक दृष्टी, गरज व व्याकरणाचे महत्त्व सिद्ध करणाराच ठरला. पुढेही *भाषाविचार आणि मराठी भाषा* (१९६४) या संग्रहातून भाषेचा उगम, मराठीचा उगम, स्वरूप, भाषेतील स्थित्यंतरे, आर्यीकरण, आंतर्बर्हिवर्तुळ सिद्धान्ताचे वास्तव स्पष्ट केले. हे सर्व लेख मूलगामी संशोधनाला वाहिलेले आहेत व त्यांची ऐतिहासिक भाषावैज्ञानिक दृष्टी स्पष्ट करणारे आहेत. दुसऱ्या बाजूला समकालीन वाङ्मयीन प्रश्नांची दखल घेऊन त्याचे खंडन-मंडनही केले. या सर्व समीक्षालेखात त्यांची दृष्टी कलावादी, उदारमतवादीच राहिली. शिवाय आपली समीक्षादृष्टी भारतीय तसेच काही पौर्वात्य समीक्षेवर आधारली. नव्या-जुन्याची स्व व परभाषेची तुलना व चिकित्सा केली. तौलनिक अभ्यासाची गरज स्पष्ट केली.

दुसऱ्या बाजूला संकलन-संपादन करून विद्यार्थ्यांच्या गरजा भागवल्या. (बखर, आख्यान-कविता).

हे सर्व करताना त्यांच्या संशोधन-समीक्षेची पद्धती एकच एक होती असे नाही. कालिकव्याकरण (पेशवेकाल) लिहिताना त्यांनी प्युअर रिसर्च केला. असे करताना मूळ संकल्पनांचा पाया पक्का असावा लागतो. वर्ण/पद आणि पदान्वयाच्या भारतीय व्याकरण परंपरेतील (व मराठी व्याकरणकारांनी घालून दिलेल्या) संकल्पनांचा परिचय करून त्यावर आधारित एककालिक (पेशवेकाल दहा हजार पत्रे) माहिती बसविणे व ती सिद्धान्ताप्रत नेणे (विगमनात्मक) या पद्धतीने हे संशोधन झाले. आजही एखाद्या कालाचे, बोलीचे व्याकरण लिहिताना हीच पद्धती अवलंबिली जाते.

वाङ्मयीन प्रश्न समजून घेताना त्याचा पूर्वकाल, समकाल व त्याची गरज तपासून प्रारंभी प्रश्न मांडणे, एकेका प्रश्नाला फरक वा विरोधी मते मांडणे व समारोपात निष्कर्षाप्रत येणे ही स्थूल पद्धतीच अवलंबिलेली आहे.

विषयानुरूप त्यांची समीक्षापद्धती बदललेली आहे. संत व त्यांचे काव्य, आख्यान-कविता अशा काव्यविषयात त्यांना विशेष रस होता. म्हणून हे लेखन रसाळ झाले आहे.

इतिहास, वाङ्मयेतिहासाचे वाचन, अवलोकन करताना ते आढाव्याचे, समालोचनाचेच होते. व्यापक विषयाला संक्षेपात मांडताना वर्गीकरण, संकल्पना, संक्षेप व गोळाबेरीज विधाने येतात. याच वाटेवरून आजही समीक्षक, संशोधक, समालोचक चालत आहेत. यातच सारे काही आले.

मराठी संशोधन परंपरेतील योगदान

गं. ब. ग्रामोपाध्ये यांचे नाव एक भाषाभ्यासक, समीक्षक, समालोचक व वाङ्मयेतिहासप्रेमी म्हणून साऱ्यांनाच घ्यावे लागेल. ते स्वतः चांगले कवी जरी झाले नाहीत तरी जुन्या-नव्या काव्याचे रसग्राही टीकाकार झाले. समीक्षेत आस्वादक, तात्त्विक, चरित्रात्मक, लेखक समीक्षा, वाङ्मयप्रकाराची समीक्षा व वाङ्मयीन प्रश्नांची दखल घेणारा जाणकार म्हणून त्यांची ओळख आहे. भाषेबद्दल नुसते प्रेम वाटून उपयोग नाही; तिचा सातत्याने अभ्यास केला तरच ती टिकेल, धारदार होईल; सर्व अनुभवांना प्रगट करण्याइतकी सक्षम होईल म्हणून त्यांनी तिचे व्याकरण लिहून भाषेचे स्वतःवरील ऋण फेडले. म्हणूनच भाषा विषयातील त्यांचे काम सैद्धान्तिक स्वरूपाचे गणले जाते. भाषेचा तौलनिक, सामाजिक अंगाने अभ्यास, लेखनधर्म, लेखनशुद्धता या विषयांना स्पर्श करून अभ्यासाची व्याप्ती वाढविली. समीक्षेत एक कलावादी समीक्षक म्हणून त्यांचे योगदान आहे.

संदर्भ

१. *निळावंती* (काव्यसंग्रह), ग्रामोपाध्ये, गं. ब., १९५४, लेखनवाचन भांडार, पुणे.
२. उनि., पृ. ११.
३. उनि., पृ. २४.
४. उनि., पृ. ३५.
५. उनि., पृ. ३५.
६. उनि., पृ. २४.
७. उनि., पृ. १८.
८. उनि., पृ. १४.
९. *संतकाव्यसमालोचन भाग १*, ग्रामोपाध्ये, गं. ब., १९३९, चित्रशाळा प्रकाशन, पुणे.
१०. उनि., पृ. ६४.
११. उनि., पृ. ६४.
१२. उनि., पृ. २.६.
१३. *मराठी आख्यान-कविता*, ग्रामोपाध्ये, गं. ब., १९७०, मौज प्रकाशन, मुंबई.
१४. *आख्यान-कविता*, संपा. ग्रामोपाध्ये, व. दि. कुलकर्णी, शंकर वैद्य, मुंबई विद्यापीठ,

मराठी विभाग, १९७३.
१५. *भाषाविचार आणि मराठी भाषा, ग्रामोपाध्ये,* गं. ब., १९६४, पृ. १६४.
१६. उनि., पृ. १६९.
१७. उनि., पृ. ४५.
१८. उनि., पृ. ४६.
१९. उनि., पृ. १३९.
२०. उनि., पृ. १५८.
२१. *पेशवेदफ्तरातील मराठी भाषेचे स्वरूप,* ग्रामोपाध्ये, गं. ब., १९४१, प्रका. नेर्लेकर, पृष्ठे १५१-५२.
२२. *वाङ्मयविचार,* ग्रामोपाध्ये, गं. ब., १९५८, व्हीनस प्रकाशन, पुणे, पृ. १३९.

संहितानिश्चितीचा अखंड ध्यास

डॉ. म. रा. जोशी

(१९३१)

भारती निरगुडकर

डॉ. म. रा. जोशी यांचे मूळ गाव बुलढाणा जिल्ह्यातील वडनेर-गंगाई होय. त्यांनी मराठी व संस्कृत विषयात एम. ए. पदवी प्राप्त केली आणि अगोदर अकोला येथे व नंतर नागपूर विद्यापीठामध्ये २७ वर्षे मराठी विषयाचे अध्यापन केले. 'नाथसंप्रदाय – तत्त्वज्ञान व त्याचा समकालीन मराठी विचारांवरील प्रभाव' हा त्यांच्या पीएच. डी. प्रबंधाचा विषय होता. अध्यापनाबरोबरच प्राचीन संतसाहित्याचे संशोधन, प्राचीन पोथ्यांचा संग्रह व पाठचिकित्सा व संहिता संपादन याला त्यांनी आपले सगळे आयुष्य वाहून घेतलेले आहे. प्राचीन हस्तलिखितांचा शोध घेण्यासाठी व मूळ हस्तलिखितांच्या अधिकाधिक जवळ जाण्यासाठी त्यांनी केवळ महाराष्ट्रातच नव्हे तर महाराष्ट्राच्या बाहेरही तामीळनाडू, आंध्रप्रदेशपर्यंत असंख्य वेळा भ्रमंती केली आहे. एकाच ग्रंथांच्या शेकडो हस्तलिखितांचा धांडोळा घेऊन, असंख्य पाठभेद शोधून मूळ पाठापर्यंत जाण्याचा अथक, यशस्वी प्रयत्न केलेला आहे. त्याद्वारे प्राचीन मराठी साहित्यातील वादविषयांवर नवा प्रकाश टाकला आहे. महाराष्ट्रातीलच नव्हे तर एकूणच भारतातील विविध पंथ, संप्रदाय यांविषयीच्या अनेक रूढ समजुती, अनुमाने यांना सप्रमाण बाद केले आहे. आणि आज वयाच्या ८७व्या वर्षीही त्यांचे लेखन, संशोधन व भ्रमंती चालू आहे.

डॉ. म. रा. जोशी यांची ग्रंथसंपदा त्यांच्या संशोधनाच्या प्रदीर्घ अनुभवांतून साकारली आहे. *ज्ञानेश्वरी संशोधन : पाटांगण परंपरा – एक अध्ययन* (१९७३) हा त्यांनी ज्ञानेश्वरीसंदर्भात केलेल्या प्रचंड संशोधनावर आधारित ग्रंथांपैकी पहिला ग्रंथ होय. याशिवाय *ज्ञानेश्वर चरित्र संशोधन* (१९७४), *दत्तगुरुंचे दोन अवतार* (१९७३), *मनोहर अंबानगरी* (१९७९), *वाङ्मयीन परंपरा आणि ज्ञानेश्वरकन्या* (१९८१), अ. ना. देशपांडे लिखित *प्राचीन मराठी वाङ्मयाच्या इतिहासा*च्या सात खंडांना लिहिलेल्या पुरवण्या, *समग्र समर्थ साहित्य* (१९९८), *समग्र तुकाराम* (२००७) ही संपादने विष्णुदासनामाकृत *नलोपाख्याना*चे संपादन, *स्मृतिगंध–साहित्य आणि संस्कृती, सिद्धपरंपरा आणि महाराष्ट्रातील संत*ही (सह) संपादने तसेच *मराठी वाङ्मय कोशा*च्या संपादनाची जबाबदारी पार पाडली आहे. नुकतीच त्यांनी *गुरुचरित्रा*ची पाठचिकित्सात्मक प्रत सिद्ध केली असून ती प्रकाशनाच्या मार्गावर आहे. महानुभाव पंथाच्या हस्तलिखितांच्या सूचीचे आजवर कोणीही हाती घेऊन पूर्ण न केलेले अत्यंत मौलिक काम पूर्णत्वास नेले आहे. अमेरिकेहून प्रसिद्ध होणाऱ्या *हिंदुधर्मकोशा*च्या इंग्लिश भाषेत प्रसिद्ध होणाऱ्या १७ खंडांमध्ये

हिंदूधर्म, पंथविषयक ४०० नोंदी लिहिल्या आहेत. याशिवाय गेल्या पन्नास वर्षांत वेळोवेळी 'नवभारत', 'प्रसाद', 'महाराष्ट्र साहित्य पत्रिका', 'प्रज्ञालोक', 'युगवाणी', 'ज्ञानेश्वर' इत्यादी अनेक नियतकालिकांमध्ये जवळ जवळ पाचशे शोधनिबंध प्रकाशित झाले आहेत!

नागपूर विद्यापीठामध्ये कार्यरत असतानाच विदर्भ संशोधन मंडळाच्या वार्षिकाचे, १९७२-७७ या पाच वर्षांच्या काळात त्यांनी संपादनही केले. स्वत:चे लेखन, संशोधन, संपादन करत असतानाच त्यांनी थोड्याथोडक्या नव्हे तर तब्बल २८ विद्यार्थ्यांना पीएच. डी. पदवीसाठी मार्गदर्शन केले. त्यांच्याकडूनही महानुभाव, वारकरी, दत्त संप्रदाय इत्यादी संतांनी निर्मिलेल्या साहित्याचा चिकित्सक अभ्यास, पाठचिकित्सा, विविध प्रांतांतील संतपरंपरांचा विवेचनात्मक अभ्यासच प्रामुख्याने करून घेतलेला आहे. आपल्या विद्यार्थिवर्गालाही संतांच्या हस्तलिखितांचे संशोधन करून, त्यांच्या साहित्याचा अभ्यास करण्याची प्रेरणा देऊन त्यात त्यांनी रुची वाढेल असा प्रयत्न जाणीवपूर्वक व यशस्वीपणे केलेला दिसतो. महाराष्ट्रात मुंबईतील मराठी संशोधन मंडळ, पुण्याचे भारत इतिहास संशोधन मंडळ, धुळ्याचे समर्थ वाग्देवता मंदिर, तंजावरचा सरस्वती महाल, हैद्राबादजवळील एक्केहळ्ळी मठ या आणि अशा अनेक वास्तूंमध्ये हस्तलिखितांचा प्रचंड संग्रह संशोधकांना मदत करण्यास सिद्ध आहे. तसाच म. रा. जोशी यांनी आयुष्यभर कष्टपूर्वक मिळवलेला व जतन केलेला २०-२५ हजार पोथ्यांचा संग्रहही लक्षणीय आहे.

म. रा. जोशी यांना महाराष्ट्रातील जवळ जवळ सर्वच विद्यापीठांनी तसेच बनारस, जबलपूर, उज्जैन, हैद्राबाद या महाराष्ट्राबाहेरील विद्यापीठांनीही पीएच. डी. प्रबंधांच्या परीक्षा मंडळांवर परीक्षक म्हणून नियुक्त केलेले आहे. अनेक विद्यापीठांच्या अभ्यास मंडळांचे ते सदस्य होते, अभ्यागत प्राध्यापकही होते. महाराष्ट्र राज्य हस्तलिखित समितीचे ते सल्लागार होते. त्यांच्या या एकमेवाद्वितीय कार्यासाठी त्यांना अनेक पुरस्कार व सन्मानही प्राप्त झाले आहेत. त्यांच्या विद्यार्थ्यांनी त्यांच्या कार्याचा सन्मान करण्यासाठी त्यांच्यावर गौरव ग्रंथही साकारला आहे.

ज्ञानेश्वरी संशोधन : पाटांगण परंपरा – एक अध्ययन हे त्यांचे पहिले पुस्तक म्हणजे ज्ञानेश्वरीवरील अपार प्रेमाचा व आदराचा साक्षात प्रत्यय आहे. ज्ञानेश्वरीच्या असंख्य हस्तलिखितांचा अभ्यास करून त्यांच्या आधारे हस्तलिखितांची परंपरा शोधून विविध प्रतींमध्ये अधिक उणे काय आहे याची सप्रमाण चिकित्सा करणारे चौदा लेख, टिपा व सूची यांचा अंतर्भाव या पुस्तकात तयार झालेला आहे. ज्येष्ठ संशोधक श्री. ना. बनहट्टी यांची प्रस्तावना या लेखसंग्रहास लाभली आहे. त्यात त्यांनी म्हटले आहे, "जुन्या वाङ्मयाचा पायाशुद्ध चिकित्सक अभ्यास व्हावयाचा तर तो हस्तलिखितांच्या आधाराने व्हावयास पाहिजे हे तथ्य मधुकररावांच्या मनात वज्रलेप झाले आहे असे म्हटले तरी चालेल. त्याच्या अनुरोधाने त्यांनी पोथ्यांचा शोध आरंभिला आणि त्यात इतके कौशल्य संपादिले की म. रा. जोशी म्हणजे पोथ्या, पोथ्या म्हणजे म. रा. जोशी असे समीकरण होऊन बसले. केवळ पोथ्या मिळविण्यातच नव्हे, तर विवेचक दृष्टीने त्यांचे निरीक्षण करणे, संशोधनाला उपयोगी पडणाऱ्या बाबी हेरणे आणि टिपणे यातही त्यांचा हातखंडा आहे." म. रा. जोशी यांच्या संशोधक म्हणून असणाऱ्या

वेगळेपणाविषयी त्यांनी ही मार्मिक दाद दिली आहे. तसेच त्या योगे ज्ञानदेवीच्या पाठपरंपरांच्या उद्‌भवाविषयी आपण यथायोग्य अनुमाने बांधू शकलो म्हणून त्यांचे ऋणही मान्य केले आहे.

मुळात नाथसंप्रदायावर प्रबंधलेखनाचे काम सुरू असताना त्यांनी नाथपंथीयांची मठमंदिरे व त्यांतील हस्तलिखिते मुळातून शोधून काढली व त्यांचा अभ्यास केला. पुढे त्यांना यू.जी.सी.ची संशोधनवृत्ती मिळाली व त्याअंतर्गत त्यांनी पुणे, धुळे, नगर, मराठवाडा, पैठण इत्यादी अनेक ठिकाणी तसेच तंजावरच्या सरस्वती महालातही ज्ञानदेवीच्या हस्तलिखितांचा शोध घेतला. तेव्हा त्यांना ज्ञानदेवीच्या राजवाडे प्रतीशी साम्य असलेली हस्तलिखिते मिळाली. आणखी अशीच हस्तलिखिते मिळतात का याचा शोध घेत ते बीड पाटांगण देवस्थानचे, जनीजनार्दन वंशज देवजीबुवा यांना भेटले तेव्हा त्यांनी म. रा. जोशी यांना तेथील असंख्य हस्तलिखिते दाखवली. त्यांच्या अभ्यासातून त्यांना फाटक प्रतीचे राजवाडे प्रतीशी असणारे साम्य व त्याचे रहस्य उलगडले. म. रा. जोशी यांनी आळंदी, बीड, पैठण येथे अनेक वाऱ्या केल्या व तेथील हस्तलिखितांचा बारकाईने अभ्यास केला व त्यांना ज्ञानदेवीचे अंतर्रहस्य समजून आले. ज्ञानदेवांनी 'ज्ञानदेवी' सांगितली तेव्हा सच्चिदानंदबाबांबरोबरच इतर अनेक श्रोते ती ऐकत होते, त्यांनीही ती लिहून घेतली असणार व त्यांच्या हस्तलिखितावरून पुढे इतरांनी ती नकलून घेतली असणार. ही प्रत परंपरेचा आरंभबिंदू आहे. मात्र सच्चिदानंद बाबाने तयार केलेली प्रत ही प्रमाण असणार. कारण तो ज्ञानदेवांचा शिष्य होता. एकनाथांनी शके १५०६ मध्ये आपल्या संशोधित प्रतीमध्ये सच्चिदानंद पाठ व ओवीसंख्या (जी मधल्या ३०० वर्षांत अपपाठांनी अशुद्ध झाली होती.) पुन्हा प्रस्थापित केली. हीच अस्सल ज्ञानेश्वरी होय.

आज अनेक विद्यापीठांनी व विद्वान अभ्यासकांनी ज्ञानेश्वरीची राजवाडे प्रत हीच अस्सल प्रत आहे या म. मो. केळकर यांच्या मताचा स्वीकार केला आहे. म. मो. केळकर यांनी व्याकरणदृष्ट्या अभ्यास करून राजवाडे प्रत प्रमाण (ज्ञानेश्वरकालीन) व फाटक प्रत ही एकनाथकालीन (त्यांनी प्रतिशुद्ध केलेली) असे मानले आहे. मात्र म. रा. जोशींनी राजवाडे व फाटक या दोन्ही प्रती जनीजनार्दन परंपरेतील (एकनाथ कविपंचकापैकी) आहेत हे दाखवून दिले आहे. बीड पाटांगणचे देवस्थान हे जनीजनार्दनांचे आहे. (संत एकनाथांच्या गुरूंचे, जनार्दनस्वामींचे नव्हे) तसेच तेथील पाटांगण पाठ व परंपरा हा ऐकीव पाठ आहे. तो मूळ पाठ नाही. राजवाडे प्रत हीदेखील मूळ प्रतीची तिसरी वंशज प्रत आहे. राजवाडे, फाटक, गोपाळ प्रत, अनंत गोपीनाथ प्रत अशा अनेक प्रतींची त्यांनी झाडाझडती घेतली आहे. या प्रतींतील संस्कृत श्लोकांची अशुद्धता, गहाळ पाने, हस्तलिखितांच्या आरंभीचे गणपतीला केलेले नमन (जे जनीजनार्दनांच्या गाणपत्य परंपरेशी संलग्न आहे.) अशा अनेक प्रमाणांच्या आधारे त्यांनी या प्रती अस्सल, ज्ञानेश्वरकालीन नसल्याचे सिद्ध केले आहे. व एकनाथ महाराजांना त्यांचे गुरू जनार्दनस्वामी यांनी दिलेली ज्ञानदेवी, त्यातील अबद्ध पाठ काढून, त्यातील पाठभेद दूर करून, अधिकाधिक मूळ ज्ञानेश्वरकालीन भाषेकडे जाणारे पाठ स्वीकारून त्यांनी प्रतिशुद्ध केली व सच्चिदानंदबाबांचा पाठ प्रस्थापित केला. हीच अस्सल ज्ञानेश्वरी होय हे म. रा. जोशी यांनी सिद्ध केले आहे. एकेक हस्तलिखित मिळवणे, पाठचिकित्सा करणे व संहिता निश्चिती

करणे या कामामागे त्यांची प्रचंड चिकाटी, अथक परिश्रम, तर्कबुद्धी व युक्तिवादकौशल्य यांचा प्रत्यय आल्यावाचून राहत नाही.

श्री ज्ञानदेव चरित्र संशोधन या पुस्तकात ज्ञानदेवांचा जन्मकाल, त्यांच्या लौकिक आयुष्यातील अलौकिक घटना, समाधीप्रसंग इत्यादी अनेक वादविषयांवर वेगळा प्रकाश टाकण्यात आला आहे. अनेक संस्कृत, हिंदी, मराठी ग्रंथ, हस्तलिखिते, शिलालेख, गॅझेटिअर्स यांच्या सूक्ष्म अभ्यासांतून म. रा. जोशींनी आपले संशोधनात्मक निष्कर्ष अभ्यासकांसमोर ठेवले आहेत. ज्ञानदेवांच्या जन्मकाळाविषयी शके ११९३ की शके ११९७ हा मोठा वादविषय दिसतो. सोनोपंत दांडेकरांच्या मते ज्ञानदेवांचा जन्मकाल शके ११९३ तर भिंगारकर, रानडे, पांगारकर, भिडे या संशोधकांच्या मते शके ११९७ मांडला जातो. मात्र *आळंदीमाहात्म्य* हा संस्कृत ग्रंथ व उद्‌बोधनाथकृत *ज्ञानदेवचरित्र* इत्यादी संदर्भ ग्रंथांच्या आधारे म. रा. जोशीही शके ११९३ हाच ज्ञानदेवांचा जन्मशतक मानतात. विसोबा खेचर हे नामदेवांचे गुरू, त्यांच्याकडूनच नामदेवांना या चार भावंडांच्या पूर्वायुष्याविषयी हकिगती समजल्या. या हकिगती त्यांनी लिहिलेल्या 'ज्ञानदेवचरित्रा'तील 'आदि' या प्रकरणात येतात. हे प्रकरण म. रा. जोशी यांनी प्रमाण मानले आहे. म. रा. जोशी यांचे नाथ संप्रदायावरील स्वतंत्र संशोधन आहे, त्या आधारे त्यांनी निवृत्ती, ज्ञानदेव, मुक्ताई ही नावे शिवदैवताशी कशी संबंधित आहेत हे दाखवून दिले आहे. ज्ञानदेवांनी रेड्याच्या तोंडून वेद वदविल्याची समजूत लौकिक घटना या अर्थाने घेता येत नाही, यासंबंधीच्या विधानाचा रूपकात्मक अर्थ अनेक विद्वानांनी उलगडून दाखवला आहे. परंतु म. रा. जोशी यांनी केलेला उलगडा या सर्वांहून वेगळा व नवीन प्रमाणांच्या आधारे समोर येणारा आहे. ज्ञानदेवीतील अंतर्गत पुराव्यांच्या आधारे ते सांगतात म्हैसा हा शब्द ज्ञानदेवांनी ज्ञानदेवीत अनेक ठिकाणी वापरला आहे तसेच तो लाक्षणिक अर्थाने वापरला आहे. म्हैसा, रेडा, निर्विकार, निर्बुद्ध याच अर्थाने तो त्यांच्या काळात रूढ असावा. त्याचबरोबर म्हैसा, म्हैसापुत्र पशुपुत्र, पाशुपत संप्रदायी, ज्ञानदेवांनी पाशुपत संप्रदायी व्यक्तीकडून वेदपठण करून दाखवले असणार. शिलालेखामध्ये ज्ञानेश्वर पाशुपत नावाच्या व्यक्तीचा उल्लेख येतो. हा वेगळा आधार घेऊन त्याआधारे या घटनेचे स्पष्टीकरण करतात. म. रा. जोशी यांचे वैशिष्ट्य असे की, ज्ञानदेवांच्या चरित्रातील ऐकीव कथा-मिथा या लौकिकातील घटना म्हणून त्यांनी स्वीकारल्या आहेत व साहित्यांतर्गत बाह्य पुराव्यांच्या आधारे त्यांचे स्पष्टीकरण दिले आहे. बाह्य पुरावे शोधताना ते भांडारकर, भिंगारकर, वि. ल. भावे, रा. ग. हर्षे, बा. अ. भिडे, शं. गो. तुळपुळे, रा. चिं. ढेरे इत्यादी अनेक प्राचीन-अर्वाचीन संशोधकांच्या मतांचा कसून धांडोळा घेतात!

दत्तगुरूंचे दोन अवतार या पुस्तकात त्यांनी श्रीपादवल्लभ आणि श्रीनरसिंह सरस्वती या दत्ताचे अवतार म्हणून प्रसिद्ध असलेल्या विभूतींची चरित्रे व कार्य यांविषयी मौलिक चर्चा केली आहे. दत्तावताराची सात वैशिष्ट्ये नमूद करून त्या आधारेच श्रीपादश्रीवल्लभ व नरसिंह सरस्वती यांना दत्तावतार म्हणावे हे त्यांनी स्पष्ट केले आहे. म. रा. जोशी यांचे वैशिष्ट्य हे आहे की कोणत्याही संप्रदायाचा विचार ते केवळ मराठी साहित्याच्या किंवा महाराष्ट्राच्या

प्रादेशिक सीमांपुरता मर्यादित ठेवत नाहीत. या थोर विभूतींच्या कार्याचे, दत्त संप्रदायाचे व गुरुचरित्राचे महत्त्व संपूर्ण भारताच्या व्यापक पार्श्वभूमीवर कसे आहे हे ते अधोरेखित करतात.

मनोहर अंबानगरी (श्रीमुकुंदराज : स्थलनिर्णय) या पुस्तकात म. रा. जोशींनी *विवेकसिंधु* कर्ते श्रीमुकुंदराज यांच्या स्थळाविषयी संशोधकांमध्ये असलेल्या अनेक मतभेदांच्या संदर्भात आपले मत सप्रमाण मांडले आहे. त्यासाठी त्यांनी जी असंख्य प्रकारची संशोधनसाधने अभ्यासली आहेत ती पाहून आपण थक्क होतो! आर्किऑलॉजिकल सर्व्हे ऑफ इंडिया, दक्षिण भारताचा इतिहास, निझाम राजवटीचे वार्षिक अहवाल, मराठवाडा व नांदेड जिल्ह्यांचे अधिकृत इतिहास, गॅझेटिअर्स, शिलालेख, कोरीव लेख इत्यादी ऐतिहासिक साधने, शिवाय योगेश्वरी महात्म्यादी चार हस्तलिखिते, कुवलयमाला, ज्ञानेश्वरीपासून ते समर्थचरित्रापर्यंतचे आठशे वर्षांतील ग्रंथ, *प्राकृतसाहित्यका इतिहास* आणि *भारतका भाषा सर्वेक्षण* हे हिंदीतील ग्रंथ, चौदा इतिहाससंशोधनपर इंग्लिश ग्रंथ आणि विविध संग्रहालयातील *विवेकसिंधुं*च्या हस्तलिखितांच्या हजारांवर प्रती (ज्यांची सूची त्यांनी परिशिष्टात दिली आहे) या सर्वांच्या आधारे त्यांनी आपल्या मताचे हिरिरीने मंडन केले आहे. त्यांच्या प्रतिपादनामध्ये इतिहास, प्रदेशाचा भूगोल, भाषिक रूपाचा सखोल अभ्यास अनुस्यूत आहे. मुकुंदराजाचा समकालीन म्हणून ज्या जैत्रपाल राजाचा *विवेकसिंधु* मध्ये उल्लेख येतो तो राजा अंबाजोगाई नागपूर भंडारा या ठिकाणचा असल्याची विविध मते प्रचलित झाली आहेत. परंतु म. रा. जोशी यांनी शिलालेख, ग्रंथादि संदर्भांच्या आधारे जैत्रपाळ हा ईल ऊर्फ श्रीपालाच्या वंशातील राजा होता व अचलपूरच्या परमारांचा महामंडलेश्वर म्हणून राज्य करीत होता. त्याचे राज्य खेरल्याच्या परिसरात होते. हे स्पष्ट केले. *विवेकसिंधु* मध्ये वर्णन करण्यात आलेली 'मनोहर अंबानगरी' कोणती याचाही उलगडा केला आहे. प्राकृत व अपभ्रंश भाषांच्या उद्‌गमाचा व प्रवासांचा भाषावैज्ञानिक आधार घेऊन त्यांनी पाठनिश्चिती केली आहे. 'वेण्यागंगेचिये तीरी मनोहर अंभनगरी' असा मूळ पाठ असावा असे त्यांचे मत आहे. *विवेकसिंधु*त वर्णिलेली अंबानगरी म्हणजे अंबाजोगाई हे ज्या योगेश्वरी माहात्म्य या ग्रंथाधारे मानले जाते तो ग्रंथ भविष्योत्तर पुराणातील असून हा सर्वसमावेशक स्वरूपाचा ग्रंथ सोळाव्या-सतराव्या शतकापर्यंत रचला जात होता हे त्यांनी दाखवून दिले आहे. अंभोऱ्याजवळ अंब इत्यादी चार नद्या एकत्र येऊन वैनगंगेला मिळतात ते दृश्य मनोहर दिसते. त्यावरूनच मनोहर अंभनगरी असा उल्लेख झाला असावा. मुकुंदराज हे विदर्भातील काशीखेडचे होते हे त्यांनी वस्तुनिष्ठ पुराव्यांच्या आधारे ठामपणे मांडले आहे.

गुलाबराव महाराज हे एकोणिसाव्या शतकातील विदर्भातील साक्षात्कारी संतकवी होत. त्यांच्या जन्मशताब्दी वर्षाच्या निमित्ताने नागपूर विद्यापीठाने हाती घेतलेल्या ग्रंथमालिकेतील एक ग्रंथ डॉ. जोशी यांनी लिहिला आहे. *वाङ्मयीन परंपरा आणि ज्ञानेश्वरकन्या* या ग्रंथामध्ये त्यांनी वाङ्मयेतिहासामध्ये गुलाबरावमहाराज यांचे स्थान हा विषय हाताळला आहे. डॉ. जोशी यांच्या मते संतांच्या वाङ्मयाकडे मानवाच्या दिव्यत्वाचा शोध घेणारी उपासना या दृष्टीने पाहतात. संतसाहित्याकडे वाङ्मयीन संप्रदाय म्हणून पहायला हवे, कोणत्याही राजकीय इतिहासाच्या परिप्रेक्ष्यातून पाहणे चुकीचे आहे हे ते स्पष्टपणे सांगतात. इंग्रजी वाङ्मयाच्या

अभ्यासकांची दृष्टी संस्कृतमार्फत मराठी संतसाहित्याला लागू करणाऱ्या पांगारकर, के. ना. वाटवे यांचा ते समाचार घेतात. संत साहित्याचे नाते जोडायचेच तर ते संस्कृत महाकाव्यांशी, त्यातील शैथिल्याशी, खुलेपणाशी, मोकळेपणाशी जोडता येईल असे त्यांचे मत आहे. गुलाबराव महाराजांच्या रचनांमध्ये त्यांना ज्ञानेश्वरांच्या गौळणी-विरहिणींमधील स्त्रीभक्तांचा मनोभाव दिसतो. या दृष्टीने नाथ संप्रदायाच्या परंपरेत मूळ असणाऱ्या, मधुराद्वैत संप्रदायाचे गुलाबरावमहाराज हे ज्ञानेश्वरकन्या आहेत असे म. रा. जोशी यांचे प्रतिपादन आहे. या पुस्तकाच्या परिशिष्टामध्ये संतकाव्यातील एकूण ३०५ रचनाप्रकारांची सूची लेखकाने तयार करून समाविष्ट केली आहे. संतकाव्याचा वाङ्मयदृष्ट्या अभ्यास करणाऱ्यांना ती अतिशय उपयुक्त आहे. संतकाव्यातील इतके सूक्ष्म रचनाप्रकार डॉ. जोशी यांनीच प्रथम लक्षात आणून दिले आहेत.

अ. ना. देशपांडे यांनी १९६९ साली लिहिलेल्या प्राचीन मराठी वाङ्मयाच्या इतिहासामध्ये प्रत्यक्ष आपल्या हस्तलिखितांच्या शोधांतून व वाङ्मयेतिहासविषयक चिंतनातून भर घालण्याचे व हा इतिहास अधिकाधिक परिपूर्ण करण्याचे महत्त्वाचे काम डॉ. जोशींनी केले आहे. त्यातून त्यांनी मूळच्या खंडांना विवेचनाची जोड देणाऱ्या पुरवण्या लिहिल्या आहेत. मुळात ह्या पुरवण्या म्हणजे स्वतंत्र पुस्तकेच होती. पुढे आवृत्त्यांमध्ये ती मूळ ग्रंथातच जोडण्यात आली आहेत. पाचव्या भागाच्या पुरवणीच्या प्रस्तावनेमध्ये त्यांनी वाङ्मयेतिहासविषयक प्रश्नांची मूलभूत चर्चा केली आहे व स्वत:ची भूमिका स्पष्ट केली आहे.

प्राचीन मराठी वाङ्मयाचा इतिहास पुरवणी ५, भाग ५ या अ. ना. देशपांडे यांच्या वाङ्मयेतिहासामध्ये १३ वर्षांनी व्हीनस प्रकाशन स. कृ. पाध्ये यांच्या विनंतीवरून भर घातली आहे. वेगवेगळ्या हस्तलिखित संग्रहांचा शोध घेऊन नवीन माहिती समोर आणली आहे. आंध्र, गुजरात, तामीळनाडू, विदर्भ, महाराष्ट्र येथील प्राचीन ग्रंथरचनांचा शोध घेऊन हे कार्य केल्याचे त्यांनी नमूद केले आहे. महानुभावीय पोथ्यांची सूची करताना अनेक ग्रंथ पाहण्यात आले.

या पुरवणीच्या प्रस्तावनेमध्ये त्यांनी वाङ्मयेतिहासविषयक अनेक प्रश्न व स्वत:ची भूमिका स्पष्ट केली आहे. या पायावरच त्यांनी पुढील प्रकरणे लिहिली आहेत. वाङ्मयेतिहासाची उभारणी व आखणी भारतवर्षाला केंद्रस्थानी निश्चित करूनच करणे सयुक्तिक ठरेल. प्राचीन ग्रंथकारांनी मराठीप्रमाणेच संस्कृत, हिंदी, कन्नड, दखनी हिंदी, गुजराथी, तमिळ व तेलगू भाषांत रचना केल्या आहेत. नामदेव, एकनाथ व तुकारामादी संतांनी व्रज भाषेत रचना केल्या. या ग्रंथरचना संतांचे केवळ भाषाप्रेम दाखवतात असे नाही; तर त्यांच्यासमोर संपूर्ण भारतवर्ष होता हे स्पष्ट होते. मूळ भाषेतील निर्मितीबरोबरच अन्य भाषाक्षेत्र कक्षातील वास्तव्यामुळे निर्माण झालेली वाङ्मयनिर्मिती लक्षात घेऊनच वाङ्मयेतिहासातील विविध समस्यांची किमान जाणीव वाङ्मयेतिहासकारांनी मुखरित केली पाहिजे. वाङ्मयेतिहासात ग्रंथकार हाच प्रधान असतो. ग्रंथनिर्मितीप्रमाणे विविध प्रकारचे वाङ्मयप्रकार हाताळून आकृतिबंध रचणारा तोच असतो. शिवाय वाङ्मयसंप्रदायांचे भरणपोषणदेखील तो करीत असतो. त्यामुळे त्याच्या निर्मितिक्षमतेचे नाते वाङ्मयप्रकारांशी असते. ग्रंथकाराने सारस्वतनिर्मितीसाठी निवडलेले

वाङ्मयप्रकार व त्यांचा क्रम (कालानुक्रम नव्हे) यांचे अन्योन्य नाते दाखवून देण्याचे मोठे दायित्व वाङ्मयेतिहासकारावर असते. वाङ्मयप्रकाराचा संबंध जसा नायक-ग्रंथकाराशी असतो तसा तो त्याच्या अनुसरण करणाऱ्यांशीही असतो. प्राचीन मराठी वाङ्मयात एक ग्रंथकाराचा ग्रंथ त्याच्या मंडळातील पुढील रचनाकारांनी पूर्ण केल्याचे दिसते. कोणत्याही भाषा वाङ्मयात ग्रंथकाराचा परिवार वा मंडळ असते. त्या परिवाराची ओळख नसली तर वाङ्मयेतिहास अपूर्ण राहील. उदाहरणार्थ, केसोबास-दामोदर-हिराइसा हे एक मंडळ आहे. तर तुकोबा, कान्होबा, रामेश्वरभट, बहिणाबाई, निळोबा व गोपाळ महाराज हे देहूकरांचे मंडळ परिवार आहे. असे हे मंडळ परिवार वाङ्मयीन संप्रदायाचे परिचयक असतात. कोणताही ग्रंथकार हा वाङ्मयप्रकार वा संप्रदायाचा नियामक असतो. कोणतीही सामाजिक चळवळ वा प्रवाह नव्हे. आज दलित साहित्याने कोणताही नवा वाङ्मयप्रकार निर्माण केलेला नाही. उलट दलित साहित्य हे वास्तववादी आहे. त्यामुळे वाङ्मयीन संप्रदाय या दृष्टीने कोणतीही स्वतंत्र चळवळ सिद्ध होऊ शकत नाही. कोणताही वाद वा चळवळ स्वतंत्र, स्वयंभू नसून ती कोणत्या ना कोणत्या वाङ्मयीन संप्रदायाशी संबंधित असते. ते नाते पाहूनच मूल्यमापन केले पाहिजे. वास्तवता, अस्तित्ववाद, स्वच्छंद, अभिजात हे वाङ्मयीन संप्रदाय आहेत. संत, अभिजात, लोक (फोक्) हेही वाङ्मयीन संप्रदाय आहेत. विविध संप्रदायांच्या उद्‌भव, आविर्भाव व त्यांचे परस्परांशी असलेले नाते हे वाङ्मयेतिहासाचे प्रधान प्रमेय असते. या भूमिकेवरूनच सदर पुरवणीत तुकाराम, रामदास व तुकाराम-रामदास समकालीन ग्रंथकार व महानुभाव ग्रंथकार यांच्या वाङ्मयनिर्मितीची अभ्यासपूर्ण मांडणी आहे.

अ. ना. देशपांडे एकाच गाथेवर आधारित माहिती देतात. तर म. रा. जोशी असंख्य संपादित गाथा व हस्तलिखिते विशेषत: तुकारामांचे वंशज, वारकरी सांप्रदायिक व हरिदास यांनी ज्या मूळ वह्यांतून अभंग नकलून घेतले आहेत त्यांच्या आधारे विवेचन करतात. त्यांच्या मते अभंगांचा अभ्यास गाथेवरून करणे ही चूक आहे. वह्या – बाडे – गाथा अशा क्रमाने मूळ अभंग संग्रहित होताना त्यात प्रक्षिप्त पुनरुक्ती इत्यादींची भर पडलेली दिसते. वर्गीकरण करताना शीर्षकांत बदल इत्यादी आढळतात. नामदेवांनी स्वप्नात येऊन शतकोटी अभंगांची पूर्तता करावयास सांगितली त्यातील शतकोटी हा संख्यावाचक शब्द नसून ही प्रमाणांची संख्या आहे. हे माप विठ्ठलानेच ठरवून दिले आहे. अभंगांतील शेवटचा व अखेरचा प्रयत्न म्हणजे तुकारामाचा. नामदेवांचे अभंग हे तुकारामांच्या अभंगांचे पूर्वरूप आहे. त्यांवर विठ्ठलाच्या मंत्राचा 'रामकृष्णहरी'चा शिक्का आहे. या अर्थाने ज्या अभंगांत विठ्ठलमंत्र आहे ते शतकोटीचे अभंग; असा उलगडा म. रा. जोशींनी केला आहे. तुकारामांच्या शिष्यांपैकी रामेश्वरभट यांच्याविषयी नवीन माहिती त्यांनी उजेडात आणली आहे. तुकाराम-शिवाजीमहाराज भेट झाली नाही. तुकाराम सदेह गायब झाले हे निष्कर्ष ते ऐतिहासिक दाखले देऊन मांडतात. रामेश्वरभट्टाने तुकारामाच्या अभंगांतील वेदविचारांना विरोध केला पण ज्ञानेश्वरांनी दिलेल्या दृष्टान्तांमुळे ते तुकारामांना शरण गेले. पुढे त्यांच्या सहवासात अखेरपर्यंत राहिले. त्यांचे अभंगही गाथेत आहेत.

रामदासांच्या नाममुद्रेपासून त्यांच्या रचनांचे स्थल, काल, दासबोधांची रचना, ओवी संख्या इत्यादी अनेक प्रश्नांची उत्तरे दिली आहेत पण शिवाजीमहाराज व त्यांचे पुत्र संभाजी, व्यंकोजी यांच्याशी असलेले त्यांचे सौहार्दाचे, आपुलकीचे प्रेमाचे बंध, गुरूशिष्य नाते हळुवारपणे उलगडले आहे. ते मुळातून वाचायला हवे. अनेक महानुभाव गीताटीका व स्वयंवरकाव्ये यांची त्यांनी पाठचिकित्सा करून त्यांचे मूळ रूप स्पष्ट केले आहे. महानुभाव ग्रंथकारपरंपरा उलगडली आहे.

म. रा. जोशी यांनी अ. ना. देशपांडे यांनी लिहिलेल्या प्राचीन मराठी वाङ्मयाच्या सातही खंडांना आपल्या संशोधनाच्या आधारे भक्कम पुरवणी जोडली आहे. उदाहरणार्थ, *प्राचीन मराठी वाङ्मयाचा इतिहास,* भाग ३, पुरवणी हा कालखंड नामदेव, ते जनार्दन एकनाथ काळात पूर्ण होतो. मूळ अ. ना. देशपांडे यांच्या ग्रंथात या कालखंडात इस्लाम धर्म, इस्लामी राज्यकर्ते केंद्रस्थानी ठेवून वाङ्मयीन प्रश्नांना दुय्यम स्थान दिले गेले. म्हणून म. रा. जोशी या काळातील वाङ्मय व साहित्यनिर्मिती यांतील समस्यांचा ऊहापोह करून वाङ्मयेतिहासाचे सुसंगत वर्गीकरण व विभागणी करण्यासाठी ह्या कालखंडाचा शोध घेण्यास उद्युक्त झाले. यास्तव सूफी पंथाचा इतिहास जो दुसऱ्या खंडात अपेक्षित होता; तो दिलेला नसल्याने तो प्रथम ते येथे देतात.

एकनाथादि संतांनी ज्या महाराष्ट्राबाहेरच्या इस्लामी संतांचे उल्लेख केले, वंदन केले, चरित्रे गायली त्यांची ग्रंथरचना व त्यांची भक्तिपरंपरा येथे दोन काळ जोडून घेण्यासाठी म. रा. जोशी यांनी सविस्तर सादर केली आहे. त्यात कबीर, दादू दयाळ, मीरा, वल्लभाचार्य, चैतन्यप्रभू इत्यादींनी केलेली (कृष्ण)भक्ती, पंढरपूरची यात्रा, कबीराने अनेक बाटवल्या गेलेल्या जाती पुन्हा ईश्वरभक्तीकडे कशा वळवल्या यांवर प्रकाश टाकला आहे. सूफी लोकांच्या रचना व त्यांचा दक्षिण भारतातील प्रवेश याबद्दलचे अनेक गैरसमज त्यांनी दूर केले आहेत. नामदेव-एकनाथांच्या दरम्यानच्या काळात चिस्ती व कादिरी सूफींनी मुस्लीम धर्मप्रसार व हिंदू धर्ममंदिरांचा विध्वंस मोठ्या प्रमाणावर केला व एकही मराठी रचना केली नाही.

या काळात मुस्लीम संत कवी, जैन कवी, महानुभाव पंथीय, नागेश संप्रदाय यांच्या रचनांचाही परिचय करून दिला आहे. त्यामुळे नामदेव ते एकनाथ या मधल्या काळातील वारकरी संप्रदायाव्यतिरिक्त इतर पंथीयांनी केलेली कामगिरी नजरेसमोर ठेवली जाते. जेणेकरून एकनाथांच्या वाङ्मयावरील हे सर्व प्रभाव स्पष्ट होतात. आणि मधला काळ जो अधुरा, अस्पष्ट होता त्यातील भर लक्षात येते. दुवे जुळवता येतात. ग्रंथाच्या शेवटी महानुभावांच्या १५ सांकेतिक लिप्यांची इतर संशोधकांनी केलेली उकल येथे एकत्रित दिली आहे.

भाग-२, पुरवणी ज्ञानदेव – नामदेव (ही पुरवणी मूळ ग्रंथामध्ये पृष्ठे ४३५-५५२) ज्ञानदेव – नामदेवकालीन लीळाचरित्राच्या (श्रीकृष्णचरित्र) संपादनाचे चार प्रयत्न मधल्या काळात झाल्याने त्यांची विवेचक दखल येथे पहिल्या प्रकरणात येते. ह. रा. नेने, शं. गो. तुळपुळे, वि. भि. कोलते व महानुभावीय महंत यांनी केलेल्या लीळाचरित्राच्या संशोधनाचा व संपादनाचा चिकित्सक परामर्श तसेच चक्रधरोक्त परमार्ग व त्याची साहित्यसाधना यांवर प्रकाश टाकला आहे.

रत्नमालास्तोत्रामध्ये भर पडली, या स्तोत्राप्रमाणे ज्ञानकलानिधी व ज्ञानभास्कर ही दोन संस्कृत स्तोत्रे ते उजेडात आणतात. नरेंद्राच्या *रुक्मिणीस्वयंवरा*च्या निर्मितीची व स्वरूप वैशिष्ट्यांची साधार चर्चा करतात इतरही अनेक मूर्तिप्रकाश, मूर्तिवर्णन, गोविंदप्रभू पूजावसर, उमाईसेच्या रचना इत्यादींची विस्तृत माहिती देतात. नाथपंथीयांचे *विवेकदर्पण* व *गोरक्षअमर संवाद* या ग्रंथांचा परिचय करून देतात. अ. ना. देशपांडे यांच्या मूळ ग्रंथात आधी नामदेव व नंतर ज्ञानदेव असे विवेचन आहे, पण म. रा. जोशी हे कालानुसार व गुरूशिष्य परंपरेनुसार बदल करतात. नामदेवाच्या आधी ज्ञानदेव चरित्र व ज्ञानेश्वरी यांचा नेमका, वेचक व वस्तुनिष्ठ परिचय करून देतात. ज्ञानेश्वरी या ग्रंथाचे 'भाष्यकारातें वाट पुसतु' म्हणजे काय व कसे याचे मार्मिक विवेचन करतात. ज्ञानेश्वरीतील तत्त्वज्ञान, त्याचा वेगळेपणा, महत्त्व विशद करतात. त्यांच्या अभंगरचनेची विस्तृत चर्चा करतात.

नामदेवांचे वास्तव्य वीसेक वर्षे पंजाबात होते असे मत अ. ना. देशपांडे नोंदवतात. पण म. रा. जोशी हे मत खोडतात, त्यांच्या मते त्याला कोणताही आधार नाही. हिंदीपेक्षा मराठी रचनांतून निर्गुण भक्तीचा विचार मोठ्या प्रमाणात आला आहे. नामदेवांच्या भक्तिविचारावर ज्ञानदेवांचा प्रभाव असल्याचे ग्रंथांतर्गत पुराव्यांच्या आधारे स्पष्ट करतात.

समग्र समर्थ साहित्य या बृहतग्रंथामध्ये म. रा. जोशी यांनी श्रीसमर्थ रामदासस्वामी यांच्या संकीर्ण साहित्याचे तुलनात्मक पाठभेदांसह समग्र संकलन केले आहे. या ग्रंथाला त्यांनी प्रदीर्घ प्रस्तावना लिहिली आहे. तसेच आपल्या संशोधनाचा वृत्तान्त देऊन ऋणनिर्देश केला आहे. रामदासस्वामींच्या रचनांची असंख्य बाडे प्रयत्नपूर्वक मिळवून ते साहित्य प्रकाशित करणारे अनेक दिग्गज संशोधक एकोणिसाव्या शतकापासून होऊन गेले. श्री. शं. श्री. देवांनी तर रामदासग्रंथसंग्रह तयार करण्यासाठी आयुष्य वाहून घेतले. धुळे येथे समर्थ वाग्देवता मंदिर उभारले. त्या देवांचे कार्य डॉ. जोशी शिरोधार्य मानतात. सर्व संशोधनसामग्रीचा मुळापासून शोध घेणारे व समग्र साहित्य संपादित करणारे ते पहिले संकलक-संपादक होत. त्यानंतर माडगावकर, तेंडुलकर, गोंधळेकर, तसेच भट, कुकडे, पांगारकर इत्यादी अनेकांनी केलेली समग्र रामदासांची संपादने तितकीच मौलिक आहेत. म. रा. जोशी यांनी या सर्व मुद्रित साहित्याचे बारकाईने परिशीलन केले आहे इतकेच नव्हे तर पायपीट करून असंख्य संग्रहालयांतील, मठांतील नवीन हस्तलिखितांचा शोध घेतला आहे. मराठी संशोधन मंडळ, दादर येथील ४८८ बाडे तपासून पाठसंहिता सुसंगतीसाठी त्यांचा उपयोग केला आहे. नागपूर, बडोदा, हैद्राबाद या विद्यापीठांतील हस्तलिखित संग्रह तसेच अनेक शहरांतील रामदासी मठ, विशेषत: एक्केहळ्ळीचा मठ, त्यांनी पिंजून काढले. तंजावरच्या सरस्वतीमहालामध्ये समर्थ साहित्याचा सर्वात विशाल संग्रह आहे. एकाच ग्रंथाची अनेक हस्तलिखिते तेथे त्यांना मिळाली. त्यांचा अभ्यास करून तुलनात्मक अभ्यासाद्वारे पाठनिश्चिती केली आहे. याशिवाय राजवाडे संशोधन मंदिर, धुळे; भारत इतिहास संशोधक मंडळ, पुणे; पंढरपूरचा होळकर वाडा अशा ज्ञात-अज्ञात, जवळच्या-दूरच्या सर्व ठिकाणी ठिय्या मांडून त्यांनी जुनी बाडे मिळवून आजपर्यंत ज्ञात नसलेले बरेच समर्थ साहित्य उजेडात आणले आहे. म. रा. जोशी

यांच्या या शोधाच्या आधी जे समर्थ साहित्य प्रकाशित झाले होते त्यांचा आधार डोमगाव येथील कल्याणमहाराजांचा संग्रह हा होता. परंतु म. रा. जोशी यांनी केलेल्या अथक प्रयत्नांतून त्यांना एक्केहळ्ळी मठ व तंजावर येथील संग्रहालयामध्ये वेगळे पाठ व वेगळ्या रचना हाती आल्या. समर्थ एकाच वेळी अनेक ग्रंथरचना करत होते आणि त्यांचे शिष्य त्या उतरून घेत होते. नकलून घेत होते. त्यांचा प्रसार त्यांच्या मठांतून होत होता. यातून अनेक पाठ व पाठपरंपरा निर्माण झाल्या. बालकराम, उद्धव, गिरिधर, कल्याण व भीमस्वामी तंजावरकर यांच्या अशा वेगवेगळ्या परंपरा निर्माण झाल्याचे डॉ. जोशी यांच्या लक्षात आले. या परंपरेतील प्रमाण व अधिकृत हस्तलिखितांचा तसेच याअगोदर प्रकाशित झालेल्या रचनांचा अभ्यास करून समर्थांच्या साहित्याची अधिकृत प्रमाण पाठसंहिता पूर्णरूपात उपलब्ध करून देणे हे अत्यंत जिकिरीचे, प्रचंड शारीरिक, बौद्धिक शक्तीची मागणी करणारे काम जोशी यांनी यशस्वी करून दाखवले आहे. अर्थात ज्योतिर्भास्कर जयंत साळगावकर यांची आर्थिक मदत व अखंड प्रेरणा यांमुळे ते शक्य झाल्याचे जोशींनी नोंदवले आहे. या प्रचंड उद्योगाचे फलित म्हणजेच रामदासांच्या उपलब्ध रचना शुद्ध स्वरूपात हाती लागतात तसेच दासगीता, आत्मगीता, अभंग, स्फुट प्रकरणे, आरत्या, फूट समास इत्यादी रचना येथे प्रथमच वाचायला मिळते. रामदासांचे फूट समास पाठभेदांसह देण्यात आले आहेत. शब्दांचे, संकल्पनांचे जे संदर्भ मुळात ज्ञानेश्वरीमध्ये, समर्थांच्या अन्य रचनांमध्ये आले आहेत तेही टिपांमध्ये नोंदवले आहेत. त्यामुळे तळटिपांनी ग्रंथाचे मोल वाढले आहे. रामदासांच्या रचनांचा काळ निश्चित करणे, दुबार श्लोक, पदांची सरमिसळ हे सर्व दुरुस्त करणे हे कष्टाचे काम होते. पुनरावृत्ती हे रामदासांच्या साहित्याचे वैशिष्ट्य आहे. परंतु त्यामुळेच आवश्यक पुनरावृत्ती आणि प्रक्षिप्त पुनरावृत्ती शोधणे व प्रक्षिप्त पुनरावृत्ती दूर करणे ह्यासाठी समर्थ हृदय जाणून काम करणे ही मूलभूत गरज होती. म. रा. जोशींनी त्याही संदर्भात साक्षेपाने काम केले आहे. या सर्व संशोधनातून समर्थ साहित्याचे मर्म त्यांच्या हाती आले आहे. त्यांच्या मते रामचंद्र व हनुमंत दोघांनाही शक्तीचे वरदान लाभले आहे. हनुमंताचे प्रतापरूप चरित्र गाणे तसेच त्याचे रामरूप सांगणे हा समर्थांचा उद्देश आहे. अशा प्रताप व दास मारुतीच्या उपासनेशिवाय नेमस्त मार्ग प्रकट होऊ शकत नाही. परमार्थ व प्रताप दोन्हींसाठी असलेल्या हनुमंताचे दर्शन हा समर्थ साहित्याचा मूळ गाभा आहे.

समग्र तुकाराम या ग्रंथामध्ये तुकारामांच्या समग्र अभंगांचे संहिता-संपादन आहे. आजवर अनेक विद्वानांनी तुकारामांच्या अभंगांचे मुद्रण व संपादन केले आहे. १८६६ (माधव चंद्रोबा ३३०० अभंग) पासून १९६० पर्यंत शासकीय गाथा, विष्णू परशुराम पंडित ४६४४ अभंग) २४ गाथा प्रसिद्ध झाल्या आहेत. या गाथांतील अभंगांचा क्रम, शीर्षके, संख्या यांत तफावत आहे. शासकीय गाथा ही तळेगावकर प्रतीला प्राधान्य देऊन व मूळ हस्तलिखिते न पाहता सिद्ध झाली आहे. त्यामुळे ती दोषपूर्ण आहे असा म. रा. जोशींचा आक्षेप आहे. त्यांनी स्वत: संपूर्ण महाराष्ट्र तसेच तामीळनाडूपर्यंत पायपीट करून तुकारामांच्या वह्या/बाडे यांची ४००च्या वर हस्तलिखिते तपासली. त्यातून त्यांना वह्यांच्या रचनांचा इतिहास व परंपराही उलगडली.

तुकारामांचे अभंग मौखिक व लिखित अशा दोन प्रकारे संकलित केले गेले. तुकारामांच्या काळातच त्यांचे शिष्य तसेच हरिदासही कीर्तनांत गाण्यासाठी त्यांचे अभंग वापरत, लिहून घेत. त्यातून या परंपरा निर्माण झाल्या. संतकवींची रचना सुटी सुटी किंवा एकत्र गुच्छ स्वरूपाची मुक्त रचना आहे. हे तिचे वैशिष्ट्यपूर्ण स्वरूप पूर्वसंपादकांनी नजरेआड केले होते. तसेच तुकारामांच्या रचना त्यांच्या कविमंडळाशी शृंखला रूपाने जोडल्या गेल्या आहेत. त्या रचना अन्य ग्रंथकारांच्या नावावर स्थानांतरित झालेल्या नसतात. त्या एकाच नाममुद्रेने लिहिलेल्या असतात. त्यांना प्रक्षिप्त मानता कामा नये असे म. रा. जोशी यांचे मत आहे. अभंगांचा क्रम मौखिक परंपरेशी निगडित आहे. तुकारामांची भ्रमंती व कीर्तने यांतून श्रवणाने जमवलेले जे अभंग होते त्याचे तीन प्रकारे संकलन झाले व स्फुट अभंगांचे संहितेत-गाथेत रूपांतर झाले. हा सर्व समग्र मार्मिक इतिहास अत्यंत तर्कशुद्ध पद्धतीने व संशोधनाची सर्व आयुधे योजून डॉ. जोशींनी प्रस्तावनेत उलगडला आहे. हा भाग मुळातूनच वाचण्यासारखा आहे. तुकारामांची मूळ संहिता देहू येथेच त्यांच्या आबाजी नावाच्या नातवाकडे १११ वर्षे जशीच्या तशी होती. त्या कवितासंग्रहाशी नाते सांगणारे देहूकरांचा व देवडीकरांचा असे दोनच गाथे आहेत. मूळ संग्रहाशी नाते सांगणारा तिसरा गाथा नाही. हे त्यांनी स्पष्ट केले आहे. तुकारामांच्या कवित्वाचे बीज भक्तिमार्गावरील नितांत श्रद्धा हेच आहे. विठ्ठलभक्ती ही तुकाराममहाराजांची जीवननिष्ठा होती. तुकारामांच्या आयुष्यातील अलौकिक घटना/ ऐकीव कथा – उदाहरणार्थ गायीच्या पाठीवरील वळ आपल्या अंगावर घेणे, सदेह वैकुंठगमन इत्यादींचे रहस्य त्यांनी गुरुपरंपरेत, यौगिक सामर्थ्यात व भक्तीच्या परंपरेत शोधले आहे.

म. रा. जोशी यांनी केलेल्या संपादनांपैकी आणखी एक महत्त्वाचे संपादन म्हणजे विष्णुदासनामाविरचित *नलोपाख्यान*. विष्णुदासनाम्याने लिहिलेल्या संपूर्ण महाभारतकथेचे १२ पर्वांचे हस्तलिखित त्यांना सूर्जी अंजनगाव येथे मिळाले. त्यामध्ये उद्योगपर्वात त्यांना हे ६११ ओव्यांचे आकर्षक नलोपाख्यान आढळले. परंतु नलोपाख्यान संपादित करताना त्यांनी विष्णुदासनाम्याच्या महाभारताची ६२ हस्तलिखिते, अप्रकाशित प्रबंध व अन्य संशोधकांचे संबंधित ग्रंथ हे बारकाईने तपासून विचारात घेतले आहेत. विष्णुदासनाम्याने महाभारत उभारणीचा जो प्रयत्न केला त्यामधूनच मराठी ग्रंथरचना व रसपूर्ण प्रबंधांच्या बांधणीची जाणीव उत्तरकालीन ग्रंथकारांना झाली. विष्णुदासनाम्याचे महत्त्व त्यांनी आपल्या संशोधनाद्वारे निदर्शनास आणून दिले आहे. जोशी यांनी मुक्तेश्वराच्या नलोपाख्यानाशी जे प्रसिद्ध व लोकप्रिय आहे या नलोपाख्यानाची तुलना केली आहे व कथेतील वेगळेपणाचे ३६ मुद्दे स्पष्ट केले आहेत. आपले संशोधन व संपादन अधिकाधिक परिपूर्ण असावे व अभ्यासकांना अधिकाधिक उपयुक्त ठरावे यासाठी त्यांनी घेतलेले कष्ट पाहिले की प्राचीन वाङ्मयाच्या अभ्यासकांवर त्यांनी किती उपकार करून ठेवले आहेत याची जाणीव झाल्याशिवाय राहत नाही.

सिद्ध परंपरा आणि महाराष्ट्रातील संत या संपादित ग्रंथामध्ये त्यांनी 'सिद्ध परंपरा' आणि 'रामचंद्र तोचि पंढरीनाथ' हे दोन लेख लिहिले आहेत. यांपैकी सिद्ध परंपरा या लेखात ज्ञानेश्वरांच्या कार्याचा नवा पैलू उलगडला आहे. त्यांच्या मते ज्ञानदेवांनी योग व तंत्रविद्येचे

विवेचन शैवांच्या किंवा सिद्धांच्या पुरते मर्यादित न ठेवता, भगवद्गीता व श्रीकृष्णोक्तीच्या रूपाने वैष्णवांपर्यंत नेऊन शैव वैष्णवांचे सामंजस्य दाखवून दिले आहे. तसेच ज्ञानेश्वरीच्या रूपाने वारकरी संप्रदाय स्थिर झाला व समस्त सिद्धही त्यात स्थिरावले. ज्ञानदेव व त्यांची नाथपरंपरा हा सिद्ध व संत यांतील दुवा आहे. ज्ञानेश्वरी व अमृतानुभवाच्या आधारे भारतीय वाङ्मयेतिहास, समीक्षा व संतपरंपरेची पाहणी व संशोधन करता येते हे त्यांचे मत त्यांच्या वाङ्मयेतिहासविषयक व्यापक भूमिकेचा भाग आहे.

डॉ. जोशी यांनी विविध नियतकालिकांतून सुमारे पाचशे संशोधनपर लेख लिहिले आहेत. या लेखांचे विषयही प्रामुख्याने ज्ञानेश्वरीची पाठनिश्चिती, प्राचीन मराठी ग्रंथाचा काळ व संहितानिश्चिती, वारकरी, रामदासी इत्यादी संप्रदायाच्या रचना व या संप्रदाय संदर्भातील ऐतिहासिक घटना असे आहेत. अनेक लेखांतून त्यांची प्राचीन मराठी वाङ्मयाच्या इतिहासाकडे पाहण्याची स्वतंत्र दृष्टी व संशोधनाकडे पाहण्याची मौलिक दृष्टी व्यक्त झाली आहे. पाठचिकित्सा हा विषय विद्यापीठीय अभ्यासक्रमामध्ये समाविष्ट केला पाहिजे असे त्यांचे आग्रहपूर्वक मत आहे. *सूत्रपाठ, लीळाचरित्र, ज्ञानदेवी, अमृतानुभव, नाथभागवत, दासबोध* या प्रमाणग्रंथांच्या पाठचिकित्सा आवृत्त्या तयार करणे किती आवश्यक आहे याकडे ते लक्ष वेधतात व विद्यापीठीय संशोधनाच्या अंतर्गत हे काम होणे आवश्यक आहे, यावर भर देतात. एकूणच प्राचीन साहित्य हा आपला बहुमूल्य ठेवा आहे व त्याचे मूळ, शुद्ध रूप सिद्ध करणे व जतन करणे ही आपली व आपल्यापुढील पिढीचीही महत्त्वाची जबाबदारी आहे असे ते वारंवार नमूद करतात. त्यांच्या अनेक लेखांतून ही तळमळ प्रकर्षाने व्यक्त होते.

प्राचीन मराठी साहित्यातील प्रत्येक हस्तलिखित ग्रंथाबद्दल, ग्रंथकाराबद्दल व त्यांच्या संप्रदायाबद्दल डॉ. म. रा. जोशी यांना अपरंपार प्रेम व आदर वाटतो. त्यांनी हस्तलिखितांचा शोध घेण्यासाठी व संहितानिश्चिती करण्यासाठी जे प्रचंड परिश्रम घेतले आहेत त्यावरून हे लक्षात येते. संशोधनाची साधने मुळातून शोधून, ती तपासून घेऊन चिकित्सक युक्तिवादाच्या आधारे आपली मते ठोसपणे मांडणारा व प्राचीन साहित्याच्या रोमहर्षक संशोधनात आयुष्यभर रमलेला असा साहित्यप्रेमी विरळाच! मराठी साहित्याचे अभ्यासक सदैव त्यांच्या ऋणातच राहतील!!

सर्जनशील समीक्षक

म. वा. धोंड

(१९१४-२००७)

मीना गोखले

संशोधक, समीक्षक म. वा. धोंड यांचा जन्म मुंबईत झाला. त्यांचे शिक्षण राममोहन हायस्कूल आणि विल्सन महाविद्यालय येथे झाले. एम. ए. आणि एलएल. बी. अशा पदव्या त्यांनी प्राप्त केल्या. सुरुवातीला १९३७ ते १९४५ या काळात मुंबईतील चिकित्सक समूहाच्या शिरोडकर हायस्कूलमध्ये ते शिक्षक होते. त्यानंतर शासकीय महाविद्यालयात त्यांनी प्राध्यापकपद स्वीकारले. धारवाडचे कर्नाटक कॉलेज, मुंबईचे इस्माइल युसूफ महाविद्यालय आणि एल्फिन्स्टन महाविद्यालय या शिक्षणसंस्थांत ते मराठी विषयाचे प्राध्यापक व विभागप्रमुख होते. १९७२ साली सेवानिवृत्त झाल्यावर मराठी संशोधन मंडळ ह्या संस्थेत संचालक म्हणून त्यांची नियुक्ती झाली. मराठी वाङ्मयकोशांच्या संपादनात त्यांचा महत्त्वाचा सहभाग होता.

म. वा. धोंड यांनी आपल्या मर्मग्राही व धारदार लेखनाने मराठी संशोधन क्षेत्रावर स्वतंत्र ठसा उमटवला. *काव्याची भूषणे, मऱ्हाटी लावणी, ज्ञानेश्वरी : स्वरूप, तत्त्वज्ञान आणि काव्य, ज्ञानेश्वरीतील लौकिकसृष्टी, ऐसा विटेवर देव कोठे!, चंद्र चवथिचा, जाळ्यातील चंद्र, तरीहि येतो वास फुलांना* अशी धोंड यांची ग्रंथनिर्मिती आहे.

धोंडांच्या लेखनाला मूलगामी संशोधनाचे अधिष्ठान होते. अभ्यासविषयाचा परामर्श घेताना धोंड त्याच्या मुळाशी पोहचत. साहित्यकृतीचे परिशीलन करताना त्यांच्या चौकस मनाला अनेक प्रश्न पडत. त्यांची उकल होईपर्यंत ते समग्र ज्ञात-अज्ञात संदर्भांचा धांडोळा घेत. विविध विषयांच्या त्यांच्या सूक्ष्म व्यासंगाची प्रचिती आणून देणारी त्यांची निर्मिती आहे. साहित्य, इतिहास, समाजशास्त्र अशा विविध क्षेत्रांतील संदर्भांनी त्यांचे लेखन समृद्ध झालेले आहे.

काव्याची भूषणे (१९४८) हे म. वा. धोंड यांचे पहिले पुस्तक अलंकारशास्त्र व अलंकार यांची सांगोपांग चर्चा करणारे आहे. अलंकारशास्त्राचा इतिहास, अलंकारांचे काव्यातील स्थान आणि कार्य, अलंकारांच्या उत्पत्तीची मीमांसा आणि योजनेचे हेतू, मराठीचे अलंकारशास्त्र, अलंकारांचे वर्गीकरण आणि उपप्रकार, तसेच विविध अलंकारांतील साम्यभेद या सर्वांचे सोदाहरण विवेचन येथे आहे. अलंकार हे स्वाभाविक व रससिद्धीस उपकारक आहेत ही धोंडांची भूमिका आहे. मम्मटाच्या *काव्यप्रकाश* या ग्रंथावर या पुस्तकाची उभारणी झालेली आहे. समाविष्ट केलेल्या अलंकारांची लक्षणे आणि काहींची उदाहरणे मम्मटाच्या

काव्यप्रकाशावरूनच घेतलेली आहेत. पण त्यातील एकूण एक ६७ अलंकार मराठीच्या अलंकारशास्त्रात घेण्याचे कारण नाही असे प्रतिपादन करून बरेच अलंकार कोणत्या तत्त्वांनुसार वगळावे लागतील ते स्पष्ट केले आहे. संस्कृत आलंकारिकांनी केलेले शब्दालंकार व अर्थालंकार हे वर्गीकरण अतिशय स्थूल स्वरूपाचे व अशास्त्रीय आहे असे धोंडांचे भाष्य आहे. शब्दाला अर्थाशिवाय स्वतंत्र असे अस्तित्वच असू शकत नाही. एकच अर्थ वेगवेगळ्या शब्दांनी आणि शब्दांच्या वेगवेगळ्या रचनांनी व्यक्त करता येतो. परंतु या अनेक शब्दांपैकी काही विशिष्ट रचनाच काव्यातील रसास पोषक अशा असतात. या शब्दांच्या योजनेवर व रचनेवर आधारलेले जे अलंकार ते अर्थाच्या अभिव्यक्तीचे अलंकार होत अशी मांडणी करून, शब्दालंकार आणि अर्थालंकार ही विभागणी बाजूस ठेवून, अर्थाचे अलंकार आणि अर्थाच्या अभिव्यक्तीचे अलंकार अशी नवीन विभागणी धोंडांनी मानली आहे. मराठीच्या स्वतंत्र अलंकारशास्त्राच्या आवश्यकतेची तात्त्विक मांडणी करून अलंकारांची उदाहरणे शक्यतो स्वतंत्र मराठी (जुन्या व नव्या) काव्यातून घेण्याचा केलेला प्रयत्न हे या पुस्तकाचे महत्त्वाचे वैशिष्ट्य आहे. स्त्रीगीतांपासून ज्ञानेश्वर, नरेंद्र, भास्करभट्ट, मुक्तेश्वर, रघुनाथपंडित, रामजोशी इत्यादी मध्ययुगीन कवींसह; केशवसुत, टिळक, विनायक, गोविंदाग्रज, बालकवी, तांबे, माधव जूलियन, अनिल, कुसुमाग्रज, ग. दि. माडगूळकर इत्यादीपर्यंतच्या एकूण जवळपास ३५-४० आधुनिक कवींच्या कवितांतील समर्पक उदाहरणे दिलेली आहेत. या पहिल्या पुस्तकातच धोंडांची रसिकता, काव्याचा आस्वाद व अभ्यास, स्वतंत्र विचार आणि उदाहरणांतील अलंकारांची व रसाची मार्मिक चिकित्सा ही वैशिष्ट्ये प्रकट झाली आहेत.

मऱ्हाटी लावणी (१९५६) हा धोंड यांचा दुसरा ग्रंथ लावणी वाङ्मयासंबंधी सांगोपांग व सखोल विवेचन करणारा वैशिष्ट्यपूर्ण आणि महत्त्वाचा ग्रंथ होय. ७२ पानांच्या अभ्यासपूर्ण प्रस्तावनेत शाहिरांच्या काव्याच्या पद्धतशीर अभ्यासाची आवश्यकता असल्याचे प्रतिपादन करून प्रथम लावण्यांची पाठचिकित्सा करण्यात आली आहे. वृत्ते न कळल्यामुळे, मुद्रा गळून पडल्यामुळे किंवा शब्द वा पंक्ती गाळल्यामुळे, अक्षरांची उलटापालट झाल्यामुळे, भलतीकडे कानामात्रा पडल्यामुळे, शब्द भलत्या ठिकाणी तोडल्यामुळे किंवा जोडल्यामुळे, शब्दांचा अर्थ न कळल्यामुळे, मोडी लिपीमुळे लावण्यांमध्ये अपपाठ कसे निर्माण झाले आहेत याचे सोदाहरण विवेचन केले आहे. लावणी या काव्यप्रकाराचे स्वरूप, लावणीकारांचे काव्यहेतू आणि कार्य, लावणी वाङ्मयाच्या वेळची राजकीय, सामाजिक व धार्मिक स्थिती यांच्या पार्श्वभूमीवर लावणीचा उगम व विकास यांचा विचार, लावणीकार आणि संत व पंडित कवी, लावणीतील काव्यवैशिष्ट्ये या सर्व महत्त्वाच्या बाबींसंबंधी विस्तृत व महत्त्वपूर्ण चर्चा केलेली आहे. लावणीसंबंधीच्या अनेक गैरसमजांचा व भ्रान्त मतांचा फोलपणाही त्यातून उघड झाला आहे. या ग्रंथात ६१ वेचक लावण्याही समाविष्ट केल्या आहेत. तसेच त्यांची वृत्ते व कठीण शब्द यांचे स्पष्टीकरण करणाऱ्या टिपाही आहेत. लावणीची परंपरा दाखवणाऱ्या वीस निवडक गीतांचाही समावेश आहे. १९८८ साली या ग्रंथाची दुसरी आवृत्ती निघाली तेव्हा मधल्या काळात धोंडांनी केलेल्या संशोधनाची भर घालणारे, लावणीची

व्युत्पत्ती–नृत्याच्या अंगाने, ‘लावणीचे कुल आणि शील’ आणि ‘कलगीतुरा’ हे लेख पुरवणीत समाविष्ट करण्यात आले. त्या संदर्भात धोंडांनी लिहिले आहे, ‘‘स्वत:ची विधाने अधिक संशोधनाने स्वत:च खोडायची पाळी येणे, ही संशोधन क्षेत्रात मोठी भाग्याची गोष्ट मानली पाहिजे. पुरवणीतील निष्कर्षही अधिक संशोधनाने बाधित होण्याचा संभव नाकारता येत नाही.’’ यातून संशोधनाची निरंतरता, संशोधनाचे मर्मच सुचवले गेले आहे. ‘कलगीतुरा’ या शोधनिबंधामध्ये निशाणाच्या रंगांची प्रतीकात्मकता स्पष्ट करताना हिरव्या रंगाच्या संदर्भात एक वेगळा विचार धोंडांना सुचलेला आहे. ‘हिरवा रंग मुस्लीम संस्कृतीतून तर आला नसेल? ...आल्या पाच गौळणी/पाच रंगांचा शृंगार करूनी ।’ या एकनाथांच्या गौळणीतील हिरवा रंगही मुसलमानांचा म्हणून आला असेल का? एकनाथ हे उदार दृष्टीचे मानवतावादी होते आणि त्यांच्या गुरूंचे, जनार्दनस्वामींचे गुरू मुसलमान होते हे लक्षात घेतले की हा संभव निराधार वाटत नाही. धोंडांच्या चिंतनातील स्वतंत्रता अशा ठिकाणी विशेष जाणवते.

ज्ञानेश्वरी हा धोंडांचा आयुष्यभराचा ध्यास होता. विश्वसाहित्यात मानाचे स्थान लाभावे असा *ज्ञानेश्वरी* हा ग्रंथ मराठीत निर्माण व्हावा हे मराठी भाषेचे, साहित्याचे आणि संस्कृतीचे परमभाग्य आहे, अशी त्यांची धारणा होती. गीतेचे टीकाकार, भाष्यकार, विवेचक एवढेच काय गीतेचे श्लोकही बाजूस ठेवून आणि ज्ञानदेव व ज्ञानेश्वरी यासंबंधीची इतरांची मते व स्वत:चे पूर्वग्रह शक्य तेवढे विसरून, ज्ञानेश्वरीतील निखळ ओव्या अनुभवण्याचा प्रयत्न धोंड यांनी केला. त्यातून ज्ञानेश्वरीचे स्वरूप, तत्त्वज्ञान आणि विशेष याविषयीचे नवे आकलन, नवा अन्वयार्थ सिद्ध झाला. *ज्ञानेश्वरीची स्व-तंत्रता आणि ज्ञानेश्वरी अध्याय पाचवा* या पुस्तिकेत (१९७४), ज्ञानेश्वरीची स्व-तंत्र रचना स्पष्ट होईल अशा रीतीने पाचव्या अध्यायाचे अभिनव मुद्रण करण्याचा प्रयोग धोंडांनी केला आहे. तो लक्षणीय आहे. *ज्ञानेश्वरी : स्वरूप, तत्त्वज्ञान आणि काव्य* (१९८०) या पुस्तकात हे नवे आकलन मांडले आहे. ज्ञानेश्वरी ही गीतेवरील टीका, भाष्य वा निरूपण नसून ती मराठी गीता आहे, तो ज्ञानदेवांनी घेतलेला आत्मशोध आहे, त्याचा गाभा उपनिषदांच्या स्वरूपाचा आहे याचा धोंडांना प्रत्यय आला. चिद्‌विलासवादी भूमिका आणि त्यावर आधारलेल्या ज्ञानकर्मयोगयुक्त भक्तीचा मार्ग व निष्ठा म्हणून पुरस्कार हेच ज्ञानेश्वरीतील तत्त्वसूत्र आहे हे लक्षात आले. *ज्ञानेश्वरी* हा मूलत: काव्यग्रंथच आहे असे जाणवून त्यातील सौंदर्य न्याहाळण्याचा छंद जडला. ज्ञानदेव स्वत:चा अनुभव सर्वांसाठी, सभोवतालच्या लौकिक सृष्टीतल्या प्रतिमांद्वारे व्यक्त करीत असल्यामुळे या प्रतिमांचा तरल वेध घेतला गेला. ज्ञानदेवांच्या तत्त्वविचारांनुसार त्यांची प्रतिमासृष्टीही चैतन्यनिर्भर, क्रियाशील, भावरूप व विश्वव्यापी आहे आणि ती तशी असल्यामुळेच प्रतिमांच्याद्वारे श्रोते ज्ञानेश्वरीतील अध्यात्म अनुभवू शकतात हे वैशिष्ट्य जाणवते.

ज्ञानेश्वरीतील बुद्धिगम्य आध्यात्मिक अनुभवापेक्षा इंद्रियगम्य लौकिक अनुभवांवर लक्ष केंद्रित करून ज्ञानेश्वरीतील काही दुर्बोध स्थळांचा उलगडा करण्याचा प्रयत्न करणारे संशोधनलेख *ज्ञानेश्वरीतील लौकिक सृष्टी* (१९९१) या संग्रहात समाविष्ट आहेत. ज्ञानदेवकालीन समग्र लौकिक सृष्टी आणि तिच्याशी निगडित असलेली तत्कालीन भाषा जाणून घेतल्याशिवाय

ज्ञानदेव भेटणार नाहीत ही दृढ धारणा त्यामागे आहे, उदाहरणार्थ, ज्ञानेश्वरीच्या बाराव्या अध्यायात योगदुर्गाचे जे रूपक आहे त्यातला 'दुर्ग' कोणता याचा शोध घेतल्यावर तो देवगिरीचा किल्ला (हल्लीच्या भाषेत दौलताबादचा किल्ला) हे धोंडांना कळले. ते किल्ल्यावर गेलेही आणि त्यांना त्या रूपकाचा व अनेक दुर्बोध स्थळांचा उलगडा झाला. यातून त्यांचा 'ज्ञानेश्वरीतील योगदुर्ग' हा पहिला लेख सिद्ध झाला आणि मग ज्ञानेश्वरीतील लौकिकसृष्टीचा शोध घेण्याचा त्यांना नादच लागला. त्याकरता ज्ञानेश्वरकालीन धार्मिक, कौटुंबिक, सामाजिक, आर्थिक, राजकीय, भौगोलिक इत्यादी परिस्थितीचा अभ्यास करणे आवश्यक होऊन त्यात ते रमत गेले. ज्ञानेश्वरीत 'पन्हेरें', 'साडेपन्हेरें' आणि 'सोले' हे शब्द सोन्याच्या संदर्भात येतात व सामान्यत: तो त्या काळचा सोन्याचा भाव होता असे स्पष्टीकरण देण्यात येते. प्रत्यक्षात शोध घेतल्यावर तो भावांचा निर्देश नसून कसांचे, त्यात मिसळलेल्या हिणांचे निर्देश करणारे उल्लेख आहेत हे उलगडते. या प्रकारे 'ज्ञानेश्वरीतील योगसंग्राम', 'ज्ञानेश्वरीतील चामड्याचे चलन', 'माथा तुरंबिला बुरू' यातील 'तुरंबणे' आणि 'बुरू' या शब्दांचे अर्थ; ज्ञानेश्वरीत येणारे सावरी, खैर, हिवर या झाडांचे उल्लेख; लता, माधवी, आम्रमंजिरी आणि अशोक यांचे संदर्भ; ग्रंथोपजीविये या शब्दाचा ज्ञानेश्वरांना अभिप्रेत असलेला अर्थ, विश्वरूपदर्शनाचा आजच्या काळात जाणवलेला अर्थ (विश्वरूप व अर्जुन यांची अणुस्फोट व रॉबर्ट ओपेनहायमर (अण्वस्त्राचा प्रमुख निर्माता) यांच्याशी केलेली तुलना) अशा अगदी वेगळ्या आणि अनपेक्षित दिशांनी धोंडांनी *ज्ञानेश्वरी*च्या लौकिक सृष्टीचा व भाषेचा वेध घेतलेला आहे. धोंडांची रसिकता, चिकित्सक वृत्ती, एकेका शब्दासाठी, तपशिलाच्या उलगड्यासाठी विलक्षण परिश्रम घेण्याचा, त्यावर चिंतन करण्याचा त्यांचा स्वभाव आणि त्यातून ज्ञानेश्वरीतील अनेक दुर्बोध (ज्ञानेश्वरीच्या अभ्यासकांनी सहजपणे टाळलेल्या) तपशिलांचा वा शब्दांचा त्यांनी लावलेला अर्थ हे सारे मुळातच अनुभवण्यासारखे आहे. विविध ग्रंथांतील संदर्भांनी हे लेखन संपृक्त आहे. 'उखितें आघवें चि मी' या लेखात धोंडांनी शोधयात्रेतील अनुभव सांगितले आहेत. संशोधनप्रक्रिया किती सर्जनशील असू शकते याचा हा सुंदर वस्तुपाठ आहे. विवेचनाच्या ओघात धोंडांची अत्यंत वजनदार, मर्मस्पर्शी व विचारांना चालना देणारी विधाने येतात. उदाहरणार्थ, 'ग्रंथानुभव हा अनुवाद, टीका, भाष्य, निरूपण, प्रवनच यांसारखा एक स्वतंत्र वाङ्मयप्रकार मानला तर त्या स्वरूपाचा 'ज्ञानेश्वरी' हा जागतिक साहित्यातील एकमेव ग्रंथ ठरतो.' 'हा प्राचीनतम आधुनिक ग्रंथ आहे', 'काव्य म्हणून हा ग्रंथ विश्वसाहित्यात केवळ अपूर्वच नव्हे तर अद्वितीयही आहे', 'विचारवंतांपेक्षा सामान्यांनी, सुशिक्षितांपेक्षा अशिक्षितांनी, नागरांपेक्षा जानपदांनी आणि पुरुषांपेक्षा स्त्रियांनी संतसाहित्य अधिक अंगी लावून घेतले आहे.'

विठ्ठल हे दैवत आणि त्याचे निर्माते व भक्त असणारे वारकरी संत यांच्याशी संबंधित लेखांचा संग्रह असणारे *ऐसा विटेवर देव कोठें!* (२००१) हे पुस्तक प्रत्येक मराठी माणसाने वाचलेच पाहिजे असे आहे. ''मी नास्तिक आहे... तरीही मी अश्रद्ध नाही. माझी विठ्ठलावर आणि वारकरी संतांवर अपार श्रद्धा आहे. मी त्यांचा आणि केवळ त्यांचाच अनन्य भक्त

आहे. यात काडीमात्र विसंगती नाही. तुकाराम महाराजही माझ्यासारखेच नास्तिक होते,'' अशा अनोख्या, आधुनिक दृष्टीने पाहताना जगातील सर्व धर्मांत आणि हिंदू धर्मातीत सर्व पंथांत संतांचा वारकरी संप्रदाय हा सर्वश्रेष्ठ धर्म आहे; हा अध्यात्ममार्गी असून संपूर्णपणे इहवादी आहे आणि भक्तिमार्गी असूनही निरीश्वरवादी आहे; बुद्धिवादी व अद्ययावत आहे; असे अपारंपरिक, विचारप्रवर्तक प्रतिपादन धोंडांनी केले आहे. विठ्ठल हे संतांनी व मराठी लोकांनी घडवलेले दैवत कसे आहे आणि त्याच्या कथांमध्ये (विश्वीं विश्वंभर, हरिहरा नाही भेद, कर्मी ईशु भजावा, जाती अप्रमाण, दया तेथे धर्मु ही) भागवत धर्माची तत्त्वे कशी अनुस्यूत आहेत याचे मार्मिक विवेचन धोंडांनी केले आहे. संतकवींच्या अभंगवाणीच्या संदर्भात ते म्हणतात, ''सर्व संतांच्या सहकार्याने साडेतीन शतके, अठरा पिढ्या, अखंड चाललेला आणि सांगसंपन्न झालेला हा वाग्यज्ञ जागतिक सृष्टीत केवळ अभूतपूर्वच नव्हे, आजवर एकमेवही!'' 'विठ्ठलचरिताचा उद्‌गाता—नामदेव' या लेखात देवाशी संवाद करणाऱ्या आणि कथेच्या द्वारे विचार सांगणाऱ्या अशा नामदेवांच्या विशिष्ट काव्यशैलीतून विठ्ठलाची 'मिथ' कशी निर्माण झाली याचे उदाहरणांसह अत्यंत प्रत्ययकारी विवेचन येते. ''वाल्मीकीने राम या मानवी व्यक्तीला देवपण दिले, तर नामदेवांनी विठ्ठल या देवाला मानवी रूप दिले'', ''नामदेव हे मराठी संतकवींतील पहिले 'मिथमेकर' आणि तेच त्यांच्या काव्याचे वैशिष्ट्य'', ''नामदेवांनी निर्माण केलेली ही विठ्ठलाची 'मिथ' जनमानसात एवढी रुजली की, त्यानंतरच्या संतकाव्यात व लोकगीतांत तिला अनंत धुमारे फुटले'' असा नवा अन्वयार्थ धोंड व्यक्त करतात. 'तुकारामांचा लोकसंवाद' व 'तुका झालासे कळस' या लेखांतूनही वेगळी चिकित्सा केलेली दिसते. 'संगच्छध्वं संवदध्वं...' या लेखात तुकारामांच्या 'टिपरी'च्या अभंगांतून पंढरीच्या वारीचा चित्रपट कसा उलगडत जातो याचे अप्रतिम दर्शन घडविले आहे.

मध्ययुगीन वाङ्मयाबरोबर आधुनिक साहित्याच्या संदर्भातील म. वा. धोंड यांचे लेखनही वैशिष्ट्यपूर्ण आहे. *चंद्र चवथीचा* (१९८७), *जाळ्यातील चंद्र* (१९९४) आणि *तरीहि येतो वास फुलांना!* (१९९९) या तीन पुस्तकांत ते समाविष्ट आहे. राम गणेश गडकरी यांच्या नाट्यवाङ्मयाविषयी आपल्याला काही नवे, वेगळे सांगायचे आहे हे जाणवल्यावर त्यांच्या जन्मशताब्दीच्या सोहळ्यात आपणही सहभागी व्हावे या उद्देशाने कोणीही न सांगता-मागता, केवळ आंतरिक उमाळ्याने जे लेख धोंडांनी लिहिले ते *चंद्र चवथिचा* मध्ये एकत्रित केले आहेत. गडकऱ्यांनी आपली हास्यप्रतिभा व काव्यप्रतिभा नाट्यलेखनाच्या कारणी लावली, त्यांच्या प्रतिभेचा सर्वांत यशस्वी आविष्कार नाट्यलेखनात आढळतो असे धोंडांचे प्रतिपादन आहे. *प्रेमसंन्यास, पुण्यप्रभाव, भावबंधन* व *एकच प्याला* या चारही नाटकांतील पात्रे (नायक, खलनायक, नायिका व उपनायिका, विनोदी पात्रे), विनोदाचे स्वरूप व विशेष, संगीताची वैशिष्ट्ये इत्यादींची सखोल चर्चा करत, गडकऱ्यांच्या नाट्यप्रतिभेचा आणि नाट्यदृष्टीचा विकास कसा होत गेला याचा वेध अतिशय मार्मिक रसिकवृत्तीने धोंडांनी घेतला आहे. गडकऱ्यांची विनोदी पात्रे आणि तमाशातील सोंगाड्या यांचे मिळतेजुळते तोंडवळे, 'भाण' (एक नट नाटक) या संस्कृत नाट्यप्रकारातील 'विट' हे प्रमुख पात्र आणि

गडकऱ्यांची विनोदी पात्रे यांच्या संवादांत आढळणारे साम्य, पारंपरिक स्त्रीगीताशी नाते सांगणारी पण आधुनिकतेचा स्पर्श झालेली गडकऱ्यांची नाट्यगीते/पदे यांचे विश्लेषण नवी मर्मदृष्टी देणारे आहे. 'एकच प्याला'तील 'चंद्र चवथीचा । रामाच्या ग बागेमध्यें चाफा नवतिचा ।।' या सिंधूच्या गाण्यातील प्रतिमांची उकल करत जे रसग्रहण धोंडांनी केले आहे त्यातून त्यांची तरल संवेदनशीलता विशेषत्वाने जाणवते. लोकसंगीतातील मनाला एकाच वेळी अस्वस्थ तसेच विश्रांत करणाऱ्या अद्‌भुत सामर्थ्याच्या संदर्भात गडकऱ्यांबरोबर शेक्सपिअरच्या *ऑथेल्लो* या नाटकातील तसेच युजीन ओनीलच्या (ग्रीक शोकनाट्यातील इलेक्ट्राच्या कथेवर आधारलेल्या) *मोर्निंग बिकम्स इलेक्ट्रा* (१९३१) या नाटकत्रयीतील लोकसंगीताच्या परिणामकारक योजनेची आठवण धोंडांच्या मनात जागी होते.

वयाच्या ९३व्या वर्षापर्यंत धोंड यांना सतत नवे काही सुचत होते ही गोष्ट विलक्षण म्हटली पाहिजे. तुकारामांकडे 'अंधश्रद्धा निर्मूलनाचे आद्य प्रवर्तक' म्हणूनही पाहिले पाहिजे अशी जाणीव त्यांनी व्यक्त केली. ('दीपावली', दिवाळी अंक २००५) तसेच, 'तुकोबांच्या निर्याणाचा, त्यांच्या काही अभंगांच्या आधारे निराळा, विचारप्रवर्तक अन्वयार्थही त्यांनी लावला. ('दीपावली', दिवाळी अंक २००७). वारकरी परंपरा व वाङ्मय या संदर्भात धोंड यांनी सातत्याने केलेले विश्लेषण एकंदर सांस्कृतिक संचिताकडेच पाहण्याची (पुनरुज्जीवनवाद वा तुच्छतावाद ही टोके टाळून) आधुनिक, चिकित्सक मर्मदृष्टी देणारे आहे यात शंका नाही.

गडकऱ्यांच्या नाट्यदृष्टीचा विचार करताना नाट्यसृष्टी व सत्यसृष्टी (नाटक व संसार) या अलग आहेत आणि त्या अलगच ठेवल्या पाहिजेत असे गडकऱ्यांचे मत दिसते असे धोंडांनी म्हटले आहे. त्यासंबंधी चर्चा करताना, पाश्चात्त्य रंगभूमीवरील युगप्रवर्तक नाटककार व दिग्दर्शक बर्टोल्ड ब्रेख्ट (१८९८-१९५६) याच्या विचारसरणीचा व भूमिकेचा त्यांनी निर्देश केला आहे. गडकऱ्यांचे *संगीत मूकनायक* हे विडंबन-नाट्य त्यांना, बेकेट, आयनेस्को इत्यादींच्या निरर्थनाट्याची आठवण करून देते. समग्र मानवी जीवनाच्या निरर्थतेची जी व्यापक पार्श्वभूमी निरर्थ-नाट्याला असते, ती (रूढिग्रस्त मध्यमवर्गीय जीवनाची निरर्थता दाखवणाऱ्या) गडकऱ्यांच्या या विडंबन-नाट्याला नसली तरी (जीवनाची निरर्थता, व्यक्ती-व्यक्तीमधील संवादाची दुष्करता, माणसाचे एकाकीपण, अवनायक, न-नाट्य हे) निरर्थ-नाट्याचे विशेष यात बीजरूपाने दिसावेत, यात गडकऱ्यांच्या प्रतिभेची जी झेप दिसून येते ती निःसंशय लक्षणीय आहे असे धोंडांचे भाष्य आहे. गर्भापासून मृत्यूपर्यंतच्या माणसाच्या सर्व दशा पाचेक मिनिटांच्या अवधीत साकार करणाऱ्या, जीवनाची शोकांतिका व निरर्थता या दोहोंचाही पाचच मिनिटांच्या अत्यल्प अवधीत अद्‌भुत प्रत्यय देणाऱ्या मार्सेल मार्सो या विख्यात फ्रेंच मूकनटाचे नाट्यप्रयोग पाहिल्यामुळे 'मूकनायक'चा प्रयोग धोंड मनोमंचावर पाहू शकले! 'सकाळचा अभ्यास', 'प्रो. कोटिबुद्धे', 'मूकनायक' या गडकऱ्यांच्या तीन छोट्या नाटकांच्या तीनपटींचा विचार करताना धोंडांना जां तादर्यू या फ्रेंच नाटककाराचे नाट्यलेखन आठवते. विश्लेषणाच्या ओघात मेलोड्रामा, कॉमेडी, ग्रीक व शेक्सपेरियन

ट्रॅजेडी, प्रोटॅगनिस्ट (मुख्य पात्र) अँटॅगनिस्ट (प्रतिद्वंद्वी), ऑब्जेक्टिव्ह कोरिलेटिव्ह यांचे समर्पक निर्देश येतात. धोंडांच्या लेखनातील हे अनेकविध संदर्भ त्यांच्या रसिकतेचा व व्यासंगाचा पैस केवढा व्यापक आहे याची प्रकर्षाने जाणीव करून देतात. त्यांची असाधारण संशोधनवृत्ती आणि संवेदनक्षम सौंदर्यदृष्टी यांचा प्रगल्भ संगम येथे आढळतो. नाट्यलेखनाच्या नऊ-दहा वर्षांच्या अत्यल्प काळात रंगभूमीविषयीची गडकऱ्यांची जाण कशी प्रगल्भ होत चालली होती आणि त्यांच्या नाट्यलेखनात कळत-नकळत ती कशी व्यक्त होत होती हे पाहिले की, त्यांना अधिक आयुष्य व पुरेसे स्वास्थ्य लाभते तर ब्रेख्टचे 'एपिक थिएटर' व आयनेस्कोचे 'निरर्थ-नाट्य' यांसारखे एखादे स्वतंत्र प्रवर्तन त्यांनी मराठी रंगभूमीवर घडवून आणले असते असा अंदाज धोंडांनी वर्तवला आहे. गडकऱ्यांच्या नाट्यसृष्टीकडे पाहण्याची एक अपूर्व दृष्टी धोंडांनी दिली आहे.

जाळ्यातील चंद्र या संग्रहातील 'सखाराम बाइंडर' या लेखात एक शोकांतिका म्हणून (विजय तेंडुलकरांच्या) या नाटकाचे धोंडांनी केलेले विश्लेषण विचारप्रवर्तक आहे. सखाराम, लक्ष्मी, चंपा, चंपाचा नवरा, दाऊद या पात्रांचा सविस्तर विचार करून हे नाटक वास्तव नसून प्रतीकात्मक असल्यामुळे त्याचा आशय कसा विस्तारत जातो ते विशद केले आहे. लक्ष्मी व चंपा ही संस्कार विरुद्ध स्वातंत्र्य, तसेच निष्ठा विरुद्ध गरज यांची प्रतीके कशी होतात, त्यांच्यातील संघर्ष हा सखारामच्या मनातील त्याच्याच दोन प्रवृत्तींमधील संघर्ष कसा ठरतो हे स्पष्ट करून, सखाराम प्रथम आपले आचारस्वातंत्र्य, नंतर पौरुष व अखेर सत्त्वच गमावून बसतो आणि निष्ठा व गरज या झगड्यातच त्याचा अंत होतो ही त्याची शोकांतिका आहे, अशी मांडणी केली आहे. त्याचबरोबर या शोकांतिकेला असणारे व्यापक, सामाजिक परिमाणही धोंडांना जाणवले आहे. ''ही सखारामची शोकांतिका तशीच आपणा सर्वांचीही आहे. आजच्या परिस्थितीत ती जास्त जास्त अटळ होत चालली आहे. ...गरजा भागवील आणि निष्ठाही जोपाशील अशी समाजव्यवस्था अजून यावयाची आहे. तोपर्यंत व्यवहारी, लफंगा, दाऊदच या जगात टिकू शकतो. हीच आजच्या समाजाची शोकांतिका!'' (या लेखाची पूर्वप्रसिद्धी – 'समाज प्रबोधन पत्रिका', जाने.-फेब्रु. १९७४).

'नवकवितेचे प्रवर्तक' असणाऱ्या बा. सी. मर्ढेकर यांच्या कवितेमध्ये भिन्न भिन्न पिढ्यांच्या व काव्यविषयक भूमिकांच्या समीक्षकांना समाधान व आव्हान दोन्ही देण्याचे सामर्थ्य आहे. १९४३ पासून (शिशिरागमानंतरच्या) मर्ढेकरांच्या कविता जसजशा प्रसिद्ध होत गेल्या तसतशा म. वा. धोंडही त्या वाचीत गेले. काही त्यांना सहज समजल्या, काही प्रयासाने उमगल्या, तर काही अखेरपर्यंत दुर्बोधच राहिल्या. त्या दुर्बोधतेने त्यांना अस्वस्थ केले. मराठीचे प्राध्यापक असूनही आपल्याला त्या कळू नयेत, हे धोंडांना अपमानास्पद वाटले. दुर्बोधता हे मर्ढेकरांच्या कवितेचे व्यवच्छेदक लक्षण होऊन राहिले. मर्ढेकरांच्या कवितांतील प्रतिमांनी मात्र त्यांच्या मनात घर केले. कालांतराने इतर समीक्षकांनी केलेली भाष्ये, लावलेले अर्थ असमाधानकारक वाटल्यामुळे, न पटल्यामुळे मर्ढेकरांच्या काही दुर्बोध कवितांचा विचार करायला ते प्रवृत्त झाले. १९९४ ते १९९८ या काळातील (म्हणजे धोंडांच्या ८० ते ८४ या

वयातील) लेखांतून 'तरीहि येतो वास फुलांना' (१९९९) हे पुस्तक सिद्ध झाले. मर्ढेकरांच्या दुर्बोध कवितांची उकल कोणत्याही तात्त्विक विचारांच्या आधारे केलेली नसली तरी त्यांच्या कवितांच्या दुर्बोधतेची लक्षात आलेली चार मुख्य कारणे धोंडांनी नमूद केली आहेत. ती लक्षणीय आहेत. १) शब्दांचे अर्थ चुकीचे करणे. २) मर्ढेकरांना अभिप्रेत असलेल्या प्रतिमा न जाणवणे. ३) कवितेच्या रचनेचे स्वरूप न उमगणे. ४) कवितेचा संदर्भच न कळणे. आणि त्यांचे सोदाहरण स्पष्टीकरणही उद्‌बोधक आहे. कविता ही स्वतंत्र व स्वयंपूर्ण कलाकृती मानूनच तिचा आस्वाद घ्यावा ही भूमिका धोंडांना मान्यच आहे पण कविता काही विशिष्ट संदर्भातच रचली गेलेली असते व त्या संदर्भातच ती कृतार्थ होत असते आणि हे संदर्भ त्या कवितेवरूनच कळून येत नसले, तर अन्य मार्गांनी जाणून घ्यावे लागतात या धारणेतून, मर्ढेकरांच्या काही दुर्बोध कवितांना हे संदर्भ संशोधनपूर्वक पुरवण्याचा प्रयत्न धोंडांनी केला. कवितेचे शब्द, रूप/बांधा, छंद/चाल, रचनाकाल, प्रतिमा या सर्वांचा अत्यंत बारकाईने विचार करून कवितांवर भाष्य केले आहे. मर्ढेकरांचा काळ, सार्वजनिक परिस्थिती व जागतिक घडामोडी आणि मर्ढेकरांचे चरित्र/वैयक्तिक आयुष्य यांच्या संदर्भात सोळा कवितांचे नवे आकलन मांडले आहे. या सर्व शोधातून एक निवेदक, तीन निवेदित व्यक्ती आणि सहा भाषिते असलेला, नऊ सलग कवितांचा एक मोनोड्रामा साकार झाल्याचा अनुभव धोंडांना आला. 'झोपलीं ग खुळीं बाळे', 'आलों होतों, आलों होतों', 'दवांत आलिस भल्या पहाटीं', 'अभ्ररम्य परिमिनी', 'भटकत फिरलों', 'रहा तिथें तू', 'ह्या दुःखाच्या कढईची गा', 'सत्तेजाच्या जंजाळामधिं' व 'घडल्या गोष्टी विसरून जा' या त्या नऊ कविता होत. 'आषा आषाढ-श्रावण' तसेच '–आणि मृगाचा पाऊस आला' या दोन्ही कवितांचा विचारही मर्ढेकरांच्या वैयक्तिक जीवनाच्या संदर्भात केला आहे. 'पिपांत मेलें', 'बन बांबूंचे', 'आग अंधाराची' आणि 'अजून येतो वास फुलांना' या चार कवितांचा सार्वजनिक परिस्थिती वा घटना यांच्याशी असलेला संदर्भ शोधत अर्थनिर्णयन केले आहे. 'बोंड कपाशींचें फुटे' या लेखात खुद्द कवितेलाच भेटून केलेला संवाद, झालेली प्रश्नोत्तरे असा बाज घेऊन केवळ या कवितेचीच नव्हे तर एकूण स्त्रीगीतांचीच वैशिष्ट्ये मिस्कील, प्रसन्न सुरात सांगितली आहेत. संशोधनप्रक्रियेतील भरारी सर्जनशीलता लेखनातूनच प्रत्ययाला येणे हे धोंडांच्या एकूण लेखनाचे एक सुंदर वैशिष्ट्य या लेखात प्रकर्षाने जाणवते. धोंडांनी स्वीकारलेली अर्थनिर्णयनाची दिशा वा आकलन याबाबत काही शंका वाटू शकतात, बह्वर्थता हे कवितेच्या श्रेष्ठत्वाचे गमक मानले जाते याचा निर्देश धोंडांनीच केला आहे. पण धोंडांची तीव्र जिज्ञासा, जातिवंत रसिकता, चिरतरुण संवेदनशीलता, कुशाग्र बुद्धी, विद्वत्ता, व्यासंग, बहुश्रुतता, खंडनमंडनाचे सामर्थ्य, चिकित्सक व चिंतनशील प्रवृत्ती या साऱ्याचे जे दर्शन होते ते स्तिमित करणारे आहे यात शंका नाही. सुबोध व रसाळ भाषाशैली हे धोंडांच्या लेखनाचे एक महत्त्वाचे वैशिष्ट्य या पुस्तकातही विशेषत्वाने लक्षात येते.

प्रश्न पडण्याची क्षमता आणि तसा तो पडल्यावर स्वत:ला उत्तर मिळेपर्यंत चैन न पडण्याची वृत्ती ही संशोधनाची पूर्व-अट आहे याचे धोंडांच्या लेखनातून पूर्णपणे प्रत्यंतर येते. रसिकता,

विद्वत्ता, व्यासंग, संशोधनाची शिस्त, तर्कनिष्ठा या सर्वांच्या रसायनातून धोंडांनी सर्जनशील निर्मिती केली आहे. प्रत्यक्ष संशोधनशास्त्राशी संबंधित असेही काही लेखन त्यांनी केले आहे. *मऱ्हाटी लावणी* या ग्रंथात त्यांनी लावण्यांची पाठचिकित्सा केली आहे. याचा निर्देश मागे आलाच आहे. 'ज्ञानेश्वरीची पाठचर्चा' ('महाराष्ट्र साहित्य पत्रिका', एप्रिल-सप्टेंबर १९७५) या लेखात ज्ञानेश्वरीवर पाठचर्चेच्या अंगाने जी चर्चा झाली आहे तिचा थोडक्यात परामर्श घेऊन ती फलदायी होण्याकरता तत्कालीन लौकिक सृष्टी व भाषा यांचा शोध घेण्याची आवश्यकता प्रतिपादन केली आहे. 'आधुनिक मराठी संहिताचिकित्सा' (१९७५) या पुस्तिकेत या शास्त्राचे स्वरूप, साधने, (टेक्सच्युअल क्रिटिसिझम) अभ्यासाचे टप्पे, प्रकार, पद्धती यांचा परिचय करून दिला आहे. त्यानंतर आधुनिक काळात प्राचीन मराठी ग्रंथांच्या ज्या संपादण्या प्रसिद्ध झाल्या आहेत त्यांचे विश्लेषण केले आहे. (पंडित, माडगावकर, प्रियोळकर, हर्षे, कुळकर्णी, दांडेकर, गोखले, बनहट्टी या संशोधकांनी या संपादण्या केल्या आहेत.) '...बनहट्टींच्या संपादणीचे (विविध) साक्षेप मराठी संहिताचिकित्सेच्या इतिहासात अपूर्व आहेत, त्यांच्या शास्त्रीय दृष्टीला मराठीत तरी तोड नाही' असे भाष्य केले आहे.

साहित्याबरोबर संगीतातही धोंडांना रुची होती, त्याची जाण होती आणि अभ्यास होता. 'प्रबंध, धृपद आणि ख्याल' (१९७५) ही त्यांची पुस्तिका त्याची साक्ष देते.

समाजक्रांतीचे सिद्धान्तन करणारा संशोधक

कॉम्रेड शरद पाटील

(१९२५-२०१४)

वंदना महाजन

कॉम्रेड शरद पाटील यांनी वर्ग आणि जात यांची एकत्रित मांडणी करून समग्र सामाजिक समतेचे तत्त्वज्ञान मांडण्याचा प्रयत्न केला. कार्यकर्ता आणि विचारवंत या दोन्ही गोष्टींचा समन्वय साधून चळवळीला आवश्यक असणारे समतादर्शी तत्त्वज्ञान त्यांनी मांडले. एखादी विचारप्रणाली स्वीकारून त्या पद्धतीने जगणारी अनेक माणसे असतात. तसेच वेगवेगळ्या चळवळींना आयुष्य वाहून देणारी माणसेही आपण आजूबाजूला बघत असतो, पण चळवळ, आपण स्वीकारलेली जीवनप्रणाली, आपले जगणे आणि आपल्या आजूबाजूच्या माणसांचे जगणे याचा वेध घेत नवे सिद्धान्तन उभारून ते चळवळीशी म्हणजेच आपल्या आणि इतरांच्या जगण्याशी एकजीव करण्याचा प्रयत्न करणारी माणसे मोजकीच असतात. कॉम्रेड शरद पाटील हे यातील महत्त्वाचे नाव. धुळे जिल्ह्यातील कापडणे गावी शरद पाटील यांचा जन्म एका सत्यशोधक शेतकरी कुटुंबात झाला. त्यांचे वडील तानाजी तुकाराम पाटील हे खानदेशातील सत्यशोधक चळवळीत कार्यरत होते. सत्यशोधक विचारांवर भरणपोषण झाल्यामुळे शरद पाटील वैचारिकदृष्ट्या प्रगल्भ होते. पुढे शाहीर दत्ता गवाणकर, शाहीर अमर शेख, शाहीर अण्णा भाऊ साठे यांच्या संपर्कात आल्यानंतर १९४६ पासून ते जीवनदायी कम्युनिस्ट बनले. येथून पुढे चळवळ, नेतृत्व आणि चळवळीला आवश्यक वैचारिक मांडणी हेच शरद पाटलांचे आयुष्य बनले. कॉम्रेड शरद पाटील यांचा प्रवास एक तळमळीचा कार्यकर्ता ते वर्गीय आणि जातीय क्रांतीचे तत्त्वदर्शी विचार मांडणारा विचारवंत या दिशेने झाला. चळवळीला आवश्यक विचारव्यूहांची मांडणी शरद पाटलांनी सातत्याने केली. तीन वर्षे मार्क्सवादी चळवळीत जीवनदायी कार्यकर्ता म्हणून कार्य केल्यानंतर मार्क्सवादी जातीअंताच्या मुद्द्याला हात घालीत नाहीत हे लक्षात आल्यानंतर त्यांनी मार्क्सवादी चळवळीला सोडचिठ्ठी दिली. येथून पुढे त्यांनी जातवर्गस्त्रीदास्य अंतक चळवळी उभ्या केल्या व त्या संदर्भातील सिद्धान्तनेही उभी केली.

धुळे-नंदुरबार भागांत आदिवासींचे लढे उभे करून त्यांच्या जलजमिनीचा प्रश्न सोडविण्याचा प्रयत्न केला. १९४७च्या आसपास त्यांनी शेतकरी आघाडीवर काम केले. मार्क्सवादी कार्यकर्ता असल्यामुळे त्यांना काही काळ हद्दपारीची शिक्षा भोगावी लागली. सहा महिने त्यांनी धुळे कारागृहात सक्तमजुरीची शिक्षाही भोगली. गोवा मुक्ती संग्राम, संयुक्त महाराष्ट्राची चळवळ, उकाई धरणग्रस्तांची चळवळ यांसारख्या अनेक चळवळींमध्ये शरद पाटलांचा क्रियाशील

सहभाग होता. भारत-चीन युद्धाच्या वेळेस कम्युनिस्टांना स्थानबद्ध करण्यात आले. १९६३ ते १९६५ या तीन वर्षांसाठी शरद पाटलांना अनुक्रमे औरंगाबाद आणि नाशिकच्या तुरुंगात स्थानबद्ध केले गेले. याच काळात त्यांनी कार्ल मार्क्स यांच्या 'कॅपिटल' या ग्रंथाचा अभ्यास केला. या तीन वर्षांत त्यांनी मार्क्सवादी सिद्धान्तनाचा अभ्यास केला. मार्क्सचे वर्गीय तत्त्वज्ञान भारतीय जातिप्रश्न समजून घेऊ शकत नाही. त्यामुळे भारताच्या संदर्भात मार्क्सचा सिद्धान्त लागू करताना अडचणी उद्‌भवतात हे त्यांच्या लक्षात आले. भारतीय समाजाचे आकलन मार्क्सच्या विचारांवरून केल्यास ते चुकीचे ठरेल असे मत बनल्यानंतर त्यांनी वैदिक वाङ्मय समजून घेण्याचा निश्चय केला. त्यासाठी संस्कृत शिकणे आवश्यक होते. संस्कृत शिकण्यासाठी ते बडोद्याला रवाना झाले. बडोद्यात त्यांनी पंडित विद्यासागर मणिशंकर उपाध्याय यांच्या मार्गदर्शनाखाली संस्कृतचा अभ्यास केला. यात विशेषत्वाने त्यांनी पाणिनीचे व्याकरण अभ्यासले.

''शरद पाटलांच्या नेतृत्वाचे वैशिष्ट्य हे की त्यांनी पारंपरिक साम्यवादी पक्ष संघटनांच्या धोरणात्मक मर्यादा छेदून शोषणमुक्तीचा नवा अजेंडा पुढे आणला. आदिवासी चळवळीची व्याप्ती केवळ आदिवासींच्या मागण्यांपुरतीच त्यांनी सीमित ठेवली नाही. जातिव्यवस्थाविरोधी लढा, शेतकरी लढा आणि आदिवासी स्त्रियांच्या समान हक्कांसाठीचा लढा या तीनही प्रवाहांच्या एकजुटीची हाक दिली. त्यासाठी महाराष्ट्राच्या विविध अशा महत्त्वपूर्ण लढ्यात सहभाग दिला. मराठवाडा विद्यापीठ नामांतराच्या सत्याग्रहात धुळे जिल्ह्यातून एक हजार आदिवासी सत्याग्रही उतरले. चांदवड येथील शेतकरी संघटनेच्या स्त्रीमेळाव्यात नजूबाई गावित यांच्या नेतृत्वाखाली शंभर किलोमीटर पदयात्रा करीत एक हजार स्त्रियांसह सहभाग दिला. आदिवासी स्त्रियांसाठी हिंदू कोड-बिल लावावे, या सकपच्या मागणीला पाठिंबा देणारी शेतकरी महिला आघाडी ही एकमेव स्त्रीसंघटना होती. सकपची चळवळ वैचारिक भूमिका घेऊन उभी होती. अशा परिस्थितीत सकपचा मार्क्सवाद फुले-आंबेडकरवादी दृष्टिकोन विविध विषयांवर मांडला जावा म्हणून त्यांनी 'सत्यशोधक मार्क्सवादी' मासिक सुरू केले.'' (*क्रांतिकारी सत्यशोधक : कॉम्रेड शरद पाटील*, रवींद्र घोडराज, पृष्ठे २४-२५)

शरद पाटलांनी सत्यशोधक चळवळ आणि आंबेडकरी विचारांचा जातीअंतांचा लढा तसेच मार्क्सचे वर्गीय तत्त्वज्ञान यांचा समन्वय साधून मार्क्स, फुले, आंबेडकर विचार एकत्र करून नवी अन्वेषण पद्धती निर्माण केली. यातून निर्माण झालेला अब्राह्मणी विचार त्यांनी 'सत्यशोधक मार्क्सवादी' या मासिकातून सातत्याने मांडला. भारतीय तत्त्वज्ञानाचा उलगडा करीत त्यांनी ब्राह्मणी विरुद्ध अब्राह्मणी संघर्षाची मांडणी केली. आपल्या या वैचारिक प्रतिपादनासाठी त्यांनी *दास-शूद्रांची गुलामगिरी* खंड १ (भाग १ व २) १९८२ व १९८५ या ग्रंथाची निर्मिती केली. *जातिव्यवस्थाक सामंती सेवकत्व* (खंड २) (१९९६) *जात्यंतक भांडवलदारी, लोकशाही क्रांती व तिची समाजवादी पूर्ती*(खंड ३) (२००३) *प्रिमिटिव्ह कम्युनिझम, मातृसत्ता-स्त्रीसत्ता आणि भारतीय समाजवाद* (खंड ४) २०१२ या खंडाची निर्मिती केली. या चार ग्रंथांची इंग्रजी भाषांतरे त्यांनी स्वत:च केली.

याव्यतिरिक्त शरद पाटील यांनी वेगवेगळ्या भूमिकांच्या प्रतिपादनासाठी लिहिलेले ग्रंथ प्रकाशित आहेत. *बुद्ध भिक्खू आनंद, विशाखा* (१९८३), *भारतीय तत्त्वज्ञान व नास्तिक मत* (१९८४), *रामायण महाभारतातील वर्णसंघर्ष* (१९८६), *अब्राह्मणी साहित्याचे सौंदर्यशास्त्र* (१९८८), *पश्चिम भारतीय स्वायत्त आदिवासी राज्याची भूमिका* (१९८९), *शिवाजींच्या हिंदवी स्वराज्याचे खरे शत्रू कोण : महमंदी की ब्राह्मणी* (१९९२), *मार्क्सवाद-फुले-आंबेडकरवाद* (१९९३) हे ग्रंथ प्रकाशित आहेत. नामांतरविषयी त्यांनी लिहिलेली पुस्तिका 'नामांतर औरंगाबाद व पुण्याचे' (२०११) ही पुस्तिका प्रसिद्ध आहे. स्त्री-शूद्रांचा राजा हे नाटक शरद पाटलांनी १९९८ साली लिहिले. शरद पाटील यांनी काही कथाही लिहिल्या आहेत. 'रामा भिल्लाने सांगितलेली गोष्ट' ही त्यांची पहिली कथा 'युगांतर'मध्ये प्रसिद्ध झाली होती. 'शहाद्याचे डॉक्टर', 'वन्या फरारी', 'जेल', 'बलराम मृत्यूच्या सावलीत' या त्यांच्या कथा प्रसिद्ध आहेत. 'सत्यशोधक मार्क्सवादी' या मासिकातून शरद पाटील यांनी अनेक लेख लिहिले. अर्थात त्याव्यतिरिक्तही अनेक मासिकांमधून त्यांनी अनेक लेख लिहिले.

शरद पाटील यांच्या कार्याची एक सुनिश्चित दिशा आहे. सुरुवातीच्या काळात मार्क्सवादी चळवळीकडे आकर्षित झालेले कॉम्रेड शरद पाटील नंतर मात्र मार्क्सवाद, फुलेवाद आणि आंबेडकरवादाचा एकत्रित विचार करू लागले. त्यातून त्यांनी नवे सिद्धान्तन उभारण्याचा प्रयत्न केला. मार्क्सवाद भारतातल्या जातीय प्रश्नांच्या मांडणीसंदर्भात अपूर्ण आहे, हे लक्षात आल्यानंतर त्यांनी भारतीय वर्ण आणि जातव्यवस्थेची मीमांसा करून त्या संदर्भात भूमिका घेणाऱ्या महात्मा फुले आणि डॉ. बाबासाहेब आंबेडकर यांच्या विचारांचे एकत्रित अन्वेषण केले. वर्णजातिव्यवस्था आणि पितृसत्ता या व्यवस्था शोषणाच्या मूलाधार आहेत याची चिकित्सक मांडणी शरद पाटील यांनी केली. भारतात उभारल्या गेलेल्या वर्ण-वर्ग आणि जातीविषयक लढ्यांचा पद्धतशीर अभ्यास करून त्यांनी भारतीय स्त्रीशोषण परंपरांची पद्धतशीर चिकित्सा केली. भारतात उभारलेल्या गेलेल्या वर्ण, वर्ग, जाती आणि स्त्रीशोषणाच्या लढ्यांचा त्यांनी चिकित्सक अभ्यास केला. त्याचबरोबर त्याबाबत उभारलेल्या गेलेल्या सिद्धान्तनाची चिकित्सा करून त्यांनी आपली बहुप्रवाही अन्वेषणपद्धती उभी केली. ''डॉ. बाबासाहेब आंबेडकरांनी सुरू केलेल्या भारतीय क्रांतीच्या स्वरूपाची चर्चा कॉ. पाटील यांनी निर्णायक टप्प्यावर नेली. जाती आणि स्त्रियांच्या गुलामगिरीचा अंत ज्या क्रांतीच्या विषयपत्रिकेत नाहीत. ती क्रांती भारतात होऊ शकत नाही. या विषयावर कॉ. पाटील यांनी तत्कालीन पोथीनिष्ठ कम्युनिस्ट नेतृत्वाला आव्हान देऊन जातीच्या मुद्द्यावर जाहीर चर्चेत निमंत्रण दिले. पण नेतृत्वाने त्यांची म्हणावी तशी नोंद घेतली नाही. ते कृतिशील कुशल संघटक नेते होते. त्यामुळे भारतीय क्रांतीने भारावलेला त्यांच्यातील नेता गप्प राहणे शक्य नव्हते. त्यांनी प्रस्थापित कम्युनिस्ट पक्षातून बाहेर पडून क्रांतीचा नवा अजेंडा मांडणारा 'सत्यशोधक कम्युनिस्ट पक्ष' स्थापन केला.'' (*क्रांतिकारी सत्यशोधक : कॉम्रेड शरद पाटील*, संपा. रमेश चव्हाण, पृ. ८५)

मार्क्सवादाला आलेल्या पोथीनिष्ठ स्वरूपामुळे मार्क्सवादातून समग्र परिवर्तन होणे अशक्य आहे हे लक्षात आल्यानंतर शरद पाटलांनी जातिव्यवस्थेची मीमांसा करणारे तत्त्वज्ञान पुढे

आणले. यासाठी त्यांनी मार्क्स–फुले–आंबेडकर (माफुआ) यांच्या विचारधारांच्या एकत्रित विचार करून नवी अन्वेषण पद्धती पुढे आणली. या संदर्भातील आंतर्विरोध स्पष्ट करताना शरद पाटील म्हणतात, ''आद्य गणसमाजाच्या पूर्व विघटनातूनच वर्गसमाज जन्माला येतो, असे मार्क्स-एंगल्सप्रणीत ऐतिहासिक भौतिकवाद मानतो. पण भारतीय समाज विकासाने सिद्ध केले आहे की, दासप्रथासमाज गणसमाजाच्या चौकटीत जन्माला येऊन तिच्यातच चरम विकासाची अराजक संघगणावस्था गाठतो. शेती व गणसमाज यांची जननी स्त्री असल्याने भारतीय गणसमाजाचे मुख्य दोन कालखंड पडतात : एक स्त्रीसत्तेचा व दुसरा दासप्रथेचा. या संदर्भात एंगल्सला अभिप्रेत असलेला आद्य गणसमाज स्त्रीसत्ताक समाजच असू शकतो.'' (*मार्क्सवाद-फुले-आंबेडकरवाद*, शरद पाटील, पृ. १०) असे असले तरी स्त्रीसत्तेतही स्त्रियांची सत्ता पुरुषांवर असल्यामुळे सामाजिक समता नव्हती तर ही व्यवस्था शोषणविहीन होती, असे मत शरद पाटील मांडतात.

स्त्रीसत्तेनंतर भारतात स्त्रीदास्य व दासप्रथाक वर्णव्यवस्था निर्माण झाली. द्विजांनी निर्माण केलेली व्यवस्था दासशूद्र आणि स्त्रिया यांच्या गुलामगिरीवर आधारित होती. दासप्रथा संपुष्टात आणण्याचे क्रांतिकारी कार्य गौतम बुद्धांनी केले. आध्यात्मिक स्तरावर निर्माण झालेली समता भौतिक स्तरावर आणण्याचा क्रांतिकारी प्रयत्न युरोपातील भांडवलदारवर्गाच्या प्रतिनिधींनी केला. गणप्रथाक समूहाधिष्ठित लोकशाही व भांडवलदारी व्यक्तिस्वातंत्र्याधिष्ठित लोकशाही यांना विधायक नकारता देऊन नवी कामगारवर्गीय लोकशाही निर्माण होईल अशी मांडणी शरद पाटलांनी केली आहे.

भारतासंदर्भात याचा विचार करताना शरद पाटील वसाहतकाळातील वैचारिक ध्रुवीकरणाचा विचार मांडतात. भारतात भांडवलदारवर्ग प्रामुख्याने हिंदू बनिया जातीतून निर्माण झाला. बुद्धिजीवी राष्ट्रवादी ब्राह्मण वर्ग आणि बनियावर्ग या दोघांनाही जातिव्यवस्था अबाधित ठेवायची होती. त्यामुळे त्यांनी व्यक्तिस्वातंत्र्यावर आधारित असलेल्या पाश्चात्त्य लोकशाही व्यवस्थेला विरोध केला. याच वेळेस शूद्र जातीतील सुधारकांनी पाश्चात्त्य लोकशाही व्यवस्थेचा परखड पुरस्कार केला. यातून उच्चवर्णीय आणि शूद्र यांच्या दोन स्वतंत्र विचारसरणी निर्माण झाल्या. उच्चवर्णीयांची वेदान्त विचारसरणी राष्ट्रीय चळवळीचे अधिकृत तत्त्वज्ञान बनत गेली. त्यांचा प्रतिवाद शूद्र विचारवंतांनी केला. वर्णजातिव्यवस्था यांना विरोध करणारी सांख्य, बौद्ध यांसारखी अब्राह्मणी विचारसरणी पुढे आणली. भारतीय तत्त्वज्ञानाचा अभ्यास त्या काळात शूद्रांच्या आवाक्याबाहेर असतानाही जोतीराव फुले यांनी या अब्राह्मणी तत्त्वज्ञानाचा पुरस्कार केला. म्हणून आम्ही त्यांना शूद्र तत्त्वज्ञानी (Plebian Philosopher) म्हणतो. असे शरद पाटील म्हणतात. यानंतर विकसित झालेल्या वेगवेगळ्या अन्वेषण पद्धतींचा परामर्श शरद पाटील घेतात. माफुआपुरते बोलायचे झाल्यास मुळात वासाहतिक काळात जोतीराव फुले यांनी अब्राह्मणी मांडणी पुढे आणली. पण त्यांचे हे प्रयत्न दडपण्यावरच तत्कालीन उच्चवर्णीय राष्ट्रवादी वेदांती विचारवंतांनी भर दिला. त्यामुळे फुल्यांचे तत्त्वज्ञान सार्वत्रिक होण्यावर मर्यादा आल्या. तत्कालीन आणि पुढच्या बहुजन पिढ्यांपर्यंत हे तत्त्वज्ञान पाहिजे त्या प्रमाणात पोहचले

नाही. उलट वेदान्ती विचार या लोकांपर्यंत पटकन पोहचले. शरद पाटील म्हणतात, त्याप्रमाणे बुद्धांच्या दासप्रथाअंतक चळवळीकडे शूद्रजातीय श्रमिक आकर्षित झाले, पण त्याची परिणती आध्यात्मिक स्तरावर भक्तिपंथाच्या तत्त्वज्ञानात झाली. त्याचीच पुनरावृत्ती वासाहतिक काळातही झाली. लोकमान्य टिळकांच्या जातीसमर्थक राष्ट्रवादी परंपरेत वाढलेल्या उच्चवर्णीय तरुणांनी मार्क्सवादी चळवळ उभी केली. भारतीय तत्त्वज्ञान, इतिहास, संस्कृती यांकडे ब्राह्मणी दृष्टिकोनातून पाहणारे कम्युनिस्ट नेते व मार्क्सवादी प्राच्यविद्या पंडित मार्क्सचा ऐतिहासिक भौतिकवाद भारताला लावण्यात पोथीनिष्ठ राहणे अपरिहार्य होते. ''आद्य गणसमाजाच्या अंतापासूनचा मानवसमाजाचा इतिहास हा वर्गलढ्याचा इतिहास आहे, हे ऐतिहासिक भौतिकवादाचे सूत्र म्हणूनच त्यांनी भारतीय इतिहास, तत्त्वज्ञान, संस्कृती व समाज यांना जसेच्या तसे लावले. मार्क्सवादी पंडितांनी प्राच्यविद्येचा या वर्गवादी अन्वेषण पद्धतीने पाश्चात्त्य व पौर्वात्य पूर्वसुरींपुढे जाऊन महत्त्वाचा विकास केला हे खरे, पण या अन्वेषणपद्धतीच्या आटोक्याबाहेर असलेले वर्णीय-जातीय भारतीय वास्तव अनाकलनीयच राहिले.'' (*मार्क्सवाद-फुले-आंबेडकरवाद,* शरद पाटील, पृ. १२). मार्क्सवादाच्या पोथीनिष्ठ स्वरूपामुळे भारतातल्या जाती आणि वर्णव्यवस्थेतील गुंतागुंतीची यथायोग्य मांडणी झाली नाही. या विचारातूनच शरद पाटील यांनी अब्राह्मणी तत्त्वज्ञानाची पुनर्मांडणी केली.

वर्ग, जात, वर्ण या संस्था एकच आहेत या मार्क्सवादाच्या विचाराला शरद पाटील नाकारतात. बुद्धपूर्व काळातील भारतीय समाजात केवळ वर्ण हीच व्यवस्था होती. वर्ण हा भारतीय गणसमाजाचा अविभाज्य भाग होता. गणसमाजाच्या विघटनाशिवाय वर्गव्यवस्था अस्तित्वात येऊ शकत नाही असे मार्क्स म्हणतो. त्यामुळे बुद्धपूर्वकाळात वर्णव्यवस्थेला समांतर वर्गव्यवस्था नव्हती असे शरद पाटील म्हणतात. वसाहतपूर्व काळात होणारे संघर्ष वर्ण व जाती लढ्यांचे होते. हे मत शरद पाटील ग्राह्य धरतात. बळीच्या राज्याच्या अंतापासूनच भारतीय समाजाचा इतिहास आर्य द्विज व अनार्य शूद्र यांच्यामधील वर्णजातीलढ्याचा आहे. या जोतीराव फुले यांच्या मांडणीचा ते आधार घेतात. जोतीराव फुले आणि मार्क्स यांच्या विचाराचा समन्वय साधून शोषण-शोषणाधारित समाजाच्या उदयापासूनचा वासाहतिक समाजापर्यंतचा भारतीय इतिहास शोषण-शासक वर्ण वा जातीजमाती आणि शोषित-शासित वर्ण व जातीजमाती यांच्यातील लढ्यांचा होता, तर वासाहतिक काळापासूनचा भारतीय इतिहास वर्गजातीजमातींच्या लढ्यांचा आहे. या भारतीय ऐतिहासिक भौतिकवादालाच शरद पाटील मार्क्सवाद-फुले-आंबेडकरवाद म्हणतात. (मार्क्सवाद-फुले-आंबेडकरवाद, शरद पाटील, पृ. १५) यात आंबेडकरांचा समावेश याच्यासाठी की जोतीराव फुले यांची जातिअंताची चळवळ अतिशूद्रांपर्यंत नेणारे डॉ. आंबेडकर हे पहिले भारतीय आहेत. त्यांनी केलेले धम्मस्वीकार आणि फुल्यांनी बुद्धाला दुरुस्त करणारी आनंदची स्त्रीमुक्ती शिरोधार्य केली. डॉ. आंबेडकरांनी हा वारसा पुढे चालविला. अशी माफुआची मीमांसा शरद पाटील करतात. अर्थात शरद पाटील यांनी केलेल्या या मांडणीवर अनेकांनी आक्षेप घेतले. यात मार्क्सवादी जसे होते तसे आंबेडकरवादीही होते. मार्क्स सोडा पण फुले आणि आंबेडकरवादाचेही

एकत्रीकरण होऊ शकत नाही असेही काही टीकाकारांचे मत होते/आहे. खरे म्हणजे फुले-आंबेडकरांचे विलगीकरण करणे म्हणजे शूद्र आणि अतिशूद्रांच्या प्रश्नांचे विलगीकरण करण्यासारखे आहे. फुले वजा केले म्हणजे आंबेडकर उरतात ते केवळ कट्टर आंबेडकरवादी नवबौद्धांचे याचे सार्थ भान शरद पाटलांना होते. त्यामुळे त्यांनी माफुआ या बहुअन्वेषण पद्धतीचा विकास केला आणि बुद्धविचार प्रमाण मानला. यातूनच त्यांची बहुप्रवाही ऐतिहासिक भौतिकवादी अन्वेषणपद्धती आकाराला आली.

दासशूद्रांची गुलामगिरी या ग्रंथाच्या प्रस्तावनेत तर्कतीर्थ लक्ष्मणशास्त्री जोशी यांनी ऐतिहासिक मीमांसेच्या चार पद्धती सांगितल्या आहेत. साम्राज्यवादी पद्धती, दुसरी भारताच्या राष्ट्रीय अस्मितेचे संवर्धन करणारी (शरद पाटील यालाच वेदान्ती राष्ट्रवाद म्हणतात.) या दोन्ही पद्धतींमध्ये वस्तुनिष्ठ ऐतिहासिक मीमांसेला मर्यादा पडल्या आहेत. तिसऱ्या प्रकारात इतिहासकाळ व इतिहासपूर्वकाळ घडलेल्या घटनांचे अवशेष शोधून त्यांची मांडणी करणे. चौथ्या प्रकारात विशिष्ट प्रकारचे ऐतिहासिक तत्त्वज्ञान स्वीकारून सामाजिक आणि सांस्कृतिक इतिहासाचा उलगडा करणे. अर्थात मार्क्सच्या ऐतिहासिक भौतिकवादाचा स्वीकार करून इतिहास, समाज आणि धर्म, संस्कृती, साहित्य यांचा उलगडा करणे. शरद पाटील मार्क्सच्या एकप्रवाही अन्वेषण पद्धतीचा उपयोग करत नाहीत तर अब्राह्मणी बहुप्रवाही अन्वेषण पद्धतीचा उपयोग करून मातृसत्ताकता ते पितृसत्ताकता यांतील दासशूद्र आणि स्त्रियांच्या गुलामगिरीची मांडणी करतात.

प्राचीन भारतीय संस्कृती आणि सभ्यता ही दासशूद्र आणि स्त्रियांच्या श्रमावर आधारलेली आहे. अर्थात गुलामाला गुलामगिरीत लोटणारी व्यवस्था कार्यरत असल्यामुळे राज्यसंस्था, धर्म आणि धार्मिक तत्त्वज्ञान यांनी गुलामगिरीचे उदात्तीकरण केले. संपूर्ण जगात हीच व्यवस्था कार्यरत असली तर भारतात मात्र गणव्यवस्था ते जातिव्यवस्था मातृसत्ताकता ते पितृसत्ताकतेच्या प्रवासात जातिव्यवस्था अधिक दृढमूल होत गेली. याविषयी विचार व्यक्त करताना शरद पाटील म्हणतात, ‘‘जातिव्यवस्था ही सर्व सहा लक्षणांसह जन्माला आली, हा गैरसमज आहे. जात्यन्ताचा संघर्ष देशात निकराला जात असताना हा अनैतिहासिक समज मुक्तिसंघर्षाला बाधक ठरेल. आनुवंशिकता हे पहिले लक्षण सोडता बाकी पाच लक्षणे इसवी सन पूर्व सहाव्या शतकानंतर क्रमश: जन्माला येत गेली. सातव्या ते आठव्या शतकापर्यंत जातिव्यवस्था सहाही लक्षणांनी अंकित झाली. परिणतावस्थेला गेली. (*जातिव्यवस्थाक सामंती सेवकत्व*, शरद पाटील, पृ. ८). जातिव्यवस्थेची वस्तुनिष्ठता समजून घेण्यासाठी तिचे ऐतिहासिक क्रमातील स्थान समजून घेतले पाहिजे. *दास-शूद्रांची गुलामगिरी* या ग्रंथानंतर *जातिव्यवस्थाक सामंती सेवकत्व* या ग्रंथात गणव्यवस्थेतील दास-शूद्र आणि मालकाच्या संबंधांचे जातिव्यवस्थेतील झालेले दृढीकरण मांडले आहे.

तुर्कपूर्व भारतीय सामंतप्रथा परिणतवस्थेला गेली होती असा निष्कर्ष शरद पाटील मांडतात. याआधी बाराशे वर्षे सामंत व शेतकऱ्यांचे संबंध नेमके कसे होते, याचा शोध घेताना मार्क्सवादी किंवा मार्क्सवादेतर अन्वेषण पद्धती निष्प्रभ ठरल्या आहेत. वास्तव आहे तसे समजून घेणे,

त्याच्यावर अध्यारोप न करणे ही एंगल्सने भौतिकवादाची व्याख्या केली आहे. भारतीय जातिव्यवस्था आणि त्यामागचे वास्तव समजून घेतले तर मार्क्सवादी अन्वेषणपद्धती आणि तत्त्वज्ञान गैरलागू ठरते. याची भीती भारतीय मार्क्सवादी इतिहासकारांना वाटते, असे शरद पाटील म्हणतात. *जातिव्यवस्थाक सामंती सेवकत्व* या ग्रंथात तुर्कपूर्व सामंतीप्रथेतील वर्णजातिसंबंधांची मांडणी केली आहे. अतिरिक्त उत्पादनापर्यंत पोहचलेला आदिम साम्यवादी समाज केवळ वर्गसमाजात विकसित होत नाही तर भारतात त्याचा प्रवास वर्ण आणि जाती असा झाला आहे. याआधारे सामंतव्यवस्था समजून घेतली तर शासकवर्ग व जातीकुळे यांच्या उतरंडीनुसार ती निर्माण झालेली दिसते. भारतीय सामंतव्यवस्था संघगणाअंतानंतर तर युरोपियन सामंतव्यवस्था वणिग्लोकशाहीअंतानंतर निर्माण झाली असे शरद पाटील म्हणतात. मार्क्सवादी विचारवंतांच्या भारतीय वर्णजातव्यवस्थाविषयक विचारांना पडलेल्या मर्यादा शरद पाटील विशद करतात आणि वर्णजातस्त्रीदास्य अंतासाठीची कार्यक्रमपत्रिका जाहीर करतात. याचबरोबर साहित्याच्या सौंदर्यशास्त्राविषयीही चर्चा करतात. ''प्रमाणशास्त्र हे कोणत्याही समाजाचे व त्याच्या साहित्यकलांचे ऐतिहासिक व सौंदर्यशास्त्रीय आकलन सम्यकपणे व सर्जनशीलपणे करण्यात पायाभूत असते. म्हणून प्रमाणशास्त्राला ज्ञानशास्त्रही म्हणतात. मार्क्सवादी तत्त्वज्ञानाचे प्रतिबिंबक प्रमाणशास्त्र वर्गसमाजाचेसुद्धा सम्यक व सर्जनशील आकलन करू शकलेले नाही. हे युरोपीय समाजवादपतनाने स्पष्ट केले आहे. मग वर्गेतर समाजाची गोष्ट दूरच.'' (*जातिव्यवस्थाक सामंती सेवकत्व*, शरद पाटील, पृष्ठे २१७-१८). फुले व आंबेडकर हे दार्शनिक होते हे सिद्ध करून शरद पाटलांनी त्यांच्या तत्त्वज्ञानाचे सुसूत्रीकरण केले आणि अब्राह्मणी साहित्याचे सौंदर्यशास्त्र विकसित केले. ''वेदांच्या आणि रामायण-महाभारताच्या समीक्षेतून नव्या द्वंद्वात्मक भौतिकवादाच्या मांडणीचा प्रयत्न करीत असतानाच त्यांनी दिग्नाग, धर्मकीर्ती, अश्वघोष इत्यादींच्या तत्त्वज्ञानाचा अभ्यास केला. या बौद्ध दार्शनिकांच्या अभ्यासातून त्यांना नव्या मूलभूत सिद्धान्ताचा शोध लागला. विशेषत: दिग्नागाच्या मांडणीत त्यांना या नव्या सिद्धान्ताचा पाया सापडला. यातून त्यांची स्वत:ची 'माफुआ' ही मांडणी बदलली. आणि सौत्रान्तिक मार्क्सवाद या नव्या सिद्धान्ताची मांडणी करायला सुरुवात केली.'' (*मराठा मार्ग*, भारत पाटणकर, मे २०१४). सिग्मंड फ्रॉईड यांनी मानवी मनाचे विश्लेषण करून बोध, अबोध जाणीव आणि नेणिवेविषयीची मांडणी करून एक नवा दृष्टिकोन पुढे आणला. याचा साहित्यनिर्मिती आणि समीक्षेवरही परिणाम झाला. *प्रिमिटिव्ह कम्युनिझम मातृसत्ता-स्त्रीसत्ता आणि भारतीय समाजवाद* या ग्रंथात शरद पाटील मनाच्या जाणीव व नेणीव या द्वैताचा प्रमाणशास्त्रात समावेश करून तर्कशास्त्रात विकास करायचे युगप्रवर्तक काम दिग्नाग स्कूलने केले अशी मांडणी करतात. 'मनाच्या द्वैताचा शोध प्रथम सांख्य योगिनींनी लावला आणि वसुबंधुने त्याची नोंद त्याच्या *अभिधर्मकोशा*त चित्त-संप्रयुक्त (जाणीव) व चित्त-विप्रयुक्त (नेणीव) या नामकरणांनी केली. या चित्त द्वैताच्या दर्शनात प्रमाणशास्त्रीय समावेश वसुबंधुंचा महाशिष्य दिग्नाग याने त्याच्या सौत्रांतिक विज्ञानवादात सविकल्पक (जाणीव) व निर्विकल्पक (नेणीव) या नावांनी केली. अशी मांडणी करून शरद पाटील सौत्रान्तिक मार्क्सवादाचे सूचन

करतात. बहुप्रवाही ऐतिहासिक भौतिकवादाची मांडणी करून शरद पाटलांनी पोथीनिष्ठ मार्क्सवादी विचारांना छेद देऊन जातधर्मस्त्रीदास्यंतक विचारांना प्राधान्य देणाऱ्या फुले-आंबेडकरी विचारांचा पाठपुरावा केला. तेथून ते पाणिनीय व्याकरणापासून रामायण-महाभारताच्या अभ्यासापर्यंत पोहचले. त्यातील अब्राह्मणी तत्त्वज्ञानाची सौंदर्यशास्त्राची मांडणी त्यांनी केली. दास-शूद्रांच्या गुलामगिरीपासून प्रिमिटिव्ह कम्युनिझम मातृसत्ता ते स्त्रीसत्ता आणि भारतीय समाजवादापर्यंतचा त्यांचा प्रवास हा अन्वेषण पद्धतींच्या विकासाचा प्रवास होता. समाजवादी सौभान्तिकवाद ते सैत्रान्तिक मार्क्सवाद आणि जाणीव-नेणिवान्वेषी तर्कशास्त्रापर्यंत (डायलेक्टिकल लॉजिक) त्यांनी अन्वेषण पद्धतींचा विकास केला. स्त्रीसत्ताक व्यवस्थेपासून सुरुवात करून बुद्धतत्त्ववेत्ते दिग्नाग, धर्मकीर्ती, वसुबंधु इत्यादींच्या तत्त्वज्ञानाचा परामर्श घेऊन त्यांनी अब्राह्मणी विचारांना बळकटी दिली.

भारतीय इतिहासाचा उलगडा करण्यासाठी शरद पाटलांची मांडणी समजून घेणे अत्यंत आवश्यक आहे. एवढेच नव्हे तर स्त्रीवादाची भारतीय संदर्भात मांडणी करताना शरद पाटलांचा विचार ओलांडून पुढे जाता येणार नाही. आद्य धर्मसूत्रकारांपैकी हारीत हा मातृवंशक होता. (आई हरिती-भूमातेचे एक नाव) ब्राह्मण धर्मशास्त्राने श्रुतिशच द्विविधा, वैदिक तांत्रिकीच! असे म्हटले आहे. म्हणजे श्रुती एक नसून दोन आहेत. एक वैदिकी व दुसरी तांत्रिकी. तांत्रिकी म्हणजे स्त्रीसत्तावादी. चातुर्वर्ण्य पितृसत्ताक वैदिकीने तांत्रिकेला नामशेष आणि विकृत केले. तेव्हापासून भारतीय इतिहास ब्राह्मणी जाणीव व अब्राह्मणी नेणीव यांच्या विरोधांच्या एकजुटीचा इतिहास बनला. ही शरद पाटील यांची मांडणी मुळातून समजून घेतली तर भारतीय इतिहासावर आणि वर्तमानावरही नवा प्रकाश पडू शकतो. जाणीव व नेणिवान्वेषी तर्कशास्त्राचा आधार घेऊन शरद पाटील समतावादी सामाजिक उद्दिष्टांना पुनरुज्जीवित करण्याचा प्रयत्न करतात. त्यासाठी ''सौत्रांतिक मार्क्सवादी तत्त्वज्ञानाने, बहुप्रवाही ऐतिहासिक भौतिकवादी अन्वेषणपद्धतीने व समाजवादी सौत्रांतिक सौंदर्यशास्त्राने प्रक्रिया केल्याशिवाय ते इच्छित सामाजिक बदलाचे प्रभावी साधन बनू शकणार नाही आणि सर्वात महत्त्वाचे म्हणजे मानवी मनाची समाजवादी बांधणी करू शकणार नाही.'' (*मातृसत्ता-स्त्रीसत्ता आणि भारतीय समाजवाद*, शरद पाटील, पृ. १०) हे जेवढे खरे आहे तेवढेच प्राच्यविद्या अजूनही उच्चजातीयांची मक्तेदारी आहे. आणि इतिहासाच्या नेणिवेतून तिची पुनर्रचना करणे आवश्यक आहे; जी उच्चजातीयांनी केली नाही किंवा करणे त्यांना गरजेचे वाटले नाही. सामाजिक सर्वहाराचे बुद्धिजीवी आपल्या क्रांतिकारी भूमिकेबद्दल अज्ञानात आहेत आणि केवळ आंबेडकरश्रद्धेला आणि संसदीय मार्गाला कवटाळीत आहेत, हे शरद पाटलांचे म्हणणे वस्तुनिष्ठपणे समजून घेतले पाहिजे. कारण त्याशिवाय नवभांडवलदारी व्यवस्थेने उभी केलेली नवी आव्हाने आणि राजकीय व्यवस्थेत केलेला हस्तक्षेप यांवर प्रकाश पडू शकणार नाही. या आव्हानांना सामोरे जाण्यासाठी जो कृतिकार्यक्रम आवश्यक आहे त्याची अनेक सूत्रे शरद पाटलांच्या मांडणीत सापडतात.

प्रिमिटिव्ह कम्युनिझम मातृसत्ता-स्त्रीसत्ता आणि भारतीय समाजवाद या ग्रंथात लक्झेम्बर्ग येथे 'वर्ल्ड काँग्रेस ऑन मॅट्रिआर्की' या जागतिक परिषदेत २००८ पर्यंत सादर झालेल्या

शोधनिबंधांचे विश्लेषण केले आहे. अर्थात या परिषदेचे नावच मातृसत्ता असल्यामुळे येथे स्त्रीसत्तेविषयीचे विवेचन आलेले नाही असे शरद पाटील म्हणतात. 'प्राथमिक साम्यवाद : मातृसत्ता आणि स्त्रीसत्ता' या प्रकरणात जगात अस्तित्वात असलेल्या ऐतिहासिक स्त्रीसत्ताकतेची उदाहरणे दिली आहेत. भारत, चीन, इंडोनेशिया, सुमात्रा, दक्षिण अरबस्थान इत्यादि देशांतील स्त्रीसत्तेची त्यांनी मांडणी केली आहे.

अब्राह्मणी साहित्याचे सौंदर्यशास्त्र या ग्रंथात त्यांनी प्रस्थापित सौंदर्यशास्त्राला पर्यायी सौंदर्यशास्त्रीय विचाराने आव्हान दिले. सत्तरीच्या दशकात निर्माण झालेले दलित साहित्य हे जातीअंताची मागणी करणारे साहित्य असल्यामुळे दलित साहित्य सौंदर्यशास्त्राची वेगळी मांडणी झाली पाहिजे असा विचार शरद पाटील मांडतात. अब्राह्मणी सौंदर्यशास्त्राची मांडणी करून त्यांनी दलित-आदिवासी-ग्रामीण या परिवर्तनवादी साहित्यविचाराला आणि साहित्याला प्राचीन अब्राह्मणी परंपरेशी जोडलेले आहे. याविषयी विवेचन करताना शरद पाटील म्हणतात, ''भारतात सौंदर्यशास्त्र नव्हते. केवळ साहित्यशास्त्र व अलंकारशास्त्र होते. पश्चिमेत भांडवलदारी लोकशाही क्रांत्यांनंतर सौंदर्यशास्त्र जन्माला आले. भारतात सरंजामदारी जातिव्यवस्था नष्ट झालेली असल्यामुळे सौंदर्यशास्त्र जन्माला येणे शक्य नव्हते. पण बुद्धांनी केलेल्या वर्णदासअंतक समाजक्रांतीनंतर उदयोन्मुख भांडवलदार व कारागीर यांच्यात समता आल्यामुळे दिग्नागने सौंदर्यशास्त्रांचे प्रवर्तन करून जाहीर वादसभेत कालिदासाचा पराभव केल्याचे कालिदास *मेघदूता*त मान्य करतो. पण सहाव्या व सातव्या शतकात जातिव्यवस्था कर्मठ झाल्यामुळे अब्राह्मणी सौंदर्यशास्त्र लयास गेले असे मत शरद पाटील मांडतात. दलित साहित्य हे नवबौद्ध धर्मांतराचे अपत्य असून ते डॉ. आंबेडकरांच्या मृत्यूनंतर उदयाला आले आहे. ब्राह्मणी साहित्याशी नाळ तोडणारे ते पहिले आधुनिक साहित्य आहे. ब्राह्मणी सौंदर्यशास्त्राशी त्याचा विरोध नकारात्मक असून स्वत:चे सौंदर्यशास्त्र निर्माण करेपर्यंत तो होकारात्मक किंवा क्रांतिकारक होणार नाही हे शरद पाटलांचे मत महत्त्वाचे आहे.

१) मार्क्सवाद-फुले-आंबेडकरवादाच्या सौंदर्यशास्त्राची मांडणी – सौंदर्यशास्त्र हे आस्वादक व दार्शनिक मीमांसा करणारे शास्त्र आहे. वास्तविकतेवर भर देणारे आणि त्याचा कलात्मक आविष्कार करणारे सौंदर्यशास्त्र हे भौतिकवादी सौंदर्यशास्त्र आहे, असे शरद पाटील म्हणतात.

२) मार्क्सवादी-फुले-आंबेडकरवादी म्हणजेच अब्राह्मणी सौंदर्यशास्त्र हे वर्ग, जातीजमातींपुरते मर्यादित नाही, तर ते समष्टीचे सौंदर्यशास्त्र आहे.

३) कलाकृतीचे घटकगुण कलावंतांच्या नेणिवेतून निर्माण होतात. ही नेणीव अभिव्यक्त असल्यामुळे रसिकाला त्याची जाणीव होते.

रसिक आणि कलावंत या दोघांच्या मनोभूमिका लक्षात घेऊन शरद पाटलांनी अब्राह्मणी सौंदर्यशास्त्राची सम्यक मांडणी केली आहे. ''कलावादी समीक्षाप्रवाहाने साहित्यबाह्य व्यवहाराची चर्चा कालबाह्य ठरवून तिला साहित्यचर्चेपासून बाजूला ठेवले आहे. अब्राह्मणी साहित्याचे सौंदर्यशास्त्र समाजातील वास्तवाच्या संदर्भातील कलावस्तूची निर्मिती मांडत असल्यामुळे साहित्यबाह्य जातीय-वर्गीय वास्तवाची दखल घेते. जातीय-वर्गीय प्रस्थापितांवर हल्ला करण्यासाठी

तात्त्विक आणि वैचारिक हत्यार आपल्याला देते. हे योगदान साहित्यक्षेत्रातील संस्थात्मक ब्राह्मणी दादागिरी संपविण्यासाठी खूपच मोलाचे ठरते. मराठी समाजातील साहित्य चळवळीच्या उत्थानाची कारणमीमांसा प्रथम कॉ. पाटलांनी दिली आणि साहित्य चळवळीच्या उत्थानाचा प्रश्न तात्त्विक स्तरावर नेला. दलित साहित्याच्या कोंडीमागील प्रतिबिंबवादी जातलक्ष्यी तत्त्वज्ञान आणि वर्गवादी साहित्याच्या कोंडीमागील वर्गलक्ष्यी तत्त्वज्ञान अशा दोन्ही तत्त्वज्ञानातील प्रतिबिंबवाद त्यांनी पुढे आणला आहे. या दोन्ही साहित्य चळवळींच्या ऱ्हासामागील तात्त्विक कारणे स्पष्ट केली आहेत.'' (*क्रांतिकारी सत्यशोधक : कॉम्रेड शरद पाटील*, कॉ. किशोर जाधव, पृ. १३४)

साहित्यनिर्मितीमागील जात-वर्गवास्तवता शरद पाटील यांनी स्पष्ट केली आहे. विश्वचैतन्यवादी ब्राह्मणी सौंदर्यशास्त्राच्या निकषांना नाकारत बहुजन साहित्यनिर्मितीमागची तात्त्विकता शरद पाटील स्पष्ट करतात. आणि अब्राह्मणी साहित्यशास्त्राची निकड अधोरेखित करतात.

शिवाजीच्या हिंदवी स्वराज्याचे खरे शत्रू कोण महंमदी की ब्राह्मणी या पुस्तकात शरद पाटलांनी शिवाजीच्या इतिहासातील वस्तुनिष्ठता अधोरेखित केली आहे. शिवाजीमहाराज आणि संभाजी यांच्या ऐतिहासिक स्थानातील संदिग्धता दूर करून आतापर्यंत शिवाजींच्या इतिहासविषयक भूमिकांची मीमांसा करून त्या भूमिकांमागील ब्राह्मणी राजकारण त्यांनी उघड केले आहे.

चळवळ आणि सिद्धान्तन या दोन्ही पातळ्यांवर शरद पाटील यांनी दिलेले योगदान बहुजनांच्या सामाजिक, सांस्कृतिक आणि साहित्यिक स्थानाविषयी सखोल तत्त्वज्ञानात्मक मांडणी करणारे आहे. याचा आधार घेत वर्णवर्गजातस्त्रीदास्य अंतांची लढाई पुढच्या काळात लढावी लागणार आहे.

अनन्यसाधारण समीक्षक-गुरू

प्रा. गंगाधर पाटील

(१९३१)

भारती निरगुडकर

प्रा. गंगाधर पाटील हे मूळचे अलिबागजवळच्या खिडकी या लहानशा गावात जन्मले, वाढले आणि महाविद्यालयीन शिक्षणासाठी मुंबईत दाखल झाले. नोकरी करता करता एकीकडे मुंबई विद्यापीठाची एम. ए. मराठीची पदवी प्राप्त केली. पदवी मिळवण्यासाठी शिक्षण घेत असतानाच त्यांचे समांतरपणे युरोपियन भाषांतून आलेल्या ग्रंथांचे वाचन स्वतंत्रपणे चालू होते. त्यात भारतीय व पाश्चात्त्य तत्त्वज्ञान, साहित्यविचार, कलाविचार यांवरील मूळ ग्रंथांचा अभ्यास त्यांची एकलव्याच्या वृत्तीने केला. पुढे शिक्षकी पेशा स्वीकारून शाळेपासून सुरुवात करून मराठवाडा विद्यापीठ, के. सी. महाविद्यालय, मुंबई आणि शेवटी सात वर्षे मुंबई विद्यापीठाच्या मराठी विभागात अध्यापन करून प्रपाठक पदावरून ते १९८९ साली सेवानिवृत्त झाले. विद्यापीठात पाश्चात्त्य साहित्यशास्त्र आणि उपयोजित समीक्षा (जो अभ्यासक्रम तयार करण्यामागे त्यांचीच प्रेरणा व दूरदृष्टी होती.) या विषयांचे अनेक वर्षे अध्यापन केले. अनेक विद्यार्थी एम. फिल. व पीएच. डी. पदवी मिळवून पुढे गेले. विद्यार्थ्यांच्या अनेक पिढ्या त्यांनी घडवल्या. परदेशी विद्यापीठांमध्ये प्राध्यापक व विद्यार्थ्यांना सहज उपलब्ध असलेल्या कोणत्याही सोयीसुविधा वा व्यवस्था येथे रुजलेल्या नसतानाही स्वयंप्रेरणेने व स्वयंशिस्तीने त्यांनी दिवसाचे बारा-बारा तास, रविवारसह विद्यार्थ्यांना दिले.

त्यांचे वर्गातील प्रत्येक व्याख्यान आखीव-रेखीव पण सहजसुंदर असे. कोणताही सिद्धान्त, ज्ञानशाखा शिकवताना त्याच्या आत्म्यालाच हात घालण्याची त्यांची हातोटी प्रत्ययाला येई. आपल्या व्यासंगाचे कोणतेही दडपण आपल्या विद्यार्थ्यांवर येणार नाही पण त्याचबरोबर विषय मुळापासून नीट समजेल या पद्धतीने त्यांची मांडणी करण्याची पद्धत होती. साहित्यकृतीच्या अध्यापनामध्ये तिचे विश्लेषण-अर्थनिर्णयन-मूल्यमापन करताना तात्त्विक दृष्टिकोन गुंफून टाकत व सैद्धान्तिक विवेचन करताना उत्तमोत्तम कवितांची उदाहरणे देऊन ते विषयाचे मर्म स्पष्ट करीत. त्यामुळे साहित्यकृतीतील सौंदर्य कसे वेचायचे त्याचे मार्गदर्शन सहजपणे विद्यार्थ्यांना मिळत असे, असे त्यांचे अनेक विद्यार्थी सांगतात.

१९८९ पर्यंत विद्यापीठात अध्यापन करताना विद्यार्थ्यांसाठी काढलेली अध्यापन विषयाची टिपणे, शोधलेली उदाहरणे किंवा साहित्यविषयक सिद्धान्तावरील आपली मांडणी त्यांनी लेख/ग्रंथरूपाने प्रसिद्ध केली नाही. अध्यापनासाठी जे चिंतन केले, श्रम घेतले ते आपल्या

व्यवसायांच्या बांधिलकीतून घेतले. त्यातून प्रसिद्धी मिळवण्यासाठी पुस्तके लिहिण्याचा विचारही त्यांच्या मनाला कधी शिवला नाही! त्यांनी लेखन भरपूर केले परंतु त्यातील मोजकेच प्रसिद्ध केले. तेही मराठी वाचकांना, अभ्यासकांना ज्ञान व सौंदर्यदृष्टी देण्याच्या हेतूने!

त्यांचे लेखन १९६६ पासून प्रकाशित होऊ लागले आणि आजही ते वयाच्या ८६व्या वर्षी अखंड चालू आहे. 'मौज', 'सत्यकथा', 'आलोचना', 'अनुष्टुभ्', 'ललित', 'परामर्श' इत्यादी साहित्यसमीक्षेला वाहिलेल्या अनेक नियतकालिकांचे संदर्भमूल्य त्यांच्या लेखांनी वाढवले आहे. यामध्ये 'अनुष्टुभ्' या वाङ्मयीन चळवळीला त्यांनी सर्वार्थाने आधार दिला, नवी दिशा दिली. अनुष्टुभ्च्या मे-जून ७८च्या अंकापासून ते त्याचे अधिदेशक म्हणून काम करू लागले. इतर अनेक जबाबदाऱ्यांबरोबर 'रेखेची वाहाणी' हे सदर 'सुहृद' नावाने त्यांनी सुरू ठेवले. प्रत्यक्ष काव्यसमीक्षेपासून ते विविध साहित्यसिद्धान्त व ज्ञानशाखांपर्यंत अनेक विषयांवरील त्यांचे लेख १९९९ पर्यंत तेथे प्रसिद्ध झालेले दिसतात. त्यातील काही लेख ग्रंथनिविष्ट झाले असले तरी पन्नासेक लेख अजून असंगृहीत आहेत. समीक्षा-संज्ञा कोशामध्ये लिहिलेल्या नोंदी व अनेक पुस्तकांना लिहिलेल्या प्रस्तावना याची तर गणतीच नाही! त्यांच्या नावे प्रकाशित झालेल्या ग्रंथांमध्ये *समीक्षेची नवी रूपे* (१९८१, २००१), *समीक्षामीमांसा* (२०११) हे ग्रंथ व *सुहृदगाथा* (१९७५), *प्रभाकर पाध्ये वाङ्मयदर्शन* (१९९३) ही संपादने आहेत. स्वत:च्या लेखनाबरोबरच त्यांनी 'अनुष्टुभ् प्रतिष्ठान' या मुंबईबाहेर सुरू झालेल्या वाङ्मयीन चळवळीचे भक्कम नेतृत्व केले. मुंबई-पुण्यातील अनेक लेखक-समीक्षकांना जोडून घेतले. हे करताना या नियतकालिकातील लेखन पूर्णपणे ॲकडेमिक राहील व जाती-धर्म-पंथनिरपेक्ष राहील याची सतत काळजी घेतली. 'इंडियन एज्युकेशन सोसायटी'च्या 'प्रगत संशोधन केंद्रा'ची स्थापना प्रा. रा. भा. पाटणकर यांच्या सहकार्याने करून त्याचे मानद संचालक म्हणून काम पाहिले. अभ्यासकांच्या नव्या पिढीला, नवीन समीक्षादृष्टीतून लेखनासाठी उद्युक्त करून त्यांच्या लेखनाला मार्गदर्शन करण्यासाठी विद्यापीठामध्ये 'संहिता अभ्यास मंडळ' अनेक वर्षे चालवले. त्यातून अनेक विद्यार्थी लिहिते झाले.

कविवर्य पु. शि. रेगे यांच्या निवडक कवितेला एक सुहृद होऊन दिलेला सर्जक प्रतिसाद *सुहृदगाथा* या संग्रहात (१९७५) ग्रथित करण्यात आला आहे. रेग्यांच्या सुमारे चारशे कवितांतील ७५ कविता निवडून त्यांनी त्याला 'हार्द' ही प्रस्तावना लिहिली आहे. तसेच निवडक कवितांचा आस्वाद अर्थात रसग्रहणे शेवटी केली आहेत. तसेच आवश्यक त्या विवेचक टिपा दिल्या आहेत. आपल्या अंतर्मनाशी ज्याचे खोलवर नाते जुळलेले आहे अशा कवीच्या कवितांचे संपादन कसे करावे याचा हा उत्कृष्ट नमुना आहे. आधुनिक कवींपैकी केशवसुत, मर्ढेकर व पुढे इंदिरा संत, विंदा करंदीकर इत्यादी कवींबरोबर त्यांचे जे जिव्हाळ्याचे नाते निर्माण झाले तसेच, त्यापेक्षा बऱ्याच अंशी अधिकचे नाते पु. शि. रेगे यांच्या साहित्याशी, कवितेशी जुळले. (किंबहुना प्रा. गंगाधर पाटील मराठी साहित्याच्या अभ्यासाकडे वळले, रमले तेच मुळी पु. शि. रेगे यांच्या साहित्याने, कवितेने त्यांना आकर्षित केले त्यामुळेच! असे त्यांचे निकटवर्ती सांगतात!)

प्रस्तावनेत आरंभीच ते रेग्यांच्या अनुभवविश्वाचे स्वरूप एककेंद्री असल्याचे सांगतात. जीवनोत्सुकता किंवा सृजनशक्ती हे त्यांच्या काव्याचे केंद्र. तिचे स्त्रीदेहधारी रूप हे त्यांना मोहवीत असते. स्त्रीची असंख्य शारीर-मानसरूपे, सर्जन, मार्दव, प्रेम, करुणा इत्यादी स्त्रीगुण यांनी त्यांची स्त्रीप्रतिमा नटलेली आहे. त्यांनी स्त्रीचे जणू एक नवे मिथ निर्माण केले आहे असे सांगून ते पुढे कवितेतील अनुभवाचे स्वरूप, कवीची अनुभव घेण्याची पद्धत, कवितेतील अनुभवाची रचना, भाषा, कवितेतील राधेची आदिप्रतिमा, आदिबंधरूप, स्त्रीप्रतिमा इत्यादी अनेक घटकांवर प्रकाश टाकतात. या घटकांसंदर्भात रेग्यांच्या अनुभव घेण्याच्या पद्धतीची तसेच कविताघटकांची वैशिष्ट्ये टिपताना ते कवीच्या भावावस्थेशी एकात्म होऊन तिच्या अंतरंगात शिरतात पण त्यातून वेचलेले सौंदर्य शब्दबद्ध करताना त्यांनी आत्मसात केलेले अनेक ज्ञानशाखांमधील मार्मिक संदर्भ ते जोडून घेतात. त्यामुळे त्यांचे विवेचन एकाच वेळी सौंदर्यलक्ष्यी व वस्तुनिष्ठही होते. इतकेच नव्हे तर रेग्यांच्या कवितेचे सर्वंकष वेगळेपण, असामान्यत्व ते नेमकेपणाने वाचकांना स्पष्ट करून सांगतात. या संपूर्ण प्रस्तावनेच्या पार्श्वभूमीवर त्यांनी आत्मसात केलेल्या अनेक ज्ञानशाखा आहेत असे लक्षात येते. कवितेतील वक्ता-श्रोता-विषय यांचे विवेचन येते तेथे सस्यूरचे भाषावैज्ञानिक नमुनारूप आहे. निवेदक व कवी हे वेगवेगळे असतात हा पुढे 'कवितेची सौंदर्यसर्जक भाषा' या १९८० मध्ये प्रसिद्ध झालेल्या लेखात आलेला विचार येथे बीजरूपाने आला आहे. 'लिलीची फुले' या कवितेतील अनुभवरचनेला रूपकाचा गुणधर्म लाभलेला असल्याने कवितेला काव्यात्मता प्राप्त झाली असे ते स्पष्ट करतात. पण हा रूपकाचा धर्म हा भाषिक गुण नाही. तो अनुभवाच्या विशिष्ट रचनेचा गुणधर्म आहे, असे लिहून त्याला या मार्क्सवादी भाषाशास्त्रज्ञाचे (P. N. Medvedev) वचनही आधाराला देतात. (कोणतीही नवी ज्ञानदृष्टी ते त्या मूळ विचारवंतांच्या संदर्भाधारेच मांडतात. मात्र ती उसनी, बाहेरून लावलेली नसते. ती प्रतिपाद्य विषयांच्या सुयोग्य आकलनाला पोषक अशीच असते.) रेग्यांच्या कवितेतील राधेची आदिप्रतिमा किंवा आदिबंधरूप स्त्रीप्रतिमा यांची वैशिष्ट्यपूर्णता उलगडताना ते मराठी वाचकाला आदिबंध, आदिबंधात्मक प्रतिमा, अनिमा-अनिमस, आदिमातेचा आदिबंध, आदिबंधात्मक घटना इत्यादी नवीन संकल्पनांच्या आश्रयाने वाचकाला नवी वाट दाखवतात व रेग्यांच्या कवितेतील राधा आदिमाता यांची पृथगात्मकता लक्षात आणून देतात. हे करताना कार्ल युंग, एरिच नायमॉन यांच्या अद्ययावत ग्रंथांतील मार्मिक संदर्भ देतात. ज्यातून प्रा. गंगाधर पाटील यांच्या चौफेर व अद्ययावत ज्ञानाची साक्ष मिळते.

प्रा. पाटील यांच्या मते केशवसुत, मर्ढेकर यांची कविता किंवा *कोसला* कादंबरी यांतील सामाजिक जाणिवेचा संघर्ष, उपरोध, दंभस्फोट याच्या मुळाशी समूहसंज्ञेचा आदिबंध आहे. तर रेगे यांची श्रद्धा आपल्या अस्तित्वाच्या गाभाऱ्यातील रचनात्मशक्तीकडे वळते. त्यांच्या साहित्यात सर्वात्मक नेणिवेचा आदिबंध व्यक्त झालेला आहे. एकूणच रेग्यांच्या कवितेतील स्त्रीचे एक नवीनच मिथ कल्पकतापूर्ण अशा आत्मनिष्ठ व ऐंद्रिय अनुभवांतून स्फुरलेले असून ते केवळ मानवी जीवनोत्सुकतेवर अधिष्ठित झाले आहे. इतकेच नव्हे तर भारतीय परंपरेतील स्त्रीच्या

आदिबंधाचे अंग अवयव बनून त्याला नववून टाकते हे मराठी कवितेस भूषणावह आहे, असे मूल्यन ते करतात. तांब्यांच्या कवितेतही स्त्री आदिशक्तीचे रूप मानलेले आहे परंतु ते पारंपरिक व आदर्श स्त्रीच्या प्रभावाखाली रंगवलेले आहे, असा रेग्यांच्या कवितेशी साम्य दाखवणारा घटकही कसा वेगळा आहे हे दाखवल्यामुळे रेग्यांची कविता अ-सामान्य ठरते.

एकूणच रेग्यांच्या कवितेची प्रस्तावना किंवा आस्वाद यांमध्ये पाटील सरांनी जे विश्लेषण, अर्थनिर्णयन व मूल्यमापन केले आहे ते केवळ कवितेचे नसून कविता-रसिकाच्या सान्निध्यात निर्माण झालेल्या सौंदर्यवस्तूचे आहे. एकूणच कवितेचे अस्तित्वरूप याविषयीचा संज्ञामीमांसीय दृष्टिकोणातील स्वतंत्र लेख त्यांनी १९८० साली लिहिला असला किंवा साहित्यिक संज्ञामीमांसेची विस्तृत तात्त्विक मांडणी 'परामर्श'च्या २००२ मधील विशेषांकामध्ये केली असली तरी त्याचे आधार या ग्रंथाच्या मुळाशी आहेत. तसेच प्रत्यक्ष समीक्षेची संकल्पनात्मक मांडणी १९८७-८९ साली केली असली तरी त्याच अनुरोधाने त्यांनी रेग्यांच्या कवितेला सौंदर्यपूर्ण प्रतिसाद दिला आहे. त्यामागे रूपवादी, आदिबंधात्मक, भाषावैज्ञानिक, संरचनावादी, चिन्हमीमांसीय, संज्ञामीमांसक इत्यादी ज्ञानदृष्टींचा, समीक्षादृष्टींचा उचित अवलंब झाला आहे, असे लक्षात येते.

पु. शि. रेगे यांच्या कवितासंदर्भात त्यांच्याशी प्रत्यक्ष भेटीत व पत्रांतून झालेली चर्चा 'गाणारं झाड', 'साष्टांग', 'तेव्हापासून' व 'शार्लट की' या चार लेखांतून समोर येते. 'शहनाज' या कवितेचे (जिची दखल याआधी कोणीच घेतली नव्हती.) प्रा. पाटील यांनी जे नेमके मर्म उलगडून दाखवले व तिचे मोठेपण रेग्यांच्या समोर उलगडले तेथून खरेतर कवी रेगे व रसिक वाचक-समीक्षक पाटील हे काव्यनिर्मितीच्या बिंदूपाशी एकत्र आले. रेग्यांना स्वप्न, दृष्टान्त यांतून जे दिसे ते ते पत्रांतून कळवीत व पाटील सर त्याचा उलगडा युंगच्या आदिबंधाच्या ज्ञानदृष्टीच्या प्रकाशात करीत असत. उदाहरणार्थ, रेगे म्हणाले, 'एकदा अगदी जागेपणीच (असलो असता) डोक्याभोवती एक तेजस्वी, चमकणारं प्रकाशचक्र फिरू लागलं. एक प्रकारची तंद्राच होती ती.' यावर सर म्हणाले, 'युंगच्या मते योग्याला ध्यानधारणेत वा योगसमाधीत दिसणारं प्रकाशाचं चक्र म्हणजे सूर्याचीच प्रतिमा. ती मानवी मनातील आत्म्याचीच सर्जनशील शक्ती. मानसशास्त्रीय भाषेत युंग तिला लिबिडो म्हणतो. तांत्रिकांच्या परंपरेत कुंडलिनी शक्ती असंही म्हटलं जातं.' अशा प्रकारे रेग्यांना कविता स्फुरण्याच्या काळात जे दृष्टान्त झाले व त्यांना तो ईश्वरीप्रसाद वाटला. त्यांच्याकडे प्रा. पाटील वेगळ्या भूमिकेतून पाहतात. त्यांना युगानुयुगांतून माणसाने निर्माण केलेल्या ईश्वरप्रतिमेत रस आहे. कारण ती ईश्वरप्रतिमा ही माणसाच्या मनाचेच रूप आहे. रेगे जिला सृजनशक्ती म्हणतात ती सरांना मनात नांदणारी कलेक्टिव्ह अन्कॉन्शसमधील शक्ती वाटते. ती मनाबाहेरही नांदत असते. दोघांनी एकमेकांचा प्रत्यय आदर व प्रेमपूर्वक स्वीकारला. त्यामुळे दोघे एकत्र आले, एक झाले व एकमेकांना त्यांनी मोकळेही ठेवले. हेच त्यांच्या परस्परांवरील अपार स्नेहाचे रहस्य आहे. तसेच दोघांनी मिळून रेग्यांच्या अनेक कवितांची रहस्ये, सौंदर्यस्थळेही उलगडली आहेत. हा पत्रात्मक संवाद काव्यनिर्मितीच्या व अर्थनिर्णयनाच्या कामात महत्त्वाचे कार्य करतो.

आदिबंधात्मक भावविश्वाचा प्रभाव असलेल्या पु. शि. रेगे यांच्या साहित्याचे व त्यांच्या निर्मितिप्रक्रियेचे कुतूहल प्रा. पाटील यांना होते, तसेच महान इटालियन चित्रकार, कलावंत, वैज्ञानिक लिओनार्दो द विंची यांच्या कलाकृतींचे व भावजीवनाचेही कुतूहल त्यांना होते. जगातील मोठमोठ्या अभ्यासक, समीक्षकांनी विंची यांच्या कलाकृतींचा व व्यक्तिगत जीवनाचा संबंध जोडून दाखवण्याचा प्रयत्न केला आहे. परंतु येथे फ्रॉईडियन मानसशास्त्रीय दृष्टी का व कशी अपुरी ठरते व त्यासाठी आपल्याला युंगप्रणीत मानवी मनातील सामूहिक नेणिवेच्या संकल्पनेचा आश्रय घ्यावा लागतो हे त्यांनी १९७७ साली 'सत्यकथा' मासिकाच्या अंकामध्ये 'आदिमातेचा पुत्र' या चार लेखांद्वारे सविस्तर स्पष्ट केले आहे. यामागे असलेला त्यांचा चित्रकलेचा व मिथचा अभ्यास थक्क करणारा आहे. या लेखांतून त्यांना अगोदर फ्रॉईडियन मानसशास्त्र येथे का स्वीकारता येत नाही याचा साधार ऊहापोह केला आहे व पुढे कार्ल गुस्ताव युंग यांचे मानवी मनाचे नमुनारूप वाचकांना प्रथमच समजावून दिले आहे. त्यासाठी मानसशास्त्रीय समीक्षेची परिभाषा मराठीत नव्याने निर्माण केली आहे. त्या लेखाचे अनोखेपण एवढ्यावरच संपत नाही, तर युंग समजावून देताना त्याच्याबरोबरीने नायमॉनसारखा पुढचा विचारवंत, फ्रेझर हा मानववंशशास्त्रज्ञ, कासीरर हा प्रतीकमीमांसक, लेव्ही स्ट्राऊस हा संरचनावादी व पॉल रिकर हा घटितार्थशास्त्रज्ञ यांनी केलेला या संदर्भातील अभ्यासही लक्षात घेतात. हे सर्वजण मिथांचा व पर्यायाने मानवी मनाचा, अस्तित्वाचाच अभ्यास करीत होते याकडे वाचकांचे लक्ष वेधतात. लिओनार्दोच्या कलानिर्मितीचे वेगळेपण व महानता यांचे मर्म सांगतात : एकाच वेळी विज्ञानाचे, समकालीन युगमनाचे मर्म जाणणे आणि कलेचे विश्व साकारताना सौंदर्य व उदात्तता वेचणे यामुळे लिओनार्दो हा आदिमातेचा पुत्र ठरतो असे ते त्यांचे सार्थ प्रतिपादन आहे.

एकूणच मानवी अस्तित्व, कलावंताची निर्मिती आणि कलाकृतीचे अस्तित्व याचा शोध प्रा. पाटील यांनी या लेखमालेपासूनच सुरू केलेला दिसतो आणि तो पुढे आल्यावर चालू राहिलेला दिसतो.

ज्याँ पॉल सार्त्र यांचे अस्तित्ववादी तत्त्वज्ञान आणि त्यांचे लेखन, तत्त्वज्ञान, कथा, कादंबऱ्या, नाटके, चरित्रे-आत्मचरित्रे यांनी पश्चिम युरोपातील विचारवंत प्रभावित झाले. मराठी विचारविश्वातील मोजक्या व साहित्यविश्वातील अनेकांवर त्यांचा प्रत्यक्षाप्रत्यक्ष प्रभाव पडलेला दिसतो. मात्र सार्त्रचे तत्त्वज्ञान व त्याच्या साहित्यनिर्मितीचे मोठेपण यांचा तलस्पर्शी वेध घेण्याचे महत्त्वाचे कार्य केवळ प्रा. पाटील यांनीच केलेले दिसते. सार्त्र यांच्या तत्त्वज्ञानावर व साहित्यावर त्यांनी पाच लेख लिहिले आहेत. ते बारकाईने वाचले तर सार्त्र व त्यांचे लेखन हा प्रा. गंगाधर पाटील यांचा अत्यंत जिव्हाळ्याचा व सखोल चिंतनाचा विषय आहे हे लक्षात येते. उदाहरणार्थ, ज्याँ पॉल सार्त्र यांची साहित्यसृष्टी या दीर्घ लेखाच्या पहिल्या भागात त्यांनी सार्त्रची अस्तित्वमीमांसा अत्यंत नेमकेपणाने व वाचकांना सहज समजेल अशा पद्धतीने मांडली आहे. येथे संज्ञाशील मानवी अस्तित्वाच्या केंद्रस्थानी 'नसतेपणा' असतो म्हणजे काय हा अर्थसक्षमता, बॅड फेथ या संकल्पना त्याने कशा उभारल्या आहेत हे समजावून सांगत ते पुढे सार्त्रची कल्पनाशक्ती

वाचक-प्रेक्षकाला दुसऱ्याच्या अस्तित्वाची जाणीव अनुभवायला, भोगायला लावील अशा सिच्युएशन्स निर्माण करते हे तिचे प्रमुख वैशिष्ट्य आहे हे स्पष्ट करतात. शेवटी सिच्युएशन्स निर्माण करता आली तरच मला स्वातंत्र्याची निर्मिती करता येते आणि स्वतंत्र असलो तरच सिच्युएशन्स निर्माण करता येतात. मानवी स्वातंत्र्याच्या केंद्रस्थानी असणारा अंतर्विरोध स्वातंत्र्याची झेप व मर्यादा स्पष्ट करतो. (*वाङ्मयीन महत्ता*, पृ. १९३) अशी सार्त्रची स्वातंत्र्याची मीमांसा ते उलगडून दाखवतात. संज्ञाशील माणसाने जबाबदारीचे ओझे खांद्यावर घेऊन स्वतंत्र कृती केलीच पाहिजे असे सार्त्र सांगतो तेव्हा त्याची स्वातंत्र्याची कल्पना मार्क्सवादाहून कशी वेगळी ठरते हेही प्रा. गंगाधर पाटील स्पष्ट करतात.

लेखाच्या पुढील भागात *नॉशिया* या कादंबरीच्या आधारे ते सार्त्र यांचे अस्तित्ववादी तत्त्वज्ञान व कथनशैली यांची समीक्षा करतात. *नॉशिया* च्या नायकाला शेवटी कलानिर्मितीत मुक्ती व स्वातंत्र्य लाभेल असा विश्वास वाटतो. कलानिर्मितीत जीवनाला अर्थ प्राप्त करून देणे ही कमिटमेंटच आहे पण ती सार्त्रप्रणीत कमिमेंटची पहिली अवस्था होय. लेखाच्या पुढच्या भागात प्रा. पाटील यांनी सार्त्रच्या *फ्लाइज, नो एक्झिट, क्रीम पॅस्सिओनेल* इत्यादी नाटकांतून कलात्मकता, नवे नाट्यतंत्र, मिथा-प्रतिमांचा नावीन्यपूर्ण वापर आणि सामाजिक-राजकीय बांधीलकी यांना कल्पकतेने कसे एकत्र आणले आहे ते प्रत्ययाला आणून दिले आहे. लेखाच्या अखेरच्या भागात सार्त्र यांची महानता पुढीलप्रमाणे नमूद केली आहे. महान तत्त्वज्ञ आणि कलावंत यांचे मानवी जीवनासंबंधीचे स्वत:चे एक व्हिजन, द्रष्टेपण असते. सार्त्र यांचे मानवी अस्तित्वासंबंधीचे एक मौलिक व्यापक असे एक भविष्यलक्ष्यी व्हिजन आहे. या अस्तित्वस्वप्नाच्या मौलिकतेपुढे त्यांच्या साहित्याची महानता वाढली आहे.

नाटक हा केवळ साहित्यप्रकार नसून तो कलाप्रकार आहे. रंगभूमीवर प्रयोगरूप सादर करताना नवीन व अर्थपूर्ण नाट्यतंत्रे वापरून प्रेक्षकांना विचार करण्यास प्रवृत्त करणे; सामाजिक, राजकीय परिवर्तन घडवण्यासाठी त्यांना कल्पकतेने, सूचकतेने उद्युक्त करणे ही बांधिलकीची नवमार्क्सवादी नाट्यदृष्टी प्रा. गंगाधर पाटील यांना अत्यंत जवळची व मोलाची वाटते. नाटकाविषयी तात्त्विक विवेचन करणारे उल्लेख, दीर्घ लेख तर त्यांनी लिहिले आहेतच पण वर उल्लेखलेल्या भूमिकेला समजून घेणारे व देणारे पाच लेख *समीक्षेची नवी रूपे* मध्ये (आवृत्ती दुसरी) संगृहीत झालेले आहेत.

प्रस्तुत ग्रंथाच्या तिसऱ्या भागात नाटक या साहित्यप्रकाराची समीक्षा करणारे पाच लेख आहेत. (त्यापैकी 'कथक रंगभूमी' हा शेवटचा लेख नव्या आवृत्तीत नव्याने समाविष्ट करण्यात आला आहे. सार्त्र व ब्रेश्ट हे पाश्चात्त्य रंगभूमीला नवे वळण देणारे व स्वत्व देणारे मोठे मार्क्सवादी विचारवंत व नाटककार होत. त्या दोघांनीही रंगभूमीकडे कलाप्रकाराबरोबरच सामाजिक परिवर्तनाचे साधन या दृष्टीने गंभीरपणे पाहिले. म्हणूनच त्यांच्या रंगभूमीला 'बांधिलकीची रंगभूमी' म्हटले जाते.) त्यांच्या गंभीर व स्वतंत्र तत्त्वदृष्टीतून व कलादृष्टीतून काही नवी नाट्यतंत्रे आपोआप रुजली. सार्त्र व ब्रेश्ट यांच्या नाट्यतंत्राचे केवळ वरवरचे अनुकरण मराठी रंगभूमीवर घडताना दिसल्याने प्रा. पाटील यांनी त्यांची मूळ जीवनदृष्टी, कलादृष्टी

मराठी वाचक-प्रेक्षकांना समजावून देण्याच्या उद्देशाने हे लेख लिहिले आहेत. 'क्रीम पास्सीओनेल' या लेखामध्ये सार्त्र यांनी नव्या अस्तित्वार्थासाठी नवी राजकीय मिथ कशी निर्माण केली आहे हे स्पष्ट केले आहे. पण ह्यूगो आणि होदरर या पात्रांच्या रूपाने अनुक्रमे सारतत्त्वनिष्ठ अस्तित्वनिष्ठ अशा दोन विरुद्ध तत्त्वांमधील संघर्ष कसा अभिनित केला जातो हे सांगून प्रस्तुत समीक्षक थांबत नाहीत, तर त्यांद्वारे नाटकाचे पारंपरिक स्वरूप व प्रयोजनही कसे बदलले हे ते स्पष्ट करतात. अस्तित्ववादी दर्शनाच्या गुंतागुंतीच्या पेचातून सार्त्रची जीवनदृष्टी व नाट्यदृष्टी डोळसपणे स्पष्ट करणे हा हेतूही प्रत्ययाला येतो. ते लिहितात, ''सार्त्र यांच्या मते नवनाट्यातील कथानके प्रेक्षकांना आनंद देण्यासाठी असतात, पण ती प्रेक्षकांची खुशामत करण्यासाठी नसतात.'' (दु.आ., पृ. १५०)

अलिप्तता (v-effect) व परात्मता (alienation) या दोन भिन्न संकल्पनांची गल्लत मराठी समीक्षेत होताना दिसते. त्यामुळे या संकल्पना मुळापर्यंत जाऊन नीट समजावून घेण्याची निकड निर्माण झाली. या प्रेरणेतून 'अलिप्ततेचा नाट्यसिद्धान्त', 'अपरिणाम व कॉकेशियन चॉक सर्कल' आणि 'अ-परिणाम : नाट्यकृती आणि रंगतंत्र' हे तीन लेख व ब्रेश्टला अभिप्रेत असलेल्या एपिक रंगभूमीचा परिचय करून देणारा 'कथक रंगभूमी' हा लेख निर्माण झाला आहे.

'अलिप्ततेचा नाट्यसिद्धान्त' या लेखामध्ये जर्मन मार्क्सवादी विचारवंत व नाटककार बर्ट्राल्ट ब्रेश्ट यांनी नाटकाद्वारे समाजपरिवर्तनाला उत्सुक असणाऱ्या प्रेक्षकमनांना कथानक-पात्रांकडे अलिप्ततेने पाहावयास लावण्याच्या नव्या तंत्राचा परिचय करून दिला आहे. प्रेक्षकांना विशिष्ट पात्रांविषयी रंगभूमीवर नाटक पाहताना जी सहानुभूती वाटते तिचा प्रवाह खंडित करून, धक्का देऊन पारंपरिक मूल्यांकडे अलिप्तपणे पाहण्याची दृष्टी या तंत्राद्वारे दिली व त्यामागे नवमार्क्सवादी सौंदर्यदृष्टी कशी आहे हे उदाहरणांसह स्पष्ट केले आहे. दुसऱ्या पुढील लेखामध्ये ब्रेश्ट यांच्या 'कॉकेशियन चॉक सर्कल' या नाटकामध्ये प्रत्यक्ष या अलिप्ततेच्या तंत्राचा वापर कसा केला जातो, हे सविस्तर स्पष्ट केले आहे. ब्रेश्टच्या रंगभूमीची तत्कालीन पार्श्वभूमी, त्याची मार्क्सवादी वैचारिक परंपरा, रंगभूमीची परंपरा व त्या संदर्भात बांधिलकीच्या रंगभूमीचे महत्त्व असा संपूर्ण संदर्भचौकटीसह अभ्यास हे या लेखांचे स्वरूप आहे. असा समग्रलक्ष्यी विचार हाच कोणत्याही कलाकृतीचे वा सिद्धान्ताचे यथार्थ आकलन, आस्वाद व मूल्यमापन करण्यासाठी आवश्यक असतो हे यावरून प्रतीत होते.

'अपरिणाम : नाट्यकृती आणि रंगतंत्र' या लेखात अलिप्ततेचे तंत्र केवळ रंगतंत्र म्हणून वरवरचे एक साधन म्हणून ब्रेश्टने पाहिलेले नसून तो एक नाट्यसिद्धान्त म्हणून कसा मांडला आहे व त्यामागे त्याची नाट्यदृष्टी व जीवनदृष्टी कशी काम करतात ते ब्रेश्टच्या मूळच्या विवेचनाच्या आधारे व गुड वूमन ऑफ सेत्झ्वान या नाटकातील डबलरोलद्वारे स्पष्ट केले आहे. दूरीभाव हा नाटकाच्या संरचनेत, भाषेतच गर्भित असतो हे येथे समजावून दिलेले आहे. असे असले तरी या सिद्धान्ताला मर्यादा आहेत. याचेही डोळस भान प्रा. पाटील यांनी व्यक्त केले आहे. ब्रेश्टला अभिप्रेत असलेल्या एपिक थिएटरचा (कथक रंगभूमी) विचार

दुसऱ्या आवृत्तीत समाविष्ट केलेल्या परंतु पहिल्या आवृत्तीच्या अखेरच्या लेखात ज्याची आवश्यकता नमूद करून ठेवली होती त्या लेखामध्ये मांडण्यात आला आहे.

'कथक रंगभूमी' हा लेख मुळात अनुष्टुभ् मे-ऑगस्ट १९८७च्या अंकामध्ये दोन भागांत प्रसिद्ध झाला होता. महाकाव्यातील निवेदक अलिप्त दृष्टीने सर्व पात्र-प्रसंगांचे निवेदन करीत असतो. त्याच्या अलिप्त दृष्टीचा वापर नटाने केल्यास अलिप्तता तंत्र साकार होते. या दृष्टीने कथनपर साहित्यातील निवेदकाच्या विशिष्ट दृष्टिकोनाचा अवलंब करणारी रंगभूमी म्हणजे ॲरिस्टॉटलप्रणीत परंपरागत रंगभूमी ही वास्तवाचा आभास असते. वास्तव जणू प्रेक्षकांपुढे घडत आहे असे दाखवले जाते व प्रेक्षक निष्क्रिय असतो तर कथक रंगभूमी प्रेक्षकांना विचारप्रवृत्त करते. अशा अनेक भेदांचा सविस्तर ऊहापोह करीत व मराठी रंगभूमीशीही तुलना करीत कथक रंगभूमीच्या सामर्थ्याची चर्चा करतात. परंतु या रंगभूमीच्या मर्यादांचीही चर्चा येथे केली जाते. उदाहरणार्थ, प्रेक्षक पात्रांकडे वस्तू म्हणून पाहू लागतो तेव्हा नाटककाराची मध्यस्थी अवाजवी वाटते व आस्वादात अवाजवी अडथळाही येऊ शकतो.

आपल्या प्रतिपाद्य विषयाची मांडणी करताना रूढ, पूर्ववर्ती संकल्पनांशी तुलना करीत विषयाचे असाधारणत्व स्पष्ट करणे व त्याचे वेगळेपण आणि महत्त्व सांगूनही मर्यादांचे भान ठेवणे या सर्वांगीण व संतुलित दृष्टीमुळे हे सर्वच लेख वाचकांची सौंदर्यदृष्टी डोळस करतात.

नाटकाइतकेच कविता व कादंबरी हे साहित्यप्रकार त्यांच्या आस्थेचे व चिंतनाचे विषय आहेत. संतकाव्यापासून ते केशवसुत, इंदिरा संत, मर्ढेकर, विंदा करंदीकर, वा. रा. कांत इत्यादी आधुनिक काळातील कवींच्या कवितांना त्यांनी सर्जक प्रतिसाद दिला आहे. 'अनुष्टुभ्' नियतकालिकातील 'रेखेची वाहाणी' या सदरातून तसेच अन्य काही नियतकालिकांतून त्यांनी एकेका कवितेची जी मर्मग्राही समीक्षा केली आहे ती मुळातूनच वाचण्यासारखी आहे. पण त्या लेखांचे दुसरे महत्त्वाचे वैशिष्ट्य म्हणजे प्रत्येक लेख कवितेकडेच पाहण्याची तसेच समीक्षापद्धतीची कोणती ना कोणती नवी मर्मदृष्टी देतो. उदाहरणार्थ, 'घनु वाजे–' या अभंगावरील लेखातून अर्थनिर्णयनाची नवी दृष्टी मिळते. 'झपूर्झा आणि भावकविता' या लेखातून युंगप्रणीत मंडलप्रतिमांचा उगम कसा होतो हे स्पष्ट केले जाते. तसेच या कवितेतील अनुभवाचा काळ कालातीत वर्तमान आहे. 'सतारीचे बोल' आणि 'नवा शिपाई' या केशवसुतांच्या अन्य दोन कवितांचा काळ भूतकाळ व केवल वर्तमान आहे. त्यामुळे त्या कवितांमध्ये भावकाव्यात्मता येत नाही असे ते स्पष्ट करतात. सुसान लँगर यांनी मांडलेला अनुभव आणि काळ हा वर्गीकरणविषयक विचार येथे नमूद केला जातो. एकूणच भावकवितेतील अनुभवाचे स्वरूप व त्याचा काळ यांचे नाते त्यांनी या लेखाद्वारे वाचकांपुढे उलगडून दाखवले आहे. या व अशा प्रत्येक प्रत्यक्ष समीक्षा करणाऱ्या लेखामध्ये उचित असा तात्त्विक विचार देऊन वाचकांची सौंदर्यदृष्टी वस्तुनिष्ठ करण्याचा ते दीर्घकाळ प्रयत्न करीत आहेत. 'ऐक जरा ना–' या कवितेतील प्रत्येक कडव्यातील अनुभवाची रचना वर्तमानकालीन (जाणिवेच्या) भूतकालीन (नेणिवेच्या) गतजन्मीच्या (सर्वतन असंज्ञेतील) भावस्तरांना एकवटून झाली आहे हे स्पष्ट करताना त्यांनी काव्यव्यापाराच्या मुळाशी स्वप्नतंत्र आहे हे तक्ते तयार करून त्यांनी स्पष्ट

केले आहे. इतकेच नव्हे तर या स्मृतींच्या रचनेमागे काव्यभाषेतील metaphor व metanomy हे याकुबसन व लाकान्प्रणीत तत्त्वही सांगता येते हेही ते निदर्शनास आणून देतात. एकूणच एकाच काव्यानुभवाकडे वेगवेगळ्या ज्ञानशाखांतून पाहिले तर आपला प्रतिसाद अधिक समृद्ध होतो याची जाणीव या लेखांद्वारे वाचकांना होते.

नाटक व कवितेप्रमाणेच मराठीतील लक्षणीय कादंबरीकडे पाहण्याची नवी दृष्टी त्यांनी काही मोजक्या प्रत्यक्ष समीक्षा लेखांद्वारे दिली आहे. 'नवकादंबरी आणि परात्मता' आणि 'पु. शि. रेगे यांची कादंबरी' हे *समीक्षेची नवी रूपे* मधील दोन लेख या दृष्टीने उल्लेखनीय आहेत. परात्मता हा आज प्रत्येक लेखकांचा व समीक्षकांचा परवलीचा शब्द झाला आहे. मात्र या नव्या संकल्पनेचा उगम, तिची पृथगात्मता आणि पाश्चात्त्य व मराठी साहित्यावर झालेला परिणाम यांचा चिकित्सक परामर्श सदर लेखांद्वारे मराठीत प्रथमच घेण्यात आलेला आहे. *कोसला* किंवा *बॅ. अनिरुद्ध धोपेश्वरकर* मध्ये सारा समाज, सार्‍या संस्था, व्यवस्था तसेच आपण स्वत:देखील पोकळ, परात्म झाल्याची जाणीव नायकाला होते. सार्त्रच्या अस्तित्ववादी नायकाप्रमाणे मराठी कादंबरीतील नायक स्वतंत्र कृती करू शकत नाहीत. पण अस्तित्ववादाचे एक अंग असलेल्या परात्मतेतून *कोसला*दी कादंबर्‍यांमध्ये प्रतिनायकाच्या नव्या संकल्पनेचा उदय झालेला दिसतो व नेमाडे ही परात्मतेची भरगच्च जाणीव समर्थपणे व कलात्मकतेने व्यक्त करण्यात यशस्वी होतात. हे नेमाडे यांचे वेगळेपण व योगदान प्रा. पाटील नेमकेपणाने समोर आणतात.

मराठी कादंबरीच्या प्रवासात पु. शि. रेगे यांच्या कादंबरीचे स्थान अनन्यसाधारण आहे. रेग्यांची अनुभव घेण्याची व तो व्यक्त करण्याची नेमकी पद्धत जाणून घेणे व त्या आधारे भावानुभवाचा शोध घेणे ही समीक्षादृष्टी येथे अनुस्यूत आहे. अनुभवाची निखळ, वस्तुनिष्ठ संवेदना निरात्म वृत्तीने वेचणे हे रेग्यांच्या अनुभव घेण्याच्या पद्धतीचे वैशिष्ट्य होय. अशा प्रकारे अनुभव घेता घेता त्यांची संवेदनशीलता तीव्रतर, प्रगल्भ होत जाते. तिला जीवनजाणिवेची समग्रता वेचण्याचे सामर्थ्य येते. ती समग्रता व्यक्त करण्यासाठी कवीला कादंबरी, नाटक यांकडे वळावे लागते असे ते सांगतात. या ठिकाणी लेखकाचा इंद्रियसंवेदनांपासून ते अंतर्मनापर्यंतचा प्रवास जाणीवनेणिवेच्या पातळीवरून प्रतिमांकित, शब्दांकित केला जातो. या संदर्भात जे तत्त्वचिंतन घडते त्यात एक प्रकारचा कालातीतपणा आहे. त्याचे प्राचीन, अर्वाचीन, पूर्व-पश्चिम संस्कृतींशी सहज नाते जुळले जाते. या प्रकारचे अनुभवविश्व मराठी कादंबरीच्या इतिहासात अपूर्व आहे.

कविता या साहित्यप्रकाराचे घटक कोणते आणि त्यांच्याकडे पाहण्याची नवी दृष्टी 'समीक्षेची नवी रूपे'मधील चार लेखांतून वाचकांना प्राप्त होते तसेच कवितेच्या अस्तित्वातील वाचकांच्या सहभागाची जाणीवही लक्षात येते. उदाहरणार्थ, कवितेचे अस्तित्वरूप या लेखामध्ये कवितेच्या अस्तित्वाविषयीच्या घटितार्थशास्त्रीय व नवसमीक्षावादी अशा दोन ज्ञानशाखांतील मर्मदृष्टींचा परिचय वाचकांना प्रथमच करून दिला जातो. कविता/साहित्यकृती हे अपूर्ण अस्तित्व असते. साहित्यकृती व रसिक यांच्या सहसर्जक क्रियाव्यापारातून सौंदर्यवस्तू निर्माण होते. (सौंदर्यवस्तूसह

साहित्यकृती हा समीक्षेचा विषय असतो हा पुढील पायरीवरील विचार प्रा. पाटील यांच्या समीक्षेवरील लेखमालेमध्ये पुढे विकसित होतो.) कलाकृती/साहित्यकृती ही अंशत: वस्तू असते; अपूर्ण वस्तू असते. तसेच सौंदर्य केवळ वस्तुगत किंवा ज्ञातृगत नसते तर ते प्रत्यक्ष आस्वादक्रियेत निर्माण होते. असे पायाभूत, नवे भान या लेखाद्वारे दिले जाते. हा लेख म्हणजे नव्या समीक्षादृष्टीची नांदीच ठरतो.

प्रत्येक साहित्यप्रकाराला इतिहास असतो. साहित्यप्रकारामध्ये परिवर्तन घडत असते. म्हणजेच प्रत्येक नव्या साहित्यकृतीगणीक साहित्यप्रकाराची संकल्पना बदलत असते. गीतकाव्याच्या संदर्भात हा विचार प्रा. गंगाधर पाटील यांनी 'गीतकाव्य संकल्पना : परिवर्तने' या लेखात मांडला आहे. 'गीतकाव्य' हा साहित्यप्रकार आदिगीतापासून उत्क्रांत होत आला आहे. आदिगीतापासून उत्क्रांत झालेल्या 'लिरिक' या काव्याची व्यवच्छेदक लक्षणे कोणकोणत्या तत्त्वांधारे मांडण्यात आली आहेत याची साक्षेपी चर्चा या लेखात येते. ॲरिस्टॉटल, हेगेल, इलियटपासून सुझान लँगरपर्यंतचा विचार या लेखात सूत्ररूपाने मांडण्यात आला आहे. गीतकाव्याचा विचार करताना एकूण साहित्यप्रकारांच्या वर्गीकरणामागील तत्त्वांचाही सुस्पष्ट आढावा घेतला जातो, हे या लेखाचे महत्त्वाचे मोल आहे. गीतकाव्याविषयीच्या पाश्चात्त्यविचारांबरोबरच मराठीतील या संदर्भातील तीन परंपरांचा वेध घेतला जातो. उदाहरणार्थ, संतकवींची अभंगरचना, पंडित कवींची व त्याआधारे पुढे चालत आलेली भजनी कीर्तन व भक्तिकाव्य परंपरा आणि शाहिरांची लोकगीत परंपरा यांचा विचार प्रस्तुत लेखात केला जातो. पाश्चात्त्य साहित्यविचारातील तत्त्वांच्या परंपरेचा वेध घेताना मराठीतील प्रत्यक्षनिर्मितीचा धागाही त्याच्याशी जोडून घेण्याची प्रा. पाटील यांची साक्षेपी दृष्टी हे या लेखाचे व इतरही सर्वच लेखांचे बहुमोल वैशिष्ट्य आहे.

प्रत्यक्ष समीक्षा करताना त्या त्या साहित्यकृतीला अधिकाधिक अर्थपूर्ण प्रतिसाद देण्यासाठी उपयुक्त ठरणारी सैद्धान्तिक चर्चा प्रा. पाटील यांनी केली आहेच पण त्याव्यतिरिक्त सिद्धान्तन करणारे प्रचंड लेखन विविध ग्रंथांतून केले आहे. *समीक्षेची नवी रूपे* मध्ये कविता, कादंबरी व नाटक या साहित्यप्रकारांच्या तात्त्विक अंगांवर प्रकाश टाकणारे लेख आहेत तसेच *समीक्षामीमांसा* मध्ये समीक्षा व विविध ज्ञानशाखांतून उदयाला आलेल्या सिद्धान्तांची चिकित्सक मांडणी केली आहे. याव्यतिरिक्त अनेक अन्य ग्रंथांतून या स्वरूपाचे लेख त्यांनी वेळोवेळी लिहिले आहेत. समीक्षा संज्ञाकोशातील असंख्य नोंदी त्यांनी लिहिल्या आहेत. (आणि विषयतज्ज्ञ या नात्याने इतरांच्या नोंदी दुरुस्तही केल्या आहेत.) या प्रत्येक लेखात त्यांनी नवा विचार, नवी दृष्टी दिली आहे. कथनपर साहित्याच्या संदर्भात लिहिलेल्या लेखांमध्ये 'कथनमीमांसा' हा प्रदीर्घ लेख ('अनुष्टुभ्', दिवाळी १९९७) लक्षणीय आहे. चिन्हमीमांसेवर आधारलेल्या या कथनमीमांसेने गोष्ट (चिन्हार्थ आशयांग) आणि संहिता कथा (चिन्हरूप आविष्कारांग) यात भेद करण्याची दृष्टी दिली. तसेच आशयांग व आविष्कारांग या दोन्हींना द्रव्य व रचना असे दोन पदर असतात ही नवी जाणीव दिली. यापूर्वीच्या मराठी (कथा) समीक्षेत आशय व आविष्कार ही दोनच अंगे सांगितली जात. परंतु या लेखांतून आशयाचे घटना, पात्रे व

वातावरण हे घटक आणि आविष्काराचे निवेदन (कथन, वर्णन, संवाद, भाष्य हे चार प्रकार) आणि भाषा हे घटक स्पष्ट केले. त्यांद्वारे घटना, पात्रे, स्थळ यांचे चित्रण होते हा अत्यंत नवा, अधिक सखोल विचार मराठी समीक्षेला प्राप्त झाला. तसेच वाचकाच्या सहसर्जक वाचनक्रियेचे स्वरूप आणि कार्यही या विवेचनात पुढे आले. साहित्यिक संज्ञामीमांसीय दृष्टीतून वाचक हा सौंदर्यवस्तूची निर्मिती करणारा महत्त्वाचा घटक ठरला. लेखक संहिता निर्माण करतो; पात्रचित्रण, स्थलचित्रण करतो; पण वाचक त्याच्या साहाय्याने गोष्ट, पात्रस्वरूप, प्रदेशप्रतिमा रचतो हा भेद या लेखातून मांडला गेला व त्यामुळे कथनपर साहित्याची समीक्षा पूर्ण बदलून गेली. अधिक वस्तुनिष्ठ व मर्मग्राही होऊ लागली. अध्ययन, अध्यापन व अभ्यासक्रम व प्रबंधलेखन या सर्वांमध्ये आमूलाग्र परिवर्तन झालेले गेल्या वीस-पंचवीस वर्षांत स्पष्टपणे दिसून येऊ लागले.

नाटकाची तात्त्विक मांडणी करणारे काही लेख नाट्यकर्मींवरील संपादित ग्रंथांमध्ये प्रसिद्ध झाले आहेत. नाट्यसंहिता आणि प्रयोग यांचा अभ्यास करणाऱ्यांपासून ते प्रत्यक्ष सादरीकरण करणाऱ्यांपर्यंत सर्वांनाच नाटकाचे आधुनिक शास्त्रशिक्षण त्यांतून प्राप्त होऊ शकते. उदाहरणार्थ, 'नाटक : स्वरूपविचार' या लेखामध्ये प्रा. गंगाधर पाटील यांनी संज्ञामीमांसा व चिन्हमीमांसा या ज्ञानशाखांतील मर्मदृष्टींच्या आधारे नाट्यसंहिता, नाट्यप्रयोग आणि नाट्यसमीक्षा यांबद्दलचा नवा मार्मिक विचार मांडला आहे. नाटकाच्या संहितेला भाषिक चिन्हे (शब्दसंवाद) व अभाषिक चिन्हे (रङ्गसूचना) अशी दोन अंगे असतात हे त्यांनी 'घाशीराम कोतवाल' नाटकाच्या आधारे स्पष्ट केले आहे. नाटकाची नाट्यसंहिता (शब्दरूप) व रङ्गसंहिता (अभिनयरूप प्रतिमा) यांच्यामध्ये पौर्वापर्य संबंध नसतो. रङ्गसंहिता सादर करण्यात एकूण तेरा चिन्हसरणी सामावलेल्या असतात असे टाडियुस कौझान या चिन्हमीमांसकांच्या विवेचनाच्या आधारे ते स्पष्ट करतात. तसेच कोणत्या चिन्हसरणी भरतमुनीप्रणीत अभिनयाच्या कोणत्या प्रकाराशी संवादी आहेत हेही ते स्पष्ट करतात. मराठीमध्ये नाट्यसंहितेची समीक्षा मोठ्या प्रमाणात होताना दिसते. पण रङ्गसंहितेची समीक्षा समर्थपणे होताना दिसत नाही. त्या दृष्टीने शब्द, संवाद, पात्र इत्यादी घटकांना रङ्गचिन्हांचे स्वरूप कसे प्राप्त होते व ते सौंदर्यसर्जनाचे कार्य कसे करतात याची साधार चर्चा त्यांनी केली आहे. नाट्यप्रयोगाची समीक्षा करताना (अभाषिक चिन्हार्थांचाही) अनुभव आत्मसात करून तो भाषिक (शब्द) चिन्हांद्वारेच व्यक्त करावा लागतो. प्रयोगसमीक्षा करताना रङ्गचिन्हांच्या घडणीत व नाट्यार्थाच्या निर्मितीत आपले कलाचिन्ह कोणते कार्य करते हे एकमेकांना समजावून सांगितले पाहिजे. रंगभूमीच्या अनेक घटकांमध्ये कलाकम्युनिकेशन घडणे आवश्यक आहे तरच नाट्यसमीक्षेला नव्या दिशेने वाटचाल करता येईल, असे ते अखेरीस म्हणतात.

प्रभाकर पाध्ये : वाङ्मयदर्शन या प्रा. पाटील यांनी (सह)संपादित केलेल्या ग्रंथामध्ये 'प्रभाकर पाध्ये यांची कलामीमांसा' हा पाध्यांच्या कलासौंदर्यविचाराचे विश्लेषण व मूल्यमापन करणारा लेख आहे. तेथे त्यांनी पाध्ये यांच्या सौंदर्यानुभवाच्या सिद्धान्ताचे मर्म उलगडून दाखवले आहे. ते करताना कांटच्या अनुभवपूर्व तत्त्वाशी, पाध्यांचे केवलास्वादवृत्तीचे नाते

कसे जोडता येत नाही हे ते स्पष्ट करतात. कलासिद्धान्तांचे चार प्रकारांत वर्गीकरण करून पाध्यांचा कलाविचार 'आविष्कारक रूपवादी' (आविष्कारवाद व रूपवाद दोन्हींची सांगड घालणारा) आहे हे त्याचे वैशिष्ट्यपूर्ण स्थान लक्षात आणून देतात.

मानवी मनाच्या सामूहिक नेणिवेतून जन्मणारे आदिबंध व त्यांचा कलाकृतीवरील प्रभाव याची तात्त्विक चर्चा आदिबंधात्मक समीक्षा, साहित्यातील आदिबंध, अनिमा-अनिमस, राधेचा आदिबंध आणि घराची आदिप्रतिमा इत्यादी सहा लेखांतून प्रा. गंगाधर पाटील यांनी करून दिला आहे. ज्या ज्ञानदृष्टीच्या आधारे लिओनार्दो द विंची आणि पु. शि. रेगे या आदिमातेच्या आदिबंधाला कल्पकतेने प्रतिमित करणाऱ्या प्रतिभावाद कलाकारांच्या निर्मितीचे मर्म उलगडले त्या ज्ञानदृष्टीचा साक्षेपी परिचय मराठी वाचकांना प्रथमच करून दिला आहे. पु. शि. रेगे यांची निवडक कविता संपादित करून त्याला जी प्रस्तावना लिहिली आहे त्यात सरांनी रेग्यांच्या कवितेतील अनिमा-अनिमस, राधेची आदिप्रतिमा या संदर्भात आदिबंधात्मक समीक्षादृष्टीची मांडणी १९७५ सालीच केलेली दिसते. 'साहित्यगत आदिबंध' हा त्यांचा या विषयावरील पहिला लेख 'अनुष्टुभ्' जुलै-ऑगस्ट १९७७च्या अंकात प्रकाशित झाला तो 'समीक्षेची नवी रूपे'मध्ये ग्रथित झाला आहे.

वरील सहा लेखांतून सरांनी साहित्यगत आदिबंध, आदिबंधात्मक प्रतिमा आणि आदिबंधात्मक समीक्षा यांचे स्वरूप व वैशिष्ट्यपूर्णता अगदी मुळापासून नीट एकेक संकल्पना स्वच्छ, नेटक्या शब्दात व मराठी साहित्यातील उदाहरणांचा वापर करीत व्यवस्थित समजावून दिली आहे. उदाहरणार्थ, आदिबंध म्हणजे एखाद्या वस्तूचे मूलरूप किंवा मूलआकृतिबंध असे सांगून गणपतीचा साचा किंवा सर्व गायींच्या मुळाशी असणारे गोत्व हा मूल आकृतिबंध असे प्रथम सर्वसामान्य वाचकांनाही समजेल अशा पद्धतीने सांगतात व नंतर त्यामागील तात्त्विक, मानसशास्त्रीय संकल्पना युंगच्या मानवी मनाच्या रचनेची सविस्तर माहिती देऊन स्पष्ट करतात. अनिमा-अनिमस, राधा प्रतिमा इत्यादी संदर्भातही अशाच भारतीय संस्कृतीत पोसलेल्या आपल्या मनातील प्रतिमांच्या आश्रयाने गहनगंभीर विचारही सहज वाचकांना आकलनसुलभ करून सांगतात.

आदिबंधात्मक समीक्षा ही एकूणच अन्य समीक्षापद्धतींशी कोणते नाते सांगते, तिचे वेगळेपण कशात आहे, मर्यादा कोणत्या, त्या कशा दूर करता येतील; ही समीक्षापद्धती अवलंबिताना कोणते धोके संभवतात अशा अनेक प्रश्नांची उत्तरे प्रा. पाटील यांनी या लेखांत देऊन ठेवली आहेत. ''कला हे संस्कृतीचेच एक अविभाज्य अंग आहे. याचे भान ही समीक्षा सतत राखीत असते. ही समीक्षा बहिर्मुख आहे पण ती अंतर्मुखही होऊ शकते. आदिबंधाच्या अंगाने कलाकृतीत शिरल्याशिवाय तिच्या भावविश्वाचे व प्राणतत्त्वाचे आकलन होणार नाही'' याची जाणीव ते वाचकांना करून देतात. तसेच या पद्धतीने अंतरंगात शिरल्यास ही समीक्षा समग्रलक्ष्यी होऊ शकते हे तात्त्विक पातळीवरून स्पष्ट करतात. (प्रत्यक्ष समीक्षेतही 'साष्टांग', 'शहनाज', 'त्रिधा राधा' इत्यादी कवितांवर लिहिताना आदिबंधरूप स्त्रीप्रतिमा कलाकृतीच्या भावविश्वात व रचनाबंधात सौंदर्यसर्जक केंद्र म्हणून कशा कार्यकर होतात ते त्यांनी उलगडून

दाखवले आहे.) आदिबंधात्मक भावविश्व, घटना, प्रतिमा यांचा साहित्यातील प्रवास आजच्या काळापर्यंत येऊन पोहचतो. वर्तमानानुसार परात्मतेची जाणीव व्यक्त करणारा अँटिहिरोचा (प्रतिनायकाचा) आदिबंध नव्याने साकारला जाऊ लागला आहे. त्यामागे दुभंगलेले, दुखरे समाजमन कलावंताने समजून घेऊन एकसंध केले पाहिजे व तसे करताना दुसरीकडे आपल्या असंज्ञ मनातील गूढतम न्यूमिनस शक्तींनी भारावलेल्या आदिबंधरूप भावविश्वाचे आव्हानही स्वीकारले पाहिजे. तसे घडले तरच कलाकृतीतून आजच्या युगमनाचे व मानवी जीवनाचे व्यामिश्रपण समग्ररूप साकार होईल. असे वर्तमानयुगाने कलावंतांपुढे निर्माण केलेले अज्ञात व त्यावर मात करण्यासाठी आदिबंधात्मक भावविश्वाचा आधार कसा आवश्यक व पूरक ठरू शकतो याचे भान प्रा. पाटील यांनी आदिबंधात्मक समीक्षा लेखाच्या अखेरीला कलावंतांनाही करून दिले आहे. एकूणच आदिबंध हा केवळ मनाचा भाग ते मानत नाहीत. तो संस्कृती, मानवी अस्तित्व, साहित्यकृतीची संरचना व सर्वतन असंज्ञा यांचा घटक मानतात. त्यामुळे त्यांचे या संदर्भातील विवेचनही अनेकांगी, समग्रलक्ष्यी होते.

प्रत्यक्ष साहित्यसमीक्षा ही प्रक्रिया म्हणजे संहितेवर लिहिलेली संहिता असते. या प्रक्रियेचे स्वरूप तसे समीक्षासंहितेचे घटक व त्यांचे कार्य याची सविस्तर व सुस्पष्ट मांडणी करणारे प्रदीर्घ लेख प्रा. गंगाधर पाटील यांनी 'अनुष्टुभ्'च्या १९८७-८९मधील अंकांच्या 'रेखेची वाहाणी' या सदरातून लिहिले. समीक्षेच्या पायऱ्यांविषयी काही विवेचन यापूर्वी मराठी समीक्षकांनी केले होते. मात्र समीक्षेचे समग्र स्वरूप शास्त्रशुद्ध रीतीने, साधार उलगडण्याचे श्रेय प्रा. पाटील यांनाच जाते. मुळात आस्वादक समीक्षा हा समीक्षेचा पाया नाही तर आस्वाद हा सर्व प्रकारच्या समीक्षेचा पाया आहे हे त्यांनी स्पष्टपणे सांगितले.

प्रा. पाटील यांचे युरोपीय तत्त्वमीमांसा, ज्ञानमीमांसा, साहित्यमीमांसा यांचे विस्तृत, सातत्यपूर्ण व सखोल वाचन चालू आहे. यातूनच त्यांची साहित्याकडे पाहण्याची मर्मदृष्टी साकार झालेली आहे. रोलाँ बार्थ, मिचेल फुको, झ्याक लाकान, झ्याक देरिदा इत्यादी तत्त्वमीमांसकांच्या विचारांचे एक सूत्र शोधून ते सूत्र ते आपल्यापुढे ठेवतात. माणूस व संहिता यांच्यातील अस्तित्वात्मक नाते ते असे सांगतात, ''मी संहिता निर्माण करतो. म्हणून मी अस्तित्वात आहे.' या सूत्राला धरून ते समीक्षेची व साहित्याच्या अध्यापनाचीही नवी मांडणी करतात. समीक्षा करणे म्हणजे प्रतिसंहिता निर्माण करणे; अध्यापन करणे म्हणजे विद्यार्थ्यांच्या अंगी असणाऱ्या संहितासर्जनाच्या शक्ती जागृत करणे.

यासाठी मुळात साहित्यकृतीचे स्वरूप कसे असते? याविषयीची त्यांची भूमिका ते स्पष्ट करतात. साहित्यकृती ही अपूर्ण वस्तू असते आणि तिच्यात संभवरूप गुणधर्म असतात आणि रसिकाजवळ सौंदर्यदृष्टी, कल्पकता व साहित्यिक ज्ञानक्षमता असावी लागते. ती असेल तर साहित्यकृती आणि रसिक यांच्या सहसर्जक क्रियाव्यापारातून सौंदर्यवस्तू निर्माण होते. साहित्यकृती आणि सौंदर्यवस्तू हा प्रत्यक्ष समीक्षेचा विषय असतो. समीक्षक ही समीक्षासंहिता निर्माण करतो. त्यात समीक्षाविषयाचे वाचन, आकलन, आस्वाद, विश्लेषण, अर्थनिर्णयन, मूल्यमापन, शब्दांकन या सर्व पायऱ्या परस्परांत मिसळलेल्या असतात.

समीक्षेच्या या प्रत्येक पायरीसंदर्भात त्यांचे विवेचन पायाभूत विस्तृत, शास्त्रशुद्ध आहे. किंबहुना हा त्यांच्या प्रत्येक लेखाचाच व्यवच्छेदक विशेष आहे. उदाहरणादाखल साहित्यिक अर्थनिर्णयनमीमांसा हा एक लेख घेऊ. सुरुवातीला ते अर्थनिर्णयनमीमांसेची व्याख्या करतात. नंतर साहित्यिक अर्थनिर्णयन म्हणजे काय ते सांगतात. युरोपीय अर्थनिर्णयनमीमांसेच्या इतिहासात व विकासात निर्माण झालेले सहा दृष्टिकोन साधार सांगून त्यांचे जुनी व नवी अर्थनिर्णयनमीमांसा असे भेद करतात. त्यांना मार्टिन हायडेगर व पॉल रिकर यांनी मांडलेली अनुतत्त्वज्ञानपर व प्रतीक आणि मिथकांचे अर्थनिर्णयन करणारी अर्थनिर्णयनमीमांसा महत्त्वाची वाटते. कारण जुनी अर्थनिर्णयनमीमांसा साहित्यसंहिता ही भूतकाळात, कविमनात असते असे मानते तर नवी अर्थनिर्णयनसंहिता ही वर्तमानात, भविष्यातही जाऊ शकते असे मानते. भविष्यातील वाचकाच्या समकालीन अपेक्षांच्या क्षितिजानुसार (Horizon of expectations) अर्थनिर्णयन होऊ शकते असे ती मानते. हायडेगरने आकलनाच्या क्रियेतच अस्तित्वाचा अर्थ लावणारे अर्थनिर्णयन अंगभूतपणेच क्रियाशील असते. त्याने सुरू केलेली अर्थनिर्णयनमीमांसा ही एका अर्थाने अस्तित्वमीमांसा सत्ताशास्त्र (ontology) बनली. या अर्थनिर्णयनाच्या आधारे पुढे जर्मन तत्त्वज्ञ गादमरने ऐतिहासिक क्षितिजांचे संमीलन (Fusion of horizons) ही संकल्पना मांडली. ही संकल्पना नेमकी काय आहे हे प्रा. पाटील एका हाडाच्या शिक्षकाच्या पद्धतीने बारकाईने स्पष्ट करतात. पुढे पॉल रिकरने मांडलेली संशयनिष्ठ व चिकित्सक अर्थनिर्णयनाची संकल्पना स्पष्ट करतात. नित्शे, फ्रॉईड व मार्क्स यांची संशयनिष्ठ अर्थनिर्णयन संकल्पना काय आहे व तीपेक्षा रिकरची संकल्पना नेमकी कशी वेगळी आहे हे ते उलगडून दाखवतात.

इतकेच नव्हे तर भारतीय दर्शनांच्या परंपरेतील पूर्वमीमांसा व शांकरभाष्य यांतील अर्थनिर्णयनाची सूत्रे, आनंदवर्धनाचे 'ध्वनि' तत्त्व, मीमांसकांची तात्पर्यार्थनिर्णयन सूत्रे अशा भारतीय परंपरेचाही ते वेध घेतात. प्रा. पाटील यांच्या विवेचनात भारतीय व युरोपीय तत्त्वज्ञानाची अत्यंत सूक्ष्म व उचित तुलना असते या दोन्ही परंपरांविषयी त्यांच्या मनात नितांत आदर असतो. परंतु कोणत्याही परंपरेला ते कनिष्ठ अनुपयुक्त मानीत नाहीत. दोन्ही परंपरांचे आपले आपले स्वतंत्र स्थान व स्वतंत्र गृहीतके आहेत. त्यामागील शास्त्रशुद्धता ते वाचकाच्या नजरेत आणून देतात.

यानंतर अर्थनिर्णयनाच्या स्वायत्त, लेखकलक्ष्यी, संरचनावादी, संज्ञामीमांसीय, चिन्हमीमांसावादी, उत्तरसंरचनावादी इत्यादी प्रमुख परंपरा साक्षेपाने विशद करतात. एकूणच आपल्या वाचकाला विषयाचे सुस्पष्ट व समग्र ज्ञान देण्याचे सर्वार्थाने प्रयत्न करतात. कोणत्याही एकाच एका विचारवंतांच्या संकल्पनांचा पुरस्कार करणे वा युरोपीय विचारव्यूहाचे केवळ भाषांतर करणे ही त्यांची पद्धत नसते तर प्रत्येक विषयाचे मुळापर्यंत जाऊन समग्र व अद्ययावत ज्ञान आपल्या वाचकांना देणे ही खऱ्या शिक्षकाची भूमिका व कळकळ आपल्याला सर्वच लेखांतून दिसून येते.

समीक्षामीमांसा या पुस्तकामध्ये दुसऱ्या भागात अनेक नव्या समीक्षासिद्धान्तांची मांडणी करण्यात आली आहे. १९६०-६५ पासून युरोप-अमेरिकेतील विचारविश्वात उदयाला आलेले नवे सिद्धान्त प्रा. पाटील यांनी त्यांच्या तत्त्वज्ञानात्मक, भाषाविज्ञानात्मक, मनोविज्ञानात्मक पार्श्वभूमीसह आत्मसात केले आणि आपल्या चिंतनाच्या मुशीतून त्याला उतरवून मराठी वाचकाला आकलनसुलभ होतील अशा पद्धतीने त्यांचा परिचय करून देण्यास १९७५ पासून 'सत्यकथा', 'मौज', 'आलोचना', 'अनुष्टुभ्' या नियतकालिकांतून सुरुवात केली. मराठी वाचकाला, अध्यापकांना, विद्यार्थ्यांना हे बहुज्ञानशाखीय ज्ञान देऊन त्यांना मराठी साहित्याकडे पाहण्यासाठी अद्ययावत दृष्टिकोन देऊन तयार केले. त्यांची रसिकता, सौंदर्यदृष्टीतर घडवलीच पण त्यांना शास्त्रशुद्ध विचार करण्यास व वस्तुनिष्ठ लिहिण्यास प्रवृत्त केले. त्यांना साहित्याकडे पाहण्याची अनेक सौंदर्यसर्जक आयुधे दिली!

अशा अनेक सिद्धान्तांची अपूर्व मांडणी या पुस्तकाच्या दुसऱ्या भागात आहे. त्यात अस्तित्ववाद, रूपवादी समीक्षा, वि-रचनावाद, संज्ञामीमांसा, अर्थनिर्णयनमीमांसा, वाचकप्रतिसादमुखी सिद्धान्त हे तत्त्वज्ञानावर आधारित सिद्धान्त आहेत. तर मानसशास्त्रीय व आदिबंधात्मक समीक्षा हे मनोविज्ञानाधारित सिद्धान्त आहेत. रशियन रूपवाद, संरचनावाद, चिन्हमीमांसा, कथनमीमांसा हे भाषाविज्ञानाधारित सिद्धान्तही आहेत. तसेच स्त्रीवादी साहित्यसमीक्षा, उत्तर संरचनावाद इत्यादी बहुज्ञानशाखा सिद्धान्तही आहेत. या सर्वच सिद्धान्ताची साकल्याने व सर्वात प्रथम मांडणी करण्याचे श्रेयही प्रा. गंगाधर पाटील यांनाच आहे.

प्रा. गंगाधर पाटील यांचे गेल्या ५०-५५ वर्षांतील लेखन पाहता मराठी साहित्य व समीक्षा विचाराला त्यांनी अनेक अंगांनी समृद्ध केलेले दिसते. मराठी साहित्याच्या अभ्यासकांना केवळ भारतीय साहित्यशास्त्र व पाश्चात्त्य साहित्यशास्त्रातील अनुकृतिसिद्धान्त, रूपवाद/कलावाद आणि जीवनवाद/मार्क्सवाद अशा मोजक्या सिद्धान्तांचा सुटासुटा परिचय होता व त्या बळावर स्थूलपणे समीक्षा केली जात होती. मराठीतील बरीचशी समीक्षा आस्वादक होती. साहित्याकडे प्रकारविशिष्ट दृष्टीने, साहित्य म्हणून अभावानेच पाहिले जात होते. या पार्श्वभूमीवर संपूर्ण नवा, युरोपीय (कॉंटिनेंटल) विचार त्यांनी डोळसपणे आत्मसात केलेला दिसतो आणि त्या विचारातून उदित झालेली ज्ञानदृष्टी टिपून तिचा सौंदर्यदृष्टीने वापर मराठी साहित्याच्या अभ्यासात प्रथमच केलेला दिसतो. मराठीच्या अभ्यासकांची साहित्य व समीक्षादृष्टी सतत अद्ययावत करण्याचे त्यांचे अर्धशतकाहून अधिक काळ सातत्याने चाललेले काम केवळ अभूतपूर्व व एकमेवाद्वितीय आहे.

रशियन व अँग्लोअमेरिकन रूपवाद, घटितार्थशास्त्र, अस्तित्ववाद, संज्ञामीमांसा, मार्क्सवाद, संरचनावाद, उत्तर संरचनावाद, विरचनावाद, कथनमीमांसा, फ्रॉईड व युंग यांचे मानसशास्त्रीय सिद्धान्त, सस्यूर, याकोब्सन इत्यादींचा भाषावैज्ञानिक विचार, स्त्रीवाद अशा पंधरा ज्ञानशाखांतून उदित झालेली साहित्याचे अर्थनिर्णयन व मूल्यमापन करण्याची पूर्णत: नवी दृष्टी केवळ त्यांनीच वाचकांना दिलेली दिसते. प्रा. गंगाधर पाटील यांनी केलेल्या समग्र लेखनाचा पाया हा 'अनुभवार्थशास्त्र' हा आहे. साहित्यकृतीचे अस्तित्व, आकलन आणि अर्थनिर्णयन यांवर

त्यांचे एकत्रित लक्ष केंद्रित झालेले असते. त्यामुळेच इतर समीक्षकांपेक्षा त्यांचे लेखन वैशिष्ट्यपूर्ण होते.

हा त्यांचा व्यासंग तर थक्क करणारा आहेच पण त्याचे कोणतेही प्रदर्शन किंवा क्लिष्टता त्यांच्या लेखनात जराही आढळत नाही. त्यांची रसिकता, सौंदर्यदृष्टी या सैद्धान्तिक विवेचनामध्ये झाकोळून जात नाही. किंबहुना सौंदर्यदृष्टी ही तात्त्विक आधारामुळे उजळून निघते. पंधरा नव्या ज्ञानशाखांचा आवश्यकतेनुसार आधार घेताना भारतीय साहित्यशास्त्रातील मर्मदृष्टीही शक्य असेल त्या प्रत्येक ठिकाणी परस्परांसमोर ठेवून त्यातील ग्राह्यांश घेतात. हे करताना तरतमभाव/पांडित्यप्रदर्शन न करता खुलेपणाने स्वीकार करतात. (उदाहरणार्थ, 'कवितेचे अस्तित्वरूप' या नव्या आवृत्तीतील लेखामध्ये आनंदवर्धनादी काव्यमीमांसकांच्या कविसंविद्‌चा तौलनिक विचार.) युरोपीय सिद्धान्तांचा परिचय व तारतम्याने, रसिकतेने उपयोजन आहेच पण त्याबरोबर या सिद्धान्तांवरील स्वत:चे चिंतन, त्यांमध्ये स्वत:ची नवी भर घालतात. उदाहरणार्थ, 'कवितेची सौंदर्यसर्जक भाषा' या लेखामध्ये प्रागप्रणालीतील याकुब्सन या भाषावैज्ञानिकाने मांडलेले भाषेच्या सहा घटकांचे नमुनारूप परिचित करून दिले जाते. परंतु प्रा. गंगाधर पाटील त्याच्याही पुढे जाऊन म्हणतात, ''भाषिक घटनेतील (कवितेतील) या सहा घटकांपैकी कोणत्याही एका घटकाचे द्वित्त झाले की भाषा सौंदर्यात्म कार्य करू लागते. हे भाषावैज्ञानिक नवे कारण हे प्रा. गंगाधर पाटील यांचे एकूणच समीक्षेला योगदान होय.''

याच लेखाच्या परिशिष्टामध्ये ते भारतीय साहित्यशास्त्रातील शब्दशक्तीविचार व याकोब्सनचा भाषावैज्ञानिक विचार परस्परसंमुख ठेवतात. पुढे जाऊन अलंकारांचे मूळ कशात आहे? असा तात्त्विक प्रश्न प्रथमच उपस्थित करून त्याचे भाषावैज्ञानिक कारण स्वत: शोधतात. याकुब्सनचा भाषेच्या काव्यात्म कार्याविषयीचा सिद्धान्त सांगताना ते रूपकतत्त्व व शुद्धा लक्षणा या दोन तत्त्वांचा वापर करतात. (गद्यरचनेत शब्दांची निवड सममूल्यतेच्या साधर्म्यनिष्ठ रूपकतत्त्वानुसार केली जाते आणि निवडलेल्या शब्दांची जुळणी सानिध्यनिष्ठ शुद्धा लक्षणेच्या तत्त्वानुसार केली जाते. परंतु शब्दांच्या आडव्या सानिध्यनिष्ठ क्रमव्यवस्थेत जेव्हा साधर्म्यनिष्ठ (उभ्या अक्षावरील) सममूल्यतेचे रूपकतत्त्व गुंफले जाते तेव्हा भाषा काव्यात्म कार्य करते, असे याकुब्सन सांगतो.) यापुढे जाऊन प्रा. पाटील लिहितात, ''भारतीय साहित्यशास्त्रातील काव्यात्म कार्य साधणारे लक्ष्यार्थ, व्यंग्यार्थ आणि रूपक, वक्रोक्ती आदी अलंकारांच्या निर्मितीमागेही (याकुब्सनप्रणीत) रूपक व शुद्धालक्षणा या दोन सार्विक रचनातत्त्वांची उपरोक्त विशिष्ट प्रकारची गुंफण कार्यरत असते.'' (*समीक्षेची नवी रूपे*, दु.आ., पृष्ठे ३२-३३).

मराठी समीक्षेमध्ये त्यांनी असंख्य नव्या संकल्पना विचारपूर्वक रुजवल्या. तसेच समीक्षेची नवी परिभाषाही घडवली. आदिबंध, सहसर्जक क्रियाव्यापार, चिन्हमीमांसा, चिन्हांची चार अंगे, चिन्हार्थ व चिन्हरूप, लेखक व निवेदक यांतील भेद, अस्तित्ववाद, परात्मता, अलिप्तता, संरचनावाद, विरचनावाद इत्यादी अनेक संकल्पना व त्यासाठी मूळ युरोपियन भाषांतील शब्दांसाठी योग्य मराठी परिभाषा अत्यंत साक्षेपाने तयार केली.

युरोपमध्ये उदयाला आलेल्या अनेक ज्ञानशाखा ज्या इंग्लिश नियतकालिकांतून किंवा

ग्रंथांतून जगाला परिचित होत होत्या त्या ग्रंथांच्या व नियतकालिकांच्या अद्ययावत आवृत्त्या ते परिश्रमपूर्वक, स्वखर्चाने मिळवत असतात. ते मूळ ग्रंथ वाचून त्यातील ज्ञानदृष्टीचे सूक्ष्मातिसूक्ष्म पदर नीट समजावून घेऊन व चिंतनाच्या मुशीतून ढाळून त्याची अर्थपूर्णता प्रत्ययाला आल्यावरच त्यांनी त्यावर मराठीत लेखन केलेले दिसते. विचारव्यूहांची अचूकता, मांडणीची-शब्दांची अन्यूनरिक्तता हे त्यांच्या लेखनाचे विलोभनीय विशेष आहेत.

आजही वयाच्या ८६व्या वर्षी त्यांचे लेखन अव्याहतपणे चालू आहे. आजही चाळिशीतल्या उत्साहाने व उभारीने नवीन प्रकल्पांवर काम करण्याचे विचार त्यांच्या डोक्यात चालू आहेत. त्यासाठी विद्यार्थ्यांनी एकत्र येऊन काम करावे व आपण त्यांना मार्गदर्शन करावे ही त्यांना तळमळ आहे.

मराठी साहित्याच्या अभ्यासकांना 'तैसे जनांसि सिकवावे हळूहळू' या वृत्तीने त्यांनी अर्धशतकाहून अधिक काळ शिकवले आहे. म्हणूनच असा समीक्षक गुरू केवळ अनन्यसाधारण आहे.

विविधस्पर्शी संशोधन

डॉ. द. दि. पुंडे

(१९३८)

अनंत देशमुख

डॉ. दत्तात्रय दिनकर पुंडे (जन्म २६ डिसेंबर १९३८) हे मराठीतील एक नावाजलेले अभ्यासक आहेत. ते मूळचे अहमदनगरचे. १९६५ साली त्यांनी पुणे विद्यापीठातून मराठी विषयात बी. ए.ची पदवी संपादन केली. पदवी प्राप्त होण्यापूर्वी जवळ जवळ सहा वर्षे ते सचिवालयात काम करीत होते. १९६९ साली त्यांनी मुंबई विद्यापीठातून एम. ए.ची परीक्षा दिली. या साऱ्या काळात त्यांनी मराठीचा अभ्यास वाढवला. एम. ए. झाल्यावर पुण्याच्या मॉडर्न कॉलेजात त्यांना अधिव्याख्याता म्हणून नोकरी मिळाली. त्या काळापासून त्यांचे वास्तव्य पुणे येथेच राहिले आहे.

तिथे त्यांना डॉ. भीमराव कुलकर्णी यांच्यासारख्या जाणकाराचा विभागप्रमुख म्हणून सहवास लाभला. पुढे त्यांच्याच मार्गदर्शनाखाली पुंडे यांनी वि. वा. शिरवाडकर / कुसुमाग्रज यांच्या साहित्यावर पीएच. डी. पदवीसाठी संशोधन केले. त्यांना केवळ साहित्याच्या विविध प्रकारांमध्ये आस्था होती असे नव्हे तर ग्रंथव्यवहाराशी संबंधित सर्व घटकांमध्ये रुची होती. लेखक, समीक्षक, संपादक, प्रकाशक, ग्रंथवितरक, वाङ्मयसंस्था या साऱ्यांशी त्यांचे स्नेहाचे संबंध राहिले आहेत. 'बहिर्मुखता' हा त्यांच्या स्वभावाचा एक आकर्षक विशेष आहे. त्यांच्या या गुणामुळे डॉ. स. गं. मालशे, प्रा. वसंत दावतर, प्रा. रमेश तेंडुलकर, डॉ. व. दि. कुलकर्णी, प्रा. गो. म. कुलकर्णी, डॉ. सरोजिनी वैद्य, डॉ. उषा देशमुख, डॉ. गंगाधर मोरजे, प्रा. ह. श्री. शेणोलीकर, डॉ. मु. श्री. कानडे, प्रा. स. रा. गाडगीळ, डॉ. कल्याण काळे अशा नामवंतांचा त्यांना स्नेह लाभला.

मराठी प्रकाशन व्यवसायात १९८०च्या सुमारास सल्लागार, संपादक असे पद जरी उघडपणे नसले तरी हळूहळू अस्तित्वात येऊ लागले होते. मेहता प्रकाशन, स्नेहवर्धन प्रकाशन, प्रतिमा प्रकाशन, निहारा प्रकाशन या प्रकाशकांशी त्यांचा हस्तलिखित निवडीपासून शेवटी ग्रंथसिद्धीच्या टप्प्यापर्यंत एक विश्वासू सहकारी म्हणून दीर्घकाळ संबंध राहिला आहे. 'मराठी संशोधन पत्रिका', 'महाराष्ट्र साहित्य पत्रिका', 'आलोचना', 'भाषा आणि जीवन' या नियतकालिकांशीही त्यांचे निकटचे नाते आहे.

याचबरोबर तरुण, होतकरू लेखक, समीक्षकांमध्ये त्यांनी स्वत:चे आगळे स्थान निर्माण केले आहे. कोणाही तरुण लेखकाला आपल्या अडचणी पुंडे यांच्यापाशी सांगताना संकोच

वाटत नाही. त्या त्या तरुणाला सर्वतोपरी साह्य करण्यास पुंडे सदैव तत्पर असत आणि आजही असतात. आज कवी, लेखक वा समीक्षक म्हणून मान्यता पावलेले अनेकजण त्यांच्या उमेदीच्या काळात पुंडे यांच्या सहवासात आले आणि त्यांच्या लेखनाला, व्यक्तित्वाला पुंडे यांचा परीसस्पर्श लाभला, ही वस्तुस्थिती आहे.

'वि. वा. शिरवाडकर : एक चिकित्सक अभ्यास' या विषयावर त्यांनी केलेल्या संशोधनाला १९८० साली पुणे विद्यापीठाची पीएच. डी. पदवी मिळाली. कोणत्याही विषयाचा अभ्यास हा तलस्पर्शी असायला हवा हे पुंडे यांचे ब्रीद. त्यामुळे पीएच. डी. पदवीप्रबंधाचा अभ्यास त्यांनी अत्यंत सूक्ष्मतेने केला होता. अभ्यास काळात आणि पुढेही त्यांनी तात्यासाहेबांची भेट घेतली नव्हती; पण त्यांच्या अभ्यासाची तात्यांना पूर्ण कल्पना होती. त्यामुळे कोणी नवखा अभ्यासक तात्यांना त्यांच्या लेखनाविषयी मार्गदर्शन करा अशी विनंती करी तेव्हा तात्या अत्यंत विश्वासाने त्या अभ्यासकाला त्याने पुण्याला पुंडे यांच्याशी संपर्क साधावा, असे सुचवीत.

पुंडे यांच्या या अभ्यासाचे फलित म्हणजे *कुसुमाग्रज / शिरवाडकर : एक शोध* (१९८९) आणि *कुसुमाग्रजांच्या प्रतिभेचा उगम आणि विकास* (१९९७) ही दोन पुस्तके होत. त्यांपैकी पहिल्या पुस्तकाला 'भूमिका' म्हणून लिहिलेल्या निवेदनात ते म्हणतात : ''येथे सर्वसाधारणपणे कुसुमाग्रजांच्या साहित्यविषयक धारणा, त्या त्या वाङ्मयप्रकाराकडे बघण्याची व पोहचण्यामागची त्यांची दृष्टी, त्यांना साहित्यनिर्मितीकडे नेणाऱ्या प्रेरणा, त्यांना खुणावणारे आशयप्रदेश यांचा शोध घेण्याचा प्रयत्न केला आहे. एक प्रकारे कलाकृतीतून कुसुमाग्रजांपर्यंत पोहचण्याचाच हा प्रयत्न आहे.'' कुसुमाग्रजांच्या साहित्याकडे त्यांनी या दृष्टीने पाहण्याचा प्रयत्न केला आहे. 'कुसुमाग्रजांचा भाषाविचार', 'साहित्यविचार', 'मराठी कवी परंपरा आणि कुसुमाग्रज', 'शिरवाडकरांचे कादंबरीलेखन : प्रेरणा व आशयप्रदेश', त्यांच्या एकांकिका, ललितलेखन, बालसाहित्य इत्यादींचा त्यांनी चिकित्सकपणाने धांडोळा घेतलेला आहे. त्यामुळे तात्यांच्या कथांकडे, ललितलेखांकडे व बालसाहित्याकडे ते किती आस्थेने आणि अगत्याने पाहत होते ते कळते. तात्यांच्या कवी आणि नाटककार या लोकमानसात सार्थपणे रुजलेल्या प्रतिमेमुळे त्यांनी *वैष्णव* (१९४६), *जान्हवी* (१९५२) व *कल्पनेच्या तीरावर* (१९५६) या तीन कादंबऱ्या लिहिल्या. त्यातही *वैष्णव* मध्ये १९४२च्या गांधीजींच्या छोडो भारत आंदोलनाचे आणि तत्कालीन 'सत्यशोधक समाजा'च्या घटनांचे चित्रण असल्याने ती एक वास्तवदर्शी कादंबरी ठरते; तर *कल्पनेच्या तीरावर* मध्ये त्यांनी एक प्रयोग केला आहे. इथे 'युटोपिया'चे चित्रण आढळते. कादंबरीकार म्हणून तात्यांची भूमिकाही लक्षणीय होती. पण त्यांच्या काव्यलेखनामुळे आणि नाट्यात्मलेखनामुळे या प्रयत्नांकडे मराठी वाचकांचे काहीसे दुर्लक्ष झाले होते. पुंडे यांनी आपल्या लेखनातून त्या कृतीचे विवेचन, विश्लेषण आणि मोल दाखवून दिले आहे.

कुसुमाग्रजांच्या प्रतिभेचा उगम आणि विकास मध्ये पुंडे यांनी कुसुमाग्रजांच्या कवी, नाटककार, पत्रकार अशा विविध अंगांचा बारकाईने विचार केला आहे. त्यांपैकी काव्यविषयक दोन प्रकरणांमध्ये कुसुमाग्रजांच्या कवितेचे स्वरूप, त्यांची लेखनप्रकृती, वेगळेपण, तिच्यातील

आशयप्रदेश यासंबंधांची त्यांची निरीक्षणे व्यक्त झाली आहेत. *कमलवेल* ते *मुक्तायन* पर्यंत त्या काळात त्यांचे प्रसिद्ध झालेले काव्यसंग्रह आणि त्यांच्यातील कविता यांचा पुंडे यांनी तपशिलात जाऊन विचार केला आहे. कुसुमाग्रजांचा पहिला संग्रह *जीवनलहरी* १९३३ साली प्रसिद्ध झाला. त्यानंतर नऊ वर्षांनी १९४२ साली त्यांचा *विशाखा* हा संग्रह प्रकाशित झाला. *विशाखा*च्या असाधारण यशाने 'जीवनलहरी' मागे पडले आणि समीक्षकही त्याला विसरले. 'कुसुमाग्रजकृत 'जीवनलहरी' आणि टीकाकारांची झालेली फसगत' या लेखात कोण कोण समीक्षक कसकसे चकले यासंबंधी पुंडे यांनी लिहिले आहे आणि कुसुमाग्रजांच्या काव्याच्या इतिहासातील *जीवनलहरी*चे यथायोग्य स्थान त्यांनी निश्चित केले आहे. कुसुमाग्रजांच्या 'स्मृती' या कवितेचे आगळेपण आणि त्यातील आशयसौंदर्य त्यांनी स्वतंत्र लेखामध्ये विशद केले आहे; तर 'क्रांतीचा जयजयकार' या गाजलेल्या कवितेत कवीने केलेले बदल वा परिष्करणे याविषयीचे विवेचन करण्यात आले आहे.

नाटक या भागात *दूरचे दिवे, विदूषक, नटसम्राट* आणि *महंत* या नाट्यकृतींच्या स्वरूपाविषयी चर्चा केली असून अनुक्रमे 'आयडियल हजबंड', 'सिटीलाईट्स' आणि 'किंग लियर' या नाटकांपासून प्रेरणा घेऊन हे लेखन कसे झाले आहे व त्यांच्याशी साधर्म्य राखत असतानाच शिरवाडकरांनी आपले वेगळेपण कसे राखले आहे याची चिकित्सा केलेली आहे. याशिवाय झाशीच्या राणीच्या जीवनावर आधारलेल्या *वीज म्हणाली धरतीला* याचाही त्यांनी विचार केला आहे. शिरवाडकरांच्या नाटकांना ताजेपणाचा कसा स्पर्श आहे हेही त्यांनी विस्ताराने मांडले आहे.

१९८०च्या सुमारास पुण्याच्या 'महाराष्ट्र साहित्य परिषदे'ने 'मराठी वाङ्मयाचा इतिहास' या प्रकल्पातील खंड ६ आणि ७चे काम सुरू करण्याचे ठरविले आणि त्या ग्रंथांच्या संपादनाची जबाबदारी संस्थेने डॉ. व. दि. कुलकर्णी आणि प्रा. गो. म. कुलकर्णी यांच्यावर टाकली. याशिवाय या संपादकांना सर्वतोपरी साहाय्य करण्यासाठी डॉ. पुंडे यांचीही नेमणूक करण्यात आली. या काळात पुंडे हे प्रा. गो. म. कुलकर्णी यांच्या सान्निध्यात विशेषत्वाने आले. गोमंना 'वाङ्मयेतिहास' यात रुची आणि गती होती. यापूर्वी ह. ना. आपटे यांनी 'विदग्धवाङ्मय', डॉ. श्रीधर व्यंकटेश केतकर यांनी 'मराठी वाङ्मयाच्या इतिहासा'वर लेखन केले होते. केतकरांपर्यंत तसा विस्तृत आराखडाही तयार केला होता. त्या आधी मोती बुलासा या तरुणाने 'मराठी भाषेची सद्य:स्थिती' म्हणून लेखमाला सिद्ध केली होती. १८९७च्या सुमारास वि. ल. भावे यांनी 'महाराष्ट्र सारस्वत'चा बीजनिबंध प्रसिद्ध केला होता. १८९०च्या दरम्यान मुंबई विद्यापीठात मराठी विषयाला स्थान नव्हते. 'मराठी केवळ बोलली जाते, तिच्यात ग्रंथलेखन झालेले नाही; तिला इतिहास वा परंपरा नाही' असा राज्यकर्त्यांचा समज होता. तो नाहीसा व्हावा आणि विद्यापीठात मराठीला मानाचे स्थान मिळावे म्हणून 'मराठ्यांचा इतिहास', 'मराठी वाङ्मय' या विषयांवर भरपूर लेखन होऊ लागले होते. स्वत: न्यायमूर्ती म. गो. रानडे यांनी *द राइज ऑफ मराठा पॉवर* हा ग्रंथ त्याच हेतूने लिहिला होता. त्यानंतरच्या काळात सरवटे, दंडवते यांनी आढावे प्रसिद्ध केले होते. १९४०-४५ दरम्यान नाशिकच्या

सार्वजनिक वाचनालयाने वेगवेगळ्या वाङ्मयप्रकारांवर व्याख्याने घडवून आणून त्यावर आधारलेला *प्रदक्षिणा* हा ग्रंथ तयार केला होता. जिज्ञासूंना तो उपयुक्त ठरला होता. याच्या आगेमागे पाध्ये-टिकेकरांचा *आजकालचा महाराष्ट्र* हा ग्रंथ तयार झाला आणि तोही महत्त्वाचा ठरला होता. त्याआधी १९१२ साली दत्तो वामन पोतदार यांनी *मराठी गद्याचा इंग्रजी अवतार* नावाने लिहिलेले पुस्तकही उपलब्ध होते. महाराष्ट्र साहित्य परिषदेत मराठी वाङ्मयाच्या इतिहासाचा प्रकल्प हाती घेतल्यावर हे इतिहासलेखन कसे व्हावे या दृष्टीने श्री. म. माटे आणि दि. के. बेडेकर यांच्यात वादही झाला होता. हे सारे प्रयत्न स्वतंत्रपणे, प्रामाणिकपणे होत होते. पण वाङ्मयेतिहासासंबंधी स्वच्छ, स्पष्ट आणि तर्कशुद्ध वैचारिक मांडणी तोपर्यंत झालेली नव्हती. गो. म. कुलकर्णी यांना ही उणीव सतत बोचत असे आणि पुंडे यांच्यासारखे तरुण अभ्यासक जवळ आल्यावर ते पुंडेबरोबर अनेकदा बोलतही असत. यातून दोन गोष्टी साध्य झाल्या. पहिली म्हणजे मसापने या विषयावर स्वतंत्रपणे चर्चासत्र घ्यावे; त्यात नामवंतांना बोलवावे आणि त्यासंबंधीचा खल व्हावा आणि दुसरी कळत-नकळत पुंडे या विषयाकडे ओढले गेले आणि वाङ्मयेतिहास हाच जणू त्यांनी आपल्या आयुष्यभराचा विषय केला. त्यामुळे गोमंना त्यांनी आपले ज्येष्ठ मित्र, मार्गदर्शक मानले. गोमंचे वय झाले होते, पण तशा अवस्थेतही त्यांचा नवनव्या ज्ञानशाखांचा अभ्यास तयार असे आणि तरुणांना आत्मविश्वास देण्यास, उत्तेजन देण्यास ते नेहमी पुढे असत. हा अनुभव पुंडे यांनाही आला होता. त्या संदर्भात पुंडे लिहितात, ''एखाद्या लेखकाच्या कृती कालाच्या व्यापक पटावर ठेवल्यावर त्यांचे वेगवेगळे आकलन कसे करून घेता येते हे मी प्रा. गो. म. कुलकर्णी यांच्याकडून शिकलो.'' गो. मं.च्या या प्रेरणेतून पुंडे यांनी वाङ्मयेतिहासविषयक संशोधन, लेखन करून मराठीतील हे क्षेत्र विस्तृत आणि सखोल केले. *वाङ्मयेतिहासाची संकल्पना, वाङ्मयेतिहास : एक मुक्त संवाद, भारतीय इतिहासाची संकल्पना, दक्षिण भारतातील मराठी वाङ्मयाचा इतिहास* आणि *वाङ्मयेतिहास : आठ निबंध* अशी पाच पुस्तके त्यांनी सिद्ध केली. त्यात संपादन आहे, मुलाखत आहे आणि या विषयासंबंधीचे त्यांचे दीर्घकालीन चिंतनही आहे.

वाङ्मयेतिहासाची संकल्पना हे त्यांनी महाराष्ट्र साहित्य परिषदेतर्फे वर उल्लेख केलेल्या परिसंवादात वाचनात आलेल्या निबंधांचे संपादन करून तयार केलेले पुस्तक आहे. त्याच्या निर्मितीमागील भूमिका स्पष्ट करताना त्यांनी लिहिले आहे : ''...प्रा. गो. म. कुलकर्णी, डॉ. व. दि. कुलकर्णी आणि मी मिळून महाराष्ट्र साहित्य परिषदेच्या अमृतोत्सवाचे निमित्त साधून दोन चर्चासत्रे घेतली... या दोन्ही चर्चासत्रांत भरपूर विचारमंथन झाले. त्याचे संकलन व्हावे असे अनेकांनी सुचविले. त्या सूचनेला आज पुस्तकामुळे काही प्रमाणात मूर्त रूप येत आहे. यात प्रारंभी वाङ्मयेतिहासाची संकल्पना या विषयावर प्रा. गो. म. कुलकर्णी यांचा लेख असून त्याला बीजनिबंध म्हणता येईल. या पुस्तकात श्रीनिवास प्रधान, मोतीलाल रैना, सुजीतकुमार मुखर्जी या अन्य भाषांमधील तज्ज्ञांबरोबर प्रा. गंगाधर पाटील, म. द. हातकणंगलेकर, दि. के. बेडेकर, रमेश तेंडुलकर, वि. वा. शिरवाडकर यांचे लेख असून अंजली सोमण आणि डॉ. कल्याण काळे यांचे लेख पूरक म्हणून घेतले आहेत. पुंडे यांच्या

या प्रयत्नांमुळे मराठीत वाङ्मयेतिहासविषयक सैद्धान्तिक विचार एकत्र स्वरूपात उपलब्ध व्हायला मदत झाली. इतकेच नव्हे तर गो. म. कुलकर्णी यांना त्यांनी या विषयावर बोलते करून जी सविस्तर चर्चा केली त्याची निष्पत्ती म्हणजे *वाङ्मयेतिहास : एक मुक्तसंवाद* हे पुस्तक होय. यात गोमंचा एतदविषयक विचार जसा एका ठिकाणी ग्रथित झाला तसाच पुंडे यांचा या विषयातील अभ्यासदेखील स्पष्ट झाला. दरम्यानच्या काळात वाङ्मयेतिहास या विषयाचे जाणकार म्हणून पुंडे यांची ख्याती पसरली होती आणि वेगवेगळ्या नियतकालिकांचे संपादक, वेगवेगळ्या विद्यापीठातील मराठी विभागप्रमुख त्यांना या विषयावर लेखन करायला वा व्याख्याने द्यायला बोलावीत असत. तेव्हा त्यांनी त्या त्या ठिकाणांचे केवळ वाङ्मयेतिहासाच्या संदर्भातील सैद्धान्तिक विवेचन न करता अन्य वाङ्मयप्रकारांशी सांगड घालून ते लिहीत/बोलत. 'समीक्षा आणि वाङ्मयेतिहास', 'भाषांतर आणि वाङ्मयेतिहास', 'मध्ययुगीन मराठी वाङ्मयप्रकार आणि वाङ्मयेतिहास', 'स्वातंत्र्योत्तर मराठी कवितेचा पट', 'मराठी कादंबरी १९७० ते १९९५', 'मराठी कादंबऱ्यांच्या इतिहासातील खांडेकरपर्व', 'प्रा. रा. श्री. जोग यांचा वाङ्मयेतिहास विचार' व 'वाङ्मयेतिहास विद्या : एक नवा अभ्यासक्रम' हे सारे लेख पुंडे यांनी आपल्या *वाङ्मयेतिहास : आठ निबंध* या पुस्तकात एकत्र दिले आहेत. त्यांच्या वाचनातून त्यांचा हा विषयाचा चौफेर अभ्यास आणि विविध वाङ्मयप्रकारांच्या इतिहासाबद्दलची सूक्ष्म समज आणि कळकळ दिसून आल्याखेरीज राहत नाही. (आपली वाङ्मयेतिहासविषयक भूमिका स्पष्ट करताना त्यांनी *वाङ्मयेतिहास : आठ निबंध*च्या प्रस्तावनेत पुढील विचार मांडले आहेत : ''गेल्या दहा-बारा वर्षांत मी जास्त करून वाङ्मयेतिहास विचारावरच लेखन केलेले आहे. (जणू वाङ्मयेतिहासाचा एक झेंडा खांद्यावर घेऊन मी वाटचाल करतो आहे.) याचा एक परिणाम असा झालेला आहे की, वाङ्मयेतिहासविषयक जे विचार मला अधोरेखित करून सांगावेसे वाटतात, ते माझ्या लेखांमध्ये आवृत्त होत असतात.')

मोती बुलासा यांनी एकोणिसाव्या शतकाच्या अखेरीस 'मराठी भाषेची सद्य:स्थिती' नावाचा दीर्घ निबंध लिहिला होता. तो महत्त्वाचा होता पण नियतकालिकाच्या फायलींमध्ये बाजूला पडलेला होता. त्याचे मोल लक्षात घेऊन पुंडे यांनी तो आजच्या वाचकांना उपलब्ध व्हावा म्हणून (सहकार्याने) संपादित करून प्रकाशित केला.

मराठीसंबंधीचा असा विचार ते करीत असताना उत्तर भारतातील – त्यातही विशेषत: हिंदी भाषेतील वाङ्मयेतिहासविषयक संपादन करण्याची संधी त्यांच्याकडे चालून आली. डॉ. चंद्रकांत बांदिवडेकर हे हिंदीमधील एक सशक्त नाव. त्यांच्या नावाने गौरवग्रंथ सिद्ध करण्याची कल्पना पुढे आली आणि त्याच्या संपादनाचा प्रस्ताव पुंडे यांच्याकडे आला. पुंडे यांनी 'भारतीय साहित्याची संकल्पना' हा विषय निवडून त्याच्या विविधांगांचा सांगोपांग विचार करणारे त्या त्या क्षेत्रातील नामवंतांचे लेख मिळवून त्यांनी हे संपादन सिद्ध केले इतकेच नव्हे तर 'भारतीय साहित्याची संकल्पना : स्वरूपबोध' नावाचा अत्यंत अभ्यासपूर्ण लेखही त्यांनी लिहिला. तिथे त्यांनी वाङ्मयेतिहास ही संकल्पना आपल्याकडे नवी असून ती पूर्णपणे स्थिर झालेली नाही हे स्पष्ट केले आहे. मॅक्समुल्लर, विल्यम जोन्स, गिअर्सन, रुडयार्ड किपलिंग,

फादर स्टिफन्स, मोल्सवर्थ यांची उदाहरणे आणि त्यांचे कार्य विशद करीत भारतीय भाषांमधील वाङ्मयेतिहासाची पार्श्वभूमी आणि वैचारिक चौकट स्पष्ट केली आहे.

पुंडे यांचा वाङ्मयेतिहासविषयक अभ्यास परिपूर्ण व्हायला दक्षिण भारतातील भाषाभगिनींमधील त्याच्या अभ्यासाच्या कक्षा समजावून घेणे गरजेचे होते. ही संधी पुढे त्यांना मिळाली ती राज्य मराठी विकास संस्थेच्या 'दक्षिण भारतातील मराठी वाङ्मयाचा इतिहास, आंध्र-कर्नाटक खंड' या प्रकल्पामुळे. या ग्रंथाच्या 'इतिकथना'त ते लिहितात, ''मराठीच्या अभ्यासाची कक्षा खूप म्हणजे खूपच व्यापक आहे. ती कक्षा पश्चिम महाराष्ट्रापुरती आकुंचित नाहीच नाही, पण विदर्भ-मराठवाडासह महाराष्ट्रापुरती सीमित करता येत नाही. मराठी वाङ्मय महाराष्ट्राच्या कक्षा ओलांडून दक्षिण भारतात आणि उत्तर भारतातही पसरलेले आहे, आणि मुख्य म्हणजे मराठी वाङ्मयाचा या महाराष्ट्राबाहेरच्या निर्मितीलाही महाराष्ट्र संस्कृतीच्या आयुष्याइतका जुना इतिहास आहे. त्यामुळे आता आपले लक्ष्य असले पाहिजे मराठी वाङ्मयाचा भारतक्षेत्रीय इतिहास या संकल्पनेकडे.''

या ग्रंथात त्यांनी पाच गोष्टींचा निर्देश केला आहे : १) महाराष्ट्रात व महाराष्ट्राबाहेर दक्षिणेत उपलब्ध होणारे मध्ययुगीन वाङ्मय. (या संदर्भात सर्व मराठी वाङ्मयाचा एकत्रित इतिहास आज ना उद्या लिहिला जाण्याची नितांत गरज त्यांनी व्यक्त केली आहे. २) तिकडील वाङ्मयाचे स्वत:चे असे काही उठून दिसणारे वेगळेपण आहे. ३) शिलालेख, काष्ठलेख, चर्मलेख, धातुलेख (त्यात ताम्रपट, वाणी इत्यादींचा अंतर्भाव आलाच.) इत्यादी स्वरूपात उपलब्ध असणाऱ्या महाराष्ट्रातील व महाराष्ट्राबाहेरील कोरीव लेखाचा एकत्रित विचार मराठी वाङ्मयाच्या इतिहासामध्ये होणे गरजेचे आहे. ४) धर्माचरणाच्या आश्रयाने वाङ्मयलेखन झालेले असल्याने त्याचा विचार. ५) केवळ दक्षिण भारतातीलच नव्हे तर उत्तर भारतातील मराठी वाङ्मयाच्या सर्वकृत व सर्वस्पर्शी इतिहास लिहिला जावा अशी व्यक्त केलेली अपेक्षा.

सारांश, मराठी वाङ्मयाच्या इतिहासासंबंधी अलीकडच्या काळात तरी पुंडे यांच्याइतका सूक्ष्म आणि चिकित्सक अभ्यास कोणी केला आहे असे दिसत नाही.

पुंडे यांच्या अभ्यासाचे कुसुमाग्रज/शिरवाडकर यांचे साहित्य हे पहिले, वाङ्मयेतिहास हे दुसरे तर भाषाशास्त्र आणि भाषाविषयक लेखन हे तिसरे अभ्यासक्षेत्र राहिले आहे. १९८० पर्यंत महाराष्ट्रातील विद्यापीठांमध्ये मराठीत एम. ए. करणाऱ्यांना मराठी व्याकरण आणि भाषाशास्त्र म्हणजे 'फायलॉलॉजी' हे विषय घ्यावे लागत. त्यात भाषाविज्ञानाचा समावेश नव्हता. याकरिता डॉ. शं. गो. तुळपुळे यांचे *यादवकालीन भाषा*, डॉ. गं. ब. ग्रामोपाध्ये यांचे *भाषाविचार आणि मराठी भाषा*, प्रा. कृ. पां. कुलकर्णी यांचे *मराठी भाषा : उद्‌गम आणि विकास* ही पुस्तके प्राय: लावली जात. त्यांच्याबरोबरीने पॅरिस विद्यापीठात जाऊन झुलब्लॉक या भाषावैज्ञानिकाच्या मार्गदर्शनाखाली पीएच. डी. पदवी प्राप्त करून आलेल्या डॉ. ना. गो. कालेलकर यांनी *ध्वनिविचार* आणि *भाषा : इतिहास आणि भूगोल* यांचाही अंतर्भाव करण्यात येत असे.

त्यामुळे आपल्याकडे 'भाषाविज्ञान' (लिंग्विस्टिक) विषयक कुतूहल निर्माण झाले. सोस्यूर, सपीर, हॉल, हॉकेट, ब्लूमफिल्ड, मेरीपे वगैरे अभ्यासकांनी भाषाविज्ञानाच्या विविध शाखांमध्ये मूलभूत विचार केल्याचे जाणवल्याने मराठीत तशा प्रकारची माहिती व्हावी म्हणून यूजीसीने हैद्राबाद येथे एक चर्चासत्र घेतले होते. त्यात डॉ. स. गं. मालशे, डॉ. भीमराव कुलकर्णी, द. दि. पुंडे, चंद्रकांत वर्तक, प्रा. वि. शं. चौघुले वगैरे प्राध्यापक सहभागी झाले होते. त्यानंतरच्या नजीकच्या काळातच बी. ए. पातळीवर प्राथमिक आणि एम. ए. पातळीवर काहीशी तपशीलवार माहिती उपलब्ध व्हावी म्हणून अभ्यासक्रम आखले गेले. मात्र त्याला आवश्यक असणारी पुस्तके तयार करणे हे निकडीचे काम झाले. याबाबतीतही पुंडे सक्रिय राहिले. *सुलभ भाषाविज्ञान* आणि *भाषाविज्ञानपरिचय* अशी पुस्तके त्यांनी डॉ. स. गं. मालशे, डॉ. कल्याण काळे, डॉ. अंजली सोमण यांच्या सहकार्याने तयार केली.

पुंडे यांची भाषाविषयक आस्था आणि मराठी शब्दांविषयी विलक्षण कुतूहल आणि जाणकारी वृत्तपत्रांच्या रविवार आवृत्त्यांच्या संपादकांच्या लक्षात आल्याने *भयंकर सुंदर मराठी भाषा* आणि *गंमत शब्दांची* ही दोन पुस्तके अनुक्रमे 'लोकसत्ता, पुणे पुरवणी' आणि 'रविवार सकाळ'मधील सदर लेखनातून आकाराला आली. मराठी भाषेतील वाक्प्रचार, म्हणी, प्रत्यक्ष व्यवहारात वापरण्यात येणारे शब्द, त्यामागील मूळ अर्थ आणि अनेकदा काही कारणाने बाद होऊन त्या शब्दांना केवळ वापरात गैरसमजाने चिकटलेला अर्थ, काही इंग्रजी शब्द मराठीत इतके पक्के रुजलेले असतात की ग्रामीण भागातील लोकही त्याचा सर्रास उपयोग करतात यासंबंधी माहिती, आठवणी आणि किस्से यांनी मराठी भाषेचे सौंदर्य कसे वाढविले आहे हे त्यांनी *भयंकर सुंदर मराठी भाषा*मधील लेखांमधून सांगितले आहे.

गंमत शब्दांची मध्ये त्यांनी मराठीतील ६९ शब्दांसंबंधी लेखन केले आहे. हे शब्द निवडणारे आणि त्यामागील गमतीजमती सांगणारे व्यक्तित्व हे पुंडे यांच्यासारख्या मराठी वाङ्मय, भाषाविषयक आस्था, रुची आणि गती असलेल्या संवेदनशील व्यक्तीचे आहे हे लक्षात घ्यावे लागते. ते एकदा आपल्याला समजले की त्या त्या शब्दामागील त्यांचा अभ्यास आणि चिंतन कळायला वेळ लागत नाही. या पुस्तकाला विजया देव यांची प्रस्तावना असून देव यांनी पुंडे यांच्या लेखनाची मर्मस्थळे अचूकतेने टिपली आहेत. हे फक्त मुलांसाठी केलेले, त्यांच्यापुरतेच मर्यादित, हलकंफुलके लेखन नाही, ते मुलांच्या विश्वाचे केलेले भाषाचिंतन आहे.

प्राचीन आणि अर्वाचीन मराठी साहित्यातील भिन्न भिन्न साहित्यकृती, लेखक-कवी, समीक्षा, वाङ्मयीन वाद इत्यादी अनेक विषयांतील जाणकारीमुळे पुंडे यांच्या हातून स्वतंत्रपणे समीक्षात्मक लेखन वा संपादने झाली, त्याचप्रमाणे परिस्थितीच्या मागणीतून अन्य सहकार्यांच्या साहाय्याने संपादनेही झाली. त्यांच्या *वाङ्मयीन निरीक्षणे* या छोटेखानी पुस्तकात अवघे बारा लेख आहेत. त्यात 'वा. म. जोशी यांच्या ललित वाङ्मयातून प्रकटणारी जीवनदृष्टी', 'श्री. म. माटे यांच्या कथेच्या रूपाचा विचार', 'गदिमांचे मंतरलेले व्यक्तिमत्त्व', 'पु. ल. देशपांडे यांचे विनोदी लेखन', 'धर्मानंद', 'माउलींचे अंतरंग', 'तोच चंद्रमा', 'गीत आणि काव्य'

आणि 'सिद्धान्त अनुभवांतराचा' हे लेख प्रामुख्याने येतात. म्हणजे 'वाङ्मयीन निरीक्षणे'मध्ये त्यांनी आधुनिक काळातील लेखक/कवींची कृती वा लेखनप्रकृती यासंबंधीची आपली निरीक्षणे नोंदविलेली आहेत. आपल्या लेखनासंबंधी त्यांनी 'या संग्रहाविषयी थोडेसे–' या प्रस्तावनेत लिहिले की, ''वाङ्मयविषयक माझी स्वत:ची अशी काही निरीक्षणे आहेत. ती मला महत्त्वाची वाटतात. अभ्यासकांनाही ती महत्त्वाची व उपयुक्त वाटतील असा विश्वास वाटतो.'' हे लेख वाचल्यानंतर पुंडे यांनी व्यक्त केलेला स्वत:च्या लेखनाविषयीचा हा विश्वास सार्थ असल्याचे दिसून येते.

पुंडे यांच्या अकृत्रिम स्नेहबंधामुळे काही वाङ्मयीन संपादनाची कामे त्यांना करावी लागली आहेत. उदाहरणार्थ, डॉ. मु. श्री. कानडे यांच्या स्नेहापोटी त्यांनी *संतसाहित्य : अभ्यासाच्या काही दिशा* आणि *आजचे नाटककार* ही संपादने डॉ. कल्याण काळे यांच्या सहकार्याने सिद्ध केली आहेत. त्यामध्ये लेखांच्या विषयांची निवड, त्या त्या विषयाला न्याय देऊ शकतील अशा लेखकांची निवड, प्रस्तावना लेखन, संबंधितांच्या मुलाखती घेणे अशा वेगवेगळ्या भूमिका त्यांनी आनंदाने पार पाडल्याचे दिसते. डॉ. स्नेहल तावरे, डॉ. विद्यागौरी टिळक, डॉ. लीला गोविलकर या त्यांच्या नजीकच्या स्नेह्यांना त्यांच्या संपादनात मन:पूर्वक मदत करण्यात ते नेहमीच तत्पर असत. इतके की, त्या संपादनावर, विस्तृत विवेचक प्रस्तावनांवर, ग्रंथांच्या एकूण मांडणीवर पुंडे यांच्या व्यक्तित्वाचा आणि विचारांचा स्पष्ट ठसा दिसून येतो. आणि ते स्वाभाविकच आहे. उदाहरणार्थ, *व्यावहारिक मराठी* हे पुस्तक पुंडे यांनी डॉ. स्नेहल तावरे यांच्या सहकार्याने तयार केले आहे. त्याच्या संपादकीयात डॉ. तावरे लिहितात, ''डॉ. दत्तात्रय पुंडे यांनी या ग्रंथास प्रस्तावना लिहिण्याचे मान्य केले आणि चटकन लिहूनही दिली. तसेच या ग्रंथाचा आराखडा तयार करताना त्यांच्याशी झालेल्या चर्चेचा मला उपयोग झाला...''

दुसरे उदाहरण म्हणून *वाङ्मयाचे अध्यापन* या पुस्तकाचे घेता येईल. ते डॉ. वा. पु. गिंडे यांच्याबरोबर पुंडे यांनी संपादित केले आहे. त्याच्या प्रारंभी, ''हा ग्रंथ अभ्यासकांच्या हाती देताना आम्हांस एका कर्तव्यपूर्ततेचा आनंद होतो आहे. मराठीच्या अध्यन-अध्यापनाबाबत सतत असमाधानाचे बोलत राहण्यापेक्षा त्यासंबंधाने किमान कृतिशील राहण्याचा आमचा एक नम्र प्रयत्न आहे.'' असे त्यांनी लिहिले आहे. यासाठी ज्या ज्या लेखकांकडून लेख मिळवून त्यांनी हे पुस्तक सिद्ध केले ते प्राय: पुंडे यांचे जवळचे स्नेही होते आणि केवळ पुंडे यांच्या स्नेहापोटी त्यांनी लेखनसाहाय्य केलेले दिसते. त्याहूनही महत्त्वाचा भाग म्हणजे इथे जी मराठी वाङ्मयाचे अध्यापन : स्थिती आणि गती अशी सतरा छापील पानांची विस्तृत प्रस्तावना जोडलेली आहे तिच्यात व्यक्त केलेले मुद्दे, स्पष्ट केलेला एकोणिसाव्या-विसाव्या शतकातील शिक्षणविषयक घटना, लिहिले गेलेली पुस्तके आणि वेगवेगळ्या लेखकांचे यासंबंधीचे प्रयत्न, लेखनातील युक्तिवाद, मांडणी आणि स्पष्टीकरण यावर निर्विवादपणे पुंडे यांची छाप दिसून येते. (डॉ. वा. पु. गिंडे यांच्या श्रेयाला नकार देण्याचे काहीच कारण नाही, पण जास्तीतजास्त प्रयत्न पुंडे यांचे आहेत हे स्पष्ट व्हावे.)

आपल्या वाङ्मयेतिहासविषयक अभ्यासाने पुंडे यांनी मराठीच्या कक्षा जशा समृद्ध केल्या तसाच त्यांनी आणखी एक प्रयत्न केला आणि तो म्हणजे *गांधीवाद आणि आधुनिक मराठी साहित्य* या पुस्तकाचे संपादन होय. मराठी समीक्षेत कलावाद, जीवनवाद, मार्क्सवाद, पुरोगामी वाङ्मय, कला आणि नीती वगैरे वादांची चर्चा १९३० नंतर होऊ लागली तरी खऱ्या अर्थाने त्यांच्यासंबंधीची तर्कशुद्ध मांडणी प्राय: १९७. नंतर व्हायला लागली. १९२० नंतर महात्मा गांधी यांचा भारतीय राजकारणात उदय झाला आणि गांधीजींच्या विचारधारेने व कर्तृत्वाने अनेक भारतीय मने संस्कारित झाली. त्यांच्या विचारांचा प्रभाव काही लेखकांच्या लेखनावर दिसून येऊ लागला. १९६०च्या दशकातले मराठीतील एक नामवंत समीक्षक प्रा. वा. ल. कुलकर्णी यांनी 'गांधीवादाचा मराठी साहित्यावर झालेला परिणाम'सारखा लेखही लिहिला. परंतु याविषयाच्या सैद्धान्तिक बाजूसंबंधी जेवढा खल व्हायला हवा होता तेवढा झाला नाही, किंबहुना या विषयावरची चर्चा पृष्ठपातळीवरच राहिली याचे कारण उघड होते आणि ते म्हणजे गांधीवादाला सर्वार्थाने पोषक असे वातावरण महाराष्ट्रात नव्हते. पण पुढे नवनव्या अभ्यासशाखांचा आणि विचारसरणींचा साहित्यावर होणारा परिणाम लक्षात घ्यायला हवा हा दृष्टिकोन वाढला आणि तशा स्वरूपाचे लेखनाचे प्रयत्न होत गेले. पण तरीही गांधीवादासंबंधी पुरेसे लेखन नव्हते. प्रा. गो. म. कुलकर्णी यांच्या प्रेरणेने पुंडे यांनी या विषयाला हात घातला. त्याकरिता गो. म. कुलकर्णी, वसंत पळशीकर, रमेश तेंडुलकर, सुधीर रसाळ, त्र्यं. वि. सरदेशमुख, श्री. रं. कुलकर्णी, ग. प्र. प्रधान, गणेश देवी, वसंत चिपळोणकर, सीताराम रायकर यांच्यासारख्या भिन्न भिन्न क्षेत्रांत काम करणाऱ्या विद्वानांचे लेखन साहाय्य मिळविले. यात सुरुवातीलाच त्यांनी पुढील परिच्छेद लिहिला आहे : ''आरंभीच एक गोष्ट प्रामाणिकपणे आणि नम्रपणे नमूद करायला हवी, ती म्हणजे मी काही गांधीवादी विचारांचा अभ्यासक नाही. पण राष्ट्रपिता महात्मा गांधी यांच्याविषयी माझ्या मनात दाटून आलेली भक्ती आणि प्रा. गो. म. कुलकर्णी यांच्याविषयी मला सदैव वाटत असणारा आदरभाव या दोन गोष्टींमुळे प्रस्तुतचे संपादनाचे काम मला स्वीकारावेसे वाटलेले आहे. अर्थात सध्याची अवतीभोवतीची अशांत अन् अवचित-विनाशक परिस्थितीही तशीच आहे की, माझ्यासारख्या सामान्याला गांधीप्रणीत मूल्यांकडे वळावेसे वाटावे.'' 'गांधीवादा'चा समारोप करताना त्यांनी व्यक्त केलेले पुढील विचार चिंतनीय आहेत : ''गांधीवाद मानुष ते विमानुष जीवनाचा, मानवाच्या भौतिक आणि मुख्यत्वे करून आध्यात्मिक जीवनाचा सामग्र्याने आणि एकत्वाच्या पायाभूत भूमिकेवरून विचार करणारा वाद असल्याचे त्याला एका आधुनिक दर्शनाचेच रूप प्राप्त झालेले आहे. गांधीवादाचे आवाहन केवळ साहित्यक्षेत्रापुरते सीमित नाही. गांधीवाद ही अत्यंत व्यापक जीवनप्रणाली आहे. महाराष्ट्र-मानसात जात्याच एक युयुत्सुपणा आहे. त्यामुळे त्यांना गांधीजींचे राजकारण आणि समाजकारणही मिळमिळीत वाटत असणार.'' बडोद्याच्या सयाजीमहाराज गायकवाड विद्यापीठाच्या मराठी विभागाशी पुंडे यांचा दीर्घकालीन संबंध राहिला आहे. त्यामुळे बडोद्याला त्यांचे जाणे-येणे होत असे. या काळात तिथल्या वेगवेगळ्या ग्रंथालयांना भेटी देणे हा त्यांचा नित्याचा छंद राहिला. बडोद्याला

त्याची अशी वाङ्मयीन परंपरा आहे. स्वत: सयाजीमहाराज हे साहित्यप्रेमी होते. त्यांनी 'राजकवी' हे पद स्थापन केले होते आणि कवी चंद्रशेखर यांची त्यावर योजना केली होती. गायकवाड सेरीजसारखा ग्रंथ प्रकाशनासारखा प्रकल्प त्यांनी राबवला होता. चंद्रशेखरांखेरीज काशीबाई हिर्लेकर, माधव ज्यूलिअन, माधव आचवल, श्री. बा. जोशी अशी लेखकमंडळी बडोद्याचीच. तेव्हा बडोदेकर साहित्यिकांचे विखुरलेले लेखन एकत्र करावे आणि ते प्रकाशित करावे असे पुंडे यांना वाटले आणि ते संबंधितांशी त्यासंबंधी बोलले. त्यांच्या या प्रयत्नातून *सयाजी नगरीतील साहित्यविचार* हा ग्रंथ सिद्ध झाला आहे.

पुंडे यांचे अलीकडल्या काळातील महत्त्वपूर्ण कार्य म्हणजे त्यांनी सिद्ध केलेली *गावगाडा* ची शताब्दी आवृत्ती होय. अव्वल इंग्रजी पूर्वी आणि प्रत्यक्ष त्या काळात भारतीय समाजरचनेसंबंधी पद्धतशीर अभ्यास आणि लेखन करण्याचे काम त्रिंबक नारायण आत्रे यांनी केले व ते १९१५ साली पुस्तकरूपाने प्रकाशित केले. हरिभाऊ मोटे यांनी त्यानंतरच्या काळात आपल्या प्रकाशनातर्फे त्याची आवृत्ती काढली होती. अलीकडे हे पुस्तक दुर्मीळ होते. मात्र महाराष्ट्रीय जीवनाचा, ग्रामरचनेचा, तेव्हाच्या अधिकारीवर्गाचा, सामाजिक कार्यविभागणीचा आणि त्या वेळच्या लोकांचा, अधिकाऱ्यांचा परस्परसंबंधांचा अतिशय शास्त्रशुद्धरीतीने आत्रे यांनी केलेला अभ्यास म्हणजे या विषयासंबंधीचे एक अधिकृत दस्तऐवजीकरण होय. त्याला संदर्भमूल्य असल्याने त्याची नवीन सुधारित आवृत्ती निघणे गरजेचे होते. पुंडे यांनी हे काम निष्ठेने केलेले आहे. त्यांनी तयार केलेल्या या आवृत्तीत १) प्रस्तावना, २) गावगाडा : शताब्दी : विशेष लेख, ३) गावगाडा : मूळ संहिता, ४) गावगाडा : समकालीन समीक्षा, ५) गावगाडा : १९५० नंतरची समीक्षा, ६) परिशिष्ट, अ) जीवनपट, आ) सक्तीचे शिक्षण : त्रिंबक नारायण आत्रे इ) आत्रे यांची मोडी लिपीतील पाठ्यपुस्तके, ई) गावगाडा : ग्रंथसन्मान, उ) गावगाडा परिघातील काही ग्रंथ.

गावगाडा या ग्रंथाची मौलिकता लक्षात घेऊन त्यासंबंधीची जी जी उपयुक्त होईल अशी दुर्मीळ माहिती देण्याकडे आणि त्यासंबंधी एक सर्वसमावेशक आवृत्ती सिद्ध करण्याकडे पुंडे यांचा कटाक्ष राहिला आहे.

असो. डॉ. द. दि. पुंडे यांचे संशोधनात्म लेखन विविधस्पर्शी आहे. विशिष्ट साहित्यकृती, विशिष्ट लेखक, विशिष्ट वाङ्मयप्रकार, विशिष्ट वाङ्मयीन वाद, मराठी वाङ्मयेतिहासाचे एकूण भारतीय पर्यावरण लक्षात घेऊन वस्तुनिष्ठ नि सम्यक् मांडणी करण्यावर त्यांची अभ्यासाअंती स्थिर झालेली भूमिका, वाङ्मयेतिहासाचे सैद्धान्तिक विश्लेषण, स्वानंदासाठी वा बाहेरील परिस्थितीच्या रेट्यांमुळे त्यांनी केलेली संपादने, मराठी भाषेची आणि तिच्यावरील शब्दांची त्यांची निरीक्षणे, उत्तरकाळात रामकृष्ण मठासाठी केलेले अनुवाद याचबरोबर पुंडे यांच्या संशोधनात्म लेखनात त्यांची जबर संशोधननिष्ठा, चिकित्सक वृत्ती, एकूण भारतीय संदर्भात पाहण्याचा तयार झालेला व्यापक दृष्टिकोन आणि आपल्या अभ्यास-व्यासंगातून आकाराला आलेली मतं स्वच्छ नि स्पष्टपणे मांडण्यामागची त्यांची हार्दिक तळमळ दिसून आल्याशिवाय राहत नाही.

अम्लान संशोधन
प्रा. मा. ना. आचार्य
(१९३१-२०१४)

अरुणा श्री. दुभाषी

प्रा. मा. ना. आचार्य हे मराठी साहित्यक्षेत्रातील एक महत्त्वाचे नाव आहे. मराठी साहित्याचे रसिक आणि व्युत्पन्न समीक्षक, स्वान्त:सुखाय संशोधन करणारे चिंतनशील संशोधक आणि मराठी व्याकरणाचे विद्वान अभ्यासक म्हणून प्रा. मा. ना. आचार्य मराठी अभ्यासकांना ज्ञात आहेत. परंतु प्रा. आचार्यांची ही ओळख पुरेशी नाही, हे त्यांच्या संशोधनपर लेखनावर नजर टाकली असता लक्षात येते. मराठीप्रमाणेच संस्कृत, इंग्रजी आणि हिंदी साहित्याचा आणि समीक्षेचा त्यांचा सखोल अभ्यास होता. आपल्या लेखनात त्यांनी दिलेले पूर्वसूरींचे संदर्भ पाहिले किंवा संशोधनविषयासाठी त्यांनी दिलेले ग्रंथांचे संदर्भ पाहिले तर त्यावरून प्रा. आचार्यांच्या विद्वत्तेचा आणि व्युत्पन्नतेचा आवाका आणि त्यामागील परिश्रम आपल्या लक्षात येतात आणि त्यांच्याविषयीचा आदर दुणावतो.

प्रा. आचार्य हे मराठी साहित्यक्षेत्रातून आता हळूहळू अस्तंगत होत चाललेल्या एका पिढीचे प्रतिनिधी होते असे म्हटले तर वावगे ठरणार नाही. या पिढीतील अभ्यासकांनी वाचन, मनन, चिंतन, संशोधन व लेखन या बौद्धिक व्यापारांना महत्त्वपूर्ण मानले. पुस्तकांवर प्रेम केले आणि पदरमोड करून पुस्तकांचा संग्रह करण्यात आनंद मानला. अध्यापन असो, भाषण असो वा लेखन असो कोणतेही विधान करताना मूळ संदर्भ प्रत्यक्ष पाहणे, शब्दांचा वापर जबाबदारीने करणे ही शिस्त या अभ्यासकांच्या अंगी बाणलेली होती. आणि हेच संस्कार पुढच्या पिढ्यांवर करण्याचे कार्य त्यांनी विश्वासाने आणि निष्ठेने अंगीकारले होते. मुद्रित शब्दाचा प्रभाव आणि प्रसार ओळखून त्यावर चिकित्सक विवेकबुद्धीचा अंकुश ठेवण्यासाठी समीक्षेचे क्षेत्र जिवंत राखणे ही आपली जबाबदारी आहे असे या पिढीला मनापासून वाटत होते आणि ती जबाबदारी ते यथाशक्ती पारही पाडत होते. प्रा. मा. ना. आचार्य यांचे लेखन वाचत असताना अभ्यासकांच्या या पिढीचे हे कार्य जाणवल्याशिवाय राहत नाही.

प्रा. मा. ना. आचार्य यांचा जन्म ११ सप्टेंबर १९३१ रोजी अलिबाग तालुक्यातील चौल या छोट्याशा खेड्यात झाला. त्यांचे शालेय शिक्षण रेवदंडा येथे झाले. पुण्याच्या सर परशुरामभाऊ महाविद्यालयातून आणि मुंबईच्या रुइया महाविद्यालयातून त्यांचे पदवीपर्यंतचे शिक्षण झाले. मुंबई विद्यापीठाच्या मराठी विभागातून त्यांनी एम. ए.ची पदवी घेतली. या

काळात त्यांना प्रा. न. र. फाटक यांच्यासारखे दिग्गज प्राध्यापक लाभले आणि गंभीरपणे अभ्यास करणारे अनेक सहाध्यायी मिळाले. या सर्व वातावरणाचे सखोल संस्कार प्रा. आचार्यांच्या व्यक्तिमत्त्वावर झाले.

एम. ए. झाल्यावर शक्य असूनही त्यांनी पुण्या-मुंबईत नोकरी पत्करली नाही. आपले वृद्ध आईवडील, चौलचे वडिलोपार्जित घर आणि नारळसुपारीची बाग यांच्या प्रेमापोटी त्यांनी चौलला परत येण्याचा निर्णय घेतला आणि रेवदंड्याच्या शाळेत शिक्षकाची नोकरी स्वीकारली. १९६१ साली अलिबाग येथे जनता शिक्षण मंडळाच्या महाविद्यालयाची स्थापना झाली आणि प्रा. आचार्य यांच्या विद्वत्तेला आणि कर्तृत्वाला वाव मिळाला. या महाविद्यालयाच्या आरंभापासून स्वतःच्या निवृत्तीपर्यंत तीस वर्षे त्यांनी तिथेच अध्यापनाचे काम केले. या तीस वर्षांत महाविद्यालयाचे ग्रंथालय सुसज्ज करण्याचे, पदव्युत्तर विभाग सुरू करण्याचे आणि पीएच. डी.चे केंद्र म्हणून मुंबई विद्यापीठाची मान्यता मिळवण्याचे महत्त्वाचे कार्यही त्यांनी केले.

या सर्व काळात त्यांचे वाचन, लेखन व संशोधन सतत सुरू होते. त्यासाठी लागणारी पुस्तके हाताशी असावीत म्हणून पदरमोड करून त्यांनी घरीच पुस्तकांचा सर्वसमावेशक असा संग्रह तयार केला होता. या काळात त्यांनी लिहिलेले लेख 'सत्यकथा', 'आलोचना', 'महाराष्ट्र साहित्य पत्रिका', 'अनुष्टुभ्', 'अभिरुचि', 'संग्रहालय', 'कवितारती', 'गीतादर्शन', 'धर्मभास्कर', 'ललित', 'भाषा आणि जीवन', 'बापरखुमादेवीवरु' अशा अनेक नियतकालिकांमधून वेळोवेळी प्रसिद्ध होत होते. या लेखांपैकी काही समीक्षात्मक लेखांचा संग्रह 'अनुषंग' या शीर्षकाने १९८१ साली प्रसिद्ध झाला. *अनुषंग* हे प्रा. आचार्यांचे पहिले प्रकाशित पुस्तक. त्यानंतर क्रमाने *मोरोपंतांची सतीगीते* आणि *मोरोपंतविरचित संशयरत्नावली* आणि *संशयरत्नमाला* (१९८५), *मराठी व्याकरणविवेक* (१९९०), *ज्ञानमयूरांची कविता* (१९९३), मोरोपंतकृत *श्लोककेकावली* (१९९४), *आर्याभारत : नवदर्शन* (१९९७), *पञ्चपदवी ज्ञानदेवी* (२००३), *ध्वनिताचे केणे* (२००८), *संतांच्या अम्लान कथा* आणि *कारुण्यकोकिळा* (२०१२) आणि *संतसाहित्य कथासंदर्भकोश* (२०१६) हे ग्रंथ प्रसिद्ध झालेले दिसतात. यापैकी *अनुषंग, मराठी व्याकरणविवेक, ज्ञानमयूरांची कविता, आर्याभारत-नवदर्शन, पञ्चपदवी ज्ञानदेवी, ध्वनिताचे केणे, कारुण्यकोकिळा, संतांच्या अम्लान कथा* आणि *संतसाहित्य कथासंदर्भकोश* हे स्वतंत्र लेखन आहे आणि उरलेली संपादित पुस्तके आहेत.

१९८१ साली प्रसिद्ध झालेला *अनुषंग* हा प्रा. आचार्य यांचा ग्रंथ म्हणजे १९६४ ते १९८० या काळात लिहिलेल्या व नियतकालिकांमधून वेळोवेळी प्रसिद्ध झालेल्या काही निवडक लेखांचा व परीक्षणांचा संग्रह आहे. यामध्ये मध्ययुगीन आणि अर्वाचीन अशा दोन्ही कालखंडांतील साहित्याविषयीचे लेखन आढळते. *अनुषंग* मध्ये एकूण २० लेख आहेत. त्यांपैकी 'हरी नारायण' (भीमराव कुलकर्णी), 'माहीमची खाडी' (मधु मंगेश कर्णिक), 'रानोमाळ' (बाळ गाडगीळ), 'त्यांचं काय आहे' (वि. आ. बुवा), 'स्वर' (व. पु. काळे),

'रामनगरी' (राम नगरकर), 'सहवास' (मालती दांडेकर), 'शल्यपर्व' (संपा. यू. म. पठाण), 'अष्टनायिका विवाह' (संपा. र. म. भुसारी), 'अज्ञानसिद्ध विरचित वरद नागेश' (संपा. यू. म. पठाण), 'अभिमुन्ये वीव्हाहो' (संपा. व. दा. कुलकर्णी), 'नामदेवाची अभंगवाणी' (संपा. इनामदार, मिरजकर, रेळेकर), 'कोल्हटकर आणि हिराबाई' (म. ल. वराडपांडे) आणि 'मराठी समीक्षेचे आदिपर्व' (भा. श्री. परांजपे) ही पुस्तक परीक्षणे आहेत. यापैकी साहित्यकृतींच्या परीक्षणांमधून त्या साहित्यकृतीचे विश्लेषण व मूल्यमापन येतेच. त्याचबरोबर साहित्यप्रकाराविषयी काही मूल्ये व निकष व्यक्त होतात. संपादित पुस्तकांच्या परीक्षणांमध्ये त्या त्या ग्रंथाच्या संपादनातील जमेच्या बाजू आणि उणीवा प्रा. आचार्य स्पष्ट करतात. त्यावरून ग्रंथसंपादन कसे असावे याबाबतचा त्यांचा दृष्टिकोन दिसून येतो. या सर्वांमुळे या पुस्तक परीक्षणांचे मोल वाढलेले दिसते.

अनुषंग मध्ये वेगळ्या प्रकारचे सूत्र घेऊन लिहिलेले काही लेखही आहेत. 'व्यासपर्व आणि महाभारत—काही तपशील' या लेखात *व्यासपर्वा*त दुर्गाबाईंनी दिलेल्या संदर्भांची छाननी करताना आढळून आलेले घोटाळे नमूद केले आहेत. या विवेचनातून पुढे 'व्यासपर्वाचा पैस' हा संशोधनपर विस्तृत लेख निर्माण झालेला दिसतो. 'एडका मदन' हा लेख 'प्राचीन मराठीमधील संत-पंत-कवींचा शृंगार' या उपनामाने 'अभिरुचि'च्या *अभिजात चावट विशेषांकात* (दिवाळी १९७८) प्रसिद्ध झाला होता. या लेखात संत आणि पंडित कवींच्या काव्यातील शृंगारिक संदर्भांचे संकलन व विवरण आढळते. ''श्री. पु. आ. चित्रे यांनी या लेखाबद्दल मन:पूर्वक समाधान व्यक्त केले,'' हे प्रा. आचार्यांनी 'आनुषंगिक'मध्ये कृतज्ञतापूर्वक नमूद केले आहे. 'बखरनवीसांचा विभूतियोग' हा लेख 'राष्ट्रतेज' या अलिबाग येथील साप्ताहिकाच्या 'श्रीछत्रपती शिवाजीमहाराज' विशेषांकात प्रसिद्ध झाला असून त्यात शिवचरित्रपर बखरींचा परामर्श घेतला आहे.

'एक 'स्व'तंत्र कथाकार' हा लेख 'प्रसाद' मासिकाच्या य. गो. जोशी स्मृतिअंकासाठी (ऑगस्ट १९६४) लिहिला असून मराठी लघुकथेच्या परंपरेतील य. गो. जोशी यांचे स्थान आणि कार्य स्पष्ट करणारा आहे. 'मूल्यभंजन' हे रत्नागिरी नभोवाणीवरील 'अपरिहार्य की अनावश्यक' या मालिकेमध्ये 'साहित्यातून येणारे अभिजात मूल्यांचे भंजन' या शीर्षकाने प्रसृत झालेले भाषण आहे. नंतर नभोवाणीच्या सौजन्याने ते 'राष्ट्रतेज'च्या १९७९च्या दिवाळी अंकात प्रसिद्ध झाले. यामध्ये नवसाहित्यातील विकृती आणि अनैतिकता याविषयीच्या परस्परविरोधी मतमतांतरांचा परामर्श घेतला आहे. आणि माणूस व माणुसकी यांचा प्रत्यय देणारे साहित्य नकळतपणे अभिजात मूल्यांचा संस्कार करते असा विचार मांडला आहे.

एका वाङ्मयप्रकाराच्या मुक्ततेची कहाणी ह्या प्रदीर्घ लेखामध्ये प्रा. आचार्यांनी 'लघुनिबंध' ते 'ललितगद्य' असे वैशिष्ट्यपूर्ण सूत्र मांडले आहे. ना. सी. फडके, वि. स. खांडेकर आणि अनंत काणेकर यांनी 'गरजेपोटी' लघुनिबंध हा वाङ्मयप्रकार हाताळला. तिघांच्याही समोर इंग्रजीतील 'पर्सनल एसे'चे उदाहरण होते. तिघांच्याही प्रतिभेच्या वळणानुसार लघुनिबंध वेगवेगळ्या अंगांनी विकसित झाला व पुढे अनेक लेखकांनी त्यात भर घातली. पण हळूहळू

तंत्राबरहुकूम निर्मितीमुळे लघुनिबंधाचा साचा बनू लागला. नाट्यछटेप्रमाणे लघुनिबंध आता नामशेष होणार की काय अशी भीती व्यक्त करण्यात येऊ लागली...' (पृष्ठे ३-४) असे म्हणून प्रा. आचार्यांनी लघुनिबंधाच्या कोणकोणत्या घटकांमध्ये कसकसा साचेबंदपणा येत गेला ते सविस्तर नोंदवले आहे.

'''आपण लघुनिबंध लिहीत आहोत' ही तांत्रिक जाणीव बाजूला ठेवून जेव्हा मराठीमध्ये लघुनिबंधलेखन होऊ लागले तेव्हा त्याच्याभोवतीची कोंडी फुटली. लघुनिबंध मुक्त होऊ लागला...'' (पृ. ५) असे म्हणत प्रा. आचार्यांनी कुसुमावती देशपांडे, इरावती कर्वे, दुर्गा भागवत, गो. वि. करंदीकर, श्री. वि. कुळकर्णी, ग्रेस यांच्यासारख्या लघुनिबंधाला ललितनिबंधाचे नवे रूप देणाऱ्या साहित्यिकांच्या लेखनाचे रसिकतेने आणि चिकित्सकतेने विश्लेषण केले आहे. लघुनिबंधात क्रमाक्रमाने आशयाच्या आणि घाटाच्या स्वरूपात कशी लवचीकता आणि नवता येत गेली याबाबतचे आचार्यांचे विवेचन, त्यांचे सूक्ष्म अवलोकन आणि मर्मग्राही ऐतिहासिक दृष्टी यांची साक्ष पटवणारे आहे. लघुनिबंध मुक्त होत गेला तशी समीक्षाही मुक्त व लवचीक होत गेली. आणि ललितनिबंध, व्यक्तिचित्रे, प्रवासवर्णने, आत्मवृत्ते, विनोदी लेखन, वृत्तपत्रीय स्तंभलेखन या सर्वांचा समावेश 'ललित गद्या'त होऊ लागला. ''वाङ्मयप्रकारांच्या विस्तारत जाता जाता एकमेकांत मिसळणाऱ्या कक्षांचे स्वागत होऊ लागले. म्हणूनच 'लघुनिबंध' ते 'मुक्तनिबंध' या प्रवासाचे फलित वाङ्मयेतिहासाच्या अर्वाचीन कालखंडाने मोठ्या समाधानाने स्वीकारलेले दिसून येते,'' (पृ. २६) असे त्यांनी शेवटी नोंदवले आहे. एका साहित्यप्रकाराच्या विकासाच्या संदर्भात केलेल्या समीक्षेचा हा उत्कृष्ट नमुनाच म्हटला पाहिजे.

अनुषंग या पुस्तकातील एकूणच लेखनामध्ये प्रा. आचार्यांचा वाङ्मयेतिहासाचा मागोवा घेण्याचा प्रयत्न सातत्याने प्रत्यक्षाप्रत्यक्षपणे जाणवत राहतो. त्यांच्या विवेचनाला असलेल्या या ऐतिहासिकतेच्या संदर्भामुळे या समीक्षालेखनाचे मूल्य अधिकच वाढते आणि नव्या अभ्यासकांना ते मार्गदर्शक ठरते.

अर्वाचीन मराठी साहित्याच्या समीक्षेप्रमाणेच आचार्यांनी मध्ययुगीन मराठी साहित्याची केलेली समीक्षाही त्यांच्या चिकित्सक बुद्धीची व रसिकतेची साक्ष देणारी आहे. *ज्ञानमयूरांची कविता* ह्या ग्रंथामध्ये ज्ञानदेवांपासून मोरोपंतांपर्यंतच्या मध्ययुगीन कवींच्या काव्याची मर्मग्राही आणि रसाळ समीक्षा आढळते. *ध्वनिताचे केणे*च्या मनोगतात म्हटल्याप्रमाणे, ''या समीक्षेत कोठेही विद्वत्‌जडता दिसत नाही. त्यांची रसिकता, व्युत्पन्नता, अभिजातता, पूर्वसुरींच्या मतांची दखल घेत पुढे जाऊन आपला विचार मांडण्याची वृत्तीच अधोरेखित होते.''

आर्याभारत नवदर्शन हा आचार्यांचा ग्रंथ १९९७ साली प्रसिद्ध झाला. आर्याभारताच्या या अभ्यासाची टिपणे मुळात पर्वश: तौलनिक अभ्यासाची होती व ती 'आलोचना' मासिकात ऑगस्ट १९८३ ते फेब्रुवारी १९८६ या कालखंडात प्रसिद्ध झाली होती. ''काही वाचकांची थोडीबहुत नाराजी पत्करूनही 'आलोचने'चे संपादक व माझे ज्येष्ठ गुरूबंधू प्रा. वसंत के. दावतर यांनी ती प्रकाशात आणली.'' असे मनोगतात आचार्यांनी कृतज्ञतापूर्वक नमूद केले

आहे. त्यानंतर दहा वर्षांनी प्रकाशकांच्या आग्रहामुळे आचार्यांनी पुन्हा *आर्याभारता*चा कथनसरणीच्या अंगाने विचार केला आणि मूळ टिपणातील 'महाभारताचा संक्षिप्त अनुवाद' या दृष्टीने केलेल्या विवेचनाला कथनसरणीच्या विश्लेषणाची जोड दिली. यातून हे 'नवदर्शन' साकार झाले आहे.

'महाभारताचा संक्षिप्त अनुवाद' या दृष्टीने विचार करताना आचार्यांनी मूळ महाभारत आणि *आर्याभारत* यांची सूक्ष्म तुलना केली आहे. ग्रंथाच्या प्रस्तावनेत पंतांचे उद्दिष्ट स्पष्ट करून *आर्याभारता*ची पर्वरचना, पंतांनी केलेल्या संक्षेप-विस्ताराचे स्वरूप, पंतांची निवेदनशैली यांचे विवेचन ते करतात आणि पंतांनी महाभारताचा यथामूल अनुवाद करताना दाखविलेला प्रामाणिकपणा व संयम स्पष्ट करतात.

आर्याभारत हे आख्यानकाव्य असल्यामुळे *आर्याभारता*च्या कथनसरणीचा विचार करण्याचा आचार्यांचा प्रयत्न हा मराठीतील मध्ययुगीन साहित्याच्या समीक्षेतील एक महत्त्वाचा प्रयत्न मानावा लागेल. *आर्याभारता*च्या मध्ययुगीन स्वरूपाची आणि कवीच्या व्यक्तित्वाची उचित जाण ठेवून आचार्यांनी हा प्रयत्न केलेला दिसतो. कथनसरणीचा विचार करताना त्यांनी घटनाचित्रण, व्यक्तिचित्रण आणि निवेदन या तीन घटकांवर भर दिला आहे. पंतांनी संक्षेप करताना केलेली घटनांची निवड, मूळ ग्रंथाप्रमाणेच योग्य ठिकाणी सूचकता राखणारी व नाट्य निर्माण करणारी आहे. आर्याभारतकारांच्या या कथनशैलीचे तपशीलवार विवरण आपल्या मार्मिक निरीक्षणांसह आचार्यांनी मांडले आहे.

निवेदनामध्ये पंतांच्या भाषावैशिष्ट्यांचा आणि यमककौशल्याचा विचार केला आहे. हा विचार करताना पंतांचे शब्दभांडार, संस्कृतप्रचुरता आणि अलंकारसृष्टी यांचे स्पष्टीकरण केले आहे. त्याचबरोबर पंतांचे कवी म्हणून घडलेले प्रमाद, त्यांच्या कवितेतील शब्दचमत्कृतीवर असणारा भर या दोषांमुळे काव्यरचनेवर व आस्वादावर होणारे परिणाम स्पष्ट केले आहेत. तसेच पंतांच्या व्यक्तित्वाचे गुणविशेषही सांगितले आहेत. पंतांच्या व्यक्तित्वातील भक्तीची उत्कटता, मूल्यविवेक, दुर्गुणांचा तिटकारा, कौटुंबिक वत्सलता इत्यादी गुणही सोदाहरण स्पष्ट केले आहेत.

या ग्रंथाला पाच परिशिष्टे आहेत. 'आर्याकुल' हे पहिले परिशिष्ट. यामध्ये 'आर्या' या वृत्ताचे स्वरूप, प्रकार, उपप्रकार यांच्याविषयीचे तपशील आहेत. दुसऱ्या परिशिष्टात महाभारत व *आर्याभारत* यांच्या संख्येचे कोष्टक दिले आहे. तिसऱ्या परिशिष्टामध्ये एक शब्दकोश असून *आर्याभारता*तील कठीण शब्दांचे अर्थ दिले आहेत. चौथ्या परिशिष्टात मोरोपंतांच्या जीवनातील ठळक घटना नोंदवल्या आहेत. पाचव्या परिशिष्टातील संदर्भसूची पाहिली म्हणजे आचार्यांनी वेगवेगळ्या उपलब्ध ग्रंथांचे परिशीलन केल्याचे सहज लक्षात येते. या परिशिष्टांमुळे या ग्रंथाची मौलिकता अधिकच वाढली आहे.

*आर्याभारता*च्या कथनसरणीचा विचार करताना आचार्यांनी ग्रंथाच्या रचनावैशिष्ट्यांवर भर दिला आहे असे दिसून येते व तो योग्यच आहे. प्राचीन ग्रंथांचा आधुनिक दृष्टीने विचार करण्याचा हा प्रयत्न आहे हे लक्षात घेतले तर या विवेचनातील संक्षेपविस्ताराचा विचार,

रेखनशून्य स्थळे, रेखीव ताणचित्रे, अर्थान्तरित व्यक्तिचित्रण, अन्य अलंकारांचे स्वरूप व पंतांच्या आर्यांचे कलात्मक माप या मुद्द्यांचे विवेचन अत्यंत महत्त्वाचे ठरते. मध्ययुगीन मराठी साहित्याच्या समीक्षेतील ही महत्त्वाची भर मानावी लागेल.

पञ्चपदवी ज्ञानदेवी (२००३) हा ग्रंथ ज्ञानेश्वरीचे पाच दृष्टिकोनांतून विश्लेषण करणारा वेगळ्या प्रकारचा समीक्षाग्रंथ आहे. आचार्यांचे समीक्षालेखन हे संशोधनाची पार्श्वभूमी घेऊनच येत असते. हा ग्रंथही त्याला अपवाद नाही. 'ॐ नमो जी...' या प्रस्तावनेत आचार्य म्हणतात, ''ज्ञानदेवी हे देशीकार लेणे कैलास लेण्याप्रमाणेच भव्य व पाहणाऱ्याच्या जणू अंगावर येणारे. एका नजरेत न सामावणारे... ज्ञानदेवी एकदा हाती घेतली की ती गुंतवून टाकते. या ना त्या वाटेने जाऊन ती समजावून घेण्याचा प्रयत्न केल्याशिवाय आपली सुटका नसते. असाच हा एक नम्र प्रयत्न. स्वत:च्या समाधानासाठी शब्दबद्ध केलेला.'' ज्ञानदेवी समजून घेण्याचा प्रयत्न करताना आचार्यांनी काही प्रश्न समोर ठेवले आहेत. सप्तशती गीता नवसहस्रमित ओव्यांमध्ये विस्तारते ती का? या अध्यात्मग्रंथाला ज्ञानदेव 'कथा' म्हणतात तेव्हा कथेचे कोणते घटक तिथे कसे येतात? 'कवी' ज्ञानदेव हे ज्ञानदेवीत कसे भेटतात आणि रूपकरण कसे साधतात? यामागे ज्ञानदेवांचे काही काव्यशास्त्र आहे का? ज्ञानदेवीच्या भाषेचे विकरण काय स्वरूपाचे आहे? या प्रश्नांची उत्तरे शोधण्याचा प्रयत्न म्हणजे या ग्रंथाची पाच प्रकरणे होत.

पहिल्या प्रकरणामध्ये छायानुवाद आणि भावानुवाद असे अनुवादाचे दोन प्रकार विचारात घेऊन ज्ञानदेव कुठे समसंख्येचा छायानुवाद करतात आणि कुठे भावानुवाद करत ग्रंथविस्तार करतात याचे विवेचन आचार्यांनी केले आहे. आणि ज्ञानदेवी हा फक्त गीताबोध देणारा अनुवाद नसून ती स्वतंत्र वाटावी अशी प्रतिनिर्मिती आहे. हा निष्कर्ष नोंदवला आहे. .

दुसऱ्या प्रकरणात कथनसरणीच्या अंगाने ज्ञानदेवीचा विचार करताना ज्ञानदेवीतील महत्त्वाच्या घटना, व्यक्तिचित्रणे, पात्रांच्या जोड्या आणि संवादबंधांतून उभे राहणारे नाट्य यांचे सुंदर विवरण आचार्यांनी केले आहे. तर तिसऱ्या प्रकरणात ज्ञानदेवीतील प्रतिमासृष्टी आणि मिथकांचे उपयोजन यांचे स्वरूप तपासून पाहिले आहे.

'काव्यशास्त्र' आणि 'व्याकरण' ही प्रकरणे संशोधनपर समीक्षेची उदाहरणे आहेत. 'काव्यशास्त्र' या प्रकरणात आनंदवर्धन आणि अभिनवगुप्त यांच्या रसविचाराशी ज्ञानदेवीतील उल्लेखांचे असलेले साम्य उलगडून दाखवले आहे. तर 'व्याकरण' या प्रकरणात ज्ञानदेवीच्या भाषेचे व्याकरण स्पष्ट केले आहे. एकत्रितपणे इतक्या विविध अंगांनी ज्ञानदेवीकडे पाहणारा दुसरा ग्रंथ मराठीत आढळत नाही. त्यामुळे या ग्रंथातून वाचकाला ज्ञानदेवीच्या सर्वांगसुंदर रूपाचे केवळ वर्णन सापडत नाही. तर त्याचा प्रत्यक्ष अनुभव प्राप्त होतो. साहजिकच या ग्रंथाला विविध प्रकारचे तीन पुरस्कार प्राप्त झाले यात आश्चर्य नाही.

प्रा. आचार्यांच्या समीक्षात्मक लेखांमधून संशोधकाची दृष्टी सातत्याने जाणवत असली तरी तिचा स्पष्ट प्रत्यय येतो तो 'ध्वनिताचे केणे', 'कारुण्यकोकिळा' आणि 'संतसाहित्य कथासंदर्भकोश' यांसारख्या ग्रंथांमधून.

ध्वनिताचे केणे हा लेखसंग्रह प्रा. आचार्य यांच्या पंचाहत्तरीच्या निमित्ताने त्यांच्या मुलांनी (भारती निरगुडकर, शुभांगी ठाकूर, अजय-संजय आचार्य) ११ सप्टेंबर २००८ रोजी प्रकाशित केला. या लेखसंग्रहाच्या मनोगतामध्ये त्यामागील भूमिका स्पष्ट झाली आहे व ती प्रा. आचार्यांच्या वृत्तीवर प्रकाश टाकणारी आहे. ''हा प्रवास त्यांच्या पंचाहत्तरीपर्यंत कधी येऊन ठेपला हे आम्हाला कळलेच नाही. मग आम्ही त्यांचा वाढदिवस साजरा करण्याचा बेत आखला. परंतु रूढ संकेतानुसार असा काही समारंभ करणे त्यांच्या स्वभावधर्माला मानवेना. त्याबद्दल त्यांनी नापसंती दर्शवली. त्यामुळे मग आम्ही वेगळ्या मार्गाने जाण्याचा विचार केला. नंतरच्या काळात नियतकालिकांतून प्रथम प्रसिद्ध झालेल्या त्यांच्या ज्या लेखांचे जाणकारांकडून चांगले स्वागत झाले असे निवडक लेख पुस्तकरूपाने वाचकांसमोर आणण्याचे आम्ही ठरवले. हे लेख प्राय: शोधनिबंध या स्वरूपाचे आहेत. वरवर पाहता त्यांचे स्वरूप भिन्न वाटले तरी त्यामागील अंत:सूत्र एकच आहे. ही एक ज्ञानसंमित आनंदयात्रा आहे व यात्रेकरूच्या नम्र भूमिकेतून त्यांनी ती यथाशक्ती आक्रमिली आहे!'' या लेखसंग्रहाला डॉ. कल्याण काळे यांची विवेचक अशी प्रस्तावना आहे. या प्रस्तावनेतही आचार्यांच्या व्यक्तिमत्त्वाचे अनेक पैलू व्यक्त होतात. नित्य वाचन, मनन, संशोधन, लेखन, अध्यापन या 'आचार्य'कुलाच्या कर्मकांडांमध्ये स्वत:ला गुंतवून ठेवणे; मराठी, इंग्रजी, संस्कृत आणि हिंदी या भाषाचतुष्टयांच्या साहित्यप्रांगणात चालणारा त्यांचा सहज संचार, प्राचीन व आधुनिक वाङ्मय, त्याची समीक्षा आणि संशोधन, भाषाशास्त्र आणि व्याकरण या सर्वच क्षेत्रांत स्वत:ला अद्ययावत आणि सुसज्ज राखण्याची त्यांची वृत्ती, प्राचीन भारतीय संस्कृती, रामायण, महाभारत, श्रीमद्भागवत अन्य संस्कृत पुराणे, संस्कृत विदग्ध वाङ्मय, प्राचीन मराठी कवी, आधुनिक मराठीतील श्रेष्ठ साहित्यकार, त्यांच्यावरील समीक्षाग्रंथ, मराठीचे व्याकरण, भाषाशास्त्र असा त्यांच्या व्यासंगाचा व्याप या प्रा. आचार्यांच्या वृत्तिविशेषांबद्दल आणि त्यांच्या लेखनाबद्दल डॉ. काळे यांनी आदराने लिहिले आहे. हे या ठिकाणी नोंदवण्याचे कारण 'ध्वनिताचे केणे'मधील लेख वाचताना प्रा. आचार्यांच्या या विशेषांचा सातत्याने प्रत्यय येत राहतो.

'ध्वनिताचे केणे' या शीर्षकाचा अर्थ उलगडून दाखवताना डॉ. कल्याण काळे म्हणतात, 'ध्वनिताचे केणे' हा पदबंध ज्ञानदेवीतून (६.२९२) घेतला आहे. त्याचा अर्थ 'गूढार्थाचे गाठोडे'. ज्ञानदेवीमध्ये अथवा प्राचीन भारतीय साहित्यामध्ये त्यांच्या वरवरच्या अर्थापेक्षा गुह्य, सूचित अर्थाच्या जागा भरपूर आहेत. आचार्यांनी अतिशय तीक्ष्ण नजरेने त्या जागा हेरून वाचकांसमोर त्या गुह्यार्थाची गाठोडी सोडून ठेविली आहेत. या संग्रहातील लेखांचे स्वरूप पाहता या संग्रहाला दिलेले हे नाव समर्पक वाटते. यातील प्रत्येक लेख आपल्याला एक नवीन अर्थाची जाणीव करून देतो. गुह्यार्थ म्हणजे केवळ आध्यात्मिक अर्थ अशी सर्वसाधारण समजूत असते. इथे आध्यात्मिक अर्थाचे विवेचनही आहे. पण त्यापेक्षा मूळ लेखकाने न सांगितलेला परंतु त्याने केलेल्या शब्दयोजनेतून, दृष्टान्तातून, रूपकांतून सूचित झालेला प्राचीन इतिहास, पौराणिक मिथके, लोकसमजुती इत्यादी अनेक बाबींवर प्रकाश

पडतो. (पृ. तीन) या दृष्टीने 'ध्वनिताचे केणे'मधील प्रत्येक लेखाचा विचार करता येईल.

ध्वनिताचे केणे मधील लेखांची विभागणी तीन भागांत केली आहे. भरती (आनुषंगिक विषयांची) या पहिल्या विभागात पाच लेख आहेत. 'देवा तूंचि गणेशु...' या पहिल्या लेखात ज्ञानेश्वरीतील गणेशरूपांचा उलगडा करण्याचा प्रयत्न आहे. त्यासाठी गणेश या दैवताच्या संदर्भातील कथामिथकांचा शोध त्यांनी घेतला आहे. अनार्य यक्षसृष्टीतील हे लोकदैवत पुढे कसे उत्क्रांत होत गेले, त्याचा वैदिक देवता मंडलात प्रवेश झाला, तो ब्रह्मरूप आणि वाग्देवतेचा स्वामी बनला आणि विघ्नकारक विनायकाचे विघ्नहर्त्या गणेशात रूपांतर झाले. गणेश उपासना ही अनेक संकटांपासून मुक्ती देणारी ठरली याबाबतच्या अनेक पुराणकथा प्रा. आचार्यांनी नोंदवल्या आहेत. आणि या पार्श्वभूमीवर ज्ञानदेवांच्या गणेशाचा अर्थ उलगडून दाखवला आहे. हे करताना त्यांनी ज्ञानेश्वरांचा काश्मिरी शैव संप्रदायाशी आणि साहित्यशास्त्रातील ध्वनिसिद्धान्तनाशी असलेला संबंधही सप्रमाण सिद्ध केला आहे. आणि गणेशाच्या विविध रूपांचे स्पष्टीकरणही दिले आहे.

'हा कृष्ण ज्ञानाचा केला'मध्ये ज्ञानदेवांना जाणवलेल्या आणि ज्ञानदेवीत व्यक्त झालेल्या कृष्णरूपांचा शोध घेण्याचा नम्र प्रयत्न प्रा. आचार्यांनी केला आहे. यामध्ये कृष्णाचे सगुण-साकार रूप, योगेश्वर कृष्ण आणि सर्वव्यापी परमात्मा अशा तीन रूपकोटींचा वेध घेतला आहे. कृष्णाची ही रूपे स्पष्ट करताना आचार्यांनी विविध प्रकारचे संदर्भ दिले आहेत. तसेच विवर्तवाद, चिद्विलासवाद, अनध्यस्त विवर्त इत्यादी संकल्पनांचाही निर्देश केला आहे.

'अश्वत्थ' या तिसऱ्या लेखात गीतेत अश्वत्थ वृक्षाला दिलेले महत्त्व, अश्वत्थाची उपासना, लोकमानसातील प्रतिमा, उर्ध्वमूलमध:शाखम् हे वर्णन इत्यादी अनेक बाबींची चर्चा प्रा. आचार्यांनी केली आहे. तसेच चिद्विलास, जगत्सत्यत्व इत्यादी संकल्पनांचे विवेचनही ते करतात.

'खेचराचेया ही मना' ह्या चौथ्या लेखात 'खेचर' या शब्दाची चर्चा प्रा. आचार्यांनी केली आहे. 'खेचराचेया ही मना । आणी सात्विकाचा पान्हा' अशी ग्रंथाची महती ज्ञानदेवांनी सांगितली आहे. येथे 'खेचर' म्हणजे यक्षगंधर्वादी ज्ञातिदेव, राक्षस व भूतपिशाच्चादी मरणोत्तर योनी असा आहे. खेचर समजल्या जाणाऱ्या अनेक योनींविषयीचे तपशील आचार्यांनी या लेखात दिले आहेत. पिशित् म्हणजेच मांस. हे त्यांचे अन्न म्हणून ही पिशाचे. त्यांच्यासंबंधीच्या अनेक कथा, पूजाविधी, उपासनाविधी पुराणात व लोककथांमध्ये सापडतात. ते आचार्यांनी नोंदवले आहेत.

नामदेवांची 'आंबरी अनुभूती' या लेखात नामदेवांच्या आध्यात्मिक अनुभूतीविषयीचे विवेचन आढळते. ''ज्ञानदेवांच्या संदर्भात नामदेवांचा विचार करताना अनेकांच्या मनी एक गैरसमज रुजलेला दिसतो. तो म्हणजे ज्ञानदेव हे ज्ञानी निर्गुणोपासक तर नामदेव हा केवळ भाबडा सगुणोपासक. वस्तुत: नामदेवांच्या भावभक्तीचा पहिला स्तर जरी सगुणोपासनेत अडकून राहणाऱ्या भोळ्या श्रद्धेचा असला तरी विसोबा खेचरांच्या अनुग्रहानंतर ते ज्ञानदेवांप्रमाणेच विश्वात्मक देवाच्या व्यापक अनुभूतीच्या स्तरावर पोहचले. ज्ञानदेवांचे अपुरे

कार्य त्यांनी पूर्ण केले व विश्वात्मक विठ्ठलाच्या निष्काम कर्माधिष्ठित भक्तीची ध्वजपताका त्यांनी पंजाबापर्यंत नेली.'' (पृ. ९५) नामदेवांची ही व्यापक अनुभूती त्यांनी रचलेल्या 'युगे अठ्ठावीस' या प्रसिद्ध आरतीत आणि त्यांच्या आत्मचरित्रपर अभंगांमध्ये कशी व्यक्त झाली आहे हे प्रा. आचार्यांनी सप्रमाण दाखवून दिले आहे.

या संदर्भात 'अठ्ठावीस युगे' या शब्दप्रयोगाचे स्पष्टीकरण करताना भारतीय कालगणनाही त्यांनी स्पष्ट केली आहे. तसेच पुंडलीक, राहीचा वल्लभ, गरुड-हनुमंत इत्यादी मिथकांचे अनेक संदर्भ दिले आहेत. नामदेवांच्या आत्मचरित्रपर अभंगांतील 'गोरा जुनाट पै जुने' आणि 'मोतियांचा चुरा फेकिला अंबरी' हे अभंग उद्धृत करून 'आंबरी' अनुभवाचे, कुंडलिनी जागृतीच्या अनुभवाचे म्हणजेच योगानुभवाचे वर्णन केले आहे.

या पाचही लेखांत मूळ विषयाच्या अनुषंगाने अनेक संदर्भांचा शोध आचार्यांनी घेतला आहे आणि त्याद्वारे मूळ विषय अधिकाधिक स्पष्ट करण्याचा प्रयत्न केला आहे म्हणून या विभागाला 'भरती' हे नाव दिले आहे.

'झडती' (प्रामादिक उल्लेखांची) या दुसऱ्या विभागात 'ध्वनिताचे केणे', 'म्हणौनि जन्मेजयाचे अवलीला । दोष गेले ।' 'गणिका आणि राउवा', 'दुर्वासशापाचे कोडे', 'व्यासपर्वांचा पैस' आणि 'मत्स्यभेदाचा चकवा' असे सहा लेख आहेत. डॉ. काळे यांनी प्रस्तावनेत म्हटल्यानुसार या सहा लेखांमध्ये पूर्वसूरींच्या लेखनात जे कळत-नकळत प्रमाद झालेले आहेत त्यांची चिकित्सक चर्चा प्रा. आचार्यांनी या विभागात केली आहे. प्राचीन वाङ्मयाचा अभ्यास करताना तो गतानुगतिकत्वाचे 'स्थितस्य गतिश्चिन्तनीया' या न्यायाने न करता तो चौकसपणे केला पाहिजे. त्यात पाठभेद कसे निर्माण होतात, प्राचीन ग्रंथांच्या संहितांमध्ये प्रक्षेप कसे निर्माण होतात, प्राचीन भाषेच्या अथवा तिच्यातील संकल्पनांच्या अज्ञानामुळे मूळ अर्थाकडे कसे दुर्लक्ष होते, प्राचीन संहितेमध्ये राईचा पर्वत कसा होतो हे प्रा. आचार्यांनी या लेखांमध्ये चांगल्या प्रकारे दाखवले आहे. या 'झडती' गटातील सहा लेखांच्या रूपाने प्रा. आचार्यांच्या संहिताचिकित्सेच्या या क्षेत्रातील योगदानाची भर पडली आहे. (पृ. दहा)

हे सर्व विवेचन करताना प्रा. आचार्यांचे लेखन छिद्रान्वेषण, अकारण दोषारोपण, पूर्वग्रहमूलक, उपहास यांपासून पूर्णपणे मुक्त आहे. पूर्वसूरींविषयी आदर बाळगून आणि तरीही ज्ञानाच्या व अभ्यासाच्या क्षेत्रात चुका सुप्रतिष्ठित होऊ नयेत एवढ्या एकाच हेतूने प्रा. आचार्यांनी हे लेखन केलेले दिसते.

शेवटच्या 'फिरती' (मिथकांची) या विभागात 'अहल्या शिळा...', 'एकलव्य' आणि 'पुरुरवा आणि उर्वशी' हे तीन लेख आहेत. या तीन लेखांमध्ये प्रा. आचार्यांनी तीन मिथकांचा आणि त्यांच्या संदर्भातील कथांमध्ये होत गेलेल्या बदलांचा शोध घेतला आहे. वेगवेगळ्या ग्रंथांमध्ये अहल्येची कथा कशी आढळते आणि तिच्यातून आदिम कामभावनेचे दर्शन कसे घडते हे प्रा. आचार्य नमूद करतात. 'एकलव्य' या लेखात प्रा. आचार्यांनी महाभारतात इतस्तत: विखुरलेले तुकडे एकत्र करून एकलव्याची कथा पूर्णरूपात सादर केली आहे. 'पुरुरवा आणि उर्वशी' या प्रेमकथेचे निरनिराळ्या ग्रंथांमध्ये येणारे संदर्भ आचार्यांनी दिले

आहेत आणि या कथेची जुळवाजुळव केली आहे. वेगवेगळ्या कथांमध्ये आणि साहित्यकृतींमध्ये ह्या मिथकांची रूपे कशी आढळतात; काळानुरूप त्यात कसे बदल होतात यांचाही आलेख आचार्यांनी मांडला आहे.

ध्वनिताचे केणे मधील बहुतेक लेखांमध्ये हा मिथकांचा शोध आढळतो. विशिष्ट सांस्कृतिक संदर्भात मिथके कशी निर्माण होतात, कशी बदलत जातात आणि स्थलकालानुरूप त्यांना नवे अर्थ कसे प्राप्त होतात. या विषयीचे संशोधन मराठीत फारसे आढळत नाही. प्रा. आचार्यांनी मात्र परिश्रमपूर्वक या प्रकारचे संशोधन केलेले दिसते. *कारुण्यकोकिळा* मध्येही याची प्रचिती आल्याशिवाय राहत नाही.

कारुण्यकोकिळा ह्या लेखसंग्रहामध्ये दहा लेख असून या लेखांमध्ये व्रतकथा, पुराणकथा आणि मिथके यांचा शोध घेतलेला दिसतो.

कारुण्यकोकिळा या पहिल्याच लेखामध्ये कोकिळेच्या मिथकाचा आणि कोकिलाव्रताचा शोध घेण्याचा प्रयत्न आढळतो. 'साप्ताहिक सकाळ'च्या २..८च्या दिवाळी अंकात कोकिळेच्या एका जातीचा उल्लेख कारुण्यकोकिळा (प्लेटिव्ह ककू) असा केला होता. या उल्लेखामुळे प्रा. आचार्यांचे कुतूहल जागृत झाले आणि त्यांनी शोध घ्यायला सुरुवात केली. या शोधाचे फलित म्हणजे हा लेख होय. लेखाच्या सुरुवातीला कोकिळा या पक्ष्याविषयीच्या अनेक काव्यसंकेतांचा उल्लेख त्यांनी ससंदर्भ केला आहे. त्यानंतर कोकिलाव्रताचा उल्लेख करून एका व्रतकथेच्या शोधाच्या निमित्ताने मिथकाची बदलती रूपे पाहणे व दोन व्रतवैकल्यात्म धर्मानुष्ठानातून स्त्रीची परवशता लक्षात घेणे (पृ. ३) असे आपल्या शोधयात्रेचे उद्देशही स्पष्ट केले आहेत.

कोकिळारूपी पार्वतीची पूजा करणारे असे हे व्रत आचार्यांनी स्त्रीवर होणाऱ्या अन्यायाशी जोडले आहे. सती आणि सीता यांच्यावरील अन्यायाचा वेध घेतानाच वीरभद्र, मृगशीर्ष, रुद्र, ब्रह्मदेव इत्यादी मिथकांचाही शोध घेतला आहे. ज्या भविष्यपुराणात ही व्रतकथा सापडते त्या भविष्यपुराणाची अधिकृतताही ते तपासून पाहतात. यज्ञात विघ्न आणल्याबद्दल शंकराच्या शापामुळे कोकिळा झालेली सती आणि वारंवार सत्यक्रिया करावी लागलेली सीता यांच्या भागधेयाचा विचार करताना आचार्यांना स्त्रीची सनातन परवशता जाणवते. या पार्श्वभूमीवर 'कारुण्यकोकिळा' हे नाव त्यांना अन्वर्थक वाटते.

'ऋषिपंचमी' या लेखामध्ये प्रा. आचार्यांनी ऋषिपंचमीच्या निमित्ताने केला जाणारा पाळणू उपवास आणि त्याचा स्त्रीच्या मासिक पाळीशी जोडला जाणारा संबंध लेखाच्या सुरुवातीलाच सांगितला आहे आणि या प्रथेचा आणि त्यामागील समजुतींचा विचार करताना जे प्रश्न पडतात त्यांची उत्तरे शोधण्याचा प्रयत्न केला आहे. या संदर्भात 'व्रतार्क' ग्रंथात पापनाशक व्रत म्हणून येणारा ऋषिपंचमीच्या व्रताचा उल्लेख, या व्रताचा संकल्प, आचारविधी व सांगतेची प्रार्थना इत्यादी संदर्भ आचार्यांनी दिले आहेत. रज:स्वला स्त्रीला चांडाली, ग्रामसुकरी, धोबीण, ब्रह्मघातिनी मानणे, ब्रह्महत्येसंबंधीच्या पुराणातील कथा व मिथके, महाभारतात रज:स्वला स्त्रीऐवजी 'अप्सरा' असा उल्लेख आल्याने 'अप्सरा' या मिथकाचा शोध, दामोदर

कोसंबींनी दिलेली मोहेंजोदरोमधील मातृदेवतांची, जलदेवतांची माहिती असे अनेक तपशील प्रा. आचार्यांनी नोंदवले आहेत. ऋषिपंचमीच्या व्रतामागे पातकाची भीती आणि यातुश्रद्धा कशी आहे तेही स्पष्ट केले आहे. स्त्रीप्रधान व्रतांच्या निमित्ताने स्त्रीविषयक अनेक श्रद्धा, समजुती त्यांनी उजेडात आणल्या आहेत. या संदर्भात आचार्यांनी पूर्वसूरींच्या संशोधनाचे अनेक संदर्भ दिले आहेत. रज:स्वला स्त्रीवर पातकाचा शिक्का कसा बसला हे शोधताना धर्माच्या इतिहासातील 'माना' (पवित्र शक्ती) आणि 'ताबू' (निषिद्ध कर्म) या संकल्पना स्पष्ट करून मातृसत्तेतून पितृसत्तेत परिवर्तन होताना मानाचे ताबू झाले आणि या प्रक्रियेत स्त्रीच्या माथी पातकाचा भार ठेवला गेला असे स्पष्टीकरण प्रा. आचार्यांनी दिले आहे.

या लेखसंग्रहातील सर्वच लेखांमध्ये अनेक व्रतकथांचा, मिथकांचा आणि पुराणकथांचा शोध घेतलेला दिसतो. वेगवेगळ्या ठिकाणी मिथकांची वेगवेगळी रूपे कशी दिसतात, कथांचे स्वरूप कसे बदलत जाते, या मिथकांना साहित्यकृतींमध्ये उदात्त रूपे कशी प्राप्त होतात, त्यांचे स्थळकाळनुरूप अर्थ कसे लावले जातात याचे अत्यंत साक्षेपी व ससंदर्भ विवेचन प्रा. आचार्यांनी केले आहे. शेवटच्या 'हास्ययोगी' कृष्ण या लेखात कृष्णाच्या जीवनकथेत वारंवार कृष्णाच्या हास्याची भेट होते. ह्या हास्यातून कृष्णाच्या योगी व्यक्तित्वाचे जे पैलू प्रकाशित होतात त्यांपैकी काहींचा मागोवा घेण्याचा प्रयत्न प्रा. आचार्यांनी केला आहे.

ध्वनिताचे केणे आणि *कारुण्यकोकिळा* या दोन्ही ग्रंथांतील लेखांमध्ये प्रा. आचार्यांनी अनेक मिथकांचा जो शोध घेतला आहे तो मराठीत अ-पूर्वच म्हणावा लागेल. मिथकांचा केवळ शोध घेऊन ते थांबत नाहीत. तर आधुनिक दृष्टीने त्यांचा विचार करून त्यांचे प्रस्तुतत्व वा अप्रस्तुतत्व ते स्पष्ट करतात हे विशेष आहे. त्याचबरोबर आधुनिक मराठी साहित्यात काही मिथकांना जे सौंदर्यपूर्ण रूप प्राप्त झाले त्याचेही संदर्भ त्यांनी दिले आहेत. साहजिकच हे दोन ग्रंथ मराठी किंबहुना भारतीय साहित्यामागील आदिबंधाचे आणि आदिम प्रतिमांचे स्वरूप उलगडून दाखवणारे ठरतात. सहज शैलीमुळे विद्वत्‌जड न वाटणारे हे लेखन आपल्याला जो अनेक ग्रंथांचा प्रवास सहजतेने घडवते तो अत्यंत मनोरंजक असला तरी त्यामागील भूमिकेचे गांभीर्य आणि चिकाटीने केलेले परिश्रम जाणवल्यावाचून राहत नाहीत.

संतसाहित्य कथासंदर्भकोश हे प्रा. आचार्यांचे आणखी एक महत्त्वाचे आणि अभिनव संशोधनकार्य होय. या ग्रंथाच्या सुरुवातीला 'भूमिके'त म्हटल्याप्रमाणे 'संतसाहित्याच्या एका जिज्ञासू वाचकाने वाचककेंद्री भूमिकेतून तयार केलेला हा एक कोश आहे,' संतसाहित्य वाचत असताना संतांनी दृष्टान्त देण्यासाठी ज्या पुराणकथा उपयोजिल्या त्या कथांचे संदर्भ शोधून त्या कथा या कोशात एकत्रितपणे दिल्या आहेत.

या कथा देताना इतर कोशांप्रमाणे त्या अकारविल्हे दिलेल्या नाहीत. तर वाचककेंद्री भूमिका न सोडता ग्रंथ वाचताना वाचकाला ज्या क्रमाने एखादा संदर्भ लागेल त्या क्रमाने तो मिळावा या पद्धतीने या कोशाची रचना केली आहे. उदाहरणच द्यायचे तर पहिल्या 'ज्ञानदेवी'

या भागातील पहिली नोंद 'गणेश' ही आहे. तर दुसरी 'शारदा' ही आहे. ज्या क्रमाने ज्ञानदेवीत दृष्टान्त, प्रतिमा, कथा, मिथके येतात त्याच क्रमाने या भागातील नोंदी आल्याने कोणत्याही वाचकाच्या दृष्टीने हा कोश अगदी सहज वापरता येण्याजोगा व उपयुक्त ठरतो. नोंदींचे स्वरूपही नेमकेपणाने अर्थ स्पष्ट करणारे आहे. ज्या ग्रंथांतून ती विशिष्ट कथा वा प्रतिमा आढळते त्या मूळ ग्रंथाचा संदर्भ नोंदीमध्येच कंसात दिला आहे.

या कोशाचे नाव *संतसाहित्य कथासंदर्भकोश* असे असले तरी त्यामध्ये फक्त ज्ञानदेव, नामदेव, एकनाथ, तुकाराम व रामदास यांच्याच महत्त्वाच्या रचना घेतल्या आहेत. ही या कोशाची मर्यादा प्रा. आचार्यांनी भूमिकेत नोंदवली आहे. प्रा. आचार्यांनी ही मर्यादा घालून घेतली असली तरी या १९८ पृष्ठांमध्ये शेकडो कथांचे, मिथकांचे आणि आदिप्रतिमांचे संदर्भ वाचकाला वाचायला मिळतात. त्या आधारे संतसाहित्य समजून घेण्यासाठी मोलाची मदत मिळते.

अशा तऱ्हेच्या कोशाची निर्मिती करणे हे अत्यंत जिकिरीचे आणि परिश्रमाचे कार्य असते. प्रा. आचार्यांसारखा अनेक वर्षे सातत्याने केलेला प्राचीन, मध्ययुगीन आणि अर्वाचीन ग्रंथांचा व्यासंग पाठीशी असल्याशिवाय हे साध्य होण्यासारखे नाही हे या कोशाचे स्वरूप पाहिल्यानंतर लक्षात येते. मराठी कोशवाङ्मयातील ही मोलाची भर आहे यात शंका नाही.

संपादन हा आचार्यांच्या संशोधक व्यक्तिमत्त्वाचा आणखी एक विशेष. *मोरोपंतांची सतीगीते, मोरोपंतविरचित संशयरत्नावली* आणि *संशयरत्नमाला, कविवर्य मोरोपंतकृत श्लोककेकावली* यांमधून आचार्यांच्या संपादनदृष्टीचा प्रत्यय येतो. या तीनही संपादनांना जोडलेल्या प्रस्तावना या आचार्यांच्या अभ्यासाची साक्ष पटवणाऱ्या आहेत. *मोरोपंतांची सतीगीते* या पुस्तकाला लिहिलेल्या प्रस्तावनेत आचार्यांनी मध्ययुगीन मराठी आख्यान कविता, त्यामागील भक्तीची प्रेरणा, त्यातील पुनरावृत्ती, तिला असलेली सामाजिक, वाङ्मयीन व धार्मिक कारणे यांचा परामर्श घेतला आहे. त्याचबरोबर 'गीत' या पद्यप्रकाराच्या वैशिष्ट्यांचे सविस्तर विवेचन केले आहे. या गीतांचा श्रोता असलेल्या पेशवेकालीन स्त्रीच्या मानसिकतेचा आणि स्वप्नरंजनाचाही विचार आचार्यांनी केला आहे. या गीतांच्या नायिका, त्यांचे प्रश्न यासोबतच त्यात प्रकट होणारे विविध कौटुंबिक नातेसंबंध, त्यातून त्या वेळच्या श्रोतृवर्गाला मिळणारे समाधान आचार्यांनी स्पष्ट केले आहे. या सतीगीतांमधील निवेदनपद्धती, घटनांचे निरूपण आणि भावजाणिवा यांचा मोरोपंतांनी साधलेला तोल इत्यादी वैशिष्ट्यांचे विवेचन प्रा. आचार्य करतात. शब्दांचे अर्थ स्पष्ट करणाऱ्या तळटिपा आणि शेवटी जोडलेली विवेचक टिपणे यामुळे नव्या अभ्यासकांना अत्यंत उपयुक्त असे या पुस्तकाचे स्वरूप झालेले दिसते.

संशयरत्नावली आणि *संशयरत्नमाला* या संपादनांचे स्वरूपही याच प्रकारचे आहे. *संशयरत्नावली*च्या प्रस्तावनेत या ग्रंथाच्या विविध वैशिष्ट्यांचा सविस्तर परिचय आचार्यांनी करून दिला आहे. त्याबरोबरच मोरोपंतांची काव्यदृष्टीही स्पष्ट केली आहे. शेवटी दिलेल्या टिपणांमध्ये मोरोपंतांच्या अन्य ग्रंथांमधील पंक्ती तुलनार्थ दिल्या असून त्यांचे विवरण केले आहे. त्यामुळे मोरोपंतांच्या जीवनदृष्टीची सलगता सहजपणे प्रत्ययाला येते.

*श्लोककेकावली*चे संपादन करताना आचार्यांनी मोरोपंतांचे चरित्र सांगून त्यांच्या एकूण काव्यरचनेचा विस्तार स्पष्ट केला आहे. *श्लोककेकावली* या रचनेचा लेखनकाल, शीर्षकाची अन्वर्थकता आणि आशयाचे स्वरूप इत्यादी मुद्द्यांचे विवेचन केले आहे. त्याचबरोबर *श्लोककेकावली* विषयीच्या पूर्वाभ्यासकांच्या वादाचा परामर्श घेऊन केकावलीमधील स्तोत्रानुकूल वळण आणि भक्तीचे स्वरूप स्पष्ट केले आहे. *श्लोककेकावली*कडे आधुनिक दृष्टीने पाहताना जाणवणारा तिचा रचनाबंध आणि तिचे विविध वाङ्मयीन गुणविशेष आचार्यांनी रसपूर्णपणे उलगडून दाखवले आहेत. प्राक्कथांच्या (मिथस्) औचित्यपूर्णतेचेही विवरण केले आहे. प्रा. आचार्यांच्या या प्रस्तावनेमुळे मूळ काव्याविषयीची जिज्ञासा तर वाढतेच पण त्याचबरोबर ते वाचण्यासाठी आवश्यक असलेली वाचकाच्या मनाची पूर्वतयारीही होते.

या ग्रंथात आचार्यांनी *संशयरत्नावली* प्रमाणेच प्रत्येक केका घेऊन शब्दांचे अर्थ स्पष्ट करीत तिचा सरलार्थ सांगितला आहे. ग्रंथाला जोडलेल्या टिपणांमध्ये प्रत्येक केका घेऊन तिचे पाठभेद, व्याकरण सांगून तिचा अनुबंध व संदर्भाचे स्पष्टीकरण करीत अलंकारसौंदर्यही उलगडून दाखवले आहे. परिशिष्टांमध्ये केकांची अकारविल्हे सूची, अलंकारसूची, मोरोपंतांच्या चरित्रातील ठळक घटनांचा कालपट, मोरोपंतांच्या काव्यरचनेचा आराखडा आणि संदर्भग्रंथांची सूची असा अत्यंत उपयुक्त व मार्गदर्शक तपशील आहे. मध्ययुगीन ग्रंथाचे संपादन कसे करावे याचा हा वस्तुपाठच आहे असे म्हटल्यास अतिशयोक्ती होणार नाही.

संतांच्या अम्लान कथा हे आचार्यांचे वैशिष्ट्यपूर्ण असे लेखन आहे. संतसाहित्य वाचताना त्यांना त्यामध्ये अनेक कथाबीजे, कथारूपे आढळली. ही कथारूपे अनुभवताना त्यांना कथासरणी सुचल्या आणि श्रोता आता निवेदक झाला. अशी निवेदकाची भूमिका घेऊन आचार्यांनी या कथारूपांचे पुन्हा नव्याने कथन केले आहे. प्राचीन व मध्ययुगीन कथेची अनेक रूपे आणि कथनाच्या पद्धती या कथांमध्ये वाचकाला भेटतात. संतांच्या चरित्रांमधील चमत्कारांना नवा अर्थ प्राप्त झालेला दिसतो. संतांच्या व्यक्तिरेखांना मानवी रूप लाभते. कथालेखनाचा हा एक वैशिष्ट्यपूर्ण प्रयत्न म्हणावा लागेल. या निर्मितीमागेही मध्ययुगीन साहित्याचा व्यासंग आणि सूक्ष्म अभ्यास आहे. हे या कथांना जोडलेल्या टिपांवरून सहजपणे लक्षात येते.

मराठी व्याकरण विवेक हे प्रा. आचार्यांचे पुस्तक त्यांच्या मराठीचे व्याकरण व भाषाविज्ञान यांच्या अभ्यासाची साक्ष पटवणारे आहे. या पुस्तकाच्या निर्मितीमागील कारणे वैयक्तिक आहेत. एम. ए.च्या विद्यार्थ्यांना 'मराठी व्याकरणातील समस्या' शिकवताना काढलेली टिपणे; 'आलोचना' व 'भाषा आणि जीवन' या नियतकालिकांमध्ये लिहिलेले व्याकरणविषयक लेखन; व्याकरणग्रंथांची परीक्षणे, मुंबई आकाशवाणीवर आणि मुंबई विद्यापीठामध्ये दिलेली व्याख्याने यांमधून या पुस्तकाची पूर्वतयारी झालेली दिसते. प्रास्ताविकात प्रा. आचार्य म्हणतात, ''मराठी व्याकरण परंपरेत दोन ठळक प्रवाह आहेत. एक घडणकारांचा आणि दुसरा परीक्षणकारांचा. दादोबांपासून सुरू झालेली घडणकारांची परंपरा दामल्यांच्या (१९११) व्याकरणाने परिपूर्णतेस नेली, तर कृष्णशास्त्र्यांपासून सुरू झालेली परीक्षणकारांची परंपरा

प्रा. कृ. श्री. अर्जुनवाडकरांच्या *मराठी व्याकरण : वाद आणि प्रवाद* (१९८७) या ग्रंथाने तूर्त तरी परिपूर्ण झाली आहे.

घडणकार व परीक्षणकार हा उघडच प्रामाण्यभेद आहे. त्यामुळे मराठी व्याकरणाला या दोन्ही प्रवाहांतून काही व्यवस्थासूत्रे मिळत गेली आहेत. अशा व्यवस्थासूत्रांची यावत्शक्य निवड करावी व यथाशक्ती मांडणी करावी या हेतूने प्रस्तुत पुस्तकाचा प्रपंच उभा केला आहे. त्याच्या नावातील 'विवेक' हा शब्द एवढ्याच मर्यादित अर्थाने योजला आहे. यावरून या ग्रंथामागील उद्देश स्पष्ट होतो.

व्याकरणाबरोबरच भाषाविज्ञानाचेही ज्ञान असल्यामुळे प्रा. आचार्यांनी विभक्ती, कर्ता व कर्म, प्रयोग, संयुक्त क्रियापदे व वाक्य-पृथक्करण हे मराठी व्याकरणातील वादग्रस्त विषय वेगळ्या पद्धतीने मांडण्याचा प्रयत्न केला आहे. आणि मराठी व्याकरणातील समस्या सुबोध पद्धतीने विशद केल्या आहेत. प्रा. कृ. श्री. अर्जुनवाडकरांनी या ग्रंथाला 'एक मोलाचे कार्य' अशी पावती दिली आहे.

प्रा. मा. ना. आचार्य यांची ही ग्रंथसंपदा पाहिली तर त्यांच्या बुद्धीचा आणि प्रतिभेचा आवाका लक्षात येतो. संशोधन हीच त्यांची मूळ प्रेरणा आणि जिज्ञासू वृत्ती हाच त्यांच्या व्यक्तिमत्त्वाचा गाभा असल्यामुळे त्यांची बुद्धी अनेक विषयांना गवसणी घालते. आणि नवी परिमाणे, नवे अर्थ, नव्या वाटा शोधते आणि अभ्यासकांसमोर नवी आव्हाने उभी करते. साहजिकच त्यांचे हे ग्रंथलेखन जाणकारांमध्ये मान्यता पावले, यात आश्चर्य नाही. वेळोवेळी अनेक पुरस्कारांच्या रूपात आचार्यांना त्यांच्या कार्याची दखल घेतली गेल्याची पावती मिळाली आहे. 'महाराष्ट्र ग्रंथोत्तेजक पारितोषिक' (१९९५), 'महाराष्ट्र राज्य साहित्य आणि संस्कृती मंडळ पुरस्कार' (२००१), 'डॉ. मु. श्री. कानडे पुरस्कार' (२००३), मुंबई विद्यापीठाचा 'प्रा. अ. का. प्रियोळकर ज्येष्ठ संशोधक पुरस्कार' (२००७) असे काही महत्त्वाचे पुरस्कार येथे नोंदवणे उचित ठरेल.

मराठीत आणि सध्या एकूणच मानव्यविद्या शाखेतील संशोधनाची पद्धत बदलली आहे. जिज्ञासेपोटी एखाद्या विषयाचा शोध घेऊन मूलगामी उकल करणे हा संशोधनामागचा हेतू आणि त्यासाठी सातत्याने आणि चिकाटीने परिश्रम करण्याची वृत्ती आता कालबाह्य होते आहे किंवा काय असे वाटू लागले आहे. आज संशोधनाचे हेतू नवे आहेत. ते पदवीप्राप्ती, पदोन्नती किंवा अर्थप्राप्ती यांच्याशी निगडित असल्याचे दिसते. साहित्यक्षेत्रातील, अभ्यासकीय क्षेत्रातील वारे आणि अभ्यासमंडळाच्या गरजा लक्षात घेऊन त्यानुसार झालेल्या संशोधनाची उदाहरणेही कमी नाहीत. अशा काळात डॉ. मा. ना. आचार्य यांचे निष्काम कर्मयोग आचरणात आणत स्वान्त:सुखाय केलेले संशोधन मोलाचे ठरते. 'संशोधन' म्हणून तर ते श्रेष्ठ आहेच पण त्याचबरोबर सुरुवातीला ज्या पिढीचा उल्लेख केला त्या पिढीच्या वाङ्मयनिष्ठेचे आणि नैतिकतेचे ते दर्शक आहे. म्हणूनच ते अधिक मौल्यवान ठरते, यात शंका नाही.

चरित्रकार-संशोधक-समीक्षक

डॉ. गो. मा. पवार

(१९३२)

सरोज पाटणकर

डॉ. गो. मा. पवार हे मराठीतील मान्यवर लेखक, समीक्षक तसेच महर्षी विठ्ठल रामजी शिंदे यांचे अभ्यासू चरित्रकार म्हणून प्रसिद्ध आहेत. त्यांचे *साहित्यमूल्य आणि अभिरुची* (१९९४), *विनोद : तत्त्व आणि स्वरूप* (२००६), *मराठी विनोद : विविध आविष्काररूपे* (२०१५) हे समीक्षाग्रंथ प्रकाशित झाले आहेत. *विवेकनिष्ठ जीवनदृष्टी* हा समाजप्रबोधन संस्थेने त्यांच्याकडून लिहून घेतलेला ग्रंथ १९६६ मध्ये प्रकाशित झालेला आहे. पवार यांच्या लेखनकार्यातील महत्त्वाचा ग्रंथ *महर्षी विठ्ठल रामजी शिंदे : जीवन व कार्य* हा २००४ साली प्रसिद्ध झाला. हा ग्रंथ त्यांच्या दीर्घकालीन व्यासंगाची, त्यांच्या मौलिक संशोधनकार्याची साक्ष देणारा आहे. किंबहुना त्यांच्या एकूण लेखनकार्यातील एक मिशन असे त्या ग्रंथाबाबत म्हटले गेले आहे.

पवार यांनी *निवडक वि. रा. शिंदे* (१९९९) हा महर्षींच्या निवडक लेखांचा संग्रह संपादित केला आणि महर्षींच्या समग्र वाङ्मयाचे दोन बृहत खंड संपादित करून मराठीत अत्यंत मोलाची भर घातली. गंगाधर गाडगीळ यांच्या निवडक कथांचे संपादन 'वेचक बंडू' (१९९१), *मराठी साहित्य : प्रेरणा आणि स्वरूप* (१९८६) तसेच *ओझं* हा व्यंकटेश माडगूळकर यांच्या निवडक कथांचा संपादित ग्रंथ (२०१२) हे पवार यांचे अभ्यासपूर्ण प्रस्तावनांसह संपादित केलेले ग्रंथ आहेत. त्यांचा *विनोद : तत्त्व आणि स्वरूप* (२००६) हा विशेष मौलिक ग्रंथ विनोदाची सैद्धान्तिक चिकित्सा करणारा ग्रंथ आहे. तर *मराठी विनोद : विविध आविष्काररूपे* (२०१५) या ग्रंथात मराठीतील महत्त्वाच्या विनोदी लेखनाची सिद्धान्तांच्या आधारे चर्चा करण्यात आली आहे. अशा प्रकारे विनोदाची सैद्धान्तिक व उपयोजित अशी समीक्षा पवार यांच्या या दोन्ही ग्रंथांत पाहावयास मिळते. यापेक्षा वेगळ्या प्रकारचे लेखन पवार यांनी केले आहे. त्यांचा *सुहृद् आणि संस्मरणे* हा व्यक्तिचित्रात्मक ग्रंथ नुकताच २०१६ साली प्रकाशित झाला आहे. आजवर प्रकाशित झालेले पवार यांचे लेखन पाहता एक संशोधक, समीक्षक, विचारवंत लेखक, चरित्रकार आणि संपादक अशा अनेक अंगांनी पवार यांच्या लेखनकार्याचा वेध घेता येईल. पवार यांना २००७ सालचा मराठीतील उत्कृष्ट ग्रंथलेखनाचा साहित्य अकादेमीचा पुरस्कार महर्षी शिंदे यांच्या चरित्रग्रंथाला मिळाला. या ग्रंथाचे संशोधन पवार यांनी जवळपास तीसेक वर्षे अत्यंत परिश्रमपूर्वक केले. त्यांच्या लेखनाचा सर्वांगीण परामर्श घेताना त्यांच्या संशोधनकार्यापासून प्रारंभ करणे योग्य ठरेल.

डॉ. गो. मा. पवार : एक संशोधक

विठ्ठल रामजी शिंदे : जीवन व कार्य

आधुनिक महाराष्ट्राच्या जडणघडणीत वैचारिक, धार्मिक आणि सामाजिक अशा तीनही पातळ्यांवर महर्षी शिंदे यांनी विशेष कार्य केले. विवेकशील व मानवतावादी पायावर समाजाची पुनर्घटना करण्याचे कार्य करणे हे महर्षींचे उद्दिष्ट होते. विसाव्या शतकाच्या प्रारंभीच्या वीस-पंचवीस वर्षांत अस्पृश्यतानिवारणाचे कार्य आपल्या धर्मकार्याचा एक भाग समजून महर्षींनी केले. अशा असाधारण विभूतीच्या कार्यामुळे व व्यक्तिमत्त्वामुळे प्रभावित होऊन त्यांचे चरित्रलेखन करण्यासाठी पवार यांनी अथक प्रयत्न केले. त्यांच्या जीवनाचे आकलन करून घेण्यासाठी देश-परदेश हिंडून सामग्री गोळा केली. अस्पृश्यतानिवारणाच्या कार्यासाठी तसेच धर्मप्रवचनासाठी महर्षी ज्या ज्या ठिकाणी गेले होते, त्या त्या सर्वच ठिकाणांना पवार यांनी भेटी दिल्या. बेळगाव, धारवाड, मुंबई, बडोदा, मंगलोर या शहरांखेरीज परदेशातील ऑक्सफर्ड, लंडन, एडिंबरो, पॅरिस, ॲमस्टरडॅम, रोम, पाँपी याही ठिकाणी महर्षींच्या चरित्रलेखनाला उपयुक्त माहिती मिळवण्यासाठी पवार यांनी प्रवास केला. त्या सर्वच ठिकाणची वृत्तपत्रे मिळवून त्यांतील वृत्तान्तांचा पवार यांनी लेखनासाठी उपयोग करून घेतला. अनेक ठिकाणच्या ग्रंथालयांत जाऊन वेगवेगळ्या प्रकारच्या नोंदी त्यांनी घेतल्या. बॅ. जयकर ग्रंथालय (पुणे विद्यापीठ), गोखले अर्थशास्त्र व राज्यशास्त्र संस्थेचे ग्रंथालय, कन्नड विभागाचे ग्रंथालय (मंगलोर), शिवाजी विद्यापीठ ग्रंथालय (कोल्हापूर), बडोदा येथील सरकारी दफ्तरखाना, मुंबई विद्यापीठाचे ग्रंथालय तसेच परदेशातील ऑक्सफर्ड, लंडन, मॅंचेस्टर येथील ग्रंथालये पवार यांनी महर्षींची माहिती मिळविण्यासाठी पालथी घातली. ॲमस्टरडॅममध्ये महर्षींनी वाचलेल्या 'लिबरल रिलिजन इन इंडिया' या निबंधाचा वृत्तपत्रातील वृत्तान्त मिळवून पवार यांनी त्याचे इंग्रजीत भाषांतर करवून घेतले.

ही विखुरलेली सामग्री एकत्र करणे ही गोष्ट खरेतर सोपी नव्हती. महर्षींच्या जीवनाचे त्यांच्या एकूण व्यक्तिमत्त्वाचे, ध्येयधोरणांचे आकलन करून घेणे हे प्रथम आवश्यक होते. या दृष्टीने पवार यांना महर्षींचे त्यांच्या सहवासातील व्यक्तींशी असणारे संबंध तपासणे महत्त्वाचे वाटले. त्यातून महर्षींच्या स्वभावगुणांचे दर्शन होऊ शकले. महर्षींची धर्मनिष्ठा आणि तत्कालीन सामाजिक वातावरण यांचा अनुबंध समजून घेतल्यावर गोळा केलेल्या सामग्रीची सुसंगत मांडणी पवार यांना करता आली. त्यामुळेच महर्षींच्या एकूण व्यक्तिमत्त्वाचे, त्यांच्या स्वभावगुणांचे तसेच सामाजिक, धार्मिक विचारांचे प्रत्ययकारी दर्शन चरित्रातून होऊ शकते.

मराठीतील चरित्रग्रंथाची परंपरा पाहता पवार यांनी लिहिलेल्या चरित्रग्रंथाचे वेगळेपण लक्षात येते. हे चरित्र विस्तृत असून अस्सल साधनांवर आधारलेले आहे. महर्षींचा जीवनक्रम स्थळकाळाच्या विवक्षित आकारातून चित्रित करण्याचा पवार यांचा प्रयत्न आहे. साधारणपणे महर्षींनी फर्गसन कॉलेजमध्ये प्रवेश घेईपर्यंतच्या काळापासून म्हणजे सुमारे १८७३ पासून त्यांच्या चरित्रलेखनाला प्रारंभ होतो. या विसेक वर्षांच्या कालखंडानंतर महर्षी मॅंचेस्टर कॉलेजमधून आपला अभ्यासक्रम पूर्ण करून भारतात परतल्याच्या माहितीचे वर्णन येते. यानंतर मुंबई

प्रार्थनासमाजाचे प्रचारक म्हणून धर्मप्रचारकार्याला महर्षींनी प्रारंभ केल्याच्या नोंदी येतात. हा कालखंड सुमारे १९०३ ते १९१० असा आहे. १९१२ साली भारतीय निराश्रित साह्यकारी मंडळीचे मुख्य केंद्र महर्षींनी पुण्यास नेले व ते अस्पृश्यवर्गाच्या हाती त्यांनी सुपूर्द केले. १९४४ साली महर्षींचे देहावसान झाले. हा त्यांच्या चरित्रलेखनाचा शेवटचा भाग आहे.

महर्षींच्या चरित्रलेखनाला पवार यांच्या एकूण लेखनकार्यात मध्यवर्ती स्थान आहे. महर्षींच्या जीवनकार्याभोवतीचा स्थळ-काळ, घटना-प्रसंग, व्यक्ती-भाषा यांना शब्दबद्ध करणारी ही लेखनकृती चरित्रग्रंथाचा प्रांत ओलांडून जाते. एका सर्जनशील चरित्रकाराने लिहिलेली ती साहित्यकृती होते.

इ.स. १८७३ ते १९४४ पर्यंतच्या काळातील महर्षींचे जीवनचित्रण करीत असता डॉ. पवार यांनी ते 'दस्तऐवज' या स्वरूपाचे होऊ दिले नाही. हे चरित्र ही एक ललित साहित्यकृती आहे, हा त्यांचा दृष्टिकोन चरित्राच्या मांडणीतून, पवार यांच्या लेखनशैलीतून व्यक्त होतो. डॉ. रणधीर शिंदे यांच्या शब्दात सांगायचे झाल्यास 'महाकाव्य सदृश प्रगल्भ स्वरूपाची कादंबरी वाचल्याचा 'फील', अनुभव हा चरित्रग्रंथ देतो.[१]

गो. मा. पवार : संपादक, संकलक

अ) *निवडक विठ्ठल रामजी शिंदे*

महर्षींच्या साहित्यातील निवडक व प्रातिनिधिक स्वरूपाचे लेख या लेखसंग्रहात समाविष्ट झाले आहेत. महर्षींनी विविध स्वरूपाची कार्ये समाजात केली. उदाहरणार्थ, एकेश्वरी धर्ममताचा प्रसार, अस्पृश्यतानिवारण, शेतकऱ्यांची स्थिती सुधारणा, काही अनिष्ट प्रथा थांबविणे इत्यादी. ही कार्ये करीत असता त्यांनी बहुमोल लेखन केले. त्याकडे बहुजन समाजाचे फारसे लक्ष गेले नाही. त्यामुळे त्यांच्या निवडक व प्रातिनिधिक लेखांचा संग्रह करण्यासाठी पवार यांनी पुढाकार घेतला. महर्षींच्या साहित्याचे संपादन करून काही ग्रंथ प्रकाशित केले. त्यांपैकी *निवडक वि. रा. शिंदे* हा एक लेखसंग्रह होय. महर्षींच्या वेगवेगळ्या स्वरूपाच्या लेखांचे विषयानुरूप पाच भागांत वर्गीकरण करून त्या लेखांना अभ्यासपूर्ण सविस्तर प्रस्तावना पवार यांनी लिहिली आहे. पवार यांनी निवडलेले लेख वैशिष्ट्यपूर्ण आहेत. या लेखांतून संपूर्ण आयुष्य समाजाच्या जडणघडणीला देण्याच्या महर्षींच्या निष्ठेची ओळख होते. त्यांच्या संशोधनपर, वैचारिक व ललित स्वरूपाच्या लेखनातून एक कुशाग्र बुद्धीचे विचारवंत, संवेदनशील समाजसेवक व सर्जनशील लेखक ही प्रतिमा समाजमनावर ठसते. त्यांच्या व्यक्तिमत्त्वाची घडण कशी झाली, त्यांनी सुरू केलेले अस्पृश्यतानिवारणाचे कार्य हे धर्मकार्य कसे आहे, तसेच विविध प्रसंगांतील त्यांच्या व्याख्यानातून त्यांचे धर्मविषयक विचार कसे प्रकट होत गेले याची कल्पना यावी या हेतूने पवार यांनी प्रस्तुत ग्रंथाचे संपादन करून एक मौलिक ग्रंथ सादर केला आहे.

ब) *महर्षी विठ्ठल रामजी शिंदे समग्र वाङ्मय : खंड १*

पवार यांनी संपादित केलेल्या या खंडात महर्षींचे समग्र वाङ्मय चार भागांत विभागले

आहे. पहिल्या भागात महर्षींचा 'भारतीय अस्पृश्यतेचा प्रश्न' हा मौलिक प्रबंध समाविष्ट केला आहे. दुसऱ्या भागात त्यांच्या अस्पृश्यताविषयक लेखांचा व त्यांनी दिलेल्या तत्संबंधीच्या व्याख्यानांचा समावेश केलेला आहे. तिसऱ्या भागात काही परिशिष्टे व 'सुबोधपत्रिके'तील स्फुट लेख आले आहेत. चौथ्या भागात दोन अहवाल असून मिशनच्या कार्याचा वृत्तान्त पहिल्या अहवालात तर दुसऱ्या अहवालात 'भारतीय निराश्रित साह्यकारी मंडळी' परिषदेचा साद्यंत वृत्तान्त आहे. महर्षींच्या अस्पृश्यतानिवारणाविषयक कार्यामागील प्रश्नांचा ऊहापोह खुद्द महर्षींनी कसा केला, त्याचे आकलन पुढील अभ्यासकांना व्हावे, तसेच पुढील संशोधनासाठी मूलभूत स्वरूपाची सामग्री अभ्यासकांना उपलब्ध व्हावी म्हणून हा बृहतग्रंथ पवार यांनी संपादित केला आहे.

क) *महर्षी विठ्ठल रामजी शिंदे – समग्र वाङ्मय : खंड २*

महर्षी शिंदे यांच्या समग्र वाङ्मयाच्या दुसऱ्या खंडाचा विषय 'आत्मपर लेखन' असा आहे. यात महर्षींची रोजनिशी, त्यांनी लिहिलेल्या आठवणी व त्यांचे अनुभव तसेच त्यांनी केलेले प्रवासवर्णन यांचा समावेश आहे.

रोजनिशी : महर्षींनी लिहिलेली रोजनिशी तीन वेगवेगळ्या कालखंडांत व वेगवेगळ्या ठिकाणी लिहिलेली आहे. फर्गसन कॉलेजमध्ये शिकत असताना, त्यानंतर धर्मशिक्षणासाठी ऑक्सफर्डला गेल्यावर आणि १९३० साली कायदेभंग केल्यामुळे येरवडा येथे तुरुंगवासात अशा तीन ठिकाणी या रोजनिशीचे लेखन झाले. या तीनही कालखंडांचा, त्या त्या स्थळाचा व महर्षींच्या व्यक्तिमत्त्वाचा ठसा या रोजनिशीवर उमटलेला दिसतो. उदाहरणार्थ, पहिल्या कालखंडात पुण्याच्या शैक्षणिक, सांस्कृतिक, धार्मिक स्वरूपाच्या जीवनाचा वेध घेतलेला आहे. त्यातून विद्यार्थिदशेतील महर्षींचे प्रगल्भ, तीव्र मन प्रतिबिंबित झालेले जाणवते. ऑक्सफर्ड येथील रोजनिशी माहितीपर स्वरूपाची आहे. पण त्यातही त्यांच्या दृष्टिकोनातील व्यापकपणा लक्षात येतो. येरवड्याच्या तुरुंगवासातील रोजनिशीत महर्षींची मनोवृत्ती स्थिर, अधिक प्रगल्भ झालेली दिसते. विशेष हे की, त्यांच्या प्रसन्न मनाचा, विनोदवृत्तीचा प्रत्यय या रोजनिशीत येतो.

१९२८ साली महर्षींनी ब्राह्मो समाजाच्या शतसांवत्सरिक उत्सवानिमित्त कलकत्त्यापर्यंत केलेल्या प्रवासात लिहिलेली एक रोजनिशी नुकतीच पवार यांनी मिळाली आहे. त्यात गावोगावच्या ब्राह्म समाजाची अवनत स्थिती पाहून महर्षींनी हळहळ व्यक्त केली आहे.

माझ्या आठवणी व अनुभव

महर्षींच्या आत्मपर लेखनाचा दुसरा आविष्कार म्हणजे *माझ्या आठवणी व अनुभव* हे आत्मचरित्रात्मक लेखन होय. हे लेखन त्यांनी येरवड्याच्या तुरुंगात असताना केलेले आहे. या आत्मचरित्रात विलायतेतील शिक्षणापर्यंतचा वृत्तान्त प्रारंभी येतो. त्यानंतर मुंबईत प्रार्थनासमाजाचे प्रचारकार्य सुरू केल्यानंतर 'भारतीय निराश्रित साह्यकारी मंडळी'ची स्थापना करून अस्पृश्यतानिवारणाचे त्यांचे कार्य वर्णन केले आहे. तिसऱ्या भागात मिशन पुणे येथे हलविल्यानंतरच्या त्यांच्या कार्याची माहिती येते व अखेरीस मंगळूर, ब्रह्मदेश यात्रा व

ब्राह्मसमाजाच्या उत्सवानिमित्तचा प्रवास याचे वर्णन आले आहे. यानंतर स्वत:च्या लेखनाविषयी निवेदन करून महर्षींनी आत्मचरित्र पूर्ण केले आहे.

महर्षींचे आत्मचरित्र कष्टपूर्वक केलेले साहित्यलेखन आहे. वर्तमानपत्रातील कात्रणे, अहवाल, स्वत:ची टिपणे, सहकाऱ्यांनी मिळवून दिलेली माहिती या आधारे त्यांनी हे लेखन केले आहे. त्यात माहिती, वर्णने यांचा वाटा असला तरी एका संस्कारशील, संवेदनशील, धर्मप्रवण अशा व्यक्तिमत्त्वाचे हे कथन प्रभावित करणारे ठरते.

प्रवासवर्णन

महर्षींच्या आत्मपर लेखनात त्यांचे प्रवासवर्णनपर लेखनही समाविष्ट झाले आहे. निसर्गसौंदर्याविषयी प्रेम, वेगवेगळी स्थळे पाहण्याची आवड यामुळे पॅरिस, रोम, पाँपी येथे केलेला प्रवास महर्षींनी शब्दबद्ध केला आहे. इंग्लंडपर्यंतचा जलप्रवास, लंडन, मार्सेय ही स्थळे, भारतातील मंगळूर, कारकळ, मुडबिद्री इत्यादी शहरांत केलेला प्रवास हा महर्षींचा लेखनविषय ठरलेला आहे. प्रवास करणे, प्रवासात चिंतन करणे, विचार करणे व या साऱ्या गोष्टी नोंदवून ठेवणे हे महर्षींनी स्वाभाविकपणे केलेले लेखनकार्यच आहे, असे म्हणायला हवे.

महर्षींच्या आत्मपर लेखनात त्यांच्या व्यक्तिमत्त्वातील अनेक गुणांचे दर्शन होते. तरल संवेदनशीलता, विनोदवृत्ती, सत्यनिष्ठा, आध्यात्मिक मनोबळ आणि व्यापक जीवनदृष्टी या सर्वच विशेषांचा प्रत्यय त्यांच्या लेखनातून येतो. महर्षींच्या समग्र वाङ्मयाचा हा दुसरा खंड वाङ्मयीन सौंदर्याचा अनुभव देणारा आहे, असे म्हणायला हरकत नाही.

एक संपादक म्हणून पवार यांचे कार्य मोठे आहे. महर्षींच्या जीवन व कार्यासंबंधीचा त्यांचा व्यासंग मोठा आहे. महर्षींचे समग्र वाङ्मय सर्वत्र पोहोचवण्यासाठी त्यांनी परिश्रमपूर्वक केलेली संपादने त्याची साक्ष देतील. महर्षींविषयी सातत्याने करीत असलेले लेखन हे पवार यांचे एक 'मिशन' आहे, हे म्हणणे सार्थ ठरेल.

संपादन : साहित्य व समीक्षा

अ) *मराठी साहित्य : प्रेरणा व स्वरूप (१९५०-१९७५)*

गो. मा. पवार व म. द. हातकणंगलेकर या दोघांनी मिळून संपादित केलेला *मराठी साहित्य : प्रेरणा व स्वरूप* हा ग्रंथ एका परिसंवादावर आधारलेला आहे. १९५०-१९७५ या कालखंडातील साहित्याच्या सर्व वाङ्मयप्रकारांचा, साहित्यविषयक चळवळींचा आणि साहित्याच्या स्वरूपावर परिणाम करणाऱ्या अन्य घटकांचा परामर्श घेण्याच्या हेतूने हा परिसंवाद आयोजित केला गेला. या परिसंवादात वाचले गेलेले निबंध व निबंधांवरील चर्चा पुढे ग्रंथरूपाने प्रसिद्ध व्हावी, असे ठरले आणि ही जबाबदारी गो. मा. पवार व म. द. हातकणंगलेकर यांच्यावर सोपवली. निबंधलेखकांकडून निबंध लिहून घेणे, निबंधांवरील चर्चा टेप करणे, ती नेमकी आहे किंवा नाही हे ठरवण्यासाठी निबंधलेखकांना ती ऐकवून आवश्यक वाटल्यास त्यातील दुरुस्त्या करणे, योग्य संस्कार करणे अशी वेगळ्या स्वरूपाची कामे संपादकांनी

केली. याखेरीज ग्रंथाला लिहिलेली प्रस्तावना केवळ वृत्तान्तवजा न लिहिता संपूर्ण परिसंवादाचा समीक्षात्मक आढावा घेऊन लिहिली गेली आहे. परिसंवादातील निबंधांसह त्यावरील चर्चाही ग्रंथात समाविष्ट झाली, असा ग्रंथ समीक्षाव्यवहारात प्रथमच प्रकाशित झाला असे दिसते. हा ग्रंथ म्हणजे मराठी साहित्यातील एक महत्त्वाची सांस्कृतिक घटना ठरावी, असे त्याचे स्वरूप दिसून येते.

ब) *ओझं* : निवडक कथांचा संग्रह – व्यंकटेश माडगूळकर

मराठी कथेचे नवप्रवर्तन घडविणाऱ्या प्रमुख चार नवकथाकारांत व्यंकटेश माडगूळकर यांना त्यांच्या लेखनगुणांच्या बळावर श्रेष्ठ दर्जाचे लेखक म्हणून निरपवादपणे मान्यता मिळाली. परंतु मोठी गुणवत्ता असणाऱ्या लेखकाच्या लेखनातील एकेका वैशिष्ट्याचे नव्याने आकलन व मूल्यमापन होणे आवश्यक वाटल्यामुळे माडगूळकरांच्या काही कथा निवडून एक अभ्यासपूर्ण प्रस्तावना असलेला *ओझं* हा कथासंग्रह पवार यांनी संपादित केला.

माडगूळकरांच्या चित्रणक्षेत्राची मोठी व्याप्ती लक्षात घेऊन, त्यांनी लिहिलेल्या, दलितांच्या जीवनावरील कथा संकलित करून *ओझं* हा कथासंग्रह प्रसिद्ध झाला. पवार यांना माडगूळकर हे ग्रामीण व दलित या दोन्ही चित्रणक्षेत्रांच्या भूमीवर ठाम उभे असणारे महत्त्वाचे व वैशिष्ट्यपूर्ण कथाकार वाटतात. माडगूळकरांची जी गुणवत्ता पवार यांना जाणवली तिचे थोडक्यात स्वरूप असे आहे :

माडगूळकर गावरहाटीचे वास्तव आणि अंतर्भेदी चित्र कथांतून उभे करतात. विविध जाती-जमातींच्या व्यक्तिरेखा, त्यांची त्या त्या जातीची म्हणून असणारी वैशिष्ट्ये, त्यांच्या बाह्य व अंतरंग जीवनाचे विविध पदर कथांतून प्रत्ययाला येतात. माडगूळकर इतके प्रत्ययकारी चित्रण करू शकले याचे कारण त्यांच्या ठिकाणी माणसाविषयी असणारी आस्था, कुतूहल व मनोवृत्तीचा व्यापकपणा होय.

माडगूळकरांच्या लेखनात अभिजात साहित्याचा संयम आहे. हा संयम त्यांच्या कथारचनेत, भावनांच्या प्रकटीकरणात आणि भाषेच्या वापरात दिसून येतो.

माडगूळकरांच्या कथांचे विश्लेषण करून त्यांच्या कथाकार म्हणून असलेल्या गुणवत्तेचे यथार्थ मूल्यमापन पवार यांनी *ओझं*च्या प्रस्तावनेत केले आहे.

क) *वेचक बंडू* : निवडक कथांचा संग्रह – गंगाधर गाडगीळ

गंगाधर गाडगीळ यांनी लिहिलेल्या 'बंडू कथा' पवार यांना मराठी विनोदाच्या परंपरेत सर्वस्वी वेगळ्या व विनोदाचे एक नवे प्रसन्न रूप दाखवणाऱ्या आहेत असे वाटते. विनोदरूपाचा एक वेगळा आविष्कार बंडू कथांतून कसा होतो हे लक्षात घेणे हा पवार यांचा या कथासंग्रहाच्या संपादनामागील हेतू आहे.

वेचक बंडू या कथासंग्रहाच्या प्रस्तावनेत पवार यांनी गाडगीळांनी बंडू कथांतून चित्रित केलेले विनोदाचे अनेक पैलू उलगडून दाखवले आहेत. उदाहरणार्थ, गाडगीळ यांची विनोदात्म कल्पनाशक्ती, कथांत विनोद निर्माण करण्यासाठी उपहासपर व औपरोधिक शैलीचा केलेला अवलंब आणि अनेक कथांमध्ये निखळ विक्षिप्त स्वरूपाची विनोदरूपे अशा विविध प्रकारच्या

विनोदरूपांमुळे गाडगीळ यांच्या 'बंडू' कथांनी मराठी विनोदी साहित्यात मोलाची भर टाकली आहे, हे गाडगीळ यांचे मोठेपण पवार नमूद करतात.

गो. मा. पवार : विचारवंत लेखक

पवार यांचे पहिले पुस्तक *विवेकनिष्ठ जीवनदृष्टी* हे १९६६ साली प्रकाशित झाले. समाजप्रबोधन संस्थेने या पुस्तकाच्या लेखनाची जबाबदारी पवार यांच्यावर सोपवली. पवारांनी त्यासाठी तत्त्वज्ञान, मानसशास्त्र, समाजशास्त्र या विषयांवरील अनेक ग्रंथांचे वाचन, टिपण करून प्रस्तुत पुस्तक सिद्ध केले.

माणसाच्या ठायी असणारी विवेकशक्ती स्वत:बरोबर इतरांचेही आयुष्य सुखी करणारी असते. लोकशाहीच्या व समाजवादाच्या ध्येयाचा आशय विवेकपूर्ण जीवन हाच आहे. अशा 'विवेकवादा'चा आधुनिक भारतात व युरोपात उदय व विकास कसकसा होत गेला याचा वेध घेण्याचा प्रयत्न पवार यांनी केला आहे. विवेकनिष्ठेचा आशय स्पष्ट करताना त्यांनी मानसशास्त्रीय ज्ञानाचा आधार घेतला आहे. माणसाचे कल्याण, त्याची समाजशीलता महत्त्वाची आहे. समाजाला उपकारक ठरेल असे वर्तन विवेकशीलतेला आदर्श वाटत असते. अशा रीतीने विविध ज्ञानविषयांच्या विचारांतून माणसाच्या विवेकशीलतेचे प्रतिपादन पवार यांनी या ग्रंथात केले आहे.

गो. मा. पवार : समीक्षक

अ) *साहित्यमूल्य आणि अभिरुची*

पवार यांचे समीक्षात्मक लेखन आरंभीच्या काळात वेगवेगळ्या निमित्ताने केले गेले. हे समीक्षालेख त्यांच्या *साहित्यमूल्य आणि अभिरुची* या लेखसंग्रहात एकत्रित पाहावयास मिळतात. या संग्रहात विनोद, सुखात्मिक व रूपकात्मक कविता यासंबंधीचे तात्त्विक स्वरूपाचे लेख आहेत. तसेच स्वातंत्र्यपूर्वकालीन मराठी कादंबरी, ग्रामीण संवेदनशीलता, साहित्यातील प्रादेशिकता, स्वातंत्र्योत्तर काळातील मराठी विनोदी वाङ्मय यांसारखे समकालीन समीक्षाव्यवहारात प्रभावी ठरणारे लेखही समाविष्ट झाले आहेत. या लेखांचे वैशिष्ट्य असे की, या लेखनात केवळ ऐतिहासिक विवेचन येत नाही, तर त्या त्या विषयासंबंधी, वाङ्मय-प्रकारासंबंधी पवार यांनी नवीन विचार मांडण्याचा प्रयत्न केला आहे असे आढळते. उदाहरणच द्यायचे झाल्यास 'विनोदाचे वाङ्मयीन रूप' या तात्त्विक स्वरूपाच्या लेखानंतर 'लीळाचरित्रातील विनोद' हा उत्तम दर्जाचा कसा आहे, हे त्यावर स्वतंत्र लेख लिहून सांगण्याचा प्रयत्न करतात. विनोदाच्या कोटी, उपहास व केवल या तीनही प्रकारांचा आढळ *लीळाचरित्रा*तून होतो, हे त्यातील काही नमुन्यांच्या आधारे पवार दाखवून देतात. १९६२ साली लिहिलेल्या 'रूपकात्मक कविता' या लेखात रूपकात्मक कवितेतील अनुभव रूपांतरित अनुभव असून कवीच्या बौद्धिक व्यापारातून अशी कविता जन्म घेते व तिचे आकलनही वाचकाच्या बौद्धिक व्यापारातूनच होते असा विचार पवारांनी मांडला आहे. रूपकांमुळे कवितेत आशयसंदिग्धता निर्माण होत असल्यामुळे रूपकात्मक कवितेद्वारा कवी खऱ्याखुऱ्या काव्यात्म

अनुभवाचा प्रत्यय वाचकाला देऊ शकत नाही, हा पवार यांचा निष्कर्ष आहे.

सुखात्मिकेची संकल्पना बर्गसाँ, मेरिडिथ, फीबलमन, सदा कऱ्हाडे, वा. ल. कुलकर्णी या सर्वच समीक्षकांनी हास्यकल्पनेला मध्यवर्ती कल्पूनच मांडली आहे. हास्यकल्पनेला दिलेले अतिरिक्त महत्त्व हाच सुखात्मिकेच्या यथार्थ आकलनाला अडथळा ठरतो, असे पवार यांचे म्हणणे आहे. 'सुखात्मिकेची संकल्पना' या लेखात वर उद्धृत केलेल्या समीक्षकांच्या सुखात्मिकेसंबंधीच्या भूमिका, त्यांच्या विचारातील बलस्थाने व त्रुटी लक्षात घेऊन एक व्यापक भूमिका पवार यांनी मांडली आहे. त्यांचा विचार थोडक्यात असा आहे :

सुखात्मिकेचा विचार करणारी सुखात्म जाणीव व तिच्या आशयाचे स्वरूप यावर लक्ष केंद्रित करणे आवश्यक आहे. शोकात्मिकेच्या तुलनेत सुखात्मिकेचे गौणत्व सांगितले जाते. कारण सुखात्मिकेकडे कलाकृती म्हणून आपण फारशा गंभीरपणे पाहत नसतो. शोकात्मिकेसंबंधीचा ॲरिस्टॉटलचा विचार लक्षात घेऊन सुखात्मिकेच्या संदर्भातही संभाव्यतेचा व अपरिहार्यतेचा विचार कलात्मक परिणामाच्या संदर्भात करता येतो. (उदाहरणार्थ, *प्रेमा, तुझा रंग कसा, साष्टांग नमस्कार* या नाट्यकृती) सुखात्मिकेत सुखात्म जाणिवेचा प्रत्यय येत असतो. तसेच सुखात्मिकेचे नाट्यरूप घडते ते समान अशा नाट्यनिर्माणक तत्त्वांनी घडते. या दृष्टीने पाहता कलात्मक तत्त्वानुरोधाने तरी सुखात्मिकेला (शोकात्मिकेच्या संदर्भात) गौणत्व देता येणार नाही.

एकंदरीत पवार यांनी सुखात्मिकेचा विचार हास्यकल्पनेला महत्त्व न देता सुखात्म जाणिवेच्या संदर्भात केला असे दिसते. त्यानुसार विशुद्ध सुखात्मिका, प्रहसन, उपहासगर्भ सुखात्मिका, वग इत्यादी सुखात्मिकेच्या उपप्रकारांचाही परामर्श त्यांनी घेतला आहे. या सर्वच उपप्रकारांत जीवनविषयक जाणिवा नाट्यात्म रीतीने प्रत्ययाला आणून दिलेल्या असतात आणि त्यामुळेच सुखात्म जाणिवेचा प्रत्यय देणारी, कलात्मक नाट्यरूप लाभलेली सुखात्मिका ही शोकात्मिकाच्याच दर्जाची कलाकृती असते, असे म्हणता येते.

साहित्यमूल्य आणि अभिरुची या लेखसंग्रहात प्रत्यक्ष साहित्यकृतींची समीक्षा असणारे जवळपास दहा लेख आहेत. याखेरीज 'स्वातंत्र्यपूर्वकालीन कादंबरी', 'स्वातंत्र्योत्तर काळातील विनोदी वाङ्मय' असे विशिष्ट कालसंबद्ध साहित्याचा आढावा घेणारे लेख समाविष्ट आहेत. स्वातंत्र्यपूर्वकालीन मराठी कादंबरीत संकेतशरणता आढळते तर, स्वातंत्र्योत्तर विनोदी वाङ्मयात विनोदाच्या परंपरेला श्री. कृ. कोल्हटकर, चिं. वि. जोशी, पु. ल. देशपांडे, गंगाधर गाडगीळ इत्यादी लेखकांनी विनोदाची विविध रूपे सकसपणे हाताळल्यामुळे बळकटी आली आहे, असे दिसते. व्यक्तिचित्र (पु. ल. देशपांडे), कथारूप आविष्कार (शंकर पाटील, गंगाधर गाडगीळ, द. मा. मिरासदार, जयवंत दळवी), प्रवासवर्णन (पु. ल. देशपांडे) अशा विविध वाङ्मयप्रकारांमुळे मराठीतील विनोदी वाङ्मयपरंपरा समृद्ध झाली आहे.

'ग्रामीण संवेदनशीलता' आणि 'ग्रामीण भाषा व निवेदन' या लेखांत पवार यांची ग्रामीण साहित्यासंबंधीची तसेच ग्रामीण संवेदनशीलतेसंबंधीची भूमिका स्पष्टपणे मांडलेली पाहावयास मिळते. ग्रामीण जीवनातील कोणताही अनुभव स्वयंकेंद्रितपणे न घेता समाजशील वृत्तीने

मानव्याच्या व्यापक भूमिकेतून घेतला जातो. अशा प्रकारे अनुभव घेण्याची क्षमता व धाटणी म्हणजे ग्रामीण संवेदनशीलता होय. अशी संवेदना ज्या लेखनातून प्रत्ययाला येते, ते अस्सल ग्रामीण साहित्य होय. 'प्रादेशिक' व 'ग्रामीण' या संज्ञांच्या वापराबाबत साहित्यव्यवहारात काहीशी संदिग्धता आढळते. पवार म्हणतात, ''माझ्या मते प्रादेशिकता या संज्ञेची व्याप्ती मोठी असून ग्रामीणता या संज्ञेचा आशय तिच्यात समाविष्ट होतो.'' ग्रामीण साहित्याची चळवळ उभी करणाऱ्या आनंद यादव यांनी लेखनातील त्रुटी व मर्यादा दाखवून दिल्या आहेत. तसेच यादव यांना अनुसरणाऱ्या ग्रामीण लेखकांच्या लेखनात ग्रामीण भाषेचे व्याकरणनिष्ठ रूप तेवढे आढळते; ग्रामीण मनाचा, जीवनाचा खराखुरा प्रत्यय मात्र येत नाही. अशी टीका पवार यांनी केली आहे.

एकंदरीत असे म्हणता येईल की, एक समीक्षक या नात्याने पवार यांची गेल्या पाच-सहा दशकांतील मराठीतील महत्त्वाच्या वाङ्मयप्रकारांची (कविता, कथा, नाटक) आणि विनोदाची सैद्धान्तिक व प्रत्यक्ष साहित्यकृतीलक्ष्यी समीक्षा प्रस्तुत संग्रहाचे वैशिष्ट्य ठरले आहे. साठच्या दशकात पवार समीक्षात्मक लेखन करू लागले होते. त्या काळात रूपवादी भूमिकेचा प्रभाव असतानाही साहित्याचा जीवनसंबद्ध विचार करणे पवार यांना स्वाभाविक वाटले. त्यांच्या या भूमिकेचा प्रत्यय त्यांच्या समीक्षात्मक लेखनातून सहजतेने जाणवतो.

ब) *विनोद : तत्त्व आणि स्वरूप*

विनोद : तत्त्व आणि स्वरूप हा पवार यांचा ग्रंथ मराठीतील मान्यवर, महत्त्वपूर्ण असा ग्रंथ आहे. मराठी समीक्षेत सैद्धान्तिक पातळीवर विनोदाची अशी चिकित्सा झालेला दुसरा ग्रंथ नाही. प्राचीन मराठी साहित्यातील *लीळाचरित्रा*त विनोदाची काही आल्हाददायक विविधता पाहावयास मिळते. तेथपासून ते मुकुंद टाकसाळे यांच्यापर्यंतच्या लेखकांनी मराठीत विनोदाची समृद्ध परंपरा निर्माण केली आहे. परंतु त्याचे यथायोग्य मूल्यमापन करण्यासाठी जी तात्त्विक सैद्धान्तिक बैठक आवश्यक असते, ती म्हणावी तितकी उपलब्ध नाही. पवार यांच्या या ग्रंथाने ती उणीव भरून काढली असे म्हणायला हवे.

विनोदविषयक अनेक उपपत्ती आजवर मांडल्या गेल्या आहेत. प्लेटो, ॲरिस्टॉटल, भरतमुनी, कांट, जेम्स फीबल, फ्रॉईड, ऑर्थर कोसलर, सुझन लँगर, देकार्त इत्यादी इत्यादी यांनी मांडलेल्या उपपत्ती! त्यांच्या वैशिष्ट्यांनुसार वर्गीकरण करून त्यांचे विश्लेषण करणे, त्यांतून सिद्ध होणारे निकष विनोदाच्या आशय व अभिव्यक्ती यांवर कोणता प्रकाश टाकतात किंबहुना विनोदी साहित्याच्या आकलनाला व मूल्यमापनाला कितपत यथार्थ करतात ही उद्दिष्टे ठेवून केलेला पवार यांचा हा मौलिक प्रकल्प आहे. या उपपत्तींची चिकित्सा करून त्यांतील त्रुटी, मर्यादा यांना ओळखून मराठीत विनोदासंबंधीचा नवा विचार मांडण्याचा पवार यांनी जो प्रयत्न केला, त्याचे थोडक्यात स्वरूप असे आहे :

विनोदविचाराबाबत मांडल्या गेलेल्या उपपत्तींचे वर्गीकरण पाच प्रकारांत होऊ शकते.

१. व्यंगकल्पनेला महत्त्व देणाऱ्या उपपत्ती.

२. अभिव्यक्तिवैशिष्ट्याला महत्त्व देणाऱ्या उपपत्ती.

३. क्रीडावृत्तीला महत्त्व देणाऱ्या उपपत्ती.
४. हास्यमीमांसा करणाऱ्या उपपत्ती.
५. चैतन्यतत्त्वाशी निगडित असणाऱ्या उपपत्ती.

व्यंगकल्पना ही विनोदविचारातील प्रभावी कल्पना मानली जाते. माणसाच्या बौद्धिक समजुतीत, मनोधारणेत, नैतिक आकलनात, शारीर वैशिष्ट्यात व्यंग असू शकते. अशा कोणत्या तरी व्यंगाचे दर्शन घडल्यावर विनोदनिर्मिती होते, असे सामान्यत: या उपपत्तींचे स्वरूप आहे. प्लेटो, ॲरिस्टॉटल, भरतमुनी, थॉमस हॉब्ज, जेम्स फीबल, वा. ल. कुलकर्णी, रा. श्री. जोग आणि ऑस्कर मँडेला या विचारवंतांनी विविध प्रकारच्या व्यंगकल्पनेचा आधार घेऊन विनोदाच्या निर्मितीबद्दलचे सिद्धान्त मांडले आहेत.

विनोदाचा आशय असलेल्या साहित्यकृतीतील अभिव्यक्तिवैशिष्ट्याला महत्त्व दिलेल्या उपपत्तींचा समावेश या दुसऱ्या गटात होतो. तत्त्वज्ञ इम्युनल कांट, सिग्मंड फ्रॉईड आणि ऑर्थर कोसलर यांना विनोदाचे अभिव्यक्तिवैशिष्ट्य महत्त्वाचे वाटते. त्यासाठी अभिव्यक्तीच्या काही तंत्रात्मक विशेषांवर आधारित उपपत्तींची मांडणी या तीन विचारवंतांनी केली आहे.

क्रीडावृत्तीला महत्त्व देणाऱ्या उपपत्ती ह्या लेखकाच्या तसेच आस्वादकाच्या खेळकर वृत्तीला प्राधान्य देणाऱ्या उपपत्ती आहेत. जेम्स सली, वा. म. जोशी, मॅक्स इस्टमन, न. चिं. केळकर यांनी आस्वादविषयक भूमिका घेऊन आपापली भूमिका मांडली आहे.

हास्यमीमांसा करणाऱ्या उपपत्तींमध्ये हास्याचा, विनोदाचा आणि विनोदप्रकारांचा एकत्र विचार केलेला असतो. देकार्त, हर्बर्ट स्पेन्सर, डार्विन, ग्रेगरी, मॅक्ड्युगल, राल्फ पिडिंग्टन यांनी या संदर्भातील उपपत्ती मांडल्या आहेत. या उपपत्तींचा एक समान निष्कर्ष दिसतो, तो हा की हास्य आनंदरूप असते.

फ्रेंच तत्त्वज्ञ बर्गसाँ याने विनोदाचा विचार करणारी, प्रत्यक्ष जीवनातील व वाङ्मयातील विनोदाला लागू पडेल अशी व्यापक भूमिका घेऊन आपली उपपत्ती मांडली आहे. विनोदाच्या कलात्मक गुणवत्तेचा विचार त्याच्या उपपत्तीत आहे. विनोदनिर्मितीचे कारण, विनोदाचे स्वरूप, विविध रूपांतून प्रकट होणारा विनोद, विनोदाचा आस्वाद, विनोदाचे कलादृष्ट्या मूल्य इत्यादी प्रश्नांची चर्चा करून त्याची उपपत्ती सिद्ध झाली आहे.

या अनेक उपपत्तींचे विश्लेषण केल्यानंतर त्यातील एकही उपपत्ती आपले पूर्णपणे समाधान करू शकत नाही असे पवार यांचे आहे. त्याची कारणे पवार यांनी सविस्तरपणे दिली आहेत. ती अशी : व्यंगकल्पनेला महत्त्व देणाऱ्या उपपत्ती केवळ व्यंगचित्रणातून निर्माण होणाऱ्या विनोदाचा, उपहासाचा विचार करणाऱ्या आहेत. विनोदाचे क्षेत्र याहून कितीतरी व्यापक आहे. ही वस्तुस्थिती असल्यामुळे या उपपत्ती अन्य विनोदप्रकारांची यथार्थ मीमांसा करू शकत नाहीत. विनोदाची सर्वांगीण मीमांसा करणे अभिप्रेत असल्यामुळे व्यंगाधिष्ठित उपपत्तींच्या पलीकडे जाऊन विचार करणे आवश्यक ठरते.

अभिव्यक्तिवैशिष्ट्यावर आधारित उपपत्तींमध्ये अभिव्यक्तीच्या काही तंत्रात्मक विशेषांचा विचार होतो. विनोदनिर्मितीसाठी 'स्थानांतर' व 'संक्षेपीकरण' ही प्रमुख तंत्रे उपयोगात आणली

जातात. हे खरे असले तरी त्यांतून विनोदाची जी प्रतीती येते ती 'व्यंजना' या शक्तीमुळे याकडे पवार यांनी लक्ष वेधले आहे.

क्रीडावृत्तीला महत्त्व देणाऱ्या उपपत्ती विनोदाच्या आनंदरूपतेचे प्रतिपादन करतात. विनोद हा सुखात्म जाणिवेचा प्रत्यय देणारा असतो आणि विनोदाच्या मुळाशीही आनंदाची जाणीव असते, याचा निर्देश पवार यांनी केला आहे. त्याचप्रमाणे हास्यविषयक मीमांसेतूनही एक सूचित होते की, विनोद हा स्वाभाविकपणे हास्य किंवा स्मित करणारा असतो, म्हणून विनोदाचे उगमस्थानही सुखात्म जाणिवेत असले पाहिजे.

बर्गसाँ याने मांडलेल्या व्यापक भूमिकेतही काहीएक त्रुटी पवार यांना जाणवते. बर्गसाँ माणसाची जीवित प्रेरणा आधाराला घेऊन समाजात प्रकट होणाऱ्या तिच्या एका अंगाच्या संदर्भात विनोदाचा विचार करतो. त्याच्या विवेचनात मानवी चैतन्याचा किंवा जीवित प्रेरणेच्या तत्त्वाचा स्पष्ट आविष्कार जाणवत नाही, ही त्याच्या विचारातील एक मर्यादा आहे.

सुझन लँगरने या संदर्भात स्वतंत्र भूमिका घेतली आहे. सुखात्मिकेचा आशय ठरणारी जीवित प्रेरणा आणि विनोद यांचा निकटचा संबंध आहे असे ती मानते. सुझन लँगर ही आशयानेच कलाकृतीचे रूप निश्चित होत असते असा विचार करणारी असल्यामुळे ती आशयाला महत्त्व देऊन विनोदासंबंधी आपले मत मांडते. शिवाय तिच्या विवेचनातून विनोदाचे अभिव्यक्तिवैशिष्ट्यही डोकावते. त्यामुळे पवार यांना तिचा विचार योग्य दिशेने जाणारा आहे, असे वाटते.

ज्या उपपत्तींचा परामर्श पवार यांनी घेतला त्या सर्वच उपपत्तींमध्ये विनोदाचा आशय व अभिव्यक्तिवैशिष्ट्य या दोन्ही घटकांचा यथायोग्य मेळ घातला आहे, असे दिसत नाही. त्यामुळे या उपपत्ती एकांगी व अपुऱ्या आहेत असे पवार यांचे म्हणणे आहे. आतापर्यंतचे विवेचन लक्षात घेऊन विनोदाचा आशय व विनोदाची अभिव्यक्ती यांचे वैशिष्ट्य समर्पकपणे सांगणारी, विनोदाच्या सर्व प्रकारांना लागू पडणारी विनोदाची व्याख्या पवार यांनी केली आहे. ती अशी, "वेगवेगळ्या पातळ्यांवरील दोन विभिन्न आकलनांचा परस्पर-आघात आकस्मिकपणे प्रत्ययाला आणून हास्यामध्ये अथवा स्मितामध्ये पर्यवसित होणाऱ्या जीवनविषयक सुखात्म जाणिवेची प्रतीती देणारा धर्म म्हणजे विनोद अथवा विनोदात्मता. या धर्माने युक्त असलेले लेखन म्हणजे विनोदी वाङ्मय."[२]

विनोदाची सैद्धान्तिक चिकित्सा केल्यानंतर विनोदप्रकारांचा पुनर्विचार पवार यांना आवश्यक वाटतो. विडंबन, उपरोध व ब्लॅक ह्युमर हे विनोदाचे प्रकार न मानता उपहास, कोटी व केवल विनोद हीच तीन मूलभूत विनोदरूपे होत अशी पवार यांची भूमिका आहे.

एकूण, प्रस्तुत ग्रंथात विनोदविषयक उपपत्तींची सखोल चिकित्सा, विनोदविषयक अनेक प्रश्नांचा ऊहापोह सुस्पष्ट रूपात करण्यात आला आहे. यातून विनोदाविषयीची स्वत:ची उपपत्ती मांडण्याचा त्यांचा प्रयत्न लक्षात घेण्यासारखा आहे. विनोद का व कसा निर्माण होतो याचा शोध घेतला असता विनोदाचा आशय व विनोदाच्या अभिव्यक्तिवैशिष्ट्यांचे स्वरूप, हे दोन्ही घटक कार्यरत असल्याचे दिसून येते. विनोदाचा आशय सुखात्म जाणीव निर्माण

करणारा असला पाहिजे आणि या आशयाचा आविष्कार करणारे अभिव्यक्तिवैशिष्ट्य हे भिन्न पातळ्यांवरील आकलनांचा परस्पर-आघात प्रत्ययाला आणून देणारे असायला हवे. या दोन्ही घटकांच्या वैशिष्ट्यांमुळे विनोदनिर्मिती होते.

विनोदाची सखोल, सर्वांगीण व साधार चर्चा करणारा असा संशोधन ग्रंथ मौलिक तर आहेच. शिवाय मराठीत दुर्मीळ आहे. त्यांच्या या लेखनामुळे विनोदी वाङ्मयाच्या 'काव्यशास्त्रा'चे नवे दालन उघडले गेले आहे.[३] असे डॉ. सुधीर रसाळ यांनी म्हटले आहे, ते सार्थच आहे.

मराठी विनोद : विविध आविष्काररूपे

विनोद : तत्त्व आणि स्वरूप हा विनोदाचा सैद्धान्तिक पातळीवरील चिकित्साग्रंथ आहे तर *मराठी विनोद : विविध आविष्काररूपे* हा ग्रंथ मराठातील विनोदाचा उपयोजित नमुना आहे. या ग्रंथात मराठीत लिहिल्या गेलेल्या काही महत्त्वाच्या विनोदी लेखनाचे व काही विनोदी लेखकांच्या लेखनवैशिष्ट्यांचे मूल्यमापन केले आहे. त्यासाठी स्वत:च केलेल्या विनोदविषयक सैद्धान्तिक मांडणीचा आधार पवार यांनी घेतला आहे.

या लेखसंग्रहात *लीळाचरित्र, तुझे आहे तुजपाशी, बंडू आणि त्याचा गोतावळा, फिरक्या, रामनगरी* या साहित्यकृतींतील विनोदाचा विचार करणारे लेख आहेत. तसेच महर्षी विठ्ठल रामजी शिंदे, चिं. वि. जोशी, गंगाधर गाडगीळ, संत तुकाराम या लेखकांच्या विनोदी लेखनाचे विशेष शोधणारे लेखही संग्रहात आले आहेत. विनोदी साहित्याचे ऐतिहासिक आढावे घेणाऱ्या दोन लेखांच्या सोबत एका वेगळ्याच विषयावरील एक लक्षवेधी लेख पवार यांनी या संग्रहात समाविष्ट केला आहे. 'विनोदव्यवहारातील एक अप्रशस्त विषय' या शीर्षकाचा हा लेख असून पवार यांचे स्पष्ट व सडेतोड विवेचन येथे पाहावयास मिळते. विनोदी लेखकांनी स्त्रीजातीला विनोदविषय बनवल्याचे वास्तव नमूद करून त्या विनोदी लेखकांच्या प्रवृत्तीची समाजशास्त्रीय दृष्टिकोनातून पवार यांनी चिकित्सा केली आहे. स्त्रियांना विनोदबुद्धी किंबहुना बुद्धीच नसते. त्यामुळे विनोदाचे आकलन व म्हणून विनोदाचा आस्वाद स्त्रिया घेऊ शकत नाहीत, अशी समाजाची धारणा आहे. याविषयीचा निषेध करीत पवार यांनी स्त्रियांवरील विविध बंधनांमुळे त्यांच्या ठिकाणी असलेल्या विनोदबुद्धीचा आविष्कार होऊ शकत नाही, असे मत मांडले.

याउलट, *लीळाचरित्रा*तील विनोद हा श्रीचक्रधरांचा स्वत:चा असून त्याची अभिजातता व मानवी मनावर प्रकाश टाकण्याचे सामर्थ्य असलेला आहे, याचे पुरावे देत पवार यांनी हे सिद्ध केले आहे. महर्षी शिंदे यांच्या विनोदविषयक वैशिष्ट्यांबाबत पवार लिहितात, ''विनोदाची निर्मिती सुखात्म संतोषित वृत्तीतून होते व विनोदाचा परिणाम हा इतरांचे जीवन निर्वेध, आनंदमय करण्यात होत असतो. अशीच महर्षी शिंदे यांची विनोदविषयक धारणा दिसून येते.[४] चिं. वि. जोशी हे पवार यांच्या दृष्टीने निव्वळ विनोदी लेखक नाहीत तर विनोदात्मता हे त्यांच्या लेखनाचे एक अंग आहे, असे ते मानतात.

'बंडू' कथांमध्ये कथांमधील मूलभूत विनोदात्मता असून गाडगीळांच्या वैशिष्ट्यपूर्ण कथनशैलीमुळे त्या कथा प्रारंभापासून अखेरपर्यंत विनोदाच्याच पातळीवर राहतात, ही त्या कथांची वैशिष्ट्यपूर्णता सांगता येते.

मात्र *तुझे आहे तुजपाशी* या सुखात्मिकेत उपहासगर्भ सुखात्मिकेची पातळी दुसऱ्या अंकाच्या मध्यानंतर विस्कळीत होऊ लागते व बोध आणि भावविवशता यांमुळे संपूर्ण नाटकाला उपहासगर्भ सुखात्मिकेचे नाट्यात्म रूप लाभत नाही, ही त्या नाटकाची उणीव पवार नोंदवतात.

या सर्व विवेचनानंतर असे म्हणता येईल की, विनोदाच्या तात्त्विक विवेचनाचा साहित्यकृतीच्या आकलनाशी, मूल्यमापनाशी परस्परसंबंध कसा असू शकतो, याचा प्रत्यय प्रस्तुत ग्रंथ आपल्याला देतो.

गो. मा. पवार : एक ललित लेखक

पवार यांचा 'सुहृद आणि संस्मरणे' हा व्यक्तिचित्रात्मक संग्रह त्यांच्यातील ललित लेखकाची ओळख करून देतो. वेगवेगळ्या स्वभावगुणांचे, नात्यांचे, वेगवेगळ्या क्षेत्रांतील सुहृद या संग्रहात पवार यांनी चित्रित केले आहेत. त्यांच्या वैशिष्ट्यपूर्ण आठवणींतून त्यांचे व्यक्तिमत्त्व उभे राहिले आहे. भालचंद्र नेमाडे, गंगाधर गाडगीळ, सुधीर रसाळ, वा. ल. कुलकर्णी इत्यादी साहित्यसमीक्षेच्या क्षेत्रातील मान्यवर, तसेच शरद पवार, यशवंतराव चव्हाण, श्रीराम पुजारी यांसारख्या राजकीय-सामाजिक क्षेत्रांत कार्य असलेल्या व्यक्ती यांच्या सहवासातील काही आठवणी येथे आहेत.

व्यक्तिचित्रांखेरीज पवार यांचा त्यांच्या गावावरील एक लेख असून तीन लेख त्यांच्या परदेशप्रवासातील आठवणी सांगणारे आहेत. या संग्रहाची दोन वैशिष्ट्ये नमूद करण्यासारखी आहेत. डॉ. सुधीर रसाळ यांनी लिहिलेला पवार यांचे व्यक्तिचित्र रेखाटणारा लेख या संग्रहात समाविष्ट केला आहे. तसेच प्रभाकर कोलते यांनी रेखाटलेली काही मान्यवरांची रेखाचित्रे यातील व्यक्तिचित्रांना अधिक उठाव देतात, असे दिसते.

एक चरित्रकार, संपादक, समीक्षक अशी प्रारंभापासून ओळख असलेल्या पवार यांच्या या लेखसंग्रहात त्यांच्यातील अन्य गुणांची ओळख होते. वेगवेगळ्या नात्यांनी बांधलेल्या माणसांविषयीचे प्रेम, सौहार्द या लेखांत व्यक्त होतेच. याशिवाय त्यांच्यातील माणूसपणाविषयीची प्रगल्भ जाणही लेखात प्रतिबिंबित होते. ही व्यक्तिचित्रे काढताना स्वत:ची थोरवी विसरून त्या त्या व्यक्तिरेखेला अधिक ठळक करता येईल अशाच आठवणींची निवड जाणीवपूर्वक पवार यांनी केल्याचे दिसून येईल.

एकंदरीत, माणसांविषयीच्या आस्थाभावातूनच हे स्वाभाविक, साधेपणा असलेले लेखन झाले आहे, हे म्हणणे यथार्थ ठरेल.

समारोप

महर्षींचे चरित्र, कार्य व त्यांचे लेखन हा पवार यांच्या लेखनकार्याचा केंद्रबिंदू आहे. महर्षींचे चरित्र हे पवार यांनी केलेल्या संशोधनातून सिद्ध झालेले आहे. महर्षींच्या समग्र वाङ्मयाचे दोन खंड हे पवार यांच्या संशोधनाचेच विस्तारित रूप आहे. पवार यांच्या वाङ्मयीन संशोधनातून लिहिलेला *विनोद : तत्त्व आणि स्वरूप* हा सैद्धान्तिक मांडणी असणारा ग्रंथ मराठीत अपूर्व ठरला आहे. संशोधकाकडे आवश्यक असणारा संशोधनाचा ध्यास, कष्ट

करण्याची तयारी व आवश्यक शिस्त पवार यांच्याकडे आहे, याची साक्ष त्यांचे हे संशोधित ग्रंथ देतात.

संदर्भ :

१) शिंदे, रणधीर; 'मुलाखत–गो. मा. पवार', *लोकमंगल*, दिवाळी अंक २००८, पृ. ३९.
२) पवार, गो. मा.; *विनोद : तत्त्व आणि स्वरूप*, मौज प्रकाशन गृह, मुंबई, प.आ., २००६, पृ. १८०.
३) रसाळ, सुधीर; *मराठी विनोद : विविध आविष्काररूपे*, पॉप्युलर प्रकाशन, मुंबई, २०१५, प्रस्तावना, पृ. ११.
४) उनि., प्रस्तावना, पृ. २३.

सूचिकार, संपादक, समीक्षक
डॉ. सु. रा. चुनेकर
(१९३६)

प्रदीप कर्णिक

पार्श्वभूमी

डॉ. सु. रा. चुनेकर हे संशोधक, समीक्षक, अध्यापक, संपादक, सूचिकार आणि व्यासंगी साक्षेपी अभ्यासक म्हणून मराठी साहित्यविश्वाला परिचित आहेत. त्यांचे एकूणच वाङ्मयविषयक लेखन-संशोधनकार्य विस्तृत आहे आणि त्याची व्याप्तीही बरीच मोठी आहे. त्यामुळे त्यांच्या लेखन-संशोधन-संपादन-सूचिनिर्मितीकार्याचा आढावा नुसता वरवरचा घ्यायचा म्हटले तरी तोच एक मोठा विषय होईल. शिवाय त्यांच्या लेखनाचे तपशील जमा करणे हाच एक मोठा प्रारंभिक भाग असणार आहे. ते स्वत: सूचिकार असले, सूचीविषयक तात्त्विक विवेचनही त्यांनी भरपूर केले असले तरीही त्यांनी त्यांच्या लेखनकार्याची सूची फारशी कुठे प्रकाशित केलेली निदान मला तरी सापडली नाही. एक अपवाद जरूर सापडला. त्यांच्या 'सूचीची सूची' या पुस्तकात त्यांनी 'माझे सूचीविषयक कार्य' नावाची एक यादी प्रकाशित केली आहे. त्यात त्यांच्या सूचीविषयक प्रदीर्घ कष्टप्रद कार्याचा तपशील सापडतो. ही यादी पूर्वी त्यांच्या *संशोधन : स्वरूप आणि पद्धती* या सहसंपादित पुस्तकात प्रथम प्रकाशित झाली होती. *सूचींची सूची* मध्ये हीच यादी सुधारित रूपात त्यांनी प्रकाशित केली आहे. मात्र वाङ्मयविषयक लेखनाची सूची त्यांनी कदाचित तयार केली असेलही, पण ती कुठे प्रकाशित केलेली मला दिसली नाही. त्यामुळे त्यांच्यावर, त्यांच्या लेखनकार्यावर लिहिणाऱ्या अभ्यासकाला प्रथम तशी एक सूची तयार करणे क्रमप्राप्तच आहे/होते. तरच तो त्याबाबत काही मांडू, बोलू, लिहू शकतो. मी अशी एक त्यांच्या लेखनाची सूची प्रथम तयार करून घेतली आहे. अर्थात त्या सूचीला मर्यादा असणारच. त्यांच्याशी संवाद साधून ती सूची अद्ययावत करता येणे शक्य आहे, पण तो पुढचा टप्पा समजायला हरकत नाही.

मी तयार केलेली त्यांच्या लेखन-संशोधन-संपादनकार्याची सूची कालानुक्रमे लावून घेतल्यानंतर त्यांच्या एकूण लेखन-संपादन-संशोधन कार्याने कोणीही दिपून जावे, थक्क व्हावे, असाच त्यांच्या लेखनकार्याचा आवाका आहे. मीसुद्धा त्याला अपवाद ठरलो नाही. मात्र या सूचीमुळे झाले असे की, त्यांच्या सर्वच लेखनकार्याला एका लेखात योग्य तो न्याय देता येईल की नाही, याची मला शंका आहे. उदाहरणार्थ, त्यांचे संपादनाचेच कार्य घेतले तर तेच इतके वेगवेगळे आणि विविध पद्धतींनी युक्त असे आहे की, त्यावरच एक स्वतंत्र

लेख लिहावा लागेल. ग्रंथसंपादन, सहकार्याने केलेले ग्रंथसंपादन, ग्रंथांना लिहिलेल्या दीर्घ-लघु प्रस्तावना, ग्रंथांना दिलेल्या टिपा, त्यासाठी केलेले कष्टपूर्वक संशोधन, पाठभेद दर्शवणाऱ्या टिपात्मक प्रस्तावना जोडलेल्या सूची इत्यादी. एके ठिकाणी तर आधुनिक वाङ्मयातील दुर्लक्षित प्रकारही त्यांनी *काही म्हातारे आणि एक म्हातारी* या वि. द. घाटे यांच्या पुस्तकाच्या तिसऱ्या आवृत्तीसाठी उपयोगात आणला आहे. या सर्व संपादनकार्याचा आढावा घेतल्याशिवाय त्यांचे मोल लक्षात येणार नाही. तीच बाब त्यांच्या सूचिकार्याविषयी. एकतर सूचिकार्याकडे फारसे कोणी वळत नाहीत. जे वळतात ते केवळ व्यवसायाने ग्रंथपाल असतात. संशोधनात्मक कार्याचा त्यांना फारसा गंध नसतो आणि जे संशोधक-अभ्यासक सूची करायला जातात, त्यांना सूचिशास्त्राची बैठक नसते. तात्त्विक विचार जवळ जवळ कच्चाच असतो. डॉ. चुनेकर मात्र याला अपवाद आहेत. त्यामुळे त्यांनी तयार केलेल्या सूचीला समीक्षेची दृष्टी आहे आणि तात्त्विक विचारांचा शास्त्रशुद्ध पाया आहे. शिवाय सूचिशास्त्र, रचना, निर्मितीची पद्धती, सद्य:स्थितीचा त्यांनी घेतलेला आढावा, या अशा अंगांनी त्यांनी जे सूचिशास्त्रविषयक लेखन केले आहे ते मूलभूत स्वरूपाचे तर आहेच, पण त्यांच्या या कार्याची म्हणावी तशी दखल जवळ जवळ कोणीच घेतली नाही. ना ग्रंथपालांनी, ना लेखकांनी, ना संशोधकांनी. त्यांच्या या कार्यावरसुद्धा विस्ताराने लिहायला हवे. सूचिनिर्मिती, सूचिशास्त्रविवेचन यांबरोबरच त्यांनी 'मराठी कोशवाङ्मयशास्त्र आणि निवडक कोश' यावर जे लेखन केले आहे, त्याची तर साहित्यक्षेत्रातील फारच कमीजणांना माहिती असेल. त्यामुळे डॉ. चुनेकरांच्या लेखनकार्यावर लिहिताना त्यांच्या दुर्लक्षित लेखनप्रकारांकडे लक्ष द्यायलाच हवे, असे वाटणे स्वाभाविक आहे.

असा विचार करावा तर त्यांचे नियतकालिकांच्या संपादनाचे कार्यही खुणावत राहते. ते कार्य तर एकुणातच अतिदुर्लक्षित. डॉ. चुनेकर हे पाच वर्षे मुंबईच्या 'मराठी संशोधन मंडळा'त उपसंचालक म्हणून कार्यरत होते. त्या मंडळातर्फे प्रकाशित होणाऱ्या 'मराठी संशोधन पत्रिका' या त्रैमासिकाचे त्यांनी पाच वर्षे उत्तम संपादन केले. त्यांच्या कार्यकालखंडात त्यांनी पत्रिकेत नवेनवे प्रयोग केले, संशोधन साधननिर्मितीला चालना दिली. स्वत:ही निर्मिती केली, 'संशोधन' या घटकाचा मूलभूत विचार मांडणारी संपादकीये लिहिली आणि त्यामुळे संशोधनकार्याला एक चालना दिली. त्यांचे त्या पत्रिकेतील संपादकीय कार्य हे तर कोणासच फारसे ठाऊक नाही आणि ते जर मांडले गेले नाही तर कुणी त्याकडे लक्ष देईल की नाही, याविषयी शंकाच वाटते. अर्थात हा दुर्लक्षित लेखनप्रकार लिहायलाच हवा असा कोणालाही मोह होईल.

डॉ. चुनेकर आणि डॉ. माधवराव पटवर्धन यांचे एकूणच परस्परांत जे साहित्यिक गुंतलेपण आहे, तोच एक लेखन कुतूहलाचा विषय आहे. अर्थात राम गणेश गडकरी, श्रीपाद कृष्ण कोल्हटकर यांच्या साहित्यातही त्यांची तेवढीच गुंतवणूक झाली होती. पुढच्या काळात जी. ए. कुलकर्णी आणि जयवंत दळवी यांच्या साहित्यात ते गुरफटून गेले. पण डॉ. माधवराव पटवर्धन आणि त्यांच्या काव्याचा त्यांनी घेतलेला शोध, त्याचे त्यांनी घडवलेले 'वाङ्मयदर्शन'

आणि माधवरावांच्या काव्य आणि इतर लेखनाचा व त्या लेखनामागच्या मानसिक क्रियाप्रक्रियांचा त्यांनी घेतलेला ध्यासात्मक शोध थक्क करणारा आहे. या विषयावर लिहायचे तर एकूणच लिहिणाऱ्याची गाडी डॉ. चुनेकरांच्या लेखनाचे वर्णन या पद्धतीवरच अडून बसण्याची शक्यता अधिक. कारण मूल्यात्मक लेखनासाठी चुनेकरांचा संशोधनविषयच इतका व्यापक आहे की, त्याच्या खोलात शिरल्याशिवाय मूल्यमापन शक्य होणार नाही. त्यांचे इतर लेखनही, जे ग्रंथरूपाने प्रसिद्ध आहे ते, उदाहरणार्थ, सहा साहित्यविचार, अंतरंग आणि जे संग्रहाच्या रूपात समाविष्ट झालेले नाही तेही, इतके मोठे आहे की, त्यालाही न्याय द्यायला जाणकार व्यासंगी अभ्यासक हवा. उदाहरणार्थ, त्यांनी मराठी वाङ्मयाच्या इतिहासाच्या खंडात मराठी समीक्षेचा आढावा घेणारे दोन विस्तृत लेख लिहिले आहेत. तेच काम इतके व्यापक आहे की, त्यात उल्लेखिलेल्या संदर्भांचा मुळात अभ्यास करून मग मूल्यमापन करणे हा वेळ घेणारा व कष्टसाध्य विषय आहे.

या सर्व पार्श्वभूमीचा विचार केला तर, एका लेखात हा सर्व आढावा घेणे शक्य तर नाहीच, पण ते वेळ देऊन करायचे कार्य आहे. अर्थात तेही करायलाच हवे, इतके ते महत्त्वपूर्ण तर आहेच, शिवाय त्याची दखल घ्यावी इतका त्या लेखनाचा दर्जा उच्चतम आहे. या अशा काही कारणांमुळे प्रस्तुत लेखात त्यांच्या दुर्लक्षित, परंतु तितक्याच महत्त्वाच्या लेखनकार्याचा आढावा प्रामुख्याने घेणे इष्ट ठरेल.

कार्याचा थोडक्यात आढावा

डॉ. सुरेश रामकृष्ण चुनेकर यांचा जन्म २७ एप्रिल १९३६ रोजी झाला. त्यांचे शिक्षण सातारा आणि पुणे येथे झाले. त्यांच्या कार्याचे काही कालखंड (सोयीसाठी) पाडता येणे शक्य आहे.

एक : १९३६ ते १९६३ हा शैक्षणिक कालखंड म्हणता येईल.

दोन : १९६४ ते १९७३ हा लेखननिर्मिती, संशोधक-संपादक घडणीचा कालखंड.

तीन : १९७४ ते १९८४ महाविद्यालयीन अध्यापनाचा कालखंड.

चार : १९८४ ते १९९४ विद्यापीठीय अध्यापनाचा कालखंड.

पाच : १९९४ नंतरचा कालखंड, निवृत्ती काळातील लेखनवाचन आणि ग्रंथ संपादनाचा कालखंड.

या सर्वांचा आपण थोडक्यात पण महत्त्वाच्या बाबी अधोरेखित होतील असा आढावा घेऊ या.

शैक्षणिक कालखंड : डॉ. चुनेकरांवरच्या दोन नोंदी उपलब्ध आहेत. एक आहे *मराठी सारस्वत* (संपा. अनंत जोशी) या चरित्रकोशात. तर दुसरी नोंद आहे *शिल्पकार चरित्रकोशा*च्या 'साहित्य' या खंडात (खंड २, संपा. डॉ. सुभाष भेंडे). या दोन्ही नोंदीतून तपशिलांचे थोडेफार फरक असले तरी फारशी माहिती हाती लागत नाही. उदाहरणार्थ, चुनेकर एस. एस. सी., बी. ए. केव्हा झाले; त्यांच्या शाळेचे, महाविद्यालयाचे नाव काय;

बी. ए.ला त्यांचा विषय कोणता; कोणत्या वर्षी ते बी. ए. झाले; एम. ए. झाले; इत्यादी तपशील. इतरत्र त्यांचा लेखक म्हणून जो परिचय आलाय (उदाहरणार्थ, मराठी संशोधन पत्रिका) त्यात एम. ए.चा तपशील मिळतो. असो. सर्वत्र असणाऱ्या अपुऱ्या, त्रोटक तपशिलांतून हा त्यांचा शैक्षणिक प्रवास आपल्याला दिसतो तो थेट एम. ए. नंतरच्याच काळाचा.

पुणे विद्यापीठातून १९५८ साली मराठी व संस्कृत हे विषय घेऊन विद्यापीठात चुनेकर सर्वप्रथम आले. त्यांना विष्णुशास्त्री चिपळूणकर, रा. कृ. लागू आणि साठे (?) अशी तीन पारितोषिके प्राप्त झाली. बी. ए., एम. ए. या शैक्षणिक काळात ते नोकरी करीत होते का, त्याचा तपशील सापडत नाही. पुढे एकदम १९६३ साली त्यांना पुणे विद्यापीठातून मराठी विषयात पीएच. डी. प्राप्त झाल्याचे तपशील उपलब्ध होतात. *डॉ. माधवराव पटवर्धन (माधव जूलियन) वाङ्मयदर्शन आणि चिकित्सा* हा त्यांच्या प्रबंधाचा विषय होता. प्रख्यात समीक्षक डॉ. रा. श्री. जोग यांच्या मार्गदर्शनाखाली त्यांनी ही पीएच. डी. पूर्ण केली. हा प्रबंधही विद्यापीठात त्या वर्षाचा उत्कृष्ट प्रबंध ठरला होता. प्रबंधास साहित्यसम्राट न. चिं. केळकर आणि डॉ. वि. रा. परांजपे पारितोषिकेही मिळाली. पुढचा उल्लेख असा आहे की, १९६३ ते १९६८ या काळात डॉ. चुनेकर पुणे विद्यापीठात 'पोस्ट डॉक्टोरल' संशोधन करीत होते. आता पुन्हा तसेच प्रश्न पडतात. या काळात ते नोकरी करीत होते का, की त्यांना विद्यापीठ अनुदान आयोगाची शिष्यवृत्ती होती? त्यांचा पोस्ट डॉक्साठी संशोधनपर कोणता विषय होता, ते संशोधन पूर्ण झाले की अपुरेच राहिले? अशा अनेक त्रुटित जागा आहेत, ज्या त्यांनाच विचारून लवकरच भरायला हव्यात. १९६३ साली पीएच. डी. प्राप्त झाल्यानंतर मात्र त्यांच्या जीवनाला लेखनकार्याची जोड प्राप्त झाली आणि त्यांचा त्यांच्या आयुष्यातला दुसरा कालखंड सुरू झाला.

लेखन-संपादन कालखंड : या कालखंडात त्यांचे पोस्ट डॉक्‌चे काम सुरू झाले होते आणि १९६४ साली त्यांच्या लेखन-सूची कार्याचा प्रारंभ सुरू झाला. तसा लेखनाचा प्रारंभ, प्रबंध लेखनाचा पसारा सोडला तर, सप्टेंबर १९६१ मध्येच झालेला दिसतो. 'वसंत' मासिकात त्यांचा 'मराठीचे मानकरी – प्रमत्त कवि कुसुमाग्रज' हा लेख प्रकाशित झाला होता. मात्र १९६१ ते १९६४ या काळात पीएच. डी. प्रबंधलेखनामुळे असेल, त्यांनी इतर लेखन केलेले दिसत नाही.

१९६४ या वर्षात तीन महत्त्वाच्या ग्रंथासाठी निर्देशसूची त्यांनी तयार केल्या. त्यातील एका ग्रंथाचे 'शुद्धिपत्र'ही त्यांनीच तयार केले. त्यांचे दोन लेख नियतकालिकात प्रकाशित झाले, तर दोन लेख ग्रंथांसाठी त्यांनी लिहिले व ते त्या त्या ग्रंथात समाविष्टही झाले. ते कोणते?

जानेवारी १९६४ मध्ये त्यांनी 'साहित्य सहकार' या नियतकालिकात 'महाराष्ट्र प्रादेशिक ग्रंथालय : इच्छा आणि अपेक्षा' असा एक ग्रंथालयासंबंधी लेख लिहिला. निर्देशसूची, लेखकसूची, विषयसूची, सूचींची सूची अशा अनेक ग्रंथालयीन साधननिर्मितीकार्यात त्यांनी पुढे जो विशेष रस घेतलेला दिसत असला तरीही, ग्रंथालयावर लिहिलेला त्यांचा हा एकमेव

लेख असावा. पुढे ते अशा पद्धतीच्या लेखनाकडे वळले नाहीत. (ते बरेच झाले म्हणायचे!) दुसरा लेख त्यांनी मे १९६४च्या 'मांडवी' या नियतकालिकात लिहिला होता. 'वि. वा. शिरवाडकर (कुसुमाग्रज) वाङ्मयदर्शन' हा मांडवीचा कुसुमाग्रज विशेषांक होता. हा लेख त्यांनी त्यांच्या 'सहा साहित्यकार' या ग्रंथात समाविष्टही केला आहे. 'वसंत'मधला लेख आणि हा 'मांडवी'मधला लेख यांची तुलना करून भाष्य करणे पुढेमागे उचित ठरेल.

याच काळातील ग्रंथांसाठी लिहिलेले दोन लेख विषयाच्या दृष्टीने आणि त्यापैकी एकतर लेखकाच्या दृष्टीनेही अत्यंत महत्त्वाचा असा लेख होता असे दिसते. 'हरिभाऊ विविध दर्शन' या ग्रंथासाठी त्यांनी 'हरिभाऊंचे वाङ्मय : प्रवृत्ती, प्रेरणा आणि ध्येये' हा लेख लिहिला. (१४ मे १९६४). हाच लेख पुढे त्यांनी *सहा साहित्यकार* या त्यांच्या लेखसंग्रहात समाविष्टही केला. दुसरा लेख त्यांनी लिहिला तो 'प्रा. रा. श्री. जोग गौरवग्रंथा'साठी (१५ मे १९६४) लिहिला. 'कलागर्भ, त्याचे विकसन आणि कलाकृती' हा लेख लेखकाच्या दृष्टीनेही महत्त्वाचा लेख आहे. हा लेखही त्यांनी त्यांच्या 'अंतरंग' या लेखसंग्रहात समाविष्ट केला आहे. निर्मितीचे बीज लेखकाच्या मनात कसे पडते आणि ते कसे विकास पावते याचा शोध डॉ. चुनेकरांनी या लेखात घेतलाय. 'अंतरंग' संग्रहाच्या प्रस्तावनेत त्यांनी असे नमूद केलेय की, ''हा माझा पहिला माझ्या दृष्टीने महत्त्वाचा साहित्यविमर्शात्मक लेख'' आहे. याचा अर्थ ते या लेखाला पहिला लेख मानतात. म्हणूनच १९६४ ते १९७४ हा कालखंड लेखन-संशोधन-संपादन कालखंड म्हणून धरावा लागतो.

याच १९६४च्या वर्षात त्यांनी तीन ग्रंथांसाठी निर्देशसूची तयार केल्या. अशा निर्देशसूची तयार करण्यामागची त्यांची प्रेरणा कोणती? हे कष्टाचे, इतरांना बिनमहत्त्वाचे वाटणारे कार्य त्यांना का करावेसे वाटले याचे मला कुतूहल आहे. कदाचित त्यांचे पीएच. डी.चे मार्गदर्शक प्रा. रा. श्री. जोग यांचा 'गौरवग्रंथ' असल्याने ते या निर्देशसूचीच्या कार्याकडे वळले का? पण तसे वाटत नाही, त्याच वर्षात त्यांनी दि. के. बेडेकर यांच्या *साहित्यविचार* (मे १९६४) आणि *महाराष्ट्रीयांचे काव्यपरीक्षण* या ग्रंथाच्या दुसऱ्या आवृत्तीसाठी सुद्धा (डिसेंबर १९६४) निर्देशसूची तयार केली. या ग्रंथाचे 'शुद्धिपत्र आहे... असावे...' हे त्यांनी तयार केले.

निर्देशसूचीचे कार्य किती कष्टप्रद आहे, हे त्यांनी असे काम केले आहे त्यांनाच समजू शकते आणि निर्देशसूचीचे ग्रंथासाठी काय मोल आहे, महत्त्व आहे ते केवळ चोखंदळ अभ्यासक, व्यासंगी, शोधक, सर्जक संशोधकच जाणू शकतात. 'अस्सल' संशोधकांचा ग्रंथवाचनाचा प्रवासच मुळी उलटा सुरू होतो. ते प्रथम ग्रंथनिर्देशसूची पाहतात आणि ग्रंथवाचनाला प्रारंभ करतात. ग्रंथवाचनाचा प्रारंभबिंदू जे निर्माण करतात त्यांचे महत्त्व फक्त मोजक्याच जाणकारांना समजेल.

हाच प्रकार एखाद्या ग्रंथाच्या शुद्धिपत्राबाबतही म्हणता येईल. शुद्ध आवृत्ती, निर्दोष ग्रंथमुद्रण असणे ही अभ्यासकांची नितांत गरज असते आणि किमान पुढच्या आवृत्तीत मागच्या आवृत्तीतील मुद्रणदोष काढून टाकणे गरजेचे असते. ते कार्य होतेही, मात्र छपाई सुरू असताना शेवटी बांधणीच्या वेळी सापडत गेलेले मुद्रणदोष बऱ्याचदा शुद्धिपत्रात समाविष्ट

केले जातात. अर्थात त्या काळातील छपाई पद्धतीमुळे असे करावे लागत असे. एक फॉर्म छापून झाल्यावर खिळे सोडवून दुसऱ्या फॉर्मचे काम सुरू होत असे. त्यामुळे छापून झालेल्या पानांना, ग्रंथ पूर्ण होईपर्यंत वेळही चांगलाच मिळत असल्याने, शुद्धिपत्र जोडणे शक्यही होत असे. आज संगणकीय छपाईतंत्रात शेवटपर्यंत आणि समाधान होईपर्यंत मुद्रिते तपासता येतात, चुका सुधारता येतात. त्यामुळे आजच्या पिढीला 'शुद्धिपत्रा'चे महत्त्व कळणार नाही. अर्थात म्हणून आजची पिढी शुद्धतेबाबत सभान आहे असे नाही. १९६४ साली जसा चुनेकरांच्या लेखनकार्याचा संचार विविधांगी दिसून येतो, तसा तो १९६५-६६-६७ मध्ये विशेष दिसून येत नाही. त्यातही ६५-६६ साली तर ओघ जरा कमीच दिसतो.

१९६५ साली परीक्षणांवर भर दिलेला आहे. 'गुरुदेव रा. द. रानडे चरित्र आणि तत्त्वज्ञान' शं. गो. तुळपुळे ('मसाप', जुलै १९६५), हे एक परीक्षण एक छोटेखानी पत्र ('मसाप', ऑक्टोबर १९६५) इतकेच लेखन प्रसिद्ध झालेले दिसते.

१९६६ साली दोन परीक्षणे, दोन लेख त्यांनी प्रसिद्ध केलेले दिसतात. 'जैत रे जैत' गो. नी. दांडेकर ('मसाप', जानेवारी-मार्च १९६६) आणि 'नाटक झाले जन्माचे' ल. ना. भावे (साहित्य सहकार, जून १९६६) ही परीक्षणे तर केशवसुतांच्या काव्यावर लिहिलेले दोन लेख. १ ऑक्टोबर १९६६च्या 'मांडवी'च्या अंकात प्रसिद्ध झाला. (न परि हरपलें तें गंवसें) आणि दुसरा ऑक्टोबर १९६६च्या 'मुद्रा' नियतकालिकात झाला. (केशवसुत-संप्रदाय काही विचार). १९६६च्या तुलनेत १९६७ साली जरा त्यांच्या लेखांचा ओघ थोडा अधिक म्हणायला हवा.

एक शून्य बाजीराव, चिं. त्र्यं. खानोलकर ('साहित्य सहकार', मे १९६७) आणि *वाङ्मयीन चिंतन* पंडित आवळीकर ('मसाप', जुलै-सप्टेंबर १९६७) ही दोन ग्रंथांची परीक्षणे, 'केशवसुतांचा निसर्ग' हा 'मांडवी' सप्टेंबर १९६७ मधील लेखाव्यतिरिक्त ते आणखी काही वेगळ्याच लेखनाकडे वळलेले दिसतात. ज्या डॉ. माधवराव पटवर्धनांच्या, माधव जूलियन, यांच्या काव्यावर त्यांनी पीएच. डी. मिळवली, त्या विषयातील लेखनाकडे १९६३ पासून ते काहीही लिहीत का नव्हते ते कळायला सध्या मार्ग नसला तरीही ३० जुलै १९६७ रोजी त्यांनी आकाशवाणीवर 'माधव जूलियन : काव्यदर्शन' या विषयावर भाषण दिले होते. आकाशवाणीने हा कार्यक्रम विद्यापीठाकरिता आखलेला होता. त्या मालिकेतील हे भाषण आहे, पण भाषण का असेना चार वर्षांनंतर ते माधवराव पटवर्धनांकडे वळलेले दिसतात हे उत्तमच झाले.

१९६७ मधील त्यांच्या आणखी दोन लेखांमुळे विशेष लक्ष वेधले जाते. पैकी एक आहे 'साहित्य सहकार'च्या फेब्रुवारी १९६७ मधील लेख. 'संशोधनातील सावधानता' हा त्यांचा लेख पुन्हा त्यांच्या पीएच. डी.च्या कार्यातून प्राप्त झालेल्या अनुभवावर आधारित होता, परंतु पुढे जे ते 'मराठी संशोधन मंडळा'च्या कामात गुंतले आणि त्यांनी तेथे संशोधन पद्धतीवर जे महत्त्वाचे चिंतन मांडले त्याचा हा पूर्वार्धच म्हणायला हवा.

जून १९६७च्या 'वीणा' मासिकात प्रकाशित झाला. याला लेख म्हणावे की, चर्चावृत्तान्तात्मक लेख म्हणावे की सरळ सरळ 'रिपोर्ताज्' म्हणावे, याविषयी माझ्या मनात संभ्रम आहे. पुण्यात 'व्हिनस' प्रकाशना तर्फे त्यांच्या लेखकांचे वार्षिक स्नेहसंमेलन झाले. त्या संमेलनात 'अश्लीलाचा प्रचार व नियंत्रणाची शक्याशक्यता' या विषयावर चर्चा झाली होती, त्या विषयावरचा हा लेख आहे. अशाच प्रकारचे लेख त्यांनी पुढील काळातही लिहिलेले दिसतात व ते लेख 'वीणा' (जुलै १९६८, १९६९, मे १९७०) मासिकाने आवर्जून प्रकाशितही केलेले आहेत. प्रत्येक स्नेहसंमेलनात विषयांचे वैविध्य तर आहेच पण समकालीन काळातील प्रवाहाचे दर्शन घडवणारे हे लेखन आहे. थोडक्यात १९६६ ते १९६७ या वर्षात चुनेकरांचा ओढा केशवसुतांच्या कवितेकडे प्रामुख्याने दिसतो. त्यांचे हे लेखन 'सहा साहित्यकार' या त्यांच्या लेखसंग्रहात समाविष्ट झाले आहे.

१९६८ हे वर्ष त्यांच्या आयुष्यात एकदम नवे वळण घेणारे ठरले. लेखनाच्या दृष्टीने वेग मंदावला असे जाणवले. 'मांडवी'च्या पु. शि. रेगे विशेषांकात त्यांनी 'पु. शि. रेगे यांच्या कादंबऱ्या : काही प्रश्न, काही उत्तरे' असा एक लेख लिहिला, दोनएक पुस्तकाची परीक्षणे लिहिली पण बहुधा ते 'बालकवी विषयक सूची' करण्याच्या कामात अडकले असावेत. म्हणूनही कदाचित लेखन झाले नसावे. 'बालविहंग' संपा. अनुराधा पोतदार, या ग्रंथात ती सूची समाविष्ट झाली आहे. दुसरे असे की, ते मुंबईच्या 'मराठी संशोधन मंडळा'त ऑगस्ट १९६८ मध्ये 'रीडर' या पदावर नियुक्त झाले. म. सं. मंडळ ही किती महत्त्वाची संस्था आहे, ते सांगायला हवे.

'मराठी संशोधन मंडळ' ही संस्था १९४८ साली मुंबई मराठी ग्रंथसंग्रहालयाच्या पुढाकाराने स्थापन झाली. गुंजीकर व्याख्यानमालेत प्रा. अ. का. प्रियोळकर निबंध वाचणार होते आणि त्या सभेचे अध्यक्ष होते, सर चिंतामणराव देशमुख. प्रा. प्रियोळकरांचा निबंध झाल्यावर आपल्या अध्यक्षीय भाषणात देशमुख म्हणाले की, 'मराठी भाषा, मराठी वाङ्मय यामध्येच केवळ आणि प्रामुख्याने मध्ययुगीन व प्राचीन वाङ्मयावर संशोधन व्हावे यासाठीच केवळ खास स्वतंत्र संशोधन संस्था स्थापन झाली पाहिजे. प्रा. प्रियोळकरांच्या अथक परिश्रमाने आणि मुंबई सरकारच्या, विशेषत: बाळासाहेब खेरांच्या, सहकार्याने 'मराठी संशोधन मंडळ' ही संस्था स्थापन झाली. पुढे ही संस्था पीएच. डी. (मराठी विषयात) करण्यासाठी मुंबई विद्यापीठाशी संलग्न झाली. अनेक संशोधन प्रकल्प संस्थेने पूर्ण केले. 'मराठी संशोधन पत्रिका' नावाचे त्रैमासिक संस्थेने १९५३ पासून सुरू केले. कोश, सूची वाङ्मय, संशोधनपर ग्रंथ, पुस्तिका यांचे प्रकाशन करता करता 'मराठी वाङ्मय कोश' यासारखा प्रकल्प संस्थेने हाती घेतला. डॉ. चुनेकर जेव्हा संस्थेत आले तेव्हा प्रा. रा. भि. जोशी संस्थेचे संचालक होते व ते काहीच दिवस संचालक असणार होते, पण ते पुढे दोन-अडीच वर्षे थांबले. त्यामुळे डॉ. चुनेकरांना संचालकपद मिळाले नाही. प्रा. रा. भि. जोशी यांनी संचालकपदाचा राजीनामा दिल्यावर तीन-चार महिने डॉ. चुनेकरांचा पदभार होता, पण नंतर प्रा. म. वा. धोंड अर्धवेळ संचालक म्हणून आले. प्रा. जोशींच्या आजारपणाच्या कारणामुळे व

प्रा. धोंडांच्या प्राध्यापकीय कार्याच्या कार्यबाहुल्यामुळे खरेतर डॉ. चुनेकरांनीच १९६८ ते १९७३ पर्यंत संशोधन मंडळाचा पदभार सांभाळला. त्यातही महत्त्वाचे म्हणजे एक हाती, जरी संपादक मंडळ होते तरीही, 'मराठी संशोधन पत्रिके'चे संपादक पद आणि संपादनकार्य अत्यंत समर्थपणे त्यांनी सांभाळले. डॉ. चुनेकरांच्या 'मराठी संशोधन मंडळा'तील कार्याची पुढे स्वतंत्रपणे दखल घेण्यात येणार आहे. इतकी ती महत्त्वाची आहे. १९७३च्या अखेरीस डॉ. चुनेकरांनी 'मराठी संशोधन मंडळ' सोडले. इथून पुढे त्यांच्या आयुष्याने वेगळेच वळण घेतले, पण १९६८ ते १९७३ या पाच वर्षांत त्यांचे संपन्न असे संपादन, लेखन, प्रकाशनाचे कार्य घडून आले. तेही थोडक्यात पाहूया.

१९६८ सालातील त्यांच्या लेखनाचे स्वरूप आपण मागे बघितलेच आहे. ऑगस्ट १९६८ मध्ये 'मराठी संशोधन मंडळा'ने आल्या आल्या तिथे दोन बाबी घडल्या. त्यांना मराठी संशोधन मंडळाच्या कार्यकारिणी समितीत घेण्यात आले आणि दुसरी महत्त्वाची गोष्ट म्हणजे त्यांना 'मराठी संशोधन पत्रिके'च्या संपादक मंडळात घेण्यात आले. त्या वेळी प्रा. रा. भि. जोशी पत्रिकेचे मुख्य संपादक होते आणि संपादक मंडळात डॉ. स. गं. मालशे, गं. दे. खानोलकर, डॉ. व. दि. कुलकर्णी, ज. शां. देशपांडे आणि डॉ. सु. रा. चुनेकर होते. प्रा. रा. भि. मुख्य संपादक असले तरी सर्व संपादकीय कार्य डॉ. चुनेकरच करीत होते, तसा उल्लेख मंडळाच्या पुढील वार्षिक वृत्तान्तातही नमूद केला आहे. त्यामुळे ऑक्टोबर-नोव्हेंबर-डिसेंबर १९६८च्या अंकांपासूनची जबाबदारीच चुनेकरांवर पडली होती. त्यामुळेही १९६८ मधील त्यांच्या लेखनकार्यावर त्याचा ताण आला असावा.

जानेवारी १९६९ पासून मात्र त्यांच्या लेखन-संशोधन व सूची कार्याने विलक्षण गती घेतलेली जाणवते.

'मराठी संशोधन पत्रिका'साठी लिहिलेल्या संपादकीयांपासून लेख-सूचींसह त्यांनी अन्यत्रही लेखन केलेले दिसते. इतरही काही बाबी दिसून येतात.

४, ५, ६ जानेवारी १९६९ रोजी वर्ध्याला अखिल भारतीय साहित्य संमेलन भरले होते. त्या संमेलनाला डॉ. चुनेकर 'मराठी संशोधन मंडळा'च्या वतीने हजर होते. जाने.-मार्च १९६९च्या 'मराठी संशोधन पत्रिके'त 'भाषांतरविषयक एक प्रश्न' असा एक छोटासा लेखही त्यांनी प्रकाशित केला. पुढे दि. वि. काळे यांचे त्या लेखावरचे एक पत्रही प्रसिद्ध झालेले दिसते. (जुलै १९६९)

इतरत्रही त्यांनी तितक्याच हिरिरीने लेखन केले आहे. '१९६७ सालातील वैचारिक वाङ्मय' ('मसाप', जानेवारी-मार्च १९६९), 'अभिरुचि' मासिकाच्या राम गणेश गडकरी विशेषांकांचं 'साहित्य सहकार'मध्ये (मार्च १९६९) केलेले परीक्षण, 'मराठी नियतकालिकाच्या सूचीच्या' पहिल्या खंडाचे 'मसाप'मध्ये (एप्रिल-जुलै १९६९) केलेले महत्त्वाचे परीक्षण, अशा लेखनानंतरचा त्यांचा लेखनप्रवास एका महत्त्वाच्या आणि दुर्लक्षित विषयाचा पाठपुरावा करणारा म्हणायला हवा.

'विसाव्या शतकाच्या पहिल्या चरणातील एक प्रमुख समीक्षक, साहित्यतत्त्व विमर्शक, प्राचीन मराठी काव्याचे संपादक, कवि बाळकृष्ण अनंत भिडे (१८७४-१९२९)' यांच्या लेखांच्या संपादनाचे काम त्यांनी मंडळासाठी हाती घेतले होते, त्यातून त्यांनी बाळकृष्ण अनंत भिडे यांच्या लेखांची व त्यांच्या कवितांची सूची तयार केली. 'बाळकृष्ण अनंत भिडे यांचा टीकाविचार' असा एक लेख 'साहित्य-सहकार'मध्ये (एप्रिल १९६९) प्रकाशित केला.

भिडे यांच्या वाङ्मयाची सूची प्रथम 'मराठी संशोधन पत्रिके'त (एप्रिल १९६९) प्रकाशित झाली. त्यावर अनेक मान्यवरांनी पत्रे पाठवून कौतुक केले. त्यात वि. स. खांडेकर, दत्तो वामन पोतदार, भ. श्री. पंडित, दि. वि. काळे, वा. मा. पाठक आदींचा समावेश होता. दत्तो वामनांचे पत्र तर पत्रिकेत प्रकाशित झाले आहे. (जुलै १९६९)

हीच सूची मंडळाने २ मे १९६९ रोजी, म्हणजेच बाळकृष्ण अनंत भिडे यांच्या ४०व्या पुण्यतिथी पुस्तिकेच्या रूपात प्रकाशित केली. डॉ. सु. रा. चुनेकरांचे पहिले पुस्तक प्रकाशित झाले. १९६९ सालातील ही त्यांच्या दृष्टीने अपूर्व घटना असावी.

भिड्यांच्या लेखसंग्रहाचे काम करीत असताना जशी त्यांच्या वाङ्मयाची सूची चुनेकरांनी तयार केली तशी भिडे यांनी लिहिलेल्या आणि प्रकाशित केलेल्या कवितांची सूचीही त्यांनी तयार केली. ही कवितांची सूचीही प्रथम पत्रिकेत (ऑक्टोबर १९६९) प्रकाशित झाली आणि पुढे तीच सूची पुस्तिकेच्या रूपात 'मराठी संशोधन मंडळा'ने प्रकाशित केली.

भिडे लेखसंग्रहाचा पाठपुरावा एका बाजूने चुनेकरांच्याकडून सुरूच होता. २४ ऑगस्ट १९६९ ते ३१ ऑगस्ट १९६९ या काळात चुनेकरांना मंडळातर्फे पुण्याला पाठवण्यात आले. भिडे लेखसंग्रह आणि 'मराठी संशोधन मंडळा'चा जो महत्त्वाकांक्षी प्रकल्प होता, 'मराठी वाङ्मय कोश' हा या कोशाच्या कामासाठीही चुनेकर पुण्यात काही जाणकार अभ्यासकांना भेटायला आले होते. त्यांच्या भेटी घेऊन त्यांचे मंडळाला साहाय्य मिळवण्याचा त्यांनी यशस्वी प्रयत्न केला होता. याच प्रवासामुळे त्यांना श्री. सु. बा. कुलकर्णी यांच्याकडून सात जुनी हस्तलिखितेही मिळाल्याचा उल्लेख वृत्तान्तात आहे, पण ही हस्तलिखिते नेमकी कोणती त्याचा उलगडा होत नाही. तसेच भिडे लेखसंग्रहाविषयीसुद्धा माहिती मिळत नाही.

मात्र पुढे ते २८ नोव्हेंबर ते १ डिसेंबर १९६९ला मंडळातर्फे मुरुड-जंजिरा येथे गेले होते, ते खास भिडे लेखसंग्रहाच्या निमित्तानेच. तिथे त्यांनी भिडे यांच्याशी संबंधित विविध व्यक्तींशी संपर्क साधला. आठवणी जमा केल्या. छायाचित्रे मिळवली. स्थळांना भेटी दिल्या. मंडळाच्या ६९-७०च्या वार्षिक अहवालात हा तपशील सापडतो.

आता कोणालाही असा प्रश्न पडेल की हे भिडेपुराण कशासाठी? इतका त्रास घेऊन, कष्ट करून, पत्रिकेच्या ऑक्टोबर १९६९च्या अंकाच्या मलपृष्ठावर 'आगामी प्रकाशन' म्हणून जाहिरात करून, *सुंदर उतारे* या त्यांच्या दुसऱ्या संपादित पुस्तकातही 'भिडे लेखसंग्रहा'ची जाहिरात करूनही २०१७ पर्यंत हा लेखसंग्रह प्रकाशित होऊ शकला नाही. का ते मात्र समजू शकत नाही. ४७-४८ वर्षे जाहिरात होऊनही प्रकाशित न झालेले चुनेकरांचे हे कदाचित एकमेव पुस्तक म्हणायला हवे. आता पुन्हा 'मराठी संशोधन मंडळा'ने

या पुस्तकाच्या प्रकाशन कार्याला प्रारंभ केला आहे. जे संपादित पुस्तक प्रथम या गटात आले असते ते दुर्दैवाने रखडले. असो.

मागे जे त्यांनी आकाशवाणी केंद्रावर 'माधव जूलियन : काव्यदर्शन' हे जे भाषण दिले होते, ते भाषण 'युगवाणी' मासिकाने प्रसिद्ध केले. (नोव्हेंबर-डिसेंबर १९६९) 'मराठी संशोधन पत्रिके'च्या कार्यात आणि एकूणच 'मराठी संशोधन मंडळा'च्या इतर संशोधकीय कार्यात जम बसून चुनेकरांनी पत्रिकेत विविध प्रकारचे नवे नवे बदल करायला प्रारंभ केला.

ऑक्टोबर १९६९च्या अंकात त्यांनी *सूचींची सूची* या त्यांच्या वेगळ्याच आणि मराठी सूची वाङ्मयाला अपरिचित असणाऱ्या प्रकाराचा पहिला हप्ता प्रकाशित केला. विविध नियतकालिकांत आणि ग्रंथात विखरून पडलेल्या सूचींची सूची तयार करण्याची कल्पना त्यांना सुचली आणि ती त्यांनी पत्रिकेच्या माध्यमातून अमलात आणली. एखाद्या लेखकाची, विषयाची तयार सूची मिळणे हे त्या त्या अभ्यासकाला किती महत्त्वाचे असते हे नव्याने सांगायला नको. अभ्यासक ज्या विषयावर संशोधन करीत आहे, त्या विषयाची तयार सूची कुठे आहे, याचा शोध तो संशोधक घेत असतो, अशा अभ्यासकांना ही सूचींची सूची उपयुक्त ठरू शकते. या नव्याच कल्पनेमुळे चुनेकरांच्या एकूण संपादकीय कार्याची दिशा काय होती तेही समजू शकते.

१९७० हे वर्ष तर 'मराठी संशोधन पत्रिका', इतर समीक्षा लेखन, ग्रंथसंपादनाचे काम, संचालकपदाचा अधिभार, ऑक्टोबर १९७० मध्ये आलेले पत्रिकेचे कार्यकारी संपादक पद, ग्रंथनिर्देशसूची, 'मराठी संशोधन पत्रिके'तील नवेनवे प्रयोग यामुळे अगदी पूर्णत: भरगच्च स्वरूपाचे दिसून येते.

सूचींची सूची या अनोख्या प्रयोगाविषयी आपण मागे पाहिलेच आहे. तसेच विविध प्रयोग त्यांनी पत्रिकेत नव्याने सुरू केले. त्यासाठी त्यांनी घेतलेले कष्ट, दिलेला वेळ आणि अचूकतेविषयी बाळगलेली जाणीव या तीन गुणांचे दर्शन त्यातून घडले.

डॉ. चुनेकरांनी जानेवारी १९७०च्या 'मराठी संशोधन पत्रिके'त 'लेख-सार-संकलन' नावाचे एक नवेच सदर (सदर म्हणावे का?) सुरू केले. संशोधनपर जी नियतकालिके प्रकाशित होतात, त्या लेखांचे सार थोडक्यात, पण लेखनाचा रोख लक्षात येईल या पद्धतीने ते दिलेले आहे. ही नियतकालिकेसुद्धा अशी निवडलेली होती की, ती सर्वसामान्य वाचकांना सहजासहजी उपलब्ध नव्हती. चुनेकरांचे वैशिष्ट्य असे की, लेखांचे सार देण्याआधी ते त्या त्या नियतकालिकाचीही माहिती देत असत. त्यामुळे ते नियतकालिक किती महत्त्वाचे आहे याचाही अंदाज वाचकाला येत असे. हा उद्योगच किती कष्टाचा आणि वेळखाऊ आहे, याचा अंदाज वाचकांना नक्कीच येईल. ज्या काळात केवळ लेखांची यादी/सूची देण्याचा वा प्रकाशित करण्याची प्रथा होती, त्या काळात 'वर्णनात्मक सूची' देण्याचा प्रघात सुरू करण्याचे श्रेय नक्कीच चुनेकरांना द्यावे लागेल. असे 'लेख-सार-संकलना'चे हप्ते पुढे पत्रिकेत तीन-चार वेळा तरी सापडतात. प्रत्येक हप्त्यात आलेले लेख इतके महत्त्वाचे आहेत की या 'लेख-सार-संकलना'चेच एक छोटेखानी पुस्तक काढायला हवे. किमान

१९६९-१९७१ या काळातील महत्त्वाच्या संशोधनपर लेखांची सारासकटची सूची तरी अभ्यासकांना उपलब्ध होईल.

असाच एक प्रकार त्यांनी नव्याने चालना देऊन पत्रिकेत पुन्हा सुरू केला. महाराष्ट्रातील विविध विद्यापीठांत मराठी विषयात पीएच. डी. पदवीसाठी जे संशोधन झाले आहे, होत आहे त्याची सूची प्रकाशित करण्याला त्यांना चालना दिली. असा एक हप्ता पूर्वी पत्रिकेत येऊन गेला होता. ऑक्टो. १९७०च्या पत्रिकेच्या अंकातील संपादकीयात त्यांनी पीएच. डी. सूची का प्रकाशित करायला हवी याविषयीची भूमिका मांडली होती, पण ते केवळ भूमिका मांडून थांबले नाहीत, तर सर्वच विद्यापीठांच्या मागे लकडा लावून त्यांनी याद्या मिळवल्या, त्यावर योग्य ते संस्कार, रचना केली आणि जसजशी विद्यापीठाकडून माहिती येईल, तसतसे हप्ते प्रकाशित केले. पुढे प्रा. रमेश तेंडुलकर यांनी त्यांच्या कार्यकाळात १९७१ ते १९८० अशा कालावधीतील सूची प्रकाशित करून डॉ. चुनेकरांचे कार्य पुढे नेले आणि आता तर नागपूरच्या डॉ. व. वि. कुलकर्णी यांनी 'पीएच. डी. सूची'च ग्रंथरूपाने प्रकाशित केली.

पत्रिकेतील असे कार्य सुरू असताना त्यांचे इतर प्रकाशकांच्या ग्रंथांसाठीचे निर्देशसूचीचे कामही तितकेच जोरात सुरू होते. मौज प्रकाशन गृहाच्या *रामदास : वाङ्मय आणि कार्य* (प्रा. न. र. फाटक) या पुस्तकाच्या दुसऱ्या आवृत्तीचे काम सुरू होते. या दुसऱ्या आवृत्तीला चुनेकरांनी निर्देशसूची बनवून दिली. मला असे वाटते मौज प्रकाशन परिवाराशी चुनेकरांचा संबंध याच काळात आला आणि पुढे ते या परिवाराचेच एक सदस्य होऊन गेले. याच काळात त्यांनी मौजेच्या आणखीन एका पुस्तकाला वसुधा परांजपे यांच्या सहकार्याने निर्देशसूची तयार केली. प्रभाकर पाध्ये यांचे *मर्ढेकरांची सौंदर्यमीमांसा* या पुस्तकाला ती सूची जोडण्यात आली. पाध्ये यांनी दोघांचा गौरवपूर्ण उल्लेख आपल्या प्रस्तावनेत केला आहे.

प्रा. रा. श्री. जोग एकदा डॉ. चुनेकरांना म्हणाले होते की, 'लवकरच तुम्ही आता सूची प्रकरणातून बाहेर या.' डॉ. चुनेकर त्यातून बाहेर तर आले नाहीतच पण अधिकाधिक अडकत गेले, असे त्यांनी स्वत:च नमूद केले आहे आणि या सर्व कार्यातून ते स्पष्टपणे दिसूनही येते आहे.

सूचीच्या व्यतिरिक्तही त्यांचे समीक्षालेखन सुरूच होते. ते थांबलेले नव्हते. 'वीज म्हणाली धरतीला' ('अभिरुचि', जून १९७०), 'केवढे हे कौर्य' ('आलोचना', ऑगस्ट १९७०), 'बोरकरांचे लघुनिबंध – कागदी होड्या' (मांडवी, ३० नोव्हें. १९७० बोरकर विशेषांक) असे काही महत्त्वाचे लेख त्यांनी लिहिले. यांपैकी बोरकरांवरचा लेख सोडला तर उरलेले दोन लेख त्यांनी त्यांच्या 'अंतरंग' या लेखसंग्रहात समाविष्ट केले आहेत. त्यातही 'अभिरुचि'तील लेखावर त्याच नियतकालिकात काही पत्रव्यवहारही झाला होता. तो पत्रव्यवहारही त्यांनी, त्याबाबतची भूमिका स्पष्ट करून (प्रस्तावनेत) संग्रहात समाविष्ट केला आहे.

'मराठी संशोधन पत्रिके'त केवळ स्वत:च्याच सूचीकार्याचे ते प्रयोग करीत राहिले असे नाही. त्यांनी त्यांच्या कालखंडात विविध संशोधकांच्या सूचीही प्रकाशित करण्यावर भर दिला. उदाहरणार्थ, डॉ. स. ल. कात्रे, डॉ. रा. चिं. ढेरे इत्यादी. पण पत्रिकेच्या कार्याबरोबरच

'मराठी संशोधन मंडळा'च्या अन्य संशोधनपर आणि ग्रंथप्रकाशन कार्यातही त्यांचा तितकाच सहभाग होता.

सर गोविंद दीनानाथ माडगावकर स्मारकातर्फे 'मराठी संशोधन मंडळा'ला त्या काळात देणगी प्राप्त झाली होती. या देणगीतून ग्रंथप्रकाशित करायचे होते. त्या माध्यमातून १९५४ साली *महाराष्ट्र भाषेचे व्याकरण* हा ग्रंथ प्रथम पुष्प म्हणून प्रकाशित करण्यात आला. नंतर गोविंद नारायण माडगावकर यांचे संकलित वाङ्मय प्रकाशित करण्याचे योजिले गेले. त्यातील पहिला खंड १९६८ साली आणि दुसरा खंड १९६९ साली प्रकाशित झाला. तिसऱ्या खंडाचे संपादन डॉ. स. गं. मालशे आणि डॉ. सु. रा. चुनेकर यांनी केले होते. ग्रंथाला डॉ. मालशे यांची प्रस्तावना आहे. 'शुद्धिपत्र' कदाचित डॉ. चुनेकरांचे असावे असे वाटते. हा ग्रंथ २६ डिसें. १९७० रोजी मंडळाने प्रकाशित केला. चुनेकरांचा पहिला (सह) संपादित ग्रंथ प्रकाशित झाला. पूर्वी भिड्यांच्या वाङ्मय/कवितेच्या सूचींच्या पुस्तिका प्रकाशित झाल्याच होत्या. त्यात या ग्रंथाची भर पडली. १९७० हे वर्ष असे अनेकविध कार्यानि झपाटलेपणात गेले असेच म्हणायला हवे.

१९७१ हे वर्ष तुलनेने जरा कमी धावपळीचे गेले असावे. किंवा चुनेकरांनी माधवराव पटवर्धनांच्या संशोधनकार्याच्या पुनर्लेखनाकडे लक्ष दिले असावे असे वाटते. 'सूचींची सूची दुसरा हप्ता' आणि पीएच. डी. सूची (जुलै १९७१), डॉ. य. खु. देशपांडे सूचीची पुरवणी (एप्रिल १९७१) अशी पत्रिकेतील कार्ये सुरू असतानाच डॉ. चुनेकरांनी एका महत्त्वाच्या विषयाकडे लक्ष पुरवलेले दिसते. तो विषय आहे राम गणेश गडकरी यांनी निवडलेले श्रीपाद कृष्ण कोल्हटकर यांच्या नाटकातील *सुंदर उतारे* या पुस्तकाचा. हे मूळ पुस्तक प्रथम १९०७ साली प्रकाशित झाले होते. २६ जानेवारी १९५६ रोजी याच पुस्तकाचे पुनर्मुद्रण झाले. *समाजात नटाची जागा आणि इतर दोन निबंध* या पुस्तकात या उताऱ्यांचा समावेश झाला होता. १९७१ साली चुनेकरांनी या पुस्तकाची संपादित आवृत्ती तयार करण्याचे ठरविले. पुढे हे संपादित पुस्तक २३ जानेवारी १९७२ रोजी 'मराठी संशोधन मंडळा'ने प्रकाशित केले, परंतु जानेवारी १९७१च्या 'मराठी संशोधन पत्रिके'तून ते टप्प्याटप्प्याने प्रकाशित झाले. या संपादित पुस्तकाची दोन महत्त्वाची वैशिष्ट्ये सांगता येतील. एक म्हणजे, या पुस्तकाला चुनेकरांनी लिहिलेली संशोधनावर आधारलेली अभ्यासपूर्ण प्रस्तावना आणि राम गणेश गडकरी यांनी निवडलेल्या श्रीपाद कृष्णांच्या नाटकांतील उताऱ्यांना चुनेकरांनी जोडलेल्या तळटिपा. तपशिलांचा त्यांनी घेतलेला शोध टिपांमधून स्पष्टपणे दिसून येतो. या कामातही चुनेकरांचा बराच काळ गेला असणार, कारण त्यांचा इतरत्र नियतकालिकात एखादाच लेख प्रकाशित झालेला दिसतोय. नोव्हेंबर-डिसेंबर १९७१चा 'आलोचना'चा अंक श्रीपाद कृष्ण कोल्हटकर विशेषांक म्हणून प्रकाशित झाला होता. त्यात चुनेकरांनी 'श्रीपाद कृष्णांवरील समकालीन समीक्षा' असा एक लेख लिहिला होता. याव्यतिरिक्त काही लेखन दिसले नाही.

१९७१ प्रमाणेच १९७२ सालीही लेखनाची गती थोडी मंदच जाणवते. *सुंदर उतारे* या पुस्तकाचे संपादन-प्रस्तावना लेखनाचे कार्य या वर्षीही सुरू होते. *मराठी संशोधन* नावाचे

खंड ५ व ६ असे दोन संपादित ग्रंथ 'मराठी संशोधन मंडळा'साठी संपादक या नात्याने त्यांनी प्रकाशित केले. मंडळाची अशी पद्धत होती की 'मराठी संशोधन पत्रिके'च्या एका वर्षात, म्हणजे चार अंकांत, प्रकाशित झालेल्या लेखांचा खंड प्रकाशित करायचा. पत्रिकेत त्यासाठी लेखांना सलग येतील असे क्रमांकही दिले जात असत. काही लेखांना स्वतंत्र पृष्ठांक दिले जात. त्याची स्वतंत्रपणे पुस्तके निघत. अशा या पद्धतीला अनुसरून १९७२ साली खंड ५ व ६ हे पत्रिकेतील लेखांचे खंड निघाले. त्याला जोडलेल्या प्रस्तावना या तांत्रिक स्वरूपाची माहिती देणाऱ्याच होत्या. फार वेगळे काही करायला तिथे वावही नव्हता.

१२ जून १९७२ रोजी चुनेकरांनी मुंबई आकाशवाणी केंद्रावर 'विस्मृत साहित्यिक' या विषयावर भाषण दिले. मात्र यातील विस्मृत साहित्यिक कोण, त्याची मात्र उत्सुकता ताणलेलीच आहे.

१९७२ मधील लेखनाच्या संदर्भात दोन बाबी विशेष नजरेत भरतात. एक म्हणजे, लेखक म्हणून चुनेकरांचा 'सत्यकथा' मासिकात झालेला प्रवेश आणि कधी नव्हे ते चुनेकर वर्तमानपत्रातही लिहिताना सापडतात. 'आधुनिक कवितेचे प्रणेते भाग १-२ भवानीशंकर पंडित' यांच्या पुस्तकाचे परीक्षण त्यांनी 'सत्यकथे'साठी (ऑगस्ट १९७२) लिहिले आणि 'कवि राधारमण' हा लेख त्यांनी 'नवशक्ती'साठी लिहिला. (१८ नोव्हेंबर १९७२). 'मटा', लोकसत्ता वगैरे महत्त्वाच्या वर्तमानपत्रात त्यांनी काही लिहिले आहे का, हे शोधायला हवे, अशी उत्सुकता हा लेख निर्माण करतो.

१९७३ हे वर्ष डॉ. चुनेकरांच्या आयुष्यातले एक महत्त्वाचे वर्ष. इथून त्यांच्या जीवनाचा प्रवास वेगळ्या वाटेने सुरू झाला आणि त्याचबरोबर त्यांच्या आयुष्यातील 'सोन्याचा क्षण/वर्ष' म्हणून गणले जावे अशा महत्त्वाच्या दोन घटना या वर्षात घडून आल्या.

१९७३ हे 'मराठी संशोधन मंडळा'चे रौप्य महोत्सवी वर्ष होते, त्यानिमित्ताने मंडळाने प्रा. अ. का. प्रियोळकरांचा मंडळ स्थापना दिनी म्हणजेच १ फेब्रुवारी १९७३ रोजी सत्कार आयोजित केला होता. त्याच निमित्ताने डॉ. चुनेकरांनी प्रा. अ. का. प्रियोळकरांच्या वाङ्मयाची सूची तयार करायला घेतली होती. मात्र प्रियोळकरांची तब्येत ढासळत गेली आणि मंडळावर १३ एप्रिल १९७३ रोजी शोकसभा घेण्याची वेळ आली. असे प्रा. म. वा. धोंडांनी एप्रिल १९७३च्या अंकातील संपादकीयात म्हटले आहे. हाच एप्रिल १९७३चा अंक संपूर्णपणे डॉ. चुनेकरांनी तयार केलेल्या सूचीने व्यापून गेला होता. (पृ. ४५) पुढे याच सूचीची २४ जुलै १९७३ रोजी स्वतंत्रपणे पुस्तिकाही निघाली आणि त्यानंतरच्या पुढच्या काळात म्हणजे १९९५ला प्रियोळकर जन्मशताब्दीनिमित्त याच पुस्तिकेची सुधारित दुसरी आवृत्तीही मंडळानेच प्रकाशित केली.

जानेवारी १९७३चा 'मराठी संशोधन पत्रिके'चा डॉ. चुनेकरांच्या संपादकत्वाखाली निघालेला शेवटचा अंक. नंतर चुनेकरांनी 'मराठी संशोधन मंडळ' सोडले. मात्र नेमकी तारीख, महिना नमूद नाही. एप्रिल १९७३ नंतर केव्हातरी चुनेकरांनी मंडळ सोडले असावे. एप्रिल १९७२ ते मार्च १९७३च्या अहवालात चुनेकरच 'कार्यकारी संपादक' असल्याचे नमूद

आहे, जरी प्रा. म. वा. धोंड, जे पूर्वी मंडळाचे अर्धवेळ संचालक होते, ४ ऑक्टोबर १९७२ नंतर निवृत्त झाल्यामुळे पूर्णवेळ संचालक झाले होते.

याच वर्षात, कदाचित १९७२ ही असेल, मुंबई विद्यापीठाने चुनेकरांना एम. ए.च्या वर्गासाठी मराठी विषय शिकवण्यास मान्यता दिली. त्यांनी तिथे काही तास अध्यापनही केले. मुंबई मराठी साहित्य संघातर्फे चालवण्यात येणाऱ्या विशारद या परीक्षेसाठीही त्यांनी अध्यापन केले. अध्यापनाच्या क्षेत्रातला त्यांचा प्रवेश पुढे त्यांना वीस वर्षे अध्यापनाच्या क्षेत्रात गुंतवून ठेवणारा ठरला.

याच्याबरोबरीने चुनेकरांच्या लेखनालाही विविध पद्धतीने प्रतिसाद मिळू लागल्याचे दिसते. १ जानेवारी १९७३ रोजी पुण्याच्या महाराष्ट्र साहित्य परिषदेने मराठी वाङ्मयाच्या इतिहासाचा खंड पाचवा, भाग दुसरा प्रसिद्ध केला. प्रा. रा. श्री. जोग या खंडाचे प्रमुख संपादक होते. या ग्रंथाकरिता खास चुनेकरांनी १८७५ ते १९२० या काळातील 'साहित्य, तत्त्वविचार आणि साहित्यसमीक्षा' असा दीर्घ (पृष्ठे २५६-३७८) इतिहास लिहिला. तो वाचला तर त्या लेखनासाठी गोळा केलेले तपशील आणि त्यांची केलेली अत्यंत पद्धतशीर तार्किक मांडणी पाहून थक्क व्हायला होते. 'माझी लाडकी हरिणी' कवि दत्त यांची एक असंग्रहित कविता ('सत्यकथा', फेब्रु. १९७३), 'समानधर्मा महाकवि' ('अभिरुचि', मार्च-एप्रिल १९७३) असे छोटे लेखही प्रकाशित झाले. *मराठी संशोधन* खंड ७ हा निवडक लेखांचा संग्रहसुद्धा त्यांनी मंडळ सोडण्यापूर्वी प्रकाशित केलेला दिसतो. परंतु या सर्व कार्यातील 'शिरपेचातील पीस' असे ज्याचे वर्णन करायला हवे, ते कार्य म्हणजे त्यांच्या पीएच० डी.च्या प्रबंधाचे पुस्तक!

माधवराव पटवर्धन : वाङ्मयदर्शन हे त्यांचे पुस्तक जून १९७३ मध्ये प्रख्यात प्रकाशन संस्थेने, मौज प्रकाशनाने, प्रकाशित केले. पुढे त्याची दुसरी आवृत्तीही निघाली.

हा ग्रंथ म्हणजे प्रबंधाचे जसेच्या तसे छापून काढलेले पुस्तक नाही. १९६३ साली त्यांना पीएच. डी. मिळाली, पुढे नऊ-दहा वर्षे ते माधवरावांच्या संबंधाने जे काही नवनवे धागेदोरे सापडत होते, जे नवे लिहिले जात होते, ते ते जमा करीत तर होतेच, पण त्यावर चिंतनही सुरू होते. पुस्तकासाठी त्यांनी प्रबंध बाजूलाच ठेवला आणि नव्याने सर्व भाग लिहून काढला. या पुस्तकाचे सार चुनेकरांच्याच शब्दात सांगायचे झाले तर असे सांगता येईल की, 'पटवर्धनांच्या समग्र वाङ्मयीन कार्याचा शोध घेऊन त्याचे विश्लेषण' त्यांनी केले आहे. या ग्रंथावर आणि *अंतरंग, सहा साहित्यकार* इत्यादी त्यांच्या ग्रंथांवर स्वतंत्रपणे लिहायला हवे आहे. मात्र १९७३ या वर्षाचा हा सर्वोच्च मानाचा बिंदू असे या घटनेचे वर्णन करायला हरकत नाही. आणि त्यातही दुधात साखर म्हणतात त्याप्रमाणे या वर्षाचा महाराष्ट्र शासनाचा पुरस्कारही मिळाला.

इथून पुढे त्यांच्या आयुष्याचा सांधा बदलला. चुनेकरांनी मुंबई सोडली. ते प्राध्यापक (मराठी विभाग) म्हणून संगमनेरच्या 'शिक्षण प्रसारक संस्थे'त रुजू झाले आणि त्यांचे प्राध्यापकीय आयुष्य सुरू झाले.

महाविद्यालयीन अध्यापन : संगमनेरला प्राध्यापक म्हणून रुजू होण्यापूर्वी मुंबईत त्यांचे काही वाङ्मयीन कार्य सुरू होतेच. उदाहरणार्थ, 'विचारविलसिते' हे 'ललित' मासिकातील लेखाचे लेखन (एप्रिल १९७४). ११, १२ मे १९७४ रोजी मुंबई मराठी साहित्य संघाने 'संशोधकांचा मेळावा' भरविला होता, त्यात चुनेकरांनी 'कोशरचना व मराठी कोशवाङ्मय' या निबंधाचे केलेले वाचन असे काही दाखले देता येतील, परंतु संगमनेरच्या 'शिक्षण प्रसारक संस्थे'त दाखल झाल्या झाल्याच त्यांच्यावर त्या महाविद्यालयाच्या वार्षिकाची, 'अर्घ्य'च्या संपादनाची, जबाबदारी पडली आणि पुढे १९७८ पर्यंत तरी या वार्षिकाचे संपादन चुनेकरच करीत होते.

१९७४ आणि १९७५ या दोन वर्षांत आणि विशेषत: संगमनेरच्या महाविद्यालयातील अध्यापनाची जबाबदारी स्वीकारल्यामुळे असेल किंवा बस्तान नीट बसण्यासाठी द्यावा लागणाऱ्या वेळेमुळे असेल पण म्हणावे तसे लेखन झालेले दिसत नाही. नाही म्हणायला, *सारे प्रवासी घडीचे* वर 'ललित'मध्ये त्यांनी एक लेख लिहिलेला (मार्च १९७५) दिसतो. दुसरे एका सूचीचे काम मात्र झालेले दिसते. अनुराधा पोतदार यांनी संपादित केलेल्या *कुसुमावती वाङ्मयदर्शन* या ग्रंथात त्यांनी 'कुसुमावती देशपांडे यांचे वाङ्मय आणि त्यांच्यावरचे वाङ्मय' अशी एक सूची करून दिलेली सापडते.

१९७६ साली मात्र त्यांच्या लेखनाला जरा वेळ मिळालेला दिसतो. 'खाडिलकरांचे नाट्यगुण' असा एक दीर्घ लेख त्यांनी लिहिला. 'हंस' मासिकाने दोन भागांत तो प्रसिद्ध केला. (फेब्रुवारी १९७९, मार्च १९७६) जून १९७६ मध्ये त्यांनी श्रीधर व्यंकटेश केतकर यांच्या *ब्राह्मणकन्या* पुस्तकाच्या पुनर्मुद्रणाला 'ब्राह्मणकन्या संदर्भसूची' तयार करून दिली. तर *मराठी विश्वकोशा* च्या चौथ्या खंडाचे प्रकाशन १९७६ साली झाले, त्यात त्यांच्या दोन नोंदी प्रकाशित झाल्या. १. कोशवाङ्मय (पृष्ठे ३७२-७४), २. वि. स. खांडेकर (पृष्ठे ६२८-२९). १९७६च्या फेब्रुवारीमध्ये त्यांनी तयार केलेली 'बखर वाङ्मय : अभ्यासाची साधने' ही सूची 'साहित्य सहकार' मासिकात प्रकाशित झाली.

१९७७ साली त्यांनी महाविद्यालयाच्या वार्षिकात 'कोशवाङ्मय व संदर्भवाङ्मय' या विषयावर लेख लिहिला, पण या वर्षातील अत्यंत महत्त्वाचे ठरणारे त्यांचे कार्य म्हणजे *माधव जूलियन : समग्र वाङ्मय* खंड १ व २च्या संपादनकार्यातील महत्त्वाचा सहभाग. विशेषत: दुसऱ्या खंडात त्यांनी 'माधव जूलियन यांची खंडकाव्ये' अशी एक दीर्घ प्रस्तावना लिहिली आहे. अर्थात 'डॉ. माधवराव पटवर्धन यांचा जीवनपट', रुबायांचे तुलनात्मक कोष्टक, शुद्धिपत्र, माधवरावांच्या पुस्तक प्रकाशनांचा इतिहास अशी काही नवी परिशिष्टेही चुनेकरांचीच असणार. पहिल्या खंडाला असणारी परिशिष्टेही चुनेकरांचीच आहेत, कारण तशीच परिशिष्टे *माधव जूलियन : वाङ्मयदर्शन* मध्ये आधीच आली होती. तीच या खंडांमधूनही आली आहेत. पण या दोन खंडांचे इतर संपादक प्रा. रा. श्री. जोग आणि द. न. गोखले यांच्यासह तयार झालेले हे खंड अतिशय महत्त्वाचे संदर्भसाधन म्हणून वाङ्मय क्षेत्रात प्रसिद्ध पावले आणि त्यांनी १९५८ नंतर ज्या वाङ्मयाचा व वाङ्मयसेवकाच्या लेखनकार्याचा

ध्यास घेतला, त्याला प्रबंधानंतर आकाशवाणीवरील भाषणाने प्रारंभ होऊन, पुढे लेख, ग्रंथराज आणि खंडात्मक कार्याचे प्रकाशन असे विविध धुमारे फुटू लागले.

११ जानेवारी १९७८ रोजी प्रा. डॉ. मु. श्री. कानडे आणि भालचंद्र खांडेकर यांनी संपादित केलेले *गाभारा* नावाचे पुस्तक प्रकाशित झाले. त्यात *ययाति* वर चुनेकरांनी एक लेख तर लिहिलाच, परंतु त्यांनी या ग्रंथासाठी 'ययाति संदर्भसूची'ही करून दिली. त्यांच्या महाविद्यालयाच्या वार्षिकात लिहिलेल्या लेखाची, 'ज्ञानवंत विचारवंतांची उपेक्षा', दखल 'प्रतिष्ठान' मासिकाने घेतली आणि त्या लेखाचे पुनर्मुद्रण केले. (जुलै-ऑगस्ट १९७८)

'मराठी संशोधन पत्रिके'त असताना त्यांनी 'सूचींची सूची'चे दोन हप्ते प्रकाशित केले होते. त्याचा तिसरा हप्ता प्रकाशित व्हायचा राहिला होता. तो त्यांनी 'महाराष्ट्र साहित्य परिषदे'च्या जुलै-डिसेंबर १९७८च्या अंकात प्रकाशित केला आणि एक मोठे कार्य तडीस गेले. या तिसऱ्या हप्त्यात १४० सूचींचा समावेश त्यांनी केला होता. पूर्वी १३३ सूची प्रसिद्ध झाल्या होत्या त्यात १४० सूचींची भर पडून आता २७३ सूचींची सूची पुस्तकरूपासाठी तयार होती. पण तो योग पुढे खूप वर्षांनी आला.

१९७९ ते १९८० पुन्हा लेखनाच्या दृष्टीने शांतच वर्षे म्हणायला हवीत. १९७९च्या मे-जूनच्या 'अनुष्टुभ्'च्या अंकात 'दोन उतारे – एक समालोचन' असा एक लेख प्रकाशित झाला. हा त्या वर्षातला एकच लेख कदाचित. श्रीपाद कृष्ण कोल्हटकर आणि न. चिं. केळकर यांनी दिलेले 'शापसंभ्रम'मधील उताऱ्यांवरचे हे समालोचन आहे. मार्च १९८०च्या 'सत्यकथे'त 'मातृका'वर त्यांनी लिहिले. परंतु १९८० साली साहित्य अकादेमीने त्यांचे 'भारतीय साहित्याचे निर्माते' या मालेत 'माधवराव पटवर्धन' हे पुस्तक प्रकाशित केले. त्याची पुढे दोनदा पुनर्मुद्रणेही झाली. यामुळे त्यांचे कार्य सर्वदूर पसरले. १३ ऑक्टोबर १९८० रोजी वसईच्या कला, वाणिज्य, विज्ञान महाविद्यालयात 'अर्वाचीन मराठी वाङ्मयाची सांस्कृतिक पार्श्वभूमी' या विषयावर झालेल्या चर्चासत्रात त्यांनी 'कोशवाङ्मय' या विषयावर निबंध वाचला. हा लेख त्यांनी १७ सप्टेंबर १९८० रोजी लिहिला असे त्यांनी स्वत:च नमूद करून ठेवले आहे. परंतु या वर्षीचे सर्वात महत्त्वाचे कार्य म्हणजे त्यांनी 'दर्शन' नावाच्या ग्रंथासाठी केलेले सहसंपादन. हा ग्रंथ जरी पाहायला मिळालेला नसला तरी संगमनेर महाविद्यालयाने केलेल्या संगमनेर तालुक्याच्या विविध भागांच्या पाहाणीचा हा संग्रह आहे. 'दिशा दाखवणाऱ्या लेखांचा संग्रह' असे वर्णन वाचायला मिळाल्यावर उत्सुकता ताणली गेली.

१९८१ सालीही दोनच लेख दिसतात. एक 'ललित'मधला (ऑगस्ट १९८१) 'टिळक आणि आगरकर' आणि दुसरा प्रकाशित झाला तो ग्रंथामध्ये. 'महाराष्ट्र साहित्य परिषदे'करिता वसंत स. जोशी यांनी *भाषा व साहित्य : संशोधन* असा एक मराठी भाषा व वाङ्मयातील 'संशोधन पद्धती' विशद करणाऱ्या विविध लेखांचा खंड संपादून प्रकाशित केला. पुढे याच मालिकेत आणखी २ खंड निघाले. एकूण हे तीन खंड 'संशोधन पद्धती'साठी मराठी वाङ्मयाच्या संशोधकांना महत्त्वाचे ठरले आहेत. या ग्रंथाच्या पहिल्या खंडात चुनेकरांनी

'कोशरचना व मराठी कोशवाङ्मय' (पृष्ठे ४४२-६०) असा एक लेख लिहिला. हा लेख म्हणजे १२ मे १९७४ रोजी 'साहित्य संघा'त जो संशोधकांचा मेळावा झाला होता, त्यात जो चुनेकरांनी निबंध वाचला होता, त्याच्या आधारेच हा लेखविस्तार त्यांनी केला आहे, असे त्यांनी लिहून ठेवलेय.

१९८२ वर्षसुद्धा लेखननिर्मितीला अनुकूल नसावे, मात्र ग्रंथप्रकाशन कार्याला उत्तम ठरले. 'बा. सी. मर्ढेकरविषयक वाङ्मय' अशी एक सूची त्यांनी जून १९८२च्या 'साहित्य सहचर'मध्ये प्रकाशित केली, मात्र त्यांच्या लेखांचा संग्रह १५ जून १९८२ रोजी मुंबईच्या मॅजेस्टिक प्रकाशन संस्थेने प्रकाशित केला. *सहा साहित्यकार* या नावाने तो संग्रह अभ्यासकांचे लक्ष वेधून घेणारा ठरला. कारण त्यातील लेख विविध नियतकालिकांतून विखरून पडले होते, ते या निमित्ताने अभ्यासकांना एकत्रित उपलब्ध झालेच, पण त्या लेखांच्या लेखनस्वरूपामुळे वाचकांचे लक्ष या संग्रहाने वेधले.

आधुनिक मराठी वाङ्मय काही साहित्यिकांच्या लेखनाने गजबजून गेलेले आजही दिसते. त्यात ह. ना. आपटे, कवी केशवसुत, कृष्णाजी प्रभाकर खाडिलकर यांची नाटके, गोविंदाग्रज, माधव जूलियन आणि वि. वा. शिरवाडकर यांच्या साहित्याने तर मराठी वाचकांना भुरळ घातली होती. वाचनानंदाचा साक्षात्कार वाचकांनी या साहित्यिकांच्या साहित्यातून अनुभवला होता. त्यांच्या साहित्याने वाचकांना अनेक वेळा अंतर्मुख केले होते. चुनेकरांनी नेमका हाच धागा या सर्व लेखातून पकडला आहे आणि प्रश्नांना उत्तरे देत देत सोडवण्याचा प्रयत्न केला आहे.

महाविद्यालयात ते चांगलेच स्थिरावले होते. ज्येष्ठतेचा, व्यासंगी-अभ्यासक-संशोधक-लेखक म्हणून त्यांना महाविद्यालयात आदराचेही स्थान प्राप्त झाले होते, हे त्यांच्यावर त्या वेळी आलेल्या एका मोठ्या जबाबदारीवरून स्पष्ट होते. तसे पूर्वीच लिहिल्याप्रमाणे 'दर्शन' लेखसंग्रहाच्या कामावरून ते स्पष्टच झाले होते. त्यांच्या महाविद्यालयातील संशोधन करू पाहणाऱ्या तरुण प्राध्यापकांनी काही जाणत्या प्राध्यापकांकडे संशोधनकार्यास पूरक ठरेल अशा स्वरूपाचे मार्गदर्शन करावे अशी इच्छा व्यक्त केली होती. त्यानुसार महाविद्यालयात 'संशोधन तंत्र आणि अंतरंग' विषयावर १८, १९, २० मार्च १९८३ रोजी एक चर्चासत्र आयोजित करण्याचे ठरले आणि या चर्चासत्राचे निमंत्रक म्हणून डॉ. चुनेकरांकडे ती जबाबदारी आली. त्यांनी ती समर्थपणे पार पाडलीच पण त्यात त्यांचा असणारा सहभाग फार मोठा होता. चर्चासत्रात त्यांनी 'सूची : शास्त्र व उपयोग' असा एक निबंध तर वाचलाच, पण हे चर्चासत्र त्या महाविद्यालयाचे प्राचार्य म. वि. कौण्डिन्य यांच्या पन्नासाव्या वाढदिवसाच्या निमित्ताने आयोजित केले होते, त्यांच्या सत्काराच्या निमित्ताने चुनेकरांनी मोजके आणि नेमके भाषणही केले. पुढे या चर्चासत्रात वाचण्यात आलेल्या निबंधाचे पुस्तकही महाविद्यालयाने २९ नोव्हेंबर १९८३ रोजी प्रकाशित केले. त्याचे प्रमुख संपादक चुनेकरच होते. या ग्रंथाला अत्यंत लक्ष वेधून घेणारी प्रस्तावनाही चुनेकरांनी लिहिली आणि त्यात संशोधनासाठी लागणारी जिज्ञासा, सत्यनिष्ठा, निर्भयता, परिश्रमशीलता, चिकाटी, संशोधनाची विश्वसनीयता,

पूर्वग्रहविरहित दृष्टी, आत्मनिरपेक्ष वृत्ती, चर्चेला-चिकित्सेला खुले हवे असणारे मन अशा अनेक गुणांची आणि दुर्गुणांचीही चर्चा तर त्यांनी केली आहेच, पण वाङ्मयातले जे दाखले दिले आहेत, ते फारच वाचनीय आहेत. संशोधकांनी लक्षात घ्यावेत असे आहेत. या पुस्तकाच्या संपादनकार्यात सहसंपादक म्हणून प्रा. रंगनाथ पठारे आणि प्रा. दिलीप धर्म यांनी चुनेकरांना सहकार्य केले.

२९ नोव्हेंबर १९८३ हा दिवस चुनेकरांसाठी आणखी एका कारणासाठी विशेष ठरला. ज्याप्रमाणे चर्चासत्रातील निबंधांचे संपादित पुस्तक याच दिवशी प्रकाशित झाले, तसेच त्यांचे दुसरे एक पुस्तक महाराष्ट्र राज्य साहित्य आणि संस्कृती मंडळाने याच दिवशी प्रकाशित केले. 'डॉ. माधवराव पटवर्धन : वाङ्मयसूची' ही सूची त्याच दिवशी प्रकाशित झाली. पीएच. डी. पूर्ण झाल्यावर वीस वर्षांनी त्या विषयाची सूची प्रकाशित झाली. आता एक प्रश्न असा पडू शकतो की *माधवराव पटवर्धन : वाङ्मयदर्शन* (मौज प्रकाशन) या पुस्तकात खरेतर चुनेकरांनी माधवरावांच्या सर्व साहित्याची सूची परिशिष्टात दिली आहे. प्रकाशित कविता, स्थलकाल, लेख व भाषणे, टीकालेख, काव्यचिकित्सा, परीक्षणे व अभिप्राय, प्रस्तावना, सुनीत गजलांविषयी लेख, रसविचार व वाङ्मयानंदमीमांसा, लेखनशुद्धी, संकीर्ण, इंग्रजी लेख, अप्रकाशित लेख, पटवर्धन यांच्यासंबंधी वाङ्मय असे अगदी वर्गीकरण करून ही सूची प्रकाशित केली आहे तर आता ही नव्याने व पुस्तकरूपाने स्वतंत्रपणे सूची का प्रकाशित केली आहे?

वाङ्मयदर्शन मध्ये फक्त शीर्षक व प्रसिद्धी तपशील आहे. पुस्तकरूपाने शासनाने प्रकाशित केलेली सूची एकतर वर्णनात्मक आहेच, पण ती समीक्षात्मक आहे. मराठीत अशी ही एकमेव सूची आहे. अशी अन्य सूची माझ्या पाहण्यात नाही. आता समीक्षात्मक म्हणजे काय, कोणता लेख घ्यावा कोणता टाळावा, याचा निर्णय सूचिकाराने घेतला आहे. जे लेख अभ्यासकांना बिनमहत्त्वाचे आहेत, असे सूचिकाराला वाटते, ते त्याने सूचीत घेतले नाहीत. आता हा असा निकष सूचीकाराने लावावा का, यावर वाद होऊ शकतो, पण त्याला एक महत्त्वाची बाजूही आहे. माधवरावांवर सातत्याने अभ्यास केलेल्या संशोधकाची निवड हाच एक मोलाचा खजिना पुढील अभ्यासकाला वाटू शकतो. त्याचे किती कष्ट सूचिकाराने वाचवले आहेत, हे बघून खरोखर आश्चर्य वाटते. यातील एक लेख, नोंद तपासण्यासाठी किती कष्ट घेतलेत, प्रयत्न केलेत याचा एक प्रसंग *संशोधन : स्वरूप आणि पद्धती* या ग्रंथाच्या प्रस्तावनेत (पृ. २१) आला आहे. तो जाणकारांनी मुळातून वाचावा. अनंत काणेकरांच्या लेखाचा उलगडा चुनेकरांना कसा झाला, ते त्यात विस्ताराने लिहिले आहे.

१९८४ सालातील चुनेकरांचे लेखनकार्य मला तरी सापडले नाही. ते नसावे याचे कारण चुनेकरांनी संगमनेर महाविद्यालयाचा निरोप घेतला. इथे ते विभागप्रमुख झाले होते. पीएच. डी. साठी मार्गदर्शकही झाले होते. साधारण दहा वर्षांचा हा ऋणानुबंध निर्माण झाला होता. तो बरोबर घेऊनच डॉ. चुनेकर पुणे विद्यापीठाच्या मराठी विभागात 'प्रपाठक' म्हणून रुजू झाले. इथून त्यांच्या कार्याचा चौथा कालखंड सुरू होतो.

विद्यापीठीय अध्यापनाचा कालखंड : पुणे विद्यापीठ त्यांना नवीन नव्हते, एम. ए., पुढे पीएच. डी. नंतर पोस्ट डॉक्. अशा निमित्ताने ते विद्यापीठाशी संबंधित होतेच, पण विद्यार्थी म्हणून आता पदव्युत्तर पदवीसाठी अध्यापन करण्याचे एक आव्हान घेऊनच ते इथे दाखल झाले. अर्थात त्यांच्यासारख्या व्यासंगी अभ्यासक-संशोधक-लेखकाला हा मान त्यापूर्वीच मिळायला हवा होता. असो. त्यांचे एम. ए.साठीचे अध्यापन आणि त्यासाठीचे अध्ययनही सुरू झाले. आल्याआल्याच त्यांना 'जयवंत दळवींची नाटके' १९८४ ते १९८५ या वर्षात एम. ए.साठी शिकवावी लागली व त्याची त्यांनी भरपूरच तयारी केली होती. असे पुढे त्यांनी *जयवंत दळवींची नाटके : प्रवृत्तिशोध* असे जे पुस्तक लिहिले त्यावरून स्पष्ट होते. त्याचबरोबर १९८५, १९८६ आणि १९८७चा प्रारंभ या कालावधीतही फारसे लेखन दिसत नाही. एक-दोन लेखांचे अपवाद जरूर आहेत. उदाहरणार्थ, 'एक झाड दोन पक्षी' ('ललित', मे १९८५), 'आठवांच्या पारंब्या' ('साहित्यसूची', १९८५) मात्र १९८६ साली त्यांच्या मार्गदर्शनाखाली पुष्पा मोरेश्वर लिमये या 'महादेव मोरेश्वर कुंटे : काल आणि दर्शन' या विषयावर पीएच. डी.साठी संशोधन करीत होत्या. त्यांना पीएच. डी. ही पदवी प्राप्त झाली. ऑगस्ट १९८७ पासून त्यांच्या लेखनकार्यात सातत्य आलेले दिसते.

'मी' आणि 'मी' (साहित्यसूची, ऑगस्ट १९८७) आणि 'अभिनव मराठी-मराठी शब्दकोश आणि त्याच्या निमित्ताने' ('भाषा आणि जीवन', हिवाळा १९८७) अशा लेखांच्याबरोबर चुनेकर १८ नोव्हेंबर १९८७ ते ६ डिसेंबर १९८७ एवढ्या काळात मराठी कोशांच्या नोंदी लिहिण्यात गुंतले होते. महाराष्ट्र राज्य साहित्य आणि संस्कृती मंडळाच्या 'मराठी वाङ्मयकोश' या कोशासाठी ९ नोंदी शब्दकोशावर लिहिल्या व १६ नोंदी ज्ञानकोशावर लिहिल्या. एकूण २५ नोंदी. लेखनाचा हा काळ त्यांच्यासाठी 'कोश'मयरीत्या व्यापून राहिला होता.

१९८८ साली त्यांनी एका महत्त्वाच्या ग्रंथाचे अभिनव पद्धतीने संपादन केले. विठ्ठलराव घाटे यांच्या *काही म्हातारे व एक म्हातारी* या नामवंत व प्रसिद्ध पुस्तकाची तिसरी आवृत्ती त्यांनी संपादित केली. आणि मुंबईच्या मौज प्रकाशन संस्थेने ती प्रकाशित केली. या पुस्तकाविषयी आणि विशेषत: त्या पुस्तकाच्या संपादनकार्याविषयी थोडे लिहायला हवे. १० एप्रिल १९३९ साली या पुस्तकाची पहिली आवृत्ती प्रकाशित झाल्यानंतर दुसरी आवृत्ती जून १९४०ला निघाली. त्यानंतर झालेल्या पुनर्मुद्रणांचा सखोल शोध घेऊन, पहिल्या आवृत्तीच्या प्रकाशनपूर्व नियतकालिकातील प्रकाशित लेखांचा शोध घेऊन, त्यावर कसकसे संस्करण व परिष्करण होत गेले; त्यातील नेमके पाठ कोणते; योग्य पाठ कोणता वाटतो; केलेल्या नव्या परिष्करणांमुळे अर्थावर चांगला वा वाईट असा कोणता परिणाम होतो, याचे सखोल अभ्यासपूर्ण विवेचन चुनेकरांनी प्रस्तावनेत केले आहे. वि. द. घाटे यांनी जेव्हा ही व्यक्तिचित्रे लिहिली तेव्हा या व्यक्तिचित्रांच्या मागे कोणत्या व्यक्ती होत्या, कोणत्या व्यक्ती प्रेरक ठरल्या यांचाही शोध चुनेकरांनी घेतला आहे, घाटे यांच्या लेखनात व्यक्तिपरता पुसून गेलेली असल्याने मूळ व्यक्ती व हे चित्रण यांतील तुलनेसाठी हा शोध अत्यंत उपयुक्त ठरू शकतो.

१९८९ आणि १९९० साली त्यांनी 'साहित्यसूची'च्या अंकात काही मराठी लेखकांवर

लेख लिहिले. उदाहरणार्थ, विठ्ठल दत्तात्रय घाटे (डिसेंबर १९८९), किंवा 'भवानीशंकर श्रीधर पंडित' (मे १९९०) इत्यादी. हे लेख लिहिण्यामागची त्यांची प्रेरणा होती गं. दे. खानोलकर यांचे 'मराठी वाङ्मयसेवक' हे सात खंड. त्यात हयात नसणाऱ्या लेखकांविषयी चरित्रात्मक लेख आहेत. पुढे ते काम बंद पडले. मात्र तशा पद्धतीचे लेख आताच्या लेखकांवर लिहायला हवेत या इच्छेने, तळमळीने त्यांनी हे लेख लिहिले. मात्र ते काम अधिक संख्येने झाले नसावे.

२ मे १९९० रोजी 'आनंद साधले : साहित्यसूची' या डॉ. उमा दादेगावकर यांच्या सूचीग्रंथाला त्यांची प्रस्तावना प्रकाशित झाली. ही प्रस्तावना दीर्घ तर आहेच, परंतु रचना, तंत्र, शास्त्र याची मांडणी करणारीही आहे. संगमनेर महाविद्यालयात असताना त्यांनी जे चर्चासत्र आयोजित केले होते व त्यामध्ये त्यांनी जो 'सूची : स्वरूप, शास्त्र आणि इतिहास' हा निबंध वाचला होता, त्याचाच विस्तार म्हणजे ही त्यांची प्रस्तावना आहे.

१९९१च्या अखेरच्या पर्वात ते एका नव्याच लेखकाकडे ओढले गेलेले दिसतात. ते लेखक म्हणजे प्रख्यात कथाकार जी. ए. कुलकर्णी, पण तत्पूर्वी त्यांनी दोन मोठ्या लेखांचे लेखन ग्रंथासाठी केले. *मराठी वाङ्मयाचा इतिहास १९२० ते १९५०* हा ग्रंथ 'मराठी साहित्य परिषदे'साठी प्रा. गो. म. कुलकर्णी आणि डॉ. व. दि. कुलकर्णी संपादित करीत होते. या ग्रंथासाठी त्यांनी दोन लेख लिहिले. एक 'साहित्य तत्त्वविचार' (पृष्ठे २३० ते ३०१) आणि दोन, 'कोशवाङ्मय' (पृष्ठे ३१६-३४३). याआधी 'मराठी वाङ्मयाचा इतिहास'खंड ५ भाग २ साठी १८७५ ते १९२० पर्यंतचा 'साहित्य तत्त्वविचारा'चा इतिहास लिहिला होता. सतरा वर्षांनंतर (१९७३ नंतर) त्यांनी या 'साहित्य तत्त्वविचारा'चा १९२० ते १९५० पर्यंतचा इतिहास लिहून ७५ वर्षांचा 'तत्त्वविचार' मांडून ठेवला आहे. त्याचे खरेतर उत्तम समीक्षकांकडून योग्य ते मूल्यमापन व्हायला हवे, इतका तो इतिहास बारीकसारीक प्रवाहांची, तत्त्वप्रणालींची, सिद्धान्त-मांडणीची, मतेमतांतरांची दखल घेणारा आहे.

याच खंडासाठी त्यांनी 'मराठीतील कोशवाङ्मया'वर लेख लिहिला आहे. १९०० ते १९२० या काळात मराठीत कोशवाङ्मय फारसे निर्माण झाले नाही, असे नमूद करून त्यांनी १९२० ते १९५० या काळाला 'कोशयुग' म्हटले आहे आणि त्या काळातील कोशवाङ्मयाचे चार भाग पाडून, उदाहरणार्थ, शब्दकोश, ज्ञानकोश, कोशसदृश वाङ्मय आणि सूचिवाङ्मय, या प्रत्येक गटात प्रकाशित झालेल्या कोशांचा आढावा मांडला आहे. याच विवेचनाचे पडसाद आपल्याला पुढे *मराठी विश्वकोशा* साठी त्यांनी जी 'कोशवाङ्मया'वर नोंद लिहिली आहे, त्यातही वाचायला मिळतात.

या लेखनाच्या मोठ्या व्यापातून बाहेर आल्यावर ते जी. ए. कुलकर्णी यांच्या कथांकडे वळलेले दिसतात. ११ डिसेंबर १९८७ रोजी जी. एं.चे निधन झाल्यावर जी. एं.ची कागदपत्रे त्यांच्या भगिनी तपासत असताना त्यांना बरीच कात्रणे, काही अप्रकाशित साहित्य सापडले. ते 'दप्तर' त्यांनी श्री. परचुरे (प्रकाशन संस्था) यांना दिले. ते नीट लावून संपादन करण्याची जबाबदारी परचुरे यांनी चुनेकरांवर टाकली. ती त्यांनी इतकी चोख पार पाडली की या

*सोनपावलां*नी मराठी वाङ्मयात जी. एं.च्या प्रारंभकाळातील कथांचा मोठाच ऐवज वाचकांना प्राप्त झाला. या निमित्ताने त्यांनी जी. एं.च्या कथांची एक सूचीही तयार केली व ती ग्रंथाला जोडली. *सोनपावले* या संग्रहातील जी. एं.च्या कथा इतरत्र कुठल्याच संग्रहात समाविष्ट झालेल्या नव्हत्या, त्यामुळे या संग्रहाचे महत्त्व जी. ए. प्रेमी वाचक-अभ्यासक-संशोधकांच्या दृष्टीने अनन्यच म्हणायला हवे. जेव्हा हे दप्तर चुनेकरांच्या हाती आले तेव्हा त्यात काही अप्रकाशित हस्तलिखित साहित्य होते; काही प्रकाशित साहित्य होते; त्या साहित्याचा चुनेकरांनी शोध घेतला. जीर्ण झालेला मजकूर, फाटलेला भाग जुळवण्यासाठी कष्ट घेतले; प्रकाशित साहित्याच्या प्रती मिळवल्या आणि ही 'सोन्या'ची खाण वाचकांना सादर केली. साधारणपणे १९४० ते १९४८ आणि १९५० ते १९७० या काळातील हे साहित्य आहे. यात अप्रकाशित कथा, असंग्रहित कथा, अनुवादित साहित्य आणि विशेषत: बालसाहित्य असा हा ऐवज चुनेकरांच्या साक्षेपी संपादनामुळे उपलब्ध झाला.

१९९२ साली साहित्य अकादेमी, या संस्थेने त्यांच्या माधवराव पटवर्धनांवरच्या छोटेखानी मराठी पुस्तकाचा हिंदी अनुवाद प्रकाशित केला. 'भारतीय साहित्य के निर्माता' या मालेसाठी हा अनुवाद लेखा पिंपळापुरे यांनी केला आहे. मूळ मराठी पुस्तकही साहित्य अकादेमीनेच प्रकाशित केले होते, पण ते स्वत: एका लेखकाच्या कलाकृतींमध्ये पूर्ण बुडाले होते.

पुणे विद्यापीठाच्या मराठी विभागाचे प्रमुख डॉ. म. श्री. कानडे निवृत्त होणार होते, त्यामुळे विभागाने त्यांच्या निवृत्तीनिमित्त दोन ग्रंथ प्रकाशित करण्याचे ठरविले. त्यापैकी एक होता *संत साहित्याच्या दिशा* आणि दुसरा होता *आजकालचे नाटककार*. यापैकी *आजकालचे नाटककार* या ग्रंथाच्या संपादकांनी चुनेकरांना त्या ग्रंथासाठी जयवंत दळवी यांच्या नाटकांवर लेख लिहून देण्याची विनंती केली. १९८४ व १९८५ साली एम. ए.च्या विद्यार्थ्यांना 'जयवंत दळवींची नाटके' हा विषय शिकवलेला असल्याने त्यांची त्याबाबतची तयारी झाली होती. त्यांनी लेख लिहिण्यास प्रारंभ केला, पण तो लेख फारच मोठा व्हायला लागला. त्यांनी तो तसाच दीर्घ स्वरूपात लिहून २० जून १९९२ रोजी पूर्ण केला, मात्र पुस्तकासाठी सदर लेख मोठा असल्याने पुस्तकासाठी या लेखाचे पुनर्लेखन केले. हे पुनर्लेखन ३० सप्टेंबर १९९२ रोजी पूर्ण झाले. १९९५ साली सदर पुस्तक प्रकाशित झाले. त्यात हा पुनर्लेखन केलेला लेख प्रसिद्ध झाला. पण मूळ लेखाचा एक वेगळाच प्रवास सुरू झाला.

श्रीनिवास विनायक कुलकर्णी यांच्याकडून जयवंत दळवींना लेखाची बातमी समजली. त्यांनी तो लेख वाचायला मागितला. श्रीनिवास विनायक कुलकर्णी यांनी तो लेख २० सप्टेंबर १९९२ रोजी मिळाला. त्यांनी तो लेख लगेच वाचून काढला. त्यांना तो आवडला. जयवंत दळवी अशोक कोठावळे यांच्याशी बोलले. त्यांनी लेख छापायला मान्यता दिली. पुढे चुनेकरांनी या लेखाचेही पुनर्लेखन केले. तो लेखही वाचून १३ जुलै १९९४ रोजी पत्र पाठवून चुनेकरांना कळविले. शेवटी प्रस्तावना म्हणून सदर लेख दळवींच्या एखाद्या पुस्तकाला न जोडता, या दीर्घ लेखाचे अशोक कोठावळे यांनी पुस्तकच प्रकाशित केले.

प्रस्तुत पुस्तकात चुनेकरांनी दळवींच्या नाटकांचे प्रवृत्तीनुसारी तीन गट पाडले आहेत. एक, बहिर्निष्ठ नाटके. दोन, मध्यस्तरीय नाटके आणि तीन, अंतर्निष्ठ नाटके. या तीन गटांत वर्गीकरण करून चुनेकर दळवींच्या प्रत्येक नाटकाची कथानके देऊन प्रवृत्तीवर भाष्य करतात. जोडीला अनेक तळटिपा देतात. ज्यात दळवींच्या कथा-कादंबऱ्यांचे दाखले असतात; पात्रे, प्रसंग असतात; त्यांचा नाटकाशी असणारा संबंध ते अधोरेखित करतात. माध्यमांतराचेही दाखले ते देतात. त्यामुळे दळवींच्या नाटकांचा केवळ हा प्रवृत्तिशोध न राहता तो दळवींच्या लेखननिर्मितीचाही शोधनिर्माण होतो. दळवींच्या लेखनविचार करण्याच्या प्रवृत्तीवरही यात भाष्य सापडते.

सप्टेंबर १९९५ मध्ये *जयवंत दळवी यांची नाटके : प्रवृत्तिशोध* हे पुस्तक मॅजेस्टिक प्रकाशनातर्फे प्रकाशित झाले. पण १९९२ ते १९९५ असा लेखन ते प्रकाशन हा प्रवास आहे, मात्र या पुस्तकाच्या प्रकाशनापूर्वी १९९५ साली चुनेकर अन्य काही लेखनकार्यात गुंतूनही गेले होते.

१९९५ साली प्रा. अ. का. प्रियोळकर यांची जन्मशताब्दी 'मराठी संशोधन मंडळ' आणि मुंबई विद्यापीठ, मराठी विभाग यांच्यातर्फे साजरी झाली. या निमित्ताने मराठी संशोधन मंडळाचे संचालक प्रा. वसंत दावतर यांनी मासिक व्याख्यानांचे आयोजन केले होते. त्यात २८ जानेवारी १९९५ रोजी डॉ. चुनेकरांनी 'मराठी संदर्भ सूचि-साहित्य : आजचे वास्तव आणि प्रा. अ. का. प्रियोळकर' या विषयावर व्याख्यान दिले. हेच व्याख्यान जानेवारी १९९६च्या 'मराठी संशोधन पत्रिके'त प्रसिद्धही झाले.

याच जन्मशताब्दीनिमित्त 'मराठी संशोधन मंडळा'तर्फे १९७३ साली मंडळाने जी 'प्रा. अ. का. प्रियोळकर वाङ्मय सूची' प्रकाशित केली होती, त्या पुस्तिकेची सुधारित दुसरी आवृत्ती १३ मे १९९५ रोजी प्रकाशित केली. डॉ. चुनेकर एखाद्या विषयाचा अभ्यास-शोध किती चिकाटीने दीर्घकाळ सुरूच ठेवतात, याचे हे आणखी एक उदाहरण म्हणता येईल.

१७ व १८ जून १९९५ रोजी पुण्याच्या आबासाहेब गरवारे महाविद्यालयाचे ग्रंथपाल बॅ. नातू यांनी 'मराठी साहित्याचे ग्रंथसूचीय नियंत्रण' या विषयावर दोन दिवसांचे चर्चासत्र आयोजित केले होते. या चर्चासत्रात चुनेकरांनी 'मराठी संदर्भसूची साहित्य : विहंगमावलोकन' असा निबंध सादर केला. पुढे हाच निबंध डॉ. सरोजिनी वैद्य आणि इतर यांनी संपादित केलेल्या *कोश व सूची वाङ्मय : स्वरूप आणि साध्य* (१ मे १९९७) या पुस्तकात समाविष्ट केला गेला.

हे सर्व सुरू असतानाच चुनेकर आणखी एका मोठ्या प्रकल्पात ओढले गेले. ११ डिसेंबर १९८७ रोजी जी. एं.चे निधन झाल्यानंतर श्री. पु. भागवत, रामदास भटकळ, म. द. हातकणंगलेकर, पु. ल. देशपांडे, ग. प्र. प्रधान आणि इतर काही मान्यवरांनी भेटून जी. एं.ची पत्रे गोळा करून प्रकाशित करण्याची योजना आखली. त्या पत्रांच्या संपादनाचे काम प्रा. श्री. पु. भागवत व प्रा. म. द. हातकणंगलेकर यांच्यावर सोपवण्यात आले.

१० जुलै १९९५ रोजी या पत्रांचा संग्रह खंड १ म्हणून मौज प्रकाशन गृहाने प्रकाशित केला. पहिल्या खंडात सुनिता देशपांडे यांना जी. एं.नी लिहिलेल्या पत्रांचा समावेश होता, तर खंड २ मध्ये श्री. पु. आणि राम पटवर्धन यांना लिहिलेल्या पत्रांचा समावेश होता. या दोन्ही खंडांना वेगवेगळ्या अशा दीर्घ प्रस्तावना प्रा. ग. प्र. प्रधान यांनी लिहिल्या. या पत्रांना संदर्भटिपा देण्याचे काम प्रा. डॉ. अनंत देशमुख व मोनिका गजेंद्रगडकर यांनी केले. या दोघांनी परिश्रमपूर्वक सिद्ध केलेल्या टिपांमध्ये डॉ. सु. रा. चुनेकर यांनी 'आपल्या जाणकारीची मदत केली' असा उल्लेख प्रथम खंडांच्या संपादकीय निवेदनात केला आहे. डॉ. चुनेकरांनी 'त्यात टाकलेल्या जाणकारीची मदत' काय असेल याचा अंदाज त्या टिपा बघून येतो. मात्र अनेक संदर्भांना टिपा द्यायला हव्या होत्या, असेही जाणवत राहते. या कामात चुनेकरांचा बराच वेळ गेला असणार हे उघड आहे. मात्र दुसऱ्या खंडाच्या टिपा चुनेकर आणि मोनिका गजेंद्रगडकर यांनी सिद्ध केल्याचा उल्लेख दुसऱ्या खंडाच्या 'संपादकीय निवेदनात' आहे, पण ते पुढे (१९९८ सालात) पाहूया.

'मराठी संशोधन पत्रिके'मध्ये चुनेकरांनी ज्या 'सूचींची सूची'सारखी अभिनव कल्पना राबवली त्या 'सूचींच्या सूची'चे पुस्तक मुंबई विद्यापीठाच्या मराठी विभागाने पुण्याच्या प्रतिमा प्रकाशनाच्या सहकार्याने नोव्हेंबर १९९५ मध्ये प्रकाशित केले. या पुस्तकाला चुनेकरांनी प्रस्तावना लिहून या सूचीतील अपुरेपणा विशद केला आहे. मात्र मधल्या काळात केलेले सूचीप्रकल्प, सूची कार्ये यांची विस्ताराने नोंद त्यांनी केली आहे. शेवटी प्रकाशनाची वाट पाहत असणाऱ्या अनेक सूचींची यादीही त्यांनी दिली आहे. त्यामुळे असेल कदाचित, त्यातील काही सूची प्रकाशित झाल्याचे आज दिसते. उदाहरणार्थ, 'मराठी प्रबंध सूची', 'व्यंकटेश माडगूळकर यांच्या वाङ्मयाची सूची' इत्यादी.

१९९६ हे वर्ष चुनेकरांच्या आयुष्याला पुन्हा कलाटणी देणारे वर्ष ठरले. १ फेब्रुवारी १९९६ रोजी त्यांचा *अंतरंग* नावाचा समीक्षालेखांचा संग्रह मुंबईच्या मॅजेस्टिक प्रकाशन संस्थेने प्रकाशित केला आणि एप्रिल १९९६च्या अखेर ते पुणे विद्यापीठाच्या मराठी विभागातून विभागप्रमुख या पदावरून निवृत्त झाले. आणि त्यांच्या कार्याच्या पाचव्या कालखंडाला प्रारंभ झाला. तत्पूर्वी थोडे *अंतरंग* विषयी.

अंतरंग या लेखसंग्रहात काही साहित्यकृतींवरचे लेख एकत्रित केले आहेत. 'साहित्यकृतींच्या अंतरंगा'चा वेध या लेखांतून चुनेकरांनी घेतला आहे. *ययाति, मातृका, वीज म्हणाली धरतीला, टिळक आणि आगरकर, विचारविलसिते, सारे प्रवासी घडीचे* अशा अनेक पुस्तकांच्या अनुषंगाने त्यांनी त्या त्या पुस्तकातील अंतरंगाचा शोध घेतला आहे. इतरही काही लेख त्यात आले आहेत. उदाहरणार्थ, मराठी नियतकालिकांची सूची प्रथम खंड, १९६७ सालातील वैचारिक वाङ्मय इत्यादी. परंतु जवळ जवळ सर्वच लेखांत, काही एक-दोन अपवाद वगळता, 'पुस्तक' हे मध्यवर्ती आहेच. या पुस्तकाची प्रस्तावनाही विचार करायला लावणारी आहे. 'समीक्षा व संशोधन या साहित्यव्यवहारातील दोन सहयोगी क्रिया' कशा आहेत याचे उदाहरणासह त्यांनी विवेचन केले आहे. एकूणच त्यांची 'संशोधन'

या प्रकाराकडे पाहण्याची दृष्टी विविध ठिकाणी विखुरलेली आहे. उदाहरणार्थ, *संशोधन : स्वरूप आणि पद्धती* चा पुस्तकाची प्रस्तावना, किंवा 'मराठी संशोधन पत्रिके'ची काही संपादकीये इत्यादी. यावर लिहायला हवे आहे, इतके ते महत्त्वाचे आहे.

त्यांचे अनेक लेख प्रसिद्ध झाले आहेत. पण ते सर्वच लेख या संग्रहात त्यांनी समाविष्ट केलेले नाहीत. या संग्रहातील लेखांना एका विचाराने त्यांनी एकत्रित केले आहे आणि तो विचार म्हणजे ग्रंथाच्या अंतरंगाची उकल करणारे लेख. त्यामुळे लेख अत्यंत वाचनीय झाले आहेत.

ग्रंथाच्या प्रस्तावनेत नमूद केल्याप्रमाणे त्यांनी त्या त्या काळात लेखांवर झालेला पत्रव्यवहारही विचारात घेतलाय, त्यालाही जागा दिली आहे. आश्चर्य म्हणजे या संग्रहात 'मराठी संशोधन पत्रिके'ची दोन वाङ्मयाच्या इतिहासाच्या संदर्भात लिहिलेली संपादकीयेसुद्धा समाविष्ट केली आहेत, मात्र सर्व लेखांवर ग्रंथसंपादनाची कडक नजरही ठेवली आहे. 'संशोधन व समीक्षा यांचा मेळ घालणारा' हा लेखसंग्रह आहे, या लेखकाच्या मताचा प्रत्यय लेख वाचताना येतो.

आता आपण त्यांच्या पाचव्या कालखंडाकडे वळूया.

निवृत्तीतील लेखन-वाचन कालखंड : या कालखंडात चुनेकरांना लेखन-वाचन-संशोधनासाठी निवांत वेळ व फुरसत मिळालेली होती. त्याचा सदुपयोग त्यांनी जी. एं.च्या पत्रातील टिपांसाठी व जी. एं.ची पत्रे खंड ३ व ४ या संग्रहाच्या संपादनासाठी वेचलेली दिसते. १० जुलै १९९८ रोजी जी. एं.ची पत्रे खंड २ प्रकाशित झाला. त्यावर सहसंपादक म्हणून चुनेकरांचा समावेश नसला तरी टिपांसाठी पूर्वीच्या खंडात जे डॉ. अनंत देशमुख होते ते या खंडाच्या टिपानिर्मितीत नव्हते, हे कार्य डॉ. चुनेकर व मोनिका गजेंद्रगडकर यांनीच केले होते, हे आपण मागे पाहिलेच आहे, परंतु १० जुलै २००६ रोजी 'जी. एं.च्या पत्राचे जे ३ व ४ खंड मौज प्रकाशनातर्फे प्रकाशित झाले त्यात चुनेकरांचा सहसंपादक म्हणून खास उल्लेख आहे. इतकेच नव्हे तर सहसंपादकांपैकी प्रा. म. द. हातकणंगलेकरांच्या नंतर दुसरे नाव चुनेकरांचे आहे. श्री. पुं.चे तिसरे आहे. शिवाय संपादकीय निवेदनाच्या ता. क. मध्ये प्रा. म. द. हातकणंगलेकर यांच्या संदर्भात प्रस्तुत दोन खंडांचे संपादकीय काम करणे प्रा. हातकणंगलेकर यांना आपल्या इतर कामांमुळे व आधिव्याधींमुळे अधिकाधिक अशक्य होत गेले. परिणामी प्रथमपासूनच संपादकीय कामाचा मुख्य भार माझ्यावर पडला होता, तो वाढलाच. तो वाहण्यात मला प्रा. सु. रा. चुनेकर यांचे मोठेच साहाय्य झाले. ...संशोधन-क्षेत्रातील आपल्या प्रदीर्घ अनुभवाची त्यांनी त्याला जोड दिली, असे खंडांचे एक प्रमुख संपादक प्रा. श्री. पु. भागवत यांनी नमूद केले आहे.

जी. एं.च्या पत्रांसोबत दोन्ही खंडांना असणाऱ्या तळटिपा वाचणे तितकेच आनंददायी तर आहेच, पण वाचकाच्या माहितीत मोलाची भर टाकणारे आहे. याची काही उदाहरणे पाहूया. चुनेकरांच्या संपादकीय कार्याचे महत्त्व यावरून कळून येईल.

जी. एं.च्या पत्रांच्या संग्रहाच्या खंड ३ व ४चा एकत्रित विचार केला तर त्याचे दोन भाग

विचारात घ्यायला हवेत. एक चौथ्या खंडाला असणारी परिशिष्टे आणि दुसरी बाब म्हणजे दोन्ही खंडांना असणाऱ्या तळटिपा.

पैकी परिशिष्टे ४ आहेत. १ व २ परिशिष्टांमध्ये जी. एं.च्या दोन भगिनींचे लेख आहेत. तीन व चार परिशिष्टांमध्ये जी. एं.च्या साहित्याची सूची व चौथ्या परिशिष्टात कथांची सूची दिली आहे. चुनेकर सूची करताना किती सजग असतात, याचे एकच उदाहरण देतो. जी. एं.च्या कथासंग्रहांची यादी देताना क्र. ९ वर परचुरे प्रकाशन संस्थेने प्रकाशित केलेल्या 'कुसुमगुंजा' या कथासंग्रहाची नोंद करताना चुनेकर नोंदवतात, 'कुसुमगुंजा' या शब्दाला तसा काहीच अर्थ नाही. तो शब्द 'कुसुम्बगुंजा' असा असायला हवा. यासाठी ते बालकवींच्या कवितेची ओळ देतात. 'मेघांचा कापूस' असा अर्थही सांगतात. 'वरुनि कुणी गुलाल फिरविला हात कुसुम्ब्यांचा...' असा संदर्भ पाहिला की चुनेकर संशोधक-समीक्षक-व्यासंगी वाचक सूचिकार असल्याचे नजरेत भरते. यामुळेच त्यांचे सूचिकार्य श्रेष्ठ ठरते.

पत्रांना जोडलेल्या टिपा पाहून थक्क व्हायला होते. पाश्चिमात्य लेखक, विचारवंत, चित्रकार, अभिनेता, कवी, दिग्दर्शक अशा अनेकानेक व्यक्तींची माहिती ते देतात, तशीच मराठी लेखक कवींची, भारतीय साहित्यकारांची, त्यांच्या टोपणनावांची किंवा त्यांच्या ग्रंथरूपाने न आलेल्या पण केवळ नियतकालिकातच प्रकाशित झालेल्या साहित्याची ते अचूक संदर्भासह माहिती देतात. मग त्यामध्ये पॉल व्हेलेरी हा फ्रेंच कवी येतो; मार्सेल प्रास्ट हा फ्रेंच कादंबरीकार येतो, तर 'रसिक' या नावाने लेखन करणारे माधव आचवल येतात, मात्र काही नावांच्या टिपा द्यायला हव्या होत्या असेही वाटत राहते. उदाहरणार्थ, सोफिया लॉरेन, मिलर, देसकार किंग लिअर अशा काही जागेवर वाचक अडखळतो. अर्थात प्रत्येक टीप जमा करताना किती कष्ट पडतात, हे ज्याचे त्यालाच कळू शकते.

या टिपांमधून दोन-तीन प्रकारचे भाव वाचकांच्या मनात निर्माण होतात. एकतर जी. ए. केवळ त्रोटक उल्लेख करतात. उदाहरणार्थ, नाडकर्णी. हे कोण नाडकर्णी? टिपेत जेव्हा ते ज्ञानेश्वर नाडकर्णी असल्याचे दिसते तेव्हा एक वेगळाच उजाळा जी. एं.च्या वाक्याला मिळतो. दुसरे असे की माहीत असणारे संदर्भ पुन्हा जागे होतात. उदाहरणार्थ, वि. ज. बोरकर यांच्या *अनाहत* कादंबरीबरोबरच जया दडकरांनी केलेला पण पुस्तकरूपाने न आलेला अनुवाद. किंवा अनेक वेळा नवीनच माहीत नसलेली माहिती जेव्हा वाचनात येते तेव्हा मात्र थक्कच व्हायला होते. या प्रकल्पात ३ व ४च्या खंडांच्या निर्मितीत चुनेकर सहसंपादक म्हणून असतात, त्याचा मोठा फायदा वाचकांचाच होतो हे उघड असते.

१ डिसेंबर २०१२ (खंड ३) आणि २६ जानेवारी २०१३ (खंड ४) रोजी दोन्ही खंडांचे पुनर्मुद्रण झाले. खंड १ व २ चेही पुनर्मुद्रण करावे लागले, इतकी मागणी या ग्रंथांना लाभली.

१९९९च्या काळात चुनेकरांचे *मराठी विश्वकोशा*साठी लिहिलेल्या नोंदींचे खंड १६ मध्ये प्रकाशन झाले. (पृ. ८७५-७६ आणि ८७९-८३) 'देशातील कोशरचनेचा इतिहास' आणि 'मराठी विश्वकोश परंपरा' या त्या दोन नोंदी, परंतु त्या त्यांनी पूर्वीच लिहिल्या असणार. १६वा खंड १९९९ साली प्रकाशित झाला म्हणून ते नमूद करणे इतकेच.

तसेच २००७ साली *विश्वकोशा* चा १७वा खंड प्रकाशित झाला. त्यात 'शब्दकोश' ही नोंद प्रकाशित झाली. (पृष्ठे ५९९-६०२) ही नोंदसुद्धा पूर्वीच लिहिली होती. ती २००७ला प्रकाशित झाली.

७ डिसेंबर २०१४ रोजी त्यांचे आणखी एक संपादित पुस्तक प्रकाशित झाले. अर्थात तेही जी. एं.चेच पुस्तक आहे. १९९७ ते २०१४ असा हा काळ ते जी. ए.मय होऊन गेलेले दिसतात.

हे पुस्तक आहे नाटकाचे. नाटकाचा मूळ लेखक आहे यूजीन ओ'नील. नाटकाचे नाव आहे *लाँग डेज जर्नी इन्टु नाइट* या नाटकाचा अनुवाद जी. एं.नी केलाय. त्याचे नाव आहे 'दिवस तुडवत अंधारात'. हे पुस्तक प्रकाशित केलेय पुन्हा मौज प्रकाशन गृहाने.

आता थोडे त्याविषयी. या अनुवादित नाटकाला संपादक म्हणून चुनेकरांनी 'पार्श्वभूमी' विशद केली आहे. तसेच या नाटकासोबत चार परिशिष्टे समाविष्ट केली आहेत. एक, जी. एं.च्या पत्रात येणारे मूळ नाटकाविषयीचे उल्लेख. दोन, यूजीन ओ'नीलविषयी मनोहर नाइक यांनी *विश्वचरित्रकोशा* करिता लिहिलेली नोंद. तीन, दिनांक १ ऑगस्ट २०००च्या म.टा.मध्ये सारंग दर्शने यांनी लिहिलेला 'लाँग डेज् जर्नी इनटू नाईट' या चित्रपटावरचा लेख आणि चार, यूजीन ओ'नील यांच्या नाटकांच्या भाषांतरांची सूची.

ओ'नील हा अमेरिकन नाटककार. वास्तववादी नाटककार म्हणून प्रसिद्ध. नोबेल पारितोषिक विजेता लेखक. *लाँग डेज्...* हे त्याचे अखेरचे ४५वे नाटक. हे नाटक त्याच्याच आयुष्यातील एका नाजूक संबंधांवर लिहिलेलं. ते माझ्या मृत्यूनंतर २५ वर्षांनी प्रकाशित करावे असे त्याने लिहून ठेवले होते. पण त्याच्या पत्नीने त्याच्या मृत्यूनंतर तीनच वर्षांनी प्रकाशित केले. जी. एं.नी त्या नाटकाचा अनुवाद केला आणि पुनर्लेखन करून अंतिम मसुदा तयार केल्याशिवाय प्रकाशित करू नये असे शेरा मारून सही करून प्रत ठेवून दिली. तेच हे नाटक. चुनेकरांमुळे जी. ए. प्रेमींना उपलब्ध झाले आहे. १९६१ पासून जी. ए. नाटकाच्या मागे होते, तर संपादक चुनेकर १५ सप्टेंबर १९६६ पासून. गरवारे महाविद्यालयाचे ग्रंथपाल अनंत जोशी यांनी १९६६ साली या नाटकाची प्रत चुनेकरांना उपलब्ध करून दिली होती. तेव्हापासून चुनेकरांच्या मनात या नाटकाने घर केले होते, हे दिसून येते. एकूणच दीर्घकाळ घर करून राहिलेले नाटक वाचकांना इतक्या बारकाव्यांसह 'द टाइम्स'च्या छोट्याशा अभिप्रायाचाही समावेश चुनेकर करतात, उपलब्ध झालेले आहे. नाटकावरचे अगदी छोटेखानी संपादकांचे भाष्यही वाचनीय आहे. 'संवाद नाट्या'चा नेमका गाभा संपादक आपल्यापर्यंत आणतात. उत्कट प्रेम, अतिमद्यसेवनाची सवय, आजारपणाची एकमेकांपासून केलेली लपवाछपवी आणि त्यातून निर्माण झालेला संघर्ष, हे नाट्य वाचल्यावर वाचक अस्वस्थ होतो तो मरणाच्या दारावरची अलिप्तता पाहून.

डॉ. चुनेकरांचा मला ज्ञात झालेला हा लेखनप्रवास. सध्या त्यांच्या दोन पुस्तकांच्या प्रकाशनाचे काम सुरू आहे. एक आहे, माधवराव पटवर्धनांच्या पत्रांच्या संग्रहाचे. दुसरे आहे, बाळकृष्ण अनंत भिडे यांच्या लेखसंग्रहाच्या संपादनाचे. अन्यही काही आराखडे

असतील त्यांच्या मनात. पण ते मला ज्ञात नाहीत. त्यांचे आणखी दोनएक लेखसंग्रह तरी यायला हवेत असे वाटते. एक आहे, सूची-कोशविषयक तात्त्विक लेखांचा आणि दुसरा आहे संग्रहात समाविष्ट न झालेल्या लेखांचा. ही दोन पुस्तके यायला हवीत.

समारोप

या लेखाला दोन-तीन स्वरूपाच्या मर्यादा आहेत. एक म्हणजे, याच लेखात चुनेकरांचे मराठी संशोधन पत्रिकेच्या संपादन कार्याविषयी, संशोधन या क्रियेप्रक्रियेविषयी, त्यांनी मांडलेल्या भूमिकेविषयी मला लिहायचे होते/आहे, पण पृष्ठसंख्येचा विचार करून सदर भाग नंतर लिहिणेच योग्य ठरेल असे वाटते. दुसरे असे की, त्यांच्या सूचिशास्त्रविषयक तात्त्विक विवेचनावर व त्यांनी तयार केलेल्या सूचींवर विश्लेषणात्मक लिहिणे आवश्यक आहे, इतके त्याचे महत्त्व मला वाटते. तिसरे असे की त्यांच्या वाङ्मयीन लेखनाविषयी समीक्षा व्हायला हवी, विशेषत: माधवरावांच्या वाङ्मयदर्शनाची किंवा समीक्षेच्या इतिहासाची. मात्र ती करायला जाणकार हवा, अभ्यासक हवा.

प्रस्तुत लेखात वर नमूद केलेली कमतरता आहे, याची जाणीव मला आहे. शिवाय जी मांडणी केली आहे, त्यात त्रुटी, अपुरेपणा, नेमकेपणा नसणे, अशा मर्यादाही आहेत. त्या काढून टाकण्यासाठी डॉ. चुनेकरांची दीर्घ मुलाखत घ्यायची इच्छा आहे. अशा मुलाखतीतून या त्रुटी दूर होतील असा विश्वास वाटतो. तूर्तास याच मांडणीवर समाधान मानावे लागणार व त्याला इलाजही नाही.

व्यासंगी संशोधक व साक्षेपी लेखक
डॉ. अरुण टिकेकर

(१९४४-२०१६)

मीना वैशंपायन

एक विचारक्षम लेखक, साक्षेपी व निर्भीड संपादक, एकोणिसाव्या शतकाचा विशेष अभ्यासक आणि इतिहास-लेखक अशा विविध भूमिकांमधून डॉ. अरुण टिकेकर (१९४४-२०१६) यांची ओळख मराठी जनतेला आहे. पैकी संपादकाच्या भूमिकेमुळे डॉ. टिकेकरांची दररोज वाचकांशी भेट होई, ती बहुधा दैनंदिन घटना, त्यावरील भाष्य व इतर मजकूर याद्वारे! पण याबरोबरच त्यांच्या स्वत:च्या गंभीर व वैचारिक सदरलेखनामुळेही त्यांचा वाचकांशी संबंध येत होता, क्वचित संवाद होत होता. मात्र मराठी वाचकांच्या मनात त्यांच्याबद्दल जी प्रतिमा निर्माण झाली ती परिवर्तन व प्रबोधन घडवू पाहणारा, कुशल, व्यासंगी संपादक अशी!

असे जाणवते की त्यांच्या या गंभीर, वैचारिक लेखनामागे असणारी चौफेर, शोधक वृत्ती, विलक्षण कुतूहल आणि समाजाचे आकलन करून घेण्याची असणारी दुर्दम्य इच्छा यांची जाणीव मात्र फारच थोड्यांना झाली असावी. त्यांचा इतिहास-संशोधनाचा व इतिहास-लेखनाचा सगळा प्रवास आणि संशोधक म्हणून त्यांची झालेली घडण याकडे नजर टाकली की लक्षात येते की बहुतांशी त्यांनी स्वत:च स्वत:ला घडवले आहे, आवडीचे संशोधन केले आहे. साधारणपणे पस्तीसहून अधिक वर्षे त्यांनी जे संशोधनाधारित लेखन केले, त्या संशोधनकार्याबद्दल प्रस्तुत लेखात सांगतानाच संशोधक म्हणून त्यांनी पुढचे टप्पे कसे गाठले याचा निर्देश केला आहे. टिकेकर यांनी संपादक म्हणून लिहिलेले निवडक अग्रलेख, वा इतर वैचारिक लेखनही ग्रंथनिविष्ट झालेले आहे. त्या लेखनाचा सविस्तर विचार येथे केलेला नाही.

टिकेकरांच्या निधनानंतर त्यांच्या एकूण ग्रंथसंपदेचे स्वरूप पाहता असे लक्षात येते की, इतिहासाचार्य राजवाड्यांनी इतिहासतज्ज्ञ व्यक्तींची ज्या तीन गटांमध्ये विभागणी केलेली होती, त्या तीनही गटांपलीकडे टिकेकरांना स्थान देणे आवश्यक आहे. कारण त्यापुढे जाऊन त्यांनी आपले विशेष स्थान निर्माण केले आहे, असे जाणवते. त्यांचा वारसा पुढे चालवला गेला तर तो वेगळाच गट करावा लागेल. स्वत: टिकेकरांनी म्हटले आहे की, ''राजवाडे यांच्या मते इतिहास-संकलक, इतिहास-संशोधक व इतिहास-लेखक असे तीन गट असतात.'' राजवाडे यांचे हे मत नोंदवून ते पुढे म्हणतात की, ''संकलक हा

संशोधक असतोच असे नाही. तसेच संशोधनाच्या दर्जापर्यंत पोचलेला संकलक हा इतिहासकार म्हणजे इतिहास-लेखक होऊ शकेलच असे नाही. या मोजपट्ट्या म्हणजे इतिहासाच्या अभ्यासातील तीन पायऱ्या आहेत. त्यातल्या तीनही पायऱ्या चढून जाणारी माणसे अपवादात्मक असतात.'' (*समाज-स्पंदने*, १९९०, पृष्ठे २८-२९) टिकेकर मात्र या पायऱ्या चढून गेले आहेत व त्याहीपेक्षा उंच गेले आहेत, असे दिसते. सामग्री-संकलन, त्याचा अन्वय लावणे व त्याविषयीचे आपले निष्कर्ष लिखित रूपात लोकांसमोर ठेवणे या गोष्टी त्यांनी केल्याच. शिवाय इतिहासाकडे बघण्याची, त्याबद्दल विचार करण्याची वेगळी दृष्टी त्यांनी लोकांना दिली. इतिहास म्हणजे केवळ राजांच्या लढाया, अनेक युद्धे, सनावळ्या यांनी युक्त आणि केवळ परीक्षेच्या अभ्यासापुरता, पाठांतरापुरता दूरस्थ विषय नव्हे. त्यापुढे जाऊन इतिहास हा आपणा सर्वांशी, आपल्या आयुष्यांशी निगडित असतो आणि तो सर्वांचा असतो, याची मराठी मनाला प्रथमच जाणीव करून देण्याचे काम त्यांनी केले. एकोणिसावे शतक, त्यातील घटना, समाज, संस्था, व्यक्ती, या सर्वांचा सुटा सुटा आणि तरी एकत्रित असा अभ्यास–नव्हे व्यासंग–त्यांनी स्वत: केला आणि त्यामुळे त्यांच्या बहुतांशी लेखनाचे अधिष्ठान मुख्यत: हेच राहिले. त्याचप्रमाणे असेही दिसते की, टिकेकरांनी शोध आणि संशोधन हे दोन्ही खडतर मार्ग आपलेसे केले. म्हणजे अज्ञाताचा शोधही घेतला आणि संशोधन-विषयाबाबत नवा दृष्टिकोन दाखवून नवीन वाटा रूढ केल्या. इतिहास-लेखनाचे नवे आयाम त्यांनी दाखवून दिले; नव्या संशोधकांसाठी नवी द्वारे खुली केली.

टिकेकरांच्या एकूण संशोधनाधारित लेखनाची मुख्य वैशिष्ट्ये त्यांच्या सर्व संशोधनपर लेखनाला लागू होतात. संशोधकाला आवश्यक अशी नेमकी व मुद्देसूद भाषा आणि स्पष्ट विधाने यामुळे त्यांचे सर्व लेखन पाल्हाळीक किंवा संदिग्ध न होता अपेक्षित परिणाम साधते. घटितांचा अन्वयार्थ लावताना ते अतिरिक्त भाष्य, एकांगी व मूल्यमापनात्मक निर्णय टाळतात. आपल्या प्रतिपादनास उपयुक्त असे संदर्भ व पुरावे यांच्या जोडीला उपयुक्त अशी भरपूर छायाचित्रे ते देतात. ही छायाचित्रे विषयास अतिशय अनुरूप आणि बहुतांशी दुर्मीळ आहेत. त्यामुळे विधानांची विश्वासार्हता वाढायला खूप मदत होते आणि संदर्भग्रंथाचे मूल्यही वाढते.

टिकेकर यांच्या संशोधनात्मक लेखनाचे सहजच तीन भाग करता येतात. १) पीएच्.डी.च्या पदवीसाठी केलेले संशोधन. २) स्थानीय, संस्थात्मक, सामाजिक व सांस्कृतिक इतिहासाचे लेखन. ३) इतिहास-लेखनाच्या विविध प्रवाहांमधील लेखनाचे नियोजन, संपादन व ऐतिहासिक प्रकल्प संपादन.

१

महाराष्ट्राच्या सामाजिक स्थितिगतीबद्दलचे चिंतन, तत्संबंधी ग्रंथलेखन व पत्रकारिता ही सोलापूरच्या टिकेकर घराण्याची परंपरा आहे हे मराठी वाचकास माहीत आहे. अरुण

टिकेकरांचे आजोबा, (रा. वि. टिकेकर ऊर्फ धनुर्धारी), काका (श्री. रा. टिकेकर), वडील (चिं. रा. टिकेकर) या तिघांनी लेखन, संपादन व पत्रकारिता यात विशेष कामगिरी केली. हा वारसा अधिक समृद्ध करीत आपल्या व्यासंगी संशोधनाने, अभ्यासू व समाजहितैषी वृत्तीने ती परंपरा पुढे चालवणारे अरुण टिकेकर हे या घरातील तिसऱ्या पिढीचे लेखक, पत्रकार व संशोधक! घरात वाचनाचे, पुस्तक-संग्रहाचे वातावरण होते. टिकेकरांनी स्वत:च लिहून ठेवले आहे की, ''लहानपणी घरात पंधराएक हजार पुस्तकं होती तेव्हा त्याकडे माझं फारसं लक्ष गेलं नाही, कारण त्या वयात मैदानी खेळांची फार आवड होती. त्या वेळी ती पुस्तकं पाहिली नाहीत वा फारशी वाचली नाहीत याचं आता वाईट वाटतं. पण वडिलांच्या धाकानं संतसाहित्य, पंडिती काव्य यांचं पाठांतर भरपूर झालं. आता तेच संचित वाटतं.'' (*अक्षरनिष्ठांची मांदियाळी*, पृष्ठे १५४-५५).

सोलापूर या आपल्या मूळ गावी पदवीपर्यंतचे शिक्षण पूर्ण करून टिकेकर १९६६-६७ साली मुंबईला आले आणि आपल्या काकांकडे त्यांच्या पुस्तकांच्या कामामध्ये मदत करावी म्हणून व पदव्युत्तर शिक्षण घेण्यासाठी राहू लागले. मुंबई विद्यापीठाची एम. ए.ची पदवी मिळवून १९७० ते १९७६ या काळात त्यांनी मुंबईतील महाविद्यालयांमध्ये अध्यापन केले. त्यांचा एम. ए.चा व नंतर अध्यापनाचाही विषय होता – इंग्रजी साहित्य. एकीकडे अध्यापन करीत असताना दुसरीकडे ते Free press Journal, Indian Express यांसारख्या इंग्रजी वृत्तपत्रांसाठी सदरलेखनही करीत होते. १९७६–१९८१ अशी पाच वर्षे टिकेकरांनी दिल्लीला नोकरी केली. US Library of Congress सारख्या जगप्रसिद्ध ग्रंथालयाच्या कार्यालयात Language and Literature Expert and Acquisitions specialist म्हणून ते नोकरी करीत होते. इंग्रजीतील विविध व ताजी पुस्तके शोधणे; त्यातील हवी ती निवडणे हे सारे काम त्यांच्या आवडीचे होते व त्यामुळे त्यांचे वाचन वाढायला खूप मदत झाली. दिल्लीहून परतल्यावर १९८१ ते १९८९ पर्यंत टिकेकर 'टाइम्स ऑफ इंडिया'च्या संदर्भविभागात विभागप्रमुख म्हणून व नंतर 'महाराष्ट्र टाइम्स'मध्ये वरिष्ठ सहसंपादक म्हणून काम करत होते. १९९१ ते २००२ या काळात ते 'लोकसत्ते'त संपादक झाले. नंतर २००७-२०१३ या काळात ते एशियाटिक सोसायटीच्या अध्यक्षपदी होते. हा त्यांना मोठाच मान मिळाला होता.

या त्यांच्या जीवनपटाकडे नजर टाकताच लक्षात येते की आयुष्यभर त्यांनी पुस्तकांशी संबंध येईल, हवे तसे वाचन, लेखन करता येईल असाच मार्ग निवडला. त्याचा त्यांना फायदाही झाला. पुस्तकांशी संबंध असणारे, वाचनप्रेमी मित्रच त्यांनी निवडले व आयुष्यभर तोच ध्यास बाळगला. मात्र दिल्लीला जाण्याआधीच साधारण १९७६-७७च्या सुमारास त्यांनी पीएच. डी. साठी संशोधन करण्यास आरंभ केला होता.

'द किंकेडस्'

इंग्रजी साहित्यातच त्यांनी जरी हे संशोधन करायचे ठरवले (व तसेच केले) तरी

त्यासाठीचा विषय त्यांनी निवडला तो इंग्रजी साहित्यातील, अँग्लो-इंडियन लेखकांचे साहित्य. आपल्या संशोधनप्रबंधावर आधारित जे पुस्तक त्यांनी १९९२ साली प्रसिद्ध केले, त्याचे नाव आहे, The Kincaids—Two generations of a British family in the Indian Civil Service. (पीएच. डी.ची पदवी मिळाल्यानंतर तो प्रबंध जेव्हा ग्रंथरूपात येतो तेव्हा त्यात प्रबंधाची व्याप्ती, संशोधनपद्धती, पूर्वाभ्यास आदी तांत्रिक बाबी वगळल्या जातात, शिवाय प्रबंध सादर केल्यापासून पुस्तक तयार होईपर्यंतच्या मधल्या काळात संशोधक काही नवे सांगतो वा मजकुराची फेररचना करतो, याची जाणीव साऱ्यांना असतेच. हे लक्षात घेऊन हाती असलेल्या पुस्तकावरून त्यांच्या संशोधनाविषयी सांगणे शक्य आहे.)

चार्ल्स किंकेड (१८७०–१९५४) व डेनिस किंकेड (१९०५–१९३७) हे दोघे पितापुत्र लेखक होते आणि प्रशासकही होते. त्यामुळे आपल्या संशोधनात त्यांच्या लेखनाचा अभ्यास हा मुख्य विषय आणि त्याच्या जोडीला प्रशासकीय कारकिर्दीनिमित्ताने त्या दोघांचे भारतात झालेले वास्तव्य आणि त्यांचे येथील समाज, लोकजीवन, विविध व्यक्ती यासंबंधीचे विचार हा आणखी एक आनुषंगिक भाग अशी आखणी टिकेकरांनी केली. या दोघांमध्ये अनेक बाबी समान होत्या. चार्ल्स किंकेड यांचे आजोबा व वडील ईस्ट इंडिया कंपनीसाठी नोकरी करीत होते. पैकी वडील विल्यम हे भारतातच नोकरीनिमित्त होते. त्यामुळे चार्ल्स यांचा व पुढे डेनिस याचाही जन्म भारतात झाला. पण त्या दोघांनी I.C.S.चे शिक्षण इंग्लंडला जाऊन एकाच कॉलेजात (Balliol) घेतले आणि ते दोघेही I.C.S. होऊन नोकरीसाठी भारतातच परत आले होते. दोघे कथा-कादंबरीकार होते, शिवाय मराठ्यांच्या इतिहासाचे लेखक होते. चार्ल्स लोकसाहित्यकारही होता व त्याने आत्मचरित्र लिहिले. डेनिसने शिवाजीचे चरित्रही लिहिले, ते आजही नावाजले जाते. एकूण दोघांचे ललित, ललितेतर लेखन याविषयी संशोधन करून टिकेकरांनी त्यांच्या साहित्याचे मूल्यमापन केले.

येथे एक महत्त्वाची बाब लक्षात घ्यावयास हवी. ती म्हणजे आपल्या संशोधनात टिकेकरांनी केवळ वाङ्मयीन निकष वापरले नाहीत. याचा अर्थ त्यांनी किंकेड पितापुत्रांचे वाङ्मय अभ्यासताना आपले संशोधन एकशाखीय अभ्यासावर आधारित न ठेवता ते बहुशाखीय अभ्यासाधारित केले. चार्ल्स व डेनिस किंकेड यांचे वाङ्मय म्हणजे अँग्लो-इंडियन वाङ्मय! मूलत: ब्रिटनमधील नागरिकांनी हिंदुस्थानातील काही वर्षांच्या वास्तव्यात घेतलेल्या अनुभवांच्या साहाय्याने निर्मिलेले वाङ्मय! त्या साहित्याचे मूल्यमापन करताना टिकेकरांनी साहित्यिक निकषांबरोबर सामाजिक परिस्थितीचाही विचार केलेला दिसतो. त्याची गरज काय हे सांगताना टिकेकर म्हणतात की, ''वाङ्मयीन सक्षमतेचा निकष लावून तपासावयास सुरुवात केल्यास ध्यानात येते की, अँग्लो-इंडियन वाङ्मयाचा एकूण दर्जा सुमारच राहिला. या साहित्यात रुडयार्ड किपलिंग व ई. एम. फॉर्स्टर हीच अवघी दोन शिखरे! एडवर्ड थॉम्पसन, डेनिस किंकेड यांसारखी अन्य छोटी शिखरे दिसतात, पण एकंदरीत

दर्जा दुय्यम स्वरूपाचाच आहे. याची कारणे म्हणजे समकालीन राजकीय परिस्थिती व लेखकांची एतद्देशीय समाजाविषयी मर्यादित समज. तरीही भारतीय वाङ्मयेतिहासाच्या दृष्टीने हे साहित्य महत्त्वाचे आहे. हे एक प्रकारचे वाङ्मयीन पुनर्रोपण (Transplant literature) आहे. त्या वाङ्मयाचा अभ्यास समाजशास्त्राच्या व मानसशास्त्राच्या दृष्टिकोनातून करणे आवश्यक आहे. तसे न केल्यास तो अभ्यास त्या वाङ्मयकृतीवर अन्यायकारक ठरेल.'' (*सारांश*, पृष्ठे ८४-८६)

पीएच. डी.साठीच्या या संशोधनापासून पुढेदेखील टिकेकरांनी आपल्या सर्व संशोधनासाठी औपचारिक, पारंपरिक संशोधनसाधनांबरोबरच अनौपचारिक, अपारंपरिक संशोधन-साधनांचा वापर केला आहे व तसे करताना त्या साधनांची विश्वासार्हता तपासून घेतली आहे, असे लक्षात येते. प्रस्तुत संशोधनासाठी टिकेकरांनी या दोघा किंकेड पिता-पुत्रांची सर्व पुस्तके मिळवली, स्फुट लेख मिळवले, हे साहजिक होते. पण त्या दोघांची चरित्रात्मक माहिती मिळवण्यासाठी मात्र टिकेकरांना खूप परिश्रम घ्यावे लागले असे दिसते. त्या दोघांच्या वास्तव्याची मूळ ठिकाणे त्यांनी प्रत्यक्ष जाऊन पाहिली. तेथील लोकांच्या मुलाखती घेतल्या. एवढेच नाही तर त्यांनी केलेल्या विविध ठिकाणच्या (देशा-परदेशांतील) प्रवासाचा सर्व तपशीलही गोळा केला. डेनिस हा अल्पायुषी होता. वयाच्या ३१व्या वर्षीच तो कारवारच्या समुद्रावर पोहायला गेलेला असताना बुडून मृत्यू पावला. त्याच्या मृत्यूनंतर थडग्यावर कोरलेल्या ओळींमधील करुण पण सूचक अर्थापर्यंत अनेक बाबी त्यांनी येथे विचारात घेऊन त्यांची एक आकर्षक गुंफण केली आहे.

याशिवाय अनेक परदेशी व्यक्तींशी पत्रव्यवहार करून, भारतातील वृत्तपत्रांमधून लोकांना आवाहन करून मिळवलेली माहिती, किंकेड यांच्या पुस्तकांवर देशा-परदेशांत प्रसिद्ध झालेले अभिप्राय, परीक्षणे, 'टाइम्स'मधील त्यांच्या लेखनावर आलेल्या प्रतिक्रिया, इत्यादी गोष्टींचा टिकेकरांनी पुरेपूर व योग्य वापर केला आहे असे दिसते. आणखी एक महत्त्वाची गोष्ट येथे नमूद करावयास हवी. चार्ल्स किंकेड व सातारा येथील इतिहासतज्ज्ञ रावबहादूर द. बा. पारसनीस यांच्यात दीर्घकाळ पत्रव्यवहार झालेला होता. मोठ्या खटपटीने टिकेकरांनी हा सारा पत्रव्यवहार मिळवला आणि त्याचा यथायोग्य वापर त्यांना आपल्या संशोधनात करता आला. टिकेकरांनी मिळवून उपयोगात आणलेली ही व इतरही अप्रकाशित पत्रे यांची संख्या सुमारे तीनशे आहे.

या पुस्तकात एकूण बारा प्रकरणे आहेत व एक परिशिष्ट — (तेही एका प्रकरणाएवढेच) — संशोधकी शिस्त पूर्णपणे पाळत, अवतरणे, छायाचित्रे यांचे यथायोग्य संदर्भ दिलेले आहेत. संशोधनासाठी उपयोगात आणलेल्या सर्व सामग्रीचे नेटके व्यवस्थापन, ग्रंथसूची, नामसूची इत्यादी आवश्यक त्या सर्व बाबींची पूर्तता येथे केलेली दिसते. टिकेकरांच्या पुढील सर्वच लेखनात आढळणारी नेमकी, अचूक शब्दयोजना, अभ्यासाधिष्ठित, समतोल विचारांची पक्की बैठक, त्यानुसार केलेली मांडणी आणि सांगोपांग माहिती, अशी सारीच वैशिष्ट्ये त्यांच्या या पहिल्या लेखनापासूनच जाणवतात.

प्रस्तावनेनंतर The Argument या पहिल्या प्रकरणात किंकेड पिता-पुत्रांची अभ्यासासाठी निवड करण्यामागची आपली भूमिका स्पष्ट करताना, भारतात आलेल्या अशा ब्रिटिश कुटुंबांची पार्श्वभूमी थोडक्यात सांगून किंकेड यांच्या साहित्यकृतींचा धावता निर्देश टिकेकर करतात आणि चार्ल्स किंकेड व 'टाइम्स ऑफ इंडिया' यांच्यामधील चार दशकांच्या संबंधांची माहितीही देतात. तसेच या अभ्यासासाठी आपण कोणकोणती साधने वापरली याची माहिती देतात. चार्ल्स किंकेड यांच्या मराठ्यांच्या इतिहासाबद्दलच्या व भारताबद्दलच्या मतांचा प्रभाव डेनिस यांच्यावर झालेला असला व त्यांनी वडिलांच्या लेखनाचा आधार घेतलेला असला तरी डेनिस यांचे ललितलेखन व इतिहास-लेखन अधिक चांगले आहे, असा नि:संदिग्ध अभिप्राय टिकेकरांनी नोंदवलेला आहे.

चार्ल्सचे विविध लेखनपैलू दाखवणारी लोकसाहित्यकार चार्ल्स, लघुकथाकार चार्ल्स, मराठ्यांच्या इतिहासाचा लेखक चार्ल्स, हिंदुस्थानच्या वीररसपूर्ण भूतकाळाचा लोकप्रिय लेखक चार्ल्स आणि आत्मचरित्रकार चार्ल्स अशी पाच प्रकरणे आहेत. यामध्ये चार्ल्स यांच्या संपूर्ण लेखनाचा सविस्तर तपशील आहे. तसेच त्या सर्व लेखनाचे मूल्यमापन करताना त्यांचे वाङ्मयीन विशेष, त्यातील उणिवा, अँग्लो-इंडियन लेखनाची तत्कालीन आवश्यकता, त्या लेखनासंबंधी हिंदुस्थानात व इंग्लंडमध्ये प्रसिद्ध झालेले अनुकूल अभिप्राय वा झालेली टीका यांचा धांडोळा टिकेकर घेतात. याचे एकच उदाहरण पाहिले तरी कल्पना येईल.

चार्ल्सची काठियावाडमध्ये न्यायालयीन साहाय्यक म्हणून नेमणूक झाली, त्याआधी काठियावाडमधील लुटारूंनी ब्रिटिश सरकारच्या नाकी दम आणला होता. ब्रिटिश सरकारने महत्प्रयत्नाने त्या लुटारूंना काबूत ठेवले. पण तेथील जनतेत त्या लुटारूंच्या शौर्याच्या कथा पोवाड्यांसारख्या गायल्या जात. त्यांच्या धाडसाच्या दंतकथा प्रचलित झाल्या होत्या. त्या ऐकल्यावर लोकसाहित्याची आवड असणाऱ्या चार्ल्सला त्याविषयी कुतूहल वाटले आणि त्याने त्यांच्या या गोष्टी मिळवून, त्यांच्याबद्दल ज्ञात असलेला इतिहास शोधून त्यावर आधारित कथा लिहिल्या आणि 'टाइम्स'मध्ये प्रसिद्ध केल्या. या कामी ह. ना. आपटे यांच्या 'करमणूक'मधील गोष्टींनी चार्ल्सला लिहिण्याची प्रेरणा मिळाली, असे टिकेकर दाखवतात. पुढेही ह. ना. आपटे यांच्याशी चार्ल्सचा कसा संबंध राहिला होता ते सांगून पुढे त्या कथांचे पहिले पुस्तक प्रसिद्ध करताना आपटे यांची मदत झाली ही माहिती टिकेकर देतात. त्या पुस्तकाला पाश्चात्त्यांचा चांगला प्रतिसाद मिळाल्याने चार्ल्सने भारतीय दंतकथा, पोवाडे, प्रचलित परीकथा व इतर लोकप्रिय लोकसाहित्य छोट्या छोट्या पुस्तकांमधून प्रसिद्ध केले. मात्र त्याच्या दुसऱ्याच पुस्तकावर इतिहासतज्ज्ञ वि. का. राजवाडे यांनी का व कसा जबरदस्त हल्ला चढवला, त्यात राजवाड्यांचा दृष्टिकोन काय होता आदी तपशील टिकेकरांनी दिला आहे; तो रोचक आहे, तसेच नवीन आहे. त्यातील अनेक त्रुटी व चुकीच्या माहितीचे सारे पुरावे राजवाड्यांनी दिले आहेत हेही टिकेकर दाखवतात. याशिवाय चार्ल्सच्या प्रत्येक पुस्तकाचे प्रकाशन, आवृत्त्यांची संख्या, प्रकाशक, त्यात रेखाटने असावीत

अशी सूचना करणारे सर बर्डवूड व रेखाटने करणारे चित्रकार धुरंधर यांच्याबद्दलचीही सविस्तर माहिती मिळते. माहिती मिळवण्याची व त्यातील अन्वय दाखवून देण्याची टिकेकरांची क्षमता इथे पूर्णपणे प्रत्ययास येते. चार्ल्सने तत्कालीन मराठी नामवंतांपैकी अनेकांशी व्यक्तिगतरीत्या मैत्री केली असली तरीही त्याचे एकूण मराठी इतिहासाचे आकलन तितकेसे सखोल नव्हते. चित्पावन ब्राह्मण व इतरही ब्राह्मण यांच्याबद्दल त्याला राग होता व तो त्याच्या लेखनात दिसतो असे विशेष निरीक्षण टिकेकरांनी नोंदवले आहे.

डेनिस हा शिवाजीचा चरित्रकार, कादंबरीकार आणि भारतातील ब्रिटिश सामाजिक जीवनाचा इतिहासकार आहे. त्याचे मूल्यमापन करताना टिकेकरांनी त्याच्या लेखनाची समीक्षा केली आहे, तशीच तारीफही केली आहे. डेनिसचे शिवचरित्र शैलीच्या दृष्टीने सरस आहेच, पण त्याने शिवाजीविषयी जी पूर्वग्रहविरहित विधाने केली आहेत, ती अधिक महत्त्वाची व मराठी समाजाला उपयुक्त आहेत, असे टिकेकर म्हणतात. पाच कादंबऱ्या आणि दोनच लघुकथा लिहून अँग्लो-इंडियन वाङ्मयात डेनिसने विशेष वाङ्मयीन स्थान मिळवले आहे हेही सांगितले आहे. मराठी स्त्रियांविषयीची त्याची सूक्ष्म निरीक्षणे असोत, किंवा कथानकाची मांडणी असो, त्याचे लेखन हे वाङ्मयीन निकषांवर कोठेही कमी नव्हते. तो प्रतिभावान लेखक होता, पण त्याच्या अल्प आयुष्याने त्याचा प्रतिभाबहर अकाली करपला असा अभिप्राय टिकेकर देतात.

डेनिस किंकेडने लिहिलेले शिवचरित्र सर्वत्र नावाजले गेले. मात्र ते चरित्र चांगले लिहिले असले तरी त्यात अनेक त्रुटी आहेत हे टिकेकरांनी सप्रमाण सिद्ध केले आहे. जदुनाथ सरकार यांचे शिवचरित्र आधीचे होते व डेनिसने प्रत्यक्ष लिहिताना सरकारांच्या पुस्तकाचा हवाला देऊनही त्या पुस्तकाच्या जाहिरातीत डेनिसचे शिवचरित्र पहिले म्हटले गेले यातील विसंगती टिकेकरांनी दाखवली असली तरीही डेनिसचे शिवचरित्र सरकार यांच्या शिवचरित्रापेक्षाही अधिक चांगले आहे असा निर्वाळा दिला आहे. डेनिस ब्रिटिशांचा प्रतिनिधी असूनही डेनिसला शिवाजीचे अंतर्बाह्य रूप अधिक चांगले कळले होते असे त्यांना वाटते. मात्र त्याने दिलेले विशेषनामांचे चुकीचे उच्चार, आवश्यक असूनही न वापरलेली भारतीय व फ्रेंच, पर्शियन इत्यादी भाषांमधील साधने या त्रुटींचाही टिकेकर निर्देश करतात.

संशोधकाच्या अंगी आवश्यक असणारी निःपक्षपाती वृत्ती, बारकाईने प्रत्येक बाब तपासण्याची सवय, उणिवांचा निर्देश आणि समतोल वृत्तीने समीक्षण या टिकेकरांच्या वैशिष्ट्यांचा प्रत्यय येथे आल्याशिवाय राहत नाही.

शेवटची दोन प्रकरणे ही या दोघा पिता-पुत्रांच्या वृत्ती आणि त्यांची व्यक्तित्वे यासंबंधी वर्णन करणारी आहेत. विशेषतः ब्रिटिशांच्या या दोन पिढ्यांमध्ये अनेक समान बाबी असताना त्यांच्या वृत्तीत, व्यक्तित्वात फरक असल्याने त्यांनी भारतीय मराठी समाजाची केलेली वर्णने वेगळे दृष्टिकोन दाखवतात. डेनिस पुढच्या पिढीचा प्रतिनिधी आहे. त्या पिढीला भारतीय समाजाचे आकलन अधिक चांगले झाले होते. कारण चार्ल्सच्या पिढीच्या

मनात असलेले भारतीयांबद्दलचे पूर्वग्रह पुढच्या पिढीमध्ये नाहीत. ते अधिक खुल्या मनाने वागतात. आपण जेते, शास्ते अशी मालकी हक्काची वृत्ती पुढे कमी झालेली दिसते असे टिकेकरांचे निरीक्षण आहे.

किंकेड यांच्या साहित्याचे आकलन चांगले व्हावे, त्यांना जाणून घ्यावे यासाठी साहित्याचे समाजशास्त्र या संकल्पनेचा उपयोग टिकेकरांनी केला आहे. त्यामुळे त्यांच्या संशोधनाला सखोलता प्राप्त होते असे लक्षात येते. किंकेड पिता-पुत्रांना मराठी समाजाविषयी आस्था होती, तसेच अनेक मराठी लोकांशी त्यांचे मित्रत्वाचे संबंध होते. या दृष्टिकोनातून त्यांनी चार्ल्स व डेनिस यांच्याशी विशेष संबंध असणाऱ्या व त्या दोघांवर ज्यांचा प्रभाव आहे अशा काही समकालीन व्यक्तींविषयी नोंदी लिहिल्या आहेत. त्यातही ज्यांच्याविषयी सहज माहिती मिळणे शक्य आहे असे सरकारी अधिकारी, कोल्हापूरचे शाहूमहाराज, सांगलीचे चिंतामणराव पटवर्धन यांसारखे संस्थानिक व लोकमान्य टिळक, वीर सावरकर, नामदार गोखले यांसारखे नेते वगळण्याचे तारतम्यही दाखवले आहे. परंतु हरी नारायण आपटे, सर जॉर्ज बर्डवूड, सर चिरोल, रावबहादूर धुरंधर यांसारख्या इतर काही व्यक्तींबद्दल आवर्जून लिहिले आहे. तत्कालीन महाराष्ट्राची पार्श्वभूमी किंकेड यांच्या पुस्तकांना आहे. तत्कालीन समाजाचा ज्ञात इतिहास, त्या समाजातील व्यक्ती, तत्कालीन सामाजिक जीवन, रूढी-परंपरा, बुद्धिवंतांचे सामाजिक स्थान, राजकीय भूमिका या गोष्टींचा विचार टिकेकरांनी यात केला आहे. त्यामुळे त्या संशोधनाला समग्रता प्राप्त झाली आहे.

२ अ

इतिहास-लेखनासंबंधित नवा विचार – सर्वांगीण इतिहास

आपला पीएच. डी.चा प्रबंध सिद्ध करतानाच एकोणिसावे शतक किती लक्षणीय आहे हे टिकेकरांच्या लक्षात आले होते. आपल्याला केवळ वाङ्मयाचा विचार करणे पुरेसे वाटत नाही, आपला विचार 'समग्र जीवनासाठी कला' या दिशेकडे आहे याचे भानही त्यांना आले होते. त्याआधी हिप्पोलिट तेन याचा 'वाङ्मयाचे समाजशास्त्र' हा विचार त्यांनी वाचला होता, त्यांना तो पटला होता व किंकेडवरील प्रबंधात त्याचा यथायोग्य वापरही त्यांनी केला होता. तसेच इ. एच. कार यांचा इतिहास, इतिहासाचे पुनर्लेखन याबद्दलचा नवा दृष्टिकोन त्यांनी अभ्यासला होता. तो विचार टिकेकरांना पटला होता, अधिक स्पष्टीकरण देणारा वाटला होता. ग्रामची या इटालियन तत्त्वचिंतकाने इतिहासाबद्दलचा एक महत्त्वाचा विचार मांडला होता. टिकेकर म्हणतात, ''ग्रामचीच्या म्हणण्यानुसार इतिहास समजण्यासाठी केवळ राजे-रजवाडे, युद्धे यांचा विचार पुरेसा नाही. त्या वेळी तळागाळातील माणसे कशी जगत होती, हे कळणे महत्त्वाचे आहे. ऐतिहासिक घटनांमागे सामाजिक, सांस्कृतिक, आर्थिक, वैचारिक अशी विविध कारणे असतात. त्या कारणांची मीमांसा केल्याशिवाय इतिहास-लेखनाला परिपूर्णता येत नाही. हे लक्षात आल्यावर जगभरच्या

इतिहासकारांनी इतिहास-लेखन प्रक्रियेचाच पुनर्विचार सुरू केला. यातून तळागाळाचा इतिहास (History from below) व स्थानीय इतिहास (Local History) या संकल्पना रूढ झाल्या. एखाद्या शहराचा स्थानीय इतिहास म्हणजे त्या शहराचा व्यापक अर्थाने लिहिलेला सामाजिक आणि सांस्कृतिक (स्थित्यंतरांचा) इतिहास!

''स्थानीय इतिहास ही पाश्चात्त्य जगतात बरीच प्रगत झालेली व मान्यता पावलेली संकल्पना आहे.सांस्कृतिक केंद्र असलेल्या नगराचे भौगोलिक, आर्थिक, सामाजिक, राजकीय, शैक्षणिक, वैचारिक आलेख काढले गेले आणि अशा अनेक सांस्कृतिक केंद्रांच्या व्यापक व सर्वांगीण इतिहासाच्या साह्याने सर्व देशाचा इतिहास लिहिला गेला, तर तो निश्चितच अधिक समृद्ध व सर्व समाजघटकांना न्याय देणारा असणार ही कल्पना स्वीकारली गेली. सर्वांगीण म्हणजे बहुशाखीय इतिहास. पारंपरिक ऐतिहासिक साधनांबरोबरच चित्रे-छायाचित्रे अशा अपारंपरिक साधनांचाही उपयोग यात केला जातो. म्हणूनच स्थानीय इतिहास-लेखक पुरातत्त्व-संशोधक, भूगोलतज्ज्ञ, समाजशास्त्रज्ञ, कलेतिहासतज्ज्ञ, वाङ्मयेतिहासतज्ज्ञ अशा वेगवेगळ्या भूमिका करत असतो. त्याला कोणताही विषय वर्ज्य नाही. अगदी पेहेरावातील फॅशन्सपासून आहारातील रूचिवैचित्र्यापर्यंत सर्व विषयांचा यथायोग्य वापर स्थानीय इतिहासासाठी होऊ शकतो.'' (*शहर पुणे*, २०००, प्रस्तावना, पृष्ठे १५-१७).

पाश्चात्त्य जगताने आधुनिक काळात अंगीकारलेला हा प्रवाह आपणही स्वीकारला पाहिजे, तरच आपले इतिहास-लेखन यथार्थ होईल असा त्यांचा विश्वास होता. हा सर्वांगीण व परिपूर्ण इतिहास-लेखनाचा प्रयत्न रुजवण्याचे श्रेय टिकेकरांना जाते.

यासाठी टिकेकर मराठी वाङ्मयातील दलित साहित्याचे उदाहरण देतात. दलित साहित्याचा अभ्यास करताना फक्त रूढ वाङ्मयीन निकष पुरेसे नाहीत. त्यामागचे समाजशास्त्र समजून घेतल्याशिवाय दलित साहित्याचा सांगोपांग विचार होणार नाही असे त्यांचे मत होते. त्यामुळेच त्यांनी इतिहास-लेखनाचा हा नवा प्रवाह स्वीकारला. 'इति ह आस' (असे असे होते) म्हणजे 'इतिहास' असे म्हटले जाते. त्याचा व वर्तमानाचा सांधा जुळवण्याचे काम त्यांनी केले आणि आपली सारी संशोधनक्षमता त्यासाठी वापरली. मात्र अवास्तव भाष्य टाळले. महाराष्ट्रातील शहरांचे इतिहास, सामाजिक इतिहास, सांस्कृतिक इतिहास आणि शेवटचा टप्पा म्हणजे मराठी मनाचा, महाराष्ट्राचा वैचारिक इतिहास असे मनाशी निश्चित करत त्यांनी लेखनाला आरंभ केला होता. मुंबई विद्यापीठाचा इतिहास ही त्यांना त्यासाठी मिळालेली एक उत्तम संधी होती. त्या संधीचा उपयोग त्यांनी योग्य पद्धतीने केला, असे लक्षात येते.

मुंबई विद्यापीठाचा इतिहास

टिकेकरांना १९८३ साली पीएच. डी.ची पदवी मिळाली. त्याच सुमारास मुंबई विद्यापीठास १२५ वर्षे पूर्ण झाल्याच्या निमित्ताने विद्यापीठाचा इतिहास लिहिण्याचे काम विद्यापीठाने त्यांच्यावर सोपवले. वस्तुत: विद्यापीठाचा शतसांवत्सरिक महोत्सव झाला त्या वेळी प्रा.

डोंगरकेरी यांनी विद्यापीठाची शंभर वर्षांची वाटचाल दर्शविणारा ग्रंथ सिद्ध केला होता. (*History of the University of Bombay*, १८५७-१९५७) परंतु त्यानंतरच्या पंचवीस वर्षांत विद्यापीठाची वाढ झपाट्याने होत गेली आणि त्यामुळे त्याविषयी नव्याने लिहिण्याची आवश्यकता वाटल्याने १२५ वर्षांचा इतिहास लिहिण्याची जबाबदारी टिकेकरांवर सोपवली गेली. विद्यापीठाने हा नवा इतिहासग्रंथ १९८४ साली प्रकाशित केला. पुढे विद्यापीठाला दीडशे वर्षे पूर्ण झाल्याच्या निमित्ताने शतकोत्तर सुवर्ण महोत्सवी सोहळ्यात हाच इतिहास अद्ययावत करून, काही भाग नव्याने लिहून, काही गोष्टींची भर घालून त्याची पुन्हा नवी आवृत्ती काढण्यात आली आणि तेही काम टिकेकर यांच्याकडे सोपवले गेले.

वर म्हटल्याप्रमाणे त्यांनी वाङ्मयाच्या अभ्यासाबरोबरच इतिहासातील नवीन प्रवाहांचा अभ्यास सुरू केला होता. त्यामुळे टिकेकरांनी हा इतिहास लिहिताना, इतिहास-लेखनाची एक अगदी वेगळी पद्धती स्वीकारली. इतिहास-लेखन किती सर्जनशील व रोचक असू शकते याचा एक वस्तुपाठच त्यांनी या ग्रंथाद्वारे निर्माण केला असे म्हणावयास हरकत नाही. ऐतिहासिक बखरीची आकर्षक पण सत्य घटनांचा अपलाप न करणारी शैली त्यांनी अंगीकारली. मराठी अनुवादाला उपशीर्षकही 'बखर-मुंबई विद्यापीठाची' असेच दिले. *The Cloister's Pale—A Biography of the University of Bombay* हे त्या ग्रंथाचे शीर्षक व त्यातील पहिल्या पानावर दिलेल्या मिल्टन या सुप्रसिद्ध ब्रिटिश कवीच्या कवितेतील ओळी पुस्तकाच्या शीर्षकाशी सुसंगत आहेत. इथूनच या पुस्तकाचे वेगळेपण अधोरेखित होते. मुंबई (तत्कालीन बॉम्बे) विद्यापीठ ही टिकेकरांची शैक्षणिक मातृसंस्था असल्याने त्यांना या विद्यापीठाविषयी विशेष आस्था होती. तसेच त्यांचे बहुतेक आयुष्य ज्या मुंबई शहरात गेले, त्या मुंबईविषयीदेखील त्यांना अतिशय आपुलकी होती. आरंभी सात बेटांचा छोटा समूह असणाऱ्या मुंबईची झपाट्याने होणारी वाढ त्यांनी पाहिली होती. तिचे स्वरूप कसे व किती बदलत गेले याचा त्यांनी साक्षीभावाने अनुभव घेतला होता. त्यामुळेच मुंबईचे बदलणारे स्वरूप आणि वाढणारे महत्त्व यांची त्यांना प्रकर्षाने जाणीव होत होती.

विद्यापीठाचा इतिहास म्हणजेच विद्यापीठाचे चरित्र. एवढ्या मोठ्या संस्थेची जडणघडण, आणि त्याच वेळी होणारी मुंबईची जडणघडण या दोन्ही गोष्टी समांतरपणे होत गेल्या ही वस्तुस्थिती लक्षात घेऊन व तेच आपल्या लेखनाचे सूत्र धरून टिकेकरांनी हा इतिहास लिहिला आहे. एखादे शहर आणि एखादी संस्था जेव्हा घडते, तेव्हा त्यामागे अनेकांचे कर्तृत्व असते, विविध आघाड्यांकडे लक्ष पुरवावे लागते आणि अनेक मुत्सद्दी, विचारवंत यांच्या दूरदृष्टीचा, योजकतेचा जनहितासाठी फायदा करून घ्यावा लागतो. आरंभीच्या काळात (१८१८नंतर) इंग्रज सरकारने मुंबईची घडण चांगली व्हावी म्हणून हेच केले. नगररचना, नागरिकांसाठी वेगवेगळ्या सोयींची व्यवस्था, दळणवळणाच्या साधनांची निर्मिती, रोजगारनिर्मिती आदी अनेक बाबींची विचारपूर्वक आखणी करून त्याप्रमाणे इंग्रज सरकार मुंबईचा विस्तार करत होते. त्यातच शैक्षणिक संस्थांची सुरुवात झाली. १८५७ मध्ये

मुंबई-बॉम्बे विद्यापीठाची स्थापना झाली. तोपर्यंत मुंबई ही जगाची पूर्वेकडील बाजारपेठ आणि भारताची आर्थिक राजधानी झालीच होती. साहजिकच मुंबईच्या अमर्याद विस्ताराप्रमाणेच विद्यापीठाचाही विस्तार अमाप वाढला.

आदिपर्व (A Retrospect) या आपल्या पहिल्या प्रकरणात टिकेकर १८६२ मध्ये झालेल्या विद्यापीठाच्या पहिल्या पदवीदान समारंभाचे वर्णन करतात. टाउन हॉलमध्ये झालेल्या त्या समारंभाचे वर्णन वाचताना आपण प्रत्यक्ष तो पदवीदान सोहळा पाहतो आहोत असे आपणास वाटते. त्या समारंभास कोण कोण नागरिक, अधिकारी हजर होते; सर्वांची आसनव्यवस्था कशी होती; समारंभातील औपचारिक बाबींचा व प्रत्यक्ष पदवीदानाचा क्रम कसा होता; कोण काय बोलले, समारंभासाठी उभारलेले व्यासपीठ कुठे व कसे होते; अशा अनेक गोष्टींचे बारकाव्यनिशी वर्णन करून ते शेवटी म्हणतात, ''एका लहानशा ओहळाचे हे ओझरते पण अनोखे दर्शन. याच ओहळाचे रूपांतर पुढील दीडशे वर्षांत एका अथांग नदीत झाले, आणि या ज्ञानगंगेचा फायदा लाखो – लाखोच का अक्षरश: करोडो – विद्यार्थ्यांनी घेतला.'' (*ऐसा ज्ञानसागरु,* २००७, पृ० ५).

ते वाचताना नवल तर वाटतेच, पण लक्षात येते की, टिकेकरांना हे वर्णन इतके तपशीलवार करण्यासाठी किती कागदपत्रे, अहवाल पाहावे लागले असतील. एवढेच नाही तर त्यासाठी त्यांनी त्या काळातील वृत्तपत्रांचा शोध घेतला असेल, कार्यक्रमाला उपस्थित असलेल्यांपैकी कोणाच्या आठवणी, चरित्रे, आत्मचरित्रे यांचा शोध घेऊन हा तपशील मिळवला असेल. टिकेकरांच्या पहिल्या संशोधनापासून शेवटपर्यंत ही बाब सातत्याने लक्षात येते की, अधिकृत नोंदी वा दस्तऐवज या औपचारिक संशोधनसाधनांबरोबरच ते या अनौपचारिक साधनांचाही वापर करतात, ज्यामुळे तो इतिहास आपल्यापुढे अक्षरश: जिवंत होतो.

याचबरोबर पुढच्याच प्रकरणात मुंबई आणि मुंबई विद्यापीठ यांचा आरंभ सांगताना व ती कशी वाढत गेली हे सांगताना ते म्हणतात, ''मुंबईच्या इतिहासापेक्षा अधिक चित्तवेधक आणि गुंतागुंतीचा इतिहास आपल्या देशातील अन्य कोणत्याही शहराचा नसेल. एकतर हे शहर असे आहे की, ज्याबाबत पुरातन इतिहासाचे अस्सल आणि निश्चित पुरावे अद्यापि सापडलेले नाहीत. मुंबईला महत्त्व आले ते एकाएकी आणि अवघ्या काही शतकांच्या अवधीत हे शहर स्वत:च्याच सीमापार गेले, वाढतच गेले, अजूनही सतत आणि वेगाने वाढतच आहे.'' (उ.नि., ७) यानंतर मुंबईची सर्वांगीण वाढ, पाश्चात्त्य शिक्षणाला आलेले महत्त्व, ब्रिटिशांनी केलेली शिक्षणसंस्थांची स्थापना व त्यातून शिक्षण घेऊन बाहेर पडलेली, पुढे कर्तृत्व गाजवून, मान्यता पावलेली, मुंबई विद्यापीठाचे विद्यार्थी असणारी, एतद्देशीय मंडळी या साऱ्यांचा आढावा ते घेतात. वाढत्या उद्योगधंद्यांमुळे मुंबईची आर्थिक प्रगती झाली. तसेच मुंबई विद्यापीठातून पदवी घेऊन बाहेर पडणाऱ्या विद्वत्जनांमुळे विद्यापीठाचे नाव दूरवर पसरले आणि शहराच्या विस्तारकार्यासही जबाबदार व सुशिक्षित माणसांची मदत होऊ लागली.

यातील सर्वच प्रकरणांमध्ये टिकेकरांनी दिलेले तपशील थक्क करून सोडणारे आहेत. विद्यापीठाची वास्तू, राजाबाई टॉवर व त्यावरील घड्याळ या ऐतिहासिक महत्त्वाच्या गोष्टींच्या बांधकामाचे (व पुढे दुरुस्तीचेही) तपशील, विद्यापीठाच्या बोधचिन्हांचा इतिहास, आर्थिक जुळवाजुळव करताना आलेल्या अडचणी, मिळालेल्या देणग्या आदी गोष्टींचे अचूक तारखा व आकडे यांसह येणारे वर्णन फारच रोचक आहे. त्यासाठी त्यांनी अगणित वृत्तपत्र-कात्रणे, अहवाल, नोंदी, आठवणी यांची छाननी केली असेल. आपल्याला त्याचा अंदाज लावणे कठीण आहे.

विद्यापीठाचा व्याप वाढला, उच्चशिक्षण घेणाऱ्यांची संख्या वाढली आणि सोयीसाठी प्रादेशिक विद्यापीठांची स्थापना झाली. पहिल्या व दुसऱ्या आवृत्तींमधील मजकुरात फरक आहे. दुसऱ्या आवृत्तीत काही भाग नव्याने घातला आहे. तो भाग म्हणजे स्त्रीशिक्षण आणि मराठीचा विद्यापीठीय पातळीवर राजभाषा म्हणून अंगीकार करण्यासंबंधीची दोन उपप्रकरणे! आरंभी स्त्रीशिक्षणाविषयी मौन स्वीकारलेल्या ब्रिटिशांना व विद्यापीठाला, पुढे स्त्रियांनी व इतर सुधारक वृत्तीच्या नामवंत विद्वानांनी केलेल्या संघर्षांमुळे स्त्रियांसाठी उच्च शिक्षणाची द्वारे खुली करावी लागली. त्याचप्रमाणे मराठी किंवा इतर प्रादेशिक भाषांना डावलून इंग्रजीचेच महत्त्व वाढवण्याचे धोरणही विद्यापीठाला जनसंघर्षामुळे बदलावे लागले. अनेक ठिकाणी इंग्रजीला मराठी प्रतिशब्द वापरले जाऊ लागले. त्यामुळे ही नवीन प्रकरणे या इतिहासात समाविष्ट करण्याची आवश्यकता निर्माण झाली. आणखी एक महत्त्वाचा बदल म्हणजे या इंग्रजी इतिहासग्रंथाचा मराठी आविष्कारही विद्यापीठाने प्रकाशित केला. (२००७)

शतकोत्तर सुवर्ण महोत्सवी आवृत्ती तयार होण्याआधी काही काळ विद्यापीठाशी संबंधित आणखी काही कागदपत्रे उपलब्ध झाली. त्याचा फायदा घेऊन टिकेकरांनी हा सगळा रोमहर्षक प्रवास सबळ पुराव्यांनी आणि आकर्षक शैलीत वाचनीय करत आपल्यासमोर उलगडला आहे. विद्यापीठाच्या या एवढ्या दीर्घ वाटचालीत विस्तार की विकास असा पेच समोर आला तेव्हा सामाजिक न्यायाच्या उदात्त भावनेने विस्ताराला प्राधान्य दिले गेले; त्यामुळे विकास आणि दर्जा यांच्याशी तडजोड करावी लागली. शहराचाही विस्तार आडमाप होत राहिला, बकाली वाढली. उच्च प्रतीचे, दर्जेदार शैक्षणिक वातावरण विद्यापीठात राहिले नाही आणि चांगल्या व आरोग्यकारी सोयीसुविधांची अपेक्षा मुंबईकरांना करणेच अशक्य झाले.

योजनाशून्य विस्तार व त्यामुळे होणारी जबरदस्त आनुषंगिक हानी याची किंचित सूचना टिकेकर देतात. मात्र त्यावर ते अधिक भाष्य करत नाहीत. विद्यापीठ व मुंबई शहरही सतत आणि अधिकाधिक गर्तेत जात आहे प्रगतीकडून अधोगतीकडे जात आहे अशी खंत टिकेकरांसारख्या मुंबईवर व विद्यापीठावर प्रेम असणाऱ्या व्यासंगी संशोधकाला शेवटपर्यंत वाटत राहिली व ती इतर लेखनातून व्यक्त होत राहिली.

आरंभी म्हटल्याप्रमाणे येथेही टिकेकरांनी विद्यापीठाच्या आद्य प्रणेत्यांपासून, कुलगुरू, विशेषाधिकारी, गौरवमूर्ती आदी अनेक विशेष व्यक्तींची, वास्तूंची छायाचित्रे दिली आहेत,

त्याचप्रमाणे शक्य तेवढे परिसरांचे नकाशे, वास्तूंचे आराखडेही दिले आहेत. याशिवाय परिशिष्टांमध्ये महत्त्वाच्या घटना, कुलपती, कुलगुरू, रजिस्ट्रार इत्यादी महत्त्वाच्या पदाधिकाऱ्यांच्या नामसूची, सन्माननीय पदव्या मिळवणाऱ्यांची सूची अशा दहा सूचींचा समावेश आहे.

२ आ

टिकेकरांचे यानंतरचे बहुतेक लेखन त्यांनी प्रथम सदराच्या स्वरूपात, ते काम करीत असणाऱ्या वृत्तपत्रात, वा कधी इतर काही नियतकालिकांमध्ये स्फुट लेखांच्या स्वरूपात प्रसिद्ध झाले. त्यामुळे त्या त्या वेळी, तेवढ्यापुरता तो लेख स्वतंत्र आणि पूर्ण वाटला तरी प्रत्येक लेखाचा एकमेकाशी असणारा संबंध पटकन लक्षात येत नाही. नंतर हे सारे लेखन एकत्र झाल्यावर मात्र त्यातील सूत्र अधिक ठळकपणे पुढे येते. या पद्धतीचा फायदाही त्यांना जनमत आजमावण्यासाठी झाला असावा. यामुळे एखाद्या गोष्टीबद्दल कधी वाचकांकडून अधिक माहिती मिळाली तर तिचा समावेश पुस्तकात करून, राहिलेली उणीव व अपुरेपण दूर करणे त्यांना शक्य झाले असे दिसते. (उदाहरणार्थ, *जन-मन* या पुस्तकातील परिशिष्टात समाविष्ट झालेली टिपणे याची साक्ष देतात.)

एकोणिसाव्या शतकातील इंग्लंड व तत्कालीन महाराष्ट्राचा इतिहास टिकेकरांना महत्त्वाचा वाटत होता. मुंबई विद्यापीठाचा इतिहास लिहिताना मुंबई शहराच्या गेल्या दीडशे वर्षांहून अधिक काळातील घडणीचा धांडोळा त्यांनी घेतला होता. शिवाय इतर लेखांमधूनही मुंबई शहराची जडणघडण त्यांनी संशोधनपूर्वक उलगडली होती. मुंबईतील व महाराष्ट्रातील समाजजीवन, संस्थाजीवन, महत्त्वाच्या व्यक्ती, (अगदी येथील पुतळेही) यांच्याबद्दल त्यांनी लिहिलेले लेख *समाजस्पंदने* (१९९०) या पुस्तकात अंतर्भूत झाले. यासाठी बारीकसारीक पण महत्त्वाच्या अनेक गोष्टींचा त्यांनी विचार केला होता असे दिसते. शिवाय ही सर्व मिळवलेली माहिती वाचताना मनोरंजक वाटावी यासाठी शक्यतो सुबोध भाषा, परिचित उदाहरणे, कधी गीतांच्या ओळी यांचा वापर केलेला दिसतो. वरवर पाहता साध्या साध्या गोष्टी वाटतात. पण त्याबद्दल लिहितानाही ऐतिहासिक महत्त्वाची माहिती टिकेकरांनी आपल्याला सांगितलेली असते हे लक्षात येते. उदाहरणार्थ, 'बंगला बने न्यारा' या लेखात ते म्हणतात, ''मुंबईच्या कोणत्याही विभागात फिरताना लक्षवेधी घराच्या बाहेरचा नामफलक वाचला की त्या वास्तूची निर्मिती करणाऱ्याच्या कर्तबगारीचा आलेख झटकन नजरेसमोर येई. ते सुंदर प्रशस्त बंगले आता एकेक करून इतिहासाच्या विस्मृतीत जात आहेत, त्यांची जागा व्यक्तिनिरपेक्ष गगनचुंबी इमारती घेत आहेत. बंगला ही संकल्पना मूळची भारतीय. येथून तिचा प्रसार विदेशात झाला, हे अन्टनी किंग या संशोधकाने आपल्या *द बंगलो* (१९८४) या ग्रंथात सप्रमाण सिद्ध केले आहे.'' वाडा-संस्कृती मुंबईत कमीच होती. ती गेलीच पण बंगला संस्कृतीही लयास गेली याची खंत त्यांच्या या लेखातून व्यक्त होते. महत्त्वाचे हे की, त्याविषयी बोलताना ते सहजपणे 'बंगला' या संकल्पनेचा उगम भारतात

झाला आणि इथूनच ती कल्पना विदेशात गेली याचा पूर्ण संदर्भ देतात आणि तोवरच्या 'बंगल्या'बद्दलच्या आपल्या समजाला छेद देतात. (*समाजसंदने,* १९९०, पृ. ९८).

स्थानीय इतिहास-लेखन

महाराष्ट्राचा सामाजिक, सांस्कृतिक इतिहास लिहायचा उद्देश मनाशी ठेवून योजनाबद्ध रीतीने केलेले टिकेकरांचे लेखन *जन-मन* (१९९५), *स्थल-काल* (२००४), *इति-आदि* (आगामी) यात एकत्र झालेले आहे. याशिवाय *शहर पुणे-एका सांस्कृतिक संचिताचा मागोवा* खंड १ व २ (२०००) या बृहत्प्रकल्पाचे संपादन व नियोजन टिकेकरांनीच केले होते. 'स्थल-काल' व 'शहर पुणे' हे स्थानीय इतिहासलेखनाची दृष्टी ठेवून लिहिलेले संशोधनपर ग्रंथ आहेत.

स्थानीय इतिहास ही संकल्पना मराठी समाजाला तशी नवी असल्याने टिकेकरांनी *शहर पुणे* या ग्रंथाच्या प्रस्तावनेत ती संकल्पना थोडक्यात सांगितली आहे, हे आपण वर पाहिले आहे. *स्थल-काल* हा ग्रंथ भूतपूर्व मुंबई इलाख्याचा स्थानीय इतिहास सांगतो. तत्कालीन शहरांसंबंधी विशेष गोष्टी सांगतो. या ग्रंथाच्या प्रस्तावनेत आणि पहिल्या एक-दोन प्रकरणात टिकेकरांनी स्थानीय इतिहासाची कल्पना अधिक विशद करून सांगितली आहे आणि नंतर मुंबई इलाख्यातील शहरांसंबंधी अज्ञात किंवा अल्पज्ञात असणारी माहिती व त्यामागच्या ऐतिहासिक घटना, तत्कालीन रीतिरिवाज, त्यांचे महत्त्व यांचे वर्णन केले आहे. यात येणाऱ्या घटना, वा त्या काळातील व्यक्ती, त्यांचे पेहराव, आचार-सरणी, त्यांचा पत्रव्यवहार अशा शेकडो बाबींचा विचार यात केला आहे. उदाहरणार्थ, कोल्हापूर संस्थान हे महत्त्वाचे. त्या संस्थानची वेगवेगळी नावे करवीर, कलापूर, दक्षिण काशी, काराष्ट्र अशी कितीतरी प्रचलित (काही आता नष्ट झालेलीही) नावे. त्या प्रत्येक नावामागे काहीतरी उपपत्ती. पौराणिक काळापासूनच्या त्या उपपत्तींचा शोध घेत त्या कथांचा, आख्यायिकांचा अर्थ लावणे, मुळात त्या एकत्र करणे, हेही दस्तऐवजीकरण. ते केवळ नोंद स्वरूपात न ठेवता त्याला सुयोग्य जोडही देणे हे त्या इतिहास-लेखकाचे काम. सातारा हेही मराठेशाहीच्या इतिहासातले महत्त्वाचे नगर. तेथे जेम्स ग्रँट डफ याचे निवासस्थान. डफने अस्सल कागदपत्रांच्या आधारे मराठ्यांचा इतिहास लिहिला. तो लिहिताना त्याने अक्षरशः दिवसरात्र एक करत, अपरंपार मेहनत घेतली. आजही तो इतिहासच मूळ आधार मानला जातो. मात्र तेव्हा त्याला प्रकाशक मिळणे कसे कठीण झाले व आपल्याला आर्थिक, मानसिक, शारीरिक किती त्रास झाला हे त्याने आपल्या एका मित्राला पत्रातून कळवले. टिकेकर ते पत्र मिळवून वाचकाला डफची कहाणी सांगतात.

या साऱ्याच्या जोडीला टिकेकर कधी एकोणिसाव्या शतकातील अतिशय दुर्मीळ छायाचित्रे, कधी कॅमेऱ्याचा शोध लागण्याआधीची चित्रे देऊन त्या त्या स्थळाची वा काळाची वास्तव दृश्ये वाचकांपर्यंत पोचवतात, तर कधी सोलापूरसारख्या गावातील दुष्काळ आणि मंगळवेढ्यातील विठ्ठलभक्त दामाजीपंत याच्या उदारपणाच्या कथेबरोबरच बहामनी व इतर मुसलमान राजवटी, यांच्याबद्दलचे वास्तव उलगडतात. मुंबई इलाख्यातील

या विविध स्थळांचे आणि त्या काळातील सांस्कृतिक, सामाजिक, ज्ञात-अज्ञात विशेष अभ्यासपूर्वक दाखवणारा हा ग्रंथ म्हणून वेगळा ठरतो.

जन-मन या ग्रंथातून टिकेकरांनी जन, अभिजन आणि महाजन या शब्दांमागच्या संकल्पना स्पष्ट करीत, जन आणि महाजन यांचा अनुबंध उलगडण्याचा यशस्वी प्रयत्न केला आहे. जन-मनाचा हा धांडोळा घेताना त्यांनी दोन गोष्टी साध्य केल्या आहेत. एक म्हणजे दस्तऐवजीकरण केले आहे व जन-महाजन यांच्यामधील बदलत जाणाऱ्या संस्कृतीचे अनुबंध तपासत जाणारे दिशादर्शक साधन निर्माण केले आहे. यासाठी त्यांनी दिलेले संदर्भ हेही त्यांच्या नेमकेपणाबरोबरच त्यांच्या संशोधनाची गुणवत्ता दाखवणारे आहेत.

पहिलाच 'रूप पाहता लोचनी' हा लेख महाजन व जन यांच्या मनात स्थान मिळवणारा नामवंत चित्रकार राजा रविवर्मा याच्याबद्दलचा आहे. त्याने आपल्या कलाविष्काराद्वारा समाजातील या दोन्ही स्तरांवर केवढा व कसा प्रभाव टाकला होता याचे फार अचूक निदान टिकेकर करतात. हाट-कला या कलाप्रकाराचे प्रणेते म्हणजे राजा रविवर्मा. त्यांच्या कलेतील आधुनिक तंत्राचा वापर व त्यामागील वस्तुस्थिती ते सांगतात आणि आपण चकित होतो. लक्ष्मी, सरस्वती या देवतांच्या आपल्या मनातील श्रद्धा व आदरयुक्त प्रतिमा म्हणजे वास्तविक एका गोवेकरीण मॉडेलचा चेहरा आहे असा शोध त्यांना लागतो आणि तो आपल्यासमोर मांडताना ते औंधच्या बाळासाहेब पंतप्रतिनिधींच्या पुस्तकाची साक्ष काढतात. त्याचबरोबर प्रसिद्ध हिंदी लेखक मुल्कराज आनंद यांनी 'बी.बी.सी.आय.अन्युअल' या रेल्वेच्या वार्षिकात लिहिलेला हाटकलेवरचा लेख किती व का महत्त्वाचा आहे हेही टिकेकर सांगतात (*जन-मन,* १९९५ पृष्ठ २-३). हे सांगितले एवढ्याचसाठी की संशोधक म्हणून त्यांनी कुठे कुठे शोध घेतला होता हे लक्षात येते आणि पुस्तकांबरोबर रेल्वेची वार्षिके धुंडाळणे अगदी एखाद्याने योगायोगाने तो उल्लेख केला असला तरी हे विशेष वाटते. त्यांचा अचूकतेचा आग्रह व शोध घेण्याचा ध्यास हा त्यांच्या अशा प्रकारच्या लेखनाचा मजबूत पाया होता.

*जन-मन*च्या आरंभी आपली भूमिका मांडताना ते म्हणतात, ''संस्कृतीच्या संकल्पनेत नव्यानं झालेला बदल इतका मूलभूत आहे की, आता संस्कृतीच्या व्याख्येत सर्वच्या सर्व मानवी व्यवहार येतात. या सर्वव्यापी संकल्पनेमुळे परंपरागततेच्या अधीन असलेली जन-संस्कृती आणि आधुनिकतेच्या प्रेमापोटी नवनव्या अभिव्यक्ती शोधणारी महाजन-संस्कृती यांच्यातील पूर्वीचा दुरावा आता कमी झाला आहे... केवळ गत शतकातील म्हणजे अव्वल इंग्रजी काळातील जन-संस्कृतीचा वेध घेत तिच्याशी महाजन-संस्कृतीच्या बदललेल्या व बदलत्या नात्यांचा शोध घेत, जितक्या म्हणून दृश्य व शब्दांकित अशा दोन्हीही प्रकारच्या दस्तावेजांचं परिशीलन करता येईल तेवढं करावं असा हेतू मनी ठेवून जन-मनाचा धांडोळा यात घेतला आहे.'' (*जन-मन,* १९९५, 'भूमिका') यातील प्रत्येक लेखाला आशयानुरूप शीर्षक देताना त्यांनी आवर्जून जुन्या काव्य-गीत पंक्ती शोधण्याचाही बहुतांशी यशस्वी प्रयत्न केला आहे.

इति-आदि या त्यांच्या सदरात त्यांनी सांस्कृतिक इतिहासाच्या विविध साधनांचा शोध घेतला आहे. (दुर्दैवाने या सदराचे पुस्तक त्यांच्या हयातीत प्रसिद्ध होऊ शकले नाही. आता ते रोहन प्रकाशनातर्फे प्रसिद्ध होत आहे.) यामध्ये खाद्यसंस्कृती, पेहराव, अत्तरांसारखी सुगंधी द्रव्ये, आदिमानवाने शोधलेली व नंतर विकसित केलेली यंत्रे, मिश्र धातूंचा शोध, फळे-फुले यांसारख्या मानवी संस्कृतीशी जोडल्या गेलेल्या, त्याने निर्माण केलेल्या अनेक वस्तूंचा इतिहास सांगण्याचा त्यांनी प्रयत्न केला आहे. त्यात झालेले बदल सांगताना मानवी बुद्धीचे त्यांना कौतुक वाटते. त्याचप्रमाणे आपल्या अडाणीपणाने, दुर्लक्षाने काही चांगल्या गोष्टी नष्ट झाल्या, याचे दु:खही होते. आरशी म्हणजे चष्मा लावून दृष्टिदोषावर उपाय करता येतो, काच कशी अनेक ठिकाणी उपयोगी पडते या गोष्टी तर ते थोडक्यात सांगतातच, पण आइस्क्रीम व बर्फ यांचा इतिहास हाही रंजक आहे. सप्टेंबर १८३४मध्ये लंडनच्या थेम्स नदीतील बर्फ इथे आणून विकणारा ट्यूडर हा माणूस आपल्याला वास्तवात अशक्य वाटतो पण तो बर्फविक्रीचा वास्तव इतिहास यातून कळतो. उत्तर प्रदेशात एतद्देशीय बर्फ तयार होई व तो मिठागरासारखा पाणी वाफ्यात साठवून होई हेही असेच नवल. (ते वाचताना त्या बर्फात वितळण्याचा गुणधर्म तेव्हा नव्हता की काय अशी शंका नक्कीच येते, पण त्याचेही येथे उत्तर मिळते.) इ.स. पूर्व ३००० वर्षांपासून आपला शेजारी चीन आइस्क्रीम तयार करतोय हीही नवलाची गोष्ट. मार्को पोलो या इटालियन प्रवाशाने ते इटलीत नेले. बाटा कंपनीची पादत्राणे आपल्याकडे भारतीयच वाटतात. कारण ती कंपनी परदेशी आहे याची जाणीवच पुसली गेलीय. पण टोरोंटो येथील 'बाटा शू म्युझियम'बद्दल सांगत टिकेकर हेही सांगतात की भारतीय पादत्राणांबद्दलचे संशोधनही 'जुत्ता जैनन्यू बॉअर' या परदेशी संशोधकानेच केले आहे. अशा 'आद्य आणि इत्यादी' कितीतरी गोष्टी टिकेकरांनी *इति-आदि* मध्ये सांगितल्या आहेत.

यामध्ये चित्तचक्षू-चमत्कारिक गोष्टी सांगून वाचकांना रिझवणे हा हेतू नक्कीच नव्हता. एखाद्या देशाचा, प्रदेशाचा वा स्थानाचा इतिहास जाणून घ्यायचा असेल; तेथील संस्कृतीची ओळख करून घ्यायची असेल तर अशा प्रकारच्या गोष्टी तुम्हाला मदत करतात. काळाच्या ओघात नष्ट होत जाणाऱ्या कथा, पुरावे यांची जपणूक करणे हा दस्तऐवजीकरणाचा प्रयत्न ते अशा लेखनातून करतात. त्याचबरोबर सामान्य ठिकाणची माहिती तुम्हाला त्या समाजाचा, स्थानाचा इतिहास समजून घ्यायला मदत करते. ही वेगळ्या प्रकारची ऐतिहासिक साधने आहेत, याची जाणीव ते आपल्या लेखनातून करून देतात. पारंपरिक इतिहासलेखनाच्या दृष्टीने यांना कदाचित साधने मानलेही जाणार नाही. पण सर्वंकष इतिहासलेखनाच्या नवीन कल्पनेला मात्र हे लेखन आवश्यक असते, साधनीभूत ठरते. टिकेकरांच्या मते या इतिहास-लेखनात कोणताही विषय वर्ज्य नाही.खाद्यपेयापासून ते पेहरावापर्यंत, अन्नवस्त्रनिवाऱ्याच्या मूळ गरजांपासून चित्रपट-नाटक-वाङ्मयादी कलांपर्यंत, साऱ्यांनाच ऐतिहासिक साधनांचा दर्जा द्यावा लागणार आहे. आपल्या अफाट व्यासंगातून, वास्तवातील गोष्टींचा अन्वयार्थ लावत, आपल्या संशोधनातून त्यांनी अशी उपयुक्त साधने निर्माण करण्याची धडपड केली.

२-इ

महाराष्ट्राचा सामाजिक, सांस्कृतिक व स्थानीय इतिहास लिहिताना टिकेकरांचे वाचन, व्यासंग चालू होताच. त्यापुढचाही विचार ते करत होते. एखाद्या राज्याची, समाजाची जडणघडण ही शतकानुशतके चालू असते. तेथील पेहराव, केशभूषा, खाद्यसंस्कृती इत्यादी बाह्य गोष्टी बदलतात व त्या झटकन दिसतात वा लक्षात येतात. परंतु तेथील जनसमुदायाची विचारसरणी कशी घडत जाते; तेथील मूल्यकल्पना कशा बदलत जातात, त्या बदलांची कारणे कशात असतात हे समजणे महत्त्वाचे असते. या बदलांची गती बहुधा अगदी संथ असते. त्या त्या समाजात किंवा राज्यात, देशात घडलेल्या ऐतिहासिक घटना, महत्त्वाच्या व्यक्ती, राज्यकर्ते, नैसर्गिक परिस्थिती, आर्थिक चढ-उतार यासारखे अनेक घटक या बदलांमागे कार्यरत असतात. त्यानुसार समाजधुरीणांची, नेत्यांची विचारप्रक्रिया बदलत राहते आणि तेच समाजाला दिशा देण्याचे काम करतात. त्यासाठी कालप्रवाहात एखादा समाज कसकसा बदलत गेला, याचा तटस्थपणे, सूक्ष्मपणे अभ्यास करणे आवश्यक असते. तो वैचारिक इतिहास, म्हणजे केवळ विविध संकल्पनांचा, प्रणालींचा अभ्यास नव्हे, तर त्यामागची तत्वचिंतन प्रक्रिया समजून घेणे आहे. *लर्निंग टू फिलॉसफाइझ* या पुस्तकाच्या वाचनानंतर टिकेकरांना मराठी समाजाच्या अशा वैचारिक इतिहासाकडे जावे असे वाटत होते. त्या दृष्टीने ते एकेक भाग तयार करीत गेले. मात्र मराठी मनाची घडण कसकशी होत गेली याचा एक समग्र अभ्यास वाचकांपर्यंत पोचवण्याएवढी उसंत त्यांना मिळाली नाही.

कालमीमांसा, कालचक्र, कालान्तर ही तीन पुस्तकांची साखळी व 'सारांश : समकालीन समाजाच्या संस्कृतीविषयी सात निबंध' ही मराठीतील पुस्तके, तसेच *Mumbai–De-intellectualised : Rise and Decline of a Culture of Thinking* आणि *Power, Pen and Patronage : Media, Culture and the Marathi Society* ही इंग्रजीतील पुस्तके म्हणजे वैचारिक इतिहास-लेखनाची त्यांनी केलेली तयारी होती.

कालमीमांसा करण्यापूर्वीच्या दोन शब्दांत टिकेकरांनी हे पुस्तक लिहिण्यामागचा उद्देश सांगताना म्हटले आहे, ''मानवी प्रगतीच्या इतिहासात शेवटच्या काही शतकांत मूलगामी बदल झाले. विज्ञान व तंत्रज्ञान यांच्या प्रगतीने मानवी जीवन अधिकाधिक सुसह्य व सुखसोयींनी युक्त करण्याचे अनेक यशस्वी प्रयत्न झाले. वैज्ञानिक व तंत्रज्ञानातील प्रगतीमुळे अनेक नव्या सामाजिक समस्याही उभ्या राहिल्या. त्यामुळेच खरेतर वैचारिक प्रगतीवर मानवाची अढळ श्रद्धा राहण्यास मदत झाली. अन्य प्रकारच्या कोणत्याही प्रगतीला वैचारिक अधिष्ठान असल्याशिवाय समाजातील ताण-तणावांना मुक्ती मिळणे अशक्य आहे, हे ज्या देशांनी लगेच जाणले, त्यांची सर्वक्षेत्रीय प्रगती झाली. पाश्चात्त्य राष्ट्रांनी अंधार-युगातून प्रबोधन-पर्वात प्रवेश केला तो या वैचारिक तसेच वैज्ञानिक प्रगतीचा वेग सारखा व समांतर ठेवूनच.'' (*कालमीमांसा,* २००१, पृ. पाच).

आपल्या प्राचीन व पारंपरिक समाजात आधुनिक विचार रुजवणे हे मोठे आव्हान होते. आपला एका प्रगत राष्ट्राशी राजकीय संबंध आल्याने आपल्याकडील समाजधुरीण हे आव्हान पेलू शकले असे टिकेकर म्हणतात. दुसऱ्या सहस्रकाच्या शेवटच्या दोन शतकांत आपल्या समाजात जे संक्रमण झाले, त्याला कारणीभूत ठरणारे पाश्चात्त्य, पौर्वात्य विचार, त्या दोहोंतील वैचारिक संघर्ष, त्या संघर्षातून तावून-सुलाखून निघालेला आधुनिक सामाजिक विचार व त्या विचारांनी घडवून आणलेले बदल याची सविस्तर मांडणी म्हणजेच 'कालमीमांसा' आहे. विचारक्षमता ही मानवाला मिळालेली सर्वात मोठी नैसर्गिक देणगी आहे. तिच्या मदतीने मानवाला नवनवीन कल्पना स्फुरतात. तिचा वापर आपण केला नाही तर ती शक्ती लुप्त होईल अशी भीती टिकेकरांना वाटते.

स्वातंत्र्यानंतरच्या काही दशकांतच आपण विचारनिष्ठेला, विवेकनिष्ठेला बाजूला सारले. आपल्या नेत्यांनी विचारांशी फारकत घेत समाजाला विवेकहीन बनवले आणि म्हणून समाजातील विचारक्षम व्यक्तींचे काम आहे की, माणसाला विचारांची कास धरायला लावणे. गेल्या काही वर्षांत मराठी समाजाने व्यक्तिगत आणि सार्वजनिक जीवनात काय कमावले व काय गमावले याचा ऊहापोह करण्याच्या उद्देशाने टिकेकरांनी *कालान्तर* या पुस्तकाचे लेखन केले. समाजाने विचाराची कास सोडू नये हे आपल्यासारख्या विचारक्षम व्यक्तीने जागल्याची भूमिका घेत सांगणे आवश्यक आहे, नव्हे ते आपले कर्तव्य आहे या भावनेने *कालान्तर* व पुढे *कालचक्र* यांचे लेखन झाले आहे.

Mumbai –De intellectualised : Rise and Decline Of a Culture of Thinking या पुस्तकात टिकेकर आपल्या देशात व महाराष्ट्रात मुंबईचे कोणते अनन्य स्थान आहे हे सांगतात, पण आज तिची झालेली अवस्था ही कोणत्याही सच्च्या मुंबईकराला कशी व का दु:खकारक आहे हेही सांगतात. राजकीय अविचाराने, अदूरदर्शीपणाने, एक महानगर म्हणून झालेल्या अफाट विस्तारामुळे उद्भवलेल्या त्या महानगराला ग्रासून टाकणाऱ्या विकृतींचा दैनंदिन सामना सर्वांनाच करावा लागतो. परंतु त्यांना अधिक वाईट वाटते व तळमळीने सांगावेसे वाटते ते हे की, मुंबई ही एकेकाळी जीवनाच्या सर्वच क्षेत्रांत राजकारण, कला, चित्रपट, रंगभूमी, साहित्य, विज्ञान, आधुनिक विचार इत्यादी आघाडीवर होती, एवढेच नाही तर, विचारक्षम व मूल्यांचे अधिष्ठान असणाऱ्या अनेक थोर व्यक्तींच्या दूरदर्शित्वाने आणि योजकतेने मुंबईमध्ये बौद्धिक, शैक्षणिक व कलाविकास करणाऱ्या कितीतरी संस्था उभ्या राहिल्या. त्यांच्या कार्याने समाजाची प्रगती होईल असे पाहिले. आज त्याच संस्थांची असणारी अवनत स्थिती आणि समर्थ नेतृत्वाचा अभाव यामुळे मुंबईचे आणि पर्यायाने देशाचे वैचारिक स्वास्थ्य बिघडले आहे. मुंबईचा वैचारिक इतिहास यासाठी सांगितला पाहिजे.

टिकेकर म्हणतात, "रेव्ह. मॅथ्यू लेडर्ले यांचे *Philosophical trends in Modern Maharashtra* (१९७६) हे पुस्तक वगळता मुंबईच्या वैचारिक इतिहासाचा विचार कुणी केला नाही. *मराठी मनाची घडण* ('असे घडले मराठी मन') या पुस्तकाच्या तयारीत

असताना त्या अनुषंगाने करत असलेल्या अभ्यासातून या पुस्तकाची निर्मिती झाली आहे.'' असा वैचारिक इतिहास लिहिणे हे मोठे काम आहे. तो एकाच वेळी, एकाच पुस्तकातून मांडता येईल याची त्यांना खात्री वाटत नव्हती आणि आपली एवढी तयारी झाली आहे का याची ते स्वत:लाच खात्री देऊ शकत नव्हते. शिवाय का कोण जाणे, मुंबईबद्दलच्या याच पुस्तकात हे काम पुरे करण्याएवढी सवड 'काळ' आपल्याला देईल का नाही अशी शंका त्यांच्या मनात होती व ती त्यांनी तेथे व्यक्तही केलेली आहे. म्हणून कदाचित भागश: ते हा इतिहास लिहीत असावेत का?

याच विचाराचा एक आणखी भाग म्हणून त्यांनी *Power, Pen, Patronage : Media, culture and the Marathi Society* या पुस्तकाचे लेखन केले. यातही सर्व प्रकारच्या समाजमाध्यमांची जबाबदारी कोणती व त्यांची वर्तमान स्थिती काय याचा वेगवेगळ्या रीतीने ऊहापोह केला आहे. या सूत्राशी सुसंबद्ध अशी काही भाषणे, काही लेख व काही शब्दचित्रे यांचा समावेश यात आहे.

टिकेकरांच्या या पुस्तकात वर्तमान संदर्भात दिसणारा मराठी समाज आहे. ते म्हणतात, ''इतिहास पुन्हा-पुन्हा का लिहिला जातो, का लिहावा लागतो? इतिहासापासून आपण खरंच काही शिकतो का? जर शिकत असू तर मग ते धडे कोणते? असे धडे घेतले तर मग इतिहासाची पुनरावृत्ती होते असे आपण का म्हणतो? असे अनेक प्रश्न सामान्यपणे विचारले जातात. त्या साऱ्यांची उत्तरे देण्याचा प्रयत्न करणे ही आपली जबाबदारी आहे. इतिहासाचा अर्थ तुम्ही योग्य प्रकारे लावणे हे आवश्यक आहे. कारण उचित, नि:शंक पद्धतीचा अन्वयार्थ लावला तर इतिहासाचे वास्तव आकलन होईल आणि तो इतिहास आपल्यावर ओझे बनून राहणार नाही. एकूणच समाजात हेतुपुर:सर गैरसमजुती पसरणार नाहीत वा पसरवल्या जाणार नाहीत.''

गेल्या शतकापर्यंत जी उच्च जीवनमूल्ये होती, त्यांचा आपल्या ज़ीवनात अंगीकार करणाऱ्या व्यक्ती, मराठी समाज, मुंबई, महाराष्ट्र, संस्थाजीवन या सा-यांच्या बाबतीत ज्या लोकांनी निरपेक्ष काम केले अशा उदारमनस्क, विद्वान, बुद्धिजीवी मुंबईकरांपैकी काहीजणांची श्री. पु. भागवत, कविवर्य विंदा करंदीकर, इतिहासतज्ज्ञ य. दि. फडके, नामवंत लेखक गंगाधर गाडगीळ इत्यादी शब्दचित्रे त्यात समाविष्ट आहेत.

३

टिकेकरांनी स्वत: केलेल्या संशोधनाचा येथवर विचार केला. संशोधकाने स्वत: आपल्या आवडीच्या विषयावर संशोधन करावे, व्यासंग करावा ही साहजिक व नित्य परिचयाची बाब असते. टिकेकरांनी स्वत: आयुष्यभर संशोधन, व्यासंग केला. संशोधनाच्या व संशोधनाधारित लेखनाच्या नव्या वाटा धुंडाळल्या. याशिवाय इतिहास-लेखनाचा हा नवा मार्ग इतर संशोधकांमध्ये अधिक रुळावा यासाठी त्यांनी अनेकांना असे इतिहास-लेखन करण्यास प्रवृत्त केले. सेंट झेवियर्स महाविद्यालयाच्या 'हेरास इन्स्टिट्यूट'ने स्थानीय इतिहासावर

आणि मुंबईच्या इतिहासावर व्याख्याने, चर्चासत्रे यांची सुरुवात केली होती. विद्यापीठाच्या इतिहासाच्या अभ्यासक्रमातही स्थानीय इतिहासाला जागा मिळाली होती. त्यामुळे महाविद्यालयीन प्राध्यापकांना त्यांनी या प्रकारचे अनेक प्रकल्प करण्यास प्रोत्साहन दिले. एशियाटिक सोसायटीचे अध्यक्ष म्हणून काम करताना त्यांनी मुंबई रिसर्च सेंटरची स्थापना केली. त्या छत्रीखाली प्राध्यापकांसाठी व विद्यार्थ्यांसाठी कार्यशाळा घेतल्या. सलग तीन वर्षे त्यांनी इतिहास-लेखनासाठी आवश्यक अशी अपारंपरिक संशोधन-साधने यावर चर्चासत्रे घेतली. त्यातून तीन-चार प्रकल्प यशस्वीपणे राबवले. त्यासाठी केले गेलेले संशोधन पुढे पुस्तकांच्या रूपात लोकांपर्यंत पोचवले गेले.

याच बाबतीतील आणखी एक गोष्ट सांगायला हवी. स्थानीय इतिहास हा अनौपचारिक, अपारंपरिक साधनांद्वारे जाणून घ्यावा लागतो; त्यात रूढी, परंपरा, लोककथा, आख्यायिका या साऱ्यांचा उपयोग होत असतो याची जाणीव टिकेकरांना होती. संस्कृती ही सर्व समाजाला वेढून असते आणि तिचे धागेदोरे अनेक वेळा अगदी वेगळ्या व अनपेक्षित ठिकाणी, अनपेक्षित व्यक्तीकडूनही उलगडले जातात याचे भान असल्याने असे संदर्भ, साधने प्रकाशात यावीत असे प्रयत्न टिकेकर करीत असणार असे मला वाटते. 'लोकसत्ता'च्या संपादकपदी असताना त्यांनी वृत्तपत्राचे स्वरूप आकर्षक व्हावे, व्यावहारिकदृष्ट्या पाहता, खप वाढावा म्हणून ज्या क्लृप्त्या लढवल्या त्यात 'लोकमुद्रा' ही टॅब्लॉईड आकारातील पुरवणी त्यांनी सुरू केली. त्यात लोकांनी कोणत्याही शंका विचाराव्यात व लोकांनीच त्यांचे निरसन करावे अशी एक गमतीदार कल्पना होती. त्याला भरपूर प्रतिसाद मिळाला. त्यातून या जनमनाचे कितीतरी आविष्कार त्यांना अनुभवता आले असतीलच, पण स्थानीय इतिहासाचे नावही न घेता, तत्संबंधित भरपूर सामग्री, अभ्यासकांसाठी उपलब्ध होण्याची संधी त्यांनी निर्माण केली ही महत्त्वाची गोष्ट नमूद करावीशी वाटते.

एकोणिसावे शतक हा त्यांच्या सखोल अभ्यासाचा व प्रिय विषय होता, तसेच ब्रिटिशांनी सुरू केलेले अनेक उपक्रम, पद्धती, त्यांची कार्यपद्धती याविषयी त्यांच्या मनात कौतुक व कुतूहल होते. ब्रिटिश राजवट घालवून द्यायला हवी, त्याविरुद्ध चळवळ उभी करून त्यांना त्यांच्या मायदेशी परत पाठवणे हा आपला आपद्धर्म हे त्यांना मान्य होते. परंतु अव्वल ब्रिटिश काळात ज्या अधिकाऱ्यांनी आपल्या फुरसतीच्या काळात किंवा आपल्या प्रशासकीय कामाचा भाग म्हणून आपल्या वास्तव्याच्या परिसराविषयी नोंदी केल्या, अनेक गोष्टींचे दस्तऐवजीकरण केले त्याबद्दल आपण त्यांचे ऋणी असले पाहिजे असे त्यांना वाटे. ब्रिटिश अधिकाऱ्यांपैकी अनेकजण वर्षानुवर्षे येथे राहिले पण त्यांनी येथे कित्येक चांगल्या व उपयुक्त कामांची सुरुवात केली. कामकाजाच्या नवीन पद्धती घालून दिल्या. त्यातले कितीतरी अधिकारी चांगले अभ्यासू व हुशार होते. एशियाटिक सोसायटीसारख्या विद्वत्जनांच्या संस्था उभ्या करून त्यांनी मूलगामी संशोधनाला मोठीच चालना दिली. दुर्गम भागांत जाऊन स्वत: वेगवेगळ्या प्रकारचे वृक्षसंशोधन व इतर संशोधन केले. याविषयी काही माहिती मिळवून, संशोधन करून आपण त्यांचे कार्य जगापुढे आणावे या हेतूने टिकेकरांनी

The Founders and Guardians of the Asiatic Society या नावाने चरित्रग्रंथांच्या संचाची योजना आखली. स्वत: त्यासाठीची साधने संशोधकांना उपलब्ध करून दिली. त्या चरित्रमालिकेचे मुख्य संपादक म्हणून काम पाहिले. त्यांच्या निधनापूर्वी अशी दहा चरित्रे प्रसिद्ध झाली व त्यांच्यानंतर आतापर्यंत आणखी पाच प्रकाशित झाली आहेत.

महाराष्ट्राच्या वैचारिक इतिहासाचा एक भाग म्हणून महाराष्ट्राला घडवणाऱ्या ६५ चरित्रांचा संच पुण्याच्या श्रीगंधर्व प्रकाशनाने महाराष्ट्रस्थापनेच्या सुवर्णमहोत्सवानिमित्ताने प्रसिद्ध केला. त्या प्रकल्पाची संपूर्ण संकल्पना व कार्यवाही टिकेकरांची होती. त्यांनी त्या मालिकेचा प्रस्तावना खंड लिहिला, 'देणे समाजपुरुषाचे'. ही चरित्रे म्हणजे एकोणिसाव्या शतकाचा सारा इतिहास या पद्धतीने एकत्र करण्याचेच काम होते. आपल्या व्यासंगाचा असाही उपयोग करणारी माणसे विरळ होत चालली याची खंत आहेच. आपण या समाजपुरुषाचे देणे लागतो, ते ऋण आपल्या लेखनातून सर्वस्वी नाही, तरी बहुतांशी फेडण्याचे कर्तव्य टिकेकरांनी केले आहे, असे लक्षात येते.

रसिकाभिमुख समीक्षा
डॉ. विजया राजाध्यक्ष
(१९३३)

मीना गोखले

कथाकार, समीक्षक व संशोधक विजया राजाध्यक्ष यांचा जन्म ५ ऑगस्ट १९३३ला मिरज येथे झाला. माहेरचे आडनाव आपटे. ब्रँच राजाराम हायस्कूलमधून (कोल्हापूर) एस.एस.सी. (१९५०), राजाराम महाविद्यालयातून बी. ए. (१९५४), पुणे विद्यापीठाची एम. ए.ची पदवी (१९५६) अशी शैक्षणिक वाटचाल. लेखक व समीक्षक प्रा. मंगेश विठ्ठल राजाध्यक्ष यांच्याशी विवाह (१९५६). त्यानंतर मुंबईत वास्तव्य. 'मर्ढेकरांची कविता : एक चिकित्सक अभ्यास' या विषयावरील प्रबंधासाठी मुंबई विद्यापीठाची पीएच. डी. पदवी प्राप्त (१९८०) एल्फिन्स्टन महाविद्यालयात अनेक वर्षे मराठीचे अध्यापन व मराठी विभागप्रमुख या पदावर काम केले. श्रीमती नाथीबाई दामोदर ठाकरसी महिला विद्यापीठात, पदव्युत्तर मराठी विभाग प्रमुख. निवृत्तीनंतर तेथे 'सुप्रतिष्ठ प्राध्यापक' (Professor Emeritus) म्हणून नियुक्ती. दोन्ही विद्यापीठांतील एम. फिल. व पीएच. डी. करणाऱ्या विद्यार्थ्यांच्या मार्गदर्शक. त्यांच्या बहुविध साहित्यिक कर्तृत्वाचा उचित असा गौरव करणारे अनेक पुरस्कार, पारितोषिके व मानसन्मान त्यांना लाभले आहेत. इंदूर येथे झालेल्या ७४व्या अखिल भारतीय साहित्य संमेलनाचे अध्यक्षपद त्यांनी भूषविले. (२००१)

मराठीतील नवसाहित्यानंतर निर्माण झालेल्या चैतन्यमय वातावरणात लिहू लागलेल्या साहित्यिकांपैकी विजया राजाध्यक्ष या एक महत्त्वाच्या लेखिका होत. समर्थ कथालेखनाबरोबर समीक्षक व संशोधक या नात्यांनीही विजयाबाईंची कामगिरी अतिशय महत्त्वाची आहे.

१९५५च्या सुमाराला पुस्तक परीक्षणे लिहिण्यापासून (मुख्यत: 'सत्यकथा' या मासिकात) त्यांनी समीक्षात्मक लेखन सुरू केले. कविता या वाङ्मयप्रकारावर त्यांचे विशेष प्रेम आहे. हे आरंभापासूनच लक्षात येते. 'कवितारती', 'जिव्हार स्वानंदाचे', 'वेध कवितेचा', 'कवितेपासून कवितेकडे' या त्यांच्या समीक्षालेखसंग्रहांत तसेच 'कविता दशकाची' या सहकार्याने केलेल्या संपादनात वेगवेगळ्या काळातील विविध प्रवृत्ती असणाऱ्या कवींच्या अनुभवविश्वाचे व आविष्कार-विशेषांचे विवेचन आहे.

एखादा कवी, कवितासंग्रह किंवा काव्यविषयक प्रश्न यांच्यासंबंधी त्या त्या वेळी झालेल्या प्रतिक्रियांची नोंद या संग्रहातील विविध लेखांत आहे. मराठी कवितेच्या सुमारे १९४० पासून २०१० पर्यंतच्या प्रवासाचे टप्पे या लेखनातून अधोरेखित होतात. केशवकुमार (प्र. के. अत्रे) ते प्रज्ञा पवार अशा प्रदीर्घ कालखंडातील मराठी कवितेच्या विविध रूपांचा आलेख या

लेखांतून दिसून येतो. परीक्षणे, प्रस्तावना, समालोचने व प्रदीर्घ समीक्षालेख अशा विविध स्वरूपाचे हे लेखन आहे. कुसुमाग्रज, अनिल, महानोर, डहाके यांच्यावर एकाहून अधिक संपूर्ण लेख आहेत, त्यातून त्यांचा काव्यप्रवास उलगडला आहे. रा. श्री. जोग, वा. रा. कांत, सदानंद रेगे, दिलीप चित्रे, म. म. देशपांडे, पुरुषोत्तम पाटील, रमेश तेंडुलकर, रॉय किणीकर, वा. रा. सोनार, बजरंग सरोदे, ज्ञानेश्वर मुळे, दासू वैद्य, गोविंद कुलकर्णी, अनुराधा पोतदार, उषा मेहता, मलिका अमर शेख, सुनीता जोशी इत्यादी कवी-कवयित्रींच्या संग्रहांची परीक्षणे आहेत. बी. रघुनाथ, द. भा. धामणस्कर, र. कृ. जोशी, गीतकार पाडगांवकर यांच्यावर स्वतंत्र लेख आहेत. अरुण शेवते, हेमंत जोगळेकर, रामदास फुटाणे, बी. रंगराव, नितीन तेंडुलकर, टी. एन. परदेशी यांच्या संग्रहांना लिहिलेल्या प्रस्तावना, स्वागतशील भूमिकेपलीकडे जाऊन कविताविषयक विचार मांडणाऱ्या आहेत.

हे लेखन केवळ कवी वा काव्यसंग्रह यांच्याविषयीचे नाही, त्याचा आवाका अधिक मोठा आहे. *योगभ्रष्ट* (डहाके) व *गोलपिठा* (ढसाळ) या संग्रहांवरील परीक्षणात त्या कवितांपलीकडील अनेक मुद्द्यांचा विचार आहे. 'मानसी'च्या (बापट) परीक्षणात आधुनिक खंडकाव्याच्या परंपरेत हा संग्रह कोठे बसतो हे पाहिले आहे; 'सारेच दीप कसे उजळले आता' या अनिलांवरील लेखात कवींशी केलेल्या संवादातून त्यांच्या काव्यविकासाचा शोध घेतला आहे, तसेच 'दशपदी' या रचनाप्रकाराचे विशेष उलगडले आहेत. पु. शि. रेगे यांनी केलेल्या परिष्करणांच्या अभ्यासात केवळ (संशोधनपूर्वक केलेली) पाठभेदांची चर्चा नाही, त्यातून अर्थाचा निश्चित थांग लावण्याच्या प्रयत्नाबरोबर कवीच्या काव्यप्रक्रियेचाही वेध घेतला आहे. 'बांधिलकी आणि मराठी कविता' या भाषणात 'बांधिलकी' ही संकल्पना मराठी कवितेला लावून दाखविण्याचा प्रयत्न आहे.

'अनियतकालिके' या महत्त्वाच्या लेखात (१९७५), १९५५ ते १९७३ या कालखंडातील अनियतकालिकांच्या चळवळीच्या उदयामागची कारणे, त्यांचे स्वरूप, यशापयश, महत्त्व यांचा साक्षेपी, चिकित्सक दृष्टीने परामर्श घेतलेला आहे.

'दिवाळीतील कवितेच्या निमित्ताने' (१९६०), 'अलीकडची कविता : काही विचार' (१९७६), 'आजची कविता : काही टिपणे' (१९७८-१९७९) अशा समालोचनात्मक स्वरूपाच्या लेखनातून विविध काव्यप्रवृत्तींचे विवेचन केलेले दिसून येते.

'कविता दशकाची' (१९८०) (संपा. पाडगांवकर, राजाध्यक्ष, शिरीष पै, रमेश तेंडुलकर दया पवार, संयोजक – प्र. ना. परांजपे) या प्रातिनिधिक कवितासंग्रहात सुर्वे-धुरी-ढसाळ ह्यांच्यानंतरच्या पिढीतील म्हणजेच १९७०च्या आगेमागे लेखनाला प्रारंभ केलेल्या आणि १९८० ते १९९० ह्या दशकात प्रभावी ठरतील अशा दहा कवींच्या निवडक कवितांचा समावेश आहे. द. भा. धामणस्कर, र. कृ. जोशी, गुरुनाथ सामंत, रजनी परुळेकर, हेमंत जोगळेकर, उत्तम कोळगावकर, नारायण कुलकर्णी-कवठेकर, वसंत पाटणकर, अशोक बागवे व अनिल द्रविड हे ते दहा कवी होत. संपादकांच्या चर्चात्मक प्रस्तावनेतून समकालीन कवितेचे एक व्यापक व सखोल चित्र उभे राहते.

'कवितांच्या गावा जावे : मैत्र कवितेचे' या लेखात 'कवितांच्या गावा जावे' (२००१, २००४) या सात कवींच्या निवडक कवितांच्या संकलनासंबंधी सविस्तर विवेचन आहे. अशोक नायगावकर, अरुण म्हात्रे, अशोक बागवे, निरंजन उजगरे, नलेश पाटील, महेश केळुस्कर व किशोर कदम हे ते सात कवी होत. त्यांच्या काव्यवैशिष्ट्यांची (गुणदोषांसह) केलेली मार्मिक मांडणी नव्वदच्या दशकातील कवितेचा चेहरा दाखवणारी आहे. तसेच काव्यवाचन, गायन, सादरीकरण या संदर्भातील विवेचनही मर्मदृष्टी देणारे आहे.

विजयाबाईंच्या या विविध स्वरूपाच्या समीक्षालेखनात जवळपास ३५-३६ कवींचा (त्यात कवयित्रीही आल्या) समावेश आहे. त्यांच्या विचाराबरोबरच त्यांनी निर्माण केलेल्या समर्थ काव्यपरंपरेचाही मागोवा आहे. या परंपरेतील अनेक वळणे हे लेख वाचताना मनावर ठसतात. एका मोठ्या कालपटावरील विविध प्रवृत्तींच्या काव्याचे विजयाबाईंनी केलेले समीक्षण काव्येतिहासाच्या दृष्टीनेही अत्यंत महत्त्वाचे आहे यात शंका नाही.

विजयाबाईंच्या (अनेक निमित्तांनी केलेल्या) समीक्षेमागे काव्याशी समरस होणारी उत्कट संवेदनशीलता जशी आहे, तसेच काव्यपरंपरेचे व्यासंगपूर्ण भानही आहे. पूर्वकालीन व समकालीन, तसेच ज्येष्ठ व उदयोन्मुख अशा दोन्ही कवींचा विचार त्यांनी केला आहे. अनिल-कुसुमाग्रज-बापटांपासून ते महानोर-डहाके-ढसाळ-प्रज्ञा पवार यांच्यापर्यंतच्या आधुनिक मराठी कवी आणि कविता यांना मर्मग्राही समीक्षेने त्यांनी प्रतिसाद दिलेला आहे. त्यातून त्यांची प्रगल्भ काव्यदृष्टी प्रकट झाली आहे. आपली समीक्षा केवळ जाणकारांसाठी नाही तर सर्वसामान्य रसिकांसाठीही आहे, ही जाणीवपूर्वक घेतलेली भूमिका व तिच्याशी सुसंगत अशी सुगम भाषाशैली हे विजयाबाईंच्या एकूण लेखनाचे एक महत्त्वाचे वैशिष्ट्य आहे. वाचकाच्या संवेदनशीलतेवर व अभिरुचीवर त्यांचा विश्वास आहे. वाचकाला आस्वादाची प्रेरणा देण्याची आणि चिकित्सेला पोषक वातावरण निर्माण करण्याची त्यांची भूमिका जाणवते. जाणकाराची अभिरुची आणि सर्वसामान्यांची अभिरुची यातील अंतर कमी करणे हे समीक्षेचे एक मौलिक कार्य त्यांनी समर्थपणाने केले आहे.

या काव्यसमीक्षेखेरीज मर्ढेकर व विंदा (गो. वि.) करंदीकर यांच्या सर्वांगीण व सखोल अभ्यासातून सिद्ध झालेले द्विखंडात्मक ग्रंथ हे विजयाबाईंचे मराठी ग्रंथकाराभ्यासाला व संशोधनाला दिलेले असाधारण स्वरूपाचे योगदान आहे.

विजयाबाई त्यांच्या विद्यार्थिदशेपासून श्रेष्ठ व युगप्रवर्तक नवकवी बा. सी. मर्ढेकरांच्या कवितेचे वाचन करीत होत्या; तिचे आव्हान स्वीकारून चिंतन करीत होत्या. नंतर अध्यापनाचा व्यवसाय आवडीने व निष्ठेने करताना दुर्बोध वाटणारी मर्ढेकरांची कविता विद्यार्थ्यांना उकलून दाखवत होत्या. पीएच. डी.च्या प्रबंधासाठी 'मर्ढेकरांची कविता : एक चिकित्सक अभ्यास' हा विषय त्यांनी निवडणे अत्यंत स्वाभाविक होते. निर्मितिशील लेखिका असल्यामुळे मर्ढेकरांच्या प्रतिभेने आणि व्यक्तित्वाने त्या झपाटून गेल्या. त्यानंतर मर्ढेकर हा त्यांचा ध्यासच झाला, आयुष्याचा आणि भावजीवनाचा केंद्रबिंदू झाला. या झपाटलेपणाला दीड तपांच्या (१९७४-१९९१) अथक संशोधन लेखनाची जोड मिळाली आणि विजयाबाईंच्या परिश्रमपर्वातून एका

अपूर्व समीक्षा ग्रंथाची आणि संदर्भ ग्रंथाची निर्मिती झाली. *मर्ढेकरांची कविता : स्वरूप आणि संदर्भ* हा तो (द्विखंडात्मक) ग्रंथ होय. त्याचा आवाका फार मोठा आहे.

पहिल्या खंडात सुरुवातीला मर्ढेकरांच्या कवितेवरील समीक्षेचे संक्षिप्त समालोचन व एकूण नवकाव्याविषयी चर्चा केलेली आहे. त्यानंतर मर्ढेकरांच्या कवितेतील आशयसूत्रे आणि मर्ढेकरांची काव्यशैली व प्रतिमासृष्टी यांच्या विवेचनातून मर्ढेकरांच्या कवितेचे स्वरूप उलगडून दाखवले आहे. तसेच मर्ढेकरांच्या कवितेवरील आक्षेप, तिचा समकालीन व पुढील कवींवर पडलेला प्रभाव, मर्ढेकरांची परंपरा आणि मर्ढेकरांच्या कवितेचे सामर्थ्य व मर्यादा यांचाही सखोल विचार मांडलेला आहे. दुसऱ्या खंडात मर्ढेकरांचे चरित्र व व्यक्तिमत्त्व, तसेच त्यांची काव्येतर ललितनिर्मिती (कादंबरी, नाटक, संगीतिका) आणि त्यांचे सौंदर्यशास्त्रीय व समीक्षात्मक लेखन आणि त्यांच्या कवितेमागे उभ्या असलेल्या देशी-विदेशी काव्यपरंपरा या तीन संदर्भांत मर्ढेकरांच्या कवितेचा विचार केला आहे. अभ्यासाची ही दिशा अस्पर्शित, नव्या स्वरूपाची आहे.

मर्ढेकरांच्या संदर्भातील सर्व तपशील (अनेक संस्था, ग्रंथालये, प्रवास, पन्नासहून अधिक व्यक्तींच्या मुलाखती, पत्रे, दस्तऐवज इत्यादींच्या आधारे) कष्टपूर्वक मिळवून त्यांचा परस्परान्वय सुसंगतपणे लावण्याचे विजयाबाईंचे सामर्थ्य लक्षणीय आहे. मर्ढेकरांच्या 'काही कविता' या संग्रहावरील खटल्यामुळे मराठी साहित्यविश्व ढवळून निघाले होते. विजयाबाईंनी मर्ढेकरांच्या खटल्याचे आवश्यक ते सर्व तपशील समतोलपणे व चिकित्सक वृत्तीने ग्रंथाच्या अखेरीस परिशिष्टात दिले आहेत. (कलावंताच्या आविष्कारस्वातंत्र्याच्या आणि समाजाच्या सांस्कृतिक सहिष्णुतेच्या व प्रगल्भतेच्या संदर्भात या दुर्मीळ दस्तऐवजांचे महत्त्व आहे.) तसेच, मर्ढेकरांच्या कवितांचा प्रसिद्धीकाल, मर्ढेकरांनी केलेली परिष्करणे, मर्ढेकरांच्या (असंग्रहित) मराठी कविता, आक्षिप्त कवितांची इंग्रजी भाषांतरे, असंग्रहित व अप्रकाशित मराठी व इंग्रजी साहित्य, इंग्रजी कवितांची सूची, अभ्याससाधनांची विस्तृत सूची इत्यादी संदर्भ दोन्ही खंडांच्या अखेरीस मिळून दिले आहेत.

पहिल्या खंडाच्या उपसंहारात, कवी मर्ढेकरांच्या श्रेष्ठत्वाची मांडणी विजयाबाईंनी केली आहे ती महत्त्वाची आहे : ''मर्ढेकरांचे श्रेष्ठत्व प्राधान्याने त्यांच्या कवितेच्या व्यामिश्र, समृद्ध, समकालीन आणि समकालीनतेपलीकडे झेपावणाऱ्या व कित्येक वेळा जाणाऱ्या आशयात आहे आणि तिच्या आविष्कारविषयक वेगळेपणातही आहे. ...या कवितेत एका व्यामिश्र, संघर्षमय कालखंडाचे व त्या कालखंडात जगणाऱ्या, वाढणाऱ्या सजग, संवेदनाक्षम व अंतर्मुख मनाचे प्रतिबिंब दिसते. ती जीवनातील सामाजिक-सांस्कृतिक संघर्षापासून आंतरिक जीवनाच्या अगदी गाभ्यातील भावनिक व आध्यात्मिक संघर्षापर्यंत पोचते. ...हा भावाशय अपरिहार्यपणे नव्या भाषेत व नव्या प्रतिमेत व्यक्त झाला.''

मर्ढेकरांनी दिलेली वेगळी जीवनदृष्टी व काव्यदृष्टी साहित्यात व सर्वसाधारण समाजातही हळूहळू रुजली. तिच्यामुळे साहित्याची – विशेषत: कवितेची – भाषा व प्रतिमा बदलली; कवी, समीक्षक व वाचक या तिघांच्याही संवेदनस्वभावाला निराळे रूप लाभले; तो अधिक

धारदार व तरल झाला; एक वेगळी वाङ्मयीन संस्कृती जन्माला आली; तिचा परिपोष, ज्यांचे मर्ढेकरांचे वाङ्मयीन वंशज असे सार्थ वर्णन करता येईल असे आजचे काही कवी करत आहेत. मर्ढेकरांची कविता हे त्यांचे प्रेरणास्थान आहे. तिला हे श्रेय देणे म्हणजेच मर्ढेकरांची काव्यक्षेत्रातील महात्मता मान्य करणे होय असे विजयाबाईंचे प्रतिपादन आहे.

मर्ढेकरांचे वाङ्मयीन वंशज म्हणता येतील अशा विंदा करंदीकर, इंदिरा संत, दिलीप चित्रे, आरती प्रभू व वसंत आबाजी डहाके या प्रमुख कवींचा विचार विजयाबाईंनी सविस्तरपणे केला आहे. डहाक्यांची कविता मुख्यत: भोवतालच्या परिस्थितीला कविमनाने दिलेल्या प्रतिसादातून स्फुरलेली आहे. त्यामुळेच डहाके व मर्ढेकर यांच्यात सहज संवाद जुळला असावा. मर्ढेकरांच्या परंपरेशी डहाक्यांइतके निकटचे नाते असणारा कवी आजच्या पिढीत तरी दुसरा कोणी नाही हे विधान लक्षणीय आहे.

दुसऱ्या खंडाच्या उपसंहारात विजयाबाईंनी त्यांची वाचकाविषयीची धारणा व त्यांची समीक्षापद्धती यांविषयी विवेचन केले आहे. कवितासन्मुख, अनाग्रही, संवेदनाशील, संवादबुद्धी, बहुतत्त्ववादी अशा स्वभावाचा वाचक स्वत:त निर्माण करण्याचा, घडवण्याचा त्यांनी मन:पूर्वक प्रयत्न केला. अशा प्रकारचा वाचक शाश्वत आहे; त्याचा प्रतिसाद शाश्वत आहे आणि म्हणूनच कवी, कविता, वाचक (ज्याला समीक्षक असेही म्हणता येईल) यांच्यातील अदृश्य, अलिखित, हार्दिक विनिमयही शाश्वत आहे. ...कविता ही जशी एखादी गोठलेली, शिलीभूत वस्तू नव्हे, तसा कवितेचा वाचक हीही एखादी गोठलेली, शिलीभूत वस्तू नव्हे. तीक्ष्ण चैतन्याने भारलेला असा तोही कवितेच्या स्पर्शासाठी उत्सुक असतो; त्यालाही प्रवाही असणे हवे असते, अशी मांडणी त्यांनी केली आहे. चैतन्याचा प्रवाह हेच सृजनाप्रमाणे आस्वादाचेही प्राणतत्त्व आहे असे त्यांना वाटते.

वाचकव्याख्येच्या अनुषंगाने त्यांच्या समीक्षापद्धतीविषयीही त्यांनी स्पष्टपणे सांगितले आहे. ही वाचक व कवी यांच्यातील विनिमय विश्वसनीय मानणारी, विमुक्त प्रतिसादनिष्ठ, समन्वयवादी समीक्षापद्धती आहे. तिला कवितेच्या गूढगर्भी पोचण्याचा कोणताही मार्ग वर्ज्य नाही, हे या खंडातील चारही प्रकरणांवरून स्पष्ट होईल. (१. उपोद्घात, २. मर्ढेकर : चरित्र, व्यक्तिमत्त्व आणि कविता, ३. मर्ढेकर : ललित साहित्य, समीक्षा आणि कविता, ४. मर्ढेकर आणि दोन काव्यपरंपरा.) कवितेचा अभ्यास करत असताना कवीवर – त्याच्या वैयक्तिक व सर्वसाधारण पार्श्वभूमीवर – आवश्यक तेवढा भर देणे आणि तिचा कवितेशी अनुबंध जोडणे ती प्रस्तुत मानते; कवितेच्या असण्याइतकाच तिचा अर्थही महत्त्वाचा मानते आणि तो अर्थ कवितेइतकाच कवीच्या अन्य निर्मितीतूनही शोधता येतो अशी भूमिका घेऊन कवीच्या 'समग्र' अभ्यासाबद्दल आग्रह धरते आणि ती परंपराही मानते; त्या परंपरेच्या अनुषंगानेच नवतेचा मागोवा घेण्याचा प्रयत्न करते. ...कविता म्हणजे केवळ 'असणे'; कविता म्हणजे एक बंध, संरचना (construct) या भूमिकेशी माझा मतभेद नाही. पण हे 'असणे' केवळ भूतकालीन वा वर्तमानकालीन नसते, असा माझा दृष्टिकोन आहे. म्हणून ऐतिहासिकतेवर फार भर देऊन कवितेचे सांस्कृतिक मानववंशशास्त्रात रूपांतर करू नये

किंवा केवळ वर्तमानकालीन दृष्टी स्वीकारून कवितेला एखाद्या सामाजिक, राजकीय, धार्मिक, नैतिक किंवा शाब्दिक दस्तऐवजासारखे करू नये. कवितेभोवती तिन्ही काळ असतात; कवितेत तिन्ही अर्थ असतात – मुख्यार्थही; कवितेला त्या अर्थांचे सहस्रावतार असतात आणि त्यांना व्यापूनही ती दशांगुळे उरते. मर्ढेकरांच्या कवितेने मला कवितेसंबंधीचे हे वैश्विक सत्य सांगितले.

मर्ढेकरांवरील संशोधनातून मिळालेल्या चरित्रात्मक सामग्रीच्या आधारे आणखी दोन वेगळ्या स्वरूपाचे ग्रंथ विजयाबाईंनी लिहिले. मर्ढेकरांच्या आयुष्याशी व कवितेशी संबंधित अशा लेखांचा संग्रह *पुन्हा मर्ढेकर* मध्ये आहे, तर *शोध मर्ढेकरांचा* या पुस्तकातील लेखन मर्ढेकरांच्या व्यावसायिक व वाङ्मयीन जीवनावर भर देणारे आहे.

मर्ढेकरांशी अखंड, निरंतर असे नाते जडलेल्या विजयाबाईंची जातिवंत रसिकता व गाढ व्यासंग यांचा आणि आस्वादक व विश्लेषक समीक्षादृष्टी यांचा विरळा संयोग या सर्वच निर्मितीत प्रत्ययाला येतो.

आदिमाया (१९९०) (विंदा करंदीकरांच्या भावकविता, गजल, तालचित्रे, मुक्त सुनीते, निवेदिका अशा विविध रचनाप्रकारांतील प्रेमकविता व स्त्रीदर्शन घडवणाऱ्या अशा १०२ कवितांचे संपादन व प्रस्तावना) आणि *करंदीकरांचे समग्र लघुनिबंध* (१९९६) (संपादन व प्रस्तावना) या महत्त्वाच्या पुस्तकांनंतर करंदीकरांच्या 'बहुपेडी आणि बहुपिंडी' प्रतिभाशक्तीतून निर्माण झालेल्या त्यांच्या समग्र साहित्याचे परिशीलन करण्याचे आव्हान यशस्वीरीतीने पेलून, *बहुपेडी विंदा* या करंदीकरांवरील पहिल्याच द्विखंडात्मक समीक्षाग्रंथाची निर्मिती विजयाबाईंनी केली. पहिल्या खंडात त्यांनी घेतलेली करंदीकरांची प्रदीर्घ वाङ्मयीन मुलाखत व करंदीकरांच्या मराठी व इंग्रजी समीक्षेची समीक्षा यांचा समावेश आहे. दुसऱ्या खंडात करंदीकरांचे लघुनिबंध व त्यांची कविता यांचे सविस्तर विवेचन आहे.

अथक परिश्रम, सूक्ष्म संशोधनक्षमता, व्यासंगी व विश्लेषक वृत्ती आणि सर्वांगीण मांडणी या वैशिष्ट्यांमुळे मर्ढेकरांवरील द्विखंडात्मक ग्रंथाप्रमाणे *बहुपेडी विंदा*लाही संदर्भसाहित्याचे महत्त्व प्राप्त झाले आहे. या दर्जाचे ग्रंथकाराभ्यास मराठीत अपवादानेच झाले आहेत असे म्हणण्यात कुठलीही अतिशयोक्ती नाही. त्यांच्या रूपाने भावी संशोधकांसाठी एक भक्कम पायाभरणी विजयाबाईंनी केली आहे.

'माझा दृष्टिकोन : विंदा' ही दुसऱ्या खंडाच्या अखेरीला जोडलेली पुरवणी हे या ग्रंथाचे एक महत्त्वाचे व वेगळे वैशिष्ट्य आहे. ती पुरवणी म्हणजे करंदीकरांनी आपल्या एकंदर निर्मितीविषयी केलेले विधान होय. या टप्प्यावर करंदीकर कवी, लघुनिबंधकार व समीक्षक या तिन्ही नात्यांनी क्रियाशील राहिलेले नव्हते. त्यांनी स्वेच्छेनेच घेतलेल्या या निवृत्तीला अनेक वर्षे होऊन गेलेली असल्यामुळे निर्मिती व निर्माता यांच्यात पुरेसे अंतर उत्पन्न झाले होते. अंतिम विधान (final statement) करण्यासाठी अगदी योग्य अशी ही वेळ होती. (अमेरिकेतील *Library of living philosophers* या ग्रंथमालेचा विजयाबाईंनी या संदर्भात उल्लेख केला आहे. एखाद्या जगप्रसिद्ध तत्त्वज्ञावर युरोप-अमेरिकेतील विद्वानांनी समीक्षात्मक

निबंध लिहायचे आणि शेवटी या सर्वांना त्या तत्त्वज्ञाने उत्तरे द्यावयाची, असे या ग्रंथमालेचे स्वरूप होते. या प्रथेचे स्मरण झाल्यावर विजयाबाईंनी करंदीकरांना विनंती केली; त्यांनी ती मानलीही.) *बहुपेडी विंदा*च्या पहिल्या खंडाची सुरुवात करंदीकरांच्या मुलाखतीपासून होते आणि त्याच्या दुसऱ्या खंडाचा शेवट या अंतिम विधानाने. असा हा या दोन खंडांतील विवेचनाचा विंदांपासून विंदांकडे झालेला प्रवास!

कवी-समीक्षक असणाऱ्या करंदीकरांच्या योगदानाविषयी विजयाबाई म्हणतात, ''करंदीकरांनी मराठी समीक्षेला एका नव्या कलाविषयक वर्गीकरणाचे देणे दिले. कलांची तोवर प्रचलित असलेली वर्गीकरणे टाळून त्यांनी कलांचे जीवनवेधी, रूपवेधी व व्यवहारवेधी असे नवे वर्गीकरण मांडले. त्यांच्या समग्र समीक्षेला या वर्गीकरणाचा सतत संदर्भ राहिला. साहित्यकृतीतील 'कल्पनाप्राप्त' (कल्पित) जीवनदर्शनाच्या संबंधात साहित्याची व्याप्ती व खोली हे दोन महत्त्वाचे निकष असल्याचे त्यांनी वेगवेगळ्या संदर्भांत सांगितले. करंदीकरांचे तात्त्विक समीक्षेच्या क्षेत्रातील आणखी एक कार्य असे की, त्यांनी परंपरा आणि नवता, लौकिक व वाङ्मयीन व्यक्तित्व, सामाजिक जाणीव, विशुद्ध कविता, बालकविता, दुर्बोधता, वाङ्मयाची सांस्कृतिक फलश्रुती अशा काही महत्त्वाच्या वाङ्मयीन प्रश्नांचा पृथगात्म दृष्टीने विचार करून चर्चेला वेगळी परिमाणे दिली. शोकांतिकेविषयीचे व अर्वाचीनीकरण या प्रक्रियेविषयीचे त्यांचे विवेचनही अभ्यासपूर्ण व वैशिष्ट्यपूर्ण आहे. त्यांची इंग्रजीतील तात्त्विक समीक्षाही लक्षवेधी आहे. तिच्यात वास्तवतावाद, विशुद्धता, आत्मनिष्ठा, उत्स्फूर्तता, सौंदर्य अशा विविध वाङ्मयीन संकल्पनांविषयीची स्वतंत्र भूमिका आहे.''

स्वत:च्या काव्यनिर्मितीच्या संदर्भात करंदीकरांनी केलेली स्पष्टीकरणे काव्यनिर्मितीप्रक्रियेच्या अभ्यासाला उपकारक ठरावीत इतक्या मोलाची आहेत. प्रत्यक्ष समीक्षेच्या क्षेत्रात ॲरिस्टॉटल, शेक्सपिअर, हेमिंग्वे हे पाश्चात्त्य कलावंत आणि ज्ञानेश्वर, केशवसुत, माधव जूलियन व मर्ढेकर हे मराठी कवी यांच्यात वाङ्मयीन व्यक्तित्वाच्या विशेषांची करंदीकरांनी सखोल मांडणी केली आहे.

करंदीकरांच्या कवितेची विविध आशयसूत्रे, आविष्कार (भाषाशैलीचे प्रतिमाविशेष) आणि रूपविशेष (आकृतिबंध) यांची बहुस्पर्शी स्वरूपाची सोदाहरण चर्चा करून विजयाबाईंनी कवी करंदीकरांच्या बहुपिंडी प्रतिभेची पुढील वैशिष्ट्ये विशद केली आहेत : विलक्षण कल्पनाशक्ती, संदर्भसंपन्नता, औपरोधिक वृत्ती, दोन ध्रुव (१. बुद्धिवाद, विज्ञाननिष्ठा, भौतिकवाद, २. भारतीय संस्कृती व तिच्याशी निगडित असणारी आध्यात्मिक जाणीव) आणि स्त्रीशी संवाद अशा अनेक वैशिष्ट्यांमुळे करंदीकरांची कविता ही मराठी कवितेच्या क्षेत्रातील एक क्रांतिकारक घटना ठरली' असे विधान विजयाबाईंनी केले आहे.

करंदीकरांच्या लघुनिबंधलेखनाचीही अत्यंत सविस्तर चर्चा विजयाबाईंनी केली आहे. त्याचे करंदीकरांच्या कवितेशी, समीक्षेशी असलेले नाते स्पष्ट करून करंदीकरांचे व्यक्तित्व, तत्त्वचिंतन, शैली, घाट यांचे उदाहरणांसह विवेचन केले आहे. करंदीकरांच्या निमित्ताने, लघुनबंध या साहित्यप्रकाराचे ऐतिहासिक व तात्त्विक संदर्भात विस्तृत दर्शन घडवले आहे.

विजयाबाईंची समीक्षा कशी समग्रलक्ष्यी आहे त्याचे हे आणखी एक उदाहरण आहे.

संवाद (१९८५) या निराळ्या, वैशिष्ट्यपूर्ण पुस्तकात वा. ल. कुलकर्णी, गंगाधर गाडगीळ व गो. वि./विंदा करंदीकर यांच्या प्रदीर्घ वाङ्मयीन मुलाखतींतून मराठी साहित्य, समीक्षा व संशोधन या दृष्टीने महत्त्वाची अशी साधनसामग्री विजयाबाईंनी उपलब्ध करून दिली आहे.

ठाकरसी महिला विद्यापीठाच्या पदव्युत्तर मराठी विभागाच्या प्रमुख म्हणून त्यांनी कार्यशाळा, चर्चासत्रे, उद्बोधन वर्ग, रिफ्रेशर कोर्स व संशोधन प्रकल्प अशा उपक्रमांचे संयोजन केले. विजयाबाई व त्यांचे सहकारी अध्यापक यांनी सहकार्याने संपादित केलेली काही उपयुक्त पुस्तकेही या उपक्रमांच्या आधारे सिद्ध होऊ शकली. ती अशी : *हास्य-विनोद-सुखात्मिका* (१९९२), *वाङ्मयीन पत्रव्यवहार* (१९९३), *कथाशताब्दी* (१९९३) आणि *प्रबंधसार* (१९९३). साहित्य आणि संस्कृती मंडळाच्या 'समीक्षा-संज्ञा कोशा'च्या (२००२) समन्वयक संपादक या नात्यानेही त्यांनी मौलिक काम केले आहे.

वाङ्मयेतिहासापासून सैद्धान्तिक लेखनापर्यंत अनेक गोष्टींचा समीक्षेत समावेश होत असतो. विजयाबाईंनी सैद्धान्तिक/तात्त्विक स्वरूपाचे लेखन केलेले नाही. कवीच्या निर्मितीचे वैशिष्ट्य सांगणारे, त्यातील सौंदर्यस्थळे स्पष्ट करणारे, कवीच्या सामर्थ्यमर्यादांचे विश्लेषण करणारे असे समीक्षालेखन त्यांनी केले आहे हे आतापर्यंतच्या विवेचनातून सहज लक्षात येईल. काव्याविषयी, कवीने निर्माण केलेल्या जगाविषयी, वाचकाच्या मनात कुतूहल निर्माण करण्याचे, कविता वाचण्यासाठी त्याला प्रोत्साहित करण्याचे सामर्थ्य त्यांच्या समीक्षेत आहे. कवी व रसिक या दोहोंच्यामधील दुवा म्हणून ही समीक्षा कार्य करते. या दोहोंमधील देवाणघेवाणीतूनच एका वाङ्मयीन संस्कृतीची निर्मिती व जडणघडण होत असते. विजयाबाईंची समीक्षा, वाचकाबरोबर वाङ्मयीन संस्कृतीच्या जडणघडणीला उपकारक अशी आहे हे तिचे महत्त्वाचे योगदान आहे.

विजयाबाईंनी सैद्धान्तिक स्वरूपाचे लेखन केलेले नसले तरी नवनव्या साहित्यसिद्धान्तांचे त्यांनी आकलन करून घेतले आहे आणि त्यातील काहींचे त्यांनी उपयोजनही केले आहे हे वैशिष्ट्य लक्षात घेतले पाहिजे; उदाहरणार्थ, वसंत बापट यांच्या 'मानसी' या संग्रहाच्या परीक्षणात टी. एस. एलियटच्या 'कवीचे तीन आवाज' या तत्त्वाच्या अनुषंगाने कवीच्या चौथ्या आवाजाचा उल्लेख त्या करतात. *आहे मनोहर तरी... वाचन आणि विवेचन* (या सुनीता देशपांडे यांच्या आत्मचरित्रावरील) संपादित पुस्तकाच्या प्रदीर्घ प्रस्तावनेत, 'रीडर रिस्पॉन्स थिअरी' (वाचक-प्रतिसादमुखी सिद्धान्त) आणि आत्मचरित्र या घाटाबद्दलच्या नव्या संकल्पना यांचे विवेचन आहे. *संवाद* (१९८५), *आदिमाया* (१९९०) आणि *करंदीकरांचे समग्र लघुनिबंध* (१९९६) या तीन पुस्तकांच्या प्रदीर्घ प्रस्तावना स्वतंत्र समीक्षा-लेखांसारख्या आहेत. आणि त्यात आस्वादन व सैद्धान्तिक विवेचन यांचा उत्तम समन्वय साधलेला आहे. *मराठी कादंबरी आस्वादयात्रा* (२००८) या संपादित ग्रंथाच्या प्रस्तावनेत कथनमीमांसेतील पात्राबद्दलच्या नव्या संकल्पनेचा निर्देश आहे. करंदीकरांवरील समीक्षेच्या संदर्भात कवीचा अंत, हेतुनिष्ठ तर्कप्रमाद या संकल्पनांविषयी मत नोंदवले आहे. डहाक्यांवरील लेखात

'ऑब्जेक्टिव्ह कोरिलेटिव्ह' ही एलियटची संकल्पना, तसेच 'आउटसायडर'चे व्यक्तिमत्त्व, 'नॉन बिलाँगिंग'ची भावना यांचे विवेचन येते. विजयाबाईंच्या इंग्रजी काव्याच्या सखोल अभ्यासाची साक्ष त्यांच्या काव्यसमीक्षेतून मिळते. त्यांनी स्वत: लिहिले आहे, ''आपल्याकडची बरीच समीक्षा ही सर्वसाधारण वाचकासाठी नसतेच. माझी समीक्षा या वाचकाला चांगलं वाचायला, समजून घ्यायला प्रवृत्त करावं म्हणूनच लिहिलेली आहे. त्यामुळे एका चांगल्या अर्थाने साधेपणाने लिहिले जाते. तरी हे लेखन जुजबी किंवा गोलमाल होऊ न देता गंभीरपणेच करण्याचा मी प्रयत्न केला आहे.'' ('ललित', साहित्य संमेलन विशेषांक, जानेवारी २००१).

विजयाबाईंच्या समीक्षेत त्यांच्या या म्हणण्याचा पुरेपूर प्रत्यय येतो. कवी आणि वाचक यांच्यामधील एक पूल असणारी, रसिकाची आस्वादक्षमता विकसित करून त्याची संवेदनाशक्ती समृद्ध करणारी आणि साहित्यातील बरेवाईटपणाचा विवेक निर्माण करून त्याची काव्यविषयक जाणीव प्रगल्भ करणारी अशी ही रसिकाभिमुख (पण साहित्यिकाचा वा रसिकाचा – कोणाचाच – अनुनय न करणारी) समीक्षा आहे. तिच्यात, रसिकाला घडविण्याबरोबर वाङ्मयीन संस्कृती निर्माण करण्याचे मोठे सामर्थ्य आहे.

निष्ठापूर्वक लेखन-संशोधनाची अखंड साधना

डॉ. यू. म. पठाण

(१९३०)

सतीश बडवे

'दिसामाजी काहीतरी ते लिहावे' ही संतोक्ती आयुष्यभर जपणारे ज्येष्ठ अभ्यासक व संशोधक म्हणून डॉ. यू. म. पठाण सर्वदूर परिचित आहेत. बहुभाषिक अभ्यासाचा वारसा त्यांना घरातूनच लाभला होता आणि तो वारसा केवळ जतन न करता मराठी भाषकांना त्याचा लाभ करून देण्यासाठी डॉ. पठाण यांनी *फार्सी-मराठी अनुबंध : भाषिक, वाङ्मयीन आणि सांस्कृतिक* या ग्रंथाची निर्मिती केली. *फार्सी-मराठी व्युत्पत्ती कोश* तयार केला. द्वैभाषिकता किंवा बहुभाषिकता ही काळाची गरज आहे, याची जाणीव ठेवून त्यांनी हे लेखन मराठी अभ्यासकांना उपलब्ध करून दिले. धर्म आणि संस्कृती यासंबंधी सातत्याने चिंतन करीत समन्वयाची वाट उजळून टाकली. आज वयाची ८८ वर्षे पूर्ण केल्यानंतरही अतिशय उत्साहाने ते आपल्या लेखनकार्यात मग्न असल्याचे आढळते. हा त्यांचा उत्साह अभ्यासविषयावरील त्यांच्या निष्ठेचे प्रतीक आहे. जात, धर्म, भाषा, प्रांत यांच्या पार जाऊन अखंड चिंतन-मननात मग्न असणारे डॉ. पठाण आजदेखील नवनव्या विषयांवर विविध अंगांनी लेखन करीत आहेत, ही गोष्ट स्तिमित करणारी ठरते.

संशोधनाच्या अनेकविध क्षेत्रांत डॉ. यू. म. पठाण यांनी स्वत:ची नाममुद्रा उमटवली. ज्ञानसाधनेत रमलेला एक व्रतस्थ संशोधक अशी त्यांची ख्याती झाली. कारण संशोधनाचा हा वसा आपल्या विद्यार्थ्यांपर्यंत व जाणकारांपर्यंत पोचवण्यात त्यांनी अजिबात कसर राहू दिली नाही. नियोजनबद्ध पद्धतीने लेखन करण्याची त्यांची हातोटी लक्षणीय ठरणारी आहे. तत्कालीन पुणे विद्यापीठातून १९५८ साली त्यांनी 'मराठी बखरीतील फार्सीचे स्वरूप' हा प्रबंध सादर करून पीएच. डी. पदवी मिळवली. सर्वोत्कृष्ट मराठी प्रबंध लेखनासाठीचे डॉ. परांजपे पारितोषिकही त्यांना मिळाले. १९७० साली तत्कालीन मराठवाडा विद्यापीठाने 'महाराष्ट्र के महानुभाव साहित्यकारोंका हिंदी साहित्य को योगदान' या प्रबंधास हिंदी विषयातील पीएच. डी. पदवी बहाल केली. रांची विश्वविद्यालयाने 'महाराष्ट्रातील धर्मसंप्रदायांचा चिकित्सक अभ्यास' या प्रबंधलेखनासाठी डी. लिट्. ही पदवी प्रदान केली. ('महाराष्ट्र के संप्रदायों का तुलनात्मक अध्ययन') संशोधनातले सातत्य हा डॉ. पठाण यांच्या व्यक्तिमत्त्वाचा खास विशेष मानावा लागतो. सोलापूरच्या दयानंद महाविद्यालयात १९५३ ते १९५९ या कालावधीत त्यांनी मराठीचे अध्यापन केले. त्यानंतर मराठवाडा विद्यापीठात मराठी भाषा व वाङ्मय

विभागात ते दाखल झाले. १९६० ते मार्च १९९० पर्यंतच्या कालावधीत त्यांनी चहुअंगांनी संशोधन केले. अनेकविध विषयांवरील त्यांचे लेखन चालूच होते. १९७३ ते १९९० पर्यंत विद्यापीठाच्या मराठी भाषा व वाङ्मय विभागाचे ते प्रमुख होते. परिणामी पंचवीसपेक्षा अधिक विद्यार्थ्यांना त्यांच्या मार्गदर्शनाखाली संशोधनाचे (पीएच. डी.) काम पूर्ण केले. मध्ययुगीन धर्मसंप्रदाय, वाङ्मय, साहित्यनिर्मिती, आधुनिक साहित्य व साहित्यिक अशा अनेकांगांनी आपल्या विद्यार्थ्यांना विषय देऊन त्यांच्याबरोबरीने डॉ. पठाण यांनी संशोधनाचे काम केले. संशोधनाचा एक व्यापक पट त्यातून उभा राहिला. वीरशैव, महानुभाव या पंथसंप्रदायांकडे संशोधकांचे फारसे लक्ष नव्हते. या अलक्षित संप्रदायांकडे आपल्या विद्यार्थ्यांना वळवून संशोधनाची दिशा त्यांनी दिली. किमान पंधरा विद्यार्थ्यांकडून हे काम केलेले आहे. अभ्याससाधने मिळविण्यासाठी त्यांनी जाणीवपूर्वक प्रयत्न केले. संतसाहित्याचे संशोधन आणि अध्यापन यांच्याशी त्यांची नाळ प्रारंभापासूनच जोडली गेली होती. सुस्थापित धर्मसंप्रदायांच्या अभ्यासबरोबरच अलक्षित संप्रदायांच्या अभ्यासाकडे, संशोधनाकडे त्यांनी आपला मोहरा वळवला. म्हणूनच नागेश संप्रदायाला ते प्रकाशात आणू शकले. जैन साहित्याचा शोध घेतला. डॉ. शं. गो. तुळपुळे, डॉ. वि. भि. कोलते यांची संशोधनशिस्त जोपासली व त्यांचा प्रभावही पचवला. मुस्लीम साहित्य व सूफी संप्रदाय यांचाही त्यांनी बहुपदरी अभ्यास केला. तौलनिक दिशेने कुराणाचा अभ्यासही केला. आधुनिक साहित्याशी त्यांनी फारकत घेतलेली नव्हती. म्हणूनच चिं. त्र्यं. खानोलकर, शंकर पाटील या साहित्यिकांवर संशोधन करण्यासाठी त्यांनी आपल्या विद्यार्थ्यांना प्रेरित केले.

डॉ. यू. म. पठाण यांनी देशविदेशात सर्वदूर प्रवास केला. पण त्याही अगोदर अवघा महाराष्ट्र पायाखाली तुडवला. बहि:शाल व्याख्यानमाला, प्रासंगिक व्याख्याने, चर्चासत्रे, परिसंवाद, सांप्रदायिकांच्या कार्यक्रमातील व्याख्याने-प्रवचने यांपैकी निमित्त कशाचेही असो डॉ. पठाण यांनी आपला प्रत्येक दौरा हा संशोधन दौरा बनवला. प्रत्येक ठिकाणी नवे काय मिळेल याचा शोध घेतला. अडचणी सोसल्या. सोयी-गैरसोयींपेक्षा त्यांचे लक्ष होते ते आपल्या अभ्यासविषयात. या निमित्ताने त्यांनी माणसे जोडली. खेड्यापाड्यांत हिंडून सामान्य माणसांकडून त्यांनी पोथ्या जमवल्या. सांप्रदायिक अभ्यासकांची मदत घेतली. महानुभाव संप्रदायाशी निगडित असणाऱ्या कवलेबाबा देशमुख यांचेही डॉ. पठाण यांना साह्य मिळाले. महानुभाव वाङ्मयातील महाभारत म्हणून ओळखले जाणारे ‘शल्यपर्व’ त्यांना एका चर्मकार समाजातील माणसाकडून मिळाले. त्यातील लोककथा फारशा माहीत नव्हत्या, त्याकडे दुर्लक्ष झाले होते. शल्यपर्वाची पोथी त्यांच्या हाती लागली, ही डॉ. पठाण यांच्या दृष्टीने फार मोठी मिळकत होती. कारण त्यांच्या दृष्टीने हा पोथ्या गोळा करण्याचा ‘ओनामा’ होता. डॉ. बाबासाहेब आंबेडकर मराठवाडा विद्यापीठाच्या ग्रंथालयात जी पोथीशाळा आहे त्याच्या उभारणीसाठी डॉ. पठाण यांनी सोसलेली झीज विसरता येण्यासारखी नाही. सुमारे साडेचार ते पाच हजार हस्तलिखितांचा हा संग्रह भारतातील विद्यापीठांतील एकमेव संग्रह असावा. हा भारतीय परंपरेचा वारसा त्यांनी केवळ आपल्यापुरता सीमित ठेवला नाही. महानुभाव साहित्याशी

संबंधित असलेल्या परदेशी अभ्यासकांनाही डॉ. पठाण यांनी मदतीचा हात दिला. त्यांच्यामुळेच ॲन फेलहाऊस यांच्यापर्यंत *सिद्धान्तसूत्रपाठ* जाऊ शकला. डॉ. रिसाईड यांनी हयग्रीवाचार्यांच्या *गद्यराज* ग्रंथाचे संपादन केले. कॅल्वर्ट यांनी नामदेवांवरील नरसी-बामणीच्या पोथ्या संपादित केल्या. डॉ. कुझनेत्सव महानुभावांच्या व्याकरणावर काम करू शकले. विद्यापीठाचा मराठी विभाग जागतिक पातळीवर पोचविण्याची ही धडपड त्यांच्या संशोधनाशी निगडित होती. लोकसाहित्याचे अभ्यासक्षेत्र मराठी अभ्यासक्रमात आणण्यासाठी त्यांनी प्रयत्न केले. त्यासाठी संशोधनाच्या माध्यमातून त्यांनी 'मराठवाड्यातील लोककथां'चा पहिला संग्रह प्रसिद्ध केला. डॉ. यू. म. पठाण हे चौफेर दृष्टी लाभलेले संशोधक आहेत. नियोजनपूर्वक काम करून ध्येयाप्रत जाण्याची त्यांची प्रवृत्ती असल्याने अनेक गोष्टी ते करू शकले. 'मराठवाड्यातील हस्तलिखितांची दुर्दशा' हा लेख १९४४ला चिं. वि. जोशी यांनी 'हैदराबाद समाचार'मध्ये प्रकाशित केला होता. मराठवाड्याच्या खेड्यापाड्यांतून विखुरलेल्या अवस्थेतील ही हस्तलिखिते जमा करण्याचे काम सोपे नव्हते. पण नियोजनबद्ध पद्धतीने हे काम त्यांनी केले. जिज्ञासू वृत्ती, परिश्रम आणि चिकाटी हे खऱ्या संशोधकाचे गुण डॉ. पठाण यांच्या अंगी असल्याने हस्तलिखितांची बाडे ते जमा करू शकले. या बाडांमधून, गळाठ्यांमधून त्यांनी काही संपादने सिद्ध केली. १९८४ साली राष्ट्रीय प्राध्यापक म्हणून त्यांची निवड झाली. विद्यापीठ अनुदान मंडळाच्या वतीने भारतातील विविध विद्यापीठांत संतांच्या वाङ्मयाविषयी व्याख्याने देण्याकरता नियुक्ती करण्यात आली होती. चेकोस्लोव्हाकिया, पश्चिम जर्मनी, लंडन विद्यापीठ, झिम्बाब्वे यांसारख्या ठिकाणी विद्यापीठे व भक्तिपरिषदांमध्ये संतसाहित्यविषयक व्याख्यानेही त्यांनी दिली. नेदरलँड, केंब्रिज या ठिकाणीही त्यांना निमंत्रित केले होते. स्वत: डॉ. यू. म. पठाणही या निमित्ताने जागतिक पातळीवर पोहचू शकले. याचे कारण म्हणजे त्यांचे संतसाहित्यविषयक लेखनसंशोधन हे आहे.

डॉ. यू. म. पठाण यांची महत्त्वपूर्ण ग्रंथसंपदा लक्षात घेतली तर त्यांच्या व्यासंगाची साक्ष पटते. संशोधन व अभ्यासपूर्ण लेखन या दृष्टीने त्यांच्या महत्त्वपूर्ण संशोधनपर ग्रंथांचा उल्लेख करणे आवश्यक आहे. ही ग्रंथसंपदा त्यांच्या संशोधनपर मनोवृत्तीचा निर्देश करणारी, व्यासंगाची साक्ष पटविणारी आहे. डॉ. यू. म. पठाण यांनी मराठी, हिंदी व इंग्रजी अशा तिन्ही भाषांमध्ये हे ग्रंथलेखन केलेले आहे. येथे केवळ मध्ययुगीन साहित्याशी निगडित ग्रंथांचा व संपादनांचा निर्देश केलेला आहे.

१) *बखर भाऊसाहेबांची*, २) *मराठवाड्यातील लोककथा*, ३) *नागेश संप्रदाय*, ४) *स्वामी रामानंद यांच्या कादंबऱ्या*, ५) गोपाळदासकृत *शुकदेवचरित्र*, ६) नवरस नारायणविरचित *शल्यपर्व*, ७) कवी कृष्णमुनी डिंभ विरचित *ऋद्धिपूर माहात्म्य*, ८) अज्ञानसिद्धविरचित *वरदनागेश*, ९) *दृष्टान्तपाठ*, १०) *मराठी बखरीतील फार्सीचे स्वरूप*, ११) *महानुभाव साहित्य संशोधन* (खंड २), १२) *शिवप्रभूंचे चरित्र*, १३) *स्मृतिस्थळ*, १४) *लीळाचरित्र एकांक*, १५) *शोधणी*, १६) *चोंभाविरचित उखाहरण*, १७) *संतसाहित्य चिंतन*, १८) *मराठवाड्यातील शिलालेख*, १९) *संतसाहित्य पुनर्मूल्यांकन*, २०) *संतसंग*,

२१) *आठव : ज्ञानदेवांचा, ज्ञानदेवीचा,* २२) *नंदादीप,* २३) *मध्ययुगीन मराठी साहित्य : आणखी काही मानदंड,* २४) *बहेणी म्हणे,* २५) *मुसलमान (मराठी) सूफी संतांचे साहित्य.*

इथे निर्देशिलेले सर्व ग्रंथ मराठीत आहेत. त्यांची हिंदीतील ग्रंथरचना अशी : २६) *कवी आनंदविरचित सुदामचरित,* २७) *मराठी संतोंकी हिंदी वाणी,* २८) *महाराष्ट्र के महानुभाव साहित्यकारों का हिंदी साहित्य को योगदान.*

इथे आणखी एका गोष्टीची नोंद करणे आवश्यक आहे. ती म्हणजे डॉ. पठाण यांनी इंग्रजीतही लेखन केलेले आहे. त्यातही त्यांची संशोधनपर दृष्टी प्रकट होते. म्हणून त्यांची नोंद घेणे आवश्यक वाटते.

२९) Mahatma Phule and Satyashodhak Samaj, ३०) Lokhitwadi : Pioneer of Nationalism in Maharashtra. महाराष्ट्रातील जवळपास सर्व अग्रेसर दैनिकांमधून त्यांनी केलेले सदरलेखन विपुल प्रमाणात आहे. नवकथेच्या काळातच डॉ. पठाण यांचा लेखनप्रपंच सुरू झाला होता. संतसाहित्याचे लेखनसंशोधन करणाऱ्या डॉ. पठाण यांनी बरेच ललितलेखनही केलेले आहे. पण नवकथेत आपले म्हणजेच मुस्लीम समाजाचे जीवन प्रकटत नाही, ही बोचणी त्यांच्या मनाला लागली होती. त्यामुळेच दलितसदृश जीवन जगणाऱ्या मुसलमानांच्या जीवनावर त्यांनी कथालेखनाला प्रारंभ केला. मुस्लीम जीवनशैलीवर व त्यांच्या दु:खावर प्रकाश टाकणारे *जितराब* व *हवेली* हे दोन कथासंग्रहही त्यांच्या नावावर आहेत. मात्र संतसाहित्याचे अभ्यासक हीच उपाधी अधिक प्रभावी ठरल्याने डॉ. यू. म. पठाण हे ललितलेखकही आहेत, कथाकारही आहेत, याकडे दुर्लक्ष होत गेले.

डॉ. यू. म. पठाण यांची संशोधनदृष्टी ध्यानात घेण्यासाठी व त्याचे आकलन करण्यासाठी त्यांनीच संपादित केलेल्या ग्रंथांच्या प्रस्तावना बघितल्या तर त्यांच्या संशोधनाचे आयाम लक्षात येऊ लागतात. अज्ञात असणारे पण महत्त्वाचे ठरणारे दस्तऐवज उपलब्ध करून देण्याची दृष्टी त्यांच्या वैविध्यपूर्ण लेखनातून ध्यानात येते. ज्या जुन्या पोथ्या वा हस्तलिखिते त्यांनी संपादित केली, त्याला लिहिलेल्या प्रस्तावना संशोधनदृष्टीने महत्त्वाच्या ठरणाऱ्या आहेत. चोंभा कवीचे *उखाहरण* हे आद्यन्तयुक्त हस्तलिखित डॉ. पठाण यांना गोपाळचावडी, लिंबगाव, जि. धुळे येथे मिळाले. यापूर्वी या हस्तलिखिताची ४९ पृष्ठे इतिहासाचार्य राजवाडे यांना तिसगावच्या रामदासी मठात उपलब्ध झाली होती. त्यावरून चोंभा कवी यजुर्वेदी ब्राह्मण असल्याचे मत राजवाडे यांनी मांडले. डॉ. पठाण यांनी महानुभाव मठातील हस्तलिखिताच्या आधारे हा यादवकालीन कवी कोळी समाजाचा होता व या कवीने स्वत:विषयीचे हे उल्लेख कवितेत अनेक ठिकाणी केलेले आढळतात. त्याविषयीची अनेक प्रमाणे त्यांच्या अभ्यासपूर्ण प्रस्तावनेत दिलेली आहेत. हा कवी समाजमान्य कसा होता याचीही नोंद त्यांनी घेतली आहे. महानुभाव महाभारतकार नवरसनारायणाचे *शल्यपर्व* खूप पूर्वी मराठवाडा साहित्य परिषदेने प्रकाशित केले. वेगळ्या महानुभावीय महाभारताची रचना खरोखर झाली की नाही हे सप्रमाण वा आधाराने सांगता येत नव्हते. डॉ. पठाण यांनी महानुभवांच्या पोथ्यांमधील सांकेतिक लिपीतील व अन्य हस्तलिखिते मिळवून *शल्यपर्वा*ची

पाठभेदयुक्त संहिता सिद्ध केली. Textual Research वा संहितानिष्ठ संशोधनाची ही मांडणी ठरते. येथे प्रकटणारे महानुभावांचे तत्त्वज्ञान व यादवकालीन भाषिक वैशिष्ट्ये यांची साधार व सप्रमाण मांडणी त्यांनी केली. *दृष्टान्तपाठा*च्या प्रस्तावनेत डॉ. पठाण यांनी भाषाविज्ञानाच्या दृष्टीने हा ग्रंथ महत्त्वाचा का मानावा लागतो, याची चर्चा केलेली दिसते. नागेश संप्रदायाच्या संदर्भातील डॉ. यू. म. पठाण यांचे संपादन व लेखन महत्त्वाचे ठरते. *नागेश संप्रदाय* ही डॉ. पठाण यांची पुस्तिका आहे. खरेतर महाराष्ट्राला हा संप्रदाय ज्ञात नव्हता. पण डॉ. पठाणांमुळे तो माहीत झाला. या संप्रदायाच्या तत्त्वज्ञानाचे भाष्यकार अज्ञानसिद्ध व त्यांचा *वरदनागेश* हा ग्रंथ त्यांनी सर्वप्रथम प्रकाशात आणला. जे अज्ञात आहे ते ज्ञात करून देणे, हे संशोधकाचे कामच असते. तत्त्वज्ञानाच्या अंगाने डॉ. पठाण यांनी घेतलेला शोध त्यांच्या लेखनातून दिसतो. *ऋद्धिपूर माहात्म्य* हा महानुभावीय कवी कृष्णमुनि डिंभ यांचा ग्रंथ आहे. तो संपूर्णत: दुर्लक्षित होता. याचे जाणीवपूर्वक संपादन करून त्याच्या प्रस्तावनेत 'माहात्म्य' या काव्यप्रकाराची संकल्पना विशद करण्याचे काम डॉ. पठाण यांनी केले. बखर हा त्यांच्या अभ्यासाचाच विषय होता. *सभासद बखर, श्रीशिवप्रभूंचे चरित्र* व *भाऊसाहेबांची बखर* यांपैकी दोन बखरींचे संपादन करून भाषिक वैशिष्ट्यांची चर्चा डॉ. पठाण यांनी आपल्या प्रस्तावनांमधून केली. डॉ. यू. म. पठाण यांची विचक्षण दृष्टी, सूक्ष्म निरीक्षण, खोलात जाऊन चर्चा करण्याची प्रवृत्ती आणि भाषिक अंगाने केली जाणारी सप्रमाण चर्चा यामुळे लेखन-संशोधनातला व्रतस्थ संशोधक अशी त्यांची प्रतिमा लक्षात येते. दासोपंतांच्या *गीतार्णवा*च्या १८व्या अध्यायाचा भाषिक अंगाने त्यांनी विचार केलेला आहे. सूफी संतपरंपरा व मुसलमान मराठी संतकवी यांच्याविषयी संशोधन करून त्यांनी केलेली मांडणी उल्लेखनीय आहे. शेख महंमदबाबा व त्यांचे लेखनकर्तृत्व यांचा चिकित्सक परामर्श त्यांच्या लेखनात येतोच, पण नव्या अभ्यासकांना ज्ञात नसलेले त्यांचे ग्रंथकर्तृत्व व अन्य मुसलमान मराठी संतकवींचे नव्याने जाणवलेले लेखनकर्तृत्व त्यांच्या लेखनातून प्रत्ययास येते. या कवींवरील उर्दू भाषेचा प्रभाव, भाषिक दृष्टीने असणारे महत्त्व याची त्यांनी केलेली नोंद महत्त्वाची ठरते. आकाशवाणीच्या लाड व्याख्यानमालेत डॉ. पठाण यांनी दिलेली व्याख्याने महत्त्वाची ठरतात. *रामानंदांच्या संपादण्या* हे त्यांचे लेखनसंशोधन असेच वेगळे आहे. त्यांच्या संशोधनदृष्टीची चुणूक त्यातून लक्षात येते. 'संपादण्या' हा मध्ययुगातील असणारा रचनाप्रकार डॉ. पठाण यांनी परिचित करून दिला. अंबड, गोंदी या परिसरातून शोधलेल्या या संपादण्या आहेत. उत्तरेकडील संत वेगळे व दक्षिणेकडील संत वेगळे असा दुजाभाव महाराष्ट्रात नसल्याचे निरीक्षण नोंदवून डॉ. पठाण यांनी या संपादण्यांचे नमनपर, अध्यात्मपर व आख्यानात्मक संपादण्या असे वर्गीकरण करून त्यासंबंधी विवेचन केले आहे.

सांप्रदायिक वाङ्मयातील संशोधनदृष्टी आणि नव्या अभ्यासदिशा या दृष्टीने डॉ. यू. म. पठाण यांचे लेखन व्यापक आकार घेते. *शोधणी* हा त्यांचा संशोधनपर लेखांचा संग्रह आहे. त्यात मराठवाड्यातील प्राचीन साहित्य, वीरशैव संप्रदाय, नागेश संप्रदाय, नामदेव

गाथा अशा अनेकविध विषयांवर साधकबाधक चर्चा केलेली दिसते. नामदेवगाथेची संहितानिश्चिती करण्याच्या दिशेने डॉ. पठाण यांनी काही उपाय सुचवलेले दिसतात. नामदेवांचा हिंदी शब्दसंग्रह, त्यांचे व्याकरणविशेष, त्यातील काळाची रूपे, त्यातील मराठी वळण हे सर्व ध्यानात घेऊन 'श्रीगुरूग्रंथसाहिबावरील मराठी संस्कार' हा लेख त्यांनी सिद्ध केलेला आहे. विविध वर्तमानपत्रांतून त्यांनी संतविषयक सदरलेखन केले. पण त्याचबरोबर महाराष्ट्र शासनाच्या इंटरनेटवरील 'महान्यूज' साप्ताहिक वेब-पोर्टलवर 'महाराष्ट्राची संतपरंपरा' या सदरासाठी लेखन केले, जे ९५ लाख लोकांनी बघितल्याची नोंद आहे. शासनाच्या व अन्य संस्थांच्या समित्यांवर डॉ. पठाण यांनी काम केले. त्यांना अगणित पुरस्कारही मिळाले. १६व्या मराठवाडा साहित्य संमेलनाचे अध्यक्षपद व अखिल भारतीय साहित्य संमेलनाचे अध्यक्षपदही त्यांनी भूषविले. २००७ साली शिक्षण आणि साहित्यातील मौलिक कामगिरीसाठी केंद्रशासनाच्या वतीने डॉ. यू. म. पठाण यांना 'पद्मश्री' ही मानाची पदवी बहाल करण्यात आली. लेखनसंशोधनाच्या बळावर हा किताब सर करणाऱ्या डॉ. यू. म. पठाण यांच्या कर्तृत्वाच्या व चिंतन, संशोधनाच्या कक्षा विस्तारत राहिल्या आहेत. वार्धक्य शरीराला येते पण मन मात्र ताजेतवानेच राहते, हे डॉ. पठाण यांच्या लेखनसंशोधनात आजही कार्यरत असणाऱ्या वृत्तीतून जाणवते. हे सर्व लक्षात घेतले तर त्यांचे बहुआयामी व बहुपदरी व्यक्तिमत्त्व झळाळून उठते. संशोधनाच्या क्षेत्रात नव्याने प्रवेश करणाऱ्यांसाठी डॉ. यू. म. पठाण कायमच आदर्श ठरलेले आहेत.

लोकसंस्कृतीच्या स्त्रीवादी अभ्यासक
डॉ. तारा भवाळकर
(१९३९)

वर्षा गजेंद्रगडकर

''संस्कृती कोणतीही असो, ती सतत बदलत असते. तिचं अंतर्जीवन बदलत असतं. तिचं बाह्यजीवनही बदलत असतं. मात्र तिच्या इतिहासाचे, पूर्वस्थितीचे काही धागेदोरे पुढच्या टप्प्यात या ना त्या रूपाने शिल्लक राहतात. त्यांच्या आधारे संस्कृतीच्या विकासाचा आणि बदलाचा पट उलगडून दाखवता येतो. कधी कधी त्याचं स्वरूप विकृत होऊन ते टिकून राहतं. भाषा, चालीरीती, लोकसमज, व्रतवैकल्यं, वाक्प्रचार यांचा शोध घेता घेता मानवी जीवनाची अनेक गूढं उकलताना दिसतात.'' लोकसाहित्याच्या ज्येष्ठ अभ्यासिका डॉ. तारा भवाळकर यांनी लोकजीवन आणि लोकसंस्कृती यांच्यातला अनुबंध स्पष्ट करताना काढलेले हे उद्‌गार त्यांच्या संशोधनदृष्टीचा गाभा स्पष्ट करणारे आहेत.

ग्रामीण जीवनाचा रसरशीत अनुभव

गेली तीन-साडेतीन दशकं लोकसाहित्य आणि लोकसंस्कृतीच्या क्षेत्रात अभ्यासक म्हणून ताराबाईंचा ठळक आणि सातत्यपूर्ण वावर आहे. आधी शालेय शिक्षिका आणि नंतर महाविद्यालयात प्राध्यापक म्हणून त्या ज्ञानक्षेत्राशी निगडित राहिल्या ते केवळ व्यावसायिक उद्देशानं नव्हे. लहानपणापासूनच शिक्षणाकडे त्यांचा ओढा होता. त्यांचा जन्म मध्यमवर्गीय कुटुंबातला; १९३९ सालचा. घरची थोडीफार शेती होती. बरंचसं लहानपण ग्रामीण भागात गेलं. त्यामुळे शेतीचा आणि एकूणच पारंपरिक ग्रामीण जीवनाचा रसरशीत अनुभव त्या घेत गेल्या. चुली वैरणं, अंगण सारवणं, अंगणात रांगोळ्या घालणं, आई-आजीला जात्यावर दळायला मदत करणं, गावातल्या जत्रा-यात्रांमध्ये सामील होणं, तिथे निघणारे छबिने आणि वेगवेगळे उरूस बघणं-अनुभवणं, गावात नित्यनेमानं चालणारी भजनं-कीर्तनं ऐकणं या सगळ्यामधून संपन्न ग्रामीण आयुष्याशी त्यांची नाळ जुळली. अर्थात वडिलांच्या रेल्वेतल्या नोकरीमुळे महाराष्ट्रात वेगवेगळ्या ठिकाणी त्यांच्या बदल्या झाल्या. पुणे, कल्याण, कुर्डूवाडी, नाशिक अशा अनेक गावांमध्ये हे कुटुंब फिरत राहिलं. तरी पण गावाशी असलेला संबंध तुटला नाही. त्यांच्या मनानंही जगण्याचं पारंपरिक दर्शन त्यांच्या अंतर्दृष्टीसमोर सतत लख्ख ठेवलं आणि पुढच्या वाङ्मयीनप्रवासात त्यांना शिदोरीसारखं ते उपयोगीही पडलं.

विद्याभ्यासाचा ध्यास

कुटुंबातल्या या थोरल्या लेकीच्या शिक्षणाकडे जाणीवपूर्वक लक्ष देणारं घरात कुणी नसलं तरी शाळा, अभ्यासाची आणि अवांतर वाचनाची त्यांच्या मनातली ओढ कायम राहिली आणि त्यामुळेच अनेक प्रकारच्या प्रतिकूलता सोसत ताराबाई मॅट्रिक झाल्या. पदवी आणि पदव्युत्तर शिक्षण मात्र त्यांनी एकीकडे शिक्षिकेची नोकरी करत बहि:स्थ पद्धतीनं पूर्ण केलं. पुढे १९८२ साली त्यांनी पीएच. डी.ची पदवीही मिळवली. बहि:स्थ पद्धतीनं झालेल्या उच्च शिक्षणामुळे स्वत: भरपूर वाचन करणं, टिपणं काढणं, आवश्यक संदर्भ शोधणं, आशयाची सुसूत्र आणि सुसंगत मांडणी करणं या सगळ्या सवयी अंगात मुरल्या आणि पुढच्या काळातल्या संशोधनाला त्यांची भक्कम बैठक मिळाली.

शालेय वयापासून असलेली वाचनाची आवड नोकरी लागल्यावरही कायम राहिली. नाशिकच्या सार्वजनिक वाचनालयासारख्या संस्थांमुळे ही आवड चांगली पोसली गेली. कविता, चरित्रं, ऐतिहासिक, ललित, वैचारिक, समीक्षात्मक असं अनेक प्रकारचं साहित्य वाचताना एक दिवस प्रख्यात हिंदी कवी हरिवंशराय बच्चन यांचं *मधुशाला* त्यांच्या हातात आलं आणि ताराबाई झपाटून गेल्या. *मधुशाला* तल्या रुबायांचा त्यांनी मराठीमध्ये समछंद अनुवाद केला. या अनुवादाची प्रशंसा खुद्द हरिवंशराय बच्चन यांनीच केली होती. १९७९ मधला हा अनुवाद म्हणजे ताराबाईंचं प्रसिद्ध झालेलं पहिलं पुस्तक. पुढे कवितेशी त्यांचं थेट नातं राहिलं नाही; मात्र त्यांच्या लेखनशैलीत कवितेचा रंग मिसळून गेला आणि गद्य लेखनालाही एक सुंदर प्रवाहीपणा आला.

नाट्यवेड

नाटक हा लहानपणापासून ताराबाईंच्या प्रेमाचा विषय. १९६७ साली त्या सांगलीत स्थिरावल्या तेव्हा सुरुवातीलाच त्यांनी तिथल्या ॲमॅच्युअर ड्रॅमॅटिक असोसिएशनशी स्वत:ला जोडून घेतलं. या संस्थेच्या त्या क्रियाशील सदस्य आणि पदाधिकारीही होत्या. या काळात त्यांनी अभिनय, नाट्यलेखन, दिग्दर्शन अशा सगळ्या भूमिकांमधून नाट्यकलेला आपलंसं केलं. *माझे घरटे, माझी पिल्ले, एक होती चिमणी* अशांसारख्या अनेक नाटकांमध्ये त्यांनी ठळक भूमिका केल्या. *शांतता कोर्ट चालू आहे* या नाटकातल्या प्राध्यापक बेणारेंच्या भूमिकेसाठी तर त्यांना सर्वोत्कृष्ट अभिनयाचा राज्य पुरस्कारही मिळाला. पुढे रंगभूमीशी त्यांचा प्रत्यक्ष संबंध राहिला नाही. पण नाटकाच्या अभ्यासातून त्यांचं रंगभूमीशी असलेलं नातं कायम राहिलं. खरंतर नाट्यप्रेमामुळेच त्या संशोधनाकडे वळल्या. अध्यापन करत असतानाही ज्ञानार्जनाची ओढ ताराबाईंना स्वस्थ बसू देत नव्हती. त्यामुळे त्यांनी पीएच. डी. करायचा निर्णय घेतला. 'मराठी पौराणिक नाटकांची जडणघडण : प्रारंभ ते १९२०' हा विषय त्यांनी निवडला होता. या प्रबंधाच्या निमित्ताने म्हणजेच मराठी रंगभूमीचं मूळ शोधण्याच्या ओढीतून महाराष्ट्रासह केरळ, कर्नाटक अशा काही दक्षिणेकडच्या राज्यांचा प्रवास ताराबाईंनी केला. दशावतार, यक्षगान, कथकली यांसह संपूर्ण दक्षिण भारतातल्या पारंपरिक नाट्यरूपांचा,

लोकनाट्यविधींचा त्यांनी अभ्यास केला. १९८२ साली त्यांना पीएच. डी. पदवी मिळाली आणि त्यांच्या प्रबंधाला पुणे विद्यापीठाचा उत्कृष्ट प्रबंधाचा पुरस्कारही मिळाला.

संशोधकीय वाटचाल

ताराबाईंच्या प्रारंभिक वाटचालीविषयी इतक्या तपशिलाने लिहिण्याचं कारण लोकसाहित्याच्या त्यांच्या अभ्यासाची पायाभरणी त्यांच्या स्वयंप्रज्ञेनं आणि ज्ञानाच्या विलक्षण ओढीनं जितकी केली आहे, तितकीच ती त्यांनी लहानपणी पाहिलेल्या, अनुभवलेल्या पारंपरिक कौटुंबिक आणि कृषिजीवनानं तसंच त्यांच्या नाटकाविषयीच्या उत्कट अंत:स्थ जिव्हाळ्यानंही केली आहे. खरंतर लोकसाहित्य, लोकसंस्कृती आणि भारतीय स्त्रीजीवन या इतर ज्ञानशाखांच्या अध्ययनाकडे त्या वळल्या, त्याही नाट्यविषयक अध्ययनाच्या गरजेतूनच. गेली जवळ जवळ चार दशकं लोकसंस्कृती आणि अभिजात संस्कृती यांच्या सीमाप्रदेशात वावरताना त्यांच्यातले दुवे ताराबाई अभ्यासत आल्या आहेत. साहित्य आणि संस्कृतीचा जगण्याशी असलेला अनुबंध सातत्यानं आणि डोळसपणे तपासत राहिल्या आहेत. नाटक, कला, साहित्य, स्त्रीजीवन अशा अनेक अंगांचा त्या लोकसांस्कृतिक दृष्टिकोनातून मागोवा घेत आल्या आहेत.

भारतातल्या वैविध्यपूर्ण लोकसाहित्याच्या संकलनाचं काम स्वातंत्र्यपूर्व काळात ब्रिटिशांच्या पुढाकारामुळे सुरू झालं असलं तरी स्वतंत्र विद्याशाखा म्हणून लोकसाहित्याचा अभ्यास भारतात सुरू झाला तो १९७०च्या दशकात. मात्र अभ्यासक आणि इथले विविध लोकसमूह यांच्यात असणारी दरी दूर करून या अभ्यासाला 'देशी' दृष्टी देण्याचे जाणीवपूर्वक प्रयत्न सुरू झाले ते १९८०च्या दशकात. मराठी लोकसाहित्याच्या अभ्यासाला अशी नवी दिशा दिली ती दुर्गाबाई भागवत यांच्या अध्ययनदृष्टीने. त्यांच्यासह राजारामशास्त्री भागवत, वि. का. राजवाडे, श्री. व्यं. केतकर, ना. गो. चापेकर या विद्वानांची देशी परंपरा अनुसरत डॉ. रा. चिं. ढेरे, डॉ. प्रभाकर मांडे, द. ग. गोडसे या अभ्यासकांनी महाराष्ट्रातल्या लोकसाहित्याच्या आणि लोकसंस्कृतीच्या अभ्यासाचा पाया घातला. ताराबाई या सकस आणि समृद्ध अध्ययनपरंपरेच्या पाईक आहेत. पाश्चिमात्य सैद्धान्तिक अध्ययनपद्धतीवर भर न देता लोकतत्त्वीय अध्ययनदृष्टी वापरून आणि आंतरविद्याशाखीय अध्ययनपद्धतीचा अवलंब करून आपल्या सांस्कृतिक परंपरेची रहस्यं उलगडण्याचा प्रयत्न करणाऱ्या महाराष्ट्रातल्या अभ्यासकांच्या मांदियाळीत त्यांचं स्थान आहे.

नाटक आणि मिथक

गेली जवळ जवळ चार दशकं ताराबाईंचा लेखनाचा आणि व्याख्यानांचा प्रपंच अव्याहत सुरू आहे. या काळातल्या त्यांच्या लेखनाचा जमाखर्च मांडायचा झाला तर प्रारंभी त्यांचं नाट्यविषयक लेखन जास्त झालं. कारण सुरुवातीलाच म्हटल्याप्रमाणे नाटक हा त्यांच्या प्रेमाचा आद्य विषय आहे. मात्र तोही रूढ मार्गापेक्षा थोड्या वेगळ्या वाटेने व्यक्त होत राहिला

आहे. मिथक आणि नाटक यातला अनुबंध शोधताना अपरिहार्यपणे पुराणकथा, लोकरंगभूमी, आणि सांस्कृतिक पर्यावरण यांच्यातलं नातं शोधण्यात त्यांना अधिक रस होता. त्यातूनच आधुनिक रंगभूमीवरची 'लोकनागर प्रक्रिया' शोधण्याचा प्रयत्न त्यांनी केला. *यक्षगान आणि मराठी नाट्यपरंपरा, मिथक आणि नाटक, लोकनागर रंगभूमी, मराठी नाटक : शोध आणि आस्वाद, मराठी नाटक : नव्या दिशा, नवी वळणे* या सगळ्या पुस्तकांमधून त्यांनी एकूण नाट्यसंकल्पनेच्या स्वरूपावर वेगळा प्रकाश टाकला आहे. ही नाट्यविषयक पुस्तकं सिद्ध होत असताना एकीकडे ताराबाईंनी लोकसंस्कृतीच्या विस्तृत परिघावर लक्ष केंद्रित केलं. कारण नाटक अथवा कोणतीही कला हा मानवी संस्कृतीचा अविभाज्य घटक आहे. लोकरंगभूमीचा विचार तर एकूण सांस्कृतिक पार्श्वभूमीवरच करावा लागतो. भारतीय मातीतल्या सगळ्याच पारंपरिक कलांना मिथकांचं झळाळतं अस्तर आहे. अर्थातच नाटकही याला अपवाद नाही. मिथक आणि नाटक यांचं तर अतूट नातं आहे.

मिथक हा इंग्रजीतल्या 'मिथ' या संज्ञेचा भारतीय पर्याय आहे. पुराणकथा, दैवतकथा, प्राक्कथा, पुराकथा आणि दिव्यकथा असे या संज्ञेला इतरही पर्यायी शब्द आहेत. डॉ. रा. चिं. ढेरे यांनी म्हटल्याप्रमाणे माणसाची मूळ प्रवृत्तीच मिथक निर्माण करणारी आहे. प्रारंभिक लोकसमूहांच्या अशा मिथकातूनच नाटक उदय पावलं आणि उत्क्रांतही झालं. हे तथ्य डोळ्यांपुढे ठेवून मराठी पौराणिक नाटकांची आणि त्या निमित्तानं एकूणच मराठी नाट्यपरंपरेची जडणघडण कशी झाली हे ताराबाईंनी विशिष्ट कालसंदर्भात उलगडून दाखवलं आहे. या कालखंडातल्या विष्णुदास भावे, अण्णासाहेब किर्लोस्कर आणि काकासाहेब खाडिलकर या तीन प्रातिनिधिक नाटककारांच्या विशेष संदर्भात परंपराशील नाट्यरूपांपासून आधुनिक तंत्र वापरणाऱ्या प्रगल्भ नाटकांपर्यंतची मराठी पौराणिक नाट्यसृष्टी त्यांनी अत्यंत बारकाव्यानं तपासली आहे. मिथक आणि नाटक यांच्यातलं नातं हे या तपासणीतलं मुख्य विचारसूत्र आहे. अनिष्टाचं निवारण करून इष्टप्राप्तीसाठी आदिम लोकसमूह जे यातुविधी करत असत, त्या यातुविधींनीच नंतर विधिनाट्याचा पाया घातला. ताराबाईंच्याच शब्दात सांगायचं तर, ''मिथक आणि विधी यांचा संबंध इतका अभिन्न आहे की मिथक हे विधीचे शब्दरूप आहे, तर विधी हे मिथकाचे क्रियारूप आहे. मिथक म्हणजे नाट्यात्म विधीची संहिता होय, तर विधी म्हणजे मिथकाचे प्रयोगरूप होय. या नाट्यात्म आद्य यातुविधीतूनच नाटकाचा जन्म झाला.'' नंतरच्या कालखंडात हळूहळू विधिनाट्यातून श्रद्धा हा घटक जसजसा नाहीसा होत गेला, तसतसं करमणूक किंवा रंजनमूल्य प्रभावी ठरत गेलं आणि कला म्हणून नाटक उत्क्रांत होत गेलं, अशी ताराबाईंची मांडणी आहे. आदिम यातुविधींपासून आजच्या प्रगल्भ नाटकापर्यंतचा जो नाट्यप्रवास घडला, त्यात मूळ यातुविधीची सगळी अंगं हीच नाट्यकलेची अंगं कशी बनली, हेही ताराबाईंनी सैद्धान्तिक आणि भावे-किर्लोस्कर-खाडिलकर यांच्या आणि त्यांच्या काळातल्या इतर अनेक नाटककारांच्या नाटकांची समीक्षा करताना उपयोजित स्वरूपातही विशद केलं आहे.

प्रागैतिहासिक अवस्था, शेतीचा शोध लागल्यानंतरचं स्थिर जीवन, शेतीशी निगडित

इतर व्यवसायांची उपलब्धता, यंत्रयुगाचा प्रारंभ आणि अर्थकेंद्रित समाजव्यवस्थेचा उदय अशा विविध टप्प्यांवरच्या नाट्यामागचे उद्देश, प्रेरणा, त्यात सहभागी होणाऱ्यांची शारीर आणि मानसिक अवस्था, परिणामी नाट्याचं सिद्ध होणारं रूप या सगळ्या घटकांच्या अनुषंगानं मराठी नाट्याची वाटचाल ताराबाईंनी अभ्यासली आहे. शिवाय या निमित्तानं पौराणिक नाटक आणि संगीताचा अनुबंध, धर्म आणि करमणूक, पौराणिक नाटकं आणि प्रचार, पौराणिक नाटक आणि अद्भुतता यांविषयी ताराबाईंनी केलेलं विवेचनही मराठी नाट्यअभ्यासकांना मार्गदर्शक ठरणारं आहे.

विष्णुदास भावे यांनी मराठी रंगभूमीचा श्रीगणेशा केला असं म्हटलं जात असलं तरी त्यांनी नेमकं नवीन काय केलं याचा स्पष्ट उलगडा कोणी केला नव्हता. तो उलगडा करताना ताराबाई म्हणतात, ''विधिनाट्यातील श्रद्धा विष्णुदासांनी जाणीवपूर्वक वगळल्या असल्या तरी त्यांचा प्रेक्षक हा अजून पारंपरिक श्रद्धांमध्येच गुरफटलेला होता. विष्णुदासांच्या प्रयोगाचे रूपही श्रद्धांना पोषक असेच होते. ज्या वेळी समाजात परंपरेने चालत आलेल्या नाट्यप्रयोगरूपातून धर्मश्रद्धा वगळली जाते, त्या वेळी ते लोकनाट्य होते. या दृष्टीने विचार करता विष्णुदासांचे नाटक हा विधिनाट्यातून लोकनाट्याकडे प्रवास करत असलेला मराठी नाट्यप्रयोगाचा दुवा ठरतो... विधिनाट्यात सर्व कलाघटक उपस्थित असतातच. मात्र त्यांच्या अलग अस्तित्वाची जाणीव नसते. धर्मश्रद्धेचाच पगडा इतका जबरदस्त असतो की तिच्या पोटात सगळे कलाघटक एकरूप होऊन सामावलेले असतात. कथावस्तू, संघर्ष, पात्रांच्या विविध स्वभाववृत्ती, त्यांचे संवाद, संगीत, वाद्य, नृत्य, कथेचा निष्कर्ष इत्यादी नाटकातील सर्व प्राथमिक व आद्य घटक विधिनाट्यातही असतात. परंतु धर्मश्रद्धेच्या आवरणाखाली त्यांच्या पृथकत्वाची जाणीवच अद्याप झालेली नसते. मराठी नाटकात ही जाणीव निर्माण करण्यास अनुकूल भूमिका प्रथम विष्णुदास निर्माण करतात, हे त्यांचे सर्वात मोठे श्रेय आहे.''

मराठी पौराणिक नाटकांविषयी साक्षेपानं लिहिणाऱ्या ताराबाईंनी लोकनाट्य शैलीचा स्वीकार करत सादर झालेल्या अलीकडच्या काळातल्या काही नाटकांचा परामर्शही *लोकनागर रंगभूमी* या पुस्तकाच्या निमित्तानं घेतला आहे. *घाशीराम कोतवाल, हयवदन, महानिर्वाण* या स्वतंत्र नाट्यकलाकृतींचा आणि *अजब न्याय वर्तुळाचा, तीन पैशाचा तमाशा* या ब्रेख्तच्या नाटकांच्या रूपांतराचा सविस्तर विचार करणारं हे पुस्तक आहे. नाट्यनिर्मितीमागचा मूळ विचार आणि त्याची अभिव्यक्ती कितपत आणि कोणत्या अंगानं जाते, याचा देशीयतेच्या मार्गानं शोध घेण्याचा प्रयत्न या पुस्तकात केलेला आहे. ब्रेख्तची नाटकं आणि त्याच्या अनुकरणातून सिद्ध झालेली देशी नाटकं यातला फरक स्पष्ट करताना ताराबाईंनी म्हटलं आहे, ''ब्रेख्तचे नवीन नाटक हे खऱ्या अर्थाने लोकांसाठी, एकाच प्रेरणेने एकत्र आलेल्या समूहासाठी, जनतेसाठी होते. लोकनाट्यशैलीतील ही मराठी नाटके मात्र सर्वसामान्यपणे ज्यांना लोक म्हणता येईल अशा, लोकनाट्यशैलीचे प्रचलन ज्या ग्रामीण भागांमध्ये आहे, त्या ग्रामीण भागांतील लोकांसाठी नाहीत. इंग्रजोत्तर काळात जी महानगरी संस्कृती निर्माण

होऊ घातली होती आणि आज जिचा विस्तार अनेक शाखांनी झाला आहे, त्या संस्कृतीचं प्रतिनिधित्व करणाऱ्या पुण्या-मुंबईसारख्या शहरांसाठीच आहेत. ब्रेख्तच्या प्रभावामुळे १९६० नंतरच्या कालखंडात लोकनाट्यशैलीकडे आकृष्ट झालेल्या मराठी रंगभूमीच्या प्रवासाचा ताराबाईंनी साकल्यानं विचार केला आहे. ''आधुनिक मराठी रंगभूमीचा प्रवास, लोकरंगभूमीच्या वाटा पुसत पुसत (नष्ट करत) सुरू झाला आणि आज स्वातंत्र्योत्तर पाव शतकानंतर तो पुन्हा या लोकरंगभूमीला वाटा पुसत पुसत (विचारीत विचारीत) होताना दिसतो आहे. आज लोकरंगभूमी दात्री आहे, देणारी आहे; तर नागर रंगभूमी धात्री आहे, धारण करणारी, घेणारी आहे,'' असं नमूद करत ताराबाईंनी केलेली मराठी नाट्यप्रवासाची ही मांडणी मराठी साहित्यक्षेत्रात स्वतंत्र म्हणावी अशी आहे.

दक्षिणेतील नाट्येतिहास आणि धर्मेतिहास

मराठी नाटकांच्या जडणघडणीचा अभ्यास करतानाच ताराबाईंनी तंजावरच्या सरस्वती महाल ग्रंथालयात बसून त्या संस्थेतल्या बहुतेक आद्य नाटकांची हस्तलिखितं बारकाईनं अभ्यासली होती. त्या नाटकांच्या अभ्यासासाठी ज्या सांस्कृतिक पार्श्वभूमीचं आकलन आवश्यक होतं, त्या पार्श्वभूमीविषयीची सामग्री पाहण्याचा शक्य तेवढा प्रयत्नही त्यांनी केला होता. शिवाय दक्षिणेतल्या अनेक लोकनाट्यविधींचे प्रयोग त्यांनी प्रत्यक्ष पाहिले होते. या सगळ्या अभ्यासात तंजावरच्या कुरवंजी नाटकातल्या कैकाडणीचं कोडं उकलण्याची गरज त्यांना प्रकर्षानं वाटली. तंजावरच्या मराठी राजपुरुषांनी रचलेल्या या नाटकांत कैकाडी स्त्रीच्या रूपात महामायेचं किंवा आदिमायेचं चित्रण केलेलं आहे आणि मराठी संतांनी रचलेल्या 'कैकाय' नावाच्या भारूडगीतातही अशाच प्रकारचं वर्णन आहे. मराठी संतसाहित्यातल्या या 'कैकाई'शी समरूप असल्यामुळे कुरवंजी नाटकातल्या कैकाडणीच्या चित्राकडे संतसाहित्य आणि लोकसाहित्याचे अभ्यासक डॉ. रा. चिं. ढेरे यांचं लक्ष वेधलं गेलं होतं आणि कैकाडणीचा रहस्यभेद करण्याच्या निकडीतून ताराबाईंना संतांच्या भारुडातल्या कैकाईचं महत्त्व जाणवलं होतं. त्यामुळेच या दोघा अभ्यासकांना या दोन प्रकारच्या रचनांमधील चित्रणाचा एकत्रित अभ्यास करताना संपूर्ण दक्षिण भारतातल्या समाज, धर्म आणि कला यांच्यासंबंधीची काही रहस्यं उलगडताहेत असं वाटलं आणि यातूनच नाट्यासह साहित्य आणि संस्कृतीच्या विविध अंगांना गवसणी घालणारं *महामाया* हे पुस्तक डॉ. ढेरे यांच्या सहयोगानं ताराबाईंनी सिद्ध केलं. अभिजनांच्या परंपरेनं रंजन आणि प्रबोधन यांसाठी जिचं महामाया-रूप गौरवलं आहे, त्या स्त्रीच्या आणि तिच्या प्रजेच्या दीर्घकालीन दुरवस्थेचं भेदक दर्शन या पुस्तकानं घडवलं आहे.

बहुविद्याशाखीय दृष्टिकोन अधोरेखित करणारा हा विषय वरवर पाहता 'कैकाय' आणि 'कुरवंजी' यांच्याशी निगडित असला तरी डॉ. ढेरे आणि ताराबाई या दोघांनी या विषयाच्या सर्वांगीण आकलनाच्या निमित्तानं समाज, धर्म आणि कला यांच्या परस्पर संबंधांच्या अभ्यासाचा एक वस्तुपाठच सादर केला आहे. दक्षिण भारताच्या धर्मेतिहासातली काही कोडी या

विषयाच्या अनुषंगाने त्यांनी उकलून दाखवली आहेत आणि भारतीय संदर्भात कलांचं समाजशास्त्र कसं मांडता येईल, हेही सूचित केलं आहे. मुख्य म्हणजे आत्मभान जागृत होऊ लागलेल्या भटक्या-विमुक्त जमातींपैकी कुरव-कैकाडी समाजानं दक्षिण भारताच्या सांस्कृतिक विकासात जे योगदान दिलं आहे, त्यावरही या पुस्तकाने प्रकाश टाकला आहे. भटक्या विमुक्तांच्या विकासासाठी झटणाऱ्या कार्यकर्त्यांना आणि अनेक चळवळींना भक्कम सामाजिक-सांस्कृतिक आधार पुरवणारं आणि त्यायोगे त्यांच्या अस्मितेचं सकस पोषण करणारं हे लेखन आहे. म्हणूनच ते मराठी वाङ्मयक्षेत्राच्या दृष्टीनं जेवढं लक्षणीय आहे, तेवढंच भारताची, विशेषत: दक्षिण भारताची, सांस्कृतिक-सामाजिक वीण घट्ट करण्यासाठीही महत्त्वपूर्ण योगदान देणारं आहे.

लोकसाहित्य, लोकसंस्कृती आणि स्त्रीजीवन

मराठी भाषेला मौखिक साहित्याची दीर्घ परंपरा आहे. लिखित साहित्याची निर्मिती सुरू झाल्यावरही मराठी मातीत मौखिक परंपरा चालू राहिली आहे. पण लोकसाहित्याचा परीघ याहून अधिक व्यापक आहे. पारंपरिक लोकसमूह जे 'करतात' आणि जे 'बोलतात' त्या सगळ्या गोष्टी लोकसाहित्याच्या परिघात सामावलेल्या आहेत. शब्द साहित्याबरोबरच (कथा, गाणी, म्हणी, उखाणे, कोडी इत्यादी.) पिढ्यान्‌पिढ्या प्रवाहित झालेल्या चालीरीती, श्रद्धा-समजुती, लोकभ्रम, सगळ्या पारंपरिक कला, कारागिरी आणि क्रीडा, पारंपरिक ज्योतिष आणि वैद्यक, कृषिपद्धती या सगळ्याचा समावेश लोकसाहित्यात होतो. ताराबाई म्हणतात त्याप्रमाणे लोकसाहित्य ही जीवनरीतच असते. लोकजीवनपरंपरा अखंड पुढे नेणारी सगळी स्थूल-सूक्ष्म, वैचारिक-भावनिक साधनं (साहित्य) म्हणजे लोकसाहित्य! लोकसाहित्याची ही व्याप्ती लोकसंस्कृतीच्या सगळ्या क्षितिजांना आपल्या कवेत सामावणारी आहे.

नाट्यकला हा आस्थेचा विषय असल्यामुळे तिचा मूलस्रोत शोधण्यासाठी प्रथम प्रयोगात्म लोककलेचा वेध ताराबाईंनी घेतला. अध्ययनाच्या पातळीवर त्यांचा लोकसाहित्याशी पहिला संबंध जुळला तो असा लोकनाट्याशी. शिवाय त्यांचं संस्कारक्षम वय पारंपरिक एकत्र कुटुंबात गेल्यामुळे स्त्रियांच्या मौखिक साहित्याशीही त्यांचा जवळून परिचय झाला. पूर्वी उल्लेख केल्याप्रमाणे दळण-कांडण, व्रत-वैकल्यं, प्रथा-परंपरा यांच्या सोबतीनं त्या मोठ्या झाल्या. घरातल्या आई-आज्जी, मामीबरोबर कामं करताना ओव्या, म्हणी, उखाणे, कथा-कहाण्या तोंडपाठ झाल्या. नंतर अभ्यास, नोकरी आणि शहरातलं वास्तव्य यामुळे या पारंपरिक आयुष्याचा धागा हातातून निसटला खरा, पण जाणत्या वयात स्त्रियांच्या संदर्भात वाचन आणि अभ्यास करताना हे पूर्वसंचित आतून उसळून आलं. पूर्वीच्या त्या पारंपरिक जगण्याचा, विशेषत: स्त्रियांच्या आयुष्याचा, त्या वेळी ऐकलेल्या-पाठ झालेल्या कहाण्यांचा आणि गाण्यांचा अन्वय नव्या दृष्टीनं लागत गेला. हळूहळू त्यांना जाणवलं की स्त्रियांच्या संदर्भात आजवर झालेलं लेखन हे अभिजन स्तरावरच्या, पुरुषांनी लिहिलेल्या साहित्यातल्या संदर्भांच्या आधारे उभं आहे. स्त्रीला स्वत:च्या जगण्याबद्दल काय म्हणायचं आहे, याचा

विचार सांस्कृतिक इतिहासाच्या अभ्यासकांनी केलेलाच नाही, असं ताराबाईंच्या लक्षात आलं. एकीकडे आधुनिक स्त्रीवादी, मुख्यत: पाश्चिमात्य विचारसरणीचा प्रभाव असणारं लेखनही त्या वाचत होत्या आणि भारतीय स्त्रीवादी चळवळींच्या दृष्टीनं हे आधुनिक म्हणवणारं सैद्धान्तिक लेखन पोषक नाही, हेही त्यांना जाणवत होतं. अशा वेळी लोकसाहित्यातल्या स्त्रीप्रतिमा त्यांना खुणावत राहिल्या. इथली लोकपरंपराच त्यांच्या मनातल्या स्त्रीवादाला 'देशी' ओळख देण्यासाठी त्यांच्या मदतीला आली. मग आधुनिक तात्त्विक स्त्रीवादी विचारांना परंपराशील स्त्रीसाहित्याच्या उदाहरणातून स्पष्ट करण्याचा प्रयत्न लेखन आणि व्याख्यानं या दोन्ही माध्यमांतून ताराबाई करत राहिल्या. *मातीची स्त्री* या पुस्तकाच्या मनोगतातले ताराबाईंचे उद्‌गार या संदर्भात उल्लेखनीय आहेत. त्या म्हणतात, "...पारंपरिक स्त्रीसाहित्यातून स्त्रीचं मन त्या त्या प्रादेशिक लोकबोलींतून उत्कटतेने व्यक्त झाले आहे. विशेष म्हणजे प्राचीन काळापासूनच्या अभिजन साहित्यातून जी स्त्री चित्रित केली गेली आहे, त्यापेक्षा ही स्त्री वेगळी तर आहेच, पण ती अधिक वास्तव आणि सर्वसामान्य स्त्रीमनाची प्रामाणिक अभिव्यक्ती आहे. तिने रूढ अभिजनप्रधान वर्णित स्त्रीप्रतिमेला छेद दिला आहे. अनेकदा रूढ प्रतिमा उद्‌ध्वस्त करणारी बंडखोर भूमिका घेतली आहे. ती सतत कालसंवादी राहिली आहे. सुख-दु:ख, आनंद-असमाधान, वेदना-विद्रोह हे सगळेच स्त्री व्यक्त करीत आली आहे. स्त्रीच्या भोवती पुरुषकेंद्री, पितृसत्ताक व्यवस्थेची कुंपणे अनेक अंगांनी बांधली गेलेली असूनही कधी परंपरेला शरण जात संवादी तर कधी विसंवादी सूरही ती आळवत आली आहे. व्रतवैकल्ये, देवधर्म, कुलधर्म-कुलाचार यांद्वाराही स्त्रीचे गौणत्व अधोरेखित करण्याचा वारंवार प्रयत्न झाला. आदिम स्त्रीसत्ताकाच्या खुणा पुसून तर टाकल्या गेल्याच पण अनेकदा त्याच प्रथा-कथांची स्त्रीला परवश करणारी मांडणी केली गेली. कधी भय दाखवून तर कधी गौरवाचा मुलामा देत हे होत गेले. संपूर्ण संस्कृतीच्या प्रवाहात आणि प्रवासात दिसणाऱ्या अशा अनेक खुणा शोधण्याचा प्रयत्न मी माझ्या लेखनातून करत आले आहे."

लोकसाहित्यातील स्त्री प्रतिमा (याच पुस्तकाचं परिवर्धित रूप नंतर *लोकपरंपरा आणि स्त्रीप्रतिभा* या नावानं प्रकाशित झालं.) *लोकसंचित, मातीची रूपे* यांसारख्या पुस्तकांमधून ताराबाईंनी याच खुणांचा मागोवा घेतला आहे. पूर्वीच्या अनेक अभ्यासकांनी स्त्रियांच्या पारंपरिक साहित्याच्या संकलनाचं मोठं काम केलेलं होतं. पण ताराबाईंच्याच शब्दांत सांगायचं तर 'या पूर्वसंचिताकडे पाहण्याचा बहुतेकांचा दृष्टिकोन उमाळ्याचा, काहीसा भाबडेपणाचा होता.' ताराबाईंच्या लेखनाचं वेगळेपण हे की त्यांनी भारतीय स्त्रीजीवन, प्रथा-परंपरा, कला-साहित्य यांचा लोकसांस्कृतिक पार्श्वभूमीवर आणि लोकसंस्कृतीतल्याच घटकांच्या आधारे शोध घेण्याचा प्रयत्न केला आणि लोकसाहित्याची स्त्रीवादी चिकित्सा करणाऱ्या लेखनाद्वारे मराठीतल्या स्त्रीवादी लेखनाला आणि स्त्रियांच्या चळवळीलाही नवा आयाम दिला.

बायकांच्या जात्यावरच्या ओव्या असतील, म्हणी-उखाणे असतील, शेतात काम करताना म्हटली जाणारी गाणी असतील, व्रत-वैकल्यांशी निगडित कथा-कहाण्या असतील किंवा

शतकानुशतकं चालत आलेल्या अनेकानेक रितीभाती असतील, या सगळ्या साहित्याद्वारे, साधनांद्वारे ताराबाईंनी पारंपरिक समाजजीवनाकडे रहस्यवेधी दृष्टीनं पाहिलं आहे आणि भूतकाळाला वर्तमानाच्या उजेडात निरखलं-तपासलं आहे. समाजेतिहासाच्या अभ्यासाचं साधन म्हणून त्यांनी सगळ्या लोकसाहित्याचा विचार केला आहे. याचं एखादं उदाहरण द्यायचं तर ऋषिपंचमीच्या व्रताचा ताराबाईंनी लावलेला अन्वयार्थ बघूया. त्या म्हणतात, ''शेतीचा शोध हा स्त्रीचा! पूर्वी शेती, स्त्रीच्या आधीन होती, तेव्हा समाजव्यवस्था मातृसत्ताक होती. पुढे स्त्री आणि भूमी दोन्हींवर पुरुषाने स्वामित्व मिळवले. नांगराचा शोध लागल्यावर शेतीला बैलाचा उपयोग होऊ लागला. हे बैल खच्ची केलेले असत. पौरुषहीन बैलाने निर्माण केलेले मला काही नको. निदान एक दिवस तरी मी माझ्या अस्मितेच्या खुणा जपेन, असं म्हणत सुरुवातीला ती स्वत:च्या हाताने लावलेले, आपल्या अंगणात-परसात पिकेल ते खाऊ लागली. अशा तऱ्हेने या व्रताची सुरुवात स्त्रीच्या सामर्थ्याच्या, सन्मानाच्या खुणा जपण्यासाठी झाली. पुढे पुरुषप्रधान संस्कृतीत हे व्रत स्त्रीने रजस्वला अवस्थेत, विटाळ कालवून केलेल्या पापाचे परिमार्जन करण्यासाठी करावे, असा अर्थ या व्रताला चिकटला. पुरुषांनी आपल्या फायद्यासाठी तो चिकटवला.'' समाजरचना आणि सामाजिक मानसिकता बदलत गेल्यावर या व्रताचा अर्थ कसा बदलत गेला हे स्पष्ट करून त्या विचारतात, ''स्त्री निर्मितिक्षम आहे. गर्भवतीचे कौतुक आपल्या संस्कृतीने नेहमीच केले आहे. मग या अवस्थेची पूर्वअट असलेली रजस्वला अवस्था अपवित्र कशी असेल?'' सगळी बंधनं झुगारून स्त्रीनं आपलं स्वतंत्र अस्तित्व जपलं पाहिजे, असा आग्रह धरणाऱ्या आधुनिक स्त्रीवादी विचारसरणीपेक्षा, परंपरेचाच उजेड स्त्रियांच्या ओंजळीत ठेवत त्यांचं आत्मभान जागं करू पाहणारी ताराबाईंची अध्ययनदृष्टी अधिक मूलगामी, स्त्रीवादाला भारतीय बैठक देणारी आणि सामाजिक स्वास्थ्याच्या दृष्टीनं अधिक पोषक आहे, असं निश्चित म्हणता येईल.

रंगभूमीइतकाच स्त्रीजीवन हा ताराबाईंच्या आत्मीयतेचा विषय. आधुनिक स्त्रीपासून थेट आदिकाळातल्या स्त्रीपर्यंत स्त्रीची अनेक रूपं त्यांनी निरखली आहेत आणि तिच्या कौटुंबिक-सामाजिक स्थानाचा, तिच्या शोषणाचा, तिच्या प्रज्ञेचा आणि तिच्या अस्मितेचा विचार त्यांनी केला आहे. समकालीन मध्यमवर्गीयच नव्हे तर ग्रामीण आणि दलित स्त्रीजीवनही त्यांनी जिव्हाळ्यानं अभ्यासलं आहे. लोकवाङ्मय हे प्रामुख्यानं स्त्रीनिर्मित असल्यामुळे ताराबाईंनी या वाङ्मयाच्या अध्ययन-संशोधनाद्वारे पारंपरिक भारतीय स्त्रीजीवनाचा समग्र पटच धांडोळला आहे आणि पूर्वीच्या अभ्यासांमध्ये ज्याचा बहुतांशी अभाव होता; तो स्त्रीमनाचा शोध घेण्याचा प्रयत्न त्यांच्या संवेदनशील अंतर्दृष्टीनं केला आहे. सीतेला सासुरवास सासू कैकयीनं केला, रामासारखा भरतार तिला भोगू न्हाई दिला यासारख्या ओवीद्वारे आपल्याला होणारा सासुरवास सीतेच्या मुखातून व्यक्त करणारी स्त्री असेल; घाम गाळायला लावणारे कष्ट करतानाही कपाळीचं कुंकू माझ्या घामानं पांगलं, त्या धन्याला देई देवा आयुष्य चांगलं असा नवऱ्याविषयीचा मन:पूत प्रेमभाव व्यक्त करणारी स्त्री असेल; ज्याला नाही लेक त्याने तुळस लावावी, लगीन लावून देव करावे जावई असं म्हणताना आपल्या भवतालावर, झाडापानांवरही

निर्व्याज प्रेम करणारी स्त्री असेल; गाण्याच्या नादात तुला ओढीते दगडा, असं म्हणत जात्याच्या दगडाशीही संवाद करणारी, त्याच्याजवळ मन मोकळं करणारी स्त्री असेल; किंवा राम म्हणू राम नाही सीतेच्या तोलाचा, हिरकनी सीताबाई, राम हलक्या दिलाचा असं रामकथेचं रोखठोक मूल्यमापन करणारी स्त्री असेल, ताराबाईंनी अशा लोकसाहित्यातल्या अनेक स्त्रीप्रतिमांचा शोध सातत्यानं घेतला आहे.

एकोणिसाव्या शतकातल्या द्रष्ट्या, उदारमतवादी सुधारकांनी भारतीय स्त्रियांच्या उन्नतीसाठी प्रयत्न केले. पण तोवर इथल्या समाजानं स्त्रीला पायातल्या वाहणेचा दर्जा आणि तशीच वागणूक दिली होती. पुरुषप्रधान समाजाची हीच विचारधारा पुरुषांनी निर्माण केलेल्या त्या वेळच्या साहित्यातून व्यक्त झाली आहे. या विचारधारेचा उगम मनुस्मृतीमध्ये असल्याचं ताराबाईंनी 'स्त्रीपीडक विचारधारेचा मूलस्रोत' या लेखात (*लोकपरंपरा आणि स्त्रीप्रतिमा* या पुस्तकात समाविष्ट लेख) म्हटलं आहे. मात्र मनुस्मृती ही एका व्यक्तीची निर्मिती नाही; तर ती त्या काळातली लोकधारणा असल्याचंही त्यांनी स्पष्ट केलं आहे. तत्कालीन समाजाच्या ज्या धारणा होत्या, जी लोकरहाटी होती, त्या आचारपद्धतीलाच मनुस्मृतीत शब्दबद्ध केले आहे. स्त्रीला मन आहे, भावना आहेत, ही जाणीव त्या वेळच्या समाजाला, त्यातील पुरुषांना नव्हती, म्हणून पुरुषांच्या वाङ्मयात ती जाण उतरली नाही, हे पुरुषांनी निर्माण केलेल्या वाङ्मयाचं लक्षण सांगून स्त्रीचे मन, तिच्या भावना, स्वत:च्या आयुष्याविषयी तिला बोचत असलेली अन्यायाची जाणीव, त्यातून उमटणारी वेदना आणि उठणारे बंडखोर विचार, परंपरेचा स्वतंत्र अर्थ लावणारी तिची प्रज्ञा आणि जीवनाविषयीची प्रगल्भ जाण ही जात्याच्या घरघरीपलीकडे कधी पोचलीच नाही. पण पारंपरिक स्त्रीगीते ही तिच्या भावाभिव्यक्तीची स्वगते आहेत,'' हेही ताराबाईंनी स्पष्ट केलं आहे आणि लोकसाहित्यातून दिसणारा स्त्रीचा खराखुरा चेहरा, तिची संवेदनशीलता आणि तिची सामर्थ्यंही समोर आणली आहेत.

अर्थात ताराबाई केवळ पारंपरिक स्त्रीप्रतिमांवर प्रकाश टाकून थांबलेल्या नाहीत. लोककथा, लोकगीतं, ओव्या, म्हणी, उखाणे यांसारख्या स्त्रीनिर्मित वाङ्मयाचा आणि स्मृती-पुराणं यांसारख्या पुरुषांनी निर्माण केलेल्या वाङ्मयाचा धांडोळा घेताना त्यांनी इथल्या सामाजिक स्थित्यंतरांचाही वेध घेऊ पाहिला आहे. स्त्रीचा गौरव करणाऱ्या मातृसत्ताक समाजव्यवस्थेकडून स्त्रीला गौण लेखणाऱ्या समाजरचनेपर्यंत भारतीय समाज कसा पोचला याचं विश्लेषणही ताराबाईंनी आपल्या लेखनातून वारंवार केलं आहे. स्त्रीच्या ठायी निसर्गदत्त असलेल्या मातृशक्तीचं भय वाटण्यातून पुरुषमनाने जो आक्रमणाचा पवित्रा घेतला आणि पिढ्यान्‌पिढ्या संस्कृतीच्या नावावर विकृत समर्थने देत जो भ्रांत अहंगंड (इगो) पोसला, त्याचीच प्रतिक्रिया म्हणून स्त्रीने नेमके आपल्या मातृसामर्थ्यालाच दुबळेपण मानले. मातृत्व हे पूर्णत: पुरुषसापेक्ष असेल तरच ते सुप्रतिष्ठित असते, असे मानल्याने स्त्रीमध्ये एक भ्रांत न्यूनगंड निर्माण झाला आहे, तिला स्वत:च्या सामर्थ्याचा विसर पडला आहे.'' अशी विवेचक मांडणी करणाऱ्या ताराबाई या न्यूनगंडातून बाहेर येण्यासाठी परंपराच कसं बळ देऊ शकते, हेही सूचित करत राहिल्या आहेत. दुर्गा, काली, महालक्ष्मी, महासरस्वती ही मिथकं स्त्रीच्या स्वतंत्र प्राकृतिक

सामर्थ्याची साक्ष देणारी आहेत, हे चैतन्यपूर्ण भान जागवून स्त्रीची न्यूनगंडातून आणि पुरुषाची अहंगंडातून मुक्तता झाली तर उभयपक्षी निर्भय, आनंदपूर्ण आणि खऱ्या अर्थानं सुसंस्कृत जग निर्माण होऊ शकेल, असा जो आशावाद ताराबाईंच्या लेखनातून (उदाहरणार्थ, स्त्रीची सर्जनशीलता, कामवासना आणि मुक्ती हा *लोकपरंपरा आणि स्त्री प्रतिमा* मधला लेख) व्यक्त होतो, तो स्त्रीवादी विचारसरणीला अधिक विवेकी आणि समाजाभिमुख करणारा आहे आणि मराठीतल्या स्त्रीविषयक वाङ्मयात त्यांच्या परंपरा आणि नवता यांचा मेळ घालणाऱ्या या दृष्टिकोनानं महत्त्वाची भरही घातली आहे.

स्त्रीवादी कार्यकर्ते किंवा अभ्यासक असोत किंवा एकूणच परिवर्तनवादी विचारवंत असोत, या सगळ्यांनीच परंपरेकडे पूर्ण पाठ फिरवण्यापेक्षा परंपरेतलं सकस ते निवडून आधुनिक विचारसरणीला त्याची जोड द्यायला हवी, असं ताराबाई आग्रहपूर्वक सांगत आल्या आहेत. ताराबाईंनी डॉ. ढेरे यांच्यासारख्या त्यांना गुरुस्थानी असणाऱ्या अभ्यासकाच्या विचारसूत्राचा मागोवा घेत लोकपरंपरेकडे बहुविद्याशाखीय दृष्टिकोनातून बघण्याची आवश्यकताही आपल्या लेखनातून कायम व्यक्त केली आहे. या संदर्भात त्यांचं विवेचन मुळातून वाचण्याजोगं आहे. 'अस्मितेच्या शोधाची पाऊलवाट' (*लोकपरंपरा आणि स्त्री प्रतिमा*) या लेखात त्या म्हणतात, "...परंपरेचा अभ्यास करताना अधिक साक्षेपी असण्याची गरज आहे. समाजशास्त्रीय भूमिकेतून पारंपरिक लोकसाहित्याचा अभ्यास व्हायला हवा. परिवर्तनासाठी अनेकदा परंपरेतच फार सबळ स्थाने सापडतात. सीतेवरच्या अन्यायाबद्दल आपण शिक्षित मंडळी आपल्या परिभाषेत बोलू लागलो की खरे-खोटे परंपरावादी बिचकतात आणि परिवर्तनापासून फारच दूर जातात. पण परंपरेतल्याच स्त्रीच्या ओव्यांनी केलेले राम-सीतेचे मूल्यमापन पाहिले की त्यांनाही विचारोन्मुख व्हावेच लागते. परिवर्तनवाद्यांनी परंपरेतील अशा बलस्थानांचा आवर्जून धांडोळा घ्यायला हवा. त्यासाठी समाजशास्त्र, मानववंशशास्त्र, सामाजिक मानसशास्त्र, धर्माच्या उदय-विकासाची मीमांसा, चालीरीती-रूढींच्या मागची समाजाची मानसिकता यांचा शोध घ्यायला हवा. नवससायासापासून परावृत्त करण्यासाठी एक व्याख्यान देण्यापेक्षा संत तुकारामांच्या परखड अभंगांचा हवाला अधिक लाभदायक होईल. 'नवसे पुत्र होती, तरी का करणे लागे पती?' असा खडा सवाल टाकणारे तुकारामबाबा येथील समूहमनाला आजही अधिक जवळचे, अधिक आपले वाटतात, याचे भान परिवर्तनात असणे आवश्यक आहे."

लोकसाहित्याच्या जोडीनं, लोकमानसाची नस नेमकी जाणणाऱ्या ज्ञानेश्वर, तुकाराम, नामदेवादि संतांच्या मांदियाळीत आपलं वेगळं स्थान निर्माण करणाऱ्या संतकवयित्रींचा, त्यांच्या कार्याचा, काव्याचा आणि त्यांच्या मुक्तिसंकल्पनेचा विचारही ताराबाईंनी साकल्यानं केला आहे. संतांचा मुक्तिमार्ग आणि आधुनिक स्त्रीमुक्तिविचार यांच्यातला अनुबंध शोधताना भारतातलं समग्र लोकजीवन आणि मध्ययुगीन लोकसंस्कृतीची बैठक लक्षात घेऊन स्त्रीसंतांच्या कार्यावर त्यांनी लक्ष केंद्रित केलं आहे आणि संत स्त्रियांची भक्तिक्षेत्रातली मुक्तिआंदोलनाची भूमिका देशातल्या सांस्कृतिक पर्यावरणात तपासून पाहिली आहे. *स्त्रीमुक्तीचा आत्मस्वर*

हे ताराबाईंचं पुस्तक म्हणजे संत स्त्रियांच्या आध्यात्मिक मुक्तिसंकल्पना आणि प्रत्यक्ष जीवनसंघर्ष यांचा आजच्या स्त्रीमुक्तीच्या संदर्भात काही संबंध आहे का हे शोधण्याचा प्रयत्न आहे. 'पती हाच परमेश्वर' ही शतकानुशतकांची समजूत रक्तात मुरलेल्या भारतीय संत स्त्रियांनी पतीचा त्याग करून परमात्म्याला आपलंसं केलं आहे; असामान्य धैर्य दाखवून स्वत:ला उघडपणे स्वैरिणी म्हणवून घेतलं आहे आणि लोकमर्यादेची सगळी बंधनं झुगारून देत आपल्या निर्लज्जपणाची ग्वाही मुक्तपणे दिली आहे. अब तो बात फैल गई, होनी हो सो होई, अशी सामाजिक संकेतांविषयीची बेफिकिरी असो, 'डोईचा पदर आला खांद्यावरी, भरल्या बाजारी जाईन मी' असं उघड सांगणारी जनाबाई असो किंवा 'सोडूनी लाज झाले निर्लज्ज, डौर घेत हाती, प्रेमभरे नाचत पुढती अविद्या करुनी परत' असा स्वैरिणी झाल्याचा दांडोरा पिटणारी बहिणाबाई असो, या सगळ्याजणींचा परमश्रेयाच्या दिशेने जाणारा जो प्रवास आहे, ते त्या त्या स्त्रीचं व्यक्तिगत कर्तृत्व आहे; त्यांचं व्यक्तिगत अलौकिक धाडस आहे; त्यामुळे एका अर्थानं संत स्त्रिया या स्त्रीमुक्ती आंदोलनाच्या अग्रदूत आहेत, असं ताराबाईंनी म्हटलं आहे. आजची आधुनिक स्त्री संत स्त्रियांना गवसलेला मुक्तीचा अंतस्थ 'आत्मस्वर' आत्मसात करण्याचा प्रयत्न करते आहे, असं सांगताना संत स्त्रियांनी जो स्वप्नादर्श म्हणून पाहिला, तो प्रत्यक्षादर्श करण्याकडे आजची स्त्रीमुक्ती चळवळ जाते आहे की काय, याचा शोध घेण्याची आवश्यकताही त्यांनी व्यक्त केली आहे. स्त्रीवरच्या अनेक शतकांच्या दडपणातून सुटण्यासाठी संत स्त्रियांनी (आणि परममुक्तीसाठी पुरुष संतांनीही) सौरी (स्वैरिणी) व्हावं, वेसवा, घररिघी, पुरुषरत व्हावं या परिभाषेतच आपल्या अंतस्थ मुक्तीचा स्वर मुखरित का केला असेल, या प्रश्नाचा शोध ताराबाईंनी घेतला आहे आणि प्रकृतीच्या, देहाच्या, भौतिक हव्यासाच्या मोहातून मुक्त झाल्याखेरीज स्त्री-पुरुष कुणालाच आत्मिक मुक्तीचा आनंद मिळणार नाही, हेच सगळ्या स्त्री-पुरुष संतांनी स्वैरिणीच्या रूपकातून सांगितलं आहे, या प्रतिपाद्यापर्यंत त्या पोचल्या आहेत.

मध्ययुगीन साहित्य आणि संतसाहित्य यांच्या अध्ययनाचा धागा असा वर्तमानाशी जोडून घेताना ताराबाईंनी आजच्या सामाजिक-सांस्कृतिक परिस्थितीतला गुंताही पुन:पुन्हा स्पष्ट केला आहे. आजचं भौतिक वास्तव अधिकाधिक गोंधळात टाकणारं होत चालल्याची जाणीव त्यांना आहे. शारीर देहावरची केवळ पुरुषांचीच नव्हे तर स्त्रियांचीही नजर अजून सुटली नसल्याची खंत त्यांना आहे. मात्र माणूस चुका करत शिकत जाईल, अपूर्णातून अधिक पूर्णत्वाकडे, महामानवतेकडे जात राहील, कधीतरी, केव्हातरी संतांना अभिप्रेत असलेला आत्ममुक्तीचा मार्ग त्याला उमगेल, असा आशावादही त्यांच्या लेखनात कायम आहे.

संशोधकीय लेखनाला लालित्याचा स्पर्श

ताराबाईंच्या नावावर आजमितीला जी तीस-बत्तीस पुस्तकं आहेत, त्यापैकी आठ-दहा ग्रंथ संशोधकीय स्वरूपाचे आहेत. ललित गद्य आणि समीक्षात्मक लेखनही ताराबाईंनी

पुष्कळ केलं आहे. मात्र या सगळ्याच लेखनाला लालित्याचा गडद रंग आहे. त्यांचं संशोधकीय लेखनही सहज-सोपं आणि प्रवाही आहे. संशोधकीय लेखनात स्वारस्य नसणाऱ्या वाचकांनाही सहज आकृष्ट करणारी त्यांची लेखणी आहे. त्यामुळेच लोकसाहित्य आणि लोकसंस्कृतीच्या अभ्यासकांखेरीज सर्वसामान्य वाचकांनीही त्यांचं संशोधकीय लेखन आपलंसं केलं आहे. शिवाय संशोधनाचे अनेक विषय ताराबाईंनी जसे लेखनातून विशद केले आहेत, तसे ते व्याख्यानरूपानं त्यांनी वेगवेगळ्या स्तरांवर मांडले आहेत. रंगभूमीवर अभिनय करण्याच्या कलेनं कदाचित त्यांच्या वक्तृत्वालाही आकर्षक शैली दिली असेल. फड गाजविण्याच्या या कौशल्यामुळे त्यांचं अध्ययन-संशोधन अधिकाधिक लोकांपर्यंत पोचलं आहे. रंगभूमी, लोकसंस्कृती आणि स्त्री या तीन धाग्यांनी विणली गेलेली ताराबाईंच्या अध्ययनाची वीण जशी दुर्मीळ आहे, तशी त्यांची ही अभ्यासक म्हणून लोकाभिमुखताही ठळक आहे.

संशोधनपर लेखनाची स्वतंत्र व वेगळी पठडी

डॉ. अरुणा ढेरे

(१९५७)

वंदना बोकील-कुलकर्णी

ख्यातकीर्त संशोधक आणि लेखक रा. चिं. ढेरे यांच्याकडून प्रतिभा-प्रज्ञावंत संशोधनाचा वारसा घेऊन अरुणा ढेरे यांनी संशोधनपर लेखनक्षेत्रातही लक्षणीय कामगिरी केली आहे. कवयित्री म्हणून मराठी साहित्यविश्वात स्वतंत्र स्थान असलेल्या या लेखिकेच्या संशोधनपर लेखनावरही त्यांच्या सर्जनशीलतेचा आणि काव्यात्म शैलीचा ठसा आहे.

अरुणा ढेरे यांच्या संशोधनपर लेखनाची सुरुवात *विस्मृतिचित्रे* (१९९८) या ग्रंथापासून झाली. त्यानंतर त्यांचे *प्रकाशाचे गाणे* (१९९९), *डॉ. विश्राम रामजी घोले आणि त्यांचा परिवार* (२००२), *विवेक आणि विद्रोह* (२००४), *त्यांची झेप त्यांचे अवकाश* (२०११) आणि *प्रेमातून प्रेमाकडे* (२०१४) हे ग्रंथ प्रकाशित झाले. आधुनिक भारताच्या घडणीची पाळेमुळे ज्या एकोणिसाव्या शतकात रुजलेली आहेत, त्या शतकाची पार्श्वभूमी या सर्व लेखनाला आहे. या शतकात भारतापुरते बोलायचे झाले तर, बहुतेक सुधारणांची जी घुसळण झाली, तिच्या केंद्रस्थानी स्त्री आहे. स्त्री आणि धर्म या अतिसंवेदनशील घटकांनी या शतकातील विचारमंथनाला आणि सुधारणाविषयक वादळांना गती दिली. त्यामुळे लेखिकेने संख्येने सर्वाधिक लेखन केले ते स्त्रियांविषयी. *विस्मृतिचित्रे*, *प्रकाशाचे गाणे* आणि *त्यांची झेप त्यांचे अवकाश* या तीन पुस्तकांत मिळून एकूण ५७ लेख केवळ स्त्रियांचे व्यक्तित्व आणि कर्तृत्व यांचा वेध घेणारे आहेत. *विवेक आणि विद्रोह* आणि *प्रेमातून प्रेमाकडे* याही पुस्तकांमधून असे काही लेख आहेत. प्रथमत: या सहाही पुस्तकांचे स्वरूप थोडक्यात समजावून घेऊन नंतर ढेरे यांच्या या प्रकारच्या लेखनाची वैशिष्ट्ये पाहू.

***विस्मृतिचित्रे* (१९९८)**

या ग्रंथातील लेख हे १९९६ ते १९९८ या काळात विविध दृष्टिकोनांच्या आणि भिन्न भिन्न भूमिका मांडणाऱ्या दैनिकांमधून वा कालिकांमधून वेगवेगळ्या वेळी प्रकाशित झाले आहेत, पण ग्रंथरूपात मात्र कुठेही विस्कळीतपणा जाणवत नाही. या ग्रंथात विस्मृतिवश झालेल्या, प्रसिद्धीच्या झोतात फारशा न आलेल्या, पण आपले कार्यक्षेत्र आपल्या कर्तृत्वाने उजळून टाकलेल्या वा तशी क्षमता अंगी असलेल्या वीस स्त्रियांची चित्रणे आहेत. स्त्रीशिक्षणाच्या दृष्टिकोनातून केलेला हा त्या कालखंडाचा अभ्यास आहे. त्यामध्ये मेरी कार्पेंटर आणि मिस

मॅनिंगसारख्या परदेशी, पण इथल्या समाजजीवनाशी एकरूप झालेली, इथल्या स्त्रियांसाठी तळमळीने काम केलेली, रेबेका सिमियनसारखी बेने इस्रायली समाजातली स्त्री आहे, तशा अकाली मृत्यू पावलेल्या, पण अल्पशा जीवितकालातही वेगळेपणाची ठिणगी चमकावून गेलेल्या आवडाबाई भिडे, काशीबाई फडके, कृष्णाबाई गरुड याही आहेत. रखमाबाई केळवकर, कृष्णाबाई केळवकर, सरलादेवी राय, काशीबाई हेर्लेकर, वेणूताई नामजोशी, मनुताई बापट, गंगूबाई खेडकर इत्यादी वीस स्त्रियांची चित्रे या ग्रंथात आहेत.

'विस्मृतिचित्रांचा पार्श्वपट' या सुरुवातीच्या लेखात लेखिकेने एकोणिसाव्या शतकातील सुधारणापर्वाचा अतिशय नेटका, अभ्यासपूर्ण आणि सहृदय वेध घेतला आहे. तत्कालीन सामाजिक प्रश्नांचा सजग ऊहापोह करून सर्वांगीण उत्थानाची तीव्र ऊर्मी असलेला तो काळ नेमका उभा केला आहे. अर्थात हा पटही स्त्रियांच्या प्रश्नांना केंद्रस्थानी ठेवून उभा केला आहे. कमालीच्या संघर्षातून वाट काढत, बळ मिळवत, कधी वडील व भाऊ, कधी पती, कधी सासरा अशा पुरोगामी विचारांच्या पुरुषांचा सक्रिय पाठिंबा मिळवत, तर कधी त्यांचा विरोध सोसत आपल्या कर्तृत्वाने काळाचा तुकडा उजळून टाकणाऱ्या ज्या स्त्रियांची ही चित्रणे आहेत, त्यांच्या खडतर परिस्थितीची, त्यांच्या विलक्षण संघर्षाची पार्श्वभूमी इथे विस्ताराने मांडली आहे. ज्यांच्याविषयी स्वतंत्र लेख नाहीत, त्यांच्याही कार्यकर्तृत्वाचा धावता आढावा या पार्श्वपटात घेतला आहे. उदाहरणार्थ, पं. रमाबाई, काशीबाई कानिटकर, डॉ. आनंदीबाई जोशी इत्यादी.

या काळातल्या स्त्रियांचे जगणे इतके उपेक्षित होते, तिथे एका शतकानंतर त्यांच्याविषयीचे तपशील मिळणे किती दुरपास्त, याची कल्पना करू शकतो. त्यामुळे या स्त्रियांची जी माहिती मिळाली, त्यामधून एकसंध चित्रे उभी करणे ही अवघड आणि जबाबदारीची अशीच गोष्ट होती. मिळालेले तपशील पारखून, तपासून, जुळवून कोऱ्या जागा अभ्यासशील तर्काने आणि स्वत:च्या सहृदय व सामंजस्यपूर्ण दृष्टीने भरून या स्त्रियांच्या मानस-भाव विश्वाचा वेध घेत या अपुऱ्या-अधुऱ्या कहाण्या पुऱ्या करण्याचे श्रेय लेखिकेचे आहे. काळाच्या आणि स्मृतींच्याही पडद्याआड गेलेल्या या कर्तृत्वशालिनी स्त्रियांची पुढची पिढी कुठे आहे; काय करते आहे, याचीही आवश्यक ती माहिती तिने पुरवली आहे. म्हणून संभ्रमाच्या धुळीने माणसाचे डोळे भरून जावेत इतकी मत-मतांतरे आणि वैचारिक संघर्ष असलेल्या या काळाकडे आणि त्या काळावर आपली मोहोर उमटवणाऱ्या या स्त्रियांकडे एकाच वेळी सहृदय तटस्थतेने पाहून घेतलेला हा वेध महत्त्वपूर्ण ठरतो.

प्रकाशाचे गाणे (१९९९)

एकोणिसाव्या शतकाचा उत्तरार्ध आणि विसाव्या शतकाचा पूर्वार्ध या काळात प्रकाशित झालेली स्त्रियांची चरित्रे आणि आत्मचरित्रे आधारभूत मानून त्यावरून तिची कहाणी सांगणारे पंचवीस लेख या पुस्तकात समाविष्ट आहेत. जरी या लेखांचा आधार चरित्रे किंवा आत्मचरित्रे असला तरी लेखिकेने त्या त्या स्त्रीचा आवाज, तिचे मन वाचकांपर्यंत पोहचवायचा यत्न केला आहे. त्यामुळे पुस्तक परीक्षणांचे स्वरूप या लेखांना येत नाही.

यशोदाबाई भट, सुंदराबाई पवार, सत्यभामाबाई सुखात्मे, अहल्याबाई भांडारकर, सीताबाई अण्णिगेरी, लक्ष्मीबाई सावरकर, दुर्गाबाई देशमुख इत्यादी पंचवीस स्त्रियांवर लेखिकेने लिहिले आहे. यातील दुर्गाबाई देशमुखांचा अपवाद वगळता या पुस्तकात समाविष्ट झालेल्या स्त्रिया रूढार्थाने थोर वा असामान्य नाहीत, पण आपल्या सामान्य आयुष्याला अर्थ देताना त्यांनी शिक्षणासाठी केलेली धडपड, कौटुंबिक आणि सामाजिक पातळीवरचा त्यांचा संघर्ष, त्यांचा निरपेक्ष त्याग, त्यांची अथक जिद्द, सामाजिक कामात अर्थ शोधण्याची त्यांची वृत्ती या सर्वांमधून स्त्रियांच्या जगण्यातले जे स्थित्यंतर दिसते, त्याचाही वेध लेखिकेने घेतला आहे.

सामाजिक स्थित्यंतराच्या या कालखंडातील स्त्रियांची काही ठळक नावे तेवढी परिचित असतात. पण त्यांच्या आगे-मागे, भोवती पुष्कळजणी होत्या. त्यांच्या लहानसहान धाडसी कृती, त्यांचे संघर्षही लेखिकेला मोलाचे वाटले. कारण अशा लहान आवाक्याच्या, पण विपुल संख्येने झालेल्या कृतींनीच स्त्रीच्या विकासाच्या वाटा खुल्या झाल्या. अशा स्त्रियांची चित्रणे या पुस्तकातून समोर ठेवली आहेत. पुस्तकांपेक्षाही त्यामधून उमटणाऱ्या स्त्रीजीवनाचा परिचय ढेरे करून देतात. त्या दृष्टीने पाहता साहित्यकृतींच्या आधारे केलेला हा सामाजिक अभ्यास आहे.

या स्त्रियांची चरित्रे आणि आत्मचरित्रे यांमधून दिसणारी आयुष्ये समजून घेताना आणि देताना त्यांच्या कहाण्या आणखी काही पदरात घालतात काय, याचाही साक्षेपाने शोध घेतला आहे. बायकांच्या बोलीचे, अकृत्रिम आणि सहज शैलीचे सौंदर्य टिपले आहे. निवेदनातील प्रांजळपणा आणि जिव्हाळा निदर्शनास आणला आहे. वाङ्मयीन महत्तेच्या कसोट्या लावण्यापेक्षा त्यांमधून जाणवणारा उत्कट जीवनस्पर्श लेखिकेला महत्त्वाचा वाटला आहे. कुठे कुठे क्षीणपणे उमटलेला प्रकाशोन्मुख स्त्रीचा आवाज ढेरे यांनी टिपला आहे. सुधारकांच्या स्त्रीशिक्षणाच्या प्रयत्नांना आलेले हे फळ आहे, ही कृतज्ञ जाणीव सतत होत राहावी आणि मूळ चरित्रे-आत्मचरित्रे वाचावीत अशी ओढ लागावी, असे हे लेखन आहे. पुस्तकांपेक्षाही त्यामधून उमटणाऱ्या स्त्रीजीवनाचा परिचय ढेरे करून देतात. त्या दृष्टीने पाहता साहित्यकृतींच्या आधारे केलेला हा सामाजिक अभ्यास आहे.

भारतीय राजकारणाने, धर्मकारणाने आणि समाजकारणाने अनेक प्रागतिक, प्रामाणिक आणि निर्भय स्त्री-पुरुषांचे चरित्र आणि कार्य नामशेष केले, ही वस्तुस्थिती लक्षात घेता लेखिकेने या स्त्रियांविषयीचे जे लेखन संशोधनपूर्वक आणि तरीही जिव्हाळ्याने केले आहे, ते महत्त्वाचे आहे. स्त्रियांच्या कामगिरीविषयी मौन बाळगणाऱ्या राजकीय डावपेचांमधून गार्गी-मैत्रेयीसारखी मोजकी नावे फक्त तग धरून राहिली. अन्य असंख्यांची नावे काळाने पुसून टाकली. या पार्श्वभूमीवर अवघ्या पन्नास-शंभर वर्षांपूर्वी आपल्या निष्ठेची, कर्तृत्वाची, कृतीची इवली दिवली घेऊन चालणाऱ्या अनेकींविषयी लिहून लेखिकेने स्त्रियांविषयीच्या समाजाच्या दोषैक दृष्टीचे आपल्या परीने परिमार्जन केले, असे म्हणावयास हवे.

डॉ. विश्राम रामजी घोले आणि त्यांचा परिवार (२००२)

या पुस्तकाची बांधणी ज्या क्रमाने झाली आहे, ती पाहता संशोधकीय प्रकल्पाची उभारणी कशी होते, याची कल्पना येते. 'विस्मृतिचित्रे' या 'महाराष्ट्र टाइम्स'मधील सदरासाठी गंगूबाई खेडकर यांच्यावरील लेख लिहिताना त्यांचे वडील डॉ. घोले आणि त्यांचे पती डॉ. खेडकर या दोघांविषयीचे लेखिकेचे कुतूहल जागे झाले. सुरुवातीला डॉ. घोले यांच्यावर एक लहान लेख, मग दिवाळी अंकात थोडा विस्तृत लेख असे करत जाणते कुतूहल, आव्हान देणारे क्षेत्रीय संशोधन, माहितीचे संकलन, पूरक संदर्भांची जुळवाजुळव आणि त्यांचा अन्वय लावत हा ग्रंथ सिद्ध झाला. एक प्रकारे ही त्या काळाची पुनर्निर्मितीच!

एकोणिसाव्या शतकाच्या उत्तरार्धात आणि विसाव्या शतकाच्या पूर्वार्धात विविधांगांनी झालेल्या सामाजिक परिवर्तनाच्या प्रयत्नाला डॉ. विश्राम रामजी घोले आणि त्यांच्या सुविद्य परिवाराने मोठाच हातभार लावला. पुण्यात स्थायिक झाल्यावर ते इथे वैद्यकीय व्यवसायाबरोबरच सामाजिक उत्थानाच्या वेगवेगळ्या प्रयत्नांत सहभागी झाले. मोठ्या धैर्याने त्यांनी सुधारणांची आणि सुधारणावादी संस्थांची पाठराखण केली.

या पुस्तकात डॉ. घोले आणि त्यांची कन्या गंगूबाई खेडकर व जावई डॉ. रघुनाथराव खेडकर या दोघांच्या कार्यकर्तृत्वाचा वेध घेतलेला आहे. विश्राम रामजींच्या डॉक्टरी कर्तृत्वाचे आणि शेतकऱ्यांचा कैवारी, रचनात्मक कार्याचा पाठीराखा, सार्वजनिक सत्यधर्माचा उपासक, सहृदय मानवतावादी असे विविध पैलू उलगडून दाखवले आहेत.

निष्णात शल्यविशारद, उदारमतवादी व समंजस समाजसुधारक अशा डॉ. घोले यांचे चरित्र महाराष्ट्राला फारसे परिचित नव्हते. डॉ. ढेरे यांच्या या पुस्तकामुळे एका अलक्षित कर्तबगार व्यक्तिमत्त्वाचा साद्यंत परिचय तर घडतोच, पण त्यांच्या कार्यामागे आणि जगण्यामागे असणाऱ्या अंतर्गत संगती समजून घेण्याचे तसेच सामाजिक आणि राजकीय संघर्षाच्या धुमाळीतून पुढे येताना नव्या महाराष्ट्राने रानडे, टिळक, फुले, शिंदे इत्यादींनी दिलेल्या वैचारिक संचिताचे काय केले, याचेही भान येते.

विश्राम रामजींची कन्या गंगूबाई त्या काळाचा विचार करता वेगळे आणि प्रगल्भ जीवन जगली. पती डॉ. रघुनाथराव खेडकर यांच्याबरोबर ती परदेशी गेली. पाश्चात्त्य जगासमोर धर्मविचारांची मांडणी करण्याची बौद्धिक तयारी आणि धाडस तिने दाखविले. स्त्रीसुधारणेच्या आणि स्त्रीशिक्षणाच्या चळवळीत ती सहभागी झाली. ब्राह्मणेतर समाजाची पार्श्वभूमी असूनही तिने सार्वजनिक जीवनात स्वत:चे असे स्थान निर्माण केले.

डॉ. रघुनाथराव आणि त्यांचे वडील विठ्ठलराव यांच्या चरित्रातून त्या काळातील धर्मविषयक विचारांचे स्वरूप लक्षात येते. धर्मसंबद्ध परिवर्तनाचा अभ्यसनीय असा परिणाम त्यांनी त्या काळच्या समाजावर घडवला. व्यक्तिगत श्रद्धेचा कुठलाही अडथळा सामाजिक कामात येऊ न देण्याची दृष्टी त्यांनी बाळगली. लेखिका रघुनाथरावांवरील लेखनाचा समारोप करताना म्हणते त्याप्रमाणे नवमहाराष्ट्राच्या घडणीत ज्यांचे कमी-अधिक योगदान आहे, त्यांची काळाने केलेली अशी उपेक्षा लक्षात घेता आजवर काहीसे बाजूला पडलेले, अभ्यासकांकडून दुर्लक्षिले

गेलेले एका विलक्षण प्रज्ञेच्या आणि जिद्दीच्या माणसाचे हे चरित्रलेखन अर्थपूर्ण ठरतेच; शिवाय त्या काळाचा, परिस्थितीजन्य संघर्षाचा अन्वय लावण्याचा मौलिक प्रयत्न म्हणूनही दखलपात्र ठरते.

विवेक आणि विद्रोह (२००४)

एकूण वीस लेखांच्या या संग्रहातील लेखांचे स्वरूप समान नसले तरी या लेखांमागे एक सूत्र आहे. एकोणिसाव्या आणि विसाव्या शतकाच्या संधिकालातील विविध व्यक्ती, घटना आणि अर्थातच तो काळ यांना बांधणारे सूत्र आहे – विद्रोही आणि बंडखोर विचारांमागे, कृतींमागे असणारे तत्संबंधितांचे विवेकशील व्यक्तिमत्त्व. या अर्थाने पुस्तकाचे *विवेक आणि विद्रोह* हे शीर्षक उचित आहे.

न्या. रानडे यांच्यावरील 'युगंधर द्रष्टा', सयाजीराव गायकवाड यांच्यावरील 'सुधारकवृत्तीचा जाणता राजा', 'देशभक्त केशवराव जेधे' हे लेख त्या त्या व्यक्तीच्या कर्तृत्वाचा वेध घेतात, वासुकाका जोशी आणि चित्रशाळा प्रेस यांच्यातील अभिन्न नात्याचा परिचय 'विस्मृतीच्या पडद्याआड गेलेला चित्रशाळा प्रेस' या लेखातून होतो. 'दलित पतितांचे दोन कैवारी' या लेखातून महर्षी वि. रा. शिंदे आणि काका कारखानीस यांच्या देवदासींविषयक कामाचे महत्त्व अधोरेखित होते.

गोपाळ गणेश आगरकर यांचे बंधू गोविंदबुवा, कविवर्य भा. रा. तांबे यांचे बंधू गणपतबुवा या बंधूद्वयांतील वृत्तिभिन्नत्वाचे स्वरूप रेखाटणारे 'गोविंद-गोपाळ हे दोघे बंधू' व 'गृहस्थ आणि साधू' हे लेख आणि 'सगुणा' या इंग्रजी कादंबरीची लेखिका कृपाबाई सत्यनाथन हिची चटका लावणारी 'विलक्षण जीवनकथा', 'स्त्रीशिक्षणातील सनातनी अडसर' हे लेख व त्यातील तथ्ये प्रथमच वाचकांपुढे आली आहेत. 'सुधारक संन्यासी' हा प्रज्ञानेश्वर यती यांच्यावरील लेखही याच जातकुळीचा. त्यामधून लेखिकेची संशोधकीय नजर आणि सर्जनशीलता यांचा सुमेळ दृष्टीस पडतो. विवेक जोग यांनी म्हटल्याप्रमाणे खरोखरच हा संग्रह लेखिकेच्या 'संशोधक-सर्जक व्यक्तिमत्त्वाची प्रतीती देणारा आहे.' ('ललित', मे, २००४, पृ. ४३)

लोकांच्या वैचारिक परिवर्तनासाठी विद्रोहाचे शस्त्र विवेकाने वापरणारे विचारवंत लेखिकेने हेतुपुरःसर ठळकपणे इथे अधोरेखित केलेले दिसतात. अनाठायी विभूतिकरण वा भारावलेले उदात्तीकरण या दोषांपासून मुक्त असे हे लेखन आहे. विवेक जोग लिहितात, "... व्यक्ती आणि काल-परिस्थितीमधील दुवे-नाती यांचा शोध घेण्याची, त्यातील जटिल वास्तवाची उकल करण्याची त्यांची क्षमता थक्क करणारी." (तत्रैव, पृ. ४४)

अडाणी आणि दरिद्री, शिवाय पारतंत्र्यात खितपत पडलेल्या गतानुगतिक समाजाला जागे करणारे, त्याच्या विचारशक्तीला चालना देणारे, त्याच्यातील अस्मिता जागवणारे, काम करणाऱ्या विविध व्यक्ती, घटना, चळवळी यांच्या एकत्रित घुसळणीतून जी समाजपरिवर्तनाची प्रक्रिया सुरू झाली, तिचे धागे सुटे करून न्याहाळत, संदर्भ तपासत, अन्वयार्थ लावत हे लेखन आकारले आहे. या परिवर्तनासाठी वापरलेले प्रभावी शस्त्र होते विद्रोहाचे. आणि

त्यामागे उभी होती विवेकवंत व्यक्तिमत्त्वे. हे संशोधनपर लेखन केवळ पुराव्यांवर आणि तथ्यांवर अवलंबून नाही. तत्कालीन परिस्थितीला प्रतिसाद देणारा मानवी स्वभाव, त्याचे विचार-वर्तन यांचीही गुंफण त्यामध्ये आहे. लेखिकेने ही विवेक आणि विद्रोहाची विलक्षण वीण फार साक्षेपाने उलगडून पाहिली आहे. म्हणून हे लेख माहितीपर तपशिलांचा भरणा व जंत्री सादर करत नाहीत, तर दरएक तपशील काळ आणि परिस्थितीच्या अक्षांवर मांडून त्याची योग्यायोग्यता, त्याचे परिणाम, त्याची तात्कालिकता वा दूरगामित्व तपासून दाखवतात; साकल्याने मांडतात.

मानवी करुणेपासून आपण खूप दूर आलो आहोत. कणखर, धीट वैचारिकतेपासून आपण आपली नाळ अविचारी उन्मादाने तोडून घेतली आहे. त्यामुळे या लेखनातून होणारे विवेकाचे जागरण मोलाचे आहे. कालमानाचा, सध्याच्या युगधर्माचा विचार करता ते प्रस्तुतही आहे.

त्यांची झेप, त्यांचे अवकाश (२०११)

एका अर्थाने 'विस्मृतिचित्रे' आणि 'प्रकाशाचे गाणे' या संशोधनाचे सूत्र पकडून गेल्या दीडशे वर्षांच्या काळात राष्ट्रीय पातळीवर विशेष कर्तृत्व गाजवलेल्या स्त्रियांच्या जीवनकार्याचा वेध घेणाऱ्या लेखांचा संग्रह म्हणजे 'त्यांची झेप, त्यांचे अवकाश'.

१८६६ मध्ये जन्माला आलेल्या हेमवती सेन किंवा कार्नेलिया सोराबजीपासून १९२७ साली जन्माला आलेल्या अन्नपूर्णादेवींपर्यंत आणि १९३२ साली मृत्यू पावलेल्या रूक्कैय्या हुसेनपासून २००४ मध्ये मरण पावलेल्या एम. एस.सुब्बलक्ष्मीपर्यंतचा दीर्घ कालपट डोळ्यांसमोर ठेवून लेखिकेने या प्रकल्पाची आखणी केली आहे. 'सांस्कृतिक भारताच्या उभारणीसाठी' या प्रस्तावनेत म्हटल्याप्रमाणे लेखिकेने खरोखरच सांस्कृतिक क्षेत्रातले या स्त्रियांचे योगदान दाखवून दिले आहे.

संगीत, नृत्य, चित्रकला, वैद्यक, शिक्षण, वकिली, कुटिरोद्योग, हेरगिरी इत्यादि क्षेत्रांत लक्षणीय कामगिरी केलेल्या बारा स्त्रियांच्या जीवनाचा आणि कार्याचा वेध 'त्यांची झेप...'मध्ये घेतला आहे. या लेखांमधून त्यांच्या संशोधनपूर्ण आणि अभ्यासपूर्ण अशा केवळ चरित्रकथाच समजतात असे नव्हे, तर त्या त्या स्त्रीचे स्वत्वाचे भान आणि तिची आंतरिक शक्ती यांचेही दर्शन घडते. त्यांच्या भोवतीच्या तत्कालीन समाजाच्या प्रतिक्रिया, 'सोयिस्कर उदार आणि सूक्ष्मपणे प्रतिगामी' असणारे समाजाचे धोरण, कौटुंबिक आणि सामाजिक पातळीवर त्यांनी कधी मूकपणे तर कधी उघडपणे दिलेला लढा हा सगळा पटही उभा राहतो.

भारतातल्या वेगवेगळ्या भूप्रदेशांतील, अगदी विभिन्न कार्यक्षेत्रातल्या आणि आयुष्यात सतत नानाविध पातळ्यांवर संघर्ष करत चिवटपणे पुढे जाणाऱ्या या स्त्रियांच्या रूपात तत्कालीन विकासोन्मुख भारतीय स्त्रीचा चेहरा दिसतो. पुरुषप्रधान समाजव्यवस्थेने किती म्हणून अडथळे स्त्रियांसमोर उभे केले, त्याचेही चित्र बरोबरीने उमटते. स्वत:ची क्षमता ओळखणारी स्त्री वैयक्तिक आयुष्यात किती मोठी 'झेप' घेऊ शकते आणि त्यामुळे किती मोठा सामाजिक-

सांस्कृतिक अवकाश इतर स्त्रियांसाठीही खुला होऊ शकतो, याचे दिलासादायक चित्र या संग्रहातून समोर येते. 'त्यांच्या' कर्तृत्वाने उजळलेला अवकाश आजच्या एकविसाव्या शतकातील स्त्रीला सहजपणे उपलब्ध झाला याविषयी कृतज्ञता वाटावी, असाच हा संशोधनपर लेखनाचा प्रपंच आहे. सामाजिक परिवर्तनाचे स्वरूप आणि परिणाम आजमावून पाहण्याचा आणि सांस्कृतिक भारताच्या उभारणीतील स्त्रियांचे योगदान स्पष्ट करण्याचा हा प्रयत्न म्हणूनच मोलाचा आहे.

प्रेमातून प्रेमाकडे (२०१४)

एकोणिसाव्या शतकात जन्मलेल्या समाजपुरुषांच्या खडतर ध्येयमार्गावर त्यांना लाभलेल्या मैत्रीचे/प्रेमाचे नाजूक नाते पुरावे आणि तपशिलांसह उलगडून दाखवणारा *प्रेमातून प्रेमाकडे* हा लेखसंग्रह म्हणजे अरुणा ढेरे यांच्या संशोधनपर लेखनाचा पुढचा टप्पा आहे. पुढचा–दोन अर्थांनी. इतिहासप्रसिद्ध थोर व्यक्तिमत्त्वांच्या कार्यकर्तृत्वाची ओळख साधारणपणे समाजाला असते. नसते ती त्यांच्या भावविश्वाची ओळख! लेखिकेने इथे त्यांच्या या अनोळखी भावविश्वातील नाजूक नात्यांचा शोध आत्मविश्वासाने घेतला आहे म्हणून आणि अन्य संशोधनपर लेखनापेक्षा या लेखनात त्या त्या व्यक्तीच्या अंतरंगाचा ठाव घेण्याची वाट शोधली आहे म्हणूनही.

या लेखसंग्रहात गोपाळ कृष्ण गोखले, स्वामी विवेकानंद, महात्मा गांधी, रवींद्रनाथ टागोर, बाबासाहेब आंबेडकर, श्रीधर व्यंकटेश केतकर, सुभाषचंद्र बोस, सेनापती बापट आणि बाबूराव गोखले या थोर माणसांच्या आयुष्यात त्यांना लाभलेले मैत्र वा प्रेम यांच्याविषयी लेखिकेने अत्यंत जबाबदारीने आणि अभ्यास व चिंतनाच्या पायावर लेखन केले आहे. भारतीय समाजजीवनात स्त्री-पुरुष मैत्रीकडे फारसे मोकळेपणे बघण्याची दृष्टी नाही. रक्तापलीकडे असणारे मैत्रीचे नाते स्त्री-पुरुषसंबंधांत निरभ्रपणे स्वीकारण्याची मानसिकता नाही. या पार्श्वभूमीवर हे लेखन धाडसाचेही ठरू शकते, याचे भान ठेवूनच लेखिकेने या विषयाला हात घातला आहे. या सगळ्या लोकोत्तर व्यक्तिमत्त्वांच्या भावसंबंधांना अस्तर आहे ते विसाव्या शतकातील राजकीय धुमाळीचे, सामाजिक अभिसरणाचे, स्वातंत्र्याकांक्षेचे... याची सततची जाणीव पानोपानी दिसते. त्यामुळे हे लेखन म्हणजे चविष्ट प्रेमकहाण्या राहात नाहीत किंवा केवळ स्त्री-पुरुष मैत्रीचा शोध राहात नाही. मैत्रभावाकडे सकस व निरभ्र दृष्टीने पाहून लेखिकेने ते मैत्र थोरांच्या कामाला पोषक कसे ठरले, याकडे लक्ष वेधले आहे.

एकाच व्यक्तीच्या आयुष्यातील एकापेक्षा अधिक मैत्रसंबंधांविषयी लेखिकेने स्वतंत्र लेख लिहिले आहेत. त्यामध्ये काही तपशील जरी पुनरावृत्त झाले, तरी त्यांचा अन्वय त्या त्या नात्यानुसार घेतला आहे.या सर्वच लेखांमधून अतिशय संवेदनशीलतेने आणि तितक्याच संयमाने नात्यांची उकल लेखिकेने केली आहे. विचारात स्पष्टता आणि दृष्टीत समंजसता असल्याखेरीज हे संभवणे अवघड. पुरावे, संदर्भसाधने यांचा वापर कसा करावा, कसा केला पाहिजे याचा विवेक सांभाळत, तारतम्य राखत लेखिकेने या थोरांच्या मैत्रीचा आणि कार्यकर्तृत्वाचा, प्रेमाचा आणि निर्मितीशीलतेचा धागा जोडला आहे.

श्रीराम सिधये यांच्या शब्दांत सांगायचे तर, ''मानवी नातेसंबंधांची एक अतिशय सुरेख वीण या साऱ्या लेखांतून उलगडत गेली आहे. ही वीण चौकटबाह्य आहे. वेधक आणि नाजूक आहे. देखणी आणि अंतर्मुख करणारी आहे.'' ('ललित', मार्च २०१५, पृ. ४७)

ढेरे यांची संशोधकीय दृष्टी

इथे विचारात घेतलेले अरुणा ढेरे यांचे सर्व संशोधनपर लेखन म्हणजे एकापरीने एकोणिसावे शतक आणि विसाव्या शतकाचा पूर्वार्ध या कालखंडाचा अभ्यास आहे. ज्ञात ज्ञानक्षेत्रातील तथ्यांची नवी मांडणी करणे; निवडलेल्या कालखंडाच्या प्रकृतीचे उचित भान सांभाळत योग्य ते अनुसंधान राखत जुन्याचे नव्या दृष्टीने पुनर्मूल्यांकन करणे ही कालखंडाच्या अभ्यासाची मूलतत्त्वे आहेत. प्रत्येक कालखंडाचे स्वत:चे असे प्राणतत्त्व असते. ते केवळ वाङ्मयीन नसते. त्याला सामाजिक, राजकीय, सांस्कृतिक, भाषिक अशी अनेक अंगे असतात. महाराष्ट्राच्या संदर्भात एकोणिसाव्या शतकाचेही स्वत:चे असे 'कालतत्त्व' आहे. अनेक पातळ्यांवर आणि अनेक अर्थांनी जिवंत आणि क्रिया-प्रतिक्रियांनी, मत-मतांतरांनी गजबजलेला तो काळ. त्याच्या अधिष्ठानावर थोर व्यक्तिमत्त्वे उभी आहेत आणि दुसऱ्या बाजूने पाहता त्यांच्या असाधारण कर्तृत्वाने ते 'कालतत्त्व' अस्तित्वात आले आहे. तरीही लेखिकेने केवळ राजकीय, केवळ सामाजिक अशा स्थूल घडामोडींवर विसंबून न राहता मानवी घटकांचा अन्वयार्थ शोधण्याचा प्रयत्न केला आहे.

सुधारणापर्वाच्या पटात स्त्रियांची आयुष्ये कशी गुंफली गेली होती, याचा शोध घेताना *विस्मृतिचित्रे, प्रकाशाचे गाणे* आणि *त्यांची झेप त्यांचे अवकाश* हे लेखन आकाराला आले. या तिन्ही लेखसंग्रहातून ६७ स्त्रियांची जीवनचित्रे रेखाटताना ढेरे यांनी त्यांचे कौटुंबिक तपशील, घरातील वातावरण या पार्श्वभूमीसह ज्या घरात त्या लग्न होऊन गेल्या, त्या सासरघरचे वातावरण, माणसे, त्यांचे स्वभाव हाही तपशील कसोशीने मिळवला आहे. कधी वंशवृक्षातून, कधी एखाद्या छायाचित्रातून, पुरुषांच्या चरित्रांमधून, संस्थांच्या अहवालातून, वर्तमानपत्रातील बातम्यांवरून प्राथमिक माहितीचा धागा पकडून अन्य तपशील जमवत, पारखत एकेक चित्र पुरे केले आहे. 'स्त्री' म्हणून त्या काळाच्या संदर्भात त्यांचे जगणे-सोसणे-भोगणे आणि त्याही पलीकडे जाऊन काही विधायक काम उभे करणे या केंद्राभोवती या कहाण्या गुंफल्या आहेत. त्यासाठी अनेक चरित्रे आणि आत्मचरित्रे लेखिकेने अभ्यासली आहेत. त्यामागच्या लेखनप्रेरणांचा परामर्श घेतला आहे. त्या त्या व्यक्तीचा स्व-भाव काळाच्या मागणीला कसा सन्मुख होत होता; कोणता प्रतिसाद देत होता हे जाणून घेऊन उमटणाऱ्या काही अगदी ठसठशीत, तर काही धूसर, अस्पष्ट रेषांनी हे लेखन आकारले आहे.

आपल्या समाजात दस्तऐवजीकरणाविषयी कमालीची अनास्था असल्यामुळे संशोधकाला संदर्भसाधने जमवण्यासाठी चिकाटी आणि परिश्रम घेण्याची तयारी ठेवावी लागते. ढेरे यांनी परिश्रमपूर्वक संदर्भसाधने जमवून, त्यांची सत्यासत्यता पारखून हे लेखन केले आहे. अनेक ग्रंथ व नियतकालिके यांचा सातत्याने आधार घेतला आहे. *विवेक आणि विद्रोह* या लेखसंग्रहाचा अपवाद वगळता उर्वरित सर्व पुस्तकांना संदर्भसूची जोडली आहे. त्या सूचींवर नजर टाकली

तर या अभ्यासाचे समग्र-लक्ष्यीत्व ध्यानात येईल. *दातेसूचि* पासून ते *सुबोध गृहजीवनशास्त्र* (१९५३) किंवा *पाकसिद्धी* (१९६९) पर्यंत, *A Review of Education in Bombay State* १८५५-१९५५ पासून ते *Rajarshi Shahu Chhatrapati Papers Volume*, *नीतिप्रसारक मंडळीचा पहिला वार्षिक रिपोर्ट* ते *हिंगणे स्त्रीशिक्षणसंस्थेची साठ वर्षे* पर्यंत अनेकविध ग्रंथ, पत्रव्यवहाराचे खंड, विविध संस्थांचे वार्षिक अहवाल अशा चौफेर साधनसामग्रीचा धांडोळा लेखिकेने घेतला आहे. *डॉ. विश्राम रामजी...* या चरित्रग्रंथाला जवळ जवळ दोनशे ग्रंथ आणि नियतकालिकांची सूची व दहा परिशिष्टे जोडली आहेत. अनेक पूरक संदर्भ परिशिष्टांमधून समोर ठेवले आहेत. अशा प्रकारच्या पूरक माहितीमुळे ग्रंथांचे मोल वाढले आहे.

बँकांचे ताळेबंद, रोजनिशा यांचाही उपयोग लेखिकेने करून घेतला आहे. वरवर अगदी साध्या वाटणाऱ्या तपशिलासाठी पुरावे देण्याच्या लेखनसवयीमुळेही विश्वासार्हता वाढली आहे. असे उल्लेख करताना शक्य ती माहिती तिथेच विवेचनाच्या ओघात येते. त्यामुळे कथनाला एक प्रकारची पूर्णता प्राप्त झाली आहे. मूळ विषयाला असे काही फाटे-उपफाटे फुटले तरी त्यांचा संबंध जुळवून घेण्याचे आणि ध्यानबिंदू ('फोकस') राखण्याचे कौशल्य दिसून येते. आवश्यक तिथे उद्धृते दिली आहेत, पण म्हणून हे लेखन उद्धृतांनी गजबजलेले नाही. अनेक ठिकाणी तपशिलात्मक माहिती मुरवून घेऊन, तिचा अन्वय लावून मांडणी करण्याची पद्धत स्वीकारली आहे. त्यामुळे विवेचनात सलगता राहिली आहे.

अस्सल संशोधनसाधनांच्या साहाय्याने प्रस्थापित माहितीमधल्या काही त्रुटीही ढेरे यांनी विनम्रपणे पण ठामपणे निदर्शनास आणल्या आहेत. उदाहरणार्थ, नीतिप्रसारक मंडळी या संस्थेची स्थापना सिमियन बेंजामिन यांनी केली (१८८२), हे पुराव्यानिशी स्पष्ट करताना ढेरे यांनी य. दि. फडके यांच्या या संबंधातील प्रतिपादनातील तपशिलाची चूक दाखवून दिली आहे. (*विस्मृतिचित्रे*, पृ. ११२) काशीबाई फडके यांनी वयाच्या चौदाव्या वर्षी १८८७ मध्ये लिहिलेले *सीताशुद्धी* हे नाटक म्हणजे मराठीतील पहिले स्त्रीलिखित नाटक. त्यांच्या मृत्यूनंतर १८९७ मध्ये त्यांच्या वडिलांनी ते प्रसिद्ध केले. तारा भवाळकर यांच्या लेखाचा आधार घेत ढेरे यांनी या तथ्याचा पुनरुच्चार केला आहे आणि नाट्यसमीक्षकांनी *सीताशुद्धी* या नाटकाकडे पुरेसे लक्ष पुरवले नसल्याची खंतही प्रकट केली आहे.

तपशिलांमधील विसंगतीमुळे मतभेदाची ठिकाणे जिथे निर्माण झाली आहेत, तिथे लेखिकेने तारतम्य आणि विवेकबुद्धीने ग्राह्याग्राह्यतेचा निर्णय केला आहे. उदाहरणार्थ, आवडाबाई भिडे यांच्या पतीच्या मृत्यूचे वर्ष 'जोग कुलवृत्तांतात १८८७ दिले आहे. पण आगाशे समकालीन आहेत, त्यांनी ते वर्ष जानेवारी १८८६ असे नोंदवले आहे. तेच अधिक ग्राह्य समजायला हवे.'(*विस्मृतिचित्रे*, पृ. १२५). किंवा रानड्यांच्या चरित्रकारांनी दखल न घेतलेले एक पत्र उद्धृत करून लेखिकेने रानड्यांच्या सतर्क आणि चौफेर सुधारणावादी दृष्टिकोनाचा प्रत्यय दिला आहे. (*विवेक आणि विद्रोह*, पृ. २०) याच यप्रकारे डॉ. आनंदीबाई जोशी यांच्या जन्म-मृत्यू स्थानाचा शोध घेतला आहे व पूर्वसुरींच्या संशोधनातील गफलती नजरेस आणून

दिल्या आहेत. मात्र पूर्वसुरींच्या ज्या त्रुटी किंवा गफलती किंवा मर्यादा जाणवतात, तिथे त्या नजरेस आणून दिल्यावर पुन:पुन्हा त्याचा निर्देश करण्याचा, त्यांचे भांडवल करण्याचा भल्याभल्यांना पडणारा मोह लेखिकेने आवरला आहे.

आवश्यकतेनुसार लेखिकेने क्षेत्रीय संशोधनाची वाट चोखाळली आहे. *डॉ. विश्राम...* या चरित्रलेखनासाठी तपशील आणि संदर्भ शोधत लेखिका अमरावती, मालेगाव, कोल्हापूर, नाशिक, दापोली, वसई, मुंबई इत्यादी ठिकाणी साधनांचा शोध घेत फिरली आहे. हयात व्यक्तींना, नियतकालिकांच्या संपादकांना भेटून, त्यांच्या मुलाखती घेऊन, त्यामधून 'निके सत्त्व' निवडून हे चरित्र सिद्ध केले आहे. कसोशीने संदर्भ जमवून अभ्यासपूर्ण लेखन करताना लेखिकेला बहुतांश वेळा त्या त्या व्यक्तीच्या जगण्याची नस सापडली आहे; तरी ही सुरुवात 'लहानशी व अपुरी' असल्याची नम्र जाणीव तिने प्रकट केली आहे.

मानवी वर्तनाचे काही धागे प्रत्यक्षपणे गोचर असतात, पण काही अप्रत्यक्ष असतात. त्यांची जाणीव होते; पण ते स्पष्टपणे दाखवणे अवघड असते. त्यांची उकल हळुवारपणे करावी लागते. ती करताना अनेक आव्हाने पेलावी लागतात. तोल सांभाळावा लागतो. थोर व्यक्तींच्या जीवनचरित्रातल्या नाजूक जागा लेखिकेने तितक्याच नाजूकपणे हाताळल्या आहेत. तसे उल्लेख अत्यंत जबाबदारीने आणि विचारपूर्वक आणि पुराव्यांनिशी केले आहेत. त्या त्या व्यक्तीच्या भावभावना, मानसक्रिया, नातेसंबंध आणि कर्तृत्व यांमध्ये सहृदयतेने उचित रंग भरून ही चित्रे सजीव केली आहेत. चरित्रकाराच्या नजरेतून निसटलेले काही हाती लागले तर त्या संदर्भसाधनांचा उपयोग कसा करून घ्यायचा; त्याच्या आधारे संशोधनाची कोणती दिशा पकडायची; याचे एक चपखल उदाहरण म्हणजे 'वेदान्तसार ते बायबल' (वेदना आणि विद्रोह) हा लेख. पं. रमाबाईंच्या लेखनात त्यांनी केलेल्या 'वेदान्तसार'च्या भाषांतराची नोंद नाही, तेव्हा स्वत: पंडिताबाईंनी ही नोंद का केली नसावी, या जिज्ञासेतून रमाबाईंच्या धर्मविचारात झालेल्या आमूलाग्र परिवर्तनाचा आलेख लेखिकेने प्रस्तुत लेखात काढला आहे.

कधी तपशिलांअभावी, पुराव्यांअभावी विवेचनात काही जागा अस्पष्ट राहिल्या आहेत, याची जाणीव लेखिकेला आहे. त्यामुळे काही घटनांमागचे, नात्यांच्या जडणी-मोडणीमागचे गूढ उकलण्याचा किंवा ते तसेच ठेवून पुढे जाण्याचा मार्ग तिने आपलासा केला आहे.

अशा प्रकारे ज्ञात करून घेत, समजावून घेत, विविध स्थळी, विविध व्यक्तींच्या संदर्भात घडलेल्या घटनांचा अनुबोध घेत एक पट त्यांनी विणला आहे. थोरांच्या तत्कालीन वर्तनाचा, कृतींचा एकूणच जीवनाचा अन्वयार्थ लावताना ढेरे यांनी आपले तर्कसामर्थ्य आणि संयम पणाला लावला आहे.

मांडणीतील लालित्य :

गो. म. कुलकर्णी यांनी एके ठिकाणी म्हटले आहे, ''संशोधक केवळ तार्किक बुद्धीचा असून चालत नाही. संशोधक हा काही अंशी सहृदय कविप्रकृतीचा असावा लागतो.'' (*भाषा व साहित्य : संशोधन,* खंड पहिला, पृ. ४०१)

अरुणा ढेरे या प्रकृतीने मूलत: कवी असल्यामुळे त्यांच्या संशोधनपर लेखनाला अनायासेच लालित्य लाभले आहे. सुभाषचंद्र बोस आणि एमिली यांच्या वादळीरणात फुललेल्या प्रेमाविषयी त्या लिहितात, ''सुभाषबाबू एमिलीला सतत थोडेफार पैसे पाठवत होते, हे खरं; पण एखादं कुटुंब सावरू शकेल एवढे ते नक्कीच नव्हते. तेवढे सधन तर सुभाषबाबूही नव्हते. या गोष्टींचे ढग प्रेमाच्या चांदणीवरून सारखे सरकून जात असणार, यात नवल नव्हतं; पण तिची दूरस्थ नाजूक लखलख मात्र भोवतीच्या गडद काळ्या अनिश्चिततेनं, वेदनादायक वर्तमानात दोघांनाही शांत सांत्वनासारखी वाटत होती.'' (*प्रेमातून प्रेमाकडे*, पृ. १४५)

ललित शैलीची अशी उदाहरणे अक्षरश: पानोपानी आढळतात. हा केवळ शैलीचा वेल्हाळपणा नाही, तर त्या काव्यमय ओळींच्या मधला जो सूचित आशय आहे, तो समर्थपणे पोहोचविण्याची धडपड आहे. त्यामागचे लेखिकेचे त्या प्रसंगांचे आणि प्रसंगातील व्यक्तींचे आकलन महत्त्वाचे आहे.

समारोप

आधुनिक महाराष्ट्राच्या भल्याबुऱ्या स्वरूपाची घडण ज्या एकोणिसाव्या शतकाच्या हातांनी झाली, ते शतक आणि विसाव्या शतकाचा पूर्वार्ध हा अरुणा ढेरे यांच्या संशोधनपर लेखनाचा कालपट. हा काळ आणि तत्कालीन परिस्थिती यांच्या अक्षांवर त्यांनी आपले विवेचन ठेवले आहे. मुळात संशोधन ही वस्तुनिष्ठ, कार्यकारणसंवादी आणि पुराव्यांनी सिद्ध होणारी घटना आहे. पण जेव्हा कविता लिहिणारा हात, संशोधकीय अभ्यासाची शिस्त आणि चौकट स्वीकारतो, तेव्हा कवित्व आणि विद्वत्व यांची मिसळण गृहीत धरता येते. अरुणा ढेरे यांच्या प्रस्तुत लेखात उल्लेख केलेल्या संशोधनपर लेखनाची मांडणी व शैली ललित आहे. तर त्यांच्या 'उर्वशी', 'मैत्रेयी', 'कृष्णकिनारा', 'महाद्वार' इत्यादी ललितलेखनांत संशोधकीय दृष्टीचा आढळ होतो. अखंड जिज्ञासा आणि जिज्ञासापूर्तीसाठी केलेले प्रयत्न हा कोणत्याही संशोधनकार्याचा पाया असतो. मिळवलेल्या सामग्रीचा अर्थ लावणे; जिथे पुरावे उपलब्ध नाहीत तिथे अंदाज लावणे; विविध शक्यता तपासणे; चुकीच्या दिशेने नेणारे तर्क निग्रहाने बाजूला सारणे; प्रस्थापित संशोधन सप्रमाण खोडून काढणे; घटनांमागील संभाव्य कारणांचा शोध घेणे व तो ठामपणे मांडणे आणि मुख्य म्हणजे अनाग्रही वृत्ती राखणे संशोधनात महत्त्वाचे ठरते. ज्ञानोपासकाच्या निर्मळ कुतूहलाला अभ्यास, व्यासंग, संशोधकीय दृष्टी, चिंतन यांची जोड देत सर्जनशीलता, मानवी जीवनाविषयीचे सौहार्द आणि समन्वय साधणारी दृष्टी यांच्या बैठकीवर ढेरे यांचे हे लेखन झाले आहे.

वस्तुनिष्ठा आणि आत्मनिष्ठा यांचा मेळ घालत विदग्ध, साक्षेपी व समतोल विवेचनाचा मार्ग त्यांनी आपलासा केला आहे. आपल्या विवेचक दृष्टीला तत्कालीन राजकीय व सामाजिक मतमतांतरांचे, भौगोलिकतेचे वा पूर्वग्रहांचे अडसर पडू न देता अभिनिवेशविरहित लेखन करण्याची अवघड कसरत त्यांना साधली आहे. एकीकडे हाताशी असलेल्या कवितेसारख्या तरल माध्यमाची सर्जनशील शक्ती आणि दुसरीकडे संशोधकीय लेखनाची शिस्त व वस्तुनिष्ठा

यांचा मेळ घातल्यामुळे हे लेखन विद्वत्तापूर्ण असूनही जड झालेले नाही. सहृदयता, समजूत आणि घटनांचा मागे-पुढे-खोल वेध घेण्याची थक्क करणारी क्षमता यांमुळे हे लेखन सर्वसामान्यांनाही वाचनीय वाटणारे आहे. रूढ संशोधनपर लेखनातली रुक्षता आणि शुष्कता मांडणी व शैलीतील लालित्यामुळे टाळली गेली आहे. गृहीतक, उद्दिष्ट, व्याप्ती, पूर्वाभ्यास, संशोधनसामग्रीची जुळवाजुळव व तिचा अन्वय लावत पायऱ्यापायऱ्यांनी केलेली विषयाची मांडणी ही संशोधनपर लेखनाची शिस्त अंगीकारून तिला प्रातिभ आकलनाची जोड देत अशा प्रकारच्या लेखनाची वेगळी पठडी ढेरे यांनी रुळवली आहे आणि यशस्वीही केली आहे.

केवळ अपरिचिताला प्रकाशात आणणारे हे लेखन नाही. एकोणिसाव्या शतकातील सुधारणेचे लहान-मोठे प्रयत्न, विविध संस्था-संघटना-चळवळी-लेखन-वक्तव्ये यांमागची प्रयोजने समजून घेत हा लेखनप्रपंच त्यांनी मांडला आहे. निवडलेल्या कालखंडात मतभेद आहेत, संघर्ष आहेत, पण त्यापलीकडे जाणारे जे मानवी सौहार्द आहे, औदार्य आहे, ते सातत्याने समोर ठेवण्याचा प्रयत्न केला आहे. 'संशोधन आणि सर्जनशीलता यांचा मेळ नेहमीच मतभिन्नता ओढवून घेणारा असतो' याचे भान ठेवत, तपशिलांची अचूकता सांभाळत, पुराव्यांनिशी केलेले हे लेखन म्हणूनच प्रियोळकर पारितोषिकासाठी पात्र ठरले असावे.

संदर्भसूची :

१. जोग, विवेक; ''लक्षवेधी पुस्तके'', 'ललित', मे २००४.

२. जोशी, वसंत स.; *भाषा व साहित्य : संशोधन,* खंड १, म.सा.प. पुणे, दु.आ. २००६.

३. ढेरे, अरुणा; *विस्मृतिचित्रे,* श्रीविद्या प्रकाशन, पुणे, दुसरी आवृत्ती २००१, प.आ. १९९८.

४. ढेरे, अरुणा; *प्रकाशाचे गाणे,* सुरेश एजन्सी, पुणे, दुसरी आवृत्ती २००८, प.आ.१९९९.

५. ढेरे, अरुणा; *डॉ० विश्राम रामजी घोले आणि त्यांचा परिवार,* राजहंस प्रकाशन, पुणे, २००२.

६. ढेरे, अरुणा; *विवेक आणि विद्रोह,* पद्मगंधा प्रकाशन, पुणे, दु.आ. २००८, प०आ. २००४.

७. ढेरे, अरुणा; *त्यांची झेप त्यांचे अवकाश,* पद्मगंधा प्रकाशन, पुणे, २०११.

८. ढेरे, अरुणा; *प्रेमातून प्रेमाकडे,* पद्मगंधा प्रकाशन, पुणे, २०१४, पुनर्मुद्रण २०१५.

९. सिधये, श्रीराम; ''लक्षवेधी पुस्तके'', 'ललित', मार्च २०१५.

प्रकल्पकार्यात मग्न झालेले संशोधक

रा. शं. नगरकर

(१९३३-२०१६)

प्रदीप कर्णिक

प्रास्ताविक

रा. शं. नगरकर यांचा जन्म १९३३ साली पंढरपूर येथे झाला. प्राथमिक व माध्यमिक शिक्षण पंढरपूर येथेच झाले. 'राष्ट्रभाषा कोविद'ही ते पंढरपूर येथेच झाले. महाविद्यालयीन शिक्षण पुण्यात झाले. स. प. महाविद्यालयातून ते बी. ए. १९५९ साली झाले. त्यांना असणारी वाङ्मयाची आवड, देवताविज्ञान, भारतीय लोकसाहित्य, सांस्कृतिक इतिहास इत्यादी विषयांमध्ये त्यांना बरीच रुची होती, अभ्यासही होता. त्यामुळे ते १९६४ साली पुण्यातील 'भारतीय संस्कृती कोशमंडळा'त उपसंपादक या पदावर रुजू झाले आणि संस्कृतीकोशाच्या कार्यात इतके रमून गेले की १९९३ साली २९ वर्षांनी निवृत्त होऊनच बाहेर पडले.

रा. शं. नगरकरांचे एकूण लेखन-संपादन-भाषांतराच्या कार्याचे स्वरूप बघितले तर त्यातून एक समान सूत्र दिसून येते. ते समान सूत्र म्हणजे नगरकर कायम कुठल्या ना कुठल्या प्रकल्पात मग्न झालेले असायचे. मग तो महाभारताच्या संस्कृत-मराठी भाषांतराचा प्रकल्प असो, किंवा सार्थ चिकित्सक गाथेचे किचकट संपादनाचे कार्य असो किंवा संतांच्या शब्दांचा नेमका अर्थ शोधणारा शब्दकोश कार्याचा कष्टवणारा महाप्रकल्प असो. एखाद्या संहितेचे संपादन, किंवा गाथांच्या अनेक आवृत्त्यांचा तौलनिक अभ्यास असे छोटे वाटणारे पण दमछाक करणारे छोटे प्रकल्प असोत, नगरकर १९८०-८१ सालापासून अशा विविध कार्यांत गुरफटून गेलेले होते. तसे पाहिले तर आपल्याला १९७५ पासूनच म्हणायला हवे. कारण १९७५ पासून त्यांनी 'ज्ञानेश्वर' या त्रैमासिकाच्या संपादनाची जबाबदारी स्वीकारली आणि १९९१ पर्यंत म्हणजे जवळ जवळ १६ वर्षे आपल्या नोकरीसह महाभारतासारख्या महाकाय भाषांतराच्या प्रकल्पांसह निभावून नेली. त्यांचा माझा परिचयसुद्धा 'श्रीवामनराज प्रकाशन' संस्थेने योजिलेल्या 'वारीकोश प्रकल्पा'च्या निमित्तानेच झाला आणि तो कधी मैत्रीत रूपांतरित झाला ते मला समजलेच नाही.

नगरकरांचा संतसाहित्याचा अभ्यास अत्यंत साक्षेपी, व्यासंगीपणा, अभ्यासूपणा, काटेकोरपणा, सूक्ष्म अवलोकन, दृष्टीची प्रचिती आणून देणारा होता. त्यांचा माझा परिचय वाढत गेल्यावर मी त्यांच्याकडे 'मराठी संशोधन पत्रिके'साठी लेखन सहकार्य मागितले आणि त्यांनी श्रीसंत

तुकारामांच्या विविध दहा गाथांचा अभ्यास करणारी लेखमालाच 'पत्रिके'साठी दिली, तरीही त्यांच्या अभ्यासाचा आवाका, पसारा आणि व्यापकता माझ्या ध्यानात आली नव्हती. *श्रीसंत तुकारामांचा अभ्यास* नावाचे त्यांचे एक पुस्तक २००८ साली त्यांनी मला भेट दिले. ते वाचून मी मोहित झालो तो त्यांच्या अभ्यास करण्याच्या पद्धतीने आणि केलेला अभ्यास मांडण्याच्या सोप्या, साध्या शैलीने. पुढे केव्हातरी त्यांचा *सार्थ नामदेव गाथा* मी विकत घेतला आणि त्यांच्या इतर शब्दकोशांच्या कार्यावर माझी नजर पडली. मी ती पुस्तकेही जमा करीत गेलो, परंतु सर्वच पुस्तकांवर माझी नजर गेली नव्हती. त्याचे कारणही पडले नव्हते.

२७ फेब्रुवारी २०१६ रोजी त्यांचे दु:खद निधन झाले. खूप प्रयत्न करूनही त्यांचे *श्रीसंत तुकारामांच्या गाथ्याचा अभ्यास* हे पुस्तक त्यांच्यासमोर प्रकाशित होऊ शकले नाही. त्यानंतर त्यांच्या सर्वच लेखन-संपादन कार्याचा आढावा घेण्याच्या दृष्टीने मी चाचपणी करायला प्रारंभ केला आणि जसजसे मला संदर्भ मिळत गेले त्यांनी मी अधिकाधिक त्यात गुंततच गेलो.

अनंत जोशींच्या कोशात त्यांच्या काही ग्रंथांची मिळालेली माहिती घेऊन आणि अलीकडील त्यांच्या एक-दोन पुस्तकांत त्यांचा प्रकाशित झालेला 'अल्प' परिचयाचा आधार घेत मी पुढे जात होतो, पण वेळोवेळी अडखळायलाच झाले. अल्प परिचयात त्यांनी असे म्हटले होते की २९ पुस्तके प्रकाशित झालेली आहेत. ही २९ पुस्तके कोणती? शोधता शोधता मला २५ पुस्तकांचा शोध लागला. अनंत जोशी संपादित चरित्रकोशात असे म्हटले होते की त्यांचे सुमारे शंभर शोधनिबंध प्रकाशित! हे शंभर शोधनिबंध कोणते, ते काही शोधता आले नाहीत. सांस्कृतिक इतिहास, कुलाचार, कुलधर्म, लोकसाहित्य यासंबंधी ते असणार असे वाटते. ते असतील तर त्यातील काही त्यांच्या *गृहदेवता* आणि *नाही चिरा नाही पणती* या दोन लेखसंग्रहांत त्यातील काही लेख समाविष्ट झाल्याचे दिसते. इतर उरलेले लेख कोणते, याचा शोध घ्यायला हवाय.

त्यांचे इतर पुस्तकांत आणि नियतकालिकांतून आलेले लेखही सापडतात. उदाहरणार्थ, 'विठोने शिरी वाहिला देवराणा' हा *तीर्थ विठ्ठल, क्षेत्र विठ्ठल* या संपादित ग्रंथात आल्याचे सापडते. किंवा 'संत नामदेवांचा कुलदेव' हा लेख *भारतीय इतिहास आणि संस्कृती : पर्यालोचन* या ग्रंथात समाविष्ट झालेला आहे. इतरही नियतकालिकांमधील, दिवाळी अंकांमधील लेख असणारच. त्याचा वेध घ्यायला हवा आहे.

महत्त्वाचे म्हणजे १९७५ ते १९९१ या काळात त्यांनी 'ज्ञानेश्वर' या त्रैमासिकाचे संपादन केले. ते संपादनकार्य आणि त्यानिमित्ताने त्या नियतकालिकात केलेले लेखनकार्य हा तर महत्त्वाचाच शोध ठरतो. तोही घ्यायला हवाच.

एखाद्या लेखक-संशोधकाचा अभ्यास करताना मोठी अडचण येते ती त्यांच्या समग्र लेखनकार्याची सूची उपलब्ध नसण्याची. प्रख्यात संशोधक डॉ. सु. रा. चुनेकर म्हणतात ते खरे आहे, लेखकाने स्वत:च त्यांच्या साहित्याची सूची करून ठेवायला हवी. नगरकरांसारखे संकोचीवृत्तीचे लेखक तर आपल्या लेखाला, आत्मपर स्पर्शही होऊ देत नाहीत. जो काही उल्लेख येतो तो प्रस्तावनेत. तोही आवश्यक म्हणून. 'अल्प परिचयात' खरोखर 'अल्प'ताच

स्वीकारली गेलेली असते. अशा वेळी मार्ग काढणे कठीणच, पण तो काढायला हवा. इतके त्यांचे ऋण तर असतातच समाजावर.

मराठी ग्रंथव्यवहारालाही शिस्त नसण्यामुळे अडचणी येतात. उदाहरणार्थ, (हे उदाहरण टीका म्हणून दिले नाही, तर अडचण कळावी म्हणून दिले आहे.) त्यांचे *दृष्टान्तपाठ* नावाचे संपादित पुस्तक आहे. पुण्याच्या स्नेहवर्धन संस्थेने १० एप्रिल १९९३ रोजी प्रथम आवृत्ती काढली. त्यांची दुसरी आवृत्ती २६ जानेवारी २००० साली निघाली, परंतु अनंत जोशींच्या चरित्रकोशात याच पुस्तकाची पहिली आवृत्ती १९६५ साली प्रकाशित झाल्याचा संदर्भ मिळतो. पुण्याच्या सिटी बुक स्टॉल प्रकाशन संस्थेने ही आवृत्ती काढली होती. याचा कोणताही मागमूस स्नेहवर्धनने काढलेल्या आवृत्तीत नाही. याच सिटी बुक स्टॉलने त्यांची आणखीही दोन-तीन पुस्तके काढल्याचे दाखले चरित्रकोशातील यादीत सापडतात, पण ती पुस्तकेच मुंबईतील ग्रंथालयांत उपलब्ध नाहीत. किमान स्नेहवर्धन संस्थेमुळे त्यांचे एक (आणि कदाचित पहिलेच पुस्तक) पुस्तक तरी आज अभ्यासकांना उपलब्ध आहे. एका ग्रंथालयात मराठीतील सर्व पुस्तके एकत्र मिळण्याची कोणतीही सोय नाही, ही अभ्यासातली, संशोधनातली सगळ्यात मोठीच समस्या म्हणायला हवी.

त्यामुळे नगरकरांच्या उपलब्ध झालेल्या ग्रंथांच्या, लेखांच्या आधारेच हा लेख लिहावा लागणार. ही मर्यादा या लेखाला आहे, हे मी प्रथमच नमूद करीत आहे.

कार्य-लेखन आढावा

त्यांच्या उपलब्ध झालेल्या पुस्तकांचे काही गट करता येतात. ते असे : त्यांनी स्वत:च्या नावाने स्वतंत्रपणे केलेले लेखन वा लेख. अशा लेखांचे संग्रह. त्यांनी केलेली संपादने. संपादनांमध्येही दोन गट पडतात. पैकी एका गटात त्यांनी एकट्याने केलेली संपादने. आणि दुसऱ्या गटात त्यांनी सहकार्याने केलेली संपादने. तिसरा गट असा दिसतो की त्यांनी केलेल्या सार्थ चिकित्सक गाथेचे संपादन. अर्थात हे संपादन त्यांनी एकट्याने न करता सहकार्यानेच केले आहे. चौथा गट आहे कोशवाङ्मयाचा. यामध्ये 'संत सुभाषित कोशा'च्या संपादनाचे कार्य त्यांनी एकट्याने केले आहे. मात्र शब्दकोशांचे कार्य मात्र सहकार्याने केले आहे. पाचवा गट आहे भाषांतराचा. हे त्यांचे कार्यही सहकार्याने केलेल्या भाषांतराचेच आहे, मात्र त्याची व्याप्ती इतकी मोठी आहे; शिवाय महाभारतासारख्या वाङ्मयाचे संस्कृतातून नव्याने केलेल्या भाषांतराचे हे कार्य इतके सखोल आहे की त्यावर स्वतंत्रच विचार करायला हवा, असा तो विषय आहे.

महादेवशास्त्री जोशी यांच्या *संस्कृतीकोशा*तही त्यांचा लेखन/नोंदलेखन सहभाग अर्थातच असणार, परंतु नोंदलेखकाची नोंद करण्याची प्रथा संस्कृतीकोशात आढळत नाही. त्यामुळे तो भाग ज्ञात होणे कठीणच दिसते.

त्यांनी पुणे, मुंबई, गोवा, नागपूर विद्यापीठांत व्याख्याने दिल्याचे उल्लेख, त्यांच्या अल्प परिचयात सापडतात. यापैकी पुण्याच्या डॉ. राक्षे व्याख्यानमालेत आणि डॉ. रा. शं. वाळिंबे

व्याख्यानमालेत 'श्रीज्ञानदेव आणि श्रीतुकाराम यांचा तौलनिक अभ्यास' हा विषय घेऊन त्यांनी लिखित स्वरूपात व्याख्याने लिहून काढून ती व्याख्याने दिल्याचा उल्लेख *संत तुकारामांचा अभ्यास* या पुस्तकाच्या मनोगतात केला आहे.

मुंबई विद्यापीठ, डी. जी. रूपारेल महाविद्यालय आणि श्रीपाद सेवा मंडळ यांच्या वतीने 'वारी : एक शोध' असा तीन दिवसांचा कार्यक्रम झाला होता, त्या कार्यक्रमात नगरकर यांनी आपला निबंध सादर केला होता. तो मी प्रत्यक्ष ऐकला आहे. नागपूर, गोवा विद्यापीठांत कोणते निबंध/व्याख्याने झाली, याचा अंदाज आज तरी नाही.

पुणे विद्यापीठाच्या मराठी विभागाचे विभागप्रमुख थोर संशोधक-अभ्यासक डॉ. मु. श्री. कानडे सेवानिवृत्त झाले, त्यानिमित्ताने त्यांच्या मित्रपरिवाराने त्यांचा यथोचित गौरव करण्यासाठी 'डॉ. मु. श्री. कानडे मित्रमंडळ' स्थापन केले. या मित्रमंडळाचे रा. शं. नगरकर कार्याध्यक्ष होते. या मित्रमंडळाच्या वतीने दोन प्रकारची कार्ये घडून आली. पैकी एक होते चर्चासत्राच्या आयोजनाचे. 'संतसाहित्य : अभ्यासाच्या काही दिशा' या विषयावर एक दिवसाचे चर्चासत्र दिनांक ५ जानेवारी १९९२ रोजी झाले. त्याला विलक्षण प्रतिसाद मिळालाच, परंतु चर्चासत्रात वाचण्यात आलेल्या निबंधांवर ज्यांनी भर घालणारी चर्चा केली, त्यात रा. शं. नगरकरांचा आणि इतर काही मान्यवरांचा सहभाग होता. त्यामुळे या सर्वांना विनंती करून मित्रमंडळाने त्यांच्याकडून त्याविषयावर लेखच लिहून घेतले आणि त्याचे संपादित पुस्तक नोव्हेंबर १९९२ मध्ये स्नेहवर्धन संस्थेने प्रकाशित केले. या पुस्तकात नगरकरांनी डॉ. कल्याण काळे यांच्याबरोबर सहसंपादनाचे काम तर केलेच, परंतु या पुस्तकासाठी 'पुराणकथा आणि संतसाहित्याची पाठचिकित्सा' असा एक लेखही लिहून दिला. याच मित्रमंडळाने *आजचे नाटक : आजचे नाटककार* हा ग्रंथही गौरव कार्यक्रमाचा भाग म्हणून सिद्ध केला. स्नेहवर्धन संस्थेतर्फे तो ग्रंथही प्रकाशित झाला.

नगरकरांच्या स्वतंत्र आणि संपादित ग्रंथांना विविध पुरस्कारही मिळाले. पैकी *भागवतपुराण आणि ज्ञानेश्वरी* या ग्रंथाला महाराष्ट्र शासनाचा पुरस्कार मिळाला. 'ज्ञानप्रबोधिनी पारितोषिक', 'डॉ. प्र. न. जोशी ग्रंथश्रेष्ठता', 'मसापचा हणमंते पुरस्कार', 'महाराष्ट्र ग्रंथोत्तेजक पारितोषिक' असे काही पुरस्कार कोशवाङ्मय, सार्थगाथा इत्यादींना लाभले.

१९६४-६५ पासून लेखन-संपादन-संशोधन-कोशकार्यात गुंतून पडलेल्या नगरकरांचा व्यक्तिगत पातळीवरचा सन्मान तसा उशिराच झाला. २०१२च्या नंतरच समाजाने त्यांच्या कार्याची बूज राखली असे म्हणता येते.

दिनांक १० नोव्हेंबर २०१२ रोजी साहित्य दरवळ मंचाने 'शब्द कलेचा गौरव' म्हणून त्यांना सन्मानित केले होते. तरीही त्यांचा खरा सन्मान २०१६ साली मुंबई विद्यापीठातर्फेच झाला. कै. प्रा. अ. का. प्रियोळकर स्मृतिप्रीत्यर्थ 'संशोधक-पुरस्कार' देऊन नगरकरांचा उचित गौरव झाला, असेच म्हणायला हवे. त्या वेळी त्यांच्या मनाला झालेला संतोष, त्यांनी दूरध्वनीवरून माझ्याकडे व्यक्तही केला होता.

संपादनाच्या काय किंवा भाषांतराच्या कार्यात काय, नगरकरांनी कायम दुय्यम, सहकार्याची, सहसंपादनाचीच भूमिका निभावली. विशेषत: त्यांनी आणि पाठकशास्त्री यांनी *महाभारता*च्या ज्या खंडांचे (पर्वाचे) भाषांतर केले त्यात दोघांनीही नेमके कोणते भाषांतर केले हे नमूद करून ठेवले नाही. त्याच भाषांतरित प्रकल्पात इतर सहभाषांतरकारांनी अध्यायानुसार भाषांतराचे श्रेय नमूद केलेले असताना ही कार्यअद्वैताची दोघा भाषांतरकारांची भूमिका ठळकपणे लक्षात येते.

ही कार्यअद्वैताची भूमिका संपादनकार्यातही दिसून येते. डॉ. कानडे-नगरकर जोडी काय किंवा डॉ. काळे-नगरकर जोडीचे संपादनकार्य काय, ते कुठेही श्रेयाचा वाटा कळू देत नाहीत आणि हेच त्यांच्या मनाचे मोठेपण मानायला हवे. अपवाद एका संपादनाचा. *श्रीसमर्थ रामदास वाङ्मय शब्दार्थसंदर्भकोश* (दासबोध वगळून). या शब्दकोशातच रा. शं. नगरकरांचे नाव प्रथम आहे आणि डॉ. कानडे यांचे नंतर आले, पण कार्यअद्वैताची भूमिका मात्र तीच. तोच एकत्रित अभ्यास मांडण्याची धडपड. मराठी वाङ्मयात अपवादानेच आढळणारी ही कृती म्हणून लक्ष वेधून घेणारी ठरते.

लेखन-संपादन-भाषांतरित कार्य

आता आपण त्यांच्या लेखन-संपादनकार्याकडे वळूया. यामध्ये सोयीसाठी दोन भाग करावे लागतील. एक त्यांचे लेखन आणि त्यांच्या दीर्घ प्रस्तावना. यांच्यावरचा विचार, त्यातील त्यांची मांडणी इत्यादींचा आढावा घेणे. दोन, त्यांचे सहसंपादन, सहभाषांतर कार्य, त्यातील गुंतवणूक, केलेले श्रम, कष्ट इत्यादींचा आढावा.

स्वतंत्र लेखन

रा. शं. नगरकरांनी १९६५-६६ सालापासूनच स्वतंत्रपणे लेख लिहिण्यास प्रारंभ केलेला दिसतो. त्यांनी शंभरच्या वर शोधनिबंध लिहिल्याचा उल्लेख सापडत असला तरीही त्यांची पूर्ण सूची मात्र हाती नाही. परंतु शोध घेता घेता मला त्यांच्या १९६५-६६ सालापासूनच्या काही लेखांच्या नोंदी सापडत गेल्या. ज्या नोंदी सापडत गेल्या त्याची सूची तयार करण्याचा प्रयत्न मी केला. त्या सूचीत सुमारे ३०-३५ लेखांचीच मी नोंद करू शकलो. यांपैकी काही लेख त्यांच्या *संस्कृतीची प्रतीके गृहदेवता* या पुस्तकात प्रथम समाविष्ट झाले होते. त्यांच्या प्रथम स्मृतिदिनानिमित्त प्रकाशित झालेल्या *नाही चिरा नाही पणती* या लेखसंग्रहातही काही लेख समाविष्ट झालेले सापडतात. *गृहदेवता* या संग्रहातील सहा लेख जे त्यांनी १९७०-७१च्या काळात 'सह्याद्री' मासिकासाठी लिहिले होते, ते लेखही *नाही चिरा नाही पणती* या लेखसंग्रहात समाविष्ट झालेले आहेत. याचा अर्थ त्यांच्या या सहा लेखांसह इतर चौदा म्हणजे एकूण एकोणीस लेखांचा ऐवज अभ्यासकांना *नाही चिरा नाही पणती* या लेखसंग्रहाद्वारा उपलब्ध झाला आहे. मात्र याच्या व्यतिरिक्तही त्यांनी महत्त्वाच्या विषयांवर लेखन केले असले तरीही ते संग्रहाच्या रूपाने एकत्रित झालेले नाही. प्रथम त्यांच्या संग्रहातील लेखांचा विचार करू.

संस्कृतीची प्रतीके गृहदेवता या संग्रहात केरसुणी, चूल, सूप, जाते, चाळणी, उखळ-मुसळ अशा घरातील अत्यंत महत्त्वाचे स्थान असणाऱ्या वस्तूंचे सांस्कृतिक महत्त्व आणि त्यांचे प्राचीन वाङ्मयात सापडणारे दाखले, त्यापाठी असणाऱ्या कथा-दंतकथा, पौराणिक संदर्भ-दाखले देत नगरकरांनी हे लेख अत्यंत वाचनीय केले आहेत. आज या वस्तू शहरी आणि ग्रामीणही भागांतून काही ठिकाणी असणाऱ्या घरांतून नामशेष झाल्या असल्या तरी, एकेकाळी या प्रत्येक वस्तूच्या प्रती असणारा पूज्य भाव आणि दैनंदिन जीवनात त्यांना असणारे अनन्यत्व हे विशेष होते. तो सांस्कृतिक धागा लेखकाने बरोबर पकडलेला दिसून येतो. ९६ पानी पुस्तिकेला प्रा. डॉ. कल्याण काळे यांची विवेचक प्रस्तावना आहे. डॉ. काळे यांनी प्रस्तावनेत नगरकरांच्या या सर्व लेखांचे सांस्कृतिक-पौराणिक महत्त्व उत्तमरीत्या विशद केले आहे. पुस्तिकेमध्ये नगरकरांनी शेवटी संदर्भ ग्रंथांची यादी दिली आहे. ती अभ्यासकांना पूरक तर ठरतेच, परंतु त्यांच्या व्यासंगाची, अभ्यासाची दिशा व व्याप्ती त्यातून अधोरेखित होते. *नाही चिरा नाही पणती* या लेखसंग्रहात ही यादी समाविष्ट झालेली नाही.

नाही चिरा नाही पणती या लेखसंग्रहात वरील सहा लेखांसह आणखी चौदा लेख समाविष्ट झालेले आहेत. यामधील लेखांचे विषयसुद्धा इतकेच महत्त्वाचे आहेत. त्यात वैविध्य तर आहेच, पण ते विषय अलक्षित असेही आहेत.

कार्ल्याची एकवीरा देवी, अलक्ष्मी, शीतला, शिवाचा सखा असणारा वेताळ अशा देवीदेवतांवरचे प्राचीन दाखले देत, त्यांचा इतिहास-विकास सांगत लिहिलेले हे लेख खरोखरच वाचनीय झाले आहेतच, पण वाचकाला नव्याने प्राप्त होणारे ज्ञान आनंद देऊ शकते. याच पठडीतील 'नामदेवांचा कुलदेव' हा लेखही त्यांच्या अभ्यासाची साक्ष देणारा झाला आहे. सुतारकाम, सुवर्णाचा इतिहास, हस्तिदंत असे काही सांस्कृतिक-ऐतिहासिक विषयही त्यांनी लेखासाठी निवडलेले दिसतात. याव्यतिरिक्त या संग्रहातील तीन-चार लेख लक्ष वेधून घेणारे ठरलेत, ते त्या लेखाच्या विषयामुळे. पंडित ह्युएनत्संग यांच्यावरचा लेख आणि *नाही चिरा नाही पणती* हा औरंगजेबाचा भाऊ दारा याच्यावरचा लेख वाचले की नगरकरांच्या अभ्यासाच्या दिशांचे कौतुक वाटते. 'प्राचीन मराठीतील राजकारणी कवींची पारमार्थिकता' विशद करणारा लेखही असाच विविध उदाहरणांसह दाखले देणारा आहे. निरंजन माधव, भाऊसाहेबांचा राजकारणगुरू रामचंद्र सुखटणकर, रेणुकाभक्त परशुराम त्र्यंबक, महादजी, रामचंद्र भोजराव अशा प्रसिद्ध-अप्रसिद्ध कवींची आणि त्यांच्या काव्याची माहिती विशेष लक्षात राहते.

नगरकरांचे संग्रहाच्या रूपाने एकत्रित झालेले लेख इतकेच असावेत. याव्यतिरिक्तही त्यांचे अनेक लेख असंग्रहित अवस्थेत पडून आहेत.

२६ फेब्रुवारी १९७५ रोजी 'ज्ञानेश्वर' त्रैमासिकाचा वर्ष ७ अंक १ला प्रकाशित झाला. त्या अंकात नगरकरांचा 'शिवसखा वेताळ' हा लेख प्रकाशित झाला आहे. हा लेख *नाही चिरा नाही पणती* या लेखसंग्रहात समाविष्टही झाला आहे. मात्र या अंकाचे वैशिष्ट्य असे की, या अंकापासून नगरकर यांची 'ज्ञानेश्वर' त्रैमासिकाच्या 'सहसंपादक'पदी नेमणूक झाली. पुढे त्या

त्रैमासिकाच्या संपादकपदाची धुराही त्यांनी समर्थपणे पेलली असली तरीही नोव्हेंबर १९६८ साली 'ज्ञानेश्वर' त्रैमासिकाचा पहिला अंक प्रकाशित झाला त्या अंकापासून नगरकरांचा लेखक म्हणून या त्रैमासिकाशी ऋणानुबंध जुळून आला होता, पहिल्याच अंकात त्यांनी सिन्नरच्या 'श्रीगोदेश्वर मंदिरा'वर लेख लिहिला होता आणि पुढे 'भीमाशंकर', 'एकाशिवराम' (या श्रीसंत एकनाथमहाराजांच्या गुरूंवरचा लेख), 'रामदासांचा देवताविचार', 'सांझी : एक रांगोळी प्रकार' असे अनेक लेख लिहिले. त्यातही विषयाचे वैविध्य पाहून थक्क व्हायला होते.

'ज्ञानेश्वर' त्रैमासिकाबरोबरच त्यांनी 'एकता', 'सह्याद्री', 'नवभारत', 'भालचंद्र' अशा अंकांतूनही लेखन केलेले दिसते. विशेषत: 'एकता' आणि 'सह्याद्री'च्या अंकांचा शोध घ्यायला हवा. त्यातून त्यांचे इतरही प्रकाशित लेख सापडू शकतील.

'दत्त-दर्शन' (भालचंद्र, डिसें. १९६६), 'पूर्व भारताचा लोकदेव–धर्मठाकूर' (एकता का. श. १८८८), 'नवरात्र महोत्सवाची देवता-दुर्गा' (एकता, २० : ५), नंदीचा वेदकाळापासूनचा मागोवा घेणारा 'शिव-वाहन' हा लेख (सह्याद्री, सप्टेंबर १९६९) असे अनेक दाखले देता येतील. मात्र या यादीत त्रुटी अशी आहे की प्रत्यक्ष हे लेख बघितलेले नसल्याने त्यावर भाष्य करता येणे कठीण आहे. दुसरे असे की, ही यादी परिपूर्ण नाही. मात्र यावरून कोणा संशोधकास अभ्यासाची दिशा सापडू शकते.

ग्रंथलेखन

स्वतंत्रपणे नगरकरांनी ग्रंथलेखन फारसे केलेले नसले तरीही त्यांची तीन पुस्तके अत्यंत महत्त्वाची आहेत. पैकी दोन आहेत श्रीसंत तुकाराममहाराजांच्या साहित्याविषयी आणि दुसरे आहे ज्ञानेश्वरी-भागवत महापुराणाविषयी.

भागवत महापुराण आणि ज्ञानेश्वरी हा त्यांचा केवळ १२० पृष्ठांचा ग्रंथ अभ्यासाच्या दृष्टीने, विषयाच्या वेगळेपणामुळे आणि विवेचनातील तौलनिक दृष्टीमुळे केवळ अनोखा तर झाला आहेच, परंतु ज्या विषयाची प्रा. न. र. फाटक किंवा ल. रा. पांगारकर यांनी केवळ नोंद करून ठेवली होती, त्या भागवत महापुराणाच्या प्रभावाचा नेटाने शोध घेण्याचा प्रयास नगरकरांनी या ग्रंथात केला आहे.

ज्ञानेश्वरीवर तत्त्वज्ञानाच्या अंगाने असणारा विविध ग्रंथांचा, मतांचा, तत्त्वज्ञानाचा प्रभाव काही अभ्यासकांनी शोधण्याचा प्रयत्न केला आहे, त्यात या ग्रंथाने मौलिक भर पडली आहे. या ग्रंथाचे प्रस्तावनाकार प्रा. डॉ. मु. श्री. कानडे म्हणतात त्याप्रमाणे नगरकरांनी ''भागवतपुराणातील ४०३ दृष्टान्ताची पाहणी करून त्यातील ९२ दृष्टान्ताचा प्रभाव ज्ञानेश्वरीतील लेखनावर कसा पडला आहे ते दाखवून दिले आहे.'' दृष्टान्ताप्रमाणेच ज्ञानेश्वरीत आलेल्या कथा, विचारप्रभाव आणि विचारसाम्य आणि विशेषत: शैली या संदर्भातही नगरकरांनी घेतलेला शोध, दिलेले पौराणिक दाखले आणि दिलेली तौलनिक दृष्टी कमालीची थक्क करणारी आहे. यापाठीमागचा त्यांचा अभ्यास, व्यासंग आणि शोधाचा अर्थ विशद करण्याची

धडपड व शैली पाहून कोणीही अचंबित होईल. १९९३ साली प्रकाशित झालेले हे पुस्तक आज उपलब्ध नाही. त्याची दुसरी आवृत्ती प्रकाशित व्हायला हवी.

श्रीसंत तुकाराममहाराजांच्या साहित्याच्या अनुषंगाने लिहिलेली त्यांची दोन पुस्तके म्हणजे एक अलीकडेच प्रकाशित झालेले *श्रीसंत तुकारामांच्या गाथ्याचा अभ्यास* हे पुस्तक आणि दुसरे *श्रीसंत तुकारामांचा अभ्यास* हे पुस्तक. ही दोनही पुस्तके श्रीतुकारामांच्या साहित्याचा अभ्यास करणाऱ्या अभ्यासकांना उपयुक्त आहेत. गाथ्यांच्या अभ्यासात तर नगरकरांनी तुकारामांचे जे विविध दहा गाथे, विविध संपादकांनी संपादित केले, त्या गाथ्यांचा चिकित्सक पद्धतीने केलेला अभ्यास आहे. संपादकांची संपादकीय दृष्टी, त्यांचे गुण-दोष, संपादनकौशल्य, संपादनाची भूमिका, पाठभेदांचा केलेला विचार, दुबार अभंगांची घेतलेली वा न घेतलेली दखल, अभंगांची तुलना, दिलेली कोष्टके, चौकटी, आकडेवारी, अभंगांचे दिलेले दाखले, या सर्वच बाबी विस्ताराने देऊन, त्या त्या गाथेचा चिकित्सक अभ्यास नगरकरांनी या पुस्तकात एकत्रितपणे मांडला आहे.

या पार्श्वभूमीवर त्यांचे २००२ साली प्रकाशित झालेले १२८ पृष्ठांचे अगदी भिन्न आणि वेगळे आहे. हे वेगळेपण नगरकरांनी आपल्या प्रास्ताविकाच्या 'अभ्यास हेतू' या पहिल्याच मुद्द्यामध्ये नमूद केले आहे. ''संत तुकारामांचा अभ्यास याचा अर्थ तुकारामांनी केलेला पूर्वसूरींच्या ग्रंथांचा अभ्यास, हा अर्थ मला अभिप्रेत आहे.'' श्रीज्ञानेश्वर, श्रीएकनाथ, श्रीनामदेव आणि श्रीतुकाराम यांच्या साहित्याचा हा तौलनिक अभ्यास आहे. या ग्रंथात त्यांनी तीन विभाग पाडले असून पहिल्या विभागात ज्ञानदेव-तुकाराम यांच्या साहित्याचा तौलनिक विचार मांडला असून त्यात प्रामुख्याने संस्कृत ग्रंथांच्या अध्ययनाबाबत तुकाराममहाराजांच्या वरचा प्रभाव अतिशय साक्षेपाने परंतु विविध मतांची दखल घेत नोंदवला आहे. दुसऱ्या विभागात एकनाथ व तुकाराममहाराज यांच्या साहित्याचा तौलनिक अभ्यास मांडलेला आहे. यातील तुकाराममहाराजांचा नाथ साहित्याच्या अभ्यासाचा आढावा अनेक विद्वानांचे दाखले, मते, निरीक्षणे देऊन मांडला आहे. यातील नाथवाङ्मयाच्या संदर्भातले श्रीतुकाराम महाराजांचे अभंगनाथांचे अभंग व तुकारामांचे अभंग, नाथभागवत व तुकारामांचे अभंग, भावार्थरामायण व तुकारामांचे अभंग अशा विविध प्रकारची उदाहरणे देऊन केलेली चर्चा कदाचित पहिलीच असावी असे वाटते. तिसऱ्या विभागात नामदेव व तुकाराम यांच्या साहित्याची तुलना मांडलेली आहे. तुकोबारायांचा नामदेव वाङ्मयाचा अभ्यास बारा-तेरा मुद्द्यांना स्पर्श करीत उदाहरणांसह मांडला आहे. नगरकरांचे हे अतिशय वैशिष्ट्यपूर्ण पुस्तक मात्र दुर्लक्षितच राहिले.

ग्रंथसंपादने

सहसंपादनाच्या कार्यात नगरकरांनी भरीव कामगिरी केली आहे, त्या तुलनेत स्वतंत्रपणे केलेली ग्रंथाची संपादने कमी असली तरी त्यातलेही वैशिष्ट्य लक्षात राहावे इतके मोठे आहे.

मुनि-केशिराज-संकलित *दृष्टान्तपाठा*चे संपादन जर पाहिले तर त्याच्या संपादनकौशल्याचा दाखला आपल्याला सापडतो. दृष्टान्त देताना त्यांनी त्या दृष्टान्ताचा भावार्थ तर सांगितला

आहेच, परंतु त्याला त्यांनी स्पष्टीकरणात्मक टिपाही जोडल्या आहेत. या टिपा अनेकदा विस्तृत आहेत. पुस्तकाच्या शेवटी छोटेखानी शब्दकोशही त्यांनी जोडला आहे. याशिवाय या संपादनाचे वैशिष्ट्य असे की संपादक म्हणून त्यांनी ग्रंथाला जोडलेली विवेचक प्रस्तावना. *दृष्टान्तपाठा*शी निगडित सर्व बाजूंचा विचार नगरकरांनी प्रस्तावनेत केला आहे. महानुभाव पंथाचा हा *दृष्टान्तपाठ* हा एक श्रुतिग्रंथ कसा आहे हे नमूद करून त्याची रचना, त्याचे तात्त्विक स्वरूप, त्यातील गद्य व त्याचे सौंदर्य, यादवकालीन समाजाचे त्यात येणारे तपशील, त्यातील व्याकरण, शब्दछटा इत्यादी अनेक बाबींचा ऊहापोह तर केला आहेच. परंतु *दृष्टान्तपाठा*चा संकलनकर्ता केशिराजबास याच्याबद्दलही माहिती द्यायला ते विसरले नाहीत. *दृष्टान्तपाठा*ची संहिता समजून घ्यायला ही प्रस्तावना नक्कीच साहाय्यभूत ठरते.

त्यांनी संपादित केलेला दुसरा ग्रंथ म्हणजे *संत सुभाषित कोश* संत ज्ञानदेव, नामदेव, एकनाथ, रामदास आणि तुकाराम यांच्या वाङ्मयातील सुभाषितांचे हे संकलन आहे. असे संकलन तयार करताना त्यामागे संपादकांचा जो दीर्घकाळाचा संतवाङ्मयाचा अभ्यास आहे, त्यामुळेच हे संकलन सिद्ध होऊ शकले आहे. या संकलनातील सुभाषितांची निवड आणि संपादकांची निवडदृष्टी या दोन बाबी प्रकर्षाने लक्षात येतात. शिवाय या सर्व सुभाषितांची रचना विषयाप्रमाणे करण्यात आली आहे. उदाहरणार्थ, अतिथी, अभ्यास, आकाश, आरोग्य, नाणी, नातेसंबंध, पशु-पक्षी इत्यादी. विषयांचे हे गट ११६ आहेत. प्रत्येक गटात पंचसंतांची सुभाषिते क्रमाने दिली आहेत. त्यामुळे एकेका विषयगटाचा तौलनिक अभ्याससुद्धा एखाद्या अभ्यासकाला करता येणे शक्य आहे. ग्रंथाला शेवटी एक परिशिष्टही जोडले आहे. त्यात सांख्यकी तपशील देणारे एक कोष्टक दिले आहे. प्रत्येक संताची प्रत्येक गटातील एकूण सुभाषित संख्या दिली आहे. त्यातून कोणत्या संताने कोणत्या विषयगटाला अधिक प्राधान्य दिले आहे, याचा अंदाज येतो.

या कोशाचे दुसरे महत्त्व म्हणजे या कोशाला संपादकांनी लिहिलेली प्रस्तावना. 'सुभाषित' या विषयावरची इतकी विस्तृत माहिती देणारी, दाखले, उदाहरणे देणारी, सुभाषित संग्रहांचा विचार करणारी, संस्कृत सुभाषित संग्रहांचा इतिहास मांडणारी, मराठी साधनग्रंथांचे सुभाषितांच्या संदर्भात महत्त्व सांगणारी, सुभाषितांचे निकषही मांडणारी इत्यादी अनेकानेक अंगांनी सुभाषित या विषयाचा सर्वांगसुंदर विचार करणारी प्रस्तावना मराठीत तरी प्रथमच लिहिली गेली असावी.

२७ मार्च १९९० रोजी नगरकरांनी हे कार्य हाती घेतले आणि १६ मार्च २०१० रोजी सर्व काम पूर्ण केले. वीस वर्षे झटून हा कोश, ही प्रस्तावना तयार झाली आहे. ज्ञानदेवांपासून रामदासांपर्यंत एखादा विषय कसा मांडला गेलाय, याचे दर्शन घडवणारा ऐतिहासिक लेखाजोखाच नगरकरांनी अभ्यासकांना सादर केला आहे.

शब्दकोशांचे सहसंपादन

डॉ. मु. श्री. कानडे आणि रा. शं. नगरकर यांची जोडी संतवाङ्मयाचे शब्दकोश तयार करणारी जोडगोळी होती. विशेषत: डॉ. कानडे आणि स्वत: नगरकर नोकरीच्या व्यापातून

सुटल्यावर या कार्याला वेग आला आणि अगदी शिस्तबद्धपणे दोघांनी चार शब्दकोशांची निर्मिती केली.

एकनाथी भागवत शब्दार्थ-संदर्भ कोश, श्रीनामदेवगाथा शब्दार्थ-संदर्भ कोश, श्रीतुकाराम शब्दकोश आणि *श्रीसमर्थ रामदास वाङ्मय शब्दार्थ संदर्भ कोश* (दासबोध वगळून) असे चार कोश पाहिले, चाळले, कामानिमित्त वापरले की त्याचे महत्त्व कळून येते. हे शब्दांचे अर्थ देणारे शब्दकोश तर आहेतच, परंतु तो शब्द त्या त्या संतांच्या वाङ्मयात नेमका कुठे आलाय, याचा संदर्भ देणाराही हा कोश आहे. शब्द-पद-कोश असे त्यांचे स्वरूप आहे. ही केवढी मोठी सोय दोघा संपादकांनी करून ठेवली आहे.

या कोशांचे आणखी वैशिष्ट्य म्हणजे या कोशांना त्यांनी लिहिलेल्या वेधक प्रस्तावना. पाठनिश्चितीसह, संतांना अभिप्रेत असणाऱ्या अर्थापर्यंतचा प्रवास आणि त्यापर्यंत पोहोचण्याची दोघा संपादकांनी चालविलेली धडपड आपल्याला यातून दिसते.

मराठीत विशिष्ट विषयांचे शब्दकोश त्यामानाने फारच कमी आहेत. त्यातही ज्ञानदेवांना जितके स्थान लाभले, त्यामानाने इतर संतांकडे फारसे कोणी वळले नव्हते. ते कार्य या दोन संपादकांनी हाती घेतले आणि जवळपास २०-२५ वर्षांच्या अथक परिश्रमांतून त्यांनी अभ्यासकांना भांडार खुले करून दिले, हे मोठेच ऋण त्यांनी अभ्यासकांवर करून ठेवले आहे.

गाथांचे सहसंपादन

डॉ. कानडे आणि नगरकर यांनी दोघांनी मिळून दोन गाथांचे चिकित्सक संपादन केले. त्यापैकी एक आहे *श्रीज्ञानदेवांचा सार्थ चिकित्सक गाथा* आणि दुसरा आहे *श्रीनामदेवांचा सार्थ चिकित्सक गाथा.* हे दोन्ही गाथे अतिशय वेगळे आहेत. यात नेहमीप्रमाणे अभंग, त्यांचा अर्थ, पाठभेद, टिपा इत्यादी मजकूर तर संहितेसोबत आहेच, परंतु अभंगांची निवड हा या दोन्ही गाथांचा विशेष मानायला हवा.

स्वीकृत आणि अस्वीकृत अशी अभंगांची विभागणी करून संपादकांनी आपली भूमिका स्पष्टच समोर आणली आहे. संतसाहित्याच्या कळवळ्याच्या जातीपुढे अशी ठाम विभागणी ठेवण्यासाठी संशोधनावरची निष्ठा व श्रद्धाच ठाम असावी लागते. अर्थात जरी त्यांना काही अभंग अस्वीकृत जरी वाटले तरीही त्यांचा सोपस्कार त्यांनी स्वीकृत अभंगाप्रमाणेच यथासांग केला आहे.

त्यांची भूमिका, संशोधनापाठीमागची धडपड, हाती आलेले निष्कर्ष, तौलनिक दृष्टीमुळे दिसलेला व्यापक पट आणि अंतर्गत बंध, दुबार अभंगांची केलेली मोजदाद, व्याकरण, शब्दार्थ, पाठ यांचा त्यांनी दोन्ही गाथांच्या प्रस्तावनेत घेतलेला आढावा अफाटच म्हणायला हवा. दीर्घ प्रस्तावना असूनही कुठेही वावगा शब्द नाही, आग्रही मते नाहीत, संथ-संयतपणे केलेले विवेचन आणि संदर्भ-दाखले देत सिद्ध केलेला एकेक मुद्दा, अशी ही प्रस्तावना वाचणे म्हणजे संतकार्याचा आनंद सोहळाच. अभंगांची सूची, कठीण शब्दांचा कोश, संदर्भ ग्रंथांची यादी अशी विविध परिशिष्टे देऊन हे चिकित्सक गाथे 'चिकित्सक' या शब्दाला सार्थ ठरणारे गाथे आहेत.

मागे नोंदवल्याप्रमाणे ही प्रस्तावना, स्वीकृत-अस्वीकृत अभंगांची निवड, त्यांचा अर्थ, टिपा, पाठचिकित्सा इत्यादींबाबत दोन्ही संपादक कुणाचा भाग कोणता ते कळू देत नाहीत. दोघेही तोलामोलाचे संशोधक. मग ही श्रेय वाटाघाटी देण्याला काहीच अर्थ नाही. अभ्यासकांची सोय महत्त्वाची. ती अर्थातच झाली आहे.

अनुवादाचे कार्य

महाभारताचे अनुवाद मराठीत नव्याने करून घेऊन त्याचे खंड प्रकाशित करण्याची योजना, योजना प्रमुख अच्युत जयवंत प्रभू यांनी तयार केली आणि या संपूर्ण प्रकल्पाचे प्रमुख संपादकपद डॉ. रा. शं. वाळिंबे यांनी स्वीकारले. साहाय्यक म्हणून जे पाचसहा जण या प्रकल्पात समाविष्ट झाले, त्यात एक होते रा. शं. नगरकर.

या खंडातील आरण्यक पर्व (खंड २) यातील १ ते १५६ अध्याय पाठकशास्त्री व नगरकर यांनी अनुवादित केले. खंड ३ मधील अध्याय १५७ ते ३१५ ही या दोघांनीच अनुवादित केले. १९८२-८३ सालातील हे त्यांचे कार्य. पुढे १९८४ साली कर्णपर्व, शल्यपर्व, सौप्तिक पर्व, स्त्रीपर्व अशा ४ पर्वांचा अनुवादही (खंड ६) पाठकशास्त्री व नगरकर यांनी केला. १९८५ साली आश्वमेधिकपर्व, आश्रमवासिकपर्व, मौसलपर्व, महाप्रस्थानिकपर्व, स्वर्गारोहण पर्व याही पर्वांचा अनुवाद (खंड ९) या दोघांनीच केला. १९८५-८६ या वर्षात खंड १०, खिलपर्व पूर्वार्ध आणि खंड ११ खिलपर्व उत्तरार्ध अशा दोन खंडांचा अनुवादही या दोघांनी केला. म्हणजे १९८२ ते १९८६ पर्यंत नगरकर या महाकाय अनुवादकार्यात गुरफटून गेले होते. थक्क करणारा प्रकल्प आणि त्यांना मिळालेले संपादक व संपादकांचे अनुवाद करणारे सहकारी, योजना प्रमुख प्रभू या सर्वांचे हे कार्य महान तर आहेच, पण प्रत्येकाच्या कष्टाची कसोटी पाहणारे आहे.

नगरकरांची मला हाती लागलेली पुस्तके आणि लेख यांच्या आधारे हा धावता आढावा आहे. याच पुस्तकांवर सखोल चर्चात्मक लेखन खरेतर अपेक्षित आहे. ते वेळेअभावी शक्य झाले नाही. तसेच *रुक्मिणीहरण, भक्तविजय, नवनाथकथासार, यज्ञ आशय आणि आविष्कार* अशी त्यांची संपादित पुस्तके उपलब्ध न झाल्याने हे विवेचन अपुरे आहे, याची मला जाणीव आहे. तरीही शक्य तितका आढावा घेण्याचा प्रयत्न मी केला आहे.

कवित्वशोधाची अखंड तृष्णा

डॉ. म. सु. पाटील

(१९३१)

प्रतिभा कणेकर

डॉ. म. सु. पाटील हे १९८० नंतरच्या मराठी समीक्षाविश्वातील एक महत्त्वाचे नाव आहे. *दलित कविता* (१९८१), *अक्षरवाटा* (१९८२), *आदिबंधात्मक समीक्षा* (१९८९), *सदानंद रेगे यांचे काव्यविश्व* (१९८९), *बालकवींचे काव्यविश्व* (१९८९), *भारतीयांचा साहित्यविचार* (१९९०), *कवितेचा रूपशोध* (१९९९), *साहित्याचे सामाजिक व सांस्कृतिक अनुबंध* (२००१), *इंदिरा यांचे काव्यविश्व* (२००१), *ज्ञानेश्वरीचा तृष्णाबंध* (२००४), *तुकाराम : अंतर्बाह्य संघर्षाची अनुभवरूपे* (२००४), *ज्ञानेश्वरीचा काव्यबंध* (२००६) व *सर्जनप्रेरणा आणि कवित्वशोध* (२०१३) अशी त्यांची ग्रंथसंपदा आहे. गणेश देवी यांच्या *After amnesia* चा त्यांनी *स्मृतिभ्रंशानंतर* हा केलेला अनुवाद २००८ साली प्रसिद्ध झाला. त्यांनी केलेल्या समीक्षालेखनातून त्यांनी अभ्यासकाला साहित्याकडे पाहण्याची स्वतंत्र दृष्टी दिली आहे व समीक्षेच्या अनुषंगाने मराठीला व एकूणच समीक्षाविश्वाला तृष्णाविचारासारखा नवा साहित्यसिद्धान्त दिला आहे.

म. सु. पाटील यांचे समीक्षालेखन सुरू झाले त्या काळात मर्ढेकरांच्या लयतत्त्वाच्या विचारातून वाङ्मयकृतीच्या घाटाचा, रूपाचा विचार शिस्तबद्धपणे मराठीत रुजला होता. किंबहुना १९७० पर्यंत साहित्यकृतीच्या रूपाचा विचार मराठी समीक्षेत अधिक प्रमाणावर होत होता. १९७०च्या दशकात शिक्षणाची संधी लाभलेली ग्रामीण व दलितवर्गातील नवी पिढी सजग होऊ लागली व तोपर्यंतच्या मराठी साहित्यविश्वाला अपरिचित असलेले त्यांचे जीवनानुभव प्रस्थापित मूल्यव्यवस्थेपुढे प्रश्नचिन्हे उभे करू लागले. त्यांच्या साहित्याची समीक्षा करताना रूपविचारापेक्षा मर्ढेकरपूर्वकाळात लालजी पेंडसे, पु. य. देशपांडे यांनी जीवनवादी भूमिकेतून जी मूल्ये मांडली होती त्यांना पूरक अशी अनेक मूल्ये पुढे आली. १९७४ साली प्रा. रा. भा. पाटणकर यांनी ज्याला 'लौकिकतावादी' विचार म्हटले, त्या लौकिकतावादाकडे मराठी समीक्षा झुकू लागली.

१९६१ साली म. सु. पाटील यांनी महाविद्यालयात अध्यापनाला सुरुवात केली. भारतीय साहित्यविचाराबरोबर पाश्चिमात्य साहित्यविचारही ते बारकाईने जाणून घेत होते. मध्ययुगीन व आधुनिक मराठी साहित्य आणि समकालीन साहित्य याविषयी त्यांचे वाचन व चिंतन चालू होते. अध्यापनात येणाऱ्या साहित्यकृतींचे विश्लेषण व मूल्यांकन करण्याच्या गरजेतून ते समीक्षालेखनाकडे वळले. म. सु. पाटील यांच्या एकूण लेखनाचे समीक्षा, त्यातून व्यक्त

होणारी समीक्षादृष्टी व साहित्यविचार असे तीन भाग पाडता येतात. कथनात्मक साहित्य, नाटक व आत्मचरित्र या गद्य साहित्यप्रकारांची त्यांनी समीक्षा केलेली असली तरी सर्वाधिक समीक्षा काव्यप्रकाराची केली आहे.

अनिल डांगे यांची 'गारदी', 'दिवाकर कृष्ण यांची कथा', विलास सारंगांची 'गर्भवती' तसेच जी. ए. कुलकर्णींची 'प्रवासी' या कथांवर त्यांनी प्रारंभीच्या काळात लिहिले आहे. *अक्षरवाटा* मध्ये *बनगरवाडी, कोसला, धग* व *रेणू* या कादंबऱ्यांवरील त्यांचे समीक्षालेख संग्रहित झाले आहेत. *बनगरवाडी* वरील त्यांच्या लेखातून त्यांनी मराठीत प्रथमच कथनमीमांसेच्या आधारे 'निवेदक व निवेदनपद्धती' हे कादंबरीच्या रूपाचे महत्त्वाचे घटक असल्याचे लक्षात आणून दिले. *बनगरवाडी* अपेक्षित कलात्मक उंची गाठू शकत नाही; असा अभिप्राय व्यक्त करताना त्याचे कारण येथील पोरसवदा मास्तर हा निवेदक असण्यात आहे. तो जेवढे पाहील व त्याला जेवढे भावेल तेवढेच जीवनदर्शन येथे येऊ शकते व अनुभवाचा कसदारपणा, त्याची अनुरूप अभिव्यक्ती यावर कलात्मक उंची अवलंबून असते; हे ते स्पष्ट करतात. *कोसला* ची कलात्मकता सांगवीकरसारखे अतिशय संवेदनशील व अनुभवासाठी आसुसलेले पात्र निर्माण करुन नेमाड्यांनी स्वीकारलेल्या प्रथमपुरुषी निवेदनपद्धतीत असल्याचे निरीक्षण ते नोंदवितात. राजेंद्र मलोसे यांची *स्वप्नपंख* तसेच माधव कोंडविलकर यांची *डाळं* या कादंबऱ्यांच्या निवेदनपद्धतीच्या मर्यादा त्यांनी दाखवल्या आहेत. १९९९ साली प्रसिद्ध झालेल्या पाठाऱ्यांच्या *नामुष्कीचे स्वगत* ची निवेदकाच्या औपरोधिक संज्ञेतून निर्माण झालेली पात्रे सामाजिक व राजकीय घडामोडींवरील भाष्य कसे करतात; काळाची सरमिसळ, तुकडेजोड, केंद्रविचलन करीत अनुभवाचे स्वरूप कसे व्यक्त करतात याचे स्पष्टीकरण म. सु. करतात.

म. सुं.ची समीक्षादृष्टी रूढार्थाने आशयवादी नाही परंतु *शीतयुद्ध सदानंद* (श्याम मनोहर) या कादंबरीचे सामर्थ्य तिने मध्यमवर्गीय जीवनावरील पोचटपणावर विदारक भाष्य करण्यात आहे किंवा रंगनाथ पाठारे यांच्या *टोकदार सावलीचे वर्तमान* मधील प्रा. भांगरे यांनी अखेरीस घेतलेल्या निर्णयामुळे त्याला नायकत्व लाभते, कारण प्रा. भांगरे रूढ व्यवस्थेच्या दडपणातून मुक्त होतात आणि व्यवस्थेकडे व मानवी वर्तनाकडे ते नव्या दृष्टीने पाहू लागतात. हे अवस्थांतर मानसिक आहे व मूल्यनिष्ठ आहे; ही त्यांची भाष्ये त्यांना कादंबरीतून रूपित होणाऱ्या आशयातील मूल्यात्मकता महत्त्वाची वाटते हे सुचविणारी आहेत. गंगाधर गाडगीळ यांची १९५५ साली प्रसिद्ध झालेली *लीलीचे फूल* ही कादंबरी १९९०च्या दशकातही अर्थांकनाची मागणी करीत होती. या कादंबरीचा विचार त्यांनी प्रकारलक्ष्यी, आदिबंधात्मक, संरचनात्मक आणि तृष्णामूलकतेच्या सिद्धान्ताच्या समीक्षादृष्टीने केला आहे. गाडगीळांच्या *ज्योत्स्ना आणि ज्योती* या नाटकाशी *लीलीचे फूल* चा असलेला अनुबंध उलगडून दाखवून एखाद्या लेखकाच्या साहित्यकृतींचे आकलन परस्पर आंतरसांहितिक संबंधात करणारे एक नमुनारूप त्यांनी प्रस्तुत केले. त्यांनी समीक्षेसाठी ज्या कादंबऱ्यांची निवड केली त्या विषय व रूपबंधाबाबत भिन्न भिन्न प्रकृतीच्या असल्या तरी समकालीन वास्तव जीवनाचा आशय वेगवेगळ्या अंगांनी आकळू पाहणाऱ्या आहेत.

म. सु. पाटील यांचे नाट्यसमीक्षाविषयक लेखन म्हणजे *जुलुस, नटसम्राट* व *ज्योत्स्ना व ज्योती*वरील लेख इतकेच आहे. बादल सरकारांच्या *जुलुस*ची समीक्षा त्यांनी नाट्यप्रयोगाच्या आधारे व भरतमुनींच्या अलंकार कल्पनेच्या अंगाने करावी यातच तिचे वेगळेपण आहे. नाटकाची संहिता म्हणजे काव्यालंकार, त्यातून त्याला नेपथ्यालंकार, सत्त्वालंकार, पाठ्यालंकार व वर्णालंकार यांची जोड मिळत *जुलुस*चा प्रयोगालंकार कसा सिद्ध होत गेला आहे याचा मागोवा घेत *जुलुस* हे नाटक दिग्दर्शकाचे अधिक असल्याचे ते सुचवितात. 'नाटक म्हणजे अभिनेय काव्य' या सूत्राच्या अंगाने नाट्यप्रयोगाची चिकित्सा करून त्यांनी नाट्यसमीक्षेची चौकट सैल केली; परंतु या एकाच प्रयोगावर ते थांबले. तात्यासाहेब शिरवाडकरांचे *नटसम्राट* हे नाटक प्रायोगिकदृष्ट्या अत्यंत यशस्वी ठरले मात्र *नटसम्राट*मधील शोकात्मिका नटाची की वृद्धाची? असा प्रश्न नाटकासंदर्भात पहिल्या प्रयोगापासून चर्चिला जात होता. ह्याच प्रश्नावरील चिंतनातून काळाच्या अंतराने त्यांनी दोन लेख लिहिले आहेत. *नटसम्राट*मधील शोकात्मिका कोणत्याही वृद्धाची नसून मानी वृद्धाची असल्याच्या प्रतिपादनाने सुरुवात करून म. सुं.नी माणसाच्या अस्तित्वप्रत्ययाच्या प्रश्नाशी हे नाटक भिडत असल्याचे स्पष्ट केले. *नटसम्राट*ची लोकप्रियता एकीकडे वाढत होती व दुसरीकडे काही समीक्षक नाटकाच्या भरजरी भाषेवर टीका करीत होते, काहीजण शेक्सपियरच्या 'किंग लियर'शी त्याची तुलना करून या नाटकाला खुजे ठरवत होते. १९८५ मधील लेखात म. सुं.चा या मतांचे खंडन करण्याचा हेतू असावा असे वाटते. 'ज्या वेळी सम्राटाऐवजी शिरवाडकरांनी नटसम्राटाची कल्पना केली त्या वेळीच सर्व परिमाणे बदलत गेली.' नाटकाची भरजरी भाषा ही नाट्यानुभवाशी संवादी आहे व ज्या वेळी नायकाला बाह्यविश्वाचा पोकळपणा घुसमटवून टाकतो त्या वेळीच त्याच्या आस्थाविषयांबाबतच्या भावभावनांचा आविष्कार भरजरी भाषेत होतो; *नटसम्राट*मधून दाखविलेली बेलवलकरांची व्याकूळता ही युगसंबद्ध भान व्यक्त करणारी व मनुष्यजातीच्या अस्तित्वाचाच प्रश्न भयचकित रूपात उभी करणारी आहे असे त्यांचे एकूण प्रतिपादन आहे.

आत्मचरित्र या साहित्यप्रकारावर अवघा एक लेख म. सुं.नी लिहिला, तो सुनीता देशपांडे यांच्या *आहे मनोहर तरी*वरील आहे. आदिबंधात्मक मर्मदृष्टी साहित्यकृतीत रूपित झालेल्या आशयाचे अर्थनिर्णयन व विश्लेषण कसे करू शकते तसेच तिच्यातील रूपित सौंदर्याचे स्वरूप कसे स्पष्ट करू शकते; हे या लेखातून त्यांनी अभ्यासकांच्या निदर्शनास आणून दिले. आदिबंधात्मक समीक्षादृष्टीला त्यांनी आंतरसांहितिकतेच्या विचाराची जोड दिली व आत्मपर संहितांमधून गर्भित लेखकाला आंतरसंहितेचे म्हणजेच जीवनाशयाचे अर्थनिर्णयन, विश्लेषण व मूल्यमापन करता येणे हे त्या लेखनाच्या मूल्यनिर्धारणाचे तत्त्व असल्याचे त्यांनी सूचित केले; आत्मपर लेखनाच्या विश्लेषणासाठी त्यांनी एक नवी दृष्टी उपलब्ध करून दिली.

म. सु. पाटील यांनी गद्य साहित्यप्रकारांची जेवढी समीक्षा केली त्याहून कितीतरी अधिक समीक्षा काव्याची केली. काव्यसमीक्षेच्या प्रारंभीच्या काळात म. सु. पाटील कविता या साहित्यप्रकाराची व्याख्या करण्याच्या प्रयत्नात आहेत असे दिसते. 'शब्दांमध्ये आकारित

झालेल्या संवेदना-भावना म्हणजे कविता'. 'भावलयीचे शब्दरूप म्हणजे कविता', 'कविता ही एक आंतरिक घटना असते, भाववृत्ती हाच तिचा आशय असतो' या त्यांनी केलेल्या कवितेच्या व्याख्या पाहिल्या की, ते कवीच्या संवेदना, भावना, भावलय, भाववृत्ती यांना कवितेचा आशय मानतात व हा आशय शब्दरूपातून प्रकट होतो तेव्हा त्यास कविता म्हणतात; असे दिसते. ('कवितेचे शब्दरूप', *अक्षरवाटा*, अनमोल, पुणे, १९८२).

*अक्षरवाटा*त त्यांचे सुर्व्यांची कविता व महानोरांची कविता यावरील लेख आहेत. कुठल्याही पूर्वरचित निकषांच्या मापदंडाने ते या भिन्नप्रकृती कवींच्या काव्याचे मूल्यमापन करीत नाहीत. दोघा कवींच्या कवितारूपांचा शोध घेत ते त्या त्या कवीच्या काव्याचे शास्त्र मांडतात. सुर्व्यांच्या कवितेच्या मुळाशी 'नाही रे' वर्ग व त्या वर्गाच्या जगाला अवकळा आणणारा 'आहे रे' वर्ग यांच्यातील व्यामिश्र ताण आहेत असे ते प्रतिपादन करतात. महानोरांच्या कवितेचे वैशिष्ट्य कवितेची भावलय व तिचे शब्दरूप यात सायुज्यता असण्यात आहे, असे ते सोदाहरण स्पष्ट करतात. 'काव्यलेखनातील मन:पूर्वकता' हा महानोरांच्या संदर्भात त्यांनी मांडलेला एक महत्त्वाचा काव्यनिकष आहे.

१९६७च्या सुमारास दलित साहित्याच्या चळवळीने मराठी वाचक-समीक्षकांचे लक्ष वेधून घेतले. त्या काळात दलित कवितेचा वेग अनावर होता. सत्तरच्या दशकाखेरी मराठवाडा विद्यापीठ नामांतराची चळवळ तीव्र होत होती व दलित साहित्य हे दलित चळवळीचे साधन मानण्याकडे दलित साहित्यिकांचा कल होता. अनेक मान्यवर समीक्षकांनी या कवितेचे स्वागत केले. दलित साहित्याच्या मूल्यांकनाला मार्क्सवादी समीक्षेचे निकष दलित साहित्यिकांना व समीक्षकांना पुरे वाटेनासे झाले. दलित सौंदर्यशास्त्राची मागणी याच काळात पुढे आली. या काहीशा आग्रही भूमिकांमुळे दलित साहित्याचे साहित्यपण न्याहाळण्याची प्रक्रियाच रुद्ध होते की काय असे भय निर्माण झाले. म. सु. पाटील यांनी अतिशय स्वतंत्र दृष्टी स्वीकारून स्वागतशील मनाने परंतु सावधपणे नामदेव ढसाळ, केशव मेश्राम, यशवंत मनोहर, दया पवार, त्र्यंबक सपकाळे, प्रल्हाद चेंदवणकर, ज. वि. पवार, अर्जुन डांगळे, वामन निंबाळकर, भीमसेन देठे या पहिल्या पिढीतील दलित कवींच्या कवितेचे विश्लेषण केले. विश्लेषणापूर्वी त्यांनी दलित संवेदनशीलतेचे स्वरूप तपासले. कारण कुठल्याही कलाकृतीला तिच्या पर्यावरणापासून वेगळे काढता येत नाही, अशी त्यांची भूमिका आहे. एकूणच मानवी संवेदनशीलतेच्या विकासक्रमाशी त्यांनी दलित संवेदनशीलतेच्या जागृतीची तुलना केली. एरवी मानवी संवेदनशीलतेचा विकास संस्कृतीच्या विकासासमवेत होत असतो. आपल्या या जगण्या-वाढण्याच्या काळात आत्मशोध व विश्वशोध यांचा प्रत्यय घेणाऱ्या मानवी जाणिवा नव्या असतात. दलित संवेदनशीलतेचा विकासक्रम असा नाही. डॉ. आंबेडकरांनी दलित संवेदनशीलतेला जाग आणली. त्यांनी बौद्धिक पातळीवरून भोवतालच्या संबंधित्वाचा अनुभव घ्यायला आपल्या समाजाला शिकवले. नंतर संवेदनशील व्यक्ती बुद्ध-मार्क्स-ज्योतिबा यांच्या विचारांचा मागोवा घेऊ लागल्या. म्हणजे दलित कवींच्या संवेदनशीलतेचा ऐतिहासिक विकासक्रम उलटा आहे. ते नवीन संबंधित्वे प्रस्थापित करण्याऐवजी विचारवंतांनी प्रस्थापित केलेली

संबंधित्वे विशद करून ती लोकांपर्यंत पोहोचवण्यात धन्यता मानतात. दलित कविता जरी दलित चळवळीची एक सामाजिक, राजकीय कृती म्हणून जन्माला आलेली असली तरी त्यांच्या कवितेचे मूल्यांकन करताना हे कवी सामाजिक चिन्हव्यवस्थेचे वाङ्मयीन चिन्हव्यवस्थेत कसे रूपांतर करतात याचा शोध घेणे म. सुं.ना गरजेचे वाटले.

उपरोल्लिखित कवींच्या कवितेचे सामग्र्याने आकलन करून म. सु. त्या त्या कवीच्या कवितेची समीक्षा करतात तेव्हा संहिताबाह्य निकषांनी कवितेचे मूल्यांकन करण्याचे ते नि:संदिग्धपणाने नाकारतात. मराठी समीक्षा जीवनवादाकडे कललली होती. अशा काळात साहित्याविषयी बोलणे म्हणजे विशिष्ट आशयाला सौंदर्यरूप कसे प्राप्त झाले आहे याचा शोध घेणे; ही धारणा म. सुं.नी पक्की ठेवली. कवीचे चरित्र व कविता यांची सरमिसळ होऊ न देता, 'कवीची प्रतीतीनिष्ठा' हा कवितापणाचा एक महत्त्वाचा निकष म्हणून त्यांनी प्रस्थापित केला. कवितेचे उद्दिष्ट किंवा तिचा परिणाम म्हणजे कविता नव्हे, अशी ठाम भूमिका त्यांनी घेतली.

आदिबंध ही संकल्पना व आदिबंधात्मक समीक्षादृष्टी दोन्ही मराठी साहित्याच्या अभ्यासकाला पूर्वपरिचित नसण्याच्या काळात 'आदिबंध : संकल्पना व स्वरूप' व 'आदिबंधात्मक साहित्यनिर्मिती व समीक्षा' असे दोन लेख लिहून आदिबंधाचा सिद्धान्त मराठी परिभाषेत रुजवण्याचे व त्याचे संगोपन करण्याचे महत्त्वाचे कार्य त्यांनी केले. आदिबंधात्मक समीक्षेचे उपयोजन करून त्यांनी ज्ञानदेव-तुकाराम या कविमनांचा शोध घेतला. केशवसुत-बालकवी, दलित कवी, मर्ढेकर व त्यांच्या परंपरेतील कवी, इंदिरा संत, शंकर रामाणी अशा मराठीतील भिन्न भिन्न काळातील, भिन्न भिन्न प्रकृतीच्या कवींच्या काव्याची समीक्षा केली व विविध काव्यप्रवाहांचे आदिबंधात्मक दृष्टीने व्यवस्थापन केले. म. सुं.ना ही समीक्षापद्धती रुचली याचे महत्त्वाचे कारण ती संहिताकेंद्री असण्यात असावे. ती एकाच वेळी आशयलक्ष्यी व रूपलक्ष्यी आहे. कविमनातील अमूर्त, आदिबंधात्मक आशय कोणती प्रतिमारूपे धारण करून रसिकमनाशी कसा संवाद साधतो; याचा अभ्यास या समीक्षापद्धतीमुळे शक्य होतो.

मर्ढेकरी परंपरेतील रसिकाला दुर्बोध वाटत आलेल्या मर्ढेकर, सदानंद रेगे, दिलीप चित्रे, अरुण कोलटकर व वसंत आबाजी डहाके या कवींच्या काव्यातील आशयसूत्रांचा म. सुं.नी शोध घेतला. त्यांच्या काव्याचा आशय विदूषकाच्या आदिबंधातून कसा रूपित झाला आहे ते स्पष्ट केले. आपल्या भोवतालचे विश्व आपल्याला अस्तित्वप्रत्यय देणारे नाही, तरी ते टाळता येणारेदेखील नाही; असे जाणवले की कवी विदूषकाचे रूप धारण करून त्या विश्वाला सामोरा जातो. वर उल्लेख केलेल्या प्रत्येक कवीमधील विदूषकाचे रूप वेगळे दिसते. कारण प्रत्येक कवीचे 'स्वात्मरूप' भिन्न भिन्न असते, हे सूत्र मनाशी निश्चित करून त्यांनी वर उल्लेखिलेल्या प्रत्येक कवीच्या काव्यातील विदूषकाचे रूप कसे वेगवेगळे दिसते, ते दाखवले आहे. मर्ढेकरांचे कविमन अनिमापासून तुटल्यामुळे संज्ञाशीलता गमावून बसलेले आहे. उर्ध्वगामी प्रवासाची वा सर्जनाची शक्यता त्याला दिसत नाही तेव्हा त्यांच्या कवितेत अधोलोकाशी संलग्न प्रतिमा येत राहतात. सदानंद रेगे यांच्या कवितेच्या अतिवास्तववादी

आविष्कार पद्धतीच्या मागे कविमनाचे स्वेतर विश्वापासून अधिकाधिक तुटत जाणे आहे. हा विसंवाद पराकोटीला गेल्याने ते असंबद्धतेची गाणी गात राहिले. नंतरच्या काळात त्यांनी रेग्यांवर स्वतंत्र पुस्तक लिहिले व अधिक निरीक्षणे मांडली. रेगे यांचे कविमन प्रकाशसन्मुख आहे परंतु ते प्रकाश-अंधार, जाणीव-नेणीव, आत्मरूपाकडील ओढ व सहज प्रवृत्तींचा जोर अशा द्वंद्वात सापडले आहे. या कविमनाच्या सहज प्रवृत्ती प्राणीपातळीकडे खेचल्या जातात तेव्हा त्यातून सुटण्यासाठी ते बौद्धिकतेकडे झुकते; उपरोधाचा हत्यारासारखा वापर करते व स्वत:ला विदूषकाच्या स्वाधीन करते. ही कविता युगजाणिवेच्या संदर्भात आपल्या अस्तित्वाचा अर्थ शोधू पाहते. प्रतिनायकाच्या मुशीत स्वत:ला संघटित करण्याचा प्रयत्न त्यांना अरुण कोलटकरांच्या कवितेत दिसतो. दिलीप चित्रे हे कवितेला स्वात्मसाधना मानतात. परंतु स्वेतर विश्वाशी संबंध जोडण्यास कविमन अनुरूप राहिले नाही असा त्याला प्रत्यय येऊ लागतो तेव्हा आपले अस्तित्व खंडित होत असल्याच्या जाणिवेतून त्यांच्या कवितेत विदूषक अवतरतो. वसंत आबाजी डहाके यांच्या कवितेत, स्वत्वाच्या शोधात येणाऱ्या अपयशामुळे सूत्रविहीनता, निरर्थकता, तुटलेपणा, वांझपणा, रोगटपणा यांच्याशी निगडित जाणिवा सातत्याने अवतरतात. एकाच युगात लिहिणाऱ्या या कवींच्या काव्यात वीरनायकाची जागा प्रतिनायकाने वा विदूषकाने घ्यावी हे या युगावरील काव्यात्म भाष्य असल्याचे त्यांचे निरीक्षण म्हणजे युगजाणीव व व्यक्तिजाणीव यांतील अव्यक्त पातळीवरील नात्याचा त्यांनी अपूर्व पद्धतीने घेतलेला शोध आहे.

'मराठी कवितेची वळणे आणि केशवसुतांनी केलेल्या काव्यक्रांतीचे स्वरूप' ह्या लेखातून म. सु. पाटील यांनी केशवसुतांच्या कवितेतील क्रांतिकारत्वाचा शोध घेताना आदिबंधात्मक समीक्षादृष्टीत मर्ढेकरांच्या 'भावनानिष्ठ समतानतेच्या सिद्धान्ता'ची भर घातली. केशवसुतांच्या कवितेतील प्रतिमासृष्टीच्या स्रोतांचा ते मागोवा घेत गेले. केशवसुतांपूर्वी मराठीत असे क्रांतिकारत्व केव्हा प्रकटले होते व या क्रांतिकारत्वाच्या कोणत्या खुणा त्या काळातील क्रांतिकारक मानल्या गेलेल्या कवींच्या काव्यातून प्रकटल्या होत्या हे न्याहाळण्यासाठी त्यांनी प्रदीर्घ अशा मराठी काव्यपरंपरेतील वळणांचा मागोवा आधी घेतला. युगांतर घडविणारे क्रांतिकारक कवी हे आत्मसाधक असतात; निर्मिती ही त्यांची अध्यात्मनिष्ठा असते. असे कवी संकरदृष्टीचे असतात; हा एक महत्त्वाचा मुद्दा त्यांनी या निमित्ताने मांडला. ते ढोबळपणे जीवनवादी किंवा कलावादी भूमिका घेत नाहीत परंतु या दोन्ही दृष्टी काव्यनिर्मितीत किती अपरिहार्यपणे एकात्म होत असतात; हे समीक्षेमधून प्रत्ययाला आणून देतात. केशवसुतांपूर्वी ज्ञानदेवांनी साहित्यपरंपरेत युगांतर घडविले; त्यांची संकरदृष्टी अभिजातवादी-रोमँटिक आहे; त्यांच्यानंतर क्रांतिकारक ठरलेल्या तुकारामांत रोमँटिक-वास्तववादी या दृष्टींचा संकर आहे तशीच केशवसुतांची संकरदृष्टी वास्तववादी व रोमँटिक असल्याचे व पुढे मर्ढेकरांत वास्तववाद-अस्तित्ववाद यांचा संकर असल्याचे त्यांनी या कवींच्या कवितेतून स्पष्ट केले. केशवसुतांच्या काव्यात्म अनुभवाची मूस संज्ञेच्या आदिबंधाची व वीरनायकाची असल्याने त्यांना स्वत:तील निर्मितिशक्तीत स्वत्व गवसले व तिच्या साहाय्याने त्यांनी रूढ काव्यसंकेतांना आव्हान देत सर्जनासाठीच

मूर्तिभंजन केले. केशवसुतांच्या 'तुतारी', 'नवा शिपाई', 'स्फूर्ती', 'झपूर्झा', 'गोफण', 'सतारीचे बोल', 'हरपले श्रेय', 'मूर्तिभंजन' अशा अनेक कवितांमधील त्यांची प्रतिमासृष्टी कशी नवार्थदर्शी आहे; ते म. सु. प्रतिमांचे विश्लेषण करीत दाखवून देतात.

म. सुं. पूर्वी बालकवींच्या कवितेची विपुल समीक्षा झालेली होती. जेव्हा एखाद्या कवीवर सुटेसुटेपणाने विपुल प्रमाणावर लिहिले जाते तेव्हा एका परीने त्या कवीच्या काव्याकडे बघण्याची अभ्यासकाची दृष्टी नियत होण्याचा संभव असतो. म. सुं.नी बालकवींवरील पूर्वसमीक्षा अभ्यासली असली तरी पूर्णपणे स्वतंत्र, आदिबंधात्मक दृष्टीने त्यांनी बालकवींच्या काव्यविश्वात प्रवेश केला व ते बालकवींच्या कवितेतील अनुभवरूपांचा शोध घेत गेले. 'बालकवींचे काव्यविश्व बालस्वरूप संज्ञेने नियत झालेले आहे, जेव्हा स्वेतर विश्व हे सुंदर, रोमँटिक नाही असे कवीच्या लक्षात येते तेव्हा तो गर्भकोशासदृश विश्व उभे करतो. त्या विश्वातील स्त्रीवृत्ती ह्या माता, सखी, कुमारिका, नवोढा या रूपात असतात. स्त्रीच्या संपर्कात हे कविमन मूल या रूपात विश्रब्धता अनुभवते. बाल्य व तारुण्य यांच्या सीमेवरील द्वैताची झोंबी अनुभवणारी कवीची संज्ञा यौवनवृत्ती धारण करू शकत नाही; त्यामुळेच त्याच्या 'मोहिनी', 'चाफेकळी'सारख्या कविता अपुऱ्या राहिल्या असाव्यात, असे मार्मिक निरीक्षण त्यांनी मांडले आहे.

इंदिरा संत या कवयित्री १९३४ पासून २००० पर्यंत काव्यनिर्मिती करीत होत्या. १९६०च्या दशकात गंगाधर गाडगीळ, माधव आचवल यांनी त्यांच्या कवितेची आस्वादक पद्धतीने समीक्षा केली होती. त्यानंतरच्या काळात समीक्षेत नव्या ज्ञानदृष्टी आल्या, परंतु इंदिरा यांच्या कवितेची फारशी दखल घेतली गेली नाही. म. सु. पाटील यांनी अतिशय व्यक्तिकेंद्री अनुभवविश्व असलेल्या या कवयित्रीच्या संपूर्ण काव्यविश्वाची आदिबंधात्मक दृष्टीने चिकित्सा केली. स्वत:च्या आंतरिक विश्वाशी संबंध जोडण्यातूनच तिची कविता जन्माला येते; परंतु या आंतरिक विश्वात ती अगदी खोल उतरत जाते व ज्या ठिकाणी मानवाच्या सहज प्रवृत्ती नांदत असतात त्या गाभ्यालाच ती स्पर्श करते. त्यांच्याशी निगडित अनुभव व्यक्त करताना व्यक्तिगततेच्या मर्यादा ओलांडून तिची कविता मानवसामान्य होते. त्यांच्या कवितेत वारंवार येणाऱ्या 'तू'चे रूप हे तिच्यातील 'अनिमस'चे म्हणजे तिचेच स्वात्मरूप आहे आणि ते संपूर्ण काव्यप्रवासात उत्क्रमणशील होत गेले आहे, हे त्यांनी स्पष्ट केले आहे. रोमँटिक-अभिजातवादी प्रवृत्तींचा संयोग असलेल्या या कविमनाला स्वेतर विश्वाशी फारसा संबंध जोडता येत नाही आणि तशा प्रयत्नात तिची कविता काव्यात्मता हरवून बसते; अशी इंदिराबाईंच्या कवितेची मर्यादाही ते अधोरेखित करतात. मराठी काव्यपरंपरेत इंदिरा संत या कवयित्रीच्या कवितेचे स्थाननिर्धारण करण्याचे महत्त्वाचे कार्य या समीक्षेने केले.

दुर्लक्षित राहिलेला आणखी एक सौंदर्यलक्ष्यी कवी म्हणजे शंकर रामाणी. आत्मकेंद्री वाटणाऱ्या या कवितेचा भावाशय जाणून घेत रामाणींच्या कवितेतील अनेक सौंदर्यस्थळे म. सुं.नी उलगडून दाखविली. या कवीच्या भावाशयाचे ज्ञानदेव, नामदेव, तुकाराम यांच्या संहितांशी असलेले नाते म. सु. अधोरेखित करतात. आदिबंधात्मक ज्ञानदृष्टीतून ते रामाणींच्या

कवितेतील प्रतिमासृष्टीचा वेध घेतात. कवितेतील प्रतिमावाचक शब्दांतील अर्थच्छटांचे अनेक पैलू, काही प्रतिमांच्या विविक्षित घटकांच्या आवृत्तीतून आविष्कृत होणारे भाववैचित्र्य, काही प्रतिमांच्या आविष्कार बंधांच्या योजनेने प्रतिमांत येणारी प्रसरणशीलता, उत्कटता, इंद्रियसंवेद्यता, शब्दलयीतून निर्माण होणारी जादूई वर्तुळे या सर्वांकडे ते अभ्यासकाचे लक्ष वेधतात. तिची प्रकृती रोमँटिक संवेदनशीलतेची असून हे कविमन सहज प्रेरणांशी सामना करताना अभिजातवादी डावपेच योजते, असे त्यांचे प्रतिपादन आहे.

आरती प्रभूंच्या *नक्षत्रांचे देणे* वर लिहिताना आरती प्रभूंची *दिवेलागण* पासूनची कविता व त्यांचे लघुकथा, कादंबरी, नाटक, ललित गद्य हे सर्व साहित्य म. सुं.च्या मनात लेखाच्या पार्श्वभूमीसाठी असते. साहित्यातील इतर प्रांतांत यशस्वी मुशाफिरी करीत असलेल्या या कवीची काव्यशक्ती या संग्रहात उणावत गेली. कारण इथली प्रतिमासृष्टी मावळत जाऊन तीत प्रतीकप्राधान्य आले. भोवतालचे विश्व, स्वत: व सृजनशक्ती यांच्याकडे बघण्याचा द्विधाभाव कविमनात निर्माण झाल्याने कवितेत बरेचसे ताण निर्माण होतात व त्यातून येणारे विसंवाद या कविमनाला सुसंवादात पर्यवसित करणे शक्य होत नाही; तो आतून फुटत जातो; आपलेच विघटन आपल्या डोळ्यांनी पाहत जातो; म्हणून त्याच्या कवितेवर मृत्यूची छाया पसरलेली दिसते अशी निरीक्षणे ते मांडतात. कविता आकळून घेताना ते कवीच्या शब्दरूपातून त्याच्या संज्ञाक्षेत्रात प्रवेश करतात. कवितासंग्रहातील कवितांचे परस्परानुबंध तपासत, कवितांतील प्रतिमांचा अन्वयार्थ लावीत, कवितेचे संपूर्ण रचनेचे सौंदर्य उलगडत, कवीच्या काव्यात्म क्लृप्त्यांचा मागोवा काढत, ते त्या कवीच्या काव्यविश्वाचे कोनेकोपरे आपल्या सर्जनशील संज्ञेने उजळून टाकतात.

मध्ययुगीन कवितेचे आधुनिक दृष्टिकोनातून आकलन करणारे मोजकेच समीक्षालेखन मराठीत उपलब्ध आहे. त्यात म. सुं.चे लेखन अग्रस्थानी ठरावे. म. सुं.च्या *ज्ञानेश्वरीचा तृष्णाबंध* (शब्दालय, श्रीरामपूर, २००४), *तुकाराम : अंतर्बाह्य संघर्षाची अनुभवरूपे* (शाब्दल, मुंबई, २००४) व *ज्ञानेश्वरीचा काव्यबंध* (शाब्दल, मुंबई, २००६) या ग्रंथांपैकी *ज्ञानेश्वरीचा काव्यबंध* हा ग्रंथ पाहिल्यास ज्ञानेश्वरी ते किती अंगांनी आकळू पाहत आहेत याची साक्ष मिळते. ज्या गीताग्रंथावर ज्ञानेश्वरांनी काव्यात्म भाष्य केले आहे त्या गीतेचा ते सूक्ष्म विचार करतात. मुळात गीता हा काव्यबंध आहे. गीतेमधून एक जीवनदृष्टी व्यक्त होते परंतु तीत कल्पनाप्रणाली वा विचारप्रणाली नाही. या जीवनदृष्टीच्या अधिष्ठानी तात्त्विक आभासिकता आहे, पण तत्त्वज्ञान नाही. वेगवेगळी तात्त्विक बैठक असणाऱ्या प्रज्ञावंतांना स्वत:च्या तत्त्वज्ञानासाठी गीतेत आधार सापडतो, हे चांगल्या काव्याचे लक्षण आहे. (*महाभारत, गीता आणि ज्ञानेश्वरी, ज्ञानेश्वरीचा काव्यबंध,* शाब्दल, मुंबई, २००६). वेद, उपनिषदे, महाभारत, पुराणे, षड्दर्शने, स्मृती, सर्व शास्त्रे हे सर्व भाष्यग्रंथ ज्ञानेश्वरीच्या आंतरसंहिता मानून आंतरसंहितात्मक दृष्टीने ज्ञानेश्वरीच्या अभ्यासाची एक दिशा सूचित केली आहे.

ज्ञानेश्वरांची अभिजात-रोमँटिक संकरदृष्टी, ज्ञानदेवांच्या आविष्कारातून प्रकटलेले आदिबंध, प्रतिमासृष्टी, ज्ञानेश्वरीचे कथनसौंदर्य, अमूर्ताला मूर्त रूप देणाऱ्या ज्ञानदेवांची भाषाविषयक

दृष्टी, त्यांच्या भाषेतील सामर्थ्य, सौंदर्य याविषयीचे विवेचन करीत असतानाच म. सु. ज्ञानेश्वरीतून व्यक्त होणाऱ्या तृष्णाबंधांचाही मागोवा घेत जातात. ज्ञानेश्वरीतील विद्यर्थी विधाने, अक्षरांचे ऱ्हस्वदीर्घत्व, 'आ'कार, 'ऐ'कार, 'औ'कार वगैरे स्वरांच्या आवृत्तीतून निर्माण होणारे वर्णसंगीत, या सगळ्यांच्या परिणामातून व्यक्त होणारा ज्ञानेश्वरीचा अभिचारिक बंध त्यांनी एका लेखातून उलगडून दाखविला आहे. परमेश्वर ही माणसाने रचलेली फँटसी आहे असे प्रतिपादन करून ज्ञानेश्वर तिची रचना कशी करतात व ती करताना ज्ञानेश्वर 'कलिग्रस्त जीवांना सोडविण्याचे' आपले प्रयोजन न विसरता शब्दमाध्यमाशी कशी क्रीडा करतात ते विविध उदाहरणांतून म. सुं.नी स्पष्ट केले आहे. ज्ञानेश्वरी हीच त्यांच्या दृष्टीने एक सम्यक प्रतिमा आहे, किंबहुना ज्ञानेश्वरीचे ज्ञानेश्वरीपण तिच्या प्रतिमात्मक आविष्कारात आहे; असा जणू एक सिद्धान्तच ते मांडतात व तो सिद्ध करून दाखवितात.

ज्ञानेश्वरीचा तृष्णाबंध या त्यांच्या ग्रंथात त्यांचे 'भाषेची आणि साहित्याची तृष्णामूलकता' व 'तृष्णेचे काव्यशास्त्र : एक आराखडा' असे त्यांनी मांडलेल्या तृष्णेच्या काव्यशास्त्रावरील दोन सैद्धान्तिक लेखही समाविष्ट आहेत. त्यांतून भाषानिर्मितीविषयी व साहित्यनिर्मितीविषयी त्यांनी अतिशय सखोल व वेगळ्या परिप्रेक्ष्यातून चिंतन केले आहे. त्यांच्या मते कोणतीही साहित्यकृती एका अर्थाने तृष्णास्फूर्त असते. तिच्या द्वारे भाषिक रचनांमधून कविमनाच्या तृष्णा ध्वनित होत असतात. एखादी कविता म्हणजे कविमनातील तृष्णांची संरचना असते. या दृष्टीने तृष्णासिद्धान्ताच्या प्रकाशात ते ज्ञानेश्वरीचे एका परीने पुनर्वाचन करतात. ज्ञानेश्वरीतील शब्दक्रीडा, संवादरूपे, कथनरूपे, प्रतिमा, मिथके, काव्यसंकेत, वर्णने, ज्ञानेश्वरीतील गुरुवंदने यांमधून उमटत गेलेल्या कविमनातील तृष्णांचा अर्थ लावतात. तृष्णेच्या परिभाषितातून ज्ञानेश्वरांसारखे संत वाचकाला तृष्णातीत, भेदातीत होण्याचे, तृष्णाक्षयसुखाचे समाधान कसे मिळवून देतात याचे एक असांकेतिक विवेचन प्रस्तुत ग्रंथात येते.

तुकाराम : अंतर्बाह्य संघर्षाची अनुभवरूपे ह्या ग्रंथात तुकारामांच्या काव्याचे भारतीय साहित्यविचार, आदिबंधात्मक समीक्षाविचार, मानसशास्त्र, भाषाविज्ञान, अस्तित्ववाद, तृष्णाविचार अशा विविध ज्ञानशाखांचा आधार घेऊन म. सुं.नी तुकारामांचे व्यक्तित्व व त्यांचे काव्य यांचा अनोखा वेध घेतला आहे. तुकारामांच्या काव्यातून अखिल मानवजातीच्या आदिम काळापासून चाललेल्या खडतर प्रवासाचा आदिबंध व्यक्त होतो. तुकारामांनी तो वीरनायकाच्या मुशीतून व्यक्त केला आहे. तुकारामांची काव्यसाधना ही त्यांची आत्मसाधना आहे व त्यांचा आत्मशोधाचा प्रवास हा जीवनशोधही आहे. तुकारामांच्या काव्यातील वर्णावृत्ती, समांतरता, विरोधी शब्दयुग्मांचा यथोचित वापर, शब्दक्रीडा, भावक्रीडा, छंदक्रीडा यांची विविध उदाहरणे देऊन तुकारामांच्या या क्रीडाप्रवृत्तीचा अन्वय ते तुकारामांच्या आत्मरूपाच्या क्रीडावृत्तीशी लावतात. तुकारामांच्या काव्यरूपांतून व्यावहारिक तृष्णा स्फुट-अस्फुटपणे व्यक्त होतात व तुकारामांचे कविमन त्या तृष्णा रूपित करता करता त्या तृष्णांना कह्यात आणते. तुकारामांच्या तीक्ष्ण, घायाळ करणाऱ्या, अभद्र वाटणाऱ्या शब्दांमागे त्यांची अज्ञानी समाजाचे कल्याण करण्याची भूमिका आहे. तुकाराम अध्यात्मासारखा अभिजात आशय रोमँटिक

वास्तवाच्या परिभाषितात ढाळतात व या परिभाषिताबरोबरचा सामान्यजनांचा तुटलेला संपर्क पुन्हा जोडून देतात, हे म. सुं.चे प्रतिपादन म्हणजे तुकाराम काव्याचे एक नवे दर्शन आहे.

म. सु. पाटील गेली चाळीस वर्षे अत्यंत निष्ठेने व गंभीरपणे समीक्षा लिहीत आहेत. त्यांच्या या प्रत्यक्ष समीक्षेमागे त्यांची निश्चित अशी दृष्टी आहे. या काळात मराठी साहित्यात शहरी-ग्रामीण भागातून कितीतरी नवे जीवनानुभव अनिवारपणे व्यक्त होऊ लागले होते. या नव्या साहित्यकृतींच्या अर्थांकनास भारतीय साहित्यशास्त्रातील संज्ञा जशाच्या तशा उपयोजू पाहणाऱ्या काही समीक्षकांस जेव्हा ते शक्य झाले नाही तेव्हा त्यांना रसविचार अडगळीचा वाटू लागला. परंतु म. सुं.ना भारतीय साहित्यशास्त्र टाकाऊ वाटले नाही. किंबहुना भारतीय साहित्यशास्त्र हा त्यांच्या साहित्यविचाराचा व समीक्षेचा कणा राहिला.

भारतीयांचा साहित्यविचार या ग्रंथातील त्यांचा 'भारतीयांची रूपकल्पना' हा निबंध म्हणजे भारतीय साहित्यशास्त्रातील रसविचाराला त्यांनी प्राप्त करून दिलेले नवे परिमाण आहे. येथे त्यांनी अभिनवगुप्तांचा आधार घेतला आहे. 'साधारणीभूत संवेदन म्हणजे रस' असे अभिनवगुप्त म्हणतात. रसिकाच्या आस्वादप्रक्रियेत त्याच्या मनात अनुरूप भाव उद्भुत होण्यासाठी ते प्रथम निर्मात्याच्या मनात उद्‌भवावे लागतात. काव्यनिर्मितीच्या वेळी कवीचे जे अंत:स्फूर्त भाव असतात त्यांना पूर्वनिश्चित असे रूप नसते. प्रतिमांकित होत होतच ते रूपित होत जातात. युंगचे आदिबंध काय किंवा अभिनवगुप्तांचे स्थायीभाव काय, ती कार्यप्रेरित न झालेली शक्तिकेंद्रेच आहेत. सुसान लँगर यांना अभिप्रेत असलेले अनुभव हेच होत. या तिहींना रूपाशिवाय अर्थ नसतो. स्थायी भाव किंवा आदिबंध ह्या कवीच्या अनुभवाच्या आकलनाच्या व आविष्काराच्याही मुशी असतात. त्यांच्या आधारेच मानवाची प्राथमिक पातळीवरील रूपनिर्मिती होत असते. ती एकीकडे भाषिक असते तर दुसरीकडे घटनात्मक असते. आकलनाची मूस बदलली की वस्तू-घटना यांचे प्रतिभासही बदलतात. प्रतिभावंत कवी आकलनाच्या मुशीत युगजाणीवदेखील ओतत असतो. 'अभिनवगुप्ताचा आस्वादविचार कवी, नट व रसिक यांना एकाच पातळीवर आणणारा आहे' ह्याचा आधार घेऊन म. सु. पाटील विभाव, अनुभाव व व्यभिचारी भाव यांना रूपाचे संघटक तत्त्व म्हणून मानतात; कारण त्यातूनच रसाभिव्यक्तिक्षम असे शब्दरूप तयार होत असते. रससूत्राकडे बघण्याची दृष्टी त्यांनी किंचित बदलली व भारतीय रसविचारात गर्भित असलेल्या रूपकल्पनेची ते नीटस मांडणी करू शकले. स्वाभाविकच रसानुवर्ती असलेला भारतीयांचा औचित्यविचार, शब्दशक्तिविचार, वक्रोक्तिविचार, ध्वनिविचार व भावविचार हे साहित्यकृतीचा रूपबंध घडविणारे घटक म्हणून त्यांना महत्त्वपूर्ण वाटले.

म. सु. पाटील यांच्या समीक्षाविश्वात काव्याची समीक्षा केंद्रस्थानी आहे. काही कविता, काही कवितासंग्रह, काही कवींचे संपूर्ण काव्यविश्व व एकूण काव्यपरंपरा यांची एककेंद्री वर्तुळे त्यांच्या समीक्षेत दिसतात. जेव्हा ते प्रत्यक्ष काव्याची समीक्षा करत असतात तेव्हा ते 'कविता' या साहित्यप्रकाराविषयीच बोलत असतात परंतु अनेकदा ते भारतीय साहित्यशास्त्रात

ज्याप्रमाणे काव्य म्हणजे साहित्य अशा व्यापक अर्थाने काव्य ही संज्ञा येते त्याप्रमाणेही ती योजतात. साहित्य ही एक ललित कला आहे या भूमिकेतून अनेक वेळा साहित्यकृतीसाठी कलाकृती अशी पर्यायी संज्ञादेखील ते उपयोजितात. कुठल्याही कलाकृतीला तिच्या पर्यावरणापासून वेग़ळे काढता येत नाही; ही म. सुं.ची भूमिका त्यांच्या काव्यसमीक्षेतून लक्षात येते.

साहित्यविचारात देशी-परदेशी असा भेद करणे त्यांना मानवत नाही. भारतीय साहित्यशास्त्र व पाश्चिमात्यांकडून आलेले नवनवे ज्ञानव्यूह यांतील अनुबंध त्यांनी अनेकदा दाखवून दिले आहेत. समीक्षेसाठी आवश्यक तेथे त्यांनी भारतीय व पाश्चिमात्य संमिश्र परिभाषिताचा वापर केला आहे. 'काव्याची चिन्हमीमांसा' या त्यांच्या *कवितेचा रूपशोध* या पुस्तकात समाविष्ट झालेल्या लेखात त्यांनी 'काव्य ही एक चिन्हव्यवस्था आहे' या सूत्राधारे काव्यातील चिन्हांची स्वरूपवैशिष्ट्ये उलगडून दाखविली आहेत. त्यासाठी प्रामुख्याने याकोबसनचे भाषा संप्रेषणाचे प्रारूप व रशियन रूपवादातील संकल्पनांचे त्यांनी उपयोजन केले आहे. तरी आपल्या विषयविवेचनात ते स्पष्टपणे म्हणतात, ''आपला शब्दशक्तींचा विचार, किंवा मुख्यवृत्ती व अमुख्यवृत्ती यांचा विचार म्हणजे भाषिक चिन्हव्यवस्था व काव्यात्म चिन्हव्यवस्था यांचा अभ्यास आहे, असे प्रस्तुत अभ्यासकास वाटते.'' (*कवितेचा रूपशोध*, १९९९, पृ. ४६) त्यांची ही दृष्टी भारतीय व पाश्चिमात्य तौलनिक साहित्यशास्त्राची दिशा सूचित करते.

साहित्यसौंदर्याचा आस्वाद घेताना साहित्यकृतीकडे जाण्याच्या अनेक वाटा ते चोखाळतात. समीक्षा हे एक शास्त्र असेल परंतु एखाद्या साहित्यकृतीची प्रत्यक्ष समीक्षा करताना केवळ तार्किक दृष्टी उपयोगाची नसते. तेथे समीक्षकाकडे भावयित्री प्रतिभा असावी लागते. समीक्षा कलागुणांचे विवेचन करील परंतु समीक्षकाला एका विशिष्ट साहित्यकृतीत त्या कलागुणांनी काय साधले आहे ते सांगता आले पाहिजे असे त्यांना वाटते. अनेकदा म. सु. पाटील यांचे समीक्षालेख दीर्घ वाटतात. याचे कारण साहित्यकृतीची त्यांना आलेली प्रतीती अनेकपदरी असते. उदाहरणांची विपुलता असण्याचे दुसरे महत्त्वाचे कारण म्हणजे आपला कुठलाही मुद्दा उदाहरणाशिवाय स्पष्ट होऊ शकत नाही अशी त्यांची धारणा आहे. काव्यसमीक्षेत ते अनेक उदाहरणे देत अभ्यासकासमोर काव्यसंहिता उभी करत जातात. कवीच्या काही अलक्षित रचनांकडे अभ्यासकाचे लक्ष वेधणे; एखादा तात्त्विक मुद्दा वाचकाच्या आकलनाच्या कक्षेत आणून देणे, याही गोष्टी ते देत असलेल्या उदाहरणांमधून साधत असतात. कवितेच्या शब्दरूपांमधून कवींच्या संज्ञाक्षेत्रात प्रवेश करावयाचा आणि कवितांमधील प्रतिमांचा अर्थ लावत, कवितांचे अर्थांकन करीत त्या वाचकाला प्रतिसाद देण्यास अनुकूल करावयाच्या ही पद्धत आहे.

म. सु. पाटील यांची सर्वच समीक्षा पूर्णत: संहिताकेंद्री आहे. संहिताबाह्य घटकांना ते कधीही साहित्यिकतेचे मूल्यांकन करताना संहितेहून प्रभावी होऊ देत नाहीत. साहित्यकृती उलगडण्यासाठी आदिबंध, संज्ञामीमांसा, रूपवाद, संरचनावाद, कथनमीमांसा, शैलीविचार, भारतीय साहित्यशास्त्र, मार्क्सवाद अशा विविध साहित्यविचारधारांचे उपयोजन करीत

साहित्यकृतीचे साहित्यशास्त्र मांडत जायचे व त्यांतून त्या साहित्यकृतीच्या मूल्यांकनाचा निकष घडवायचा अशी त्यांची रीत आहे.

म. सु. पाटील समीक्षालेखन करीत असल्याच्या काळात लौकिकतावादी विचार समीक्षेत अधिक प्रभावी होता. 'सामाजिक जाणीव' हे साहित्याच्या पुरोगामित्वाचे लक्षण मानले जात होते; अशा काळात 'साहित्य म्हणजे रूपित आशय' हा खांब त्यांनी घट्ट धरून ठेवला. ''केवळ कळकळ, केवळ सहानुभूती, केवळ कर्तव्यभावना या गोष्टी सामाजिक जाणिवेच्या कवितेला जन्म देण्यास पुरेशा नसतात. सामाजिक जाणिवेचा उदय जगण्या-वाढण्याच्या आणि संज्ञाविकासाच्या निकडीतून व्हावा लागतो,'' (*साहित्याचे सामाजिक व सांस्कृतिक अनुबंध,* २००१, पृ. २५) असे ते म्हणतात तेव्हा ते सामाजिक जाणिवेचे काव्यात्म जाणिवेत रूपांतर होणे, ही अट महत्त्वाची मानतात. व्यंजकता, अनेकार्थसूचकता, ambiguity, दुपदरीपणा वा अनेकपदरीपणा, रूपकात्मता इत्यादी नावांनी जे काव्यविशेष ओळखले जातात ते केवळ कलानिकष किंवा कलाविशेष नव्हेत. ते जीवनप्रेरणांशी व तत्संबंध वास्तवाशी निगडित आहेत; ही त्यांची धारणा असल्यामुळे दलित साहित्याचे वेगळे सौंदर्यशास्त्र पाहिजे, ही मागणी ज्या काळात जोर धरत होती त्या वेळी दलित सौंदर्यशास्त्राला विरोध करणारी आपली साहित्यशास्त्रीय भूमिका त्यांनी अत्यंत परखडपणे मांडली. 'वेगळ्या सौंदर्यशास्त्राच्या मागणीमागील पवित्रा बचावाचा आहे. तो नोकऱ्या-निवडणुकांबाबतच्या आरक्षणाच्या धोरणाशी सुसंगत असा आहे. अशाने दलित साहित्याकडे सवलतीच्या दृष्टीने पाहिले जाण्याचे भय आहे. वेगळे सौंदर्यशास्त्र हे सवलतींचे सौंदर्यशास्त्र म्हणून हिणवले जाण्याची शक्यता आहे.' त्यांच्या या भूमिकेमागे एक समाजचिंतक उभा असल्याचे दिसते.

ह्याच साहित्यशास्त्रीय भूमिकेतून त्यांनी देशीवादी विचाराचे खंडन केले आहे. देशीवाद ही राजकीय प्रणाली जातिवर्णवादी असणाऱ्यांचे हितसंबंध सुरक्षित करण्यासाठी रूढ केली जात असल्याच्या आपल्या आक्षेपांची ते कारणमीमांसा करतात. 'देशीवाद्यांना संस्कृत आणि पाश्चात्त्य यांपैकी कोणतेही साहित्यशास्त्र नको आहे. त्यांना रूपाची पत्रास न बाळगता आशयाला महत्त्व देणारे साहित्यशास्त्र हवे आहे. पण साहित्य जर शब्द व अर्थ या उभय अंगांनी युक्त असेल आणि शब्द हे अर्थाचे, अर्थरूप आशयाचे रूपांग असेल तर रूपाशिवाय अर्थाची, आशयाची निष्पत्ती कशी होईल, ते स्पष्ट करण्याची कामगिरी देशीवाद्यांनी अद्याप बजावलेली नाही' अशा शब्दांत ते देशीवादी भूमिकेचे साहित्याकडे बघण्याचे एकांगीपण लक्षात आणून देतात. देशीवादी विचारातील अनेक कच्चे दुवे त्यांनी दाखविले आहेत. मध्ययुगातील काव्यविचाराचा आग्रह धरणाऱ्या देशीवादी विचाराने काही गोष्टी लक्षातच घेतल्या नाहीत. मध्ययुगातील संतांना वा पंडित कवींना वेगळ्या काव्यशास्त्राची गरज लागलेली नाही, परंतु तो विचार अभिजातवादी म्हणून देशीवादी दुर्लक्षितात. दुसरे म्हणजे केवळ मध्ययुगीन संतकवींच्या काव्यविचारावर आधारित साहित्यशास्त्र उभे करण्याचे प्रयत्न डॉ. भा. श्री. परांजपे, डॉ. मा. गो. देशमुख व डॉ. उषा मा. देशमुख यांनी करून पाहिले आहेत. त्यातून देशीवादी साहित्यशास्त्र खरोखर उभे राहू शकले का याचा अभ्यास देशीवादी करीत नाहीत. वासाहतिक काळात

इंग्रजांचा एकूण जीवनव्यवहार आपण फारसा चिकित्सा न करता स्वीकारला, तेव्हा देशीवादाचा आग्रह धरला नाही. साहित्यरचनेचे प्रकार इंग्रजी अध्ययन-अध्यापनातून काही प्रमाणात स्वीकारले परंतु त्या प्रकारांच्या शिस्तबद्ध समीक्षेसाठी विविध ज्ञानशाखा, भारतीय अलंकारशास्त्र, छंदशास्त्र, साहित्यपरंपरा यांसह भाषाविज्ञान, शैलीविज्ञान, कथनमीमांसा यांचे परिभाषित जाणून घेणे नाकारायचे व देशीवादाची परंपरा नेमकी दाखवायची नाही, तिची मांडणी करावयाची नाही आणि देशीवादाचा आग्रह धरावयाचा ही गोष्ट त्यांना भोंगळपणाची वाटते.

१९७५ साली देशात लादल्या गेलेल्या आणीबाणीनंतर कला व स्वातंत्र्य, कलावंताचे स्वातंत्र्य, सामाजिक बांधिलकी हे मुद्दे ऐरणीवर आले. त्या काळात त्यांनी मांडलेली भूमिका अशी आहे की, आपल्या कलाविषयक जाणिवांशी अव्यभिचारी निष्ठा ठेवून जीवनाचे चित्रण करता येणे हे कलावंताचे स्वातंत्र्य आहे. कलावंताचे स्वातंत्र्य त्यांनी नेहमी कलावंताच्या संज्ञाविकासाशी निगडित केले. एखाद्या कलाकृतीची महानता ठरविताना कलावंताच्या विशिष्ट विचाराच्या बांधिलकीचा निकष लावणे त्यांना मान्य नाही. 'बांधिलकी व वाङ्मयीन महात्मता' या निबंधात त्यांनी स्पष्ट केले आहे की, जी साहित्यकृती एक कलावस्तू म्हणून वाचकाच्या आस्वादप्रक्रियेत जितक्या अधिकाधिक सौंदर्यवस्तूंना जन्म देते त्यावर तिची वाङ्मयीन महात्मता अवलंबून असते. एखाद्या पूर्वसिद्ध मुशींच्या बांधिलकीतून निर्माण झालेल्या साहित्यकृतींत अनेक सौंदर्यवस्तूंना जन्म देण्याची क्षमता मर्यादित केली जाते. जीवनाबद्दलच्या आस्थेतून निर्माण झालेल्या साहित्यकृतीच त्यांना मूल्यवान वाटतात.

म. सु. पाटील आपल्या समीक्षालेखनाच्या प्रारंभकाळात साहित्यप्रयोजनासंबंधी विचार करू लागले तेव्हा कलानिर्मिती व कलास्वाद या दोन्हींचे नाते त्यांनी माणसाच्या अस्तित्वप्रत्ययाच्या प्रश्नाशी जोडले. कलानिर्मिती हा त्यांना कलावंताचा चिद्‌विलास वाटतो. कलावंत कलेतून आत्माविष्कार करीत असतो; पण तो आत्माविष्काराला तरी प्रवृत्त का होतो? तर आपले 'असणे', 'होण्या'त पर्यवसित करीत असताना तो त्याच्या स्व-रूपाचे उत्क्रमण साधीत असतो. हे उत्क्रमण म्हणजे त्याचे नवसर्जन असते. निर्मितीच्या द्वारे तो स्वत:ला भावित करीत असतो व अस्तित्वप्रत्यय घेत असतो. २००० साली रसिकमुखाने त्यांनी 'अस्तित्वप्रत्यय' या प्रयोजनाचा पुन्हा विचार मांडला. एव्हाना शहरी जीवन यंत्रवत बनले आहे. अनेकानेक सुखसाधने जोडूनही अस्तित्वप्रत्ययाच्या अभावी माणूस अस्वस्थ झाला आहे. अशा परिस्थितीत त्याला चांगल्या साहित्यकृतीच अस्तित्वप्रत्यय देऊ शकतील; असा त्यांनी विश्वास प्रकट केला. 'कलावस्तूला रसिकाच्या अपेक्षेनेच अस्तित्व असते. रसिकाची संवेदनशीलता, कल्पनाशील संज्ञा, व्युत्पत्ती, गरज, तृष्णा भिन्न भिन्न असतात; त्या आधारे रसिक आपल्याला रुचेलसे रूप कलावस्तूला देतो व या प्रक्रियेत तो स्वत:लाही रचित जातो.' रसिकाला येणारा अस्तित्वप्रत्यय या स्वरूपाचा असतो.

संपर्कमाध्यमांचे आक्रमण प्रचंड वाढले आहे व ते थोपवणे अशक्य आहे हे लक्षात आल्यानंतर त्यांनी सकारात्मक दृष्टीने या माध्यमांच्या क्रांतीविषयीचे चिंतन केले आहे. 'माध्यमांची क्षमता व या क्षमतेचा वापर करून घेण्याची कलावंताची क्षमता या दोन्ही अंगानी माध्यमावर

आधारित सौंदर्यमीमांसा विकसित करणे कितपत शक्य आहे याचा विचार झाला पाहिजे' असे ते म्हणतात तेव्हा त्यामागे कलावंत व रसिक यांच्यात नवी संबंधित्वे निर्माण करू पाहणाऱ्या कलाव्यवहाराकडे पाहण्याची त्यांची मोकळी व स्वागतशील दृष्टी दिसते.

'साहित्याचा अध्यापक : क्षमता व अपेक्षा' ह्या त्यांच्या लेखात विवेचन करताना साहित्याच्या अध्यापकाला त्यांनी विज्ञान-समाजशास्त्राच्या अध्यापकाहून वेगळे काढले आहे. साहित्याचे क्षेत्र विज्ञान-समाजशास्त्र यापेक्षा अधिक व्यापक आहे, अशी यामागील त्यांची भूमिका आहे. तार्किक-अतार्किक, चेतन-अचेतन अशा सर्व पातळ्यांवरील जीवनाचा साहित्यात समावेश होतो. प्रत्येक प्रामाणिक साहित्यकृती ही समग्र जीवनाची एक नवी व्यवस्था लावण्याच्या निकडीतून प्रेरित झालेली असते. त्यामुळे साहित्याच्या अध्यापकाकडे साहित्यिक ज्ञानक्षमता जशी असली पाहिजे त्याचप्रमाणे त्याला समग्र जीवनाचे भान असले पाहिजे; अशी अपेक्षा ते व्यक्त करतात. साहित्यकृतीच्या निर्मितीमागे स्वात्मशोधाची प्रेरणा असते; कलावंताने स्वेतर विश्वाशी संबंध प्रस्थापित करण्यासाठी अवलंबिलेल्या दिशांचे दिग्दर्शन असते; याची जाणीव अध्यापकाने ठेवली तर तो जीवनाच्या समग्रतेचे भान व शब्दविषयक संवेदनशीलता यांतून विद्यार्थ्यांची वाङ्मयविषयक संवेदनशीलता संस्कारित करू शकतो व त्याद्वारे विद्यार्थ्यांच्या संज्ञाप्रवासाला गती देऊन त्यांचा मार्गदर्शक होऊ शकतो.

काव्यसमीक्षा करीत असताना त्यांना आदिबंध अतिशय मार्गदर्शक वाटले आहेत. ते म्हणतात, ''जीवन जेव्हा डबक्यासारखे होते, कमालीचे एकांगी बनते, तेव्हा काही मनस्वी व्यक्ती अस्वस्थ होतात व आपली समग्रता संपादण्यासाठी आणि त्या समग्रतेच्या आधारे साऱ्या समाजाला त्याची समग्रता मिळवून देण्यासाठी धडपडू लागतात. या प्रक्रियेत त्यांच्या मनात निर्माण झालेले ताण त्यांच्या वैयक्तिक व सामूहिक अचेतनाचा सारा भाग ढवळून काढतात. हे ताण विसर्जित करण्याच्या प्रक्रियेत या मनांना जी प्रतिमाप्रतीके उपलब्ध होतात ती चेतन-अचेतनातील विसंवाद मिटवून संवाद साधणारी आणि त्याची विश्वविषयक जाणीव समन्वित करणारी असतात. अशा आदिबंधात्मक कलाकृती विनाशापासून मानवी संस्कृतीचे रक्षण करतात. आदिबंधात्मक काव्यनिर्मितीच्या वेळी कवी स्वात्मरूपाची साधना करीत असतो व आस्वादकासाठीही आदिबंधात्मक रचना त्याला मंत्रशक्ती प्राप्त झाल्याचा आनंद देणाऱ्या असतात.'' ही समीक्षापद्धती म. सुं.ना रुचण्याचे आणखी कारण म्हणजे ती आस्वादकाला कलाकृतीच्या रूपावर लक्ष केंद्रित करायला लावते आणि नंतर कलात्मक आनंदाच्या आंतरिक मूल्यांपलीकडे जाऊन मानवतावादी दृष्टीने कलाकृतीकडे पाहायला शिकवते. मानवी इतिहासातील मूलभूत सांस्कृतिक आकृतिबंधांचा विचार करत ती समाजशास्त्रीय होते. कलाकृतीची अनेकपदरी प्रतीती देणारी ही समीक्षापद्धती मूल्यांकनासाठीही निकष पुरवते.

म. सु. पाटील यांनी 'संकरदृष्टी'चा एक नवा साहित्यविचार मराठी समीक्षेला दिला. काव्यपरंपरेमध्ये ज्यांना क्रांतिकारक म्हटले जाते असे कवी संकरदृष्टीचे असतात. या संबंधीचे म. सुं.चे विवेचन असे, ''ज्या काळात हे कवी जन्माला येतात, वाढतात त्या वातावरणात

जीवनाकडे पाहण्याची परंपरेने चालत आलेली एक सर्वसामान्य रूढ दृष्टी असते. तिचे संस्कार त्या कवीच्या मनावर आपोआपच घडतात. पण ती माणसाच्या वाढण्या-विकसण्याला पुरेसा अवसर देत नाही, असे या कवीच्या लक्षात आल्यावर तो आंतरिक ऊर्मीने किंवा दुसऱ्या एखाद्या प्रभावी जीवनदृष्टीच्या संपर्कात आल्याने स्वत:ची एक जीवनदृष्टी विकसित करण्याची धडपड करतो. या दृष्टीत अगोदरच्या दृष्टीतील अजूनही स्वीकारण्याजोगी असलेली तिची बाजू सामावून गेलेली असते.'' (*कवितेचा रूपशोध*, शब्दालय, १९९९, पृ. ८०) अशा संकरदृष्टीतून नवी प्रतिमासृष्टी उदित होते व कवी नव्या मूल्यभावाचे सर्जनही करतो. या सिद्धान्ताच्या आधारे त्यांनी ज्ञानेश्वरांपासून मर्ढेकरांपर्यंतच्या मराठी काव्यपरंपरेचे व्यवस्थापन केले आहे.

काव्यनिर्मिती, काव्यात्म अनुभव, काव्यरूपे यांच्याविषयीच्या त्यांच्या निरंतरच्या चिंतनातून त्यांना साहित्याच्या तृष्णामूलकतेचा सिद्धान्त स्फुरला. हा सिद्धान्त मांडताना त्यांच्या विचारात भारतीय तत्त्वज्ञान व साहित्यपरंपरा, उपनिषदांतील पुरुषार्थविचार, भरतमुनींचा नाट्यप्रयोजनाचा विचार, भामह-दंडी-वामन-आनंदवर्धन यांचा काव्यविचार, टागोरांचा 'माणसाची वत्याच्या जीवनाची परिपूर्णता' ही कल्पना केंद्रस्थानी ठेवून निर्मितीच्या अंगाने असलेला कलाविचार, अरविंदबाबूंचा 'सौंदर्यमूल्ये ही मनाच्या, आत्माच्या व जीवनाच्या मूल्यांहून निराळी नाहीत' असा काव्यभाषेच्या अंगाने केलेला कलाविचार हे जसे मुरलेले दिसतात त्याचप्रमाणे पाश्चात्त्य परंपरेतील ॲरिस्टॉटलचा कॅथार्सिसचा सिद्धान्त, रिचर्ड्सचा प्रेरणासंतुलनाचा सिद्धान्त, घटितार्थशास्त्र-मानसशास्त्र-चिन्हमीमांसा यांतून आलेला विचार हेही पूर्णपणे मुरले आहेत. म. सु. तृष्णा ही संज्ञा योजतात तेव्हा त्यात त्यांना कामना, काम, एषणा, इच्छा, कांक्षा, स्पृहा, वांछा, लिप्सा, मनोरथ, अभिलाषा, वासना अशा सर्व अर्थच्छटा अभिप्रेत असतात. त्या स्व व स्वेतर विश्व यांत भेद निर्माण झाल्यावर जन्माला येतात. त्या जाणीव-नेणीव दोहोंतील असतात. माणसाला ज्या गोष्टींचा अभाव जाणवतो त्या त्याच्या तृष्णा होत. त्या शमल्या नाहीत तर त्या त्यांच्या आभासांचा पाठलाग करतात. कलासृष्टी किंवा साहित्यसृष्टी ही प्रातिभासिक रूपातील असते. प्रातिभासिक रूपातील तृष्णा म्हणजे फँटसी. ही फँटसी नसत्याला असतेपण देत असते. लेखक-कवींची कल्पनाशील संज्ञा भाषेच्या आधारे तृष्णाबीज फुलवते, वाढवते. साहित्याच्या संदर्भात तृष्णेचे परिभाषित वक्रोक्ती, लक्षणा, व्यंजना यांनी बनलेले असते. वक्रोक्ती एकापेक्षा अधिक अर्थ म्हणजे तृष्णाविषय सुचवते तेव्हा तिच्यात काव्यात्मता अवतरते. ती जितकी अधिक व्यंजक, तितकी तिच्यात अधिक तृष्णांचे समाधान करण्याची क्षमता अवतरते. काव्यात्म चिन्हरूपे आपल्या नादगुणांनी, छंदोलयींनी एक तऱ्हेचे अभिचारिक वातावरण तयार करतात. हे वातावरण साहित्याच्या प्रतिभासिक सृष्टीला आभासिक खरेपणा देते; तृष्णांचे आभासिक समाधान करते. अशा तृष्णासमाधानातून रसिक जो समधाततेचा अनुभव घेतो तो आनंदवर्धन ज्यास 'तृष्णाक्षयसुख' म्हणतो तशा स्वरूपाचा असतो. तो अनुभव रसास्वादाशी निगडित असतो व म्हणून विभाव-अनुभाव यांच्या उपस्थितीतच तो शक्य असतो. विभाव-अनुभावांपासून आपण तुटलो की आस्वादापासून तुटतो आणि

तृष्णाक्षयसुखालाही अंतरतो. चांगली कलाकृती बह्वर्थक, अनेक तृष्णाव्यंजक असते. तिचे अर्थनिर्णयन रसिकांगत वेगवेगळे होते, याचे कारण प्रत्येक रसिकाच्या संवेदनशीलतेबरोबर त्याच्या तृष्णांचाही त्यात वाटा असतो.

तृष्णाबंधाच्या आधारे म. सु. कलाप्रयोजनाचाही विचार मांडतात. साहित्यकृतींनी निर्माण केलेली मिथके व नव्या कवी-लेखकांनी त्या मिथकांत भरलेले नवे अर्थ हे सर्वच अनेक अर्थांना व त्यांच्याशी निगडित अनेक तृष्णांच्या समाधानाला वाव देणारे आहे. मिथके व त्यावर आधारित कला, साहित्यकृती संस्कृतीसंगोपन, समाजधारणा यांना प्रत्यक्षाप्रत्यक्षपणे साहाय्यभूत होतात. युगधर्मानुसार बदललेली मिथके, कला यांतून सांस्कृतिक तृष्णांचा आविष्कार होतो. साहित्यकृतीच्या रूपबंधातून, शब्दार्थाच्या अमुख्यवृत्तीचा, वक्रतेचा आश्रय घेऊनच जीवनाच्या गाभ्यापर्यंत पोहचता येते. कोणतेही शब्दार्थरूप स्वयमेव सुंदर नसते, त्यात असलेल्या कमी-अधिक समृद्ध अनुभव देण्याच्या म्हणजेच तृष्णांचे शमन करण्याच्या क्षमतेमुळे त्याला मूल्य प्राप्त होते. भारतीयांचा साहित्यविचार कळत-नकळत माणसांच्या तृष्णांशी व त्यांच्या समाधानाशी संबंधित आहे. जोवर माणसाला तृष्णा आहेत तोवर सर्जनशील प्रतिभा कार्यरत राहणार व 'तलम पोताची, सूक्ष्म विणींची, आस्वादकाला निर्मितीचा आनंद देणारी' निर्मिती होत राहणार. मानवी मनाचे प्रतिनिधित्व करणाऱ्या कविमनाच्या आधारे अनेकपदरी साहित्यकृती मानवी संस्कृतीच्या गाभ्यापर्यंत आस्वादकाला कशा नेत असतात याकडे म. सु. पाटील यांची समीक्षा व त्यांचा साहित्यविचार अभ्यासकाचे सतत लक्ष वेधत आहे. म. सुं.चा साहित्यविचार समजून घेण्यासाठी अभ्यासकालाही आपल्या ज्ञानक्षमतांचा विकास करण्याची नितांत गरज आहे.

जुन्या-नव्या साहित्य संशोधनात रमलेले व्यक्तिमत्त्व

डॉ. उषा मा. देशमुख

(१९३६)

अलका मटकर

प्राचीन मराठी साहित्यविश्वामध्ये संतसाहित्य हा फार मोठा सांस्कृतिक ठेवा आहे, संचित आहे. या प्राचीन साहित्याचे – विशेषत: संतसाहित्याचे – अध्यापन, संशोधन हे अलीकडच्या पिढीमध्ये दुर्मीळ होत चाललेले आहे. संतसाहित्याच्या अभ्यासाला वाहून घेतलेल्या मंडळींमध्ये या वाङ्मयाचे सतत चिंतन करणारी मंडळी फार कमी आहेत. आजवर भावनिक व बौद्धिक अशा दोन्ही अंगांनी हा अभ्यास होत आलेला आहे. या दोहोंचा समन्वय, सुसंवाद आपल्याला डॉ. उषा माधव देशमुख यांच्या ग्रंथांमधून पाहावयास मिळतो. त्यांची साहित्यसंपदा संख्यात्मक व गुणात्मक या दोन्ही अंगांनी महत्त्वपूर्ण आहे. त्यांच्या ग्रंथांतील लेखनकाल हा प्राचीन असो वा मध्ययुगीन डॉ. उषा देशमुख यांचा अभ्यास सर्वंकष स्वरूपाचा जाणवतो. आपल्या संशोधनपर ग्रंथांतून त्या अलौकिक व्यक्तिमत्त्व असलेल्या संतांचे केवळ कार्यकर्तृत्व विशद करीत नाहीत, तर त्या कालखंडाचा, त्यातील प्रेरणांचा व साहित्यदृष्टीचाही परिचय करून देतात. परंपराशोध व विकासदिशा असा तुलनात्मक अभ्यास करून निष्कर्ष काढण्याची त्यांची पद्धत महत्त्वाची आहे.

संतसाहित्यावरील उषाबाईंचे हे संशोधनपर लेखन आपल्याला साधारणपणे पुढीलप्रमाणे विभागता येईल.

१. समग्रतेने विचारात घेतलेले साहित्य.

२. कालदृष्ट्या विचारात घेतलेले साहित्य.

३. विशिष्ट संतांचा कधी स्वतंत्रपणे तर कधी समूहातून घेतलेला शोध.

४. एकेका ग्रंथाचा स्वतंत्रपणे घेतलेला शोध.

एक व्यासंगी अभ्यासक म्हणून डॉ. उषा देशमुख यांचा पहिलाच ठसा *साहित्यरंग* या त्यांच्या पहिल्या लेखसंग्रहात दिसतो. १९७४ रोजी प्रकाशित झालेले त्यांचे हे पहिले टीकात्मक लेखनाचे पुस्तक असून मुक्तेश्वर, मोरोपंत, इंदिरा संत, पु. शि. रेगे या कवींसह न. चिं. केळकर, राम गणेश गडकरी यांच्या गद्यात्म लेखनाचा परामर्श त्यांनी या ठिकाणी घेतलेला आहे. आधुनिक वाङ्मयाने दिलेली व्यक्तिदर्शनातील सूक्ष्मता लक्षात घेऊन डॉ. उषा देशमुख या प्राचीन काव्याचे अधिक वेगळे, प्रगल्भ व पृथगात्म दर्शन घडवू पाहतात. श्रीधराचे व महिपतीचे काव्यविचार, ज्ञानेश्वरीचे वारकरी साहित्याशी असलेले अनुबंध यांचा तौलनिक

अभ्यास मांडून त्यातील साम्यस्थळे, प्रयोजन व घाट यांचा लेखिका समग्रतेने शोध घेताना दिसते.

डॉ. श्री. व्यं. केतकर व डॉ. मा. गो. देशमुख यांनी ज्ञानेश्वर ते रामदास या काळातील कवींच्या काव्यामागील साहित्यशास्त्रीय विचारांची सैद्धान्तिक व चिकित्सक मांडणी केलेली आहे. रामदासानंतर मराठी कवितेचा अनेक अंगांनी विस्तार झाला. मात्र पुढे त्याचा विचार साहित्यशास्त्रीय नवसिद्धान्ताच्या संदर्भात झालेला नव्हता, तो करण्याच्या उद्देशाने डॉ. उषा देशमुख यांनी *मराठीचे साहित्यशास्त्र : रामदास ते रामजोशी* (१९७६) या ग्रंथाचे लेखन केले. या काळातील कवितेचे संतकाव्याशी असलेले नाते त्याचबरोबर संस्कृत परंपरेशी असलेली ओळख या ग्रंथातून स्पष्ट होते. त्या त्या कवीच्या काव्यलेखनातील विशिष्टता टिपण्याचा प्रयत्न या ठिकाणी करण्यात आलेला आहे. उषाबाईंनी मराठी साहित्यशास्त्राचा आकृतिबंध तसाच कायम ठेवला. काव्यप्रयोजन, काव्यकारण, काव्यलक्षण, अलंकार, भाव, रस, रससंख्या, शांतरस ही अभ्यासव्यवस्था तशीच ठेवली. प्राचीन कवींमध्ये कवी नागेश वगळता बहुतेक सर्व कवींनी ईश्वरीकृपा, ईश्वरीप्रेरणा, गुरूची अनुकूलता ही काव्यकारणे सांगितलेली आहेत. केवळ नागेशांनी प्रतिभेचा उल्लेख केलेला आहे. प्रस्तुत कालखंडातील कवींना संस्कृत काव्यलक्षणांची ओळख आहे. पण वाङ्मय, सारस्वत, काव्य या संज्ञा त्यांनी संतकवींच्या अर्थानेच योजिल्या असल्याचा त्यांचा निष्कर्ष आहे. प्रसाद, रसवत्ता, अनुभवाची समृद्धी ही काव्यलक्षणे संस्कृत व मराठी काव्यशास्त्रामध्ये समान आहेत. मात्र संस्कृतातील काव्यप्रकारांकडे मराठी कवींनी पाठ फिरविली असून ओवी, अभंग, आर्या, साकी, दिंडी, पदे, गौळण, फटका, कटाव, लावणी, पोवाडा असे विविध प्रकार नवरसांच्या आविष्कारासाठी वापरलेले आहेत.

रामदासांनंतर वेगळ्या साहित्यविचारांचा शोध घेण्यासाठी मराठी काव्यात फारसा वाव नव्हता. तरीदेखील मा. गों.नी हाती घेतलेले कार्य पूर्णत्वास नेण्याच्या दिशेने उषाबाईंनी अठराव्या शतकापर्यंतच्या मराठी काव्यातील वेगवेगळ्या प्रवाहांचा व प्रकारांचा शोध घेतला. अर्थात त्यामुळे दोघांच्या परिश्रमातून संपूर्ण प्राचीन मराठीच्या समग्र साहित्यशास्त्राचे परिशीलन करणे शक्य झाले.

दीपमाळ (१९८२) या टीकात्मक ग्रंथामध्ये प्राचीन मराठी साहित्य संशोधनातील विविध समस्या आणि साहित्य संशोधनाची परंपरा तसेच पाठचिकित्सेत उद्‌भवणाऱ्या अडचणींचा मागोवा डॉ. देशमुख यांनी घेतलेला आहे. आज चरित्र व आत्मचरित्रांच्या संख्येत वाढ होत असली तरी कलात्मकतेच्या दृष्टीने हा साहित्यप्रकार क्षीण का आहे याचा विचार लेखिकेने केलेला आहे. त्याचबरोबर सदर ग्रंथातील दुसऱ्या एका लेखामध्ये वि. स. खांडेकर यांची जीवनदृष्टी व तिचे त्यांच्या कादंबरीलेखनामध्ये पडलेले प्रतिबिंब शोधण्याच्या प्रयत्नातून लेखिकेने खांडेकर यांच्या जीवनसंदर्भशोधक कादंबऱ्यांची वाङ्मयीन वैशिष्ट्ये सांगितलेली आहेत. याचबरोबर ज्येष्ठ नाटककार विजय तेंडुलकर यांच्या *शांतता! कोर्ट चालू आहे!* या नाटकाची वैशिष्ट्ये टिपलेली आहेत. त्यांच्या नाटकांतील माणसे सामान्य पातळीवर जीवन जगणारी आणि सामान्यत्वातच आपल्या जीवनाचे सामर्थ्य फुलविणारी असतात. ती कधी स्वत:शी तर कधी जीवनाशी संघर्ष

देत असतात. मानवी मनाच्या तळांचे विविध आकार त्यांना खुणावतात. उपहासगर्भता, मिस्कीलता, संवादातील अर्थपूर्णता, विनोद व कारुण्य ही त्यांची नाट्यवैशिष्ट्ये लेखिका टिपते. या नाटकांच्या रचनातंत्राने मराठी रंगभूमीच्या प्रायोगिकतेवर एक नवाच संस्कार घडवला. त्यामुळेच असाधारण प्रयोगमूल्य हे तेंडुलकरांच्या नाटकांचे वैशिष्ट्य बनले, असे त्या सांगतात. याच ग्रंथातील एका लेखामध्ये वि. वा. शिरवाडकर यांच्या साहित्यलेखनाचा परामर्श घेताना शिरवाडकर यांनी त्यांच्या साहित्यातून अखंड मानवतेचाच कसा उद्घोष केला, त्याचप्रमाणे रात्र व दिवस, स्वप्न आणि वास्तव, समाज आणि राजकारण, मानवता आणि जुलूम, ईश्वरनिष्ठा आणि निरीश्वरता या विविध ताणांतून कुसुमाग्रज जीवनाला कसे सामोरे गेले; मनस्वी माणसाची जीवन जगण्याची शर्थ व त्यात त्याला मिळालेले श्रेयस यांचा शोध कुसुमाग्रज आपल्या लेखणीतून कसा घेतात, यांविषयीचे मर्मग्राही विवेचन लेखिकेने केले आहे. याच ग्रंथामध्ये *आज्ञापत्रा* तील शिवराजनीती स्पष्ट केलेली आहे. सदर ग्रंथामध्ये विषयांची विविधता जाणवली तरी त्या त्या वाङ्मयप्रकारांतील परंपरा व त्यातून जाणवणारी नवता टिपण्याचा प्रयत्न लेखिकेने केलेला जाणवतो.

मराठी साहित्याचे आदिबंध (१९८२) या ग्रंथामध्ये डॉ. देशमुख यांनी तेराव्या शतकातील साहित्यिकांच्या तत्त्वज्ञानाचा किंवा परमार्थाच्या भूमिकांचे स्पष्टीकरण न करता त्यांनी रेखाटलेल्या वाङ्मयीन रूपबंधाचे चिकित्सक मूल्यमापन केले आहे. प्रस्तुत ग्रंथामध्ये लेखिकेने मुकुंदराय ते नामदेव अखेरपर्यंतच्या वाङ्मयाची चिकित्सा करून तेराव्या शतकातील वाङ्मयाचा आदिबंध शोधण्याचा प्रयत्न केलेला आहे.

काव्यदिंडी या १९८७ साली प्रकाशित झालेल्या ग्रंथाचे उषाबाईंनी दोन विभाग केलेले आहेत. पूर्वार्धामध्ये त्यांनी मध्ययुगीन मराठी कवितेच्या संदर्भात विचार केलेला आहे तर उत्तरार्धात आधुनिक मराठी कवितेतील परिवर्तनाचा व त्यातील स्थित्यंतरांचा वेध घेतलेला आहे. संत एकनाथांच्या कवितेपासून पुढील काळातील कविता कशी व किती प्रकारे बदलत गेली याचा शोध 'एकनाथांची अभंगवाणी' तसेच 'रामदास', 'तुकाराम', 'श्रीधर', 'मध्वमुनीश्वर' यांची कविता त्याचप्रमाणे 'संतसाहित्यातील वासुदेव' इत्यादी लेखांतून घेतलेला आहे. उत्तरार्धात 'गोविंदाग्रजांची कविता', 'वेडगाणे पिंगा', 'चाफा', 'आनंदयात्री बोरकर', 'भ. श्री. पंडितांची कविता' अशा जुन्या तसेच नव्या काव्याचा परामर्श घेतला आहे.

केशवसुतांनंतरच्या काव्यपिढीचे नेतृत्व करणारे म्हणून गोविंदाग्रजांचे असाधारण स्थान लेखिका या ग्रंथामध्ये व्यक्त करते. भारतीय अभिजातवाद आणि पाश्चात्त्य सौंदर्यवादाचे एक अपूर्व संमीलन गोविंदाग्रजांच्या कवितेतून प्रभावीपणे कसे व्यक्त होते ते उषाबाई सविस्तरपणे मांडतात. कवी बींच्या प्रतिभेचे सामर्थ्य सांगताना त्या म्हणतात, ''बी कवींची काव्यविषयक जाणीव अत्यंत सूक्ष्म आहे. प्रतिमांच्या विरोधी न्यासातून अलौकिक प्रतिभा असलेला कलावंत व सृष्टीची निर्मिती करणारा ईश्वर यांच्या श्रेष्ठतेची मीमांसा करतात. सारे विश्वच कवेत घेण्याचे कसब त्यांच्या 'चाफा' कवितेतून व्यक्त होते.'' बींच्या अनेक कवितांतून प्रतिभा या मूलशक्तीचे सामर्थ्य लेखिका भावात्मक पद्धतीने उलगडून दाखवते व त्यांच्या कलानिर्मितीचा चिकित्सक रीतीने शोध घेते. भ. श्री. पंडितांच्या काव्याविषयी लेखिका लिहिते, ''तांब्यांचे

संस्कार असणारी त्यांची कविता ही भावगीते, नाट्यगीते, शिशुगीते या अंगांनी वाचकांपर्यंत पोहोचली. भावपरता व नम्रता हा भ. श्रीं.च्या कवितांचा प्राण आहे.'' एक कवी आपल्या कवितेची संघटना कोणत्या प्रतिमाप्रतीकांधारे करतो, तसेच त्याचा प्रतिभाधर्म नेमका कसा आहे, यांचा वेध *काव्यदिंडी* या काव्यसमीक्षापर ग्रंथातून एक संशोधक-समीक्षक म्हणून उषाबाई घेताना दिसतात.

साहित्यशोधणी (१९८९) या ग्रंथामध्ये उषाबाईंनी संशोधनविद्येची सैद्धान्तिक मांडणी व तिचे उपयोजन करण्याचा प्रयत्न केलेला आहे. संशोधनाचे विविध प्रकार, साहित्य व संशोधन, पाठचिकित्साशास्त्र इत्यादी प्रकरणांमध्ये संशोधनविषयक मूलभूत विचार मांडलेले आहेत. प्रस्तुत ग्रंथामध्ये लेखिकेच्या डोळ्यांपुढे नवनवे विषय, संशोधनाच्या नवनवीन दिशा व अभ्यासक आहेत. साहित्याचे विशुद्ध व उपयोजित संशोधन होण्याची गरज त्यांनी सदर ग्रंथातून व्यक्त केलेली आहे.

मराठी संशोधनविद्या (१९९४) हा डॉ. देशमुख यांचा ग्रंथ मागील पंचवीस वर्षांतील विद्यार्थ्यांना अर्पण केलेला आहे. त्यातून त्यांचे ज्ञानार्त मन अभिव्यक्त होते. संशोधनपद्धती या महत्त्वाच्या विषयाची मांडणी लेखिकेने अतिशय सुलभपणे केलेली आहे. संशोधनविद्या ही अधिक समृद्ध अधिक विकसित व्हावी ही तळमळच या ग्रंथामागील प्रेरणा आहे. त्यांच्या दृष्टीने शोधप्रक्रिया ही कधीही एकेरी नसते. ती अनेकपदरी असते. त्यासाठी संशोधन व समीक्षा यांचे नातेसंबंध जुळावे लागतात. हे जाणून घेतल्यामुळेच लेखिका संशोधनाला शास्त्र न म्हणता विद्या म्हणते. त्यांच्या मतानुसार संशोधनाचा ज्ञानव्यवहार मौलिक पद्धतीने जेथे केला जातो तिथे तो उद्देश्यगर्भ व्यवहार असतो. त्याचे समग्र सिद्धान्तन व्यवस्थापन प्रक्रियेने केले जाते. त्याला 'शोधविद्या' किंवा 'संशोधनविद्या' असे म्हणावे. प्रस्तुत ग्रंथामध्ये लेखिकेला संशोधकाची सर्जनशीलता अपेक्षित आहे. त्यामुळे त्यांच्या दृष्टीने संशोधन हा एक व्यापक असा ज्ञानव्यवहार आहे. अशा प्रकारे संशोधनविद्येची तात्त्विक जडणघडण करण्याचे कार्य या ग्रंथाने यशस्वीपणे पार पाडलेले आहे.

साहित्यमुद्रा (१९९०) या संशोधनपर लेखसंग्रहामध्ये तेराव्या शतकात संस्कृतच्या प्रभावातून मराठी भाषा स्वतंत्र झाली तशी आज इंग्रजीच्या प्रभावातूनही झाली पाहिजे हे स्वभाषेविषयीचे विचार बाईंनी व्यक्त केलेले आहेत. परभाषेचे हे आक्रमण थोपविण्यासाठी आपल्यातूनच चक्रधर व ज्ञानेश्वर पुन्हा जन्म घेतील हा विश्वास लेखिकेने व्यक्त केलेला आहे. डॉ. उषा देशमुख यांच्या प्राचीन संतसाहित्याच्या चिंतनातून आलेले तसेच महानुभाव साहित्य व वारकरी संप्रदायाच्या साहित्याच्या परिशीलनातून आलेले लेख संग्रहित करण्यात आलेले आहेत.

'मराठी आदिगद्य' हा दीर्घ लेख म्हणजे *लीळाचरित्रा*दी महागद्याच्या पूर्वीची स्फुटगद्याची परंपरा कोणती होती व तिचे विशेष कोणते होते याचा सूक्ष्म शोध घेणारा आहे. मराठीतील आदिकथा महानुभाव संप्रदायाचे संस्थापक श्रीचक्रधरस्वामी यांनी सांगितली आहे. तिचे वाङ्मयीन सौंदर्य शोधण्याचा प्रयत्न येथील लेखातून केलेला आहे. त्याचप्रमाणे महानुभाव साहित्याने स्वीकारलेल्या भाषिक संकेतांचा व मराठी देवनागरी लिपीचाही विचार केलेला आहे. 'पंजाबातील

नामदेव' या लेखामध्ये नामदेवांचे अध्यात्ममार्गातील कार्य तसेच त्यांच्या अभंगगाथेतील सौंदर्यस्थळे टिपलेली आहेत. प्राचीन काव्यामधून भारतीय परंपरेतील सण व उत्सव आणि विविध विधी यांचे प्रतिबिंब शोधण्याचा प्रयत्न केलेला आहे. ग्रंथाच्या अखेरच्या लेखामध्ये लावणी वाङ्मयातून शृंगाराच्या श्रावणझडी न्याहाळताना लावणीचा थाट, तिची मांडणी, प्रत्यक्षीकरण, प्रकट होणारा आशय, नाद, लय आणि नाट्यमयता या अंगांचा विचार केलेला आहे.

प्राचीन साहित्याची विविधरूपे व त्यांचा रूपबंध न्याहाळणे हा प्रस्तुत ग्रंथामागील डॉ. देशमुख यांच्या चिंतनामागील एकूण सूर आहे.

संत साहित्य दर्शन (१९९४) या ग्रंथामध्ये उषाबाईंनी भारतीय संस्कृतीचे वैशिष्ट्य म्हणजे विविधतेत एकता असल्याचे सांगून संतांच्या अध्यात्मचिंतनाने भारतीय संस्कृती सतत समृद्ध होत असल्याचे मत नोंदविलेले आहे. महानुभाव, वारकरी आणि रामदासी या सर्व संप्रदायात नीतिशिक्षणाची विशिष्ट परंपरा असल्याने त्यात जाणवणारी एकसूत्रता दाखवून हे सर्व संप्रदाय अनेकदा एकमेकांना कसे पूरक आहेत यासंबंधीचे चिंतन या ठिकाणी व्यक्त केले आहे. या संशोधनात त्यांनी विशिष्ट काळ, संप्रदाय, वाङ्मयप्रकार व ग्रंथ या सर्वांना स्वतंत्रपणे न्याय दिलेला आहे.

कालदृष्ट्या विचार करता विद्यमान कालापासून मागे जात जात लेखिका थेट तेराव्या शतकापर्यंत पोहचते. ग्रंथाच्या अखेरीस या शतकातील गद्यसाहित्याचे दिग्दर्शन करणारे दोन तक्ते काढून दिल्याने ते संशोधक-अभ्यासकांना दिशा देणारे ठरले आहेत.

ज्ञानेश्वरी : एक शोध (१९९०) या ग्रंथामध्ये ज्ञानेश्वरीची संरचना जाणून घेण्याच्या अध्ययनिष्ठ प्रयोग केलेला आहे. ज्ञानेश्वरीतील प्रत्येक अध्यायातील अंत:संगती, अध्यायाचे स्वरूपविशेष, रूपसिद्धी, आविष्कारदृष्ट्या घेतलेली कलात्मक वळणे यांचा सूक्ष्म शोध घेतलेला आहे. त्याचप्रमाणे गीतेतील संवादपद्धती, अध्यात्मशास्त्र, धर्मशास्त्र व नीतिशास्त्र यांना ज्ञानदेवांनी कसा न्याय दिलेला आहे याविषयी सविस्तर विवेचन केले आहे.

प्राचीन साहित्याप्रमाणे विसाव्या शतकातील कुसुमाग्रजांसारख्या थोर साहित्यिकाच्या साहित्याचा शोध डॉ. उषा देशमुख यांनी एकूण चार ग्रंथांतून घेतलेला आहे. त्यामध्ये *कुसुमाग्रज साहित्यदर्शन* (१९८९), *कुसुमाग्रज : एक प्रकाशयात्रा* (१९९३) या दोन ग्रंथांचे लेखन स्वतंत्रपणे केलेले असून *गर्जा जयजयकार : एक जागरण* (१९८७), *विशाखा : एक अर्घ्यदान* (१९९४) हे दोन ग्रंथ संपादित केलेले आहेत.

कुसुमाग्रजांवरील स्वतंत्र लेखनामध्ये *कुसुमाग्रज साहित्यदर्शन* (१९८९) या ग्रंथामध्ये कुसुमाग्रजांच्या काव्य, नाट्य, कथा, कादंबरी, ललित गद्य, नाटिका, एकांकिका, गद्यकाव्य, अनुवादित साहित्य अशा विपुल साहित्याचा वेध घेतलेला आहे. कुसुमाग्रजांच्या साहित्याने स्वीकारलेले विविध रूपबंध, प्रकारवैशिष्ट्ये यांचा शोध तसेच शिरवाडकर यांच्या वाङ्मयीन व्यक्तित्वाचे आकलन करून घेण्याचा प्रयत्न त्या करतात. प्रस्तुत ग्रंथाला डॉ. देशमुख यांनी जोडलेली परिशिष्टे महत्त्वाची आहेत. यामध्ये कुसुमाग्रजांचा जीवनपट, त्यांची ग्रंथसंपदा, त्यांच्या नाटकाच्या प्रथम प्रयोगाच्या सूची, समीक्षाग्रंथसूची, विशेषांकसूची इत्यादी जोडलेली

माहिती अभ्यासकांना अतिशय उपयुक्त ठरणारी आहे. थोडक्यात सांगावयाचे तर वि. वा. शिरवाडकर यांच्या समग्र साहित्याचा अभ्यास ग्रंथरूपाने उपलब्ध करून देण्याची महत्त्वाची कामगिरी डॉ. उषा देशमुख यांच्या ग्रंथाने यशस्वी रीतीने पार पाडलेली आहे.

कुसुमाग्रज : एक प्रकाशयात्रा (१९९३) या ग्रंथाची मांडणीच प्रबोधनात्मक स्वरूपाची आहे. एकविसाव्या शतकाकडे वाटचाल करणारे हे दशक. अन्य दशकांच्या तुलनेत अधिक धावपळीचे, व्यस्त. संगणक युगाने आपले आक्रमण केले आहे. अशा स्थितीमध्ये माणसाचे खऱ्या अर्थाने जगणे संकोच पावत चाललेले आहे. अशा या काळात मराठी वाचकाला मराठी संस्कृती, साहित्य आणि साहित्यिक यांचा सुटसुटीत व सुलभ पद्धतीने परिचय करून द्यावा ही भूमिका या ग्रंथाच्या प्रकाशनामध्ये आहे. शाळा, महाविद्यालये, नोकरदार व सर्वसामान्य रसिक यांचा विचार करून कुसुमाग्रज साहित्यदर्शनाची एक सुबोध आवृत्ती देण्याचा प्रयत्न लेखिकेने या ग्रंथाद्वारे केलेला आहे.

रामायणाचा आधुनिक साहित्यावरील प्रभाव (१९९४) या ग्रंथामध्ये मराठीतील आधुनिक साहित्यावर रामायणाचा संस्कार व प्रभाव कसा स्पष्टपणे दिसतो याचे विवेचन केलेले आहे.

साहित्य अकादेमी, नवी दिल्ली यांच्या मराठी साहित्याचे मानकरी या मालेतील *गजानन त्र्यंबक माडखोलकर* (१९९४) हा डॉ. उषा देशमुख यांचा ग्रंथ प्रसिद्ध आहे. सदर ग्रंथाचे एकूण तीन भाग कल्पिलेले आहेत. पहिल्या प्रकरणात ग. त्र्यं. माडखोलकर यांचे जीवनचरित्र, संस्काराची परिक्षेत्रे, जडणघडण व व्यक्तिविकसन यांचा सविस्तर विचार मांडलेला आहे. दुसऱ्या प्रकरणामध्ये कादंबरीकार माडखोलकर यांच्या लेखनाचा विचार करताना *मुक्तात्मा* ते *अकेला* म्हणजे जवळ जवळ १९३३ ते १९७५ या काळातील त्यांच्या सर्व कादंबऱ्यांचा परिचय, अर्थनिर्णयन केलेले आहे. तिसऱ्या प्रकरणामध्ये टीकाकार माडखोलकरांचा परिचय करून देत असताना त्यांच्या समग्र टीकालेखनाचा पाया वृत्तपत्रीय लेखनाशी कसकसा जोडला गेलेला आहे, हे सूत्र स्वीकारून मांडणी केलेली आहे. उपसंहारामध्ये निष्कर्ष मांडलेले आहेत.

पसायदान (१९९८) व *संतकाव्यसंचित* हे डॉ. देशमुख यांचे ग्रंथ संतसाहित्यविषयक सूक्ष्म चिंतन व निकोप सौंदर्यदृष्टी व्यक्त करणारे आहेत. ज्ञानेश्वरीच्या अपूर्वतेची मीमांसा आपल्याला *पसायदान* या ग्रंथातून केलेली दिसते. त्या लिहितात, ''प्रवचन कीर्तनाचा मांड स्वीकारल्यामुळे काही वेळा पुनरावृत्ती, पाल्हाळ निर्माण होतो असे म्हटले जाते, पण विषय निरूपणासाठी ज्ञानदेव त्याचे सतत उपयोजन करीत असल्यामुळे ते गीताभाष्य न राहता तो वाचकाच्या जाणिवेचा विषय होतो. एक उदात्त, गंभीर, मंगलमय, संस्कारित अशा महाकाव्य वाचनाची प्रतीती वाचकाला येत राहाते यातच ज्ञानेश्वरीची अपूर्वता साठविलेली आहे.''

ज्ञानेश्वरांचे मन हे एका महाकवीचे मन आहे व ते उदात्ततेच्या, गंभीरतेच्या पातळीवर विहार करते हा लेखिकेचा निष्कर्ष महत्त्वाचा वाटतो. ज्ञानेश्वरीतील अनेक संवाद वाचकाला आकृष्ट करून घेतात. उदाहरणार्थ, श्रोतृसंवाद, लोकसंवाद, वक्ता व श्रोता, निवृत्ती व ज्ञानदेव इत्यादी. ज्ञानेश्वरीमध्ये भक्ती, करुण, वीर, अद्‌भुत, शृंगार आदी अनेक रस आविष्कृत

होताना दिसतात व त्या सर्व रसांची अंतिम परिणती शांती रसात होते. यामुळेच ज्ञानेश्वरी हे या अर्थाने डॉ. उषा देशमुख यांच्या दृष्टीतून महाकाव्य ठरते. सदर ग्रंथामध्ये त्यांचे पसायदानासंबंधी जे संशोधन आहे तेही महत्त्वाचे दिसते. ज्ञानदेवांचे वैश्विक मन ज्ञानेश्वरीत प्रतिबिंबित होते, पण त्याचा परमोच्च आविष्कार पसायदानाच्या एकेका ओवीतून साक्षात प्रकट होतो. पसायदान म्हणजे जीवनधर्माचे, मानवधर्माचे विद्यापीठ आहे. नित्यनूतनता हा त्यांचा गुणधर्म आहे, हे पसायदानाविषयीचे त्यांचे चिंतन लक्षणीय आहे.

संतकाव्यसंचित (२००१) हे डॉ. उषा देशमुख यांचे आणखी एक संतकाव्यविषयक पुस्तक. संतसाहित्याविषयी लिहिलेले चौदा अभ्यासपूर्ण लेख यामध्ये समाविष्ट आहेत. ज्ञानेश्वरांपासून रामदासांपर्यंतच्या संतकाव्याचा वाङ्मयीन पातळीवर केलेला अभ्यास वाचकाला संतकाव्याची महती विशद करून त्यातील महत्तेची ओळख करून देतो. या ग्रंथामध्ये 'संत कवयित्री आणि भारतीय संस्कृती', 'समर्थांचा साहित्यविचार', 'तुकारामाच्या कवितेची महानता', 'मराठी संतकाव्य : संशोधनाच्या नव्या दिशा' इत्यादी महत्त्वपूर्ण लेखांचा समावेश आहे. समर्थ रामदासांच्या साहित्याचे स्वरूप समजावून देताना लेखिकेने समर्थांची काव्याभिरुची व सौंदर्यदृष्टी कशी जीवनव्याप्त होती, हे सांगून रामदासांनी त्यांचे कवित्व हे लोकजागृतीचे महत्त्वाचे साधन कसे मानलेले आहे, हे स्पष्ट केले आहे. रामदासांनी भक्ती व अध्यात्म यांवर भर दिलेला असला तरी प्रपंचविज्ञानाचे विवरण केले आहे. प्रयत्नवाद व पुरुषार्थ या दोहोंची ठोस मांडणी केली. त्यांची कविता ही पूर्वसंतकवींहून कशी वेगळी आहे हे या लेखातून डॉ. देशमुख स्पष्ट करतात. 'तुकारामांच्या कवितेची महानता' या लेखात त्या लिहितात, ''कालखंड वाङ्मयप्रकार, जीवनदृष्टी, जीवनविषयक तत्त्वज्ञान, देशकाल-परिस्थितीचा वेगळेपणा यांवर साहित्याचा मोठेपणा, श्रेष्ठत्व, अलौकिकता अवलंबून असते व त्यातून साहित्याची महानता प्रतीत होते.'' संतसाहित्याविषयीचे अतिशय जागरूकतेने केलेले संशोधन या ठिकाणी जाणवत राहील.

मराठी भाषा व मराठी संस्कृती यांची जवळून ओळख करून घेण्यासाठी संतांच्या अभंगांची ओळख आवश्यक असून प्रत्येक माणसाला त्यांच्या कवितेत स्वत:चे प्रतिबिंब आढळते, हे महत्त्वपूर्ण निरीक्षण डॉ. देशमुख मांडतात. संस्कृती म्हणजे समाजाची जीवनपद्धती असा विचार मांडत असताना संस्कृतिसंवर्धनाचे काम कुटुंबातील स्त्रीकडून कसे होते, त्याचे विवेचन 'संत कवयित्री आणि भारतीय संस्कृती' या लेखात उषाबाई करतात. मुक्ताई, जनाबाई, गोणाई, राजाई, आऊबाई, नागी, लाडाई, गोंडाई, साखाई, येसाई, लिंबाई, वेणाई व कान्होपात्रा अशी कितीतरी स्त्रिया ईश्वराशी नाते जोडून भक्तीच्या बळावर अध्यात्माच्या प्रांगणात कशा रममाण झाल्या हे उषाबाई या ठिकाणी सांगतात. मुक्ताईचे मोठेपण व्यक्त करताना तिने घेतलेली कौटुंबिक जबाबदारी, भावंडांना दिलेले मानसिक बळ व काव्याची प्रेरणा, इतर संत कवींशी असलेला तिचा निर्मळ स्नेहभाव व आध्यात्मिक उंचीमुळे तिच्याकडे चालत आलेले चांगदेवाचे गुरुपद या मुद्द्यांवर लेखिकेने केलेले चिंतन महत्त्वाचे आहे. या संत कवयित्रींच्या कार्याचा गौरव करताना स्त्री या नात्याने उषाबाई आपल्या अंतरीची खंतही व्यक्त करून

जातात. ती म्हणजे या भगिनींच्या काव्यात पुरुष संतांचे उल्लेख विपुल प्रमाणात अत्यंत आदराने केले असून त्या तुलनेत पुरुष संतांनी आपल्या काव्यात संत कवयित्रींची घेतलेली दखल नगण्य असल्याचे निरीक्षण त्या नोंदवितात.

वरील संशोधनपर ग्रंथांखेरीज डॉ. उषा देशमुख यांनी अनेक वैशिष्ट्यपूर्ण संपादने प्रकाशित केली आहेत. एकाच कलाकृतीची समीक्षा किती विविध अंगांनी होऊ शकते याचा आदर्श या संपादनामध्ये अभ्यासकांना जाणवल्यावाचून राहत नाही. प्रस्तुत लेखामध्ये मी केवळ त्यांच्या स्वतंत्र संशोधनपर ग्रंथांची चिकित्सा केलेली आहे.

अशा प्रकारे डॉ. उषा देशमुख यांच्या साहित्यसंशोधनाचा आवाका प्रचंड आहे. प्राचीन संत साहित्यापासून ते अलीकडच्या कुसुमाग्रजांसारख्या ज्येष्ठ साहित्यिकांपर्यंत त्यांची सूक्ष्म संशोधनदृष्टी जाणवत राहते. रामायण-महाभारतासारख्या सांस्कृतिक संचितावर त्या चिंतन करतात. जीवनाचा सखोल अनुभव देणारे साहित्य श्रेष्ठतम तर असतेच पण ते माणसाचे मन घडवते; विकसित करते; मानवी मूल्यांना अधिक संस्कारित करते हे त्यांचे सततचे निरीक्षण आहे. त्यांच्या संशोधनपर लेखनातून जे काही ठळक निष्कर्ष जाणवतात ते असे :

१. संतांच्या तत्त्वज्ञानाचा किंवा परमार्थाच्या भूमिकांचा केवळ शोध न घेता त्यांच्या वाङ्मयीन रूपबंधाचेही चिकित्सक मूल्यमापन आपल्या सर्वच ग्रंथांतून डॉ. उषा देशमुख करतात.
२. संत आणि समाज यांचे परस्परांवर झालेले परिणाम लक्षात घेऊन संतांनी कोणती शाश्वत मूल्ये समाजाला दिली याची सामाजिक व वाङ्मयीन अंगाने चिकित्सा आपल्या प्रत्येक लेखांतून उषाबाई सतत करताना दिसतात.
३. प्रत्येक ग्रंथातून आपले भावविचार हळुवार पद्धतीने समजावून देत जातात. हे करीत असताना एका निश्चित निष्कर्षाप्रत वाचकाला घेऊन जाण्याचे सामर्थ्य त्यांच्या संशोधनपर लेखनात ठळकपणे दिसते.
४. संशोधनपर लेखन करत असताना डॉ. देशमुख एखाद्या वाक्याची, दृष्टान्ताची व ठरावीक शब्दांची पुनरावृत्ती करीत असल्या तरी विद्यार्थ्यांना समजावून देण्याच्या दृष्टीने त्यांची ही शैली आवश्यक, अपरिहार्य वाटते.
५. त्यांची संशोधनदृष्टी सुस्पष्ट तशीच शिस्तबद्ध आहे. आस्वादक समीक्षेचा प्रत्यय जरी या संशोधनपर लेखनातून जागोजाग जाणवत असला तरी तो अखेरीस उच्च पातळीवरील वाचकाला समाधान देणारा ठरतो.

डॉ. उषा मा. देशमुख यांच्या लेखनकार्याचा गौरव अनेकांगांनी झालेला आहे. पुसद येथे भरलेल्या चाळिसाव्या वैदर्भीय लेखिका साहित्य संमेलनाच्या अध्यक्षपदाचा बहुमान त्यांना लाभला. याशिवाय त्यांच्या ग्रंथांना महाराष्ट्र शासन पुरस्कार, महाराष्ट्र साहित्य परिषद, पुणे पुरस्कार, शंकराचार्य कांचीपीठम् गौरव पुरस्कार मातृमंदिर, निगडी, पुणे संतसाहित्य पुरस्कार, पुणे विद्यापीठाचा स्वामी स्वरूपानंद पुरस्कार, शासनाचा संतसाहित्य पुरस्कार, मुंबई विद्यापीठाचा कै. प्रा. अ. का. प्रियोळकर ज्येष्ठ संशोधक पुरस्कार अशा अनेक महत्त्वपूर्ण पुरस्कारांनी त्यांच्या आजवरच्या संशोधनकार्याचा यथायोग्य गौरव करण्यात आलेला आहे.

लेखक-परिचय

सु. म. तडकोडकर : शिक्षण – एम. ए., बी. एड., पीएच. डी.; व्यवसाय – प्राध्यापक, गोवा विद्यापीठ (सेवानिवृत्त); अभ्यासक्षेत्र – सैद्धान्तिक समीक्षा, ख्रिस्ती-मराठी वाङ्मय; लेखन – *मराठीच्या प्रवासातील वाङ्मयीन पाऊलखुणा* (समीक्षा), *पु. शि. रेगे : जीवन व कर्तृत्व* (चरित्र व समीक्षा), *पाण्यातील पाऊले* (समीक्षा), *डोळ्यातील जग* (कथा).

अलका मटकर : शिक्षण – एम. ए., पीएच. डी.; व्यवसाय – साहाय्यक प्राध्यापक, मराठी विभाग, मुंबई विद्यापीठ; अभ्यासक्षेत्र – भाषाविज्ञान, व्याकरण, संशोधनशास्त्र; लेखन – *मुंबई विद्यापीठ साहित्य संशोधन सूची वर्णनात्मक, मराठी भाषेचा भाषावैज्ञानिक अभ्यास.*

रणधीर शिंदे : शिक्षण – एम. ए., पीएच. डी.; व्यवसाय – प्राध्यापक, मराठी विभाग, शिवाजी विद्यापीठ; अभ्यासक्षेत्र – आधुनिक मराठी साहित्य व काव्यसमीक्षा; लेखन – *दिलीप पुरुषोत्तम चित्रे यांची कविता, शरच्चंद्र मुक्तिबोध व्यक्ती आणि वाङ्मय.*

विनोद कुमरे : शिक्षण – एम. ए., पीएच. डी.; व्यवसाय – सहयोगी प्राध्यापक, मराठी विभाग, मुंबई विद्यापीठ; अभ्यासक्षेत्र – आदिवासी कला, साहित्य व संस्कृती; लेखन – *आगाजा* (कविता), *कोयतूर* (कादंबरी).

शीतल पावसकर-भोसले : शिक्षण – एम. ए., पीएच. डी.; व्यवसाय – सहयोगी प्राध्यापक, आर. के. टी. महाविद्यालय, उल्हासनगर; अभ्यासक्षेत्र – स्त्रीवाद, समीक्षाव्यवहार आणि नाटक; लेखन – 'नव अनुष्टुभ्', 'मुक्त शब्द', 'परिवर्तनाचा वाटसरू' या वाङ्मयीन नियतकालिकांतून लेखन प्रसिद्ध.

तारा भवाळकर : शिक्षण – एम. ए., पीएच. डी.; व्यवसाय – अध्यापन (सेवानिवृत्त), ललित कला अकादेमी व लोककला अकादेमी येथे अतिथी प्राध्यापक; अभ्यासक्षेत्र – नाटक, लोकसंस्कृती, लोकसाहित्य; लेखन – *यक्षगान आणि मराठी नाट्यपरंपरा, लोकनागर रंगभूमी, मिथक आणि नाटक, स्त्रीमुक्तीचा आत्मस्वर, लोकपरंपरा आणि स्त्री प्रतिभा, लोकांगण* इत्यादी.

प्रकाश खांडगे : शिक्षण – एम. ए. (ऑनर्स), पीएच. डी.; व्यवसाय – सहयोगी प्राध्यापक, लोककला अकादेमी; अभ्यासक्षेत्र – लोककला, लोकसाहित्य; लेखन – लोककला, लोकसाहित्य या विषयावर वर्तमानपत्रांतून सातत्याने लेखन, *महाराष्ट्रातील प्रयोगात्म लोककला.*

उज्ज्वला दीक्षित : शिक्षण – एम. ए. (इंग्लिश); व्यवसाय – प्राध्यापिका (सेवानिवृत्त); अभ्यासक्षेत्र – संतसाहित्य, वि. रा. करंदीकर यांच्या समग्र साहित्यावर पीएच. डी. प्रबंधलेखन चालू; लेखन – *समर्थ रामदासांचे शिक्षणशास्त्र, गुरुवर्य रवींद्रनाथ टागोर.*

जयश्री पाटणकर : शिक्षण – एम. ए., पीएच. डी.; व्यवसाय – अध्यापन, मराठी संशोधन केंद्र नाशिक (सेवानिवृत्त); अभ्यासक्षेत्र–भाषाशास्त्र; लेखन – *सामाजिक भाषाविज्ञान कक्षा आणि अभ्यास, व्यावहारिक मराठी, वाचन आणि लेखनकौशल्ये (आशय व भाषा संपादन), मराठी कविता रंगतरंग अंतरंग, भारतीय ध्वनिसिद्धान्त आणि मराठी.*

भारती निरगुडकर : शिक्षण – एम. ए., एम. फिल्., पीएच. डी.; व्यवसाय – प्राध्यापक, मराठी विभाग, मुंबई विद्यापीठ; अभ्यासक्षेत्र – आधुनिक साहित्य, साहित्यशास्त्र आणि समीक्षा; लेखन – *गाडगीळांची समीक्षारूपे, समीक्षासंहिता.*

मीना गोखले : शिक्षण – एम. ए. (बी. ए. व एम. ए. सुवर्णपदक); व्यवसाय – अध्यापन (रुईया महाविद्यालय, सेवानिवृत्त); अभ्यासक्षेत्र – मराठी साहित्य; लेखन – *वाद-संवाद* (संपा.), *कथा युगभानाची* (संपा.).

वंदना महाजन : शिक्षण – एम. ए., पीएच. डी.; व्यवसाय – सहयोगी प्राध्यापक, मराठी विभाग, मुंबई विद्यापीठ; मानद संचालक, का. स. वाणी प्रगत अध्ययन संस्था, धुळे; अभ्यासक्षेत्र – आधुनिक साहित्य आणि समीक्षा; लेखन – *मराठी कादंबरीतील स्त्रीवाद, सांस्कृतिक प्रवाहांची स्त्रीवादी समीक्षा, स्त्रीवाद आणि समाज परिवर्तन, स्त्रीवाद आणि मराठी साहित्य, वादळवाट* (काव्यसंग्रह).

अनंत देशमुख : शिक्षण – एम. ए., पीएच. डी.; व्यवसाय – प्राध्यापक व विभागप्रमुख, एस.एन.डी.टी. विद्यापीठ (सेवानिवृत्त); अभ्यासक्षेत्र – आधुनिक मराठी साहित्य, समीक्षालेखन; लेखन – २५ संशोधनात्म व समीक्षात्म पुस्तके प्रकाशित; *अनन्वय, गतकाल, कुसुमावती देशपांडे,* र. धों. कर्वे यांच्या साहित्याची संपादने.

अरुणा श्री. दुभाषी : शिक्षण – एम. ए., पीएच. डी., नेट, उपयोजित भाषाविज्ञान पदविका, भाषांतरविद्या पदविका; व्यवसाय – सहयोगी प्राध्यापक, मराठी विभाग, एस.एन.डी.टी. महिला विद्यापीठ; अभ्यासक्षेत्र – समीक्षा; लेखन – *भारतीय भाषांचे .समाजशास्त्र* (अनु.), *मराठी वाचनपाठ* (सह.संपा.), *दादोबा पांडुरंग तर्खडकर,*

विभावरी शिरुरकर, अझिझ बेची शोकांतिका (अनु.), *भारतरत्न महर्षी धोंडो केशव कर्वे.*

सरोज पाटणकर : शिक्षण – एम. ए., पीएच. डी.; व्यवसाय – विभागप्रमुख, विल्सन महाविद्यालय (सेवानिवृत्त); अभ्यासक्षेत्र – समीक्षा; लेखन – अभ्यासमंडळाने नेमलेल्या काही पुस्तकांचे संपादन.

प्रदीप कर्णिक : शिक्षण – एम. ए., एम. लिब., पीएच. डी.; व्यवसाय – ग्रंथपाल (सेवानिवृत्त), संचालक, मराठी संशोधन मंडळ, मुंबई; अभ्यासक्षेत्र – ग्रंथालयशास्त्र, मराठी साहित्य; लेखन – *जावे ग्रंथांच्या गावा, ग्रंथ, ग्रंथालय, ग्रंथसंस्कृती, ग्रंथपुण्यसंपत्ती, ग्रंथसामर्थ्य, मनात माझ्या* (नाटक), *विसरू नको* (नाटक), *रक्ताभिषेक* (नाटक).

मीना वैशंपायन : शिक्षण – एम. ए., बी. एड., पीएच. डी.; व्यवसाय – अध्यापन; अभ्यासक्षेत्र – साहित्यसमीक्षा, साहित्य संशोधन, कोश व सूची, चरित्रपर लेखन; लेखन – *दुर्गापर्व, ज्ञानकोशकार डॉ. केतकर, साहित्यवेध,* दुर्गा भागवत यांच्या साहित्याचे संपादन.

सतीश बडवे : शिक्षण – एम. ए., बी. एड., एम. फिल्., पीएच. डी.; व्यवसाय – विभागप्रमुख, डॉ. बाबासाहेब आंबेडकर मराठवाडा विद्यापीठ (सेवानिवृत्त); अभ्यासक्षेत्र – मध्ययुगीन साहित्य व समीक्षा, आधुनिक साहित्य व समीक्षा; लेखन – *मध्ययुगीन साहित्याविषयी, संतसाहित्यासमीक्षेचे बीजप्रवाह, साहित्याची सामाजिकता.*

वर्षा गजेंद्रगडकर : शिक्षण – एम. एस्ससी. (पर्यावरणशास्त्र), बी.सी.जी.; व्यवसाय – लेखन, अनुवाद व मुक्त पत्रकारिता;अभ्यासक्षेत्र–अनुवाद, पर्यावरण; लेखन – *उजेड आणि सावल्या, निसर्ग आणि संस्कृती, भारतातील तीस सामर्थ्यवान स्त्रिया, निसर्ग चित्रे, आपले सण-आपली संस्कृती, भारतीय जैववैविध्य, खजिना लोककथांचा.*

वंदना बोकील-कुलकर्णी : शिक्षण – एम. ए., एम. फिल्. पीएच. डी.; व्यवसाय – अध्यापन, संपादन, लेखन; अभ्यासक्षेत्र–आधुनिक मराठी साहित्य, कथा व नाटक; लेखन – *निवडक मंगला गोडबोले* (संपा.), *कथादीपावली २०१६, कथायात्रा – मंगला गोडबोले यांच्या कथा, संपादित सानिया* (सहसंपादन).

प्रतिभा कणेकर : शिक्षण – एम. ए., पीएच. डी.; व्यवसाय – विभागप्रमुख, सोनोपंत दांडेकर महाविद्यालय (सेवानिवृत्त); अभ्यासक्षेत्र – मराठी साहित्य, बोली व समीक्षा; लेखन – *लता झाल्या कल्पतरू, परिघावर जगताना, पालघर तालुका : बोली, समाज व संस्कृती.*